రచయిత గురించి

1898లో జన్మించిన పాల్ బ్రన్‌టన్ తూర్పు దేశాలలో విస్తారంగా పర్యటించారు. 1935–1952కు మధ్య ఆయన పదమూడు పుస్తకాలు రచించారు. ధ్యానాన్ని, యోగను పశ్చిమ ప్రపంచానికి పరిచయం చేసిన వ్యక్తిగా ఆయన గుర్తింపు పొందారు. దానితో బాటు వారి వేదాంత నేపథ్యాన్ని కూడా సామాన్య భాషలో అందించిన పేరు కూడా ఆయనదే. ఆయన స్విట్జర్లాండ్ (ఇరవై సంవత్సరాల కాలం ఆయన నివాసస్థలం) లో 1981లో పరమపదించారు.

పాల్ బ్రన్‌టన్‌కు మెప్పు

"మత రహిత నాగరకత అనే బంజరు భూమిలో పుష్పించిన అతి లలిత సుందరమైన ఆధ్యాత్మిక పుష్పాలలో పాల్ బ్రన్‌టన్ నిశ్చయంగా ఒకరు. ఆయన చెప్పేది మన అందరికీ చాలా విలువైంది." – జార్జ్ ఫ్యూయర్ స్టైన్.

"... ఆధ్యాత్మికత అన్వేషించే పాశ్చాత్యులందరికీ ఘనమైన కానుక."
– ఛార్లెస్ టి. టార్ట్.

"అసాధారణ వివేకం గల వ్యక్తి... జీవంతో తొణికిసలాడే వ్యక్తి. పరిపూర్ణంగా పరమ పవిత్రుడయిన ప్రధాన వ్యక్తి." – యోగ జర్నల్

"పాల్ బ్రన్‌టన్ ఘనుడయిన అసలు సిసలు వ్యక్తి. రాబోయే తరాలకు దారిచూపగల స్థితికి వ్యక్తిగతంగా పరిణతి చెందిన వ్యక్తి. – జీన్ హూస్టన్

తూర్పు పడమరల వేదాంత పరిజ్ఞానం మన జీవితాలలో సౌందర్యం, ఆనందం, అర్థం సృష్టించటానికి ఎలా సాయపడుతుందో తెలిసే సరళమైన, ముక్కుసూటి గైడ్... సమతుల్యత ఆయన ప్రధానాంశం. ఉత్తేజ పరిచే ఆయన సందేశం మానవ అనుభవంలో అన్ని అంశాలను ఆవరించుతుంది. – ఈస్ట్ వెస్ట్ జర్నల్

"...sensible చదివి తీరాలనిపించేది. ఆయన రచన మెర్టన్, హక్స్లే, సుజుకి, వాట్స్, రాధాకృష్ణన్ వంటి తూర్పు పడమరల మధ్య వారధుల రచనల సరసన ఉండ తగినది. ఆధ్యాత్మిక విషయాల మీద వ్యక్తిగతంగా లేదా విద్యాపరంగా ఆసక్తిగల వారిని ఆకర్షించి తీరుతుంది."

– చాయిస్

"ఆధ్యాత్మికత భావాలు అన్వేషించే స్త్రీ, పురుషులు ఎవరైనా సరే పాల్ బ్రన్టన్ రచనలలో ఆశ్చర్యకరమైన సవాలు ఎదుర్కుంటారు. దానికి తోడుగా ఉత్తేజానికి, మేధా పోషణకు నమ్మకమైన మూలం కనుగొంటారు."

– జాకబ్ నీడిల్‌మన్

"నాకు తొలి దీక్షలు ప్రసాదించిన బ్రన్టన్, వివేకానంద, ఎ.ఇ.బర్ట్ వంటి మహనీయులకు కృతజ్ఞతా పూర్వకంగా ప్రణమిల్లుతున్నాను."

– స్టీఫెన్ లెవైన్

రహస్య భారతం

రహస్య భారతం

గురువు అన్వేషణలో ప్రమాణ గ్రంథం

'ఎక్సలెంట్...'

ది టైమ్స్

పాల్ బ్రన్‌టన్

ఇరవయ్యవ శతాబ్దపు మహోత్తమ ఆధ్యాత్మిక శోధకులలో ఒకరు

అనువాదం

గర్నెపూడి రాధాకృష్ణ మూర్తి

First published in India by:

Manjul Publishing House
Corporate and Editorial Office
2 Floor, Usha Preet Complex, 42 Malviya Nagar, Bhopal 462 003 - India
Sales and Marketing Office
7/32, Ansari Road, Daryaganj, New Delhi 110 002 - India
Website: www.manjulindia.com

Distribution Centres
Ahmedabad, Bengaluru, Bhopal, Kolkata, Chennai,
Hyderabad, Mumbai, New Delhi, Pune

Telugu translation of Original English edition
A Search in Secret India by *Paul Brunton*

Copyright © 1983 by Paul Brunton

First published as by Rider Books, an imprint of Ebury Publishing,
a Random House Group Company.

This edition first published in 2018

ISBN 978-93-88241-05-2

Translation by GRK Murthy

Printed and bound in India by Repro India Limited

విషయ సూచిక

కొత్తప్రతి పరిచయం *ix*

ఉపోద్ఘాతం *xii*

1. పాఠకులకు వందనాలు 1
2. అన్వేషణకు నాంది 10
3. ఈజిప్ట్ మాంత్రికుడు 27
4. మహాత్ముడితో కలయిక 40
5. అడయార్ నది వనవాసి 63
6. మృత్యుంజయ యోగ 86
7. ఎన్నడూ పెదవి విప్పని ఋషి 108
8. దక్షిణ భారత ఆధ్యాత్మిక అధిపతి 122
9. పవిత్ర ధృవతార కొండ 143
10. మాంత్రికులు, మహాత్ముల నడుమ 176
11. వారణాసి అద్భుత వ్యక్తి 204
12. తారాబలం 223
13. స్వామి ఉద్యానం 249
14. పార్సీ మహనీయుల నివాసం 279
15. వింత ఎదుర్కోలు 290
16. అరణ్య కుటీరం 306
17. మరుగున పడిన సత్యం ఫలకాలు 326

కొత్తప్రతి పరిచయం

పాల్ బ్రన్‌టన్ ఉన్నతులయిన ఆధ్యాత్మిక వ్యక్తులు, వారి సంప్రదాయంతో సంబంధం లేకుండా, అన్వేషణలో ఇరవయ్యవ శతాబ్ది తొలి నాళ్ల నుంచి ఖండాంతరాలన్నీ పర్యటించారు. ఆయన పడవల మీద, గుఱ్ఱాలు, గాడిదలు, ఒంటెల మీద, కాలినడకన కూడా ప్రయాణం చేశారు. బరువైన పెట్టెలు ఇతర జంతువులు, లేదా కూలీలతోపాటు ఆయన కూడా మోశారు. విదేశీయానం సుఖమయం చేసే ఈనాటి సౌకర్యాలు, వసతి గృహాలు, భోజన ఆలయాలు, వార్త/సందేశ సాధనాలు ఏమీ లేకుండానే ఆయన తన ప్రయాణం కొనసాగించారు.

తన పూర్వీకులయిన భూగోళ శాస్త్రజ్ఞుల వలెనే ఆయన కూడా ఒక అతి ముఖ్యమైన నూతన ప్రపంచ పటం చిత్రించటంలో తోడ్పడ్డారు. ఈ పటం ఆధ్యాత్మిక చిత్రపటం. చిన్న, పెద్ద సంప్రదాయాలు, నాటి అధినేతల చిత్రపటం ఇప్పుడు మనం కార్నాక్, ఢిల్లీ లేదా ధర్మశాలలకు బయలుదేరితే ఆపర్యాటనలలో మన హృదయాలను తాకే విషయాలు ఏవి; అక్కడ మనం చూడబోతున్నాము అనే విషయాల మీద కొంత సమాచారము, పరిచయము ఏర్పడుతాయి.

తన పర్యటనలలో పాల్ బ్రన్‌టన్ (స్నేహితులకు ఆయన పిబి) పరిష్కారం అయినవి కానివీ ఆధ్యాత్మిక సంప్రదాయాలతో ముడిపడి ఉన్న అనేక రకాల వ్యక్తులను కలుసుకున్నారు. వారిలో కొందరు శ్రద్ధాసక్తులు ఉన్నవారు. కొందరు ఉద్యోగ ధర్మంగా చూసేవారు. మరికొందరు సిసలయిన నకిలీ సరుకు. ఇంకొందరు నిజాయితీతో శ్రమించి సాధించినవారు. వీరిని గుర్తించటం ఎలా? అదృష్టవశాత్తు అసలయిన ఆధ్యాత్మికత తటస్థపడితే ఆయనే తన గురువు అని నిర్ణయించటం ఎలా? మన ఆధ్యాత్మిక ప్రయాణంలో ఈ ప్రశ్నలు మళ్లీ

మళ్లీ తలెత్తుతాయి. ఒక్కొక్కసారి మన ప్రశ్నలకు శాశ్వత పరిష్కారాలు దొరికాయనుకుంటాం. మరొకసారి వీటికి పరిష్కారం ఎన్నటికీ దొరక దనిపించుతుంది. సాధకులందరికీ వాస్తవం ఈ రెండిటికి మధ్య ఎక్కడో ఉంటుంది.

'రహస్య భారతం ఒక అన్వేషణ' లో పిబి ఒకే ప్రయత్నంలో రెండు పనులు సాధించారు. తన ఆధ్యాత్మిక పయనాన్ని చారిత్రికంగా కథనం చేయటం అందులో మొదటిది. రెండవది. ఇంతక్రితం ప్రస్తావించిన ప్రశ్నలకు సమాధానాలు చెప్పటానికి సాయపడే విధంగా ఈ గ్రంథంలో తన సమావేశాలు ఉదాహరణలుగా అమర్చారు.

ఆయన పయనానికి వస్తే, తన కౌమార దశలోనే పిబి తన గుండె చప్పుడు అనుసరించడం ఆరంభించారు. ఆయన పర్యటనలలో 'రహస్య భారతంలో ఒక అన్వేషణ (1931) చారిత్రికంగా వ్రాసేనాటికి పరిణతి చెందిన ధ్యాని అయినారు. దానికి తోడు విలక్షణము, అపరిచితము అయిన తూర్పుదేశ భావాలకు విద్యార్థి అయినారు. అప్పటికి నేర్చుకోవలసిది ఇంకా చాలా ఉన్నప్పటికీ, ఆయనకు తను దేనికోసం వెతుకుతున్నాడో తెలుసు, దానికోసం తను వెతికి తీరాలనీ తెలుసు. ఆయన కనుగొన్నది ఆయన జీవితాన్ని మార్చివేయటంతో బాటు భారతదేశాన్ని పాశ్చాత్య ప్రపంచానికి పరిచయం చేసింది. 1934లో ప్రచురణ అయిన కొద్ది సంవత్సరాలలోనే 'రహస్య భారతం' 250000 ప్రతులు అమ్ముడు పోయింది. ప్రపంచ ఆధ్యాత్మిక సమాజంలో రమణమహర్షి, శంకరాచార్యుల పేర్లకు ప్రతిష్ఠ సంపాదించి పెట్టింది.

యథాతథంగా చదివితే 'రహస్య భారతం' నిస్సందేహంగా ఆసక్తి కలిగించే పుస్తకం. యుద్ధానికి పూర్వ భారతదేశం సువాసనలను, ఒడిసి పట్టటమే గాక బ్రన్‌టన్ పర్యటనలను గురించి కూడా చెబుతుంది. కాని అది అంతకుమించింది. అది అన్వేషణను గురించి అత్యంత జాగరూకమయిన అతి ముఖ్యమయిన – కథ. గురువుల కోసం ఎలా వెతాకాలో, వారిని ఎలా గుర్తించాలో పిబి చెబుతారు. మత అనుయాయులకు, మాంత్రికులకు, ఆధ్యాత్మికులకు మధ్య తేడాలు చూపించుతారు. చివర్లో ఒక ఆధ్యాత్మిక మార్గదర్శిని గుర్తించటానికి వారిచేత గుర్తించబడటానికీ మార్గాలు తెలియజెపుతారు. 'రహస్య భారతం'తో అసలు రహస్యం ఇదే. అన్ని సంవత్సరాల క్రితం పిబి

కాగితం మీద కలంపెట్టిన నాడు ఎంత ప్రయోజనకారి అయిందో ఈనాటికి అంతే ప్రయోజనకారిగా ఉన్నది.

ఈ పుస్తకం చదవటం వలన మీకు ఉత్తేజంతోబాటు సహాయం కలుగుతుందని మా ఆశయం పిబిని అనుసరించి మేము కూడా ఈ ప్రచురణను ఇరవైయవ శతాబ్ది ఆదర్శ జ్యోతులు : రమణ మహర్షి, కంచి శంకరాచార్యులకు అంకితం చేస్తున్నాము.

టిమొధీ స్మిత్

పాల్ బ్రన్‌టన్ వేదాంత ప్రతిష్ఠానం

పాల్ బ్రన్‌టన్, ఆయన రచనలు, ఆయన కృషి ఆధారంగా వెలువడే ఆధునాతన ప్రచురణలు సమాచారం కొరకు : http.//www.paulbrunton.org దర్శించండి. ఆయన స్వర్గస్థులయిన తర్వాత వెలువడిన సమీక్షలు, సంగ్రహాలు ఆయన నోట్ బుక్ సీరిస్‌కు వివరణాత్మకమయిన విషయ సూచికకు : http.//www.larson-publications.org దర్శించండి.

larson@hightink.com నుంచి మీరు ఇ-మెయిల్ ద్వారా సమాచారం సంపాదించవచ్చు. లేదా Paul Brunton Philosophic Foundation, 4936 NYS Route 414, Burdett, New York 14818, USA నుంచి మెయిల్ ద్వారా సమాచారం పొందవచ్చు.

★ ★ ★

ఉపోద్ఘాతం

సర్ ఫ్రాన్సిస్ యంగ్ హజ్బండ్

K.C.I.E., K.C.S.I., C.I.E.

'పవిత్ర భారతం' అనే శీర్షిక కూడా ఈ పుస్తకానికి సరిగా అమరుతుంది. ఎందుకంటే ఎంతో 'పవిత్రం' కనుకనే 'రహస్యం' అయిన భారతం కోసం ఈ అన్వేషణ గనుక. జీవితంలో అత్యంత పవిత్రమయిన వస్తువులు బహిరంగంగా చాటింపుకు రావు. వాటిని వీలయినంత గోప్యంగా బహుకొద్ది మందికే – వీలయితే ఎవరికీ అందకుండా అందుబాటులో ఉండేట్లు అంతరాంతరాలలో దాచి ఉంచటమే జీవాత్మ దృఢ స్వభావం. ఆధ్యాత్మిక చింతనలో నిమగ్నులయిన వారికి మాత్రమే.

వ్యక్తి ఎలాగో 'దేశం అలాగే ఏ దేశమయినా తన అతి పవిత్ర వస్తువులను రహస్యంగా దాచుతుంది. ఇంగ్లాండుకు అత్యంత పవిత్ర మయినది ఏదో తెలుసుకోవటం బయటి వారికి సులభం కాదు. భారతదేశం విషయంలోనూ అదే వాస్తవం. భారతదేశంలో అత్యంత పవిత్ర విషయం అతి రహస్యం.

రహస్యమయిన వస్తువుల కోసం వెతకాలి. అవి వెతికే వారికి కనపడుతాయి. వాటిని కనుక్కోవటానికి దృఢ నిశ్చయంతో హృదయ పూర్వకంగా అన్వేషించేవారికి ఆ రహస్యం తెలిసిపోతుంది.

బ్రన్‌టన్‌లో ఆ దృఢ నిశ్చయం ఉన్నది. చివరికి అతను కనుగొన్నాడు. అయితే పెద్ద పెద్ద కష్టాలు ఎదురయ్యాయి. ప్రతిచోట లాగానే భారతదేశంలో కూడా నకిలీ ఆధ్యాత్మికత పెద్ద ఎత్తున దర్శనం ఇస్తుంది. అసలయిన ఆధ్యాత్మికత కనుగొనాలంటే ఇందులోనించి దారి తెలుసుకొని చొచ్చుకొని వెళ్ళాలి. అసలయిన ఆధ్యాత్మిక అన్వేషి మానసిక దొమ్మరులను, కసరత్తు చేసేవారి అసంఖ్యాకమైన గుంపును

త్రోసుకుని దారిచేసికొని వెళ్లాలి. వీరంతా తమ మానసిక కండరాలను, భౌతిక కండరాలనూ అతి కౌశల్యం అయేట్లు శిక్షణ ఇచ్చారు. తమ మానసిక ప్రవృత్తులు పూర్తి స్వాధీనంలోకి వచ్చేవరకు తమ యేకాగ్రతను పటిష్ఠం చేశారు. వీరిలో చాలామంది మాయలు మంత్రాలు నేర్చారు.

ఇవన్నీ వేటికవే ఆసక్తికరంగా ఉంటాయి. మానసిక ప్రవృత్తులు అధ్యయనం చేయదలచిన వారికి కావలసినంత సమాచారం దొరుకుతుంది. కాని అసలు వస్తువు వీరు కారు ఆధ్యాత్మిక పరవళ్లు తొక్కుతూ వెలువడే చిమ్మన గోవులు ఇవికావు.

బ్రన్‌టన్ వెతుకుతున్న 'రహస్య పవిత్ర భారతం' వీరు కారు. ఆయన వారిని చూశారు. వారిని ఆయన గుర్తించారు. వారిని వర్ణించారు. కాని ఆయన వారిని తోసుకొని ముందుకు వెళ్లారు. ఆయన ఉత్తమోత్తమమయిన స్వచ్ఛాతి స్వచ్ఛమైన ఆధ్యాత్మికత కోసం అన్వేషించారు. చిట్ట చివరకు ఆయన దానిని కనుగొన్నారు.

మనుష్యులు తిరుగాడే ప్రదేశాలకు దూరంగా, అరణ్యాల నడుమ లేదా హిమాలయాలకు భారతదేశంలోని పవిత్రాత్మలు వెళ్తాయో అక్కడ భారతదేశం అత్యంత పవిత్రులుగా తలచే వ్యక్తులను బ్రన్‌టన్ కనుగొన్నారు. బ్రన్‌టన్‌ను అత్యధికంగా ఆకర్షించిన వారు మహర్షి. ఆ కోవలోని వారు ఆయన ఒక్కరే గాదు. భారతదేశం మొత్తంలో, ఎక్కువ కాదు అత్యల్ప సంఖ్య, అతికొద్ది మంది కనుపడవచ్చు. భారతదేశ మహామేధకు వారు ప్రతినిధులు. వారి ద్వారానే ఈ విశ్వాంతరాళ మహామేధ వింత కాంతులతో అవతరించుతుంది.

ఈ భూమి మీద వెతుకవలసిన వస్తువులలో వారు ముఖ్యులు. ఈ పుస్తకంలో అటువంటి అన్వేషణ పుణ్యఫలం ఒకటి దర్శనం యిస్తుంది.

– ఫ్రాన్సిస్ యంగ్ హజ్బండ్

★★★

అధ్యాయం 1

పాఠకులకు వందనాలు

భారతీయ జీవిత గ్రంథంలో ఒక రహస్య అంశం ఉన్నది. పాశ్చాత్య పాఠకుల ప్రయోజనం తలచి నేను దానిని వివరించే ప్రయత్నం చేస్తున్నాను. పూర్వపు యాత్రికులు భారతదేశంలోని ఫకీర్లను గురించి విడ్డూరమైన కథలతో తిరిగి వచ్చారు. ఈనాటి ఆధునిక యాత్రికులు కూడా అప్పుడప్పుడు అటువంటి కథలనే వెంట పెట్టుకు వస్తుంటారు.

యోగులని కొందరి చేత ఫకీర్లని మరికొందరి చేత పిలువబడే ఒక ఇంద్ర జాలకుల వర్గం ఒకటి ఉన్నది. వీరిని గురించి అప్పుడు వినవచ్చే కథలు గాథలలో నిజం ఎంత? భారతదేశంలో ఒక ప్రాచీన విద్య ఉన్నదనీ, ఆ విద్యను అభ్యాసం చేసిన వారికి అసామాన్య మానసిక శక్తులు కలుగుతాయనీ ప్రతీతి. మూర్ఛరోగి కదలికలలా మనకు చేరే కథలు గాథల వెనుక వాస్తవం ఏమిటి? ఈ విషయం తెలిసి కొనటానికి నేను ఒక సుదీర్ఘ ప్రయాణం మీద బయలుదేరాను. రాబోయే పేజీలు నా నివేదికను సంగ్రహంగా తెలియజేస్తాయి.

'సంగ్రహంగా' అని ఎందుకు అంటున్నానంటే ఎన్నటికీ తెగని ఈ సమయాభావము స్థలాభావం కారణంగా, నేను చాలా మందిని కలిసి ఉన్నా, ఒక్క యోగిని గురించి మాత్రమే వ్రాయటం సాధ్యమయింది. కనుక నా మనసుకు నచ్చిన వారినీ, పాశ్చాత్య ప్రపంచం ఆసక్తి చూపుతుందని అనిపించిన వారినీ కొందరిని నేను ఎన్నుకున్నాను. అగాధమయిన జ్ఞానం, అనూహ్యమయిన శక్తులు కలిగిన మహనీయులనబడే వారు కొందరిని గురించి వినటం జరిగింది. కనుక వారిని వెతికే ప్రయత్నంలో పగలు మండుటెండలో రాత్రుళ్ళు నిద్రపోకుండా ప్రయాణాలు చేశాను. ఫలితం? సద్బుద్ధి గల మూర్ఖులు, శాస్త్రాలకు బానిసలు, గౌరవనీయులయిన జ్ఞానశూన్యులు, డబ్బుకోసం గారడి చేసేవారు. కొన్ని మాయలు నేర్చిన మాంత్రికులు, పవిత్ర వంచకులు కనిపించింది వీరే! వీరిని గురించి వ్రాసి పేజీలు నింపటం

పాతకులకు నిష్ప్రయోజనం, నాకు గిట్టని పని. కనుక వారి మీద వృధా చేసిన సమయాన్ని ఇక్కడ విడిచి వెడుతున్నాను.

సామాన్య యాత్రికులు భారతదేశంలో అరుదుగా చూసేది. అర్థం చేసుకొనలేనిది అయిన ఒక సుదూర అంశం చూసే భాగ్యం నాకు కలిగింది. అభాగ్యానికి నేను వినమ్రుడిని. ఆ విశాల దేశంలో నివసించే ఇంగ్లీషు వారిలో బహుకొద్దిమంది మాత్రమే ఈ అంశాన్ని తరిచి చూడటంలో శ్రద్ధ చూపారు. వీరిలో మరి కొందరు మాత్రమే దానిని లోతుగా పరీక్షించి ఒక నివేదిక సమర్పించారు. పదవి, హోదాల గౌరవం కాపాడుకోవాలి కదా! కనుక ఈ అంశంలో వేలు పెట్టిన ఆంగ్ల రచయితలు హృదయపూర్వకంగా సంశయ వాదులయినారు. ఈ సంశయ వాదం స్వాభావికంగా దేశవాళీ జ్ఞానాన్ని వారికి దూరం చేసింది. ఇదంతా చూస్తున్న భారతీయుడు ఈ విషయాన్ని గురించి వివరంగా, లోతుపాతులు ఎరిగి ఉన్నా వీరితో చర్చించటానికి జంకుతాడు. తెల్లవాడికి యోగులతో పరిచయం అంతంతమాత్రమే, ఉంటే గింటే అదీ ఉత్తములయిన యోగులతో కాదు. తమ స్వదేశంలోనే ఉత్తములయిన యోగులు వేళ్ల మీద లెక్క పెట్టదగినంత మంది కూడా లేరు. వారు చాలా అరుదు. వారి మహత్త్వాన్ని సామాన్య ప్రజానీకానికి తెలియకుండా దాచటం వారి కభిమానం. బాహ్య ప్రపంచానికి అజ్ఞానులలా దర్శనం ఇస్తారు. భారతదేశం, టిబెట్ చైనా దేశాలలో వీరు అనామకులుగా, అజ్ఞానులుగా దర్శనం ఇచ్చి తమ ఏకాంతాన్ని భగ్నం చేయవచ్చిన పాశ్చాత్య పర్యాటకుల బెడద తప్పించుకుంటారు. బహుశ వారు "మహనీయుత అంటే అపార్థం చేసుకొనబడటమే" నన్న ఎమర్సన్ అర్థాంతర పదంలో అర్థం గ్రహించారేమో. నాకు తెలియదు. ఏది ఏమయినా వారు సామాన్య ప్రజలతో కలిసి జీవించటం లెక్క చేయని ఏకాకులు. ఒకవేళ కలవటం జరిగినా కొంత పరిచయం అయితేనే గాని నోరు విప్పరు. కనుక ఈ యోగుల జీవితాలను గురించి పాశ్చాత్య ఖండాలలో అత్యల్పంగా వ్రాసి ఉన్నది. ఆ కొద్ది కూడా మసకబారిన సమాచారం.

భారతీయ రచయితల నివేదికలు అందుబాటులోనే ఉన్నాయి. కాని వాటిని అతి జాగ్రత్తగా చదవాలి. దురదృష్టకరం. వారు వాస్తవాన్ని వదంతిని ముందు వెనుక లాలోచించకుండా కలగా పులగం చేస్తారు. అందుచేత నివేదికలుగా వాటి విలువ అడుగంటి పోతుంది. అతివిశ్వాసము, భోళాతనం అనే పోరు తూర్పు దేశాల కళ్లు కప్పుతుంది. అందుకే పాశ్చాత్య ప్రపంచం నాకు బోధించిన వైజ్ఞానిక విమర్శకాత్మకమైన శిక్షణకూ, పత్రికా ప్రపంచం నాలో పాదుకొలిపిన లోకజ్ఞానానికీ నేను సర్వదా కృతజ్ఞుడిని. ఎందుకంటే తూర్పున ఒక ఆలోచన గాక, ఎన్నడూ జరిగి ఉండని అనేక సంఘటనలు స్వంతం చేసుకునే ఆశను గమనించాను. అందుచేత

నేను ఎక్కడికి వెళ్లినా విమర్శనాత్మకంగా – విరోధ భావంతో కాదు. – కళ్లు తెరిచి పరిశీలించవలసిన అవసరం ఏర్పడింది. నేను మంత్ర తంత్రాలు, అద్భుతాలలో ఆసక్తి గల వాడినని – నా వేదాంత విషయ వ్యవహారాలు పక్కనపెట్టి – తెలుసుకున్నవారు వారికి తెలిసిన కొద్ది వాస్తవాలకు ఉదారంగా రంగులు పూసి ధారాళంగా వేషాలు కట్టేవారు. ఆశ్చర్యం కలిగించే అతిశయోక్తులు ఒలకబోయటానికి వారు వెనుకాడే వారు కాదు. సత్యం ఏ ఆసరా లేకుండా తన కాళ్ల మీద తాను స్వతహాగా నిలబడగలదని వారికి బోధించే ప్రయత్నంలో నేను కాలక్షేపం చేయవచ్చు. కాని నాకు అవతల చాల పనులు ఉన్నాయి. వ్యాఖ్యాతల అజ్ఞానానికి బదులు క్రీస్తు వివేచనను ఎంచుకున్నట్లు, ప్రాచ్య అద్భుతాలను గురించి తెలుసుకోవటానికి స్వయంగా బయలుదేరి మంచిపని చేశానని సంతోషించాను. క్షుణ్ణమయిన పరిశీలనకు, పరిశోధనకు ఎదురు నిలవగల సత్యాలకోసం వెతికాను. ఆ ప్రయత్నంలో ఎవర్నీ లెక్క చెయ్యని మూఢనమ్మకాల మూటలను, నమ్మశక్యం కాని బూటక జ్ఞానులను, ప్రాచీన నటనలను గాలించాను. వైజ్ఞానిక సందేహం, ఆధ్యాత్మిక సూక్ష్మగ్రాహ్యత బద్ధవిరోధులు, పరస్పరం కత్తులు దూస్తూ ఉంటాయి. ఈ ఇద్దరు విరోధులు నా వ్యక్తిత్వంలో ఇమిడి ఉండటం వలననే నేను ఇది సాధించగలిగానని నా భుజం నేనే తట్టుకుంటాను.

భారతదేశం వేలాది సంవత్సరాల కాలం తొంగి చూసే కళ్ల నుంచి దాగున్నది. ఇంతకాలం తనను తాను వేరు పరుచుకు కూర్చున్నది. త్వరగా మాయమవుతున్న అవశేషాలు ఇప్పుడు కొద్దిగా మాత్రమే మిగిలి ఉన్నాయి. అందుకే ఈ పుస్తకానికి 'రహస్య భారతం' అని పేరు పెట్టాను. ఆ యోగులు తమ జ్ఞానాన్ని విద్యను ఎంత నిగూఢంగా దాచారో గమనించితే ఈ ప్రజాస్వామిక వ్యవస్థకు అది స్వార్థంగా తోచవచ్చు. కాని చరిత్రలో వారు కంటికి కనిపించకుండా పోవటానికి అదే కారణం అయింది. భారతదేశంలో వేలాది మంది ఆంగ్లేయులు నివసించుతారు. ప్రతి సంవత్సరమూ కొన్ని వందలమంది ఈ దేశాన్ని పర్యటించుతారు. భారతదేశం నుంచి ఓడల కొద్దీ ఇక్కడికి వచ్చే విలువైన ముత్యాలు. అమూల్యమైన రాళ్లు రత్నాలకంటే విలువైనది, ఇక్కడ ఉన్నదని ప్రపంచం తెలుసుకొనే రోజు వస్తుంది. ఈ విలువైన విషయం తెలిసినవారు వీరిలో బహుకొద్దిమంది మాత్రమే. యోగులను గురించి తెలుసుకొనటానికి ఈ బహుకొద్ది మందిలో కొందరు కూడా బయటకు అడుగు పెట్టే ప్రయత్నం చేసినవారు లేరు. నూటికి ఒక్కరు కాదు గదా వేయిమంది ఆంగ్లేయులలో ఒకరు కూడా అర్థనగ్న గోధుమరంగు ఆకారం ఎదుట – ఏకాంతమయిన గుహలోగాని, శిష్యులతో నిండి ఉన్న గదిలోగాని – సాగిలబడటానికి సిద్ధం గాలేరు. ఉదార హృదయులు, మానసికంగా వికాసం చెందినవారు కూడా హఠాత్తుగా ఇంగ్లాండులో తమ నివాసస్థలాల నించి తీసుకువచ్చి ఒక గుహలో దించితే వారికి ఆ

యోగి సాహచర్యం పొసగదు, ఆయన భావాలు వారికి అర్థం కావు. ఈ వర్గం వారు తమంతట తాము కట్టుకున్న అడ్డుగోడ అటువంటిది.

అయితే భారతదేశంలోని ఆంగ్లేయుడు సిపాయి, పౌర ఉద్యోగి వ్యాపారి, యాత్రికుడు ఎవరయినా కానీయండి – వారిని తప్పు పట్టటానికి వీలులేదు. కారణం యోగితోబాటు చాపమీద కూర్చోవటానికి అతని గర్వం అమితంగా అడ్డుపడుతుంది. బ్రిటిష్ పరువు ప్రతిష్టలు కాపాడటం – అది నిస్సందేహంగా అవసరము, ముఖ్యం కూడా – అటుంచి, వారికి సాధారణంగా ఎదురయ్యే పవిత్ర వ్యక్తి వారిని ఆకర్షించటానికి బదులు ఎక్కువగా వికర్షించుతారు. అటువంటి వారి బారి నించి తప్పించుకోవటం వలన కలిగే నష్టం ఏమీలేదు. ఇన్ని సంవత్సరాల ప్రయాణం తర్వాత కూడా ఆంగ్లేయ ప్రవాసి భారత యోగి మేథలో ఏమున్నదో తెలియని అమాయక అజ్ఞానంలో ఈ దేశాన్ని విడిచి వెళ్తారు.

తిరుచినాపల్లిలోని బృహత్తరమైన రాతికోట నీడలో ఒక వెర్రి బాగుల వాడిని కలవటం నాకు బాగా గుర్తు. భారతీయ రైల్వేలో ఇరవై సంవత్సరాల కాలం అధ్యయనం, ఒక బాధ్యత గల పదవి నిర్వహించాడు. ఎండవేడి మాడ్చే ఈ దేశంలో అతని జీవితం గురించి విరివిగా ప్రశ్నించక తప్పదు. చివరిగా నా అభిమాన ప్రశ్నను కదను తొక్కించాను. ''మీరు ఎవరయినా యోగులను కలుసుకున్నారా?''

ఆయన నావైపు శూన్యంగా చూశాడు. అతని జవాబు.

''యోగులా? అంటే? ఒక రకమయిన జంతువా?''

అతను తన ఊరి పొలిమేరలు దాటి ఉండకపోతే ఆయన అజ్ఞానం పూర్తిగా క్షమించవచ్చు. ఇప్పుడు ఈ దేశంలో ఇరవై ఆరు సంవత్సరాలు గడిపిన తర్వాత అది పరమానందం. నేను ఆ ఆనందాన్ని చెదర నీయకుండా వదలివేశాను.

వివిధ హిందూదేశ వాసులతో కలిసి మెలిసి తిరగటానికి నా గర్వాన్ని అణగదొక్కాను. వాళ్లను పూర్తిగా అర్థం చేసుకొనటానికి, మానసికంగా సానుభూతి చూపటానికి సిద్ధం అయ్యాను. చాదస్తపు పక్షపాతం భరించాను. వారి రంగుతో సంబంధం లేకుండా వారి వ్యక్తిత్వానికి విలువ ఇచ్చాను. జీవితమంతా నేను సత్యాన్నే అన్వేషించి, ఆసత్యం తీసికొనివచ్చింది, అంతా అంగీకరించి స్వీకరించాను. కనుకనే నేను ఈ చరిత్ర వ్రాయగలుగుతున్నాను. మూఢ నమ్మకాల మూర్ఖులు, స్వయంగా నియమించుకున్న పకీర్ల గుంపులలోనించి దారి చేసికొని వచ్చి అసలయిన యోగుల పాదాల చెంతకూర్చున్నాను. భారతీయ యోగ శాస్త్రం చెప్పే అసలయిన బోధనలు స్వయంగా నేర్చుకొనటానికి దూరానికి విసిరి వేసినట్లు ఉండే ఏకాంతమయిన ఆశ్రమాలలో, చామనఛాయ ముఖాల నడుమ వింతగా తోచే భాషలు వింటూ,

నేల మీద పద్మాసనంలో కూర్చున్నాను. మిత భాషులు, ఏకాంత వాసులు అయిన పరమ యోగులను అన్వేషించాను. దేవ వాక్కుల వంటి వారి గంభీర వచనాలను శ్రద్ధా భక్తులతో విన్నాను. వారణాసిలోని బ్రాహ్మణ పండితులతో గంటల తరబడి మాట్లాడాను. మనిషి ఆలోచన ఆరంభించినప్పటినించి వేదాంతంలోను, విశ్వాసంలోను అనాది నుంచి అతని మనసును మథించి, హృదయాన్ని వేధించిన ప్రశ్నలు చర్చించాను. అప్పుడప్పుడు ఈ చర్చలు ఆపి మాంత్రికులు, గారడి వారితోను దారిపట్టేవాడిని. నా బాటన వింత సంఘటనలు ఎదురయినాయి.

నా స్వయం పరిశోధనతో ఈనాటి యోగులను గురించి వాస్తవాలు సేకరించాలనుకున్నాను. పాత్రికేయుడిగా నా అనుభవం నాకు అవసరమయిన సమాచారాన్ని అవలీలగా రాబట్టే సామర్థ్యం కలిగించింది. సంపాదక స్థానంలో కూర్చుని నీలం పెన్సిల్‌తో ధాన్యం నించి నిర్దయగా, తాలు తప్ప వేరు చేయగల శిక్షణ ఇచ్చింది. జీవితంలో అన్ని స్థాయిల – పూటకు గతిలేని బికారి నుంచి అమితంగా తిని కొవ్వెక్కిన కోటీశ్వరుల వరకు – స్త్రీ పురుషులతో సంపర్కం భారతదేశంలోని చిత్ర విచిత్ర ప్రజలతో – వారిలోనే – నేను యోగులనే ఈ వింత వ్యక్తులకోసం వెతుకుతున్నాను – సులువుగా సంచరించటానికి సాయపడుతుంది. ఇవన్నీ పాత్రికేయుడిగా నా గర్వకారణాలు.

అదే నాణెం రెండవైపు చూస్తే నా అంతరంగంలో బయటి పరిస్థితులతో సంబంధం లేకుండా జీవించాను. నా విరామ సమయం అంతా రహస్యమయిన పుస్తకాలు చదవటంలోనూ, మానసిక ప్రయోగాలు జరిగే డొంకదారులలోను గడిపాను. చిమ్మచీకటి రహస్యాలమయమైన విషయాలతో కూడిన పుస్తకాలు చదవటంలో మునిగిపోయేడవాడిని. దానికి తోడు నాకు పుట్టినప్పటి నుంచీ ప్రాచ్య విషయాల మీద అభిరుచి ఎక్కువ. నా మొదటి యాత్రకు మునుపే ప్రాచ్యదేశం పొడవాటి మీసాలు మెలివేసి నా మనసును/ఆత్మను కట్టి పడవేసింది. చివరకు నేను ఆసియా పవిత్ర గ్రంథాలు, ఆ పండితుల విలువైన భాష్యాలు, వ్యాఖ్యానాలు, ఆయోగుల అక్షర రూపంలో చెక్కిన ఆలోచనలు (ఇంగ్లీషులో అనువాదాలు దొరికినంత మేరకు) చదవటానికి ప్రేరేపించాయి.

ఈ ద్వంద్వానుభవం నాకు అతి విలువైనదిగా ఋజువైంది. విమర్శనాత్మకంగా, నిష్పక్షపాతంగా వాస్తవాన్ని తెలుసుకునే నా వైజ్ఞానికమైన కోరికను కూలదోసి జీవన రహస్యాలు తెలుసుకోవటానికి ప్రాచ్య పద్ధతులకు నా సానుభూతి ఎన్నడూ చూపవద్దని నేర్పింది. ఆ సానుభూతే లేకపోతే సగటు ఆంగ్లేయుడు అడుగు పెట్టటానికి ఏవగించుకునే స్థలాలకు మనుష్యుల మధ్యకు వెళ్లగలిగే వాడినిగాదు. కఠినమైన

శాస్త్రీయ దృక్పథం లేకపోతే అనేకులు భారతీయుల లాగానే మూఢనమ్మకాల అడవిలోకి నడిచేవాడిని. సాధారణంగా పరస్పర విరుద్ధమయిన రెండు గుణాలను ఒకచోట చేర్చటం సులువయిన పనికాదు. ఆ రెంటినీ సమదృష్టితో స్థిరంగా వహించటానికి శ్రద్ధగా ప్రయత్నించాను.

★

ఈనాటి భారతదేశాన్నించి పాశ్చాత్య ప్రపంచం నేర్చుకోవలసింది ఏమీ లేదంటే నేను కాదనను. కాని భారతదేశపు గత యోగుల నుంచీ, ప్రస్తుతం జీవించి ఉన్న బహుకొద్ది మంది నించీ మనం నేర్చుకోవలసింది చాల ఉన్నది అని నిస్సంశయంగా ఘంటాపదంగా చెప్పగలం. ముఖ్యమయిన పట్టణాలు, చారిత్రాత్మక స్థలాలు దర్శించి వెనుకబడిన భారత నాగరికతను అసహ్యించుకుంటూ తిరుగు ముఖం పట్టే యాత్రికుడి పరిహీనమయిన అంచనా నిస్సందేహంగా న్యాయమయినదే. కాని వివేచనా పరుడయిన యాత్రికుడు ఏదో ఒకనాడు పుట్టుకువస్తాడు. అతను పనికిరాని ఆలయాల కూలుతున్న శిధిలాలు, ఏనాడో చనిపోయిన రాజుల చలువరాతి రాజభవనాలు కాక మన విశ్వవిద్యాలయాల్లో ఎక్కడా బోధించని వివేచనను వెలికి తెచ్చే సజీవ యోగులను అన్వేషించుతాడు.

ఈ భారతీయులు మండుటెండలో కాళ్లు చేతులు చాచుకొని విస్తరించి ఉన్న బద్ధకస్తులా? మిగతా ప్రపంచానికి ప్రయోజనం కలిగే పనిగాని, ఆలోచన గాని వారేమీ చేయలేదా? వారిలో శిధిలమవుతున్న వారి దేహాలు, మానసికత మాత్రమే చూసేవారు ఎక్కువ దూరం చూడలేదన్నమాట! అసహ్యానికి బదులు మర్యాద, మన్నన చూపించితే మూసిన తలుపులు, కరుచుకుపోయిన పెదవులు తెరుచుకుంటాయి.

భారతదేశం తలాడించి శతాబ్దాల తరబడి గురకలు పెట్టిందే అనుకుందాం. పద్నాలుగో శతాబ్దంలోని రైలులాగనే ఈనాటికీ అదే నిరక్షరాస్యత, పసిపిల్లల మత విశ్వాసం, మూఢనమ్మకాల దృక్పథం ఉన్న కోట్లాది రైతులు ఈ దేశంలో ఉన్నారు. అనుకోండి. ఇంకా ఇక్కడ విద్యాకేంద్రాలలో బ్రాహ్మణ పండితులు మధ్యయుగంలో మన పండితులు చేసినట్లుగానే వెంట్రుక విడదీసి వారి జీవితాలను వృథా చేసి ఉండవచ్చు. అయినా కూడా అడుగున స్వల్పమే అయినా అమూల్యమయిన అవశేషం ఉన్నది. అదే యోగ అనే సామాన్య పదంతో వ్యవహరించబడే సంస్కృతి. పాశ్చాత్య విజ్ఞాన శాస్త్రాలు మానవజాతికి ఎంత మేలు చేస్తున్నాయో అంతే విలువైన మేలును యోగ కలిగించుతుంది. అది మన దేహాలకు ప్రకృతి ఇవ్వదలచిన ఆరోగ్యాన్ని ప్రసాదించగలదు. ఈ నవనాగరికతకు అత్యవసరమైన మనశ్శాంతిని వరమీయగలదు. సాధన చేసిన వారికి నిత్య ఆత్మ నిధులకు దారి చూపగలదు.

ఈ వివేచన ప్రస్తుత భారతానికి కాక ప్రాచీన భారతానికి చెందుతుంది. ఎంతో భద్రంగా కాపాడిన ఈ యోగ ఈనాడు అంతంత మాత్రంగా ఉన్నది. ఒకనాడు దీనికి యోగ్యులయిన ఆచార్యులు, విశ్వాసం కలిగిన విద్యార్థులు ఉండి ఉండాలి. ఈ విద్య అతి జాగ్రత్తగా రహస్యం అనే ముసుగు వెనుక దాగి ఉండేది. ఆ ముసుగే ఈ విద్యను నలు దిక్కులా వ్యాపించకుండా అడ్డుకున్నదేమో నాకు తెలియదు.

ఎవరైనా తమ పాశ్చాత్యులలో ఒకరిని, ఒక సరికొత్త మతంకోసం కాక జ్ఞానంలో కొన్ని గులకరాళ్లను తెచ్చి మన కుప్పలో వేయటానికి తూర్పు దిక్కున చూడ మనటంలో పొరబాటు లేదనుకుంటాను. బర్నూఫ్, కోల్ బ్రూక్, మాక్స్‌ముల్లర్ వంటి తూర్పుదేశ భాషలు తెలిసిన విద్వాంసులు విద్యా వేదిక మీద దర్శనం ఇచ్చి భారతదేశ సాహిత్య సంపదలను కొన్నిటిని ఇక్కడికి చేరవేసిన తర్వాత అక్కడ నివసించే వారు మన అజ్ఞానం ఊహించినంత మూర్ఖులు కారని ఇక్కడి జ్ఞానులు, పండిత ప్రకాండులు గ్రహించటం ఆరంభించారు. ఆసియా విద్యలలో పాశ్చాత్యులకు ఉపయోగపడే భావనలు శూన్యమని బాహాటంగా ప్రకటించే వివేక చూడామణులందరూ తమ భావశూన్యతను నిరూపించుకున్నారు. ఆ విద్య నేర్చుకోవటం 'మూఢత్వం' అనే విశేషణాన్ని రువ్విన ఆచరణ శీలురయిన పెద్దలందరూ, ఆ విశేషణాన్ని తమ సంకుచిత బుద్ధి వైపు రువ్వుకోవటంలో సఫలురవుతారు. ప్రమాదవశాత్తు కలిగిన స్థానబలం – బాంబేలో పుట్టటానికి బదులు బ్రిస్టల్‌లో పుట్టాం – జీవితాన్ని గురించిన మన భావనలను నిర్ణయించితే మనం నాగరక వ్యక్తి అనే పేరుకు యోగ్యులం కాము. ప్రాచ్యదేశ భావనలకు తమ మనసు తలుపులు మూసేవారు సునిశితమైన ఆలోచనా సరళికీ, ప్రగాఢ సత్యాలకూ, విలువైన మానసిక జ్ఞానానికీ మోకాలడ్డుతున్నారు. వింతైన వాస్తవాల, అంతకంటే వింతైన వివేచనం విలువైన రత్నాలు దొరుకుతాయేమోననే ఆశతో ఈ ప్రాచ్య ప్రపంచపు బూజు పట్టిన విద్యలో వెతుకులాడిన వారు ఎవరైనా సరే, తమ అన్వేషణ వ్యర్థం కాలేదని తెలిసికొంటారు.

★

యోగులు, వారి శాస్త్ర జ్ఞానం అన్వేషించుతూ నేను తూర్పు దిక్కుగా ప్రయాణం చేశాను. ఒక ఆధ్యాత్మిక జ్యోతిని, ఒక దివ్య తరమైన జీవితాన్ని కనుగొనే ఆశకూడా ఉన్నది. కాని ముఖ్య ప్రయోజనం అది కాదు. భారతదేశ పవిత్ర నదీ తీరాలు – బూడిద, ఆకుపచ్చ రంగులలో నిశ్శబ్ద గంగ, విశాలమైన యమున ఆకర్షణీయమైన సుందర గోదావరి – వెంట ఆ అన్వేషణలో తిరిగాను. దేశం చుట్టివచ్చాను. భారతదేశం నన్ను తన గుండెలకు హత్తుకున్నది. అపరిచితుడైన ఈ పాశ్చాత్యుడికి ఆ దేశపు యోగులు తమ తలుపులు తెరిచారు.

భారతదేశంలోనే నా విశ్వాసం పునర్జన్మ ఎత్తిందని మాత్రం చెప్పగలను. దేవుడంటే మనిషి ఊహలో పుట్టిన భ్రమ అనీ, ఆధ్యాత్మిక సత్యం అంటే ఆకాశగంగ అనీ, దైవాధీనమైన న్యాయం చిన్నపిల్లల మిఠాయి వంటిదనీ అనే వారిలో కొద్ది కాలం క్రితం నేనూ ఒకడిని! దేవుడి స్వర్ణధామాలు నిర్మించటమే గాక దేవుడి రియల్ ఎస్టేట్ ఏజంట్లలాగా వాటిని చూపించి మిమ్మల్ని వాటి చుట్టూ తిప్పేవారంటే నాకు చిరాకు. ఆలోచనా రహితులయిన సిద్ధాంతుల నిరర్థకమైన మూఢ ప్రయత్నాలు చూస్తే నాకు జుగుప్స కలిగేది.

ఈ విషయాలను గురించి నేను వేరు విధంగా ఆలోచించుతున్నాను అంటే అందుకు మంచి కారణం నాకు దొరికింది. అని అర్థం. అయినా నేను తూర్పుదేశ మతాలలో దేనివైపూ మొగ్గలేదు. వాటిలో ముఖ్యమైన వాటిని అంతకు మునుపే అధ్యయనం చేసి ఉన్నాను. దివ్యత్వాన్ని, దేవుణ్ణి నేను ఒక కొత్త పంథాతో స్వీకరించాను. ఇలా చేయటం అల్పమయిన విషయంగాను, వ్యక్తి గతమైనదిగాను తోచవచ్చు. నవతరం పచ్చినిజాలను, నిష్కర్ష అయిన తర్కాన్ని మాత్రమే అంగీకరించుతుంది. మతపరమయిన విషయాలలో ఉత్సాహం చూపదు. అటువంటి నవతరం బిడ్డగా ఇది నాకు ఒక ఘన విజయంగానే తోచుతుంది. ఈ విశ్వాసం పునఃస్థాపితం అయింది అంటే అది ఒక నాస్తికుడికి అంగీకారమైన ఒకే ఒక మార్గంలో జరిగింది. అది వాద ప్రతివాదనలతో గాక ప్రబలమైన ఒక అనుభవం ద్వారా కలిగింది. నా ఆలోచనలో ఆ మహత్తరమైన మార్పు తెచ్చింది అరణ్యంలో నివసించే ఒక సాధువు. ఆయనకు అహంకారం అంటే తెలియదు. ఆరు సంవత్సరాలు ఒక కొండ గుహలో జీవించారు. ఆయన మెట్రిక్యులేషన్ పరీక్ష కూడా పాసయి ఉండకపోవచ్చు. అయినా ఈ పుస్తకం చివరి అధ్యాయాలలో ఆయన పట్ల నా ప్రగాఢ ఋణగ్రస్తత తెలపటానికి నేను ఎంత మాత్రము సిగ్గు చెందలేదు. అటువంటి యోగులకు పుట్టినిల్లు అయిన భారతదేశం పట్ల వివేకవంతులయిన పాశ్చాత్యులు తమ ధ్యాస మళ్లించవలసిన అవసరం ఎంతయినా ఉన్నది. రహస్య భారతం యొక్క ఆధ్యాత్మిక జీవితం ఇంకా సజీవంగానే ఉన్నది. ప్రస్తుత రాజకీయ ఆందోళనల తుఫానులు దానిని మరుగు పరచవచ్చు. సామాన్య మానవులుగా మనం ఆశించే అందని మాను పండ్ల వంటి శక్తినీ, ప్రశాంతతనూ సాధించిన సమర్థులను పారంగతులను గురించి వాస్తవాలు తెలుపటానికి ప్రయత్నించాను.

ఈ పుస్తకంలో నేను అద్భుతాలు, అపురూపాలు అయిన ఇతర విషయాలకు కూడా సాక్షినే. సహజమైన ఈ ఇంగ్లీషు గ్రామ వాతావరణంలో కూర్చొని నా కథను

సిరా పూసిన రిబ్బను ద్వారా టైపు చేస్తుంటే అవి అన్నీ నమ్మరానివిగా కనుపడుతాయి. అయితే ఈ ప్రపంచాన్ని ప్రస్తుతం ఆడించే భౌతిక వాదనలు, భావనలు కలకాలం ఉంటాయన్న నమ్మకం నాకు లేదు. మారుతున్న ఆలోచనా విధానానికి మోగుతున్న నగారాలు వినవస్తునే ఉన్నాయి. అయినా కూడా నిజానికి నేను అద్భుతాలను నమ్మను. నా తరం వారు కూడా అంతే. కాని ప్రకృతి న్యాయాల విషయంలో మన జ్ఞానం, పాండిత్యం అసంపూర్ణమని నా నమ్మకం.

ఇంతవరకూ శోధించని ప్రదేశాలలోకి చొచ్చుకుపోయి పరిశోధనలు చేస్తున్న విజ్ఞాన శాస్త్రవేత్తలు అనేకులు ఉన్నారు. వారెవరయినా మరికొన్ని కొత్త న్యాయాలు కనుగొంటే అప్పుడు అద్భుతాలు అనిపించే పనులు చేయవచ్చు.

అధ్యాయం 2

అన్వేషణకు నాంది

భూగోళశాస్త్రం టీచరు ఒక పొడుగాటి కూచిగా ఉండే పాయింటర్తో సగం బోర్లై ఉన్న క్లాస్ ఎదురుగా వేలాడుతున్న విశాలంగా ఉన్న వార్నిష్ చేసిన లినెన్ మ్యాప్ దగ్గరికి నడిచారు. భూమధ్య రేఖవైపు పొడుచుకు వెళ్ళే ఎర్రటి త్రికోణాన్ని చూపుతూ విద్యార్థులలో దిగజారిపోతున్న ఆసక్తిని రేకెత్తించటానికి మరొక ప్రయత్నం చేస్తున్నారు. ఆయన సన్నని గొంతుతో దీర్ఘాలు తీస్తూ ఏదో పరమ సత్యం వెల్లడించబోతున్న స్వాముల వారిలా :

''బ్రిటిషు రాజమకుటంలో భారతదేశం అత్యంత ప్రకాశమానమైన అమూల్య రత్నంగా పేరుపొందింది.''

తక్షణం కనుబొమలు ముడివేసి ఆలోచనలలో ఎక్కడో ఉన్న ఒక కుర్రవాడు ఉలికిపడి ఎక్కడో తేలి ఆడుతున్న తన ఊహలను కష్టపడి స్కూలు అనబడే ఆ ధృఢమైన ఇటుకల భవనంలోకి లాక్కు వచ్చాడు. భారతదేశం అనే మాట అతని చెవికి సోకినా, కాగితం మీద అచ్చులో కంటికి కనిపించినా, అతనిలో ఒళ్ళు జలదరించే అద్భుత భావాలు చెలరేగుతాయి. అర్థం తెలియని భావనా ప్రవాహం అతనిలో పదే పదే ఉరకలు వేస్తుంది.

ఈ విద్యార్థి ఏదో ఆల్జీబ్రా లెక్కతో సతమతమవుతున్నాడు లెమ్మని లెక్కల మాస్టరు అనుకున్నప్పుడు, ఈ గడుగ్గాయి స్కూలు డెస్కు మరి దేనికో వాడుతున్నాడని ఆయనకు తెలియదు. పుస్తకాలన్నీ చాకచక్యంగా దొంతరలు పెట్టి వాడు హడావిడిగా తలపాగాలతో తలలు, నల్లని ముఖాలు, చిన్న బోట్లు నుంచి సుగంధ ద్రవ్యాలతో నిండుతున్న ఓడలు గీస్తూ ఉంటాడు.

యౌవనం గడిచింది. అయినా హిందుస్థాన్ పైన అతని ఆసక్తి సన్నగిల్లలేదు. దాని బదులు ఇప్పుడు ఆ ఆసక్తి ఆసియా అంతటినీ ఆశగా కావాలనుకుంటుంది.

అప్పుడప్పుడు అతను అక్కడికి వెళ్లటానికి తలాతోకాలేని, ఆవేశం ఎక్కువ, ఆలోచన తక్కువ అయిన యోజనలు తలపెడుతుండేవాడు. తను సముద్రం దగ్గరికి పారిపోతాడు. ఆ తర్వాత కొంచెం శ్రమపడితే భారతదేశాన్ని సంగ్రహంగానైనా చూడవచ్చు కదా! ఈ పథకాలన్నీ నీరుకారి పోయినా అతను తన క్లాస్‌మేట్స్, స్కూల్ మేట్స్‌తో చాకచక్యంగా ఉపన్యాస ధోరణిలో మాట్లాడేవాడు. చివరికి వారిలో ఒకడు ఈ దొర ఉత్సాహానికి బందీ అయినాడు.

అప్పటి నుంచి వారు నిశ్శబ్దంగా గూడుపుఠాణి జరిపి రహస్యంగా కదులుతుండేవారు. వాళ్లు యూరప్ కాలినడకన దాటాలని సాహసమైన పథకం వేశారు. అక్కడినించి ఆసియా మైనర్, ఏడెన్ రేవు చేరే వరకు అరేబియా. అమాయకమైన ఆ దీర్ఘ పాదయాత్రలో ఉన్న ధైర్యం చూసి పాఠకులు నవ్వవచ్చు. ఏడెన్‌లో స్నేహ పాత్రుడైన ఓడ కెప్టెన్ కనబడుతాడని వారి నమ్మకం. అతను జాలి గుండె గలవాడు దయామయుడు అని వారి నిస్సంశయమైన ఆశ, ఆయన వారిని తన ఓడ ఎక్కించుకుంటాడు, ఒకవారం తర్వాత వారు భారతదేశాన్ని శోధించటం మొదలు పెడతారు.

ఈ సుదీర్ఘ ప్రయాణానికి ఏర్పాట్లు చకచకా జరుగుతాయి. వీలయినంత పొదుపుచేసి డబ్బులు కూడబెట్టటం జరుగుతున్నది. పరిశోధనకు అవసరమని వారు అమాయకంగా ఊహించిన డ్రెస్ రహస్యంగా చేకూర్చబడింది. మ్యాపులు, గైడ్ పుస్తకాలు జాగ్రత్తగా వెతికి అవసరమైన సమాచారం సేకరించారు. వాటిలో రంగురంగుల పేజీలు, ఆకర్షణీయమైన ఫొటోలు వారి దేశదిమ్మరి కోరికను మరింత ఉధృతం చేశాయి. చివరికి దేశాన్ని వదిలి వెళ్లటానికి ఒక తేదీ కూడా నిర్ణయించారు. ఏ మూలన ఏమి దాగి ఉన్నదో ఎవరికి తెలుసు?

తమ యౌవనోద్రేకాన్ని దాచిపెట్టి, అకాల ఆశాభావాన్ని కొంచెం అదుపులో ఉంచుకోవాల్సింది. ఎందుకంటే ఒక దుర్ముహూర్తాన ఆ రెండో కుర్రవాడి ఇంట్లో పెద్ద ఆయన ఆ ఏర్పాట్లు తెలుసుకున్నారు. మరికొన్ని ప్రశ్నలు అడిగి వారి యాత్రా పథకం వివరాలన్నీ రాబట్టారు. అంతే, గట్టిగా కోప్పడి కదలనీయకుండా కూర్చోబెట్టారు. దానితో వాళ్ల బాధ చెప్పనలవిగాదు! కార్యక్రమం అంతా ఎంతో అయిష్టంగా స్వస్తి చెప్పవలసి వచ్చింది.

చెత్తబుట్ట పాలైన ఆ సాహసయాత్ర తలపెట్టిన వాడిలో మాత్రం భారతదేశం చూడాలనే కాంక్ష వదలలేదు. యౌవనంలోకి అడుగుపెట్టటంతో ఇతర వ్యాపకాలతో బంధనాలు కలిగాయి. కట్టివేసే బాధ్యతలతో కాళ్లు కదలలేక పోయాయి. కొంత అయిష్టంతోనైనా ఆ కోరిక తెర వెనుకకు పోవలసి వచ్చింది.

క్యాలెండరులో పేజీలు ఒకదాని వెంట మరొకటి చకచక తిరుగుతున్నాయి. ఉన్నట్లుండి అనుకోకుండా ఒక వ్యక్తి తారసపడతాడు. అతను తెర వెనుక దాగిన గాథవాంచను తాత్కాలికమే అయినా - సజీవం చేస్తాడు. ఆ కొత్త మనిషి ముఖం మసకబారి ఉన్నది. అతని తలమీద తలపాగ. అతను సూర్యుడు తాండవమాడే హిందుస్తాన్ నించి వచ్చాడు!

★

గత సంవత్సరాల జ్ఞాపకాల తెరను పక్కకు తోశాను. అతను నా జీవితంలో అడుగుపెట్టిన ఆనాటి చిత్రాలు ముందుకు వచ్చాయి. శిశిరం-ఆకురాలు కాలం - తగ్గుముఖం పట్టింది. బయట అంతా పొగమంచు పట్టి ఉన్నది. విపరీతమైన చలి దుస్తుల్లోనించి దూసుకు వచ్చి ఎముకలు కొరికేస్తున్నది. బంక బంకగా ఉన్న నా వేళ్లు నిరాశ చెందిన నా గుండెను పట్టుకోవటానికి, ఓదార్చటానికి శ్రమపడుతున్నాయి.

నేను లైట్లతో వెలిగిపోతున్న కేఫ్‌లోకి - అక్కడే దొరికే వెచ్చదనం ఆశించి నడిచాను. ఒక కప్పు వేడి టీ, అన్ని సమయాలలోను బాధ నివారిణి, ఆనాడు నా స్థిమితాన్ని తిరిగి తేలేకపోయింది. నన్ను ఆవరించి ఉన్న భారమైన వాతావరణాన్ని నేను తమిరి వేయలేను. విషాదం తన చీకటి కోణాలలో నా సేవ చేయించుకోవాలని నిశ్చయించుకున్నట్లుంది. నా హృదయ ద్వారం నల్ల తెరలతో మూసుకుపోయింది.

ఈ అశాంతి భరించటం కష్టం. అది నన్ను కేఫ్‌లోనించి వీధిలోకి తరిమింది. నేను గమ్యం లేకుండా పాత దారుల వెంట నడిచి నాకు బాగా పరిచయం ఉన్న ఒక చిన్నపుస్తకాల షాపు ముందు తేలాను. అది ఒక పాత భవనం అందులో పుస్తకాలు కూడా అంత పాతవిగానే ఉంటాయి. ఆ దుకాణం స్వంతదారుడు[1] ఒక వింతమనిషి. క్రిందటి శతాబ్దం నించి మిగిలి ఉన్న మానవ స్మారక చిహ్నంలా కనుపించుతాడు. ఈ హడావిడి యుగంతో ఆయనకేమీ పనిలేదు. అలాగే ఈ యుగానికీ ఆయనతో ఏమీ పనిలేదు. ఆయన అరుదైన పాత ప్రతులలో వ్యాపారం చేస్తాడు. అందులోను వింతగొలిపే రహస్య విషయాల పుస్తకాలు ఆయన ప్రత్యేకత. చదువు నేర్చుకోవటంలో డొంకదారులు, అసాధారణమైన విషయాలలో ఆయన జ్ఞానం అపారం. అది అంతా ఆయన పుస్తకాలు చదివి సంపాదించిన జ్ఞానమే. అప్పుడప్పుడు ఆ షాపులోకి వెళ్లి ఆ విషయాలు ఆయనతో ముచ్చటించటమంటే నాకు ఇష్టం.

---

1. పాపం, ఆయన ప్రస్తుతం ఈ నేల వదిలి వెళ్లిపోయాడు. ఆ దుకాణం కూడా ఆయనతో బాటే మాయమైంది!

నేను లోపలికి ప్రవేశించి ఆయనను పలకరించుతాను. లెదర్ బైండింగ్ చేసి ఉన్న గ్రంథాలలో పచ్చబడిన పేజీలు తిరగేశాను కొంతసేపు. వెలిసిపోయిన బృహద్గ్రంథాలు చూస్తూ మరికొంతకాలం గడిపాను. నా ధ్యాస ఒక పురాతనమైన పుస్తకం వైపు మళ్లింది. అది ఆసక్తికరంగా తోచింది. దానిని మరికొంత పరీక్షగా చూశాను. పుస్తకాల యజమాని తన కళ్లజోడులోనించి నా ఆసక్తి గమనించాడు. అలవాటు ప్రకారం ఆ పుస్తకంలోని విషయాన్ని, పునర్జన్మ, గురించి తన అభిప్రాయాలు ఏకరువు పెట్టటం మొదలుపెట్టాడు.

అలవాటు ప్రకారం ఆ పెద్దాయన తన ఏకపక్ష వాదన కొనసాగించాడు. ఆ సిద్ధాంతం పూర్వాపరాలు మా రచయితకంటే ఆయనకే బాగా తెలిసినట్లు కనబడుతున్నది. ఆ విషయాన్ని గురించి రచించిన ప్రఖ్యాత రచయితలు వ్రాసినదంతా ఆయనకు కొట్టిన పిండిలా ఉన్నది. ఈ విధంగా నేను తెలుసుకోవాలని ఉబలాట పడుతున్న సమాచారం చాలా సేకరించాను.

హఠాత్తుగా దుకాణం అవతలికొసన ఒక మనిషి కదలిక వినపడింది. వెనక్కు తిరిగి చూస్తే ఆ మూల నీడలోనుంచి ఒక ఎత్తైన విగ్రహం వెలికి రావటం కన్పించింది. ఆ నీడలు ఖరీదైన పుస్తకాలు ఉన్న ఒక లోపలి గదిని దాస్తున్నాయి.

ఆ కొత్త మనిషి భారతీయుడు. ఆయన రాజసం ఉట్టిపడుతూ వచ్చి దుకాణదారు ఎదుట నుంచున్నాడు.

''మిత్రమా!'' ఆయన నింపాదిగా అన్నారు. ''మధ్యలో దూరినందుకు మన్నించాలి. మీరు చెప్పేది నా చెవిన బడింది. మీరు చర్చించుతున్న విషయం నాకు అమిత అభిమాన వస్తువు. ఈ భూమి మీద మనిషి పునర్జన్మను గురించి తొలిగా చెప్పిన మహా రచయితలు ఏమన్నారో చెబుతున్నారు. గ్రీకు వేదాంతులు, ఆఫ్రికా వివేచనాపరులు, క్రిస్టియన్ ఫాదరీలలో ప్రగాఢ మనస్కులు ఈ సిద్ధాంతాన్ని బాగా అర్థం చేసుకొన్నారని ఒప్పుకుంటాను. కాని నిజానికి ఆ సిద్ధాంతం ఎక్కడ పుట్టిందనుకుంటున్నారు?''

ఆయన ఒక క్షణం ఆగారు. కాని జవాబు ఇచ్చే వ్యవధి వదలలేదు.

''నేను చెబుతాను.'' చిరునవ్వుతో ఆయన కొనసాగారు. ''పురాతన ప్రపంచంలో ఈ పునర్జన్మ సిద్ధాంతాన్ని స్వీకరించి, అంగీకరించింది భారతదేశం. అతి పురాతన కాలంలో కూడా ఇది నా దేశ ప్రజలకు నమ్మిన ముఖ్యమైన సిద్ధాంతము.''

ఆ వక్త ముఖం నన్ను ముగ్ధుడిని చేసింది. అది అసాధారణమైన ముఖం. వందమంది భారతీయుల నడుమ కూడా కొట్ట వచ్చినట్లు కన్పించుతుంది. ఆయనను పరిశీలించుతుంటే ఆయనలో శక్తి దాగి ఉన్నదని నాకనిపించింది. తీక్షణమైన

చూపులు, బలిష్టమైన దవడ, ఎత్తైన నుదురు – ఇవీ ఆయనలో స్ఫుటంగా కనిపించే రూపురేఖలు. సాధారణ హిందువుల చర్మం కంటే ఆయన చర్మం నల్లగా ఉన్నది. ఆయన తలపాగ అద్భుతంగా ఉన్నది. అందులో ముందరివైపు ఒక తురాయి మెరుస్తుంది. ఆయన మిగతా దుస్తులన్నీ యూరోపియన్ దుస్తులు, అతి నాజూకుగా కుట్టినవి కూడా.

ఆ కౌంటర్ వెనుక పెద్దాయనకు ఈ మనిషి నీతి బోధలాంటి మాటలు నచ్చలేదు. ప్రతివాదం తలెత్తింది.

''అదెలా?'' అనుమానం వెలిబుచ్చే పరిశీలన. ''మధ్యధరా తూర్పు నగరాలు క్రీస్తు పూర్వమే నాగరికత, సంస్కృతులతో వికసించి ఉన్నాయి గదా! ప్రాచీనకాలంలో మహా మహా వివేకులంతా ఏథెన్స్, అలెగ్జాండ్రియా ప్రాంతంలోనే కదా జీవించింది? కనుక వారి భావనలే దక్షిణానికి దిగి భారతదేశం చేరే వరకూ తూర్పుకు ప్రయాణం చేశాయి!''

ఆ భారతీయులు సహనంతో నవ్వారు.

''ఎంత మాత్రమూ కాదు.'' తక్షణం ఆయన జవాబు. ''నిజానికి జరిగింది మీరు చెప్పేదానికి పూర్తిగా వ్యతిరేకం.''

''అలాగా! ఎంతో ముందున్న పాశ్చాత్య ప్రపంచం ఆ వెనుకబడ్డ తూర్పు దేశాల నించి తన వేదాంతం అరువు తెచ్చుకున్నదా? అసంభవం సర్!'' పుస్తకాలు అమ్మే ఆయన మందలింపుగా తన నిరసన వెలిబుచ్చాడు.

''ఎందుకు కాదు? మీ అపులేయస్ (Apuleius) ఇంకొకసారి చదివి చూడండి మిత్రమా! పైథాగరస్ భారతదేశం ఎలా వచ్చాడో, ఆయన ఎక్కడ బ్రాహ్మణుల దగ్గర నేర్చుకున్నాడో తెలుసుకోండి. అప్పుడు యూరప్ తిరిగి వచ్చిన తర్వాత ఆయన ఎలా పునర్జన్మ సిద్ధాంతాన్ని బోధించటం మొదలు పెట్టారో గమనించండి. ఇది ఒక్క ఉదాహరణ మాత్రమే. ఇంకా చెప్పగలను. మీరు తూర్పుదేశాలు వెనుక బడినవి అంటుంటే నాకు నవ్వు వస్తున్నది. వేలాది సంవత్సరాలకు పూర్వమే మా మహర్షులు అతి అగాధ సమస్యలను గురించి యోచించారు. ఆ సమయంలో మీ దేశవాసులకు అటువంటి సమస్యలు ఉంటాయని కూడా తెలీదు.''

ఆయన టక్కున ఆపారు. మా ముఖాల్లోకి సూటిగా చూస్తూ, ఆయన మాటలు మా బుర్రలలోకి ఎక్కినదాకా ఆగారు. మా పుస్తకాల ముసలాయన కొంచెం తికమక అయినట్లు కనిపించారు. ఆయన అలా మౌనం వహించటం కాని, ఎదుటివారి తెలివి తేటలకు తన్మయులవటం గాని ఇంతకు మునుపు ఎన్నడూ చూచి ఎరుగను.

నేను ఆ పెద్దాయన మాటలు మౌనంగా విన్నాను. దానికి జవాబు చెప్పటానికి గాని, వ్యాఖ్యానించటానికి గాని నేను ప్రయత్నించలేదు. అప్పుడు సంభాషణలో ఒక చిన్న విరామం వచ్చింది. అందుకు అందరం సంతోషించినట్లే. హఠాత్తుగా ఆ భారతీయుడు వెనక్కు తిరిగి లోపలిగదికి వెళ్ళారు. రెండు నిమిషాల తర్వాత అక్కడి బృహద్గ్రంథాలలో ఒకదానితో బయటికి వచ్చారు. ఆయన ఆ పుస్తకానికి ఖరీదు చెల్లించి వెళ్లిపోవటానికి సిద్ధం అయ్యారు. ఆయన ద్వారం దగ్గరికి చేరారు. నిష్క్రమించుతున్న ఆయన ఆకారాన్ని నేను తదేకంగా ఆశ్చర్యంతో చూస్తున్నాను.

హఠాత్తుగా ఆయన వెనక్కు తిరిగి నన్ను సమీపించారు. తన జేబులోనించి ఒక పర్స్ తీసి అందులో నుంచి ఒక విజిటింగ్ కార్డ్ బయటికి తీశారు.

"నాతో ఈ సంభాషణ కొనసాగించటం నీకు ఇష్టమేనా?" ఆయన సగం చిరునవ్వుతో అడిగారు. నేను ఆశ్చర్యంతో అవాక్కు అయాను. కాని సంతోషంగా ఒప్పుకున్నాను. ఆయన తన కార్డ్ నాకిచ్చారు – డిన్నరుకు ఆహ్వానం జోడించుతూ!

★

సాయంకాలానికి ఆ పెద్దమనిషి ఇల్లు వెతుకుతూ బయలుదేరాను. సాయం కాలానికల్లా పొగమంచు దట్టంగా వీధుల్లోకి దిగిపోయింది. తిప్పలు పెట్టే ఆ మంచులో ఆ ఇల్లు వెతకటం సులువైన పనికాదు. ఊరంతా కమ్మేసి, దీపాలను మసకబారించే ఈ పొగ మంచులో కవి హృదయాలకు ఏమైనా శృంగార భావనలు కలుగుతాయేమో! నా బుర్ర రాబోయే మీటింగును గురించి తలమునకలవుతుండం చేత పరిసరాల్లో నాకే అందమూ కనుపించలేదు, అసహ్యమూ అనిపించలేదు.

హఠాత్తుగా నా ఎదుట ప్రత్యక్షమయిన భారీ గేటు నా ప్రయాణానికి స్వస్తి పలికింది. ఇనుప బ్రాకెట్లలో రెండు పెద్ద దీపాలు స్వాగతం పలుకుతున్నట్లు రెండువైపులా వేలాడుతున్నాయి. నేను ఆ ఇంట్లో ప్రవేశించుతుండగానే ఆనందంతో కూడిన ఆశ్చర్యం నా వెంట నడిచింది. ఈ భారతీయుడు తన ఇంటి లోపలి అద్వితీయమైన అలంకరణను గురించి నాకు చూఛాయగా కూడా చెప్పలేదు. ఆయన అందుకోసం అద్భుతమైన అభిరుచి, ధారాళమైన డబ్బు ధారపోశారు.

నేనొక అతిశయమైన గదిలో ప్రవేశించాను. అక్కడ సామాను అంతా కన్నులకు పండుగచేసే విదేశీ సరుకు. లోపల అలంకరణ అంతా శోభాయమానమైన రంగులతో మెరిసిపోతున్నది. బయటి తలుపు మూయటంతో ఎముకలు కొరికే చలితో పాశ్చాత్య ప్రపంచం బూడిద రంగులో వెలవెలబోతూ బయటనే ఆగిపోయింది. ఆ గది భారత, చైనీయ పద్ధతులలో ఎంతో మేళవింపుతో అలంకరించబడింది.

ముఖ్యమైన రంగులు ఎరుపు, నలుపు, బంగారు రంగులు, గోడల మీద చైనీస్ డ్రాగన్స్ కమ్మివేసిన తెరలు వెలుగులు వెదజల్లుతున్నాయి. నాలుగు మూలల నుంచీ మహానాగ శిరస్సులు భయంకరంగా చూస్తున్నాయి. వాటిపైన బ్రాకెట్లు, అందులో అతిఖరీదయిన హస్తకళా వస్తువులు. చెక్కముక్కలతో నేసిన నేలమీద, కొట్ట వచ్చినట్లుతోచే ఆకృతులతో భారతీయ తివాసీలు. తివాసీ మీద అడుగువేస్తే జోళ్లు ఆనందంగా తివాచీలోకి దిగిపోతాయి. చలిమంట వేసే కుండం ఎదురుగా బ్రహ్మాండమైన పులితోలు పరుచుకొని ఉన్నది.

నా కళ్లు మూలన ఉన్న వార్నిష్ మెరుస్తున్న టేబుల్ మీదికి వెళ్లాయి. దానిపైన బంగారు తొడుగులతో ఒక దారువు చెక్కతో చేసిన మందిరం. మూసి, తెరవటానికి ముడుచుకునే తలుపులు. ఆ లోపల ఏదో భారతీయ దైవం. బహుశ బుద్ధ విగ్రహం అయి ఉండవచ్చు. ముఖం ప్రశాతంగా, భావాతీతంగా ఉన్నది. రెప్పలార్పని ఆ కళ్లు ముక్కును చూస్తున్నాయి.

నా అతిథేయి నన్ను సాదరంగా ఆహ్వానిస్తారు. నల్లని డిన్నర్ సూట్లో ఆయన మచ్చలేని చంద్రుడిలా ఉన్నారు. అటువంటి వ్యక్తి ప్రపంచంలో ఏ సమూహంలోనైనా సరే ప్రత్యేకత చూపుతారనిపించింది నాకు. కొన్ని నిమిషాల తర్వాత ఇద్దరమూ భోజనానికి కూర్చున్నాము. అతిరుచికరమైన వంటకాలన్నీ వస్తున్నాయి. ఇక్కడే నాకు కర్రీ పరిచయం అయింది. ఆ రుచి నన్ను ఎప్పటికీ వదలలేదు. మాకు భోజనం వడ్డించే వ్యక్తి బొమ్మల్లోలాగా ఉన్నాడు. అతను తెల్లని జాకెట్, ట్రౌజరు ధరించాడు. భుజాల మీద నడుము చుట్టూ బంగారు రంగు పట్కా, తలపాగ.

భోజనాల సమయంలో మా సంభాషణ మామూలు విషయాలతో పైపైన నడిచింది. కాని మా అతిథేయి ఏది చెప్పినా, ఏ విషయం మీద మాట్లాడినా ఆయన చెప్పిందే వేదం అన్నట్లు ధ్వనించుతాయి. ఆయన చెప్పే విధానంలో ఎదుటి వారికి నోరు తెరవటానికి అవకాశం ఉండదు. ఆయన స్వరం ఎంత దృఢంగా, విశ్వాసపూర్వకంగా ఉంటుందంటే ఆ విషయంలో ఆయన చెప్పిందే చెల్లు అనీ ఇంక ఎవరికీ ఏమీ చెప్పవలసింది లేదని అనిపించుతుంది. ఆయన ఆత్మ విశ్వాసము, నిబ్బరము నన్ను ముగ్ధుడిని చేశాయి.

కాఫీ తాగేటప్పుడు ఆయన తనను గురించి కొద్దిగా చెప్పారు. ఆయన విస్తారంగా పర్యటించారనీ, అందుకు తగిన వనరులు ఆయనకు ఉన్నాయనీ తెలిసింది.

చైనాను గురించిన తన జ్ఞాపకాలతో నన్ను తబ్బిబ్బు చేశారు. ఆయన అక్కడ ఒక సంవత్సరం గడిపారు. జపాను భవిష్యత్తును గురించి చాలా క్లుప్తంగా చెప్పారు.

ఆ తర్వాత అమెరికా, యూరప్ అన్నిటినీ మించిన వింత సిరియాలో ఒక క్రైస్తవ సన్యాసుల మఠంలో ఆయన విశ్రాంత జీవితం గడిపారు!

మేము సిగరెట్లు వెలిగించినప్పుడు ఆయన పుస్తకాల దుకాణంలో తలెత్తిన విషయానికి వచ్చారు. అయితే ఆయనకు ఇతర విషయాలను గురించి మాట్లాడటం ఇష్టమన్న విషయం స్పష్టమై పోయింది. ఎందుకంటే ఆయన త్వరగా పెద్ద సమస్యల కేసి మళ్లారు. అందులో భారతదేశ ప్రాచీన వివేచనను పట్టుకున్నారు.

''మా మహర్షుల సిద్ధాంతాలు కొన్ని ఈ పాటికే పాశ్చాత్య ప్రపంచానికి చేరుకున్నాయి.'' నా మనసు నాకట్టుకుంటూ చెప్పారు ఆయన. ''అయితే దాదాపు అన్ని విషయాలలోనూ అసలయిన బోధనలు అపార్థం పాలయ్యాయి. కొన్నిచోట్ల అవి అబద్ధాలని కూడా ముద్రపడింది. ప్రస్తుతం తప్పులు పట్టటం నా పనికాదు. ఈనాటి భారతదేశం ఎలా ఉన్నది? గతంలోని సంస్కృతీ వైభవానికి ఈనాడు ఆమె ప్రతినిధి కాదు. ఆ ఔన్నత్యం భారతమాతను వదిలి మాయమైంది. అది విచారకరం. అతి విచారకరమైన విషయం. బూటకపు మత విశ్వాసాలు, తెలివిమాలిన ఆచారాలలో ఇరుక్కొని సామాన్య ప్రజ ఏవో కొన్ని ఆదర్శాలను పట్టుకు వేలాడుతున్నారు.''

''ఈ పతనానికి కారణం ఏమిటి?'' నా ప్రశ్న.

మాఅతిథేయి మౌనం వహించారు. నిదానంగా ఒక నిమిషం గడుస్తుంది. ఆయన అర్థ నిమీలిత నేత్రులయిన దాకా ఆయన కళ్లు మూతలు పడటం నేను గమనించుతున్నాను. నిశ్శబ్దాన్ని చీలుస్తూ ఆయన మాటలు!

''దౌర్భాగ్యం మిత్రమా! ఒకనాడు నాదేశంలో జీవిత రహస్యాలను ఛేదించిన మహర్షులు ఉండేవారు. రాజు, సామాన్యుడు కూడా వారి సలహా సంప్రదింపు కోరేవారు. వారి ఉత్తేజంతో భారతీయ నాగరికత మహోన్నత దశకు చేరుకున్నది. ఈనాడు వారేరీ? ఇద్దరు ముగ్గురు మిగిలి ఉన్నారేమో – అజ్ఞాతంగా, ఆనవాలు లేకుండా, నవ నాగరికతకు బహుదూరంగా ఆ మహర్షులు సమాజం నించి వెను దిరిగిన క్షణం నుంచి మా పతనం మొదలైంది.''

ఆయన గడ్డం ఛాతీని అంటే వరకూ ఆయన తలవాలిపోయింది. చివరి వాక్యంతో ఆయన స్వరంలో కొంత విషాదం ధ్వనించింది. కొంతసేపు ఆయన నా నుంచి దూరంగా వెళ్లిపోయారు. ఆయన అంతరంగం విషాద వీచికలతో అచ్ఛాదితం అయింది.

రెచ్చగొట్టి ఆసక్తి కలిగించే ఆయన ఆకర్షణీయమైన వ్యక్తిత్వం నన్ను మరొకసారి ఆకట్టుకున్నది. నల్లగా మెరిసే ఆయన కళ్లు నిశితమైన మనసును సూచిస్తాయి. జాలితో పలికే మృదువైన స్వరం ఆయన దయా హృదయాన్ని ప్రతిఫలించుతుంది. ఆయన అంటే నాకు మరొకసారి ఇష్టం కలిగింది.

ఒక నౌకరు నిశ్శబ్దంగా గదిలో ప్రవేశించి మూలనున్న వార్నీష్ బల్ల దగ్గరికి నడుస్తాడు. అతను ఒక అగర్ బత్తి వెలిగించాడు. ఆ నీలి పొగ గది పైకప్పుకు పాకింది. వింతయిన ఆ తూర్పు దేశ సువాసన గది అంతా ఆవరించుతుంది. అది దుర్వాసన ఏమీ కాదు.

నా అతిథేయి హఠాత్తుగా తలఎత్తి నావైపు చూశారు.

''ఇద్దరో ముగ్గురో ఇంకా ఉన్నారని చెప్పాను గదూ?'' ఆయన వింతగా అడిగారు. ''అవును, చెప్పాను ఒకప్పుడు నాకు ఒక మహర్షితో పరిచయం ఉండేది. అది ఒక అదృష్టం. ఆ విషయం ప్రస్తుతం నేను ఎవరితోనూ ముచ్చటించను. ఆయన నాకు తండ్రి, గురువు, యజమాని, స్నేహితులు కూడా ఆయన వివేచన దైవ వివేచనతో సమానం. నేను ఆయన స్వంత బిడ్డనైనట్లు ఆయనను ఆరాధించాను. ఆయనతో ఉండటమనే అదృష్టం కలిగినప్పుడల్లా, జీవితం అద్భుతమైన అనుభవంగా కనిపించేది. పరిసరాలపైన ఆయన ప్రభావం అంత అనిర్వచనీయంగా ఉండేది. చిత్రకళ నా హాబీ, సౌందర్యం నా ఆదర్శం. కుష్టురోగులు, నిరాశ్రయులు, వికలాంగులలో దివ్యసౌందర్యం చూడటం వారి దగ్గరనే నేర్చుకున్నాను. అంతక్రితం అటువంటి వారి నుంచి ఆమడ దూరం పరిగెత్తేవాడిని భయంతో, ఆయన ఊరికి దూరంగా అడవిలో ఒక పర్ణశాలలో నివసించేవారు. ప్రమాదవశాత్తూ నేను ఆ ప్రదేశంలో అడుగుపెట్టటం సంభవించింది. ఆనాటి నుంచి ఆయనను చాలాసార్లు దర్శించాను. దర్శించిన ప్రతిసారి వీలయినంత కాలం ఆయనతో కలసి జీవించేవాడిని. ఆయన నాకు చాలా నేర్పారు. అటువంటి మహనీయులు ఏ దేశానికైనా కీర్తి తెచ్చిపెట్టగలరు.''

''మరి ఆయన ప్రజా జీవితంలో చేరి దేశ సేవ చేయవచ్చుగదా!'' నేను నిర్మొహమాటంగా ప్రశ్నించాను.

ఆ భారతీయులు తల అడ్డంగా తిప్పారు.

''అటువంటి అసాధారణ వ్యక్తి ఉద్దేశ్యం అర్థం చేసుకొనటం మాకే కష్టసాధ్యం. పాశ్చాత్యులైన మీకు అది ఇంకా కష్టతరం అవుతుంది. మనసుకు ఉన్న దూరశ్రవణ, దూరదృష్టి శక్తులతో సేవ ఎక్కడి నించైనా సరే రహస్యంగా చేయవచ్చునని ఆయన సమాధానం కావచ్చు. ఆ ప్రభావం ఎక్కడినించైనా, రెండో కంటికి తెలియకుండా, కలిగించవచ్చు. లేదా క్షీణించుతున్న సమాజం తన విధి అనుభవించాలి - పాప విమోచన అయేంత వరకు - అని కూడా ఆయన సమాధానం కావచ్చు.''

ఈ సమాధానంతో నేను అయోమయంలో పడ్డానని ఒప్పుకోక తప్పదు.

''అంతే మిత్రమా! నేను అనుకున్నది అదే!'' ఆయన వ్యాఖ్య.

★

మరుపురాని ఆ సాయంత్రం తర్వాత ఆభారతీయుడి ఇంటికి నేను చాలాసార్లు వెళ్లాను. ఆయన అసాధారణ పాండిత్యం, ఆయన విలక్షణమైన వ్యక్తిత్వంలోని ఆకర్షణ నన్ను ఆ వైపు లాగుతూ ఉండేవి. నా ప్రగాఢమైన తృష్ణను ఆయన సుతారంగా తట్టుతారు. అది స్ప్రింగ్ లాగా ఎగిరి జీవితంలో అర్థం తెలుసుకోవాలనే ఆతృతగా మారుతుంది. ఆయన నన్ను – మానసిక కుతూహలం తీర్చుకొనటం గాక – ఆనందం – సార్థకానందం సాధించటానికి పురికొలిపేవారు.

ఒక సాయంత్రం మా సంభాషణ ఒక మలుపు తిరిగింది. ఆ మలుపు నాకు మంచి ముఖ్యమయిన ఫలితాలను తెచ్చి పెట్టింది. సమయానుసారంగా తన దేశస్థుల వింతయిన ఆచారాలు, విపరీతమైన సంప్రదాయాలు వర్ణించుతాడు. కొన్నిసార్లు తన అద్భుత దేశంలో నివసించే కొన్ని రకాల వ్యక్తులను వర్ణించుతారు. ఈ సాయంత్రం ఆయన ఒక వింతవ్యక్తి – యోగి – ని గురించి వ్యాఖ్యానించారు. ఆ పదం అంటే అర్థపర్థం లేని, అవకతవక అర్థం మాత్రమే తెలుసు. నేను పుస్తకాలు చదివేటపుడు ఈ పదం కొన్నిసార్లు ఎదురైంది. ప్రతిసారీ దానికి సంబంధించి ఉదాహరణ పదాలు మారుతూ ఉండటంతో చివరికి అయోమయమే మిగిలింది. ఇప్పుడు నా మిత్రులు ఆ పదం ప్రయోగించే సరికి ఆయనను ఆపి, దాని అర్థం వివరించుమని వేడాను.

''అంతకు మించిన సంతోషం ఇంకేమున్నది?'' ఆయన జవాబు. ''కాని యోగి అనే పదానికి ఒక నిర్వచనంలో చెప్పటం నా వల్లకాదు. నా దేశస్థులు ఒక డజను మంది ఆపదానికి డజను నిర్వచనాలు ఇస్తారు. ఉదాహరణకు ఆ పేరున చెలామణి అయ్యే వేలాదిమంది భిక్షుకులు ఉన్నారు. వారు గుంపులుగా గ్రామాలకు ఎగబడుతారు. సందర్భానుసారంగా జరిగే మత ఉత్సవాలలో తండోపతండాలుగా తయారవుతారు. చాలామంది పనికిమాలిన బద్ధకస్తులు. మరికొందరు విష పురుగులు. వీరంతా దాదాపు నిరక్షరాస్యులు. యోగ అనే ముసుగుకింద వారు కాలం వెళ్లదీస్తారు. కాని యోగచరిత్ర, యోగ సూత్రాలు ఏమీ తెలియవు?''

తన సిగరెట్ నుసి దులపటానికి ఒక క్షణం ఆగుతారు ఆయన.

''కాని హిమాలయాల కాపులో ఉండే ఋషికేశ్ వంటి ప్రదేశాలకు వెళ్లండి. అక్కడ మీకు పూర్తిగా వేరు తరహా వ్యక్తులు ఎదురవుతారు. వారు గుహలలోనో, అతిసామాన్యమైన పర్ణశాలలోనో నివసిస్తారు. అతిస్వల్పంగా భోజనం చేస్తారు. నిరంతరం ధ్యానమగ్నులై ఉంటారు. మతము వారి ఊపిరి. రాత్రింబవళ్ళు వారి మనసులలో అదే చింతన. నిరంతరం పవిత్ర గ్రంథాలు అధ్యయనం చేస్తూ ప్రార్థనలు గానం చేస్తూ ఉండే వారు సత్పురుషులు. అయితే వారు కూడా యోగులుగానే చలామణి అవుతారు. వీరికీ అమాయక ప్రజలను మోసగించే భిక్షకులకూ సామ్యం

ఏమిటి? ఆ పదం ఎంత బహుళార్థ సాధకమో గమనించావుగా! ఈ రెండు వర్గాల మధ్యా ఇద్దరి సత్తా పంచుకునే ఇతర వర్గాలు అనేకం ఉన్నాయి.''

''కాని ఈ యోగుల వద్ద ఉండే మాంత్రిక శక్తులను గురించి చాలా విషయాలు వ్యాప్తిలో ఉన్నాయని తోస్తుంది.'' నా పరిశీలన.

''ఆహా! ఇప్పుడు నీవు మరొక నిర్వచనం వినాలి.'' ఆయన నావైపు నవ్వుతూ అన్నారు. ''నగరాలకు దూరంగా ఏకాంత అరణ్య ప్రాంతాలలో, కొండ గుహలలో ఒంటరిగా జీవించే వింత వ్యక్తులు ఉన్నారు. వీరు తమకు అద్భుత శక్తులు సిద్ధించుతాయనే నమ్మకంతో జీవితమంతా ఏవో అభ్యాసాలతో గడిపివేస్తారు. వీరిలో కొందరు మతం అంటే మండిపడతారు, ఎండకడతారు. మిగిలినవారంతా మతాన్ని తీవ్రంగా అనుసరించుతారు. అయితే వీరందరూ కలిసికట్టుగా ప్రకృతి నుంచి అదృశ్యశక్తులను, అమూర్త శక్తులను సాధించి వశపరుచుకొనే ప్రయత్నంలో తలక్రిందులవుతుంటారు. మాంత్రికత, ఇంద్రజాలం, వగైరా భారతదేశంలో సర్వకాలాల్లోను ఉన్నవి. అద్భుతాలు చేసే ప్రవీణుల కథలు కోకొల్లలు. మరి ఈ పెద్దలను కూడా యోగులనే అంటారు.''

''అటువంటి వారిని మీరు కలిశారా? ఈ సంప్రదాయాలు మీరు నమ్ముతారా?'' నా అమాయక ప్రశ్న.

అవతల ఆయన మౌనం వహించారు. ఆయన జవాబు ఏమి చెప్పాలా, దానికి ఏ వేషం వెయ్యాలా అని ఆలోచించుతున్నట్లుంది.

నా కళ్లు వార్నిష్ చేసిన బల్ల మీది మందిరం వైపు మళ్లాయి. ఆగదిలోని మందమైన కాంతిలో బంగారు తొడుగు చేసిన పద్మ సింహాసనం మీది నుంచి నన్ను చూసి ప్రేమ పూర్వకంగా చిరునవ్వులు చిందించుతున్నట్లు అనిపించింది. ఒక్కక్షణం ఆ పరిసరాలలో ఏదో మహత్యం ఉన్నదని నమ్మటానికి సంసిద్ధుడిని అయ్యాను. అదే క్షణంలో ఆ భారతీయుడి స్వరం నా ఆలోచనలను భంగపరిచి పలు విధాల పరుగులు తీస్తున్న నా భావాలను అడ్డుకున్నది.

''చూడండి!'' నాకు పరిశీలనకు ఏదో చేతపట్టుకుని, నిదానంగా అన్నారు ఆయన. ఆయన తన కాలర్ క్రింది నుంచి దానిని వదులు చేశారు. ''నేను బ్రాహ్మణుడిని. ఇది నా పవిత్ర సూత్రం – వేలాది సంవత్సరాల వేర్పాటు నాకులంలో కొన్ని గుణాలు, స్వభావాలు స్వభావ సిద్ధం అయ్యాయి. పాశ్చాత్య విద్య, పాశ్చాత్య దేశ పర్యటన వాటిని ఎన్నటికీ తొలగించలేవు. ఉన్నత శక్తిలో విశ్వాసం, లోకాతీత శక్తులు ఉన్నాయనే నమ్మకం, మనిషిలో ఆధ్యాత్మిక పరిణతి గుర్తించటం – ఇవన్నీ బ్రాహ్మణుడిగా నాతో బాటు పుట్టిన గుణాలు. కావాలన్నా నేను వాటిని

నిర్మూలించలేను. సమయం వచ్చినప్పుడల్లా హేతువాదం వాటి ముందు నిలువలేదు. మీ ఆధునిక విజ్ఞాన శాస్త్ర సూత్రాలు, పద్ధతులతో నేను ఏకీభవించినా, నేను మీకేం జవాబు ఇవ్వగలను? నేను నమ్ముతాను అనటం తప్పించి?''

ఆయన కొన్ని క్షణాలు నన్ను తదేకంగా చూశాడు అప్పుడు ''అవును నేను అటువంటి వ్యక్తులను కలిశాను. ఒకటి, రెండు, మూడుసార్లు. వారి దర్శనం కరువైపోతున్నది. ఒకప్పుడు వారు సులభంగా కనిపించేవారు. ప్రస్తుతం వారు దాదాపు అంతర్ధానమై పోయారు.'' అన్నారు.

''అయినా ఇంకా ఉన్నారనుకుంటాను!''

''బహుశః మిత్రమా! వారిని వెతికి కనుక్కోవటమే విశేషం. అందుకు సుదీర్ఘమయిన అన్వేషణ అవసరం.''

''మీ గురువు – వారిలో ఒకరా?''

''కాదు. ఆయన అంతకంటే పై స్థాయికి చెందుతారు. ఆయన ఒక ఋషి అని చెప్పాను కదా!''

అది నా బుఱ్ఱకెక్కాలంటే కొంచెం వివరంగా చెప్పాలి. ఆ మాటే ఆయనతో అన్నాను.

''ఋషులు యోగులకంటే పై మెట్టు మీద ఉంటారు'' ఆయన జవాబు. డార్విన్ సిద్ధాంతం మనిషి స్వభావానికి అమలు చెయ్యి, భౌతిక పరిణామానికి సమానాంతరంగా ఆధ్యాత్మిక పరిణామం జరుగుతున్నదనే బ్రాహ్మణ బోధనను అంగీకరించండి. ఋషులు ఈ పరిణామంలో శిఖరాగ్రం చేరిన వారుగా గమనించండి. అప్పుడు మీకు వారి గొప్పతనం కొంత అర్థం అవుతుంది.''

''మనం వినే అద్భుతాలు ఈ ఋషులు కూడా చేస్తారా?''

''అవును. తప్పక చేయగలరు. కాని వారు అది తమ కోసం చేయరు. యోగులు చేసే అద్భుతాలు వారు తమకోసం చేస్తారు. సంకల్పబలం, ఏకాగ్రశక్తి వల్ల ఆ శక్తులు వారిలో సహజంగా వృద్ధి చెందుతాయి. ఆయనకు వాటితో సంబంధంలేదు. నిజానికి ఆయన ఆ శక్తులను నిరసించి, వాటిని ఉపయోగించను కూడా ఉపయోగించరు. అంతరంగంలో దివ్య పురుషులకు సమం కావాలనేది వారి ప్రప్రథమ లక్ష్యం. దివ్య పురుషులంటే తూర్పున బుద్ధుడు, పశ్చిమాన క్రీస్తు ఉదాహరణలు.''

''కాని క్రీస్తు అద్భుతాలు చేశారు గదా!''

''నిజమే చేశారు. కాని ఆయన తన స్వంత ఘనత కోసం ఏమయినా చేశారా? కాదు. ఆయన సామాన్యులలో విశ్వాసం కలిగించటానికి, వారికి సహాయపడటం కోసం చేశారు!''

''ఋషుల వంటి వ్యక్తులు భారతదేశంలో ఉంటే, వారి చుట్టూ జనం గుంపులు కూడుతారు గదా!'' నా అభిప్రాయం.

''అందుకు సందేహమా! అయితే మొదట జనబాహుళ్యంలో దర్శనం ఇచ్చి తామెవరో తెలియజేయాలి గదా! అతి అరుదుగా ఋషులు ఆపని చేశారు. ఈ ప్రపంచానికి దూరంగా జీవించటం వారి అభిమతం. ఏదైనా ప్రజాహిత కార్యం చేయదలచినవారు ఒక నిర్ణీతమైన సమయంలో బయటి ప్రపంచంలోకి వచ్చి, పని పూర్తికాగానే తిరిగి మాయమవుతారు.''

అటువంటి వ్యక్తులు కంటికి కనుపించని, అందరాని ప్రదేశాలలో దాక్కుంటే వారు తోటివారికి సహాయపడేది ఏముంటుంది? ఇది నా అభ్యంతరం.

ఆ భారతీయులు ఓర్పుగా నవ్వారు.

''మీ పాశ్చాత్య సామెత 'రూపు రేఖలు మోసగించ గలవు' అనే కోవకు చెందుతుంది ఈ విషయం. ఈ వ్యక్తులను గురించి క్షుణ్ణంగా తెలుసుకోకుండా ఈ లోకం వారిని గురించి తీర్మానించే స్థితిలో లేదు. ఇలా చెబుతున్నందుకు నన్ను మన్నించాలి. ఋషులు కొంతకాలం గ్రామాల్లో పట్టణాలలో నివసిస్తారనీ, సమాజంలో కలిసి మెలిసి ఉంటారనీ చెప్పాను గదా! పాతకాలంలో ఇది కొంచెం తరుచుగా జరిగేది. అందు చేత వారి విజ్ఞత, శక్తి సామర్థ్యాలు, సిద్ధులు ప్రజలకు చెప్పకనే తెలిసేవి. వారి ప్రభావం బాహాటంగా తెలిసేది. ఆ మహర్షులకు ఆదరపూర్వక ప్రణామాలు అర్పించి, తమ పాలసీలను గురించి మార్గదర్శకత్వం కోసం వారిని సంప్రదించటానికి మహారాజులు కూడా వెనుకాడే వారు కాదు. వాస్తవానికి ఆ ఋషులు తమ ప్రభావం నిశ్శబ్దంగా, అజ్ఞాతంగా కలిగించి తీరుతారనేది సత్యం.''

''అటువంటి వ్యక్తులను కలుసుకోవాలని ఉన్నది. సగం నాలో నేనే గొణుక్కున్నాను అసలైన యోగులను తప్పక కలుసుకోవాలనుంది.''

''ఏదో ఒకనాడు కలుసుకుంటారు. నిస్సంశయంగా.'' ఆయన భరోసా.

''మీకెలా తెలుసు?'' సంభ్రమంగా అడిగాను.

''ఆ విషయం మనం కలుసుకున్న మొదటి రోజునే తెలుసు.'' ఆశ్చర్యపరిచే సమాధానం. ''అది నాలో కలిగిన సద్యఃస్ఫురణ - దాని పేరు ఏదయినా ఫర్వాలేదు - అది లోపల కలిగే అనుభూతి. బయటకు కనిపించే వస్తువులతో వివరించటం అసాధ్యం. ఈ అనుభూతికి ఎలా శిక్షణ ఇవ్వాలో, దీన్ని ఎలా పెంపొందించాలో మా గురువు బోధించారు. దానిని సందేహించకుండా నమ్మటం ఇప్పటికి నేర్చుకున్నాను.''

''దేవతల చేత శిక్షితులైన అభినవ సోక్రటీస్!'' నేను పరిహార సమాధానం ఇప్పుడు చెప్పండి. మీ జోస్యం ''ఎప్పుడు.... ఫలించుతుంది?''

ఆయన బుజాలు ఎగరేశారు.

''నేను జ్యోతిషుడిని కాదు. అది ఎప్పుడు జరుగుతుందో చెప్పటం నా వల్లకాదు.''

ఆయనను నేను మరి బలవంత పెట్టలేదు. కాని తలుచుకుంటే ఆయన చెప్పగలరని నాకేదో అనుమానం. ఆ విషయం మరికొంత ఆలోచించి ఒక సలహామేరకు తేగలిగాను.

''ఏదో ఒకనాడు మీరు స్వదేశం తిరిగి వెళ్తారు గదా! అప్పుడు నేను సిద్ధంగా ఉంటే ఇద్దరమూ కలిసి వెళ్దామా? మనం చర్చించుతున్న ఈ వ్యక్తులను కనుక్కోవటానికి మీరు సాయపడవచ్చుగదా!''

''వద్దు మిత్రమా! మీరు ఒంటరిగా వెళ్లండి. మీ అన్వేషణ మీరు చేస్తే మంచిది.''

''కొత్తవారికి అది అతికష్టం కదా!'' నా అభ్యర్థన.

''అవును – చాలాకష్టం. అయినాసరే ఒంటరిగా వెళ్లండి. నేను చెప్పింది. సబబేనని మీరే ఒకనాటికి తెలుసుకుంటారు.''

★

అప్పటి నుంచీ నన్ను ప్రాచ్యదేశం పంపే శుభదినం వస్తుందని నేను గట్టిగా అనుభూతి చెందటం ఆరంభించాను. భారతదేశం అటువంటి ఋషులకు గతంలో నివాసం అయి వుంటే, నా మిత్రులు చెప్పినట్లు ఈనాటికీ వారిలో కొందరు జీవించే ఉండవచ్చు. అప్పుడు వారిని వెతికి పట్టుకోవడానికి పడే కష్టానికీ, వారి వివేచననించి నేర్చుకున్నందువల్ల కలిగే ప్రయోజనానికీ సరితూగుతుందని నా భావన. ఇంత వరకు జీవితంలో నేనెరుగని విషయానికి, ఒక అవగాహన కలుగుతుందేమో బహుశ! నా అన్వేషణ, శోధనలలో నేను విఫలుణ్ని అయినా, పర్యాటన వృథా కాబోవటం లేదు. వారి ఇంద్రజాలం, ఊహించరాని సాధనలు, అభ్యాసాలు, వింత జీవనశైలి యోగులనబడే ఆ వింత వ్యక్తులు. నా ఉత్సుకతను రెచ్చకొడుతున్నారు. అసాధారణమైన విషయాలపట్ల, నా పాత్రికేయ సాధ్య శ్రద్ధాసక్తులను అతితీక్ష్ణం చేసింది. అత్యల్పంగా వెలుగుచూచిన అరుదైన బాటలో అడుగుపెట్టబోతున్నానని తలుచుకుంటేనే నేను మంత్రముగ్ధుడినైపోతున్నాను. నా భావనను కడదాకా అనుసరించాలని నా నిర్ణయం. కనుక అవకాశం దొరికిన వెంటనే భారతదేశం వెళ్లే బోటు ఎక్కాలనేది నిశ్చయమైంది.

సూర్యుడు ఉదయించే ఆ తూర్పుకు పయనించాలనే నా ఆశను ధృఢ నిర్ణయంగా మార్చిన నా నల్లతోలు మిత్రుడు చాలా నెలలు నన్ను తన నివాసంలో స్వాగతం పలకటం కొనసాగించారు. జీవితంలో ఒడుదుడుకులను ఎదుర్కొనటంలో

ఆయన చేయూతనందించేవారు. కాని రాబోయే ఆ అపరిచితమైన, అపారంగా విస్తరించి ఉన్న నీటిని ఎలా దాటాలో చెప్పటానికి ఆయన నిరాకరించేవారు. తన పరిస్థితి ఏమిటో తెలిసికొని, అవకాశాలు గ్రహించి, అస్పష్టమైన ఆలోచనలకు స్పష్టత సంపాదించటం అనేది యువకుల జీవితంలో అతి విలువైన ప్రయోజనం. పెందలాడే ఎదురయినా ఆ శ్రేయోభిలాషికి నేను కృతజ్ఞత కలిగి ఉండటంలో పొరబాటు లేదనుకుంటాను. దురదృష్టం వెతుక్కుంటూ వచ్చిన ఒక చీకటి రోజున మేం విడిపోయాం. ఆ తర్వాత కొద్ది సంవత్సరాలలో ఆయన ఏదో ప్రమాదంలో ఆయన ఈ లోకాన్ని విడిచి వెళ్లారని విన్నాను.

సమయము పరిస్థితులు, నా ప్రయాణానికి అనుకూలంగా లేవు. ఆశయము, కోరిక మనిషిని బాధ్యతలోకి లాగుతాయి. ఆ బాధ్యతలలో నుంచి బయటపడటం సులువుకాదు. నన్ను కట్టిపడేసిన జీవిత సరళికి తలవంచి, అదును కోసం కాచుకొని ఉండటం తప్ప నేను చేయగలిగింది ఏమీ లేదు.

ఆ భారతీయుడి జోస్యంలో నమ్మకం నేను ఎన్నడూ కోల్పోలేదు. అనుకోని ఒక సంఘటనతో ఆ నమ్మకం మరింత గట్టిపడింది.

వృత్తిపరంగా అనేక మాసాలు నేను ఒక వ్యక్తిని తరచు కలుసుకోవటం జరిగింది. ఆయనంటే నాకు చాల గౌరవం, స్నేహ పూర్వకమైన అదరం కూడా అయిన చాలా సూక్ష్మగ్రాహి, మనిషి స్వభావం ఆవులించితే పేగులు లెక్క పెట్టినట్లు చదివేయగలడు. చాలా సంవత్సరాల క్రితం మన యూనివర్సిటీ ఒక దాంట్లో ఆయన సైకాలజీ ప్రొఫెసర్ పదవిలో ఉండేవారు. కాని అధ్యాపక జీవితం ఆయనకు రుచించలేదు. తన అద్భుత పాండిత్యాన్ని నిజజీవితంలో ప్రయోగించే ప్రయత్నంలో ఆయన ప్రొఫెసర్ వృత్తికి విడాకులిచ్చివేశారు. కొంతకాలం ప్రపంచంలోని వ్యాపారవేత్తలకు సలహాదారుగా పనిచేశారు. పెద్ద పరిశ్రమల నేతల వద్దనుంచి తన ఎంతెంత ఫీజులు వసూలు చేశారో ఆయన తరుచు ఆత్మభూషణ చేసేవారు.

ఇతరులను ఉత్తేజ పరచటంలో ఆయన ప్రజ్ఞ చెప్పుకోదగింది. ఆఫీసు బాయ్ నుంచి కోటీశ్వరులైన వ్యాపార దిగ్గజాల వరకు, ఆయనను కలిసే ప్రతివారికీ ప్రయోజనకరమైన సహాయము, ఉత్సాహము దొరుకుతాయి. కొన్నిసార్లు వారికి బంగారంలాంటి సలహాలు దొరుకుతాయి. ఆయన నాకు ఇచ్చే ప్రతి ఒక్క సలహాను భద్రంగా రాసి పెట్టుకుంటాను. ఎందుకంటే వ్యాపార విషయాలలోను, వ్యక్తిగత విషయాలలోను కూడా ఆయన దూరదృష్టి, దివ్యదృష్టి ఆశ్చర్యం కలిగేట్లు ఋజువవుతాయి. ఆయన తన ఆత్మశోధన, పరిశోధన ఎంత మేళవించారంటే ఈ క్షణం గంభీరమైన వేదాంతం చర్చించుతూనే మరుక్షణం వ్యాపారం అంత

గంభీరంగాను, తీవ్రంగాను చేపట్టగలరు ఆయన. అందుకే ఆయన సాంగత్యం అంటే నాకు ఆనందం. మొత్తం మీద ఆయన ఎప్పుడూ చెణుకులు విసురుతూ సరదాగా ఉంటారు. ఒక్కక్షణం కూడా మందకొడిగా గడపనివ్వరు.

ఆయన నన్ను అంతరంగిక స్నేహంలోకి అనుమతించారు. ఒక్కొక్కసారి పనీ, పాటా కలిసి మేం గంటల తరబడి గడుపుతాం. ఆయన మాట్లాడుతుంటే ఎంతసేపు విన్నా విసుగనిపించదు. ఎన్ని విషయాల మీద ఆయన అనర్గళంగా మాట్లాడగలరో వింటే నేను సమ్మోహితుడినైపోతాను. ఆయనకు తెలిసినదంతా ఆ బుర్రలో ఇమిడిదంటే నాకు తరచు ఆశ్చర్యం!

ఒక రాత్రి మేమిద్దరము ఒక చిన్న బొహిమియన్ రెస్టారెంటుకు డిన్నరుకు వెళ్లాం. కళ్లకు ఇంపయిన లైటింగ్, కడుపుకు ఇంపయిన భోజనం కలిసి విందు చేశాయి. భోజనం తర్వాత బయటికి వస్తే ఆకాశంలో నిండు చంద్రుడు వెన్నెలలు వెదజల్లుతున్నాడు. కవిత్వం చిందించే ఆ జ్యోత్స్న మాయచేసి మమ్మల్ని ఇంటి దారిన నడిపించింది.

ఆ సాయంత్రం అంతా మా సంభాషణ చిన్న, చితక విషయాలు, కొరగాని విషయాల మీద నడిచింది. ఇప్పుడు నిస్సంచారంగా ఉన్న వీధులవెంట నడుస్తూ ఉంటే మా సంభాషణ వేదాంత మార్గం పట్టింది. ఆ రాత్రి పర్యాటనం చివర్లో మేం చర్చించిన విషయాల పేర్లు వింటే చాలు, నా మిత్రుల ఖాతాదార్లు పలాయనం చిత్తగించేవారు. ఆయన ఇంటి బయట ద్వారం దగ్గర ఆయన నా వైపు తిరిగి వీడ్కోలుగా చేయి చాపారు. నా చేయి పట్టుకుంటూ హఠాత్తుగా ఆయన గంభీర స్వరంలో నిదానంగా అన్నారు.

''నువ్వు ఈ వృత్తిలో చేరవలసింది కాదు. నువ్వు అసలు ఒక వేదాంతివి. సిరా విదిలించుతూ వ్రాస్తూ కూర్చునే ఉద్యోగానికి అతుక్కుపోయావు. నువ్వు యూనివర్సిటీలో ప్రొఫెసర్ వై ఏకాంతంగా పరిశోధనలో జీవితం గడపవలసింది. మీరు మీ బుర్రలో జరిగే విషయాలను పరిశీలిస్తూ పచార్లు చేయటం మీకు నచ్చేపని. మీరు మీ మనసుకు మూలాలు వెతికే ప్రయత్నంలో ఉన్నారు. ఏదో ఒకనాడు భారతదేశంలో యోగులు, టిబెట్లో లామాలు, జపాన్లో జెన్ యోగుల దగ్గరికి వెళ్తారు. ఆ తర్వాత వింతగొలిపే కవిలె వ్రాస్తారు. గుడ్‌నైట్!''

''ఆ యోగులను గురించి మీరేమంటారు?''

ఆయన నా తలతో తన తలచేర్చి నా చెవిలో గుసగుసలాడారు.

''మిత్రమా! వారికి తెలుసు! అవును, తెలుసు!''

విపరీతమయిన అయోమయంలో నేను నిష్క్రమించాను. రాబోయే చాలా కాలం వరకూ తూర్పు ప్రయాణం జరిగే సూచనలు కనపడటం లేదు. రోజు రోజుకూ నేను రకరకాల పనుల ఊబిలో కూరుకుపోతున్నాను. రోజులు గడుస్తున్న కొద్దీ అందులోనించి బయటపడటం కష్టతరం అవుతున్నది. కొంతకాలం నన్ను నిరాశ చుట్టముట్టింది. ఈ రహస్య బంధనాలు, వ్యక్తిగత ఆశయాల మధ్య చెరబడి ఉండుమని విధి వ్రాత కాదు గదా!

కాని కనపడని ఆ విధి లిఖితాన్ని గురించి నా ఊహ తప్పింది. విధి ప్రతి రోజూ తన ఆజ్ఞలు జారీచేస్తూ ఉంటుంది. వాటిని చదవగల అక్షరాస్యత మనకు లేదు. కాని ఆ ఆజ్ఞలను శిరసావహించటానికి మనకు తెలియకుండానే ఆ దిశగా కదులుతూ ఉంటాం. పన్నెండు నెలలు గడవకుండానే నేను బాంబే – అలెగ్జాండ్రా రేవులో దిగాను. ఆ తూర్పుదేశ నగరంలోని నానా వర్ణ మిశ్రితమైన జీవనంలో కలిసి పోతున్నాను! నానా భాషల కలగా పులగ శబ్దాలను వినటానికి అలవాటు పడుతున్నాను!

★★★

అధ్యాయం 3

ఈజిప్ట్ మాంత్రికుడు

ఈ అన్వేషణలో నా అదృష్టాన్ని వెతుక్కుంటూ వెళ్లకమునుపే అదృష్టమే నన్ను వెతుక్కుంటూ వచ్చింది. ఇది ముఖ్య విషయం, ఏకైక ముఖ్యవిషయం. అప్పటికి యాత్రికుడిగా నేను బాంబేలో ఏ ముఖ్యప్రదేశాలూ చూడలేదు. అప్పటికి బాంబేను గురించి నాకు తెలిసినంతా వ్రాయటానికి ఒక పోస్టు కార్డే ఎక్కువ. ఒకటి తప్ప నా ట్రంకులు ఏవీ ఇంకా తెరవలేదు. నేను ఉంటున్న హోటల్ మెజస్టిక్‌లో నా పరిసరాలను పరిచయం చేసికొనటమే నా ఒకే ఒక కార్యక్రమం. ఓడలో పరిచయమైన ఒక వ్యక్తి హోటల్ మెజస్టిక్ నగరంలో ఉన్న అతిసౌకర్యమయిన వాటిలో ఒకటి అని వర్ణించారు. ఈ కార్యక్రమంలోనే నేనొక అత్యాశ్చర్యం కనుగొన్నాను. ఈ హోటల్‌లోనే ఒక మాంత్రికుడు, ఇంద్రజాలం చేసే వ్యక్తి, ఒక్కమాటలో చెబితే సజీవ ఇంద్రజాలికుడు!

డస్సి పోయి ఉన్న ప్రేక్షకులను మాయబుచ్చి తనతోబాటు హోటల్‌కు కూడా సొమ్ముచేసి పెట్టే మాంత్రికుడు. ఈయన ఆ కోవలోకి వ్యక్తికాదు. రీజెంట్ స్ట్రీట్[1] కంటె విరసమైన పరిసరాలలో మాస్కలిన్[2], దేవాన్[3] వంటి వ్యక్తుల ఫీట్స్‌ను అనుకరించుతున్న తెలివితేటలు ప్రదర్శించే వ్యక్తికాదు. ఎంత మాత్రము కాదు. ఈయన మధ్యయుగానికి చెందిన ఇంద్రజాలికుల వారసుడు. ఆయన రోజూ ఎవరో మర్మవ్యక్తులతో వ్యాపారం నడుపుతారు. అవతలి వ్యక్తులు సాధారణ మనుష్యులకు కనుపించరు. కాని ఆయనకు స్పష్టంగా కనిపించుతారు! కనీసం ఆయన అటువంటి పరపతి సంపాదించాడు. హోటల్ ఉద్యోగులంతా ఆయనను భయభక్తులతో గౌరవిస్తారు. ఆయనను గురించి ఊపిరి బిగబట్టి మాట్లాడుతారు. ఆయన ఎక్కడ

---

1. లండన్ పడమటి భాగంలో పెద్ద షాపింగ్ సెంటర్

2, 3. పేరు పొందిన బ్రిటిష్ ఇంద్రజాలికులు

తటస్థించినా కబుర్లాడే అతిథులు ఆపేస్తారు. కలవరపడిన వారి కళ్లతో ప్రశ్నార్థకమైన చూపులు చోటుచేసుకుంటాయి. ఆయన వారిని పలకరించరు. సాధారణంగా ఏకాంతంగానే భోజనం చేస్తారు.

ఆయన యూరోపియనూ, భారతీయులూ కాకపోవటంతో విషయం మరింత రహస్య కారణం అయింది. ఆయన నైలునది ప్రవహించే దేశం నుంచి వచ్చిన యాత్రికుడు. యథార్థంగా ఈజిప్ట్ నుంచి వచ్చిన మాంత్రికుడు.

మహ్మద్ బే దర్శనంతో ఆయన కంటగట్టిన దుష్టశక్తులకు సమన్వయం కుదుర్చటం సులువుగా అనిపించలేదని నేనాశించిన సన్నని దేహం, పరుషమైన ముఖానికి బదులు, అందమైన చిరునవ్వులు కురిసే ముఖం, సౌష్ఠవమైన దేహం, బలమైన బుజాలు, ఆచరణాత్మకంగా ఉండే వ్యక్తిలా చురుకైన నడక. తెల్ల రోబ్ లేదా ఘనమైన క్లోక్ బదులు ఒద్దికగా అమరిన ఆధునిక దుస్తులు ధరించారు ఆయన. సాయంత్రం వేళల పారిస్‌లో మంచి రెస్టారెంట్‌లో దర్శనం ఇచ్చే ఫ్రెంచి దేశీయుడిలా ఉన్నారు ఆయన.

మిగిలిన రోజంతా నేను ఆ విషయం దీర్ఘంగా ఆలోచించాను. మర్నాడు ఉదయం ఒక స్పష్టమైన నిశ్చయంతో నిద్రలేచాను. మహ్మద్ బేని తక్షణం ఇంటర్వ్యూ చేయాలి. ప్రెస్‌లో నా తోటి పాత్రికేయులు అన్నట్లు "ఆయన కథ సంపాదిస్తాను."

ఒక విజిటింగ్ కార్డు వెనుక నా కోరిక తెలియజేస్తూ నాలుగు మాటలు వ్రాశాను. ఆ తర్వాత కుడివైపు మూలన ఒక బొమ్మగీశాను. ఆ బొమ్మ చూస్తే అతని విద్య నాకు కొత్తకాదు అని అతనికి తెలుస్తుంది. ఆయన ఇంటర్వ్యూ దొరకటానికి ఆ బొమ్మ సాయపడుతుందని నా ఆశ. ఆకార్డ్ చప్పుడు చేయకుండా నడిచే ఒకనౌకరు చేతిలో పెట్టి, దానితోపాటు ఒక వెండి రూపాయి కూడా చేర్చి ఆ ఇంద్ర జాలికుడి గదికి పంపాను.

ఐదు నిమిషాల్లో జవాబు వచ్చింది. 'సర్ మహ్మద్ బే మిమ్మల్ని తక్షణం కలుస్తారు. ఆయన బ్రేక్ ఫాస్టుకు సిద్ధం అవుతున్నారు. బ్రేక్ ఫాస్ట్ తనతో కలిసి తినటానికి రావలసిందిగా మిమ్మల్ని ఆహ్వానిస్తున్నారు.

తొలి విజయంతో నాకు ప్రోత్సాహం కలిగింది. ఆ నౌకరు మేడమీదికి దారి తీశాడు. మహ్మద్ బే ఒక టేబుల్ దగ్గర కూర్చొని ఉన్నారు. అక్కడ టీ, టోస్టు, జాం అమర్చి ఉన్నాయి. ఆ ఈజప్షియన్ నాకు స్వాగతం చెప్పటానికి లేవలేదు. దానికి బదులు తనకెదురుగా ఒక కుర్చీ చూసి దృఢంగా ధ్వనించే స్వరంలో:

"దయచేసి కూర్చోండి. నేను ఎన్నడూ కరచాలనం చెయ్యను. క్షమించాలి."

ఆయన వదులుగా ఉన్న బూడిదరంగు డ్రెస్సింగ్ గౌన్‌లో ఉన్నారు. సింహం జూలు వంటి గోధుమరంగు జుట్టు ఆయన తలమీద ఉంగరాలు తిరిగి ఒక పాయ ఆయన నుదుటి మీద నాట్యం చేస్తున్నది. ఆయన మాట్లాడుతుంటే తెల్లగా మెరిసే పళ్లు నవ్వుతున్నాయి.

''నాతో బాటు బ్రేక్ ఫాస్ట్ చేస్తారా!''

ఆయనకు ధన్యవాదాలు తెలిపాను. టీ తాగుతూ ఈ హోటల్లో ఆయనకు ఎంత ఆశ్చర్యం కొలిపే పరపతి ఉన్నదో వివరించాను. ఆయనను కలుసుకొనే ప్రయత్నానికి పూర్వం నేను ఎంత ఆలోచించానో కూడా ఆయనకు చెప్పాను. ఆయన హృదయపూర్వకంగా నవ్వి నిస్సహాయంగా సగం చెయ్యి గాలిలోకి ఎత్తారు. ఏమీ మాట్లాడలేదు.

కొంత నిశ్శబ్దం ''మీరేదైనా పేపర్ తరఫున వచ్చారా?'' ఆయన ప్రశ్న.

''కాదు. నేను ఒక రహస్య లక్ష్యంతో భారతదేశం వచ్చాను. కొన్ని అసాధారణ విషయాలు అధ్యయనం చేయటానికి, సాహిత్య ప్రక్రియకు వీలయితే నోట్స్ తయారు చేసికొనటానికి వచ్చాను.''

''ఇక్కడ చాలాకాలం ఉండబోతున్నారా?''

''అదంతా పరిస్థితులను బట్టి ఉంటుంది. నేను ఇంతకాలం అని నిర్ణయించుకోలేదు.'' నా జవాబు. ఈ ముఖాముఖిలో ఇంటర్వ్యూ చేయటానికి వచ్చిన వ్యక్తి ఇంటర్వ్యూ చేయబడుతున్న అనుభూతి కలుగుతున్నది నాకు. ఆయన తర్వాతి మాటలు నాకు కొంత ధైర్యం కలిగించాయి.

''నేనూ ఇక్కడికి దీర్ఘయాత్రలోనే వచ్చాను. బహుశ ఏడాది లేదా రెండేళ్లు కావచ్చు. ఆ తర్వాత ఇంకా దూరాన ఉన్న తూర్పు దేశాలకు వెళ్తాను. నేను ప్రపంచమంతా చూసిన తర్వాత, అల్లా అనుమతించితే, నా స్వదేశం ఈజిప్ట్ తిరిగి వెళ్తాను.''

నౌకరు వచ్చి టేబుల్ మీద మేము తిన్నతర్వాత మిగిలినవన్నీ తీసుకు వెళ్లాడు. మరొక అడుగు ముందుకు వేసి లోతునీటిలో దిగటానికి ఇదే సమయం అనిపించింది.

''మీకు ఈ మాంత్రిక శక్తులు ఉన్నాయంటారు. నిజమేనా?'' ముక్కుసూటిగా ప్రశ్నించాను.

నింపాదిగా, ధైర్యంగా ఆయన ''అవును, సర్వశక్తియుతుడయిన అల్లా నాకు ఈ శక్తులు ప్రసాదించాడు.'' అన్నారు.

నేను సందేహించాను. ఆయన నల్లని కళ్లు నన్నే తదేకంగా చూస్తున్నాయి.

''నా శక్తులు ప్రదర్శించితే చూద్దామనున్నది అవునా?'' ఆయన ఉన్నట్లుండి అడిగారు.

నా ఉద్దేశ్యాన్ని కరెక్ట్‌గా ఊహించారు ఆయన. నేను అవునన్నట్లు తలూపాను.

''శుభం మీ దగ్గర ఒక పెన్సిల్ పేపర్ ఉన్నవా?''

నేను నా పాకెట్ బుక్ కోసం జేబులు తడిమి, అందులోనించి ఒక పేపర్ చింపాను. తర్వాత పెన్సిల్ బయటికి తీశాను.

''బాగుంది'' ఆయన స్పందన ''ఇప్పుడు ఆ కాగితం మీద ఏదైనా ప్రశ్న వ్రాయండి.'' ఆ మాటతో ఆయన కిటికీ దగ్గరి చిన్న టేబుల్ దగ్గరికి కదిలారు. వీపు నా వైపు తిప్పి కిటికీ లోనుంచి బయటకు చూస్తున్నారు. ఇప్పుడు మా యిద్దరి మధ్య చాల అడుగుల దూరం ఉన్నది.

''ఎటువంటి ప్రశ్న?'' నా విచారణ.

''మీకేది తోస్తే అది.'' ఆయన వెంటనే జవాబు.

నా బుర్రలో కొన్ని ఆలోచనలు నాట్యం చేశాయి కొంతసేపు. చివరికి నేనొక చిన్న ప్రశ్న రాశాను. అది: ''నాలుగేళ్ల క్రితం నేను ఎక్కడ నివసించాను?''

''ఇప్పుడు ఆ కాగితాన్ని ఒక చిన్న చదరం అయ్యేవరకు మడవండి.'' ఆయన ఆదేశం. ''అది వీలయినంత చిన్నదిగా మడవండి.''

ఆయన సూచన అనుసరించాను. అప్పుడు ఆయన తన కుర్చీ మా టేబుల్ దగ్గరికి లాక్కున్నారు. నాకెదురుగా కూర్చున్నారు.

''ఆ పేపరును పెన్సిల్‌తో సహా మీ కుడిచేతి గుప్పిట్లో బిగించండి.''

ఆ వస్తువులు గుప్పిట్లో బిగపట్టాను. ఆ ఈజిప్షియన్ కళ్లు మూసుకున్నాడు. ఆయన ఏదో ఏకాగ్రతలో మునిగిపోతున్నట్లు అనిపించింది. ఆ తర్వాత ఆయన కనురెప్పలు బరువుగా తెరుచుకున్నాయి. ఆ నీలికళ్లు నావైపు నిశ్చలంగా చూసాయి. అప్పుడు ఆయన నింపాదిగా:

''మీరడిగిన ప్రశ్న'' నాలుగేళ్ల క్రితం నేను ఎక్కడ నివసించాను?' అనే కదా!''

''మీరు కరెక్ట్!'' అత్యాశ్చర్యంలో నేను బదులు చెప్పాను. ఇది అసాధారణమైన మానస పఠనం!

''ఇప్పుడు మీ చేతిలోని కాగితం మడతలు విప్పండి.'' ఆయన మాటలు నా ఆశ్చర్యాన్ని ఛేదించాయి.

నేను ఆ చిన్న ముక్క టేబుల్ మీద పెట్టి మడతలు అన్నీ ఒక్కొక్కటే విప్పాను. చివరికి కాగితం యధాస్థితికి వచ్చింది.

"దానిని పరీక్షించండి!" అవతలి వ్యక్తి ఆజ్ఞ. నేను ఆయన ఆదేశం పాలించి ఒక ఆశ్చర్యకరమైన విషయం కనుక్కున్నాను. ఏదో అదృశ్య హస్తం నాలుగేళ్ల క్రితం నేను నివసించిన ఊరి పేరు పెన్సిల్‌తో వ్రాసింది! సరిగా నా ప్రశ్న కిందనే జవాబు ఉన్నది.

మహ్మద్ విజయోత్సాహంతో నవ్వారు.

"అక్కడ సమాధానం ఉన్నది. అది కరెక్ట్ కదా!" ఆయన అడిగాడు.

నేను ఆశ్చర్యంలో తల ఆడించాను. నేను ఆశ్చర్యంలో తలమునకలై ఉన్నాను. ఆ ఫీట్ నమ్మశక్యం గాకుండా ఉన్నది. పరిక్షించటానికి నేను ఆ ఫీట్ తిరిగి చేయుమని అడిగాను. వెంటనే ఒప్పుకొని, ఆయన ఇందాకటి వలెనే కిటికీ దగ్గరకు వెళ్లారు. నేను మరొక ప్రశ్న వ్రాశాను. నాకు దగ్గరలో ఉంటే నేను వ్రాసింది చూసి ఉంటారనే అపవాదు తప్పించుకోవటానికే ఆయన దూరంగా వెళ్లారు. అంతేకాదు – నేను ఆయనను జాగ్రత్తగా గమనిస్తున్నాను. ఆయన దృష్టి వీధిలో క్రింద కనిపించే రంగురంగుల దృశ్యం మీదనే ఉన్నది.

మళ్లీ నేను పేపరు మడిచి పెన్సిల్‌తో బాటు నా గుప్పిట్లో గట్టిగా బిగించాను. ఆయన తిరిగి టేబుల్ దగ్గరకు వచ్చారు. మరొక గాఢమైన ఏకాగ్రతతో మునిగిపోయారు – కళ్లు మూసుకొని. అప్పుడు ఆయన నోటి వెంట వచ్చిన మాటలు:

'మీరెండవ ప్రశ్న – 'రెండు సంవత్సరాల క్రితం నేను సంపాదకత్వం చేసిన పత్రిక పేరు ఏమిటి?"

ఈ సారి కూడా ఆయన నా ప్రశ్నకు సమాధానం సరిగ్గా చెప్పారు. ఆలోచనలను చదవటం అంటే ఇదేనేమో!

నా చేతిలోని కాగితం ముక్కను తెరువుమని ఆయన మరొకసారి చెప్పారు. నేను దాన్ని టేబుల్ మీద చదునుగా పరిచాను. నన్ను ఆశ్చర్యంలో ముంచివేస్తూ నేను పని చేసిన పత్రిక పేరు పెన్సిల్‌తో కొంచెం మోటుగా వ్రాసి ఉన్నది!

గారడియా! అది అసంభవమని, ఆ ఆలోచనను అవతలికి నెట్టాను. పేపర్, పెన్సిల్ నా జేబులో నించి వచ్చినవే! ప్రశ్నలు అంతక్రితం ఆలోచించి పెట్టినవి కావు. ప్రతిసారి మా ఇద్దరి మధ్య చాల అడుగుల దూరం ఉండేట్లు మహ్మద్ జాగ్రత్త పడ్డాడు. అదీగాక ఈ ఫీట్ పట్టపగలు సూర్యకాంతిలో జరిగింది!

వశీకరణమా? కనుకట్టా? ఆ విషయం నేను బాగానే అధ్యయనం చేశాను. అటువంటి ప్రభావం కలిగించటానికి ఎవరయినా ప్రయత్నించుతుంటే నాకు స్పష్టంగా తెలుస్తుంది. అటువంటి శక్తులనుంచి ఎలా కాపాడుకోవాలో నాకు బాగా

తెలుసు – మాంత్రిక శక్తితో జోడించిన మాటలు ఆ కాగితం[4] మీద ఇంకా అలాగే ఉన్నవి.'

నేను మళ్లీ దిమ్మెర పోయాను మూడోసారి మళ్లీ ఆ ప్రయోగం మరొకసారి అడిగాను. ఆయన ఆ ఆఖరు పరిక్షకు ఒప్పుకున్నారు. ఈసారి కూడా ఆయన విజయం సాధించారు.

వాస్తవాలకు తిరుగులేదు. ఆయన నా మనసులో మాట తెలుసుకున్నారు (అనినా నమ్మకం)! ఆయన ఎలాగోలా అంతు తెలియని మంత్రవిద్యతో నేను గుప్పిట్లో బిగించి పట్టుకున్న కాగితం మీద ఏదో అదృశ్య హస్తం చేత కొన్ని మాటలు వ్రాయించారు. ఆ మాటలే నా ప్రశ్నలకు సరయిన సమాధానాలుగా తేలాయి.

ఆయన ఉపయోగించే వింత పద్ధతి ఏమిటి?

ఆ విషయాన్ని గురించి ఆలోచించుతుంటే నాకు అసాధారణమైన విలక్షణ శక్తుల సన్నిధి నాకు అనుభూతి కలిగింది. సామాన్యమైన మనసుకు ఇది నమ్మశక్యం గాని విషయం. అతి లోకాతీతమైంది. మతి ఉన్న ఉనికికి సంబంధించనిది. ఒక విధమైన తెలిసీ తెలియని భయంతో దాదాపు నా గుండె ఆగినంత పనయింది.

"ఇది చేయగలవాళ్లు ఇంగ్లండ్‌లో ఉన్నారా?" ఆయన కొంత డాంబికంగా అడిగారు వారి పరికరాలను ఉపయోగించనిస్తే ఈ ఫీట్ ప్రదర్శించగల వృత్తి మాంత్రికులు అనేకులు ఉన్నారు. కాని ఇటువంటి పరిక్షకు నిలువగల వారెవరూ నా ఎరుకలో లేరని నేను ఒప్పుకొని తీరాలి.

'మీ రహస్యం చెప్పగలరా?' భయం గానే అడిగాను. ఆయన వృత్తి రహస్యాలు చెప్పమని అడగటం చందమామను తెచ్చి ఇమ్మని అగటం లాంటిదేనని నా భయం.

ఆయన భుజాలు ఎగరేశారు.

"నా రహస్యాలు చెబితే పెద్దమొత్తాలు ఆశ చూపారు. అనేకులు. కాని నేను ఇప్పుడే ఆ పనిచేయదలచుకోలేదు."

"మనస్తత్వ విషయాలలో నేను అజ్ఞానిని కాదని మీకు తెలుసునను కుంటాను" నేను ధైర్యం చేసి అడిగాను.

"తప్పకుండా. నేనెప్పుడయినా యూరప్ వస్తే – అది సుసాధ్యం – మీరు నాకు కొంత సాయపడగలరు. అప్పుడు నేను నా ప్రయోగాలలో ట్రెయినింగ్ ఇస్తాను. అప్పుడు, మీరు తలుచుకుంటే నేను చూపే విద్యలన్నీ మీరూ చేయగలరు."

---

4. ఆ కాగితం ముక్క నా దగ్గర చాల సంవత్సరాలు ఉన్నది. ఆ కాలం మొత్తంలో ఆ వ్రాత కాగితం మీద మాయమవలేదు. నేను ఇద్దరు ముగ్గురు వ్యక్తులకు అది చూపించాను. వారు ఆ జవాబులు వెంటనే గుర్తించారు. కనుక ఆ అనుభవం భ్రమకాదని ఋజువైంది.

''ఆ ట్రెయినింగ్ ఎంతకాలం పట్టుతుంది?''

అది మనిషిని బట్టి ఉంటుంది. మీరు శ్రమించి రోజంతా అందులోనే సమయం వెచ్చించ గలిగితే ఒక మూడు నెలలలో ఆ పద్ధతులు అర్థం చేసుకోవచ్చు. ఆ తర్వాత సంవత్సరాల తరబడి ప్రాక్టీసు అవసరం కావచ్చు.''

మీ ఫీట్స్‌ను స్థూలంగా వివరించ గూడదా! మీ రహస్యాలు చెప్పనక్కర్లేదు. కేవల సిద్ధాంత పరంగా చెబితే చాలు.'' నేను పట్టువదలలేదు.

నా అభ్యర్థనను మహమ్మద్ కొంతసేపు మధించారు.

''సరే! మీ కోసం అంతవరకు చేయటానికి నేను సిద్ధం.'' ఆయన మృదువుగా జవాబు ఇచ్చారు.

నేను నా షార్ట్ హాండ్ పుస్తకం వెతికి బయటకు తీసి, నోట్స్ రాసుకోవటానికి పెన్సిల్‌తో సిద్ధమయ్యాను.

''ఇప్పుడు కాదు. ఈ ఉదయం కాదు.'' ఆయన నవ్వుతూ అడ్డు తగులుతారు, ''నేను బిజీగా ఉన్నాను. ప్రస్తుతానికి నన్ను క్షమించండి. రేపు ఉదయం పదకొండు గంటలకు రండి. మన సంభాషణ కొనసాగించుదాం.''

★

అనుకున్న సమయానికి టంచనుగా నేను మహ్మద్ బే గదిలో సిద్ధం అయాను. టేబుల్ మీద ఉన్న ఈజిప్షియన్ సిగరెట్ పెట్టె ఒకటి నా వైపు తోశారు. నేనొకటి తీసుకున్నాను.ఆయన నా సిగరెట్ వెలిగించుతూ

''ఇవి నా స్వదేశం నించి వచ్చాయి. బాగుంటాయి.'' అన్నారు.

మేము కుర్చీలలో వెనక్కువాలి కొద్ది దమ్ములు లాగాం. పొగ మంచి వాసన వేస్తున్నది. ఈ సిగరెట్లు నిజంగానే చాలా బాగున్నాయి.

''ఊ. అయితే ఇప్పుడు మీ ఇంగ్లీషు మిత్రుల భాషలో నేను నా సిద్ధాంతాలు వివరించాలి. నాకు మాత్రం అవి వాస్తవాలు.'' మహ్మద్ బే సరదాగా నవ్వుతారు. ''నేను వ్యవసాయంలో ప్రవీణుడిననీ, నాకు అందులో డిప్లమా ఉన్నదనీ తెలిస్తే మీరు ఆశ్చర్యపోవచ్చు''. ఆయన సంబంధం లేకుండా మాట్లాడారు.''

నేను నోట్స్ గిలికాను వెంటనే.

''దీనికీ మంత్రవిద్యలో నా అభిరుచికీ పొత్తుకుదరని నాకు తెలుసు.'' ఆయన చెబుతున్నారు. నేను తలెత్తి ఆయన వైపు చూశాను. ఆయన పెదవులమీద నవ్వు మెరుస్తుండటం గమనించాను. ఆయన నన్ను పరీక్షగా చూస్తున్నారు. ఈయనలో ఒక 'మంచికథ' ఉన్నదని నాకు అనిపించుతుంది.

“మీరు పాత్రికేయులు గదా! నేను మాంత్రికుడిని ఎలా అయానో తెలుసుకోవాలని ఉంటుంది బహుశ.” ఆయన ప్రశ్నార్థకం.

నేను ఆతృతతో తల ఆడించాను.

శుభం, నేను దేశం మధ్యలో ఉన్న రాష్ట్రంలో పుట్టాను. కాని పెరిగింది మాత్రం కైరోలో. స్కూలు పిల్లలకు మామూలుగా ఉండే అభిరుచులు, ఆసక్తులతో నేనూ ఒక కుర్రవాడినేనని చెప్పాలి ఇక్కడ. వ్యవసాయం వృత్తిగా చేపట్టాలని నాకు చాలా కోరిక ఉండేది. కనుక నేను ఒక ప్రభుత్వ వ్యవసాయ కళాశాలలో చదివాను. ఎంతో ఉత్సాహంతో చాల కష్టపడి చదివేవాడిని.

“ఒక రోజు నేను నివసించే ఇంటిలోనే ఒక ముసలాయన ఒక ఎపార్ట్ మెంట్‌లో చేరారు. ఆయన ఒక యూదుడు. దట్టమైన కనుబొమలు, పొడవాటి నెరిసిన గడ్డంతో ఆయన ముఖం ఎప్పుడూ తీవ్ర గంభీరంగా ఉండేది. ఆయన పోయిన శతాబ్దంలో నివసించుతున్నట్లు కనిపించేవాడు. ఎప్పుడూ పాతకాలపు దుస్తులు ధరించేవాడు. ఆ ఇంటిలో ఉండేవారి నందరినీ అంటరానంత దూరంలో ఉంచి ఆయన చాలా అల్పభాషిగా, కలవకుండా ఉండేవాడు. ఆయన అలా ఎవరితోనూ కలవకుండా ఉంటే నేనూ అలాగే ఉండవలసింది. కాని ఎందుకో నాలో కుతూహలం రేగింది. ఆయనతో పరిచయం చేసికొనటానికి పట్టుబట్టి శ్రమించాను. మొదట్లో ఆయన నన్ను కసురుకునేవాడు. అది నా కుతూహలానికి అగ్నికి ఆజ్యం పోసినట్లయింది. ఆయనను సంభాషణలోకి దించటానికి నేను నిత్యము చేసే ప్రయత్నాలతో ఆయన చివరికి తల వంచాడు. ఆయన తలుపులు తెరిచి తన జీవితంలో అడుగు పెట్టటానికి నన్ను అనుమతించారు ఆయన వింతయిన అధ్యయనం, వికారమయిన అభ్యాసాలతో కాలం గడుపుతున్నారని అప్పుడు తెలిసింది నాకు. క్లుప్తంగా చెప్పాలంటే లోకాతీత విషయాలలో పరిశోధన చేస్తున్నట్లు ఆయన అంగీకరించారు.

“ఆలోచించండి. అప్పటివరకూ నా జీవితం చదువు ఆటలు అనే మామూలు గాడిలో నడిచింది. ఇప్పుడు హఠాత్తుగా నాకు పూర్తిగా వైవిధ్యమైన జీవనం ఎదురయింది. అంతేకాక నాకు అది బాగా నచ్చింది కూడా. లోకాతీతం, ప్రకృతికి అతీతం అంటే ఇతర కుర్రవాళ్లకు లాగా నాకు భయం వెయ్యలేదు. అందులో ఘన సాహసాలు ద్యోతకం కావటంతో, నా ఉత్సాహం వెల్లువయింది. ఆ విషయాలు నాకు కూడా నేర్పుమని ఆ యూదు వృద్ధుడిని బతిమాలి. కాళ్లా వేళ్లా పడ్డాను. చివరికి ఎలాగో ఆయన సమ్మతించారు. ఈ విధంగా నేను కొత్త అభిరుచులకు, కొత్త స్నేహితులకు పరిచయం అయ్యాను. ఆ యూదు నన్ను కైరోలో ఒక సమాజానికి తీసికొని వెళ్లారు. అక్కడవారు మాయాజాలం, ఆధ్యాత్మికత, దివ్యజ్ఞానం, గుప్తజ్ఞానం

వంటి విషయాల మీద ప్రయోగాత్మక పరిశోధనలు జరుపుతున్నారు. ఆయన వారికి తరుచు ఉపన్యాసాలు ఇచ్చేవారు. ఈ సమూహంలో సంఘజీవులు, విద్వాంసులు, ప్రభుత్వ అధికారులు, ఇంకా హోదా గల అనేకులు ఉన్నారు.

అప్పుడే నేను ఇంకా యౌవనంలోకి అడుగుపెడుతున్నాను. అయినా ఆ వృద్ధుడితో బాటు ఆ సమాజంలో నడిచే సమావేశాలు అన్నీ హాజరు కాటానికి నన్ను అనుమతించారు. ప్రతి సందర్భంలోనూ నేను ఆతృతతో వినేవాడిని. నా చుట్టూ జరిగే సంభాషణలలో ప్రతి ఒక్క మాటనూ నా చెవులు విని ఆకళింపు చేసికొనేవి. అక్కడ జరిగే వింత ప్రయోగాలను నా కళ్లు తీక్ష్ణమైన ఉత్సుకతతో పరిశీలించేవి. ఈ లోకాతీత విషయాల అధ్యయనానికి ఎక్కువ సమయం వెచ్చించే ప్రయత్నంలో వ్యవసాయ రంగంలో నా సాంకేతిక అధ్యయనం నిర్లక్ష్యం పాలుగాక తప్పలేదు. కాని ఆ అధ్యయనంలో నా సహజ ప్రజ్ఞ కారణంగా ఎక్కువ శ్రమ పడలేకుండా ఆ డిప్లొమా పరీక్షలు గట్టెక్కాను.

''ఆ యూదు నాకు అరువిచ్చిన బూజుపట్టి కంపుకొడుతున్న పాత పుస్తకాలు అధ్యయనం చేసి, ఆయన నేర్పిన మాయల మంత్రాల ఆచరణ, ఇతర అభ్యాసాలు ప్రాక్టీస్ చేసేవాడిని. నేను త్వరగా పురోగమించసాగాను. ఆయనకు తెలియని విషయాలు కూడా నేను కనుగొనసాగాను. చివరికి ఈ కళలో నన్ను ప్రవీణుడిగా గుర్తించారు. కెయిరో సొసైటీలో నేను ఉపన్యసాలు ఇచ్చి ప్రదర్శనలు ఇచ్చే స్థాయికి చేరాను. నన్ను సొసైటీ అధ్యక్షుడిగా ఎన్నుకునేటంత వరకూ అలా కొనసాగాను. పన్నెండు సంవత్సరాలు ఆ సొసైటీకి నాయకుడిగా ఉన్నాను. నేను ఈజిప్ట్ వదిలి విరివిగా డబ్బు సంపాదించటానికి ఇతర దేశాలు కూడా పర్యటించాలనుకున్నాను.' ఆ పదవికి రాజీనామా చేశాను.''

మహ్మద్ బే మాట్లాడటం అపారు. జాగ్రత్తగా మలచిన ఆయన వేళ్లు – నేను ఆ విషయం గమనించక పోలేదు – సిగరెట్ నుసి దులిపాయి.

'కష్టమైన పనే!''

ఆయన నవ్వారు. ''నాకు అది సులువైన పనే. మనకు కావలసిందల్లా నా మంత్రశక్తులు వినియోగించదలిచే ధనికాగ్రేసరులు కొందరు మాత్రమే. ఇప్పటికే కొందరు సంపన్నులైన పార్శీలు, హిందువులు నన్నెరుగుదురు. వారి సమస్యలకు, కష్టాలకు పరిష్కారాలు తెలుసుకోటానికి వారు నన్ను సంప్రదించటానికి ఇక్కడికి వస్తారు. లేదా వారి చేతికందకుండా పోతున్న కొన్ని విషయాలను కనుక్కోవటానికి, లేదా మంత్రవిద్యతో మాత్రమే రాబట్ట గలిగే సమాచారాన్ని తెలిసి కొనటానికి, నా దగ్గరికి వస్తారు. వారివద్ద సహజంగా బాగా ఎక్కువ ఫీజు వసూలు చేస్తాను. కనీస

ధర నూరు రూపాయిలు. నిజానికి నేను బాగా డబ్బు సంపాదించి, ఈ హంగామా అంతా వదిలేసి ఈజిప్ట్ లో ఏదో మధ్య రాష్ట్రంలో విశ్రాంతి తీసికోవాలనేది నా కోరిక. ఒక పెద్ద నారింజ తోటకొని మరొకసారి నా వ్యవసాయ వృత్తి చేపట్టుతాను.''

''మీరు ఈజిప్ట్ నుంచి నేరుగా ఇక్కడి వచ్చారా?''

''కాదు – నేను సిరియా, పాలెస్టిన్‌లలో కొంత కాలం గడిపాను. నా శక్తులను గురించి విన్న సిరియా పోలీసు ఆఫీసర్లు అప్పుడప్పుడు నా సాయం కోరేవారు. ఏదైనా నేరం వారికి దారీ తెన్ను తెలియనప్పుడు ఆఖరు ప్రయత్నంగా నా సాయం కోరేవారు. దాదాపు ప్రతిసారీ నేరస్థుడిని పట్టి ఇవ్వటంలో నేను సఫలుడిని అయినాను.''

''మీరు ఎలా చేయగలిగారు?''

''ఆ నేరాల అంతర్గత రహస్యాలను నాకు నా పరిచారక ఆత్మలు తెలిపేవారు నా కళ్లముందు అదృశ్యాలు సృష్టించేవారు.''

మహ్మద్ బే ఏదో గతంలోని స్మృతులను నెమరు వేస్తూ మౌనం వహించారు. ఆయన చెప్పబొయ్యేది వినటానికి నేను ఓపిక పట్టి కూర్చున్నాను.

''అవును. మీరు నన్ను భూతమాంత్రికుడుగా చిత్రించవచ్చు నేను భూతప్రేతాల సాయంతో పని చేస్తాను గనుక.'' ఆయన అన్నారు.

''కాని నేను మీరనే అసలైన ఇంద్రజాలికుడిని కూడా – మాయల మారి కాదు – దానికి తోడు మీ ఆలోచలను చదువ గలను కూడా. ఇంతకు మించి నేనేమీ చేయను.''

ఇంకేమీ జోడించకుండానే ఆయన క్లెయిం అదరగొట్టేదిగా ఉన్నది.

''మీ అదృశ్య ఉద్యోగులను గురించి ఏమయినా చెప్పండి.'' ఆయనను అడిగాను.

''ఆత్మలా? ప్రస్తుతం నాకు ఉన్న నియంత్రణ సాధించటానికి మూడు సంవత్సరాల తీవ్ర కృషి చేయవలసి వచ్చింది. మన భౌతిక ఇంద్రియాలకు అతీతంగా ఉన్న ఆ లోకంలో మంచి శక్తులూ, దుష్టశక్తులూ రెండూ ఉన్నాయి. నేను మంచి శక్తులను మాత్రమే ఉపయోగించుతాను. వారిలో కొందరు మానవులుగా జీవించి మనం మరణం అని పిలిచే ఘట్టం తర్వాత అక్కడికి చేరినవారు. కాని నా పరిచారకులలో దాదాపు అందరూ జిన్‌లు – అంటే ఆ ప్రపంచపు వాస్తవ్యులు. వారు మనుష్య జన్మ ఎరుగరు. వారిలో కొందరు అచ్చు జంతువులే. మిగిలిన వారు మన మానవులంత తెలివి తేటలు గలవారు. వారిలో దుష్టులైన జిన్స్ కూడా ఉన్నారు. ఈజిప్ట్‌లో మేం వాటిని జిన్స్ అంటాము – దీనికి సరితూగే ఇంగ్లీషు పదం నాకు తెలియదు. కొంచెం తక్కువ స్థాయి మాంత్రికులు ముఖ్యంగా ఆఫ్రికా భూతవైద్యులు

వీటిని ప్రయోగించుతుంటారు. నేను వాటి జోలికి పోను. వారు ప్రమాదకారులైన పరిచారకులు. కొన్నిసార్లు తమను ప్రయోగించుతున్న వ్యక్తికి ఎదురు తిరిగి అతన్ని చంపుతారు కూడా.''

''మీరు ప్రయోగించే జీవాత్మలు ఎవరు?''

''వారిలో ఒకరు నా సోదరుడే. ఆయన కొన్ని సంవత్సరాల క్రితం మరణించాడు. కాని నేను ఆ ఆత్మల మాధ్యమాన్ని మాత్రం కాదని గుర్తించుకోండి. ఎందుకంటే నాదేహంలోకి ఏ ఆత్మా ప్రవేశించదు, నన్ను ఏవిధంగానూ కంట్రోల్ చెయ్యదు. నా సోదరుడు తను అనుకున్న ఆలోచనను నా ఎదుట మనసులో నాటి, లేదా నాకంటి ఎదటి ఒక్క చిత్రం చూపి నాతో వర్తమానం జరుపుతాడు. నిన్నటి మీ ప్రశ్నలు నాకు అలానే తెలిశాయి.''

''మరి జిన్స్?''

''ప్రస్తుతం ఒక ముప్పై మంది నా ఆధీనంలో ఉన్నారు. వారిమీద ఆధిపత్యం సాధించిన తర్వాత కూడా – పసిపిల్లలకు శిక్షణ ఇచ్చినట్లుగా – నేను చెప్పింది చేయటానికి వారికి శిక్షణ ఇవ్వవలసి వచ్చింది. వారి ప్రతివారి పేరూ తెలిసి ఉండాలి. వారి పేర్లు తెలియకుండా వారిని పిలవటం, ఉపయోగించటం సాధ్యం కాదు. ఈ పేర్లుకొన్ని ఆ యూదు వృద్ధుడు నాకు ఇచ్చిన బూజు పట్టిన పుస్తకాలలో నేర్చుకున్నాను.''

మహ్మద్ బే సిగరెట్ పెట్టె మరొకసారి నాకేసి తోసి, చెప్పసాగారు:

''నేను ప్రతి ఆత్మకూ ఒక డ్యూటీ ఇచ్చాను. ప్రతి ఒక్కరూ ఒక్కొక్క పనిచేయటానికి శిక్షితులయినారు. మీ కాగితం మీద పెన్సిల్‌తో వ్రాసిన మాటలు ఉత్పత్తి చేసిన జిన్స్ మీ ప్రశ్నల స్వభావం ఏమిటో చెప్పలేరు.''

'' ఆత్మలను మీరు ఎలా సంప్కరం చేస్తారు?'' నా తర్వాతి ప్రశ్న.

''నా ఆలోచన వారిమీద కేంద్రీకరించి వారిని త్వరగానే పిలువగలను. కాని ప్రాక్టీసులో నాకు కావలసిన ఆత్మపేరు అరెబిక్‌లో వ్రాస్తాను. ఆ ఆత్మ వెంటనే నా దగ్గరికి రావటానికి ఆ మంత్రం చాలు.''

ఈజిప్షియన్ తన వాచ్ చూస్తారు. ఆయన లేచి.

''మిత్రమా, ఇంతకు మించి నా – పద్ధతులను గురించి వివరించలేను. నేను వాటిని ఎందుకు రహస్యంగా దాచాలో ఇప్పటికి మీకు అర్థమయిందనుకుంటాను. అల్లా అనుగ్రహిస్తే మళ్లీ కలుద్దాం. అంతవరకు శలవు.''

ఆయన వంగినప్పుడు ఆయన పళ్లు నవ్వుతో మెరిశాయి. ఇంటర్వ్యూ ముగిసింది

★

బాంబేలో రాత్రి. రాత్రి ఆలస్యంగా పడుకున్నాను. నిద్ర పోవటానికి కాదు. గాలి భారంగా ఉండి నాకు ఊపిరాడటం లేదు. గాలిలో ఆక్సిజన్ లేనట్టున్నది. ఆ వేడి భరించ శక్యంగాకుండా ఉన్నది. ఎలక్ట్రిక్ ఫాన్ నుంచి వచ్చేగాలి ఏమీ సేద తీర్చటం లేదు. అలసి ఉన్న నా కళ్లు మూతలు పడటానికి ఏమీ ప్రయోజనం లేకుండా ఉన్నది. మామూలుగా ఊపిరి తీసికొని వదలటమే ఒక ప్రత్యేక శ్రమ అయింది. ఆ వేడిగాలి అలవాటు లేని నా ఊపిరితిత్తులు ప్రతి ఉచ్ఛ్వాస్వానికీ బాధపడుతున్నాయి. నా ఒళ్లు నీరుగారి జావగారి పోయింది. ధారా పాతంగా కారుతున్న చెమటతో నా గుడ్డలు తడిసి పోతున్నాయి. అన్నిటికంటె దౌర్భాగ్యం నా మనసుకు విశ్రాంతి కరువైంది. ఈ రాత్రి నిద్రలేమి రాక్షసి నా జీవితంలో ప్రవేశించింది. నేను ఈ దేశం వదలటానికి వేయపోయే చివరి అడుగు వరకు నన్ను వెంటాడబోతున్నది. ఈ ఉష్ణమండలానికి అలవాటు పడటానికి రుసుము చెల్లించటం మొదలయింది.

నా పడక చుట్టూ ముసుగు లాగ ఒక దోమ తెర వేలాడుతున్నది. వరండా లోకి తెరచుకున్న కిటికీ లోనుంచి వచ్చే వెన్నెల పేలవమైన పైకప్పు మీద భయంగొలిపే వింతవింత నీడలు పరుస్తున్నది.

ఈ ఉదయం మహ్మద్ బే తో సంభాషణ, క్రితం రోజున జరిగిన దిగ్భ్రమ గొలిపే సంఘటనలు ఆలోచించుతూ, ఆయన చెప్పినది గాక మరేమయినా వివరణ దొరుకుతుందేమోనని ఆలోచించాను. కాని నాకేమీ తోచలేదు. ఆయన చెప్పినట్లు నిజంగానే సుమారు ముప్పై మంది పరిచారక ఆత్మలు ఉంటే, మనం నిజంగానే మధ్యయుగంలోకి – ఇతిహాసం అబద్ధ మాడదు అని నమ్మి – వెళ్లాం. అప్పుడు యూరప్ ప్రతి నగరంలోను మాంత్రికులు మంచి వృద్ధిలో ఉన్నారు. అప్పుడు వారికి చర్చ్, ప్రభుత్వమే ప్రతిబంధకాలు.

సమాధానాల కోసం ఎంత తీవ్రంగా ప్రయత్నించితే అంత తీవ్రంగాను ఆశ్చర్యంతో అవాక్కయి నేను దిరుగుతున్నాను.

నన్ను పేపరుతో బాటు పెన్సిల్ కూడా పట్టుకోమని మహ్మద్ ఎందుకు ఆదేశించారు? పేపరు మీద రాయటానికి ఆయన సేవకాత్మలు పెన్సిల్ సీసంలో నుంచి కొన్ని అణువులు తీసుకున్నారా?

అటువంటి ప్రదర్శనలు ఇంకెక్కడైనా చూశానా అని జ్ఞాపకాల బుట్టలో వెతికాను. చైనా, టార్తారీ, టిబెట్‌లలో ఎటువంటి సంపర్కమూ లేకుండానే పెన్సిల్ వ్రాతలు ప్రదర్శించిన మాంత్రికులను గురించి తన యాత్రల పుస్తకంలో ఎక్కడో ఆ వెనిస్ పర్యాటకులు మార్కొపొలో రాయలేదూ? భయం గొలిపే ఈ వింత కళ తమ పూర్వీకులకు శతాబ్దాల క్రితమే తెలిసి వారు ప్రయోగించేవారని ఆ ఇంద్ర జాలికులు ఆయన తెలియ జెప్పారు గదూ!

హెలెనా పెట్రొవ్నా బ్లావట్ స్కీ – దివ్యజ్ఞాన సమాజం స్థాపించిన నిగూఢ రష్యన్ మహిళ – సుమారు యాభై సంవత్సరాల క్రితం దాదాపు ఇటువంటిదే ఒక సమానాంతర ప్రక్రియ సృష్టించింది. ఆమె సమాజంలో కొందరు అభిమానులైన సభ్యులకు సుదీర్ఘ సందేశాలు అందాయి. అందులో వేదాంత పరమైన ప్రశ్నలు ఉన్నాయి. వాటికి సమాధానాలు గిలికి ఉన్నాయి. ఆమె వాటిని వడకట్టగా మిగిలినవిగా తేల్చింది. ప్రశ్నలు ఉన్న కాగితం మీదనే మిగిలిన అక్షరాలు! మార్కోపోలో ఆ ప్రయోగాలు దర్శించిన టార్టారీ, టిబెట్‌లతోనే బ్లావట్స్కీ మహిళ సన్నిహిత సంబంధం వెలిబుచ్చటం వింతైన యాదృచ్ఛికం కాని మహ్మద్ బే లాగా రహస్యమైన ఆత్మలపైన ఆధిపత్యం ఉన్నట్లు బ్లావట్ స్కీ మహిళ చెప్పలేదు. తన నిగూఢ సందేశాలు తన టిబెట్ గురువుల దగ్గరినించి వచ్చాయని ఆమె వాదన. ఆమె గురువులు అప్పుడు చాటునుంచి ఆమె సమాజాన్ని ప్రేరేపించే సజీవ వ్యక్తులు. ఈ ప్రక్రియలో వారు ఈజిప్షియన్ కంటె అతి నేర్పరులు. ఎందుకంటె టిబెట్‌కు వందలాది మైళ్ల దూరం నించి వారు ఆ ప్రభావం కలిగించ గలిగారు. ఆ సమయంలో రష్యన్ మహిళ ప్రయోగాలు యధార్థాలేనా, ఆమె టిబెట్ గురువులు నిజంగానే ఉన్నారా అన్న అంశాల మీద విస్తారమైన వివాదం చెలరేగింది. కాని ప్రస్తుతం అది నా చింత కాదు. అతి ధీశాలి అయిన ఆ స్త్రీ బహుకాలం క్రితమే పరలోకం చేరుకున్నది. ఇక్కడ ఈ లోకాన ఉన్నప్పుడు కూడా ఆమె ఆ పరలోకంతోనే సన్నిహితంగా, చనువుగా ఉండేది.

నా స్వానుభవం, నా కళ్లతో నేను చూసింది నాకు తెలుసు. ఆ ప్రయోగానికి వివరణ ఒప్పుకున్నా, ఒప్పుకోక పోయినా, ఆ ప్రయోగం మాత్రం యధార్థమేనని నేను ఒప్పుకుని తీరాలి.

నిజమే, మహ్మద్ బే ఒక ఇంద్రజాలికులే. ఇరవయ్యో శతాబ్దపు నిపుణులు! భారతభూమిపైన అడుగుపెట్టిన తర్వాత అంత శీఘ్రంగా ఆయనను కనుగొనటం ఇంతకు మించిన వింతలకు శంఖారావం, యోగ్యం, జోస్యం అనిపించు తున్నది. అలంకార యుక్తంగా చెబితే నా భారత అనుభవ దండం మీద తొలి గంటు పడింది. నిజానికి కన్య ప్రాయలయిన నా తెల్ల కాగితాల పుస్తకంలో తొలి పదం పలికింది.

★★★

అధ్యాయం 4

మహాత్ముడితో కలయిక

"మిమ్మల్ని కలిసినందుకు నాకు సంతోషంగా ఉన్నది." మెహర్ బాబాను నేను కలిసినప్పుడు ఆయన ప్రసాదించిన ఆనవాయితీ శుభాకాంక్ష. ఆయన పశ్చిమాకాశం మీద ఒక ఉల్కలాగా ఎదుగుతారని, అమెరికా, యూరప్‌లో లక్షలాదిమంది ఉత్సుకతను రేకెత్తించుతారనే నాకు తెలిసి ఉంటే... అలాగే ఉల్కలాగే ఆయన అప్రతిష్టతో నేలపాలవుతారని... ఆయనను ఇంటర్వ్యూ చేసిన తొలి పాశ్చాత్య పాత్రికేయుడిని నేనే. ఆయన భారతీయ నివాసం వరకూ ఆయనను వెంబడించాను. అక్కడ ఆయన స్థానిక ప్రతిష్ట తప్పించి ఎవరికీ ఏమీ తెలియదు.

ఆయన ముఖ్యశిష్యులు ఒకరితో పరిచయం ఏర్పరుచుకున్నాను. కొంత ఉత్తర ప్రత్యుత్తరాల తర్వాత, మానవజాతికి విముక్తి కలిగించుతాననే వ్యక్తుల జాబితాలో ఎటువంటి వ్యక్తి చేరాడా అని ఆశ్చర్యపోయాను. నన్ను తీసికొని వెళ్లటానికి ఇద్దరు పార్శీ శిష్యులు బాంబే వచ్చారు. మేము నగరాన్ని దాటక పూర్వమే వారి గురువుకు మంచి పూలు, పండ్లు కానుకగా అర్పించాలని చెప్పారు. మేం బజారుకు వెళ్లాం. అక్కడ వారు నా తరఫున ఒక పెద్ద గంపెడు పూలు, పండ్లు సేకరించారు.

రాత్రంతా ప్రయాణం చేసి మా రైలు మర్నాడు ఉదయం అహమ్మద్ నగర్ చేరుకున్నది. విశ్వాసాన్ని భద్రపరచినవాడు, మొగలు సింహాసనానికి ఆభరణం, అయిన క్రూరుడయిన ఔరంగజేబు చక్రవర్తి ఇక్కడే తన గడ్డాన్ని ఆఖరు సారిగా వేళ్లతో దువ్వాడు. ఈ ప్రదేశం చరిత్ర నాకు గుర్తు ఉన్నది. ఇక్కడే ఆయన గుడారంలోనే మరణం ఆయనను కౌగలించుకున్నది.

స్టేషన్ దగ్గర మా కోసం యుద్ధ సమయంలో పనిచేసి అలిసిపోయిన ఫోర్డ్ కారు ఒకటి కాచుకుని ఉన్నది. మెహర్‌బాబా ఆశ్రమం రవాణా అవసరాలకు పని చేస్తుంటుంది. ఆ ఏడు మైళ్ల దారి గ్రామాల గుండా వెళ్తుంది. దారిలో అక్కడక్కడ వేపచెట్లు నీడనిస్తున్నాయి. మేం ఒక గ్రామంలో నుంచి వెళ్లాం. గుమిగూడిన గోధుమ

రంగు ఇళ్ల కప్పులు. విశాలమయిన ఆలయ గోపురం. అప్పుడు నేనొక కాలువ చూశాను. కాలువ రెండు గట్లు పసుపు, గులాబి రంగు పూలతో నిండి ఉన్నాయి. ఆ మురికి నీళ్లలో గేదెలు హాయిగా విశ్రాంతి తీసుకుంటున్నాయి.

మేము ఇదేమిటో అని ఉత్సుకత కలిగించే మెహర్‌బాబా ఆశ్రమం చేరాము. కాలనీ అంతా చెదురు మదురుగా విస్తరించి ఉన్నది. విపరీతంగా తోచే మూడు రాతి కట్టడాలు ఒక పొలంలో నిటారుగా ఉన్నాయి. అంతక్రితం అక్కడ ఒక సైన్య స్థావరం ఉండేదని, స్థావరం ఖాళీ అయిన తర్వాత మిగిలిన గుర్తులనీ తెలిసికొన్నాను. మూడు సాదా కొయ్య బంగళాలు పక్క పొలంలో పావు మైలు దూరాన ఆరన్గాం అన్న చిన్న గ్రామం. ఆ స్థలం అంతా నిర్జనంగా ఎడారిలా ఉన్నది. ఇది తమ గురువుగారి గ్రామ స్థావరం అనీ, ఆయన ముఖ్య కేంద్రం నాసిక్ దగ్గర ఉన్నదనీ నాకు వివరించటానికి నానా యాతన పడుతున్నారు. అక్కడే (నాసిక్) ఆయన ఆత్మీయ శిష్యులందరూ నివసించుతారు. సాధారణంగా యాత్రికులు అక్కడికే వస్తారు.

మేము వెళ్తుండగా ఒక బంగళాలో నుంచి కొందరు పురుషులు బయటకు వచ్చారు. వారు వరండాలో కాళ్లు జాపి, నవ్వుతూ సైగలు చేసుకుంటున్నారు. వారి నడుమకు ఒక యూరోపియన్ వచ్చినందుకు సంతోషించినట్లు కనిపించారు. మేము ఒక పొలం దాటి ఒక వింతగా కనిపించే కట్టడం చేరుకున్నాం. అది కృత్రిమంగా తయారుచేసిన గుహలా ఉన్నది. రాళ్లు, రప్పలు చేర్చికట్టిన ఎనిమిది అడుగుల నిడివి గల కట్టడం. అది దక్షిణ ముఖంగా ఉన్నది. ఉదయం సూర్యకాంతి దానిలోపలికంటా పడుతుంది. నేను కలయజూశాను. నలువైపులా పొలాలు పరుచుకొని ఉన్నాయి. తూర్పున కొండలు క్షితిజాన్ని కప్పివేస్తున్నాయి. క్రింద చెట్ల నీడన పల్లె నిద్రలేచింది. ఈ పవిత్ర హృదయుడు పార్శీ పెద్దమనిషి నిస్సందేహంగా ప్రకృతి ఆరాధకుడు. అందుకే ఆయన తన ఏకాంత వాసాన్ని నిశ్చల ప్రశాంత స్థలంలో స్థాపించారు. సుడిగాలి వంటి బాంబే జీవితం తర్వాత ఇటువంటి ప్రశాంత ప్రదేశం నాకెంతో హాయినిచ్చింది.

ఆ గుహ వెలుపల ఇద్దరు మనుష్యులు గస్తీ కాస్తున్నారు. మమ్మల్ని గమనించి ఆ ఇద్దరూ తమ యజమానిని సంప్రదించటానికి లోపలికి వెళ్లారు. ''మీ సిగరెట్ ఆర్పేయండి.'' నా తోడు వచ్చిన వారిలో ఒకాయన అన్నారు. ''ధూమపానం బాబాకు గిట్టదు.'' తప్పు చేస్తున్న సిగరెట్ను నేను దూరంగా విసిరి వేశాను. ఒక నిమిషం తర్వాత 'నవ దేవదూత'గా పరిగణించబడే ఆయన దివ్య సముఖానికి నేను తీసికొని పోబడ్డాను.

గుహలో నేలమీద అంతా అందమైన రంగవల్లులతో తీర్చిన పర్షియన్ తివాచీ పరిచి ఉన్నది. ఆయన గుహలో ఆ చివర కూర్చొని ఉన్నారు. ఆయన నేను ఊహించిన దానికంటే భిన్నంగా ఉన్నారు. ఆయన కళ్లు నాలోకి చొచ్చుకొని పోవటం లేదు. ఆయన ముఖ వర్చస్సు తేజోమయంగా లేదు. ఏదో సాధుత్వం, ప్రపంచంతో సంబంధం లేని వైరాగ్యం, మృదుత్వం ఆయనలో పరిసరాలలో తెలుస్తున్నా నాలో ఏ విధమైన ఆనంద స్పందన కలగటం లేదు. లక్షలాది మంది భక్తి ప్రపత్తులను సాధించుతాననే వ్యక్తి సమక్షంలో ఏదో ఒక ఉద్వేగం, పులకరింత కలుగుతుందని ఆశిస్తాం గదా!

ఆయన ఒక అతి తెల్లని, పొడవాటి నిలువుటంగీ ధరించి ఉన్నారు. అది పాతకాలపు ఇంగ్లీషు నైట్‌గౌన్ పరిహాస్పదంగా ఉన్నది. ఆయన ముఖం స్నేహ పూర్వకంగా దయామయంగా ఉన్నది. ఆయన ఎర్రని జుత్తు గిరజాలు తిరిగి భుజాల మీద పడుతున్నది. పట్టులాంటి ఆ మెత్తని జుత్తు నాకు ఆశ్చర్యం కలిగించింది. అది ఆడవారి జుట్టులా ఉన్నది! ఆయన ముక్కు వంకర తిరుగుతూ పైకిలేని గద్ద ముక్కులా వంపులు తిరిగింది. ఆయన కళ్లు, సుమారైన పరిమాణంలో తేటగా ఉన్నాయి. కాని వాటిలో నాకు ఆకర్షణ కనిపించలేదు. దట్టమైన మీసం పెదవుల చివరికి సాగి ఉన్నది. లేత చామన ఛాయ ఆయన పార్శీ వంశ మూలాన్ని కాదంటున్నది. ఆయన తండ్రి షాలదేశస్థుడు. మొత్తం మీద ఆయన నలభయ్యోపడిలో ఉన్న యువకుడు. ఆయన రూపు రేఖలలో మనసులో చెరిగి పోనిది ఆయన నుదురు. అది సగటు కన్న తక్కువ ఎత్తు. అది వెనక్కు వాలిన వాలకం చూస్తే ఆశ్చర్యం వేస్తుంది. మెదడు ఉండే ప్రదేశాలు నాణ్యతకేమైనా చిహ్నాలా? ఒక మనిషి ఆలోచనలకు వాటి శక్తికి నుదురు సంకేతమా? దేవదూత అయిన వ్యక్తి భౌతిక వాస్తవాలకు అతీతులా?

"మిమ్మల్ని చూసి సంతోషమైంది." ఆయన అన్నాడు. అయితే సాధారణ మనిషి మాటతో కాదు. ఆయన తన ఒడిలో వర్ణమాలతో ఒక బోర్డ్ ఉంటుంది. ఆయన తన చూపుడు వేలితో అక్షరాలు ఒకదాని తర్వాత ఒకటి వేగంగా చూపుతారు. ఆ మూగ అభినయాన్ని ఆయన కార్యదర్శి నాకు మామూలు భాషలో అనువదించుతారు. నా కోసం.

1925 జులై నుంచి ఈ పవిత్ర మూర్తి ఒకసారి కూడా పల్లెత్తి మాట్లాడలేదు. ఈ నవ దేవదూత నోరు తెరిచిననాడు ఆయన సందేశం ప్రపంచాన్ని అబ్బుర పరుస్తుందంటారు ఆయన తమ్ముడు. అంతవరకు ఆయన కఠిన మౌన అవతారమూర్తిగా కొనసాగుతారు.

బోర్డు మీద వేళ్లు నాట్యం చేయించుతూ మెహర్ బాబా నా శ్రేయస్సు, నా జీవితాన్ని గురించి దయతో విచారించాడు. భారతదేశం పట్ల నా ఆసక్తికి సంతృప్తి తెలిపారు. ఆయన ఇంగ్లీషు భాషలో ప్రవీణులు. కాబట్టి నా మాటలు తర్జుమా చేయవలసిన అవసరం లేదు. నేను అభ్యర్థించిన వివరమైన ఇంటర్వ్యూ ఆయన సాయంకాలానికి వాయిదా వేశారు. ప్రస్తుతం భోజనం, విశ్రాంతి మీ తక్షణ అవసరాలు అన్నారు, కాదు. వర్తమానం చేశారు ఆయన.

నేను అక్కడి రాతి కట్టడాలలో ఒకదానికి కదిలాను. లోపల అంతా చిరుచీకటి పరుపు దుప్పటి లేని పాత మంచము, ఒకపాడుబడిన టేబుల్, సిపాయి తిరుగుబాటు సమయంలో బహుశ మంది సేవచేసిన కుర్చి, ఇవీ అక్కడి సరంజామా. నేను ఇక్కడ సుమారుగా ఒకవారం కాపురం చేయబోతున్నాను. అద్దాలు లేని కిటికీలోనుంచి బయటికి చూశాను. దూరాన బ్రహ్మజెముడు చుట్టూ పొదల వరకూ దున్నని పొలాలు విస్తరించి ఉన్నాయి.

నా గడియారంలో భారంగా నాలుగు గంటలు గడిచాయి. మరొకసారి ఆ పర్షియన్ రగ్ మీద మెహర్ బాబాకు ఎదురుగా కూర్చున్నాను. ప్రపంచం అంతటికీ ఆధ్యాత్మిక జ్యోతిని ప్రసాదించి నడిపించుతారన్న ఆయన ప్రకటనను పరిశోధించే అవకాశం నాకు ఇంకా కలుగలేదు.

ఆయన తన స్వామ్యాధికారాన్ని తొలి వాక్యంలోనే ఆ వర్ణమాల పలక మీద ప్రకటించారు.

''నేను ప్రపంచ చరిత్రను మార్చివేస్తాను.''

నేను అదంతా నోట్స్ రాసుకోవటం ఆయనను భంగపరిచింది.

''మీరు ఇక్కడినించి వెళ్లిన తర్వాత మీ నోట్స్ వ్రాసుకో కూడదూ?''

నేను అంగీకరించాను. ఆ తర్వాత ఆయన పలుకులు నాస్మృతి ఫలకం మీద భద్రపరచ సాగాను.

''భౌతిక వాద యుగంలో ఆధ్యాత్మికత బోధించటానికి క్రీస్తు వచ్చినట్లుగానే ప్రస్తుత మానవజాతికి ఆధ్యాత్మికత బోధించటానికి నేను వచ్చాను. అటువంటి దివ్య యజ్ఞాలకు ఒక ముహూర్తం నిశ్చయం అయి ఉంటుంది. సరైయిన సమయం వచ్చినప్పుడు అసలు స్వభావం ప్రపంచానికి తెలియబరుస్తాను. జీసస్, బుద్ధ, మహమ్మద్, జొరాస్టర్ – మత ప్రవక్తలయిన ఈ మహనీయులందరూ తమ సిద్ధాంతాలలో విభేదించరు. ఈ ప్రవక్తలందరూ పరమాత్మ దూతలే. వారి బోధనలలో ముఖ్య సూత్రాలు బంగారు తీగలలా – పూసలలో దారంలా – దాగుకొని ఉంటాయి.

ఆధ్యాత్మిక పూర్తిగా అడుగంటినప్పుడు, భౌతిక వాదం ప్రతిచోట విజృంభించినప్పుడు ఈ దివ్య ఆత్మలు వారి సహాయం అత్యవసరమైన క్షణాన ప్రజలలోకి వస్తారు. అటువంటి సమయం త్వరలో రాబోతున్నది. ప్రపంచమంతా ఇప్పుడు ఇంద్రియ సుఖాలకూ, వర్ణ స్వార్థానికీ, సంపద ఆరాధనకూ బానిస అయింది. పరమాత్మను మర్చిపోయింది, విడాకులు ఇచ్చివేసింది. అసలయిన మతం దుర్వినియోగం అవుతున్నది. మనిషి జీవం కోరుతుంటే ఆచార్యులు రాళ్లు రప్పలు ఆ జోలెలో వేస్తున్నారు. కనుక భగవంతుడు మరొకసారి తన అసలయిన ప్రవక్తను మనుషుల్లోకి పంపి తీరాలి. అప్పుడే మనుష్యులలో నిజమయిన ఆరాధన స్థాపన అవుతుంది. ఇంద్రియ లోలత్వం నుంచి మేలుకొలుపు కలుగుతుంది. నేను ఆ తొలి ప్రవక్తల బాటనే అనుసరిస్తాను. ఇది నా ధ్యేయం. భగవంతుడు నాకొక ఆదేశం ఇచ్చారు.''

ఆ కార్యదర్శి ఈ అపూర్వ ఉద్ఘాటనలన్నీటికీ స్వరం దానం చేస్తుంటే నేను మౌనంగా వింటున్నాను. నా మనసు తెరిచి ఉంచి, విమర్శ తలపు లేకుండా, మనసులో నుంచి ఏ తిరుగుబాటు కలగకుండా ఉన్నాను. అంటే అవన్నీ నేను అంగీకరించానని కాదు. ఈ ప్రాచ్య వ్యక్తులను ఎలా వినాలో నాకు ఎరుకేనని భావం. లేకపోతే పాశ్చాత్యునికి అతని శ్రమకు ప్రతిఫలం పూజ్యం అవుతుంది. ఒకవేళ నిజంగానే తెలుసుకోవలసిందీ, అంగీకరించవలసిందీ ఉన్నా కూడా సత్యం ఎంత నిర్దాక్షిణ్యమయిన పరిశోధనకయినా ఎదురు నిలుస్తుంది. అయితే తూర్పు వాసుల మనస్తత్వాన్ని లాలించటానికి పశ్చిమవాసులు తమ పద్ధతులు మార్చుకోవాలి.

మెహర్ బాబా నా వైపు సానుకూలంగా నవ్వి ముందుకు సాగారు.

సామాన్య ప్రజలు మెరుగుగా జీవించటానికీ, వారు భగవంతుడివైపు మొగ్గు చూపటానికీ ప్రవక్తలు కొన్ని నియమాలు, నిబంధనలు ఒక వ్యవస్థీకృతమైన మతం సిద్ధాంతాలుగా రూపొందించుతారు. కాని ఆ స్థాపకుడి జీవితకాలంలోని ఆదర్శం, ప్రేరణా శక్తి ఆయన అస్తమయంలో క్రమంగా శుష్కించి అదృశ్యమవుతాయి. ఆ కారణంగానే ఆధ్యాత్మిక సంస్థలు ఆధ్యాత్మిక సత్యాన్ని దరికి తీసికొని రాలేవు. కనుక నిజమైన మతం వ్యక్తిగత భావన, చింతన, మతపరమైన సంస్థలు గతానికి ప్రాణం పోసే ప్రయత్నంలో పురావస్తు శాఖలవలే మారిపోతాయి. కనుక నేను ఒక మతము, మతారాధన వ్యవస్థను, మరొక సంస్థను స్థాపించే ప్రయత్నం చేయను. కాని ప్రజలతో మతవిశ్వాసం పెంపొందించుతాను. వారు జీవితాన్ని ఇంకా మెరుగుగా అర్థం చేసుకొనేందుకు తోడ్పడుతాయి. అన్ని మతాల మూల సూత్రాలూ ఒకటే. ఎందుకంటే అన్నీ ఒకే మూలం - భగవంతుడి - నుంచి పుట్టాయి. కాని స్థాపకులు మరణించిన శతాబ్దాల తర్వాత పుట్టుకొచ్చే మూఢాచారాలు రకరకాలుగా ఉంటాయి. కనుక నేను ప్రజలలోకి వచ్చినప్పుడు చలామణిలో ఉన్న మతాలు వేటినీ

తప్పు పట్టను. అయితే దేనినీ నెత్తికెత్తుకోబోను. మనుష్యుల మనసులలో ఉన్న వర్గ భేదాలను రూపుమాపుతాను. అప్పుడు వారు అసలు సత్యాలను అంగీకరించుతారు. ప్రతి ప్రవక్త ప్రజలలోకి వెళ్లేముందు ఆ కాలాన్ని, పరిస్థితులను, ప్రజల మనస్తత్వాన్ని గమనించుతారని గుర్తుంచుకోండి. అప్పుడు ఆయన ఆ దేశకాల పరిస్థితులకు తగిన సూత్రాలు బోధించుతారు.''

ఈ ఉన్నత భావాలు నా బుర్రలో కెక్కాలని మెహర్‌బాబా కొన్ని క్షణాలు ఆగుతారు. ఆ తర్వాత ఆయన మాటలు కొత్త మలుపు తిరిగాయి.

''ఈ నవయుగంలో అన్ని దేశాలు సత్వరం వర్తమానాలతో పరస్పరం ఎలా చేరువయ్యాయో గమనించారా? ఈ రైల్వేలు, స్టీమ్ షిప్‌లు, టెలిఫోన్లు, కేబుల్స్, వైర్లెస్, వార్తాపత్రికలు ప్రపంచాన్ని దగ్గరగా చేర్చి ఒకే అల్లికగా తయారు చేశాయని తెలియటం లేదా! ఏ దేశంలో జరిగిన ముఖ్య సంఘటన అయినా సరే పదివేలమైళ్ళ దూరాన ఉన్న మరొక దేశానికి ఇరవై నాలుగు గంటలలోగా తెలుస్తుంది. కనుక, ముఖ్యమైన సందేశం ఇవ్వదలిచిన వ్యక్తికి మానవ జాతి అంతా శ్రోతలుగా సిద్ధంగా ఉన్నారు. దానికంతటికీ ఒక మంచి కారణం ఉన్నది. అన్ని దేశాలలోని సకల జాతుల ప్రజలకూ ప్రయోజనకరమైన విశ్వ ఆధ్యాత్మిక విశ్వాసం ప్రకటించవలసిన సమయం త్వరలో రాబోతున్నది. అనగా ప్రపంచమంతటికీ నేను సందేశం ఇవ్వటానికి ఏర్పాట్లు జరుగుతున్నాయి!''

నిశ్చేష్టపరిచే ఈ ప్రకటన మెహర్‌బాబాకు భవిష్యత్తుపైన ఉన్న అపోహ, విశ్వాసాన్ని చెప్పకనే చెబుతుంది. అసలు ఆయన తరహాయే ఆ విషయాన్ని దృఢ పరుస్తుంది. ఆయన లెక్క ప్రకారం ఏదో ఒకనాడు ఆయన స్టార్ వాల్యూవ్ అసలు మీద అనంతం!

''మరి మీ ధ్యేయాన్ని ఈ లోకానికి ఎప్పుడు వెల్లడించుతారు?'' నా ప్రశ్న.

''ప్రతిచోట కల్లోలం, అయోమయం ప్రబలినప్పుడు ఈ ప్రపంచం భూకంపాలు, వరదలు, అగ్నిపర్వతాలు బద్దలు వంటి ఉత్పాతాలతో గడగడలాడుతున్నప్పుడు, తూర్పు పడమరలు యుద్ధ జ్వాలలతో రగులుతున్నపుడు ఈ ప్రపంచానికి నా అవసరం కలుగుతుంది. అప్పుడు నా మౌనం చాలించి నా సందేశం వెలువరించుతాను. ప్రపంచమంతా పునరుద్ధరణ కావాలంటే, ఈ ప్రపంచమంతా క్షోభించి తీరాలి.''

''ఈ యుద్ధం ఎప్పుడు జరుగుతుందో చెప్పగలరా!''

''చెప్పగలను. దగ్గరలోనే ఉన్నది. కాని ఆ సమయం ఇప్పుడు చెప్పను.'' [1]

---

1. అధ్యాయం XIV చూడండి.

''అది దారుణమైన జోస్యం!''

ఏం చేస్తాం తప్పదన్నట్లు మెహర్ బాబా తన సన్నని వేళ్లను చాపుతారు.

''అవును. దారుణమే. యుద్ధం దారుణం అవుతుంది. విజ్ఞానశాస్త్రం తన కొత్త ఆవిష్కరణలతో ఈ యుద్ధాన్ని గత యుద్ధం కంటే తీవ్రం చేస్తుంది. కాని యుద్ధం కొద్దికాలమే – కొద్ది నెలలు మాత్రమే – జరుగుతుంది. ఆ యుద్ధం అతి ఉధృతంగా ఉన్న సమయంలో నేను ప్రజలకు, ప్రపంచానికి తెలియ చెప్పుకుని, ప్రపంచమంతటికీ నా ధ్యేయం ప్రకటించుతాను. నా ఐహిక ప్రయత్నం, ఆధ్యాత్మిక శక్తులతో యుద్ధాన్ని హఠాత్తుగా ఆపి, అన్ని దేశాలలో శాంతి తిరిగి నెలకొల్పుతాను. అదే సమయాన ఈ గ్రహం మీద ప్రకృతి మార్పులు జరగాలి. భూమి మీద వివిధ ప్రదేశాలలో ప్రాణాలకు ఆస్తి పాస్తులకు ముప్పు కలుగుతుంది. ప్రపంచ పరిస్థితి ఘోషించుతుంది గనుక నేను దేవదూతగా నా పాత్ర నిర్వహించాలి. నా ఆధ్యాత్మిక కర్తవ్యాన్ని అసంపూర్తిగా వదలనని తెలుసుకోండి.''

ఆయన సెక్రటరీ పొట్టిగా నల్లగా ఉంటాడు. నెత్తిన మరాఠి ప్రజలు ధరించే నల్లని గుండ్రటి టోపీ పెట్టుకున్నాడు. ఆయన మాట్లాడటం పూర్తిచేసి నా వైపు విజయోత్సహంతో చూశాడు. ఆయన ముఖం మీద ''చూశారా, ఎలా ఉంది? ఇక్కడ మాకు ఎంతెంత పెద్ద విషయాలు తెలుసునో చూశారా!'' అన్న భావం నాట్యం చేస్తున్నది!

మరొకసారి ఆయన గురువుగారి వేళ్లు ఫలక మీద పరిగెత్తటం మొదలు పెట్టాయి. వాటి అర్థం తెలియజేయటానికి ఆయన హడావిడిగా సిద్ధమైనాడు.

''యుద్ధం తర్వాత అద్వితీయమైన శాంతియుగం వస్తుంది. అది ప్రపంచానికే ప్రశాంతి సమయం. నిరాయుధీకరణ అప్పుడు మాటలలో గాక చేతలలో యథార్థం అవుతుంది. జాతి, కుల వివక్షలు సమసిపోతాయి. నేను ప్రపంచమంతటా పర్యటిస్తాను. దేశదేశాలు నన్ను చూడటానికి ఆత్రపడుతుంటాయి. నా ఆధ్యాత్మిక సందేశం ప్రతిదేశం, ప్రతి నగరం ఆఖరుకు ప్రతి గ్రామానికి కూడా చేరుతుంది. విశ్వమానవ సౌభ్రాతృత్వం, ప్రజలలో శాంతి, పేదలకు బడుగు వర్గాలకు జాలి, దేవుడి మీద ప్రేమ – నేను వీటన్నిటినీ ప్రచారం చేస్తాను.''

''భారతదేశం మాటేమిటి – మీ స్వదేశం.''

''భారతదేశంలో ఈ ప్రమాదకరమైన ఈ కుల వ్యవస్థను సమూలంగా పెళ్లగించి సర్వనాశనం చేసే వరకూ నేను నిద్రపోను. ఈ కుల వ్యవస్థతోనే ఈ దేశం దిగజారిపోయింది. అంటరాని వారు, అధమ కులాల వారు పైకి వచ్చినప్పుడు భారతదేశం ప్రపంచంలోని అగ్రరాజ్యాలలో చేరుతుంది.''

"మరి దేశం భవిష్యత్తు?"

"ఇన్ని లోపాలు ఉన్నా భారతదేశం ప్రపంచంలోనే అత్యంత ఆధ్యాత్మిక దేశం. భవిష్యత్తులో నీతి, న్యాయాలలో ప్రపంచానికే అధినేత అవుతుంది. మహనీయులైన మత స్థాపకులందరూ తూర్పుననే ఉదయించారు. ఆధ్యాత్మిక జ్యోతి కోసం దేశాలన్నీ తూర్పుకే తిరగాలి."

ప్రపంచ ప్రఖ్యాతి చెందిన పశ్చిమ దేశాలన్నీ ఈ అతి నమ్రతగా చిన్న సైజు చామనఛాయ మనుషుల పాదాల చెంత ఊహించటానికి ప్రయత్నించి విఫలుడిని అయ్యాను. నా ఎదురుగా కూర్చున్న తెల్ల అంగీ వ్యక్తి బహుశ నా అవస్థ గ్రహించారనుకుంటా ఆయన వెంటనే అందుకున్నారు.

"భారతదేశ బానిసత్వం అంటే నిజంగా బానిసత్వం కాదు. అది కేవలం దైహికం. కనుక తాత్కాలికం. దేశం ఆత్మ, అమరం, అఖిలం, అద్వితీయం లౌకికంగా దేశం శక్తి హీనమయినట్లు కనిపించవచ్చు."

నర్మ గర్భమయిన ఈ వివరణ నా అవగాహనకు అందలేదు. కనుక నేను నా వెనుకటి విషయానికి మరలాను.

"పాశ్చాత్యంలో మేము ఇతర వర్గాల ద్వారా మీ సందేశంలోని అన్ని విషయాలూ వినే ఉన్నాం. అంటే మీరు కొత్తగా చెప్పేది ఏమీ లేదన్నమాట!"

"నా మాటలు ప్రాచీన ఆధ్యాత్మిక సత్యాలనే ధ్వనించుతాయి. కాని నా నిగూఢ శక్తి ప్రపంచ జీవితంలో నూతన ప్రకరణాన్ని ప్రవేశపెడుతుంది."

ఈ విషయం మీద నా బుర్రకు విశ్రాంతి ఇవ్వదలచాను. కొద్దిసేపు నిశ్శబ్దం ప్రవేశించింది. నేను మరి ప్రశ్నలు అడగలేదు. వెనక్కు తిరిగి గుహ వెలుపలికి చూశాను. సడి సవ్వడీ లేని పొలాల మీదుగా దూరాన కొండలు బారులు తీరి నిల్చున్నాయి. పైనుంచి సూర్యుడు, మనిషి, గొడ్డూ, నేల అన్న తేడా లేకుండా నిర్దయగా అందరినీ మాడ్చుతున్నాడు. నిమిషాలు గడుస్తున్నాయి. ఏకాంతమయిన ఈ గుహలో, అంతం ఎరుగని ఈ వేడిలో, తలూపే మనుష్యుల మధ్య కూర్చుని ప్రపంచాన్ని సంస్కరించే ఉన్నత పథకాలు అల్లటం, విపరీతమయిన మత భావనలు రేకెత్తించటం సులువే. కాని బయటి యథార్థ ప్రపంచంలో, లౌకిక నగరాల కష్టభరితమయిన జీవితంలో ఇవన్నీ సూర్యోదయంలో మాయమయ్యే పొగమంచులాగా అదృశ్యం అవుతాయి.

"యూరప్ కఠినం. అనుమానాల పుట్ట." వెనక్కు తిరిగి ఆ నవదేవదూత వైపు చూస్తూ అన్నాను. "మీరు యథార్థమైన దివ్య అధికారంతో మాట్లాడుతున్నట్లు మమ్మల్ని ఎలా నమ్మించగలరు? సగటు పాశ్చాత్యుడు ఇది అసాధ్యమంటాడు. అదీగాక మీరు పడుతున్న శ్రమ చూసి హేళనగా నవ్వినా నవ్వవచ్చు."

‘‘అప్పటికి కాలం ఎంతగా మారిపోతుందో మీరు ఊహించలేరు.’’

మెహర్ బాబా పేలవమయిన తన సన్నని చేతులు తట్టుకుంటారు, అప్పుడు ఆయన పాశ్చాత్యుల చెవులకు విపరీతంగా దిగ్భ్రమ కలిగించే ప్రతిభ జోడించుతారు.

‘‘నేను ఒకసారి దేవదూతగా ప్రకటించుకున్న తర్వాత నా శక్తి ఎదుట ఏదీ నిలువలేదు. నా ధ్యేయానికి సాక్ష్యంగా, నేను బహిరంగంగా అద్భుతాలు జరుపుతాను. గుడ్డివారికి చూపు తెప్పించటం, రోగులకు, అంగవిహీనులకు చికిత్స చేయటం, చచ్చిన వారిని బతికించటం ఇవన్నీ నాకు పిల్లాటలవుతాయి! నేను ఈ అద్భుతాలు చేస్తాను. అప్పుడు అన్ని చోట్ల ప్రజలు నన్ను నమ్ముతారు, నా సందేశాన్ని నమ్ముతారు. ఈ అద్భుతాలు అనుమానాల పుట్టలను బద్దలు కొట్టటానికే గాని కాలక్షేపానికి కాదు!’’

నేను ఊపిరి బిగబట్టాను. ఈ ఇంటర్వ్యూ లౌకికపు హద్దులు చేరుకున్నది. నా మనస్సు తడబడసాగింది. ప్రాచ్య స్వైర కల్పనలో అడుగు పెట్టుతున్నాం.

‘‘ఇక్కడ పొరబడకండి’’ పార్సీ దేవదూత చెప్పసాగారు. ‘‘ఈ అద్భుతాలు సామాన్య ప్రజల కోసం కాని, వారి కోసం కాదని నా శిష్యులకు చెబుతుంటాను. ఈ అద్భుతాలు నేను చేయకూడదు, వాటిని గూర్చి ఆలోచించకూడదు. కాని సామాన్య ప్రజను నా మాటలు వినేట్లు చేస్తాయి. ఈ అద్భుతాలతో ప్రపంచాన్ని ఆశ్చర్య పరుస్తున్నానంటే అది కేవలం వారిని ఆధ్యాత్మికత వైపు తిప్పటానికే.’’

‘‘బాబా ఇప్పటికే కొన్ని అపూర్వ అద్భుతాలు చేశారు’’ సెక్రటరీ మధ్యలో దూరాడు.

తక్షణం నేను సావధానుడినయినాను.

‘‘మచ్చుకు – ?’’ నేను సత్వరం డిమాండ్ చేశాను.

గురువుగారు తనను ఒక మెట్టు కిందికి దించుకొని నవ్వుతూ.

‘‘ఆయనకు ఇంకెప్పుడయినా చెప్పు విష్ణు!’’ ఆయన అన్నారు. అవసరమైనప్పుడు నేను ఏ అద్భుతం అయినా చేయగలను. నా స్థాయి దివ్యత్వం సాధించిన వారెవరయినా అవి చేయటం సులభం.’’

సెక్రటరీని పట్టుకొని మర్నాడు ఎలాగయినా ఆ అద్భుతాలు వివరాలు తెలిసి కొనాలని మనసులో ఒక గుర్తుపెట్టాను. అవి నా పరిశోధనకు ఉప్పు, కారం తగిలిస్తాయి. అనుమానభరితుడిని అయిన నాకు ప్రతి ఒక్క యదార్థము నా వార్తలకు మసాలా అవుతుంది.

మళ్లీ నిశ్శబ్దం ప్రవేశించింది. ఆ పవిత్ర మూర్తిని తన వ్యక్తిగత వివరాలు చెప్పమని అభ్యర్థించాను.

''విష్ణు, ఆయనకు అది కూడా చెప్పు.'' నన్ను సెక్రటరీ వైపు చూపుతూ ఆయన సమాధానం చెప్పారు. ''నా శిష్యులతో మాట్లాడటానికి మీకు చాలినంత సమయం దొరుకుతుంది. మీరు కొన్నాళ్లు ఇక్కడ ఉండ బోతున్నారు గదా. గతాన్ని గురించి వారు మీకు చెప్పగలరు.''

సంభాషణ మామూలు విషయాలలోకి దిగింది. ఆ తర్వాత మా సమావేశం త్వరగా ముగిసింది. నా నివాసానికి తిరిగి రాగానే నేను చేసినపని, అక్కడ నాకు నిషిద్ధమయిన సిగరెటును తక్షణం వెలిగించటం, సువాసన మయమై పొగ - గాలిలోకి అస్తవ్యస్తంగా తేలిపోతుంటే చూస్తూ ఉండటం.

★

సాయంత్రం నేనొక వింత దృశ్యం చూశాను. నక్షత్రాలు మసకగా మినుకు మినుకు మంటున్నాయి. ఇంకా పూర్తిగా చీకటి పడలేదు. వింతయిన ఈ మసక వెలుతురులో కొన్ని నూనె లాంతర్లు పేలవంగా వెలుగుతున్నాయి. మెహర్ తన గుహలో ఉన్నారు. శిష్యులు, సందర్శకులు, ప్రక్కనున్న ఆరంగాం గ్రామం నుంచి ప్రజలు అందరూ ముఖద్వారం చుట్టూ గుర్రపునాడా ఆకారంలో కూడుతున్నారు.

మెహర్ ఎక్కడ ఉన్నా ప్రతి సాయంత్రం నడిచే కార్యక్రమం జరుగబోతున్నది. ఒక భక్తుడు ఒక పళ్లెం వంటి పాత్ర ఎత్తిపట్టుకున్నాడు. అదే హారతి పళ్లెం అందులో వత్తి గంధ సువాసన విరజిమ్మే నూనెలో ముంచింది. అతను తన గురువుగారి శిరస్సు చుట్టూ ఏడుసార్లు తిప్పాడు. అప్పుడు అక్కడ కూడిన వారంతా బృందంగా పాటలు, ప్రార్థనలు, ఆరంభించారు. వారి మరాఠీ పాటలలో బాబాపేరు అనేక మార్లు వినపడుతుంది. అవి గురువు గారిని ఆరాధించే ప్రస్తుతించే పాటలని తెలుస్తూనే ఉంది. ప్రతి ఒక్కరూ ఆయనను ఆరాధనా భావంతో చూస్తారు. మెహర్ తమ్ముడు ఒక చిన్న హార్మోనియ ముందర కూర్చొని విషాదమైన స్వరంతో గాయకులను అనుసరిస్తాడు. ఈ తంతులో ప్రతి భక్తుడూ వరుసగా గుహలోకి వెళ్లి మెహర్ ఎదురు సాగిలబడి, ఆచ్ఛాదనలేని ఆయన పాదాలను ముద్దుపెట్టుకుంటారు. కొందరు భక్త్యావేశంలో తన్మయులై ఆపాద చుంబన కార్యక్రమం ఒక నిమిషం దాకా పొడిగిస్తున్నారు. ఈ చర్య ఆధ్యాత్మికంగా అత్యంత శ్రేయస్కరమని చెబుతారు. ఆ భక్తుడికి మెహర్ ఆశీస్సులు దొరుకుతాయి గనుక అతని పాపాలు ప్రక్షాళన అవుతాయని నమ్మకం.

మర్నాడు ఏమి జరుగబోతున్నదా అని ఆశ్చర్య పడుతూ నేను నా నివాసానికి నడిచాను. పొలాల అవతల అడివిలో రాత్రివేళ నిశ్శబ్దాన్ని చీలుస్తూ ఒక్కనక్క కూసింది.

మర్నాడు సెక్రటరీతో బాటు ఇంగ్లీషు మాట్లాడగల కొందరు శిష్యులను వారి కొయ్య బంగళాల వెలుపల చేరదీశాను. మేమంతా ఒక అర్థవృత్తంలో కూర్చున్నాం. ఇంగ్లీషు అర్థం చేసుకోలేనివారు మాకు కొద్ది దూరంలో ఆసక్తి చూపే కళ్లలో నవ్వు ముఖాలతో నుంచున్నారు. ఈ బృందం నుంచి వారి అద్భుత గురువును గురించి నాకు అంతవరకూ తెలియని సమాచారం రాబట్టటానికి బయలుదేరాను.

ఆ వ్యక్తి పేరు మెహర్. కాని ఆయన తనను సద్గురు మెహర్ బాబాగా చెప్పుకుంటారు. 'సద్గురు' అంటే 'పరిపూర్ణులయిన గురువు' అని అర్థం. బాబా అనేది భారతీయులు సాధారణంగా ఆత్మీయతను, ఆప్యాయతను తెలుపటానికి వాడే పదం. ఆయన శిష్యులు ఆయనను ఈ పదంతో మాత్రమే సంబోధించుతారు.

మెహర్ బాబా తండ్రి పర్షియా దేశస్థుడు. ఆయన జొరాష్ట్రియన్ అనుయాయి. ఆయన పేద యువకుడుగా భారతదేశం వలసవచ్చాడు. మెహర్ ఆయన మొదటి బిడ్డ. పూనా నగరంలో 1894లో పుట్టాడు. పిల్లవాడిని ఐదో ఏట స్కూలులో చేర్చారు. ఆయన చదువులో రాణించి పదిహేడో ఏట మెట్రిక్యులేషన్ పాస్ అయినాడు.

అప్పుడు అర్థం చేసుకోనలవిగాని చిత్రవిధమయమైన జీవితం మొదలయింది. ఒక సాయంత్రం అతను సైకిల్ మీద స్కూలు నుంచి ఇంటికి వెళ్తున్నాడు. పేరున్న మహమ్మదీయ ఫకీర్ స్త్రీ ఇల్లు దాటబోతున్నాడు. ఆమె పేరు హజరత్ బాబాజాన్. ఆమె వయసు నూరు దాటిందని వదంతి. ఆమెది ఒక గది మాత్రమే ఉన్న ఇల్లు. ఆనాడు ఆ సమయంలో ఆమె వరండాలో ఒక వాలు కుర్చీలో పడుకొని ఉన్నది. సైకిల్ ఆమె దగ్గరికి వచ్చేసరికి ఆమె లేచి, ఆ కుర్రవాడిని పిలిచింది. అతను సైకిలు దిగి ఆమె దగ్గరకు వెళ్లాడు. ఆమె అతని చేతులు పుచ్చుకున్నది. అతన్ని కావిలించుకుని అతని నుదుటి మీద ముద్దు పెట్టింది.

ఆ తర్వాత ఏమయిందో స్పష్టంగా తెలియదు. ఆ యువకుడు ఒక మతిభ్రంశ స్థితిలో ఇల్లు చేరాడని తెలిసింది. ఆ తర్వాత ఎనిమిది నెలలలో అతని మానసిక శక్తులు క్రమంగా దిగజారిపోయాయి. చివరికి సరిగా చదవలేని స్థికి చేరాడు. చివరకు అతను పాఠాలు అర్థం చేసుకోలేని స్థితికి చేరి కాలేజికి వీడ్కోలు చెప్పవలసి వచ్చింది.

అప్పటి నుంచి యువ మెహర్ కొంత మతి స్థిరం తప్పి తన సంగతి తనే చూసుకోలేని పరిస్థితికి చేరాడు. అతని కళ్లు మందకొడిగా నిర్జీవంగా అయిపోయాయి. భోజనం, స్నానం, విసర్జనం వంటి ప్రాథమిక మానవ విధులు నిర్వర్తించటానికి అవసరమైన తెలివి తేటలు కూడా లోపించాయి. వారి తండ్రి 'తిను' అని చెబితే యాంత్రికంగా తినేవాడు. లేకపోతే ఆహారం తన ఎదుట ఎందుకు ఉన్నదో అతనికి అర్థం కాలేదు. ఒక్కమాటలో అతను మరమనిషి అయినాడు.

ఇరవై సంవత్సరాల యువకుడిని అతని తల్లిదండ్రులు మూడేళ్ల పిల్లవాడిలా పెంచవలసి వస్తే అది మానసిక తిరోగమనం. కలత చెందిన తండ్రి పరీక్షలకు తయారు అవుతూ అతిగా చదవటం వలన అలా జరిగిందని నిర్ధారించారు. మెహర్‌ను అనేక వైద్యులకు చూపించారు. మానసికంగా కుంగిపోయాడని నిర్ణయించి ఇంజెక్షన్‌లు ఇచ్చారు. తొమ్మిది నెలలకు అతని దీన స్థితి మెరుగు పడటం మొదలయింది. క్రమంగా బాగుపడి అతను పరిసరాలు అర్థం చేసుకొని తెలివిగా మామూలుగా ప్రవర్తించసాగాడు.

అతను పూర్తిగా కోలుకున్న తర్వాత అతని స్వభావం మారిపోయిందని తెలిసింది. చదువు మీద ధ్యాస మాయమయింది. ఉద్యోగం చేయాలన్న ఆశ పోయింది. ఆట పాటల్లో శ్రద్ధ నేలపాలయింది. వీటన్నిటి స్థానంలో ఆధ్యాత్మిక జీవితం మీద తృష్ణ, తాను ఆధ్యాత్మికుడు కావాలనే తపన చోటు చేసుకున్నాయి.

ఆ మహమ్మదీయ స్త్రీ ఫకీర్ తనను ముద్దు పెట్టుకున్న కారణంగా ఈ మార్పులన్నీ వచ్చినవని నమ్మి మెహర్ తన భవిష్యత్తును గురించి సలహా తీసుకోవటానికి ఆమెను కలుసుకున్నాడు. ఒక ఆధ్యాత్మిక గురువును వెతుక్కోమని ఆమె సలహా. ఈ వరం ఎక్కడ దొరుకుతుందని మరొక ప్రశ్న. అందుకు జవాబుగా ఆమె అస్పష్టంగా తన చేయి గాలిలో ఊపిందని వార్త.

ఆ ప్రాంతంలో పేరుపొందిన పవిత్రమూర్తులు అనేకులను దర్శించాడు. అటుపైన ఊరికి నూరు మైళ్ల దూరాన ఉన్న గ్రామాలకు కూడా వెళ్లాడు. ఒకనాడు అతను సకోరి దగ్గర ఉన్న రాతితో కట్టిన చిన్నమందిరంలోకి వెళ్లాడు. అది ఒక దీనావస్థలో ఉన్న రక్షణలేని ఆలయం. కాని అది ఒక అతి పవిత్రమూర్తి నివాసం అని గ్రామస్థులు చెప్పారు. మెహర్‌కు ఉపాసని మహరాజ్ ఎదురయినప్పుడు తను గురువును కనుగొన్న అనుభూతి కలిగింది.

పవిత్రత అందుకోవటానికి ఆశపడుతున్న ఆ యువకుడు ఇంటి నుంచి సకోరికి అవసరాన్ని బట్టి యాత్రలు చేసేవాడు. ఒక్కొక్కసారి తన గురువుతో కొద్ది రోజులు గడిపి వచ్చేవాడు. కాని ఒకసారి ఏకధాటిగా నాలుగు నెలలు అక్కడే ఉండిపోయాడు. ఈ సమయం తనకు పరిపూర్ణత కలిగించిందంటారు మెహర్. తన ధ్యేయానికి తయారు చేయబడ్డారు. ఒక సాయంత్రం తన స్కూలు మిత్రులు, బాల్య స్నేహితులు మొత్తం ముప్ఫై మందిని చేరదీసి ముఖ్యమైన సమావేశం జరుగబోతున్నదని వారికి సూచన ప్రాయంగా చెప్పి అందరినీ సకోరిలో చిన్న మందిరానికి తీసుకొని వచ్చాడు. తలుపులు తాళాలు వేసి ఉన్నాయి. అక్కడే నివసించే మహరాజ్ తన తీక్ష్ణ దృష్టులతో లేచి నుంచొని ఆ సమూహాన్ని ఉద్దేశించి, ప్రసంగించారు. ఆయన వారితో మతాన్ని

గురించి ప్రసంగించి సుగుణాలు పెంపొందించుకోమని శెలవిచ్చారు. మెహర్‌ని తన రహస్య శక్తులకు జ్ఞానానికి ఆధ్యాత్మిక వారసుడిని చేశానన్నారు. చివర్లో మెహర్ దివ్య పరిపూర్ణత అందుకున్నాడని ప్రకటించి అక్కడ చేరిన యువబృందాన్ని ఆశ్చర్య చకితులను చేశారు! అలా చేసినందువల్ల వారందరినీ వారి పార్శీ మిత్రుడు మెహర్ అనుచరులు కావలసిందిగా ఉద్బోధించారు. అలా చేస్తే ఈ జన్మలోనే కాక మరు జన్మలలో కూడా ఘనమైన ఆధ్యాత్మిక ప్రయోజనం కలుగుతుందని చెప్పారు.

కొంతమంది శ్రోతలు ఆయన సలహా పాటించారు. మిగతా వారు అనుమానంతో మిగిలిపోయారు. ఒక సంవత్సరం గడిచాక, తన ఇరవై ఏడో ఏట ఆ పార్శీ యువకుడు తను నిర్వర్తించవలసిన ఒక దివ్య కార్యం గురించి తనకు చైతన్యం కలిగిందనీ, మానవ జాతికి అతి ముఖ్యమైన కార్యాన్ని భగవంతుడు తనకు అప్పగించాడనీ ప్రకటించాడు. ఆయన ఆ ధ్యేయం ఏమిటని సూటిగా వెలువరించలేదు. కొద్ది సంవత్సరాలకు ఆ రహస్యం వెలిబుచ్చారు. తను ఒక దేవదూతకాబోతున్నాడు!

1924లో తొలిసారిగా మెహర్ భారతదేశం విడిచి బయలుదేరాడు. తన పూర్వీకుల దేశం దర్శించాలని చెప్పి అరడజను మంది శిష్యులతో ఆయన పర్షియా ప్రయాణం కట్టాడు. ఓడ బుషైర్ రేవు చేరగానే హఠాత్తుగా మనసు మార్చుకొని మరుసటి బోట్‌లో తిరుగు ప్రయాణం కట్టారు. మూడు నెలల తర్వాత విప్లవ శక్తులు పర్షియన్ రాజధాని టెహరాన్ ఆక్రమించి పాత పరిపాలన అంతం చేసినాయి. ఒక కొత్త షా సింహాసనం ఎక్కారు.

మెహర్ బాబా తన అనుచరులతో.

''మన పర్షియా పర్యటనలో నా రహస్య చర్యల ఫలితం ఇప్పుడు తెలిసిందా?'' అని అడిగారు.

కొత్త పరిపాలనలో పర్షియా సంతోషంగా ఉన్నదని ఆయన శిష్యులు నాకు చెప్పారు. ప్రస్తుతం మహమ్మదీయులు, జొరాష్ట్రియన్లు, యూదులు, క్రిస్టియన్లు సామరస్యంతో కలిసి మెలిసి జీవిస్తున్నారనీ, అంతక్రితం పరిపాలనలో నిత్యము ఘర్షణలు, క్రూరమైన హింసాకాండ జరుగుతుండేవని చెప్పారు.

ఎవరికీ అంతుపట్టని ఈ నిగూఢ యాత్ర తర్వాత కొన్ని సంవత్సరాలకు మెహర్ బాబా ఒక విచిత్రమైన విద్యాసంస్థ ఆరంభించారు. ఆయన సలహా ననుసరించి ఒక శిష్యుడు కాలనీలో ప్రస్తుత స్థలం ఆరంగాం గ్రామం దగ్గర కొన్నాడు. చాల బంగళాలు సుమారుగాను, పర్ణశాలలు మరికొన్ని నిర్మించారు. ఉచితంగా విద్యనేర్పే బోర్డింగ్ స్కూలు ప్రారంభించినట్లు ప్రకటించారు. చదువుకున్న పార్శీ శిష్యులు, భక్తులు, వారి మిత్ర కుటుంబాలలో నుంచీ ఉపాధ్యాయులను ఎంచి నియమించారు.

చదువు చెప్పటం ఉచితం. భోజనం, వసతి కూడా ఉచితమే. మామూలు మత రహిత విషయాలతో బాటు మెహర్ స్వయంగా పేరు లేని ఒక మతాన్ని గురించి ప్రత్యేక బోధ చేసేవారు.

అంతా ఉచితమే గనుక సుమారు నూరుమంది విద్యార్థులకు కూడగట్టడం సులువుగానే జరిగింది. వారిలో ఒక డజను మంది పర్షియానించే వచ్చారు. అన్ని మతాలకు సర్వసాధారణమైన నీతిమయ ఆదర్శాలు, మహా ప్రవక్తల జీవిత గాథలు బోధించబడ్డాయి. బోధనాంశాలలో మతపరమైన శిక్షణా తరగతి ప్రాముఖ్యత చెందసాగింది. మెహర్ బాబా వారిలో పెద్ద పిల్లలను నిగూఢ భక్తి భావంలోకి నడిపించటానికి ప్రయత్నం చేశారు. కాని అది కొంచెం రంగు, రుచి వాసన లేని వ్యవహారంగా తేలింది. ఆయనను పవిత్రమూర్తిగా తలచాలని, ఆయనను ఆరాధించాలని కూడా వారికి బోధన జరిగింది. కొందరు అబ్బాయిలు మత సంబంధమైన మూర్ఛలవంటి చిహ్నాలు కూడా ప్రదర్శించటం మొదలయింది. వారిలో ప్రతి కొద్ది రోజులకూ విచిత్రమైన సంఘటనలు జరుగుతుండేవి.

ఈ అసాధారణమైన విద్యాలయం ప్రత్యేకత ఏమిటంటే విభిన్న కులాలు, జాతులు, మతాలకు చెందిన విద్యార్థులు ఇక్కడ ఉండేవారు. హిందువులు, మహమ్మదీయులు, భారతీయ క్రిస్టియన్లు, జొరాస్ట్రియన్లు స్వేచ్ఛగా కలిసిమెలిసి తిరిగేవారు. కాని మెహర్ బాబా ఇంకా విస్తృతమైన సమూహం కావాలన్నారు. ఆయన తన ముఖ్య శిష్యుడిని తెల్లవారి నించి శిష్యులను తీసుకువచ్చే ప్రయత్నంలో ఇంగ్లండు పంపారు. కాని ఆ రహస్య దూత చాలా కష్టాలను ఎదుర్కొన్నాడు. తెల్లవారు తల్లిదండ్రులు తమ పిల్లలను ముక్కు మొహం తెలియని అపరిచితుడికి అప్పగించటానికి – అందులోను దూరాన ఆసియాలో ఎక్కడో ఉన్న విద్యాలయానికి – ఇష్టం చూపలేదు. అంతేగాక సర్వమత సమ్మేళనమైన విద్యాలయం అంటే వారికి ఏమి విశేషం కనిపించలేదు. వివిధ మతాలకు చెందిన విద్యార్థులు సహజంగా తలుచుకున్నప్పుడు చేరగలిగిన విద్యాలయాలు ఇంగ్లాండులో చాలా ఉన్నాయి. కులమత భేదాలతో నిండిన భారతదేశంలో లాగా ఇక్కడ గొడవలు లేవు.

ఇండియా నుంచి వెళ్లిన దూత ఒకనాడు ఒక ఇంగ్లీషు వ్యక్తిని కలుసుకున్నాడు. ఒకటి రెండు సంభాషణలతో ఆయన పార్శీ దేవదూతను అంగీకరించి వెంటనే అందులోకి మారిపోయారు. ఆయన మంచి ఉత్సాహవంతుడైన వ్యక్తి. ఇంగ్లండులో తేనె తుట్టెలాగా ఉండే మతాలు అన్నిటిలోనూ అడుగు పెట్టి చూసి మెహర్ బాబా సందేశం ఉన్నతంగా తోచి అందులో చేరాడు. తెల్ల విద్యార్థులను వెతకటంలో ఆయన సాయపడ్డాడు. వారు ముగ్గురు పిల్లలను పట్టుకోగలిగారు. ఈ పిల్లల తల్లిదండ్రులు

పేదరికంలో మగ్గి ఉన్నారు. పిల్లల భారం తగ్గటమే వారికి ముట్టిన మూల్యం. ఈ స్థితిలో ఇండియా కార్యాలయం రంగంలోకి దిగి వివరాలు దర్యాప్తు చేసి తెలుసుకొని, తమ దూతను ఒక దులుపు దులిపి ఆ పథకానికి స్వస్తి చెప్పింది. ఆ పిల్లలు ఓడ ఎక్కలేదు. పార్శీ దేవదూత ప్రతినిధి ఇంగ్లీషు వ్యక్తి, ఆయన భార్య, మరదలుతో భారతదేశం తిరిగి వచ్చాడు. ఐదారు నెలల తర్వాత మెహర్ బాబా వారిని ఇంగ్లాండు తిప్పి పంపారు. తన ముఖ్య శిష్యుడి ఖర్చుతో.

ఈ విద్యాలయం స్థాపించటంలో రెండు ప్రయోజనాలు ఆశించారని మెహర్ ద్వారా తెలుసుకున్నాను. తన విద్యార్థులతో జాతి, మత విభేదాలు, అవరోధాలు తొలగించటం మొదటిది. వారిలో కొందరిని తన ఆధ్యాత్మిక సిద్ధాంతానికి భావి దూతలుగా శిక్షణ ఇవ్వటం రెండవది. వారు పరిపక్వం చెందితే, తన ధ్యేయం ప్రకటించటానికి సమయం ఆసన్నమైనప్పుడు ఆయన వారిని ఐదు ఖండాలకూ మానవజాతిని ఆధ్యాత్మికంగా మార్చే తన బృహత్ప్రణాళికలో సందేశ హరులుగా పంపుతారు.

విద్యాలయం సరసనే మరొక కార్యక్రమం తలెత్తింది. ఒక ఆదిమ వైద్యాలయం తెరుచుకున్నది. పట్టుదల గల విద్యార్థులను స్థానికంగా ఉన్న గుడ్డివారిని, వ్యాధిగ్రస్థులను, వికలాంగులను సేకరించుకు రావటానికి పంపారు. వచ్చిన వారికి ఉచిత వైద్యసేవ, భోజనం, బస ఇవ్వబడినాయి. పార్శీ పవిత్రమూర్తి వారిని ఆధ్యాత్మికంగా ఓదార్చారు. ఉత్సాహవంతుడైన ఒక భక్తుడు కేవల ఆయన స్పర్శతోనే ఐదుగురు కుష్టురోగులకు నివారణ కలిగింది అంటారు. నా అనుమానం నాది – వారెవరో ఎవరికీ తెలియదు, వారు ఎక్కడ ఉన్నారో, ఇప్పుడు వారిని కలుసుకోవటం ఎలాగో అంతకంటే తెలియదు. ఇది కేవలం తూర్పున పుట్టిన అతిశయోక్తి అని నా అనుమానం. ఆ కుష్టు రోగులలో ఒకరైనా కేవలం ఉపకార స్మృతితో బాబాను అంటిపెట్టుకు ఉండేవారు. ఈ వార్త ఈ భారతదేశంలోని కుష్టు రోగులకు దావానలం లాగా చేరేది – దేశంలోని కుష్టు రోగులంతా ఆరంగాంలో ఈ వైద్యాలయానికి తండోపతండాలుగా చేరేవారు.

ఇక్కడ పరిసర గ్రామాల నుంచి వచ్చే భక్తులు, సందర్శకులు, ఇక్కడ మకాం వేసి కాలక్షేపం చేసేవారు వగైరాలతో వందలమందితో ఇది పుణ్యస్థలం అయింది ఈ ప్రదేశం అంతా తీవ్రమయిన ఆరాధన భావంతో నిండి ఉంటుంది. సహజంగా ఈ చిత్రం అంతటికీ కేంద్రం మెహర్ బాబాయేనని చెప్పనక్కరలేదు.

కాలనీ స్థాపించిన పద్దెనిమిది నెలలకు హఠాత్తుగా మూతబడింది. అన్ని కార్యక్రమాలూ ఆగిపోయాయి. కుర్రవాళ్లు వారి తల్లిదండ్రుల దగ్గరికీ, రోగుల

ఇళ్లకు దింపబడ్డారు. మెహర్ బాబా స్వయంగా ఇందుకు కారణం ఏమి చెప్పలేదు. ఇటువంటి దుర్గ్రాహ్యమయిన వరవడి ఆయనకు మొదటినించీ ఉన్న స్వభావం అని విన్నాను.

1929 వేసవిలో ఆయన తన సాధం లేక్ అన్న పేరు గల శిష్యుడిని తన ధ్యేయ దూతగా భారతదేశం పర్యటించటానికి పంపారు. బయలు దేరే ముందు ఆయనకు అందిన ఆదేశం.

''నీ పనిలో నీవెనుక దేవదూత సహాయం ఉంటుంది. అందరి పట్ల సమభావం కలిగి ఉండు. ఏ మతాన్నీ తప్పు పట్టకు. నిన్ను గురించి నాకు అంతా తెలుస్తూనే ఉంటుందని గుర్తుంచుకో. ఇతరుల మాటవల్ల అనవసరంగా కలతపడవద్దు. నేను నీకు దారి చూపి నడిపించుతాను. నన్నే అనుసరించు, మరెవరినీ అనుసరించకు.''

నాకు అందిన సమాచారం ప్రకారం ఆ అర్భకుడు దేశాటన జీవితానికి పనికి రాడు అని తెలిసింది. అతనిది బక్క ప్రాణం. మద్రాసులో ఒక చిన్న అనుచర బృందాన్ని తయారు చేయగలిగాడు. ఆ తర్వాత దారిలో అనారోగ్యం పాలయినాడు. తిరిగి వచ్చి కన్ను మూశాడు.

పార్శీ పవిత్రమూర్తి ఉద్యోగ పర్వంలో రేఖాచిత్రం.

★

కాలక్షేపం లాంటి సంభాషణలు మెహర్‌బాబాతో నేను చాలా జరిపాను. కాని ప్రపంచం పట్ల ఆయన స్వయంగా నిర్ణయించుకున్న ధ్యేయాన్ని గురించి మరింత స్పష్టంగా, నికరంగా తెలుసుకోవాలని ఉన్నది. కనుక ఒక ఆఖరి ఇంటర్వ్యూ అభ్యర్థించి సంపాదించాను. ఆయన ఇవాళ లేత నీలం రంగు స్కార్ఫ్ కట్టుకుని ఉన్నారు. వర్ణమాల పలక ఆయన ఒడిలో మా సంభాషణకు సిద్ధంగా ఉన్నది. అక్కడ ఉన్న శిష్యులు ఆరాధనా పూర్వకంగా మెచ్చుకొనే ప్రేక్షకులు; అవసరమైన నేపథ్యంగా తయారయినారు. నేను నిశ్శబ్దం ఛేదించుతూ ప్రశ్న అడిగేవరకూ అందరూ ఒకరినొకరు చూస్తూ నవ్వుతున్నారు.

''మీరు దేవ దూత అని మీకెలా తెలుసు?''

నా తెగువకు శిష్యులంతా అప్రతిభులయినారు. గురువు దుబ్బులాంటి తన కనుబొమ్మల్ని కదిలించుతారు. ఆయనేమీ చలించలేదు. అడుగుతున్న ఈ పాశ్చాత్యుడిని తన చిరునవ్వుతో సత్కరించి ఆయన సత్వరం బదులు పలికారు.

''నాకు తెలుసు! నాకు బాగా తెలుసు. మీరు మానవులు అని మీకు తెలిసినట్లే నేను దేవ దూతనని నాకు తెలుసు. అదే నా జీవితం. నా ఆనందం ఎన్నటికీ ఆగదు.

మీరు మరొక వ్యక్తినని ఎన్నడూ పొరబడరు గదా! కనుక నేనెవరినో నేను పొరబడను. నేను దివ్యకార్యం చేయవలసి ఉన్నది. నేను చేసి తీరుతాను?''

''ఆ మహ్మదీయ ఫకీర్ స్త్రీ మిమ్మల్ని ముద్దు పెట్టుకున్నపుడు ఏమి జరిగిందో మీకు జ్ఞాపకం ఉన్నదా?''

''ఆఁ అప్పటి వరకు ఇతర యువకులలాగనే ప్రాపంచిక జీవిని. హజరత్ బాబా జాన్ నాకు తలుపు తెరిచింది. ఆమె ముద్దు పెద్ద మలుపు. ఈ విశ్వం అనంత ఆకాశంలోకి నిర్గమించుతున్నట్లు, నేను ఏకాకినై నిలిచినట్లు అనుభూతి చెందాను. అవును భగవంతుడితో నేను ఒక్కడినే ఉన్నాను. నేను నెలల తరబడి నిద్ర పోలేకపోయాను. కాని నాకు నీరసం కలగలేదు. ఎప్పటిలాగా బలంగానే ఉన్నాను. మా నాన్నకు అర్థం కాలేదు. ఆయన నాకు పిచ్చి ఎక్కింది అనుకున్నారు. ఆయన డాక్టర్లను ఒకరి తర్వాత ఒకరిని పిలిచారు. వారు నాకు మందు ఇచ్చారు. ఇంజక్షనులు పొడిచారు. కాని వారంతా పొరబడ్డారు. నేను దేవుడి సమక్షంలో ఉన్నాను. నయం చేయ వలసింది ఏమీ లేదు. నేను మామూలు జీవితం నుంచి విడిపడ్డాను. తిరిగి రావటానికి చాలాకాలం పట్టింది అర్థమైందా?''

''బాబా మీరు ఇప్పుడు తిరిగి వచ్చారు గదా! ప్రజానీకానికి ఎప్పుడు చెబుతారు.''

''త్వరలోనే నా అవతారం ఆవిర్భావం జరుగుతుంది. ఏ తేదీన అని ఖచ్చితంగా చెప్పలేను.''

''అప్పుడు...?''

''ఈ భూమి మీద కర్తవ్యం మూడు నాలుగు సంవత్సరాలు నడుస్తుంది. ఆ తర్వాత నేను విషాద పరిస్థితులలో మరణించుతాను. నా స్వజనం, పార్శీలు, హింసాత్మకమైన నా మరణానికి కారకులవుతారు. మిగిలిన వారు నా కార్యక్రమం కొనసాగించుతారు.''

''మీ శిష్యులే ననుకుంటాను.''

ఎంచుకున్న నా పన్నెండుగురు శిష్యులు నిర్ణీత సమయానికి వారిలో ఒకరు గురువు అవుతారు. వారి కోసమే నేను తరచు ఉపవాసాలు చేసేది. మౌనవ్రతం పాటించేది. ఇందువల్ల వారి పాపాలు ప్రక్షాళనమై ఆధ్యాత్మికంగా పరిపూర్ణులవుతారు. వారంతా గత జన్మలలో నాతో పాటే ఉన్నారు. మొదటి పన్నెండు మంది పరిపూర్ణత సాధించాక వారికి తోడ్పడటమే వీరి కర్తవ్యం.''

దేవదూతలమనే వారు ఇంకెవరైనా ఉన్నారా?

''వారిని గురించి నిరసనగా నవ్వారు మెహర్.''

"ఉన్నారు. కృష్ణమూర్తి – అనీబిసెంట్ శిష్యుడు – ఉన్నాడుగా! ఈ దివ్య జ్ఞానమూర్తులు ఆత్మవంచన చేసుకుంటారు. వారిని వెనుకనించి ఆట ఆడించేవారు టిబెట్‌లో ఎక్కడో హిమాలయాల్లో ఉంటారు. వారి నివాసాలలో దుమ్ము దాళ్లు తప్ప మరేమీ ఉండవు. అంతేకాక ఇంతవరకు ఏ ఆధ్యాత్మిక గురువు తన ఉపయోగం కోసం మరొక దేహాన్ని సిద్ధంచేసి శిక్షణ ఈయమని కోరలేదు. అది హాస్యాస్పదం."

ఈ ఆఖరు సంభాషణలో మరికొన్ని వింత ప్రకటనలు వెలుగు చూస్తాయి. వర్ణమాలలో ఒకదాని నుంచి మరొక దానికి గెంతే ఆ సన్నని వేళ్లలో నించి ఆసక్తి కలిగించే దృఢ ప్రకటనల కలగూరగంప..." అమెరికా భవిష్యత్తు ఉజ్వలం. అది ఆధ్యాత్మిక దేశం అవుతుంది... నన్ను నమ్మేవారు ప్రతి ఒక్కరినీ నేనెరుగుదును. వారికి సహాయం ఎల్లప్పుడూ దొరుకుతుంది... నా చర్యలను అధ్యయనం చేయటానికి ప్రయత్నించకండి మీకెపుడూ అంతు పట్టవు... నేను ఒక స్థలం దర్శించి అక్కడ బస – ఎంత తక్కువ సమయం అయినా సరే – చేస్తే దాని ఆధ్యాత్మిక వాతావరణం ఉచ్ఛస్థితి నందుకుంటుంది... నా ఆధ్యాత్మిక దోహదంతో ఆర్థిక, రాజకీయ, లైంగిక, సామాజిక సమస్యలవంటి ప్రాపంచిక సమస్యలు సమసిపోతాయి. స్వార్థం నశించుతుంది, సౌభ్రాతృత్వం దాని స్థానంలో వెలుగుతుంది... పదిహేడవ శతాబ్దంలో మరాఠీ సామ్రాజ్యం స్థాపించిన శివాజీ మహరాజు ఇక్కడే ఉన్నాడు. (ఆయన తననే చూపుతాడు. అంటే మెహర్ శివాజీ మహరాజ్ అవతారమని భావం)... కొన్ని గ్రహాల మీద జీవులు ఉన్నారు. సంస్కృతిలో, భౌతిక పురోగతిలో అవి ఈ భూమిని పోలుతాయి. కాని ఆధ్యాత్మికతలో భూలోకం అత్యంత పురోగామి...

తనను గురించి చెప్పేటప్పుడు మెహర్ నిరాడంబరత, అణుకువ లెక్కచెయ్యరని తెలుస్తుంది. ఇంటర్వ్యూ చివర్లో ఆయనకు నాకిచ్చిన ఆదేశంతో నేను చకితుడినయాను.

"నా ప్రతినిధిగా పడమటికి వెళ్లు, రానున్న దేవదూతగా నా పేరు ప్రచారం చేయి. నా కోసం, నా ప్రభావం కోసం పనిచెయ్. మీరు మానవ శ్రేయస్సుకు పాటుపడినట్లు అవుతుంది."

"ఈ లోకం నాకు బహుశ పిచ్చి పట్టిందని నవ్వుతుంది." ఇబ్బందిగా సమాధానం అటువంటి కార్యభారం నా ఊహకందనిది.

మెహర్ ఒప్పుకోరు.

వరుసగా అద్భుతాలు చేస్తేనే తప్ప పశ్చిమ ప్రపంచం ఎవరినీ ఆధ్యాత్మిక మానవాతీతుడిగా ఒప్పుకోదనీ, నేను ఏ అద్భుతాలూ చేయలేను గనుక నేను ఆయన ప్రతినిధిగా పనిచేయలేననీ బదులు చెప్పాను.

''అయితే మీరు ఆ అద్భుతాలు చేద్దురుగాని!'' ఊరట గొలిపే ఆయన భరోసా.

నేను మౌనం వహించాను. మెహర్ నా మౌనాన్ని అపార్థం చేసుకున్నారు.

''నాతో ఉండిపొండి. మీకు అద్భుతమైన శక్తులు కలిగించుతాను.'' ఆయన బతిమాలారు ప్రోత్సహించుతూ. ''మీరు చాలా అదృష్టవంతులు. మీకు అతీత శక్తులు పొందటానికి సాయం చేస్తాను. అప్పుడు మీరు పశ్చిమాన సేవలు చేయవచ్చు.''

★

నమ్మశక్యం గాని ఈ ఇంటర్వ్యూ మిగిలిన భాగం వర్ణించటం అనవసరం. కొందరు పుట్టుకతోనే గొప్పవారు. మరికొందరు గొప్పతనాన్ని సాధించుతారు. ఇంకా కొందరు ఏజంట్లని నియామకం చేస్తారు. మెహర్‌కు ఆఖరు పద్ధతి ఇష్టం లాగుంది.

మర్నాడు బయలు దేరటానికి సిద్ధం అయ్యాను. నేను తగినంత పవిత్ర జ్ఞానం, దుష్ట శక్తుల, దుష్ఫలితాల జోస్యం తెలుసుకున్నాను. ప్రస్తుతానికి ఇది చాలు. కేవలం మత విషయమైన వక్కాణింపులు, ఘన ప్రకటనలు వినటానికి నేను ప్రపంచంలో దూరతీరాలు పర్యటించటం లేదు. నాకు యథార్థాలు కావాలి. అవి ఎంత వింతవైనా, అసాధారణమైనవైనా ఫర్వాలేదు. నాకు నమ్మదగిన సాక్ష్యం కావాలి. అంతకు మించి వ్యక్తిగతమైన సాక్ష్యం ఇంకా మేలు. నా తృప్తికై నేనే సాక్షిని కాగలను.

నా సామాను పాకింగ్ అయింది. నేను బయలుదేరటానికి సిద్ధంగా ఉన్నాను. సవినయంగా శలవు తీసుకోవటానికి నేను మెహర్ వద్దకు వెళ్లాను. కొద్ది నెలలలో తను నాసిక్ టౌనుకు దగ్గరలో ఉన్న సెంట్రల్ హెడ్ క్వార్టర్స్‌లో నివసించబోతున్నానని చెప్పారు. నేను అక్కడికి వెళ్లి ఆయనతో ఒక నెల బస చేయుమని ఆయన సలహా.

''ఆపని చేయండి. మీకు వీలు ఉన్నప్పుడు రండి. నేను అద్భుతమైన ఆధ్యాత్మిక అనుభవాలు కలిగించుతాను. అప్పుడు మీకు నా గురించిన నిజం తెలుస్తుంది. నా లోపల ఉన్న ఆధ్యాత్మిక శక్తులు మీకు చూపించబడుతాయి. ఆ తర్వాత మీకు ఏ విధమైన సందేహమూ ఉండదు. నేను చెప్పేదంతా మీ స్వానుభవంతో మీరే ఋజువు చేయగలరు. అప్పుడు మీరు పడమటికి వెళ్లి నా కోసం అనేకులను జయించి తేగలరు.''

నాకు అవకాశం దొరికినప్పుడు వచ్చి ఆయనతో ఒక నెల గడపాలని నిశ్చయించుకున్నాను. పార్శీ పవిత్రమూర్తి నాటక కంపెనీ వైఖరి, ఆయన ధ్యేయం అసాధ్యంగా తోచినా, అంతా నిష్పక్షపాతంగా పరిశోధించాలని నిశ్చయించుకున్నాను.

★

బాంబే నగర జీవిత హడావిడికి మరొక సంగ్రహమైన సందర్శనం. ఆ తర్వాత పూనా రైలు ఎక్కాను. ఈ ప్రాచీన దేశంలో నా పర్యాటన మొదలవుతున్నది.

మెహర్ బాబాను, తన హఠాత్తు చర్యతో, వింత తోవ తొక్కించిన ఆ మహమ్మదీయ పవిత్ర స్త్రీ నా ఆసక్తిని రేకెత్తించింది. ఆమెను ఒకసారి దర్శించితే తప్పేమీ లేదనుకున్నాను. ఆమెను గురించి బాంబేలో అప్పటికి నేను కొంత విచారించి ఉన్నాను. మాజీ న్యాయమూర్తి ఖండలావాలాకు ఆమె యాభై సంవత్సరాలుగా పరిచయం ఉన్నది. ఆమె వయసు సుమారుగా తొంభై ఐదు ఉండవచ్చునని ఆయన ద్వారా తెలుసుకున్నాను. మెహర్ అనుచరులు ఆమె వయస్సు నూట ముప్పై సంవత్సరాలు అని చెప్పటం నాకు జ్ఞాపకం. ఈ అతిశయోక్తి కేవలం వారి ఉత్సాహకారణంగా కలిగిందని నా ఉదార యోచన.

న్యాయమూర్తి ఆమె కథ నాకు క్లప్తంగా చెప్పారు. ఆమె స్వస్థలం బెలూచిస్తాన్. (ఆఫ్ఘనిస్తాన్‌కు భారతదేశానికి మధ్య ఉన్న అనిశ్చితమైన ప్రదేశం.) చిన్నతనంలో ఇంటినించి పారిపోయింది. కాలి నడకన చాలాకాలం ధైర్యంగా ఎక్కడెక్కడో తిరిగి ఈ శతాబ్దం ఆరంభంలో ఆమె పూనా చేరుకుంది. అప్పటి నుంచి ఆమె ఆ ఊరు వదలలేదు. మొదట్లో ఆమె తన నివాసం ఒక వేపచెట్టు క్రింద ఏర్పాటు చేసుకున్నది. సర్వకాలాలలోనూ అక్కడే ఉంటానని పట్టుపట్టింది. ఆమె పవిత్రత, వింతశక్తులు త్వరలోనే ఆ ప్రాంతంలో నివసించే మహమ్మదీయులలో ప్రాకాయి. హిందువులు కూడా ఆమెను గౌరవంగా చూడసాగారు. ఆమె మామూలు ఇంటిలో ఉండటానికి నిరాకరించింది. అందుచేత కొందరు మహమ్మదీయులు ఆమె నివసించుతున్న వేపచెట్టు కిందనే ఒక చెక్క నివాసం నిర్మించారు. ఇది ఒక ఇంటి రూపంలో ఆమెకు వర్షాకాలపు నిర్దయ, కాఠిన్యాల నుంచి కొంత రక్షణ.

ఆ న్యాయమూర్తిని ఆయన వ్యక్తిగత అభిప్రాయం అడిగారు. హజరత్ బాబాజాన్ నిజమైన ఫకీర్ అనటం తనకు సందేహం లేదన్నారు ఆయన. ఆ న్యాయమూర్తి కూడా పార్శీయే. మెహర్ బాబా ఆయనకు బాగా పరిచయం. అందుచేత బాబాను గురించి జాగ్రత్తగా తెలివిగా విచారించాను. నేను విన్నది ఆ పార్శీ దేవదూతకు నన్ను చేరువ చేయలేదు. చివరికి మెహర్ ప్రస్తుత ఉత్తేజ మూలం ఉపాసని మహరాజ్‌ని గురించి అడిగాను. నాకు సమాచారం ఇస్తున్న ఆ న్యాయమూర్తి ఈ విషయాలలోను ప్రాపంచిక విషయాలలో కూడా విస్తారమై అనుభవం కలవారు. సూక్ష్మబుద్ధి, వివేకి, తన అనుభవాలను గురించి ఆయన వివరంగా చాలాసేపు మాట్లాడారు. నేను రెండు సందర్భాలు వ్రాస్తాను.

"ఉపాసని ఘోరమైన తప్పులు చేశాడు. ఆయన బెనారస్‌లో ఉన్న సమయంలో ఒకసారి నన్ను అక్కడికి రమ్మని ప్రోత్సహించాడు. కొంతకాలం తర్వాత నాకు

మరణాన్ని గురించి ఒక హెచ్చరిక కలిగింది. నా కుటుంబం నివసించుతున్న పూనా తిరిగి వెళ్ళిపోవాలనుకున్నాను. అంతా సర్దుకుంటుంది సవ్యం అవుతుంది అంటూ మాటిమాటికీ ఉపాసని నన్ను వెళ్లకుండా అడ్డుపడ్డాడు. రెండు రోజుల తర్వాత నాకు ఒక టెలిగ్రాం వచ్చింది. నా కుమారుడి భార్య ప్రసవించింది. కాని పుట్టిన బిడ్డ పుట్టిన కొద్ది నిమిషాలలోనే మరణించింది. మరొక విషయంలో బాంబే స్టాక్ ఎక్స్ఛేంజ్‌కి వ్యాపారం తలపెట్టిన మా అల్లుడికి ఆ వృత్తి ఆయనకు చెప్పనలవి గాని అదృష్టాన్ని తెచ్చిపెడుతుందని చెప్పాడు. ఆయన సలహా ననుసరించి, అతను స్టాక్ ఎక్స్చేంజ్ వ్యాపారంలో చేయి దూర్చాడు. దాదాపు సర్వనాశనం అయినాడు!''

న్యాయమూర్తి ఖండలా వాలా స్వతంత్ర దృక్పథం నన్ను ఆకర్షించింది. ఆయన ఉపాసని మహరాజ్ పరువు తీసేశాడు. మెహర్ బాబాయే ''ఉపాసని మహరాజ్ ఈ యుగంలో అత్యంత మహోన్నత ఆధ్యాత్మిక వ్యక్తులలో ఒకరు.'' అంటారు కాని మెహర్ నిజాయితీ పరుడనటానికి సందేహించరు. ఆయన ఆధ్యాత్మిక ప్రగతి నమ్ముతారు. అయితే ఆయన సాధన ఇంకా ఋజువు కాలేదు.

నేను పూనా చేరి కంటోన్‌మెంట్‌లో ఒక హోటల్‌లో దిగాను. వెంటనే హజరత్ బాబాజాన్ నివాసానికి వెళ్లాను. ఆమెను వ్యక్తిగతంగా ఎరిగిన ఒక వ్యక్తి. నాకు దుబాసీగా పనిచేయటం గూడా తెలుసు, నాతో బాటు వచ్చాడు.

ఆమెను ఒక సందులో కలిశాం. అక్కడ చిన్న నూనె దీపాలు, మినుకుమనే ఎలక్ట్రిక్ దీపాలలో వింత వెలుతురు పాకుతున్నది. ఎత్తు తక్కువగా ఉన్న దివాను మీద పడుకొని ఆమె అందరికీ కనపడుతునే ఉంటుంది. వరండాలో కట్టిన కంచె రోడ్డుకూ ఆమెకు మధ్య అడ్డం. ఆ కొయ్య నివాసం పైన వేపచెట్టు ఆకారం ఆవరించి ఉన్నది. గాలిలో వేప పువ్వు వాసన తేలుతున్నది.

''మీరు జోళ్లు తీయాలి.'' నా గైడ్ నన్ను హెచ్చరించాడు. ''జోళ్లతో లోపలికి వెళ్లటం మనం గౌరవం చూపించటం లేదని అర్థం. నేను అతని హెచ్చరిక పాటించాను. ఒక నిమిషం తర్వాత మేం ఆమె పడక పక్కన ఉన్నాం.

ఆ 'పురాతన' స్త్రీ పడక మీద వెల్లకిలా పడుకొని ఉన్నది. దిండ్లతో తల ఎత్తిపెట్టి ఉన్నది. పట్టులాంటి ఆమె తెల్లని జుట్టు విపరీతంగా ముడుతలు పడ్డ ఆమె ముఖం, కుట్లు కుట్టినట్లున్న కనుబొమలకు బాగా వ్యత్యాసం.

నాకు తెలిసిన వచ్చిరాని హిందుస్తానీలో ఆ వృద్ధురాలికి నన్ను నేను పరిచయం చేసుకున్నాను. ఆమె పండిపోయిన తల తిప్పి, అస్థిపంజరం మీద చర్మం కప్పినట్లున్న ముంజేయి చాపి నా చేతిని తన చేతులలోకి తీసుకున్నది. ఈ ప్రపంచంతో సంబంధం లేని ఆమె కళ్లు నన్ను కన్నార్పకుండా చూశాయి.

ఆ కళ్లు నన్ను తికమక పెట్టాయి. అవి ఏమీ గ్రహించుతున్నట్లు కనిపించలేదు. పూర్తిగా శూన్యంగా ఉన్నట్లు తోచాయి. ఆమె మౌనంగా మూడు నాలుగు నిమిషాలు నాచేయి పట్టుకొని, నా కళ్లలోకి కన్నార్పకుండా చేసింది. ఆమె చూపులు నాలోకి దూసుకుపోతున్న అనుభూతి నాలో. అదొక వికారమైన సంచలనం. నాకు ఏం చేయాలో తోచడం లేదు.

చివరికి ఆమె తన చేతిని వెనక్కు తీసుకొని, తన నుదురు అనేకమార్లు చేతిలో రాసుకున్నది. అప్పుడు నా గైడ్ వైపు తిరిగి అతనికి ఏదో చెప్పింది. అది ప్రాంతీయ భాషలో ఉండటాన నాకు అర్థం కాదు.

అతను అనువాదం నా చెవిలో గుసగుసలాడాడు.

''ఆయనను భారతదేశం పిలిచారు. ఆయన త్వరలోనే అర్థం చేసుకుంటారు.''

ఒక విరామం. తర్వాత మరొక వాక్యం బొంగురుగా వెలువడింది. దాని అర్థం అక్షరరూపంలో ఉండే బదులు నాస్మృతిలో ఉండటమే మేలు.

ఆమె స్వరం అతినీరసంగా ఉన్నది. మాటలు నిదానంగా అతికష్టం మీద పెగులుతున్నాయి. వయసుడిగిన ఈ శక్తి ఉడిగిన పంజరంలో, వికారంగా కుక్కి ఉన్న ఈ ఆకారంలో అద్భుతశక్తులున్న నిజమైన ఫకీరు ఆత్మ ఉన్నదా? ఎవరికి తెలుసు, ఎవరు చెప్పగలరు? భౌతిక వర్ణమాలతో ఆత్మపుటలు చదవటం సులభం కాదు.

ఆమె తన శతాభిషేకానికి దగ్గరవుతున్నది. ఆమె బలహీనత కారణంగా ఆమెతో ఎక్కువ సేపు మాట్లాడటం అనుమతించబడదని నన్ను హెచ్చరించారు. నాకు ఒక గట్టి ఆలోచన కలగటంతో నేను అక్కడి నించి చప్పుడు చేయకుండా నిష్క్రమించటానికి సిద్ధమయ్యాను. ఆమె కళ్లలో శూన్య దృక్కులు ఆమె మృత్యువు సింహద్వారం వద్ద ఉన్నదనటానికి సంకేతమని నా ఉద్దేశ్యం. శిధిలమైన ఆమె దేహం నుంచి మనసు నిష్క్రమించుతున్నది. కాని ఈ ప్రపంచాన్ని వింత కళ్లతో చూడాలని మళ్లీ వెనుకకు వస్తున్నది.[2]

హోటల్ నా అనుభూతులు నెమరువేశాను. ఆమె అంతరాంతరాలలో ప్రగాఢమైన మానసికశక్తి దాగి వున్నది. అనుకోకుండా ఆమె పట్ల నా గౌరవం పెరిగింది. ఈ సంపర్కంతో నా మామూలు ఆలోచనా వాహిని దారి మళ్లింది. మన జీవితాలను కమ్మి ఉన్న మాయ నాలో చెప్పరాని సంచలనం కలిగించింది. విజ్ఞాన

---

2. కొన్ని నెలల తర్వాత ఆమెను మళ్లీ చూశాను. ఆమె అంత్యదశలో ఉన్నదని నిశ్చయం అయింది. ఆ తర్వాత అనతి కాలంలోనే ఆమె చనిపోయింది.

శాస్త్రవేత్తల ఆవిష్కరణలు, తీవ్ర ఆలోచనలు దీనిని కదిలించలేకపోయాయి. ఈ మహా
ప్రపంచపు చిక్కుముడులు విప్పి ప్రాథమిక రహస్యాలను వెల్లడించుతామని ప్రకటించే
విజ్ఞానశాస్త్రవేత్తలందరూ ఘోషించేదంతా గోరంతేనని అనుకోకుండా నాకు తేటతెల్లం
అయింది. ఆ ఫకీరు స్త్రీతో అంత తాత్కాలిక పరిచయం నా మనో ధృఢత్వాన్ని
సమూలంగా ఎలా నిర్వీర్యం చేసిందో నాకు అర్థం కాలేదు. అంతుపట్టని ఆమె జోస్యం
నా మనసును తొలుస్తున్నది. దాని భావం నాకు అంతుపట్టటం లేదు. భారతదేశానికి
రమ్మని నన్ను ఎవరూ పిలువలేదు. నా అంతట నేనే నా చాపల్యం వల్లనే కదా
వచ్చాను? ఇప్పుడు ఈ పంక్తులు వ్రాస్తుండగా, ఘటన జరిగిన బహుకాలం తర్వాత,
మసక మసకగా అర్థమవటం ఆరంభమైందని నాకు నమ్మకం. గురు దేవులారా, ఈ
ప్రపంచం చిత్ర విచిత్రం!

★★★

అధ్యాయం 5

అడయార్ నది వనవాసి

దక్కన్ పీఠభూమి దాటి నేను దక్షిణ దిక్కుగా ప్రయాణం చేస్తుంటే నా చేతి గడియారంలో ముళ్లు పరుగులు తీస్తున్నాయ్, కాలెండర్‌లో వారాలు గడుస్తున్నాయి. నేను చాల చెప్పుకోదగిన స్థలాలను సందర్శించాను కాని చెప్పుకోదగిన వ్యక్తులు కనిపించలేదు. ఏదో చెప్పరాని శక్తి – నాకు అర్థం కానిది, అయినా నేను గుడ్డిగా అనుసరించేది – నన్ను తొందరపెడుతున్నది. దానితో కొన్నిసార్లు నేను యాత్రికుడిలా ముందుకు పరుగులు తీస్తాను.

చివరికి నేను మద్రాసు వెళ్లే రైలులో ఉన్నాను. మద్రాసులో ఆగి అక్కడ కొంతకాలం స్థాపితమవాలని నా కోరిక. సుదీర్ఘమైన ఆ రాత్రి ప్రయాణంలో నాకు నిద్ర పట్టటం కష్టం అయింది. కనుక పశ్చిమభారత పర్యటనలో నాకు కలిగిన అదృశ్య ప్రయోజనాల లెక్కవేస్తూ పయనించాను.

ఇంతవరకూ నేను ఏ యోగినీ కలవలేదని కష్టం మీద నన్ను నేను ఒప్పించుకున్నాను. నేను నిజమైన యోగిని కలిసి ఉంటే అపరిమిత ఆనందానుభూతి చెందేవాడిని. ఋషి ని కనుగొనే కోరిక / ఆశ నా హృదయాంతరాలలో ఎక్కడో అగాధాలలో ఉన్నది. మరో దిశగా చూస్తే నిద్రించుతున్న భారతదేశంలో అతి మూఢనమ్మకాలు, ఊపిరాడనీయని ఆచారాలు చాలా చూశాను. అవి చూసిన తర్వాత బాంబేలో తటస్థించిన పరిచయస్థులు వ్యక్తపరచిన సందేహాలు, హెచ్చరికలు సబబేనని గ్రహించాను. స్వయంగా నేను చేపట్టిన కార్యం సఫలం కావటం కూడా కష్టమేనని గ్రహించాను. ఇక్కడ పవిత్ర మూర్తులనే వారు పలురకాలుగా ఉన్నారు. కాని వారు తృప్తి కలిగించలేదు / తగినంత ఆకర్షించలేదు. అదికాక పోతే దేవాలయాల చుట్టూ తిరగండి. అక్కడ నిగూఢంగా తోచే అంతర్భాగంలో ఏదో ఉన్నదన్న ఆశ! పవిత్రమైన ఆవరణ దాటి గుమ్మంలోకి అడుగుపెట్టుతాం. తొంగి చూస్తాను. ఆశ్చర్యం కలిగించే అద్భుత భక్తులు కనిపించుతారు. వారు ప్రార్థిస్తూనే గంటలు మోగిస్తారు. వారి ప్రార్థనలు వారి స్వామి చెవిని పడితీరాలని కోరిక!

మద్రాసు చేరినందుకు సంతోషంగా ఉంది. యాత్రికులతో నిండిన రంగురంగుల దృశ్యం నాకు నచ్చింది. ఊరికి రెండుమైళ్ల దూరాన ముచ్చటగొలిపే శివార్లలో నేను స్థిరపడ్డాను. ఇక్కడైతే యూరోపియన్ సంపర్కం కాక భారతీయ సంపర్కానికి అవకాశం ఎక్కువ అని ఆశ! నా యిల్లు ఒక బ్రాహ్మణ వీధిలో ఉన్నది. రోడ్డు మీద ఎత్తయిన ఇసుక. నా జోళ్లు అందులో దిగిపోతాయి. పక్కనే మట్టిలో కాలిబాట. అంతా ఇరవయ్యో శతాబ్ది అభివృద్ధికి బహు దూరం. సున్నం కొట్టిన ఇళ్లకు ముందర స్తంభాలతో వాకిలి తెరిచిన వరండాలు. మా యింటి లోపల పెంకులు కప్పిన దొడ్డి. దాని చుట్టూ మూసి ఉన్న గాలరీ. నీళ్లు పాత బావిలో నుంచి బకెట్‌తో తోడుకోవాలి.

ఇక్కడి శివార్లనుంచి రెండు మూడు వీధులు దాటి వెళ్లితే, దర్శన మిచ్చే దట్టంగా గుబురుగా పెరిగిన దృశ్యం చూస్తే నాకు అమితానందం. అక్కడినించి నడిస్తే అరగంట లోపల అడయార్ నది చేరుకోవచ్చునని కనుక్కున్నాను. ఈ ప్రవాహం ప్రక్కనే నీడనిచ్చే తాటితోపులు అనేకం ఉన్నాయని తెలిసి నాకు కుతూహలం కలిగింది. ఆ తోపులలో పచార్లు చేసి నా విరామ సమయం గడుపుతాను లేదా మందంగా ప్రవహించే ఆ నది గట్టునే కొన్నిమైళ్లు నడుస్తాను.

అడయార్ నది మద్రాసుకు ప్రవహించి అక్కడ దక్షిణపు ఎల్ల అయి ఆ తర్వాత పడిలేచే కోరమండల నురుగుల మధ్య సాగరసంగమం చేస్తుంది. నాకు పరిచయమైన ఒక బ్రాహ్మణునికి నా అభిరుచులు, నా ధ్యేయం తెలుసు. ఒకనాడు ఆయన, నేనూ ప్రవాహం అందాల పక్కనే తాపీగా నడుస్తున్నాం. కొద్దిసేపటి తర్వాత ఆయన హఠాత్తుగా నా చేతి నందుకొని.

“చూడండి!” ఆశ్చర్యంతో అన్నారు “మనకు ఎదురుగా వస్తున్న ఆ యువకుణ్ణి చూశారా? ఆయనను యోగి అంటారు. మీ అభిరుచికి తగినవారు ఆయన.కాని, దురదృష్టం, ఆయన మనతో ఎన్నడూ మాట్లాడరు.”

“ఎందుకని?”

“ఆయన ఎక్కడ నివసించు తారో నాకు తెలుసు. కాని ఆయన జిల్లాకంతటికీ ఎవరితోనూ నోరు విప్పని వారిలో ప్రథములు.”

అప్పటికి ఆయన మమ్మల్ని చేరుకున్నారు. ఆయనది మంచి వ్యాయామం చేసిన దేహం. ఆయన వయసు సుమారు ముప్ఫైఐదు ఉండవచ్చునని నా అంచనా. సగటు కంటె కొంచెం ఎత్తయిన మనిషి. ఆయన ముఖంలో నీగ్రో లక్షణం నాకు స్ఫుటంగా తోచింది. చర్మం నలుపు తిరిగింది. వెడల్పాటి చప్పిడి ముక్కు. లావాంటి పెదవులు, కండలు తిరిగిన దేహం. అన్నీ అనార్య రక్తానికి సంకేతాలు. చక్కగా

జడలు అల్లిన ఆయన పొడుగాటి జుట్టు ముడిపెట్టి నడినెత్తిన ఉన్నది. ఆయన ఒక విచిత్రమయిన పెద్ద చెవి రింగ్ ధరించి ఉన్నారు. ఒక తెల్లని శాలువ ఆయన వంటిని కప్పి ఎడమ భుజం మీదుగా వేలాడుతున్నది. కాళ్లు నగ్నంగా ఉన్నాయి. పాదాలకు జోళ్లు లేవు.

ఆయన మమ్మల్ని ఏమీ పట్టించుకోకుండా నిదానమైన అడుగులతో సాగిపోతున్నారు. ఆయన కళ్లు నేలమీద ఏదో వెతుకుతున్నట్లు క్రిందికి వాలి ఉన్నాయి. ఆ కళ్ల వెనుక మనసు ఏదో విషయాన్ని గురించి ఆలోచించుతున్నదని చూసేవారికి అనిపించుతుంది. ఆ నడిచే ధ్యానంలో విషయం ఏమిటా అని నా ఆశ్చర్యం.

ఆయన నా ఆసక్తిని గిల్లి మరికొంత రేకెత్తించుతారు. మా మధ్య ఉన్న అడ్డుగోడలు కూలదోయాలనే తీవ్రమైన కోరిక నాలో చెలరేగుతుంది.

''నేను ఆయనతో మాట్లాడాలి. వెనక్కు మళ్లుదాం.'' నా సలహా

ఆ బ్రాహ్మణుడు గట్టిగా అభ్యంతరం చెప్పాడు.

'అది శుద్ధ దండగ.''

''కనీసం ప్రయత్నించవచ్చుగదా!'' నా జవాబు.

నా ప్రయత్నం విరమింప జేయటానికి బ్రాహ్మణుడు మరొక ప్రయత్నం.

''ఆయన ఎవరికీ అందడు, చిక్కడు. ఆయనను గురించి మనకేమీ తెలియదు. ఆయన తన ఇరుగు పొరుగు వారి నుంచి కూడా దూరంగా ఉంటాడు. ఆయనతో పెట్టుకోవద్దు. మనకు ఆయనతో జోక్యం వద్దు.''

కాని నేను అప్పటికే ఆ పేరు పొందిన యోగి దిశగా నడుస్తున్నాను. నా సహచరుడు నన్ను అనుసరించక తప్పలేదు.

త్వరలోనే మేము ఆయన వెనుకకు చేరుకున్నాం. మా ఉనికిని ఆయన గుర్తించిన చిహ్నాలేమీ కనుపించలేదు. ఆయన నిదానంగా తననడక సాగించుతునే ఉన్నారు. ఆయనకు సమాంతరంగా మేమూ సాగాము.

''నేను ఆయనతో మాట్లాడ వచ్చునేమో అడగండి.'' నా సహచరుడిని అర్థించాను. ఆయన సందేహించి, తల అడ్డంగా తిప్పుతాడు.

''అహఁ... నా వల్ల కాదు.''

ఒక విలువైన సంపర్కం చెయిజారి పోతుందేమోనన్న రుచించని అవకాశం నన్న మరో ప్రయత్నానికి పురికొల్పింది. ఆ యోగిని నేను పలకరించటం తప్ప వేరు మార్గం లేదు. నేను హిందూ, యూరోపియన్ ఆచారాలన్నీ పక్కకు నెట్టి, ఆయన దారిలో ఆయనకు ఎదురుగా నుంచున్నాను. నాకు తెలిసిన వచ్చీరాని హిందుస్తానీలో

ఒక చిన్న వాక్యం ప్రయత్నించాను. అతను తలెత్తి చూశాడు. ఒక చిరునవ్వు అతని నోటిచుట్టూ వెలిసింది. కాని తల అడ్డంగా తిరిగి 'కాదు, లేదు' అన్న భావం వ్యక్తం చేసింది.

ప్రస్తుతం నాకు మద్రాసు భాష తమిళంలో ఒక్కమాట మాత్రమే తెలుసు. ఆ యోగికి తెలిసిన ఇంగ్లీషు అంతకంటె అన్యాయం అని నా అభిప్రాయం. దక్షిణాదిన హిందుస్తాని చాల కొద్దిమందికే తెలుసు. ఆ విషయం నాకు అప్పటికి తెలియదు. అదృష్టంకొద్దీఆబ్రాహ్మణుడికినన్నలానిస్సంహాయంగావదిలివేయకూడదనితోచింది. సాయపడటానికి అడుగు ముందుకు వేశాడు.

భయం భయంగా క్షమాణ వేడుతున్నట్లు తమిళంలో ఏదో అన్నాడు.

ఆ యోగి బదులు చెప్పలేదు. అతని ముఖం బిగుసుకున్నది. అతని కళ్లు శూన్యంగా, ప్రతికూలంగా మెరిశాయి.

ఆ బ్రాహ్మడు ఇబ్బందిగాముఖం పెట్టి నా వైపు చూశాడు. కొద్దిసేపు నిశ్శబ్దం, విరామం చోటు చేసుకున్నాయి. సన్యాసుల చేత నోరు తెరిపించటం ఎంత కష్టమైనపనో నాకు ఇప్పుడు బాగా అర్థమైంది. ముఖాముఖి మాట్లాడటం వారికి ఇష్టం ఉండదు. అదీగాక వారి అంతరంగిక అనుభవాలను కొత్తవారితో చర్చించటం వారికి నచ్చదు. ముఖ్యంగా ఎండకు టోపీలు అడ్డం పెట్టుకునే తెల్లమనిషి కోసం తమ మౌనాన్ని విడనాడటం వారికి అసలు ఇష్టంలేని పని. ఆ తెల్లవ్యక్తికి యోగలో సూక్ష్మాలు తెలియవు, అర్థం కావు దానికి తోడు వారికి యోగ మీద అభిమానం శూన్యం.

ఈ అనుభూతి వెనుక మరొకటి. యోగి మమ్మల్ని తీక్ష్ణంగా గమనించుతున్నారని నాకు వింతయిన మెలకువ కలిగింది. నా అంతరంగ ఆలోచనలను ఆయన పరిశోధించుతున్నారని నాకు ఒక స్ఫురణ కలిగింది. బయటికి మాత్రం ఆయన ఏమీ పట్టకుండా, ఎవరినీ పట్టించుకోకుండా ఉన్నారు. నేను పొరబడ్డానా?

కాని నేను మైక్రోస్కోప్ క్రింద పరిక్షకు పెట్టిన ఒక సజీవ స్పెసిమన్ అయినాననే విచిత్రమయిన అనుభూతి నన్ను వదలటం లేదు.

బ్రాహ్మడు కొంచెం భయపడి పలాయనం చిత్తగించుదామన్నట్లు మోచేతితో మెల్లగా తట్టాడు. మరొక నిముషం తర్వాత ఆయన పీకులాటకు లొంగి, ఓటమి అంగీకరించి అక్కడినించి నిష్క్రమించే ప్రయత్నం చేశాను.

హఠాత్తుగా ఆ యోగి చేతితో సంజ్ఞచేసి, మమ్మల్ని దగ్గరలోని తాటిచెట్టు దగ్గరికి తీసుకు వెళ్లారు. ఆ చెట్టు మొదట్లో కూర్చోమని మాకు మౌనంగా సైగ చేశారు. తర్వాత స్వయంగా నేలమీద కూర్చున్నారు.

ఆ యోగి తమిళంలో బ్రాహ్మణుడికి ఏదో చెప్పాడు. ఆయన స్వరంలో ఒక వింతయిన అనునాదం, దాదాపు సంగీతం వంటిది, ఉన్నది.

"తను మీతో సంభాషించటానికి సిద్ధమంటున్నారు. యోగి." నా సహచరుడు అనువదించాడు. ఆయన ఈ నదిలో ఎవరూ వెళ్లని ప్రాంతానికి కొన్ని సంవత్సరాల నించి పర్యటించుతున్నాడని సమాచారం అందజేశాడు స్వతహాగా.

మొట్టమొదటగా నేను ఆయన పేరు అడిగాను. వెంటనే ఒక నామాల దండ విన్నాను. అది లాభం లేదని నేను ఆయనకు కొత్తగా నామకరణం చేశాను. ఆయన మొదటి పేరు 'బ్రమ సుగనంద' అని వినిపించింది. అంత లేక అంతకంటె పొడవాటి పేర్లు ఆయనకు ఇంకా నాలుగు ఉన్నాయట. కనుక ప్రస్తుతానికి ఆయనను 'బ్రమ' అని పిలువటమే ప్రయోజనకరమైన పని. ప్రతి పేరులో ఎన్ని అక్షరాలు ఉన్నాయంటే ఆయన పేర్లు అన్ని రాస్తే అవి ఈ పేజి అంతా ఆక్రమించుతాయి. ఆ యువకుడి ఇంటిపేరు[1] విని నేను ఆశ్చర్యంతో అవాక్కు అయ్యాను. కనుక వాటిని గురించి నోరు మెదపకుండా ఉండటం తెలివైన పని. నేను ఆయనకు, పెట్టిన పేరు బ్రమ. కనుక ఇక నుంచి ఆయనను 'బ్రమ'గా వ్యవహరించి అలవాటు లేని పాఠకుల పని సులభతరం చేయటం శ్రేయస్కరం.

"నాకు యోగలో ఆసక్తి అనీ, దానికి గురించి తెలుసుకోవాలని ఉందని ఆయనకు చెప్పండి." నేనన్నాను.

అనువాదం విన్న తర్వాత యోగి అంగీకారం తెలుపుతూ తల ఊపారు.

"అవును. అది నాకు తెలుస్తునే ఉన్నది." ఆయన చిరునవ్వుతో సమాధానం ఇచ్చారు." అయ్యగారిని ప్రశ్నలు అడుగుమనండి."

"మీరు ఏ యోగాభ్యాసం అనుసరించుతారు?"

"నాది దేహనియంత్రణ పద్ధతి. అన్ని యోగాల లోను ఇది అత్యంత కఠినమైనది. దేహము, శ్వాస మొండి కంచర గాడిదన్నట్లు పోరాడి జయించాలి. ఆ తర్వాత, నరాలు, మనసు సులువుగా స్వాధీనం అవుతాయి."

"అందువల్ల మీకు కలిగే ప్రయోజనం ఏమిటి?"

బ్రమ నదిని పరికించి చూస్తారు.

"దేహం ఆరోగ్యం, సంకల్ప బలం, దీర్ఘాయుష్షు – ఇవి కొన్ని ప్రయోజనాలు." ఆయన అన్నారు. నేను అనుసరించే ఈ యోగం సాధించిన యోగి తన మాంసానికి

---

1. ఆగ్నేయ భారతం ప్రాంతీయ భాష తమిళం జర్మన్ భాషకు నకలులా ఉంటుంది. (పొడవాటి పదబంధాలు నిర్మించటంలో). ఫలితంగా రైలు మిమ్మల్ని కులశేఖర పట్నం దాటించుతుంది సరయిన సమయానికి నా పెన్ ఆపటం మేలు!

ఇనుముతో సమానమైన తాలిమి కలుగుతుంది. నొప్పులు అతనిని కదిలించలేవు. మత్తు మందు ఏమీ లేకుండానే ఆపరేషన్నుకు తనను తాను ఒక సర్జన్ చేతిలో పెట్టుకున్నవారిని నేనెరుగుదును. ఒక్క బాధ వెలిబుచ్చకుండా అతడు ఆ ఆపరేషన్ సహించాడు. అటువంటి దేహానికి ఏ రక్షణా లేకుండానే ఎంత విపరీతమైన చలి అయినా భరించగలడు. అయినా ఏమీ బాధపడడు.''

మా సంభాషణ నేననుకున్న దానికంటే ఆసక్తిదాయకం అవుతున్నది. వెంటనే నేను నా నోట్ బుక్ బయటికి తీశాను. బ్రమ నా స్టెనోగ్రఫీ గమనించి నవ్వారు. కాని అభ్యంతరం ఏమీ చెప్పలేదు.

''మీ యోగ పద్ధతిని గురించి మరికొంత చెప్పండి.'' ఆయనను బతిమాలాను.

''మా గురువు కేవలం ఒక కావిరంగు అంగవస్త్రంతో మంచుమయమైన హిమాలయాలలో నివసించారు. నీరు గడ్డకట్టేటంత చల్లగా ఉన్న నేలమీద ఆయన గంటల తరబడి కూర్చోగలరు. అయినా ఆయనకు ఏ బాధా ఉండదు. ఈ 'యోగ' శక్తి అటువంటిది.''

''అయితే మీరు ఒక శిష్యులన్నమాట.!''

''అవును. నేను దాటవలసిన కొండలు ఇంకాచాలా ఉన్నాయి. ఇప్పటికి పన్నెండు సంవత్సరాల నుంచి ప్రతిరోజు ఈ వ్యాయామాలు క్రమం తప్పకుండా అభ్యాసం చేస్తున్నాను.

''అయితే మీరు కొన్ని అసాధారణశక్తులు కలిగి ఉండాలి.''

బ్రమ తల ఊపారు. కాని మౌనం వదలలేదు.

ఈ వింత యువకుడిని చూస్తుంటే రానురాను నాకు ఆశ్చర్యం పెరిగిపోతున్నది.

''మీరు యోగి ఎలా అయినారో అడుగవచ్చా?'' కొంత సంశయంతో అడిగాను.

మొదటి ఆ ప్రశ్నకు జవాబు లేదు – బాగా ఆకులున్న ఆ తాటిచెట్టు క్రింద ముగ్గురం కూర్చొని వున్నాం. నదికి అవతల గట్టున కొబ్బరి చెట్ల మీద కాకులు రొద చేస్తున్నాయి. ఈ చెట్ల మీద గంతులు వేస్తున్న కోతుల కిచకిచలు ఈ రొదకు తోడయినాయి. నది ఒడ్డున నీటి తపతపలు.

''తప్పకుండా!'' బ్రమ హఠాత్తు జవాబు. నా ప్రశ్నలు కేవలం తెలుసుకోవాలనే ఆసక్తి దాటిన మరో ప్రేరణ నుంచి వస్తున్నట్లు ఆయన గ్రహించారనుకుంటాను. ఆయన తన చేతిని అంగవస్త్రంలోపల దాచుకొని, నదికి అవతలి గట్టుమీద ఏదో వస్తువు మీద దృష్టి కేంద్రీకరిచి, మాట్లాడటం మొదలు పెట్టారు.

బాల్యంలో మౌనంగా ఏకాకిగా ఉండేవాడిని. చిన్నపిల్లల సాధారణమైన అలవాట్లు నాకు నచ్చేవి కావు. మిగతా వారితో కలిసి ఆడుకోవాలని అనిపించేదికాదు. తోటలలోను పొలాలలోను ఒంటరిగా తిరగటం నచ్చేది. ఆలోచించుతూ కూచునే పిల్లవాడిని అర్థం చేసికొనేవారు బహుకొద్ది మంది ఉంటారు. నేను జీవితంతో సంతోషంగా ఉన్నానని చెప్పలేను. సుమారు పన్నెండు సంవత్సరాల వయసులో, కేవలం యాదృచ్ఛికంగా, కొందరు పెద్దల సంభాషణ వినటం తటస్థించింది. వారి సంభాషణలోనే నాకు యోగ అనేది ఉన్నదని తెలిసింది. ఆ సంఘటనతో ఆ విషయాన్ని గురించి మరింత తెలుసుకోవాలనే కోరిక కలిగింది. ఈ విషయాన్ని గురించి నేను అనేక మందిని విచారించాను. ఆ విధంగా తమిళంలో కొన్ని పుస్తకాలు సంపాదించాను. ఈ పుస్తకాలు యోగులను గురించి అనేక ఆసక్తికరమైన విషయాలు తెలిపాయి. ఎడారిలో నీటికోసం వెతుకుతూ పరుగెత్తే గుర్రం లాగా నా మనసు వాటిని గురించిన జ్ఞానం కోసం తపించేది. ఇంతకు మించి తెలిసికొనటం అసంభవం అనే స్థితికి చేరుకున్నాను. ఒకనాడు నా పుస్తకాలలో ఒకదానిలో కేవలం అనుకోకుండా ఒక వాక్యం మళ్లీ చదివాను. "యోగలో సఫలత సాధించాలి అంటే వ్యక్తిగతమైన గురువు అవసరం." ఈ మాటలు నాలో అఖండ ప్రభావం కలిగించాయి. ఇల్లు వదిలి దేశాటనం చేస్తేనే గురువును కనుక్కోవటం సాధ్యమవుతుంది అనిపించింది. ఇందుకు నా తలిదండ్రులు సమ్మతించలేదు. మరేమి చేయాలో తెలియక, నేను కొన్ని ప్రాణాయామాలు అభ్యాసం చేయటం మొదలు పెట్టాను. అంతక్రితమే వీటిని గురించి కొంత సమాచారం సేకరించి ఉంచాను. ఈ అభ్యాసాలు నాకు మేలు చేయటం అటుంచి, హాని చేశాయి. అనుభవజ్ఞులయిన గురువు సాయంలేకుండా ఇవి అభ్యాసం చేయటం శ్రేయస్కరం కాదు. అని అప్పుడు నేను గ్రహించలేదు. కాని నాకు గురువు దొరికేంత వరకూ నా ఆత్రుత ఆగలేక పోయింది. కొద్ది సంవత్సరాలలో ఈ ప్రాణాయమాల పరిణామం బయట పడింది. నా నడి నెత్తిమీద ఒక ఒక చిన్న చీలిక కనిపించింది. నా పుర్రె బలహీనస్థానంలో చిట్లింది. ఆ గాయంలో నుంచి రక్తం కారి నా దేహం చల్లబడి మొద్దుబారి పోయింది. నేను చనిపోతున్నాననుకున్నాను రెండు గంటల తర్వాత నా మనో నేత్రంలో ఒక వింత దృశ్యం కనిపించింది. నాకు పూజనీయుడైన ఒక యోగి రూపం నాకు దర్శనం ఇచ్చింది. ఆయన నాతో "నిషేధించబడిన ఈ అభ్యాసాలు చేసి ఎంత ప్రమాదస్థితిలో చేరావో చూశావా? ఇది నీకు మంచి గుణపాఠం కావాలి' అన్నారు. ఆ దృశ్యం అంతటితో ఆగిపోయింది. వింతేమిటంటే ఆ క్షణం నించీ నా పరిస్థితి మెరుగుపడింది. నేను పూర్తిగా కోలుకున్నాను. కాని ఆ మచ్చ ఇంకా అలాగే ఉన్నది."

నడినెత్తి మాకు కనపడేలా భ్రమ తలవంచుతాడు. నడినెత్తిన గుండ్రని చిన్నమచ్చ స్పష్టంగా కనిపించుతున్నది.

''దురదృష్టకరమైన ఈ అనుభవం తర్వాత నేను ప్రాణాయామం వదిలివేశాను. ఇంటిలో బంధనాలు సడలినదాకా కొన్ని సంవత్సరాలు వేచి ఉన్నాను.'' అతడు చెప్పసాగాడు. ''నాకు స్వతంత్రం లభించిన తర్వాత, అవకాశం దొరక గానే నేను ఇల్లు వదలి గురువును వెతుకుతూ బయలుదేరాను. ఒక గురువును పరిక్షించాలంటే కొద్దికాలం ఆయనతో కలిసి జీవించటమేనని తెలుసుకున్నాను. అనేక గురువులను కలుసుకున్నాను. కొద్ది కాలం వారితో ఉండి నిరాశతో తిరిగి వచ్చి కొద్దికాలం గడపటంతో నా సమయాన్ని కేటాయించాను. వారిలో కొందరు సన్యాసి ఆశ్రమాల అధిపతులు; మరికొందరు ఆధ్యాత్మిక శిక్షణాలయ అధిపతులు. కాని వారిలో నాకెవరూ నచ్చలేదు. వారు నాకు గంపెడు వేదాంతం బోధించారు. కాని వారి అనుభవంలోనుంచి వారు చెప్పింది పూజ్యం. వారందరూ పుస్తకాల్లో ఉన్న విషయాన్నే వల్లించేవారు. ప్రయోగాత్మకంగాచెప్పటానికి దారి చూపటానికి వారి దగ్గర ఏమీలేదు. నేను ప్రత్యక్ష శిక్షణ, మార్గదర్శకం కోసం చూశాను పుస్తకాల్లో సిద్ధాంతాలు కాదు. నేను పదిమందికిపైగా యోగా గురువులను దర్శించాను. కాని నాకు వారు నిజమైన యోగ గురువులుగా తోచలేదు. అయినా నేను నిరాశ చెందలేదు. నా యువరక్తం మరింత వేడిగా మరిగింది. వైఫల్యాలు నా నిశ్చయాన్ని మరింత దృఢతరం చేశాయి.

''ఇప్పుడు నేను యౌవనంలో అడుగుపెడుతున్నాను. నా తలిదండ్రుల నివాసం శాశ్వతంగా విడిచిపెట్టి, ప్రాపంచిక జీవితం విడనాడి అంతిమక్షణం దాకా ఒక నిజమైన గురువుకోసం అన్వేషించాలని నిశ్చయించుకున్నాను. అప్పుడు నా పదకొండో దేశాటనంలో ఇంటి నించి బయటికి నడిచాను. నేను తిరిగి తిరిగి తంజావూరు జిల్లాలో ఒక గ్రామం చేరాను. ఉదయం స్నానం చేయటానికి నదికి వెళ్లాను. ఆ తర్వాత నది ఒడ్డునే నడిచాను. త్వరలోనే నేను ఎర్రరాతితో కట్టిన ఒక మందిరం చేరుకున్నాను. నిజానికి అది ఒక చిన్న దేవాలయం. కుతూహలం కొద్దీ నేను లోపలికి తొంగిచూసి ఆశ్చర్య చకితుడిని అయాను. చాలమంది పురుషులు దాదాపు నగ్నంగా ఉన్న ఒక వ్యక్తి చుట్టూ వృత్తాకారంగా కూడి ఉండటం ఆశ్చర్యం కలిగింది. నిజానికి ఆయన గోచీ మాత్రమే ధరించి ఉన్నాడు. ఆయన చుట్టూ చేరిన పురుషులు ఆయనను అత్యంత పూజ్య భావంతో చూస్తున్నారు. ఆ మధ్యలో ఉన్న వ్యక్తిముఖంలో ఏదో గౌరవనీయత, హుందాతనం, నిగూఢత్వం ప్రతిఫలించుతున్నది. ఆశ్చర్యంలో తన్మయత్వంలో తలమునకలవుతూ నేను ద్వారం వద్దనే నిల్చున్నాను. అక్కడ సమావేశమైన బృందం ఏదో ఒక విధమైన బోధన పొందుతున్నదని తెలుసుకున్నాను. ఆ మధ్యలో ఉన్న వ్యక్తి నిజమైన యోగి అని నాకు దృఢమైన

అనుభూతి కలిగింది. పుస్తక జ్ఞానం కాక నిజమైన గురువు! నాకు ఆ అనుభూతి ఎందుకు కలిగిందో నేను చెప్పలేదు.

"హఠాత్తుగా ఆ గురువు ద్వారం వైపు తిరిగారు. మా కళ్లు కలిశాయి. అప్పుడు నాలోని అంతరంగ ప్రేరణ ననుసరించి నేను గుడిలోపలికి అడుగుపెట్టాను. ఆ గురువు నన్ను ఆప్యాయంగా కూర్చొనుమని చెప్పి, "నిన్ను శిష్యుడిగా చేర్చుకోమని నాకు ఆరునెలల క్రితం నిర్దేశం వచ్చింది. ఇప్పటికి నువ్వు వచ్చావు." నేను నా ఈ పదుకొండవ దేశాటనానికి బయలుదేరి సరిగా ఆరునెలలు అయిందని ఒక ఆనందకరమైన షాక్‌తో జ్ఞాపకం వచ్చింది. ఏది ఏమయినా నేను నా గురువును కలుసుకున్నాను. ఆ తర్వాత ఆయన వెళ్లిన ప్రతిచోటికీ ఆయనను అనుసరించాను. కొన్నిసార్లు ఆయన బస్తీలకు వెళ్తారు. మరికొన్నిసార్లు ఏకాంతమైన అడవులలోకి, నిర్జనారణ్యాలకు పయనం అవుతారు. ఆయన సాయంతో నేను యోగమార్గంలో ముందుకు సాగుతున్నాను. నాకు చివరికి సంతృప్తి దొరికింది. మా గురువు గొప్ప అనుభవజ్ఞులయిన యోగి. ఆయన దేహ నియంత్రణ మార్గం అనుసరించుతారు. యోగలో అనేక వ్యవస్థలు ఉన్నాయి. అన్నీ పద్ధతులలోను, వ్యాయామాలలోను వాటిలో చాల వ్యత్యాసం ఉన్నది. నాకు నేర్పిన వ్యవస్థ ఒక్కటే మనసుతో కాక దేహంతో మొదలువుతుంది. నాకు శ్వాస నియంత్రించటం ఎలాగో కూడా నేర్పారు. ఒక యోగశక్తి గ్రహించటానికి నేను నలభై రోజులు ఉపవాసం చేయవలసి వచ్చింది.

ఒక రోజు నా గురువు నన్ను పిలిచి: "పూర్తి సన్యాస జీవితానికి నీకు ఇంకా సమయం రాలేదు. మీవారి వద్దకు తిరిగి వెళ్లి మామూలు జీవితం జీవించు. నీకు పెళ్లి అయి ఒక బిడ్డ కలుగుతుంది. ముప్పైతొమ్మిదో ఏట నీకు కొన్ని సూచనలు కలుగుతాయి. ఆ తర్వాత ప్రపంచాన్నించి విరమించటానికి నీకు స్వేచ్ఛ కలుగుతుంది. అప్పుడు నువ్వు అడవులలోకి పోయి ప్రతి యోగి అన్వేషించే ఆ లక్ష్యం చేరేవరకూ ఏకాంతంగా ధ్యానం అభ్యాసం చేస్తావు. నేను నీ కోసం కాచుకొని ఉంటాను. నువ్వు నా దగ్గరికి రావచ్చు." అన్నప్పుడు నేను ఎంత ఆశ్చర్యపోయానో మీరు ఊహించగలరు.

"ఆయన ఆదేశం ప్రకారం నేను నా స్వస్థలం తిరిగి వెళ్లాను. క్రమంగా నేను అంకిత భావం కలిగిన ఒక స్త్రీని పెళ్లి చేసుకున్నాను. నా గురువు చెప్పినట్లే ఆమె ఒక బిడ్డను కన్నది. కాని ఆ తర్వాత కొద్దికాలానికే నా భార్య మరణించింది. నా తలిదండ్రులు లేరు. కనుక నేను మా స్వస్థలం వదిలి ఇక్కడికి వచ్చి ఒక వృద్ధ విధవరాలు ఇంట్లో ఉంటున్నాను. ఆమె ఇక్కడి మనిషే. ఆమెకు నేను నా పసితనం నుంచీ తెలుసు. ఇంట్లో నా అవసరాలన్నీ చూస్తుంది. వయసుతో ఆమె గోప్యంగా జీవించటం తెలుసుకున్నది. కనుక మా సంస్థ విధించే కట్టుబాట్ల ప్రకారం నా ఏకాంత జీవితం ఆమె అనుమతించుతుంది."

బ్రమ మాట్లాడటం ఆపుతాడు. ఆయన కథనంతో నేను ఎంత ఇంప్రెస్ అయానంటే ప్రశ్నించే నా నాలుక నిశ్చలం అయిపోయింది. రెండుమూడు నిమిషాలు పూర్తి నిశ్శబ్దం. తర్వాత యోగి లేచి నిదానంగా ఇంటి ముఖం పట్టారు. నేనూ, నాతోటి బ్రాహ్మణుడూ ఆయనను అనుసరించాం.

మాదారిన చక్కని తాటి తోపులూ, సరుగుడు తోపులు ఆనందంగా తలులూపుతున్నాయి. ఎండలో నది ధగధగ మెరుస్తున్నది. నది ఒడ్డున తాపీగా నడుస్తుంటే తెలియకుండానే గంట గడిచి పోయింది. త్వరలోనే మేం మనుష్యుల నివాస ప్రదేశంలో అడుగుపెట్టాం. బెస్త వారు తమ పాత పద్ధతిన పనిచేయటానికి నీటిలో తోసుకుంటూ నడుస్తున్నారు. వాళ్లు చేపలు పట్టటం పడవలలో నించీ కాదు, ఒడ్డున నుంచొనీ కాదు, నడుములోతు నీటిలో బుట్టలతో నుంచొని వలలు విసురుతూంటారు.

నీటి మీదికి ఎగిరి వచ్చే రంగురంగుల పిట్టలతో ఆ దృశ్యం అందం ఇనుమడించింది. సముద్రం మీది నుంచి వచ్చి మాముఖాలను తాకే మందంగా వీచే గాలిలో లేత సువాసన. మేము ఒక రోడ్డును చేరటంతో కొంత విచారంగానే నదికి వీడ్కోలు చెప్పవలిసి వచ్చింది. రొద చేస్తూ ఒక పందుల గుంపు మమ్మి దాటి పోయింది. ఒక తలనెరిసిన తక్కువ కులం స్త్రీ వెదురు కర్రతో తోలుతూ వాటిని అదిలించుతున్నది.

చివర్లో బ్రమ వెనుక్కు దిరిగి మాకు వీడ్కోలు చెబుతారు. ఆయనను తిరిగి కలిసే అవకాశం కోరి అదే తెలుపుతాను. ఆయన అంగీకరించారు. అప్పుడు ఆయన మా యింటికి వచ్చే భాగ్యం కలుగుతుందా అని ధైర్యంచేసి అడిగాను. ఆయన ఆ సాయంత్రమే వస్తానని ఒప్పుకోవటం నా బ్రాహ్మణ సహచరుడిని సంభ్రమంలో ముంచివేసింది.

★

సాయంత్రం అవుతుండగానే, బ్రమ రాకకోసం ఆతృతగా నిరీక్షించుతున్నాను. నా బుర్ర నిండా ప్రశ్నలు ఒకదానిమీద ఒకటి దొర్లుతున్నాయి. అతని క్లుప్తమైన ఆత్మకథ నా కుతూహలం రేకెత్తించింది. ఆయన విచిత్ర వ్యక్తిత్వం అయోమయంలో పడవేసింది.

ఆయన వచ్చారని నౌకరు తెలిపినపుడు నేను వరండామెట్లు దిగి ఎదురు వెళ్లి చేతులు జోడించి ఆయనకు స్వాగతం చెప్పాను. హిందూ పద్ధతిలో ఈ అభివందన పాశ్చాత్య మనసుకు వింతగా తోచవచ్చు. ఈ సంజ్ఞ ''నా ఆత్మ మీ ఆత్మ ఒకటే!'' అని తెలుపుతుంది. ఒక యూరోపియన్ దగ్గర ఇలా అభినందన అందుకున్న హిందువులు

అమితానంద పడిపోతారు. అది అరుదైన సంఘటన కావటమే ఇందుకు కారణం. కరచాలనానికి ఇది భారతీయ ప్రత్యామ్నాయం. నేను స్నేహపూర్వక వ్యక్తిగా అంగీకరించ బడాలని నా కోరిక. కనుక నాకు తెలిసినంత మేరకు భారతీయ సంప్రదాయాలను, మర్యాదలను గౌరవించుతాను. అంటే నేను ఈ దేశీయుడినవుతానని భావం కాదు. నాకా ఆలోచనలు, అవసరము లేవు. ఇది కేవలం ఇతరులు నన్నెలా ఆదరించాలని ఆశిస్తానో వారినలా ఆదరించటమే. ఇది నా నమ్మకం.

బ్రమ నాతో బాటు విశాలమైన గదిలోకి వచ్చి వెంటనే నేలమీద పద్మాసనంలో కూర్చున్నారు.

"మీరు దివాన్ మీద కూర్చో వచ్చుగదా!" దుబాసీ ద్వారా ఆయనను అడిగాను. "దాని మీద మంచి కుషన్లు ఉన్నాయి. బాగా సౌకర్యంగా ఉంటుంది." వద్దు – ఆయనకు గట్టినేలే కావాలి! భారతదేశంలో నేల ఇటుకలు / రాళ్లతో ఉంటుంది, బోర్డ్ తో కాదు.

ఆయన రాకకు నా కృతజ్ఞతా పూర్వక ధన్యవాదాలు తెలిసి, అల్పాహారం పెట్టాము. ఆయన స్వీకరించి మౌనంగా తిన్నారు.

అల్పాహారం తర్వాత నన్ను గురించి, అతని జీవితంలోకి నేను చొరబడటానికి కారణం చెప్పాలనిపించింది. దానికి తోడు నన్ను భారతదేశానికి లాక్కువచ్చిన శక్తులను గురించి కూడా క్లుప్తంగా జోడించాను. ముగిసే సమయానికి బ్రమ ఇంతవరకు తను దాక్కొని ఉన్న ఒంటరి తనం వెలుపలికి వచ్చి స్నేహపూర్వకంగా నా భుజంమీద చెయ్యి వేశారు.

"పాశ్చాత్య ప్రపంచంలో అటువంటి వ్యక్తులు ఉన్నారని వినటమే ఆనందం. మీ పర్యాటన వృథా కాదు. మీరు చాలా తెలుసుకుంటారు. విధి మనలను ఒకేచోటికి చేర్చటంతో నాకు ఈనాడు సంతోషంగా ఉన్నది. మీరు ఏది తెలుసుకోవాలన్నా, ఏది అడిగినా నా ప్రమాణాల పరిమితి మేరకు నేను సంతోషంగా చెబుతాను."

అది నిజంగా అదృష్టంలా ధ్వనించుతున్నది! నేను ఆయన యోగ వ్యవస్థ స్వభావం, దాని చరిత్ర. దాని లక్ష్యాలను అడిగాను.

"నేను అధ్యయనం చేసిన దేహనియంత్రణ వ్యవస్థ ఎంత పురాతనమైనదో ఎవరు చెప్పగలరు? మా దేవుడు శివుడు ఘెరాండ మహర్షికి తెలియజేశాడని మా శాస్త్రాలు చెబుతాయి. ఆయన నోటినుంచి మార్తేయాండు నేర్చుకున్నాడు. ఆయన ఇతరులకు నేర్పాడు. అలా ఒకరి నుంచి ఒకరికి వరుసగా వేలాది సంవత్సరాలు నడిచింది. ఎన్నివేలు అనేది మాకు తెలియదు, పట్టదు కూడా. ప్రాచీన కాలంలో

పుట్టిన యోగశాస్త్రాలలో ఇదే ఆఖరుదని మా నమ్మకం. ఆ కాలంలో కూడా నరుడి పతనం ఎంత అగాధమంటే మనిషికి ఆధ్యాత్మిక విమోచన దేవుళ్లు కేవలం దేహం ద్వారా ప్రసాదించవలసిన స్థితి! దేహనియంత్రణ యోగాన్ని (హఠయోగం) మథించి పుక్కిట బట్టిన నిష్ణాతులకు తప్ప ఇతరులకు తెలియదు. ఈ సనాతన శాస్త్రాన్ని గురించి సామాన్యులకు చాలా అపోహలు ఉన్నాయి. ఈనాడు ఆ యోగం క్షుణ్ణంగా తెలిసినవారు చాలాతక్కువ. అందుచేత అతి మూర్ఖమైన, వక్ర అభ్యాసాలు ఈ నాడు అడ్డూ ఆపూ లేకుండా మా వ్యవస్థగా చలామణి అవుతున్నాయి. వారణాసి వెళ్లి చూడండి. మేకుల పడక మీద కూర్చుని, రాత్రికి దానిమీదే నిద్రపోయే మనిషి కన్పిస్తాడు. మరొక చోట ఒక చెయ్యి గాలిలో ఎత్తి పట్టుకొని, నిరుపయోగ కారణంగా ఆ చెయ్యి సగం వాడిపోయిన దాకా, గోళ్లు ఎన్నో అంగుళాలు పెరిగిన దాకా అలాగే ఉంటాడు. వారంతా మా యోగ విధానం అనుసరించేవారని చెబుతారు. కాని అది నిజం కాదు. వారు దానిని అపఖ్యాతిపాలు చేస్తున్నారు. ప్రజా బాహుళ్యాన్ని అబ్బుర పరచటానికి దేహాన్ని మూర్ఖంగా చిత్రవధ చేయటం మా లక్ష్యం కాదు. స్వయం చిత్రవథ విధించుకునే సన్నాసులు ఎక్కడో విని, లేదా ఎవరో స్నేహితులనుంచో దేహాన్ని బలవంతంగా మెలికలు తిప్పే కొన్ని వ్యాయామాలు నేర్చుకున్న అజ్ఞానులు. వారికి మా లక్ష్యాలు తెలియవుగనుక వారు ఈ పద్ధతులు వక్రీకరించి సాగదీస్తారు. సామాన్యులు ఆ మూర్ఖులనే ఆదరించి ఆహారం, ధనం వారికి కుమ్మరించుతున్నారు.''

''కాని వారిని తప్పుపట్టి ఏమి ప్రయోజనం? నిజమైన యోగులు అందని మాని పండ్లై, వారి పద్ధతులను రహస్యంగా దాచుకుంటే, అపార్థాలు తలెత్తటం సహజం కదా!'' నేను నా అభ్యంతరం తెలిపాను.

బ్రమ భుజాలు ఎగవేస్తారు, ఆయన నోరు నిరసన భావం చూపుతుంది.

''రాజు గారు తన ఆభరణాలను బహిరంగ ప్రదర్శన కోసం రహదారి మీదపెట్టుతారా?'' ఆయన అడిగారు. ''లేదు కదా? ఆయన తన భవనంలో కోశాగారంలో ఎక్కడో మందసాలలో భద్రంగా దాస్తారు కదా! మన శాస్త్రజ్ఞానం మనిషికి ఉండవలసిన ఐశ్వర్యాలలో అతివిలువైనది. అది బజారులో ఎవరికంటే వారికి పంచి పెడతామా!, ఈ సంపద కోరేవారిని దానికోసం వెతకనీయండి, అదే మార్గం. కాని అదే సవ్యమయిన మార్గం. మన శాస్త్రాలు అది రహస్యమని మరీ మరీ చెప్తాయి. మన గురువులు వారికి కొన్ని సంవత్సరాలు విశ్వాస పాత్రంగా ఉన్న శిష్యులకే ఆ రహస్యాలు విడమర్చుతారు. అన్ని యోగాలలోను మా యోగ అత్యంత నిగూఢం. అది శిష్యుడికేగాక ఇతరులకు కూడా ప్రాణాపాయకరమైనది. మా యోగలో అతిప్రాథమిక విషయాలు, అది కూడా అత్యంత విచక్షణతోనే, తప్ప వేరే మాట్లాడటానికి నాకు అనుమతి ఉన్నదను కుంటున్నారా?''

''అర్థమయింది.''

''నేను మీతో మరికొంత స్వేచ్ఛగా మాట్లాడగల శాఖ ఒకటి మా శాస్త్రంలో ఉన్నది. ఇందులో మేం ఆరంభకుల సంకల్పాన్ని దృఢపరిచి, వారి దేహాన్ని మెరుగు పరుస్తాం. అప్పుడు వారు అసలైన యోగలో కష్టమైన అభ్యాసాలు చేపట్టగలుగుతారు.''

''ఆఁ. పాశ్చాత్యులకు అది నచ్చుతుంది.''

''దేహంలో కొన్ని భాగాలను, కొన్ని అవయవాలను బలిష్ఠం చేయటానికి, కొన్ని వ్యాధులను నివారించటానికి లేదా నిర్మూలించటానికి, మాకు సుమారు ఒక ఇరవై వ్యాయామాలు ఉన్నాయి. వాటిలో కొన్ని ప్రత్యేక నాడీకేంద్రాలను ఒత్తిడి చేసే భంగిమలు. ఇవి అప్పుడు సక్రమంగా పనిచేయని అవయవాలపైన ప్రభావం చూపి, వాటిని చక్కదిద్దుతాయి.''

''మీరు మందులేవైనా ఉపయోగించుతారా!''

''శుక్ల పక్షంలో పెరిగిన కొన్ని మూలికలు. అవసరమైతే ఉపయోగించుతాం. దేహారోగ్యం చక్కదిద్దే ఈ ప్రారంభ దశలో నాలుగు రకాల వ్యాయామాలు ఉన్నాయి. మొట్టమొదట నరాలను శాంతింప చేయటానికి విశ్రమించే కళ నేర్చుకుంటాం. అందుకు తగిన వ్యాయామాలు నాలుగు ఉన్నాయి. ఆ తర్వాత అవయవాలు చాచటం ఈ వ్యాయామాలు ఆరోగ్యవంతమైన జంతువులు తమ దేహాన్ని చాచే పద్ధతిని నకలు చేసినవే. ఆ తర్వాత వివిధ రకాల పద్ధతులతో దేహాన్ని క్షుణ్ణంగా శుద్ధి చేస్తాము. అవి మీకు వింతగా కనిపించ వచ్చుగాని వాటి ప్రభావం అద్భుతం చివరిగా శ్వాసించేకళను. దానిని నియంత్రించే విధానాన్ని అధ్యయనం చేస్తాం.''

కొన్ని వ్యాయామాలు ప్రత్యక్షంగా చూడాలన్న కోరిక వెలిబుచ్చాను.

''ఇప్పుడు నేను చూప బోయే వాటిలో అంతుపట్టని రహస్యాలు ఏమి లేవు.'' బ్రమ నవ్వుతారు. ''విశ్రాంతి కళతో మొదలుపెట్టుదాం. ఈ విషయం మనం పిల్లులవద్ద నుంచి కొంత నేర్చుకోవచ్చు. మా గురువు శిష్యుల మధ్యలో ఒక పిల్లిని పెట్టి అది విశ్రాంతి తీసుకొనే సమయంలో ఎంత చూడముచ్చటగా ఉంటుందో గమనించుమంటారు. మిట్టమధ్యాహ్నం వేడికి అది నిద్రపోతున్నప్పుడు దానిని జాగ్రత్తగా గమనించుమని ఆదేశించుతారు. అది ఎలుక తొర్ర వద్ద ఉన్నప్పుడు దానిని నిశితంగా పరిశీలించుమంటారు. నిజమైన విశ్రాంతికి పిల్లి పరిపూర్ణ ఉదాహరణ అనీ, తన ప్రతి జీన్సు శక్తి ఎలా దాచి ఉంచుకోవాలో దానికి తెలుసునంటారు. మీరు విశ్రాంతి తీసికొనటం మీకు తెలుసుననుకుంటారు. కాని మీకు తెలియదు. మీరు ఆ కుర్చీలో కొంతసేపు కుర్చుంటారు, ఆ తర్వాత అటూ ఇటూ కదులుతారు. తర్వాత చపలంగా కదులుతారు. అప్పుడు కాళ్లు బార జాపుతారు. మీరు కుర్చీలోనుంచి

లేవకపోవచ్చు. బయటికి విశ్రమించినట్లుగానే కనిపించవచ్చు. బుర్రలో ఆలోచనలు మాత్రం ఒకదాని తర్వాత మరొకటి రేసుగుర్రాల పరుగు తీస్తుంటాయి. అది విశ్రాంతి అని మీరనగలరా? అది చురుకుగా ఉండే మరో మార్గం కదా?''

''ఆ ఆలోచన నాకెప్పుడూ కలుగలేదు.'' నేనన్నాను.

విశ్రాంతి తీసికొనటం ఎలాగో జంతువులకు బాగా తెలుసు. చాలమంది మనుషులలో ఈ జ్ఞానం శూన్యం. జంతువులు సహజ ప్రవృత్తితో నడుస్తాయి. ఈ సహజ ప్రవృత్తి ప్రకృతి వాణి. మనుష్యులు తమ ఆలోచనలను అనురించి నడుచుకుంటారు. ఎక్కువ శాతం మనుష్యులలో తమ మనసుపైన నియంత్రణ లోపించుతుంది. తత్ఫలితంగా వారి నరాలు, దేహాలు ప్రభావితం అవుతాయి. కనుక వారికి అసలయిన విశ్రాంతి అందని పండు వంటిది.

''అయితే మేం ఏం చెయ్యాలి?''

మీరు మొట్టమొదట తూర్పు పద్ధతిలో కూర్చోవటం నేర్చుకోవాలి. ఉత్తరాన మీ చలిదేశాలలో కుర్చీలు ఉపయోగ పడుతాయి. కాని వ్యాయామ సమయం అవి లేకుండా సమర్థించుకోవటం మీరు నేర్చుకొని తీరాలి. ఆ అలవాటు మిమ్మల్ని యోగకు సంసిద్ధులను చేస్తుంది. మేము కూర్చునే పద్ధతి అత్యంత విశ్రాంతి కారి. పనిచేసి వచ్చిన తర్వాత గాని, నడిచి వచ్చిన తర్వాతగాని అది దేహమంతటికీ శాంతినిస్తుంది. అది నేర్చుకోవటానికి అతిసులువైన పద్ధతి: ఒక రగ్ కాని, చాపకాని గోడవారగా వేయండి. దానిమీద మీకు వీలయినంత సౌఖ్యంగా కూర్చోండి. వీపు గోడకు ఆనించండి. లేకపోతే చాప గది మధ్యలో వేసి. ఒక కుర్చీ లేదా సోఫాకు ఆనుకోండి. ఆ తర్వాత మోకాళ్లు మడిచి పాదాలు ఒకదానిని మరొకటి క్రాస్ చేయండి. ఎక్కడా బాధ అనిపించకూడదు. మీరు కండరాలు బిగపట్టకూడదు. అలా కూర్చుని ఊపిరి పీల్చి వదలటం తప్ప మీ దేహాన్ని నిశ్చలంగా ఉంచాలి. ఇదే మీ మొదటి వ్యాయామం. ఆ స్థితి లోకి వచ్చిన తర్వాత, ఈ ప్రాపంచిక భారాలు, వ్యవహారాలనుంచి మనసును మళ్లించి దూరంగా వుంటానని మీకు మీరే మాట ఇచ్చుకోవాలి. మీ మనసు ఒక సుందరమైన వస్తువు మీద ఒక చిత్రం, లేదా ఒక పువ్వు – సేద దీరనీయండి.''

నేను నా ఈజీ ఛెయిర్ వదిలి నేలమీద బ్రమకు ఎదురుగా ఆయన చెప్పిన తీరుగా కూర్చున్నాను. అది పాత రోజులలో కుట్టుపని చేసేవారు కాళ్లు మడుచుకొని పనిచేసికొనటానికి కూర్చునే పద్ధతి!

''ఆఁ... మీరు సులువుగానే చేశారు.'' బ్రమ గమనించారు. ''ఇతర యూరోపియన్లకు అలవాటు లేకపోవటాన.. ఇదిసౌకర్యంగా ఉండకపోవచ్చు మీ

పద్ధతిలో ఒక లోపం ఉన్నది – మీ వెన్నెముక నిటారుగా ఉంచండి. వంగకండి. ఇంకొక వ్యాయామం చూపించుతాను.''

బ్రమ తన మోకాళ్లు గడ్డంవైపు ఎత్తుతాడు. ఆయన కాళ్లు ఇంకా క్రాస్ చేసే ఉన్నాయి. ఈ పొజిషన్‌లో ఆయన పాదాలు దేహం నించి కొంచెం దూరం జరిగాయి. ఆయన తన చేతులు మోకాళ్ల ముందర చేతులు రెండూ ఒకదానితో ఒకటి పట్టుకున్నారు.

''మీరు చాలసేపు నిల్చొని ఉంటే, ఈ స్థితి చాల విశ్రాంతి నిస్తుంది. దేహం బరువు అంతా ఆసనం మీద పడేట్లు చూసుకోవాలి. మీకెప్పుడైనా అలసటగా అనిపించితే, కొద్ది నిమిషాల సేపు దీనిని అభ్యాసం చేయవచ్చు. ముఖ్యమైన నాడీ కేంద్రాలకు ఇది ఉపశమనం కలిగించుతుంది.

''అది చాలా సులభము, సరళం''

''విశ్రాంతి చెందే కళ నేర్చుకోవటానికి మనకు సంకటమైన వేవీ అవసరం లేదు. వాస్తవానికి అన్నిటికంటె సులభమైన వ్యాయామమే ఉత్తమ ఫలితాల నిస్తుంది. వెల్లికిలా పడుకోండి. కాళ్లు చూపండి. కాలివేళ్లు వెలుపలికి ఉండేట్లు కాలు తిప్పండి. చేతులు చాచి దేహం రెండువైపులా ఉంచండి. ప్రతికండరాన్నీ సడలించండి. కళ్లు మూసుకోండి. దేహ భారం అంతా నేలకు వదిలేయండి. పడక మీద ఈ వ్యాయామం సక్రమంగా చేయలేరు. వెన్నెముక బల్లపరుపుగా ఉండటం చాల ముఖ్యం. నేల మీద రగ్ ఉపయోగించండి. ఈ ఆసనంతో ప్రకృతి చికిత్సాశక్తులు మీకు విశ్రాంతి నిస్తాయి. మేము దీన్ని శవాసనం అంటాం. అభ్యాసంతో మీరు వీటిలో ఏ ఆసనంలోనైనా గంటసేపు కావాలన్నా విశ్రమించవచ్చు. అవి కండరాలలో టెన్షన్ తీసివేసి నరాలకు పశమనం కలిగించుతాయి.''

''ఏదో విధంగా కదలకుండా కూర్చొనటం తప్పించి వ్యాయామాలలో మరేమీ లేదనిపించుతున్నది!''

''అంతేనంటారా! మీ పాశ్చాత్యులు నిరంతరం చలన శీలురు. ఏదో ఒకటి చేస్తుండాలని తహతహలాడు తుంటారు. విశ్రాంతి హేయమైనదందామా! ప్రశాంతంగా ఉన్న నరాలకు అర్థమే లేదా? యోగ అంతటికీ విశ్రాంతే ఆరంభం. అది మనకు మాత్రమే కాదు ప్రపంచానికంతటికీ అవసరం.''

బ్రమ చెప్పిన దాంట్లో న్యాయం లేకపోలేదు.

''ఈ వేళకు ఈ వ్యాయామాలు చాలు.'' ఆయన అన్నారు ''నేను వెళ్లాలి.''

ఆయన నేర్పిన దానికి నా ధన్యవాదాలు తెలుపుకున్నాను. మరికొంత నేర్పుమని బతిమాలాను.

“రేపు ఉదయం మీరు నది ఒడ్డున నన్ను చూడవచ్చు.” ఆయన జవాబు.

తన శాలువ భుజం చుట్టూ కప్పుకొని, చేతులు జోడించి శాలువ తీసుకుని, నిష్క్రమించారు. హఠాత్తుగా ముగిసిన ఆసక్తికరమైన ఆ సంభాషణ నెమరువేస్తూ నేను ఉండిపోయాను.

★

నేను యోగిని తర్వాత చాలాసార్లు కలిశాను. ఆయన కోరిక ప్రకారం ఉదయం నడకలో ఆయనను కలుస్తాను. ఇంటికి రమ్మన్నపుడు మాత్రం సాయంత్రం పూటనే నాతో కాలక్షేపం చేస్తాడు. ఆ సాయంత్రాలు నాకు, నా అన్వేషణకుఎంతో ప్రయోజన కారులవుతాయి. ఉదయం సూర్యరశ్మిలో కంటే సాయంత్రం చంద్రకాంతిలో ఆ రహస్యజ్ఞానాన్ని విపులంగా చెప్తారు.

నన్ను కొంతకాలంగా తికమక పెడుతున్న ఒక విషయం గురించి అడిగిన చిన్నప్రశ్నతో నా సందేహానికి సమాధానం దొరికింది. హిందువులు ఎండుటాకు రంగు (కపిల వర్ణం) జాతి అని అనుకొనేవాడిని. మరి బ్రమ చర్మం దాదాపు నీగ్రో నలుపురంగులో ఉన్నది?

ఆయన భారతదేశంలో మొట్టమొదటి వాసులయిన దేశవాళీ జనంలో పుట్టినవాడు గనుక అలాటి చాయవచ్చిందని సమాధానం. భారతదేశాన్ని తొలిగా దండెత్తిన ఆద్యులు వాయవ్యమూల పర్వతాలలో నుంచి దూసుకు వచ్చి వేలాది సంవత్సరాల క్రితం పీఠభూమికి దిగినప్పుడు దేశీయ జాతి అయిన ద్రావిడులను చూసి వారిని దక్షిణాదికి తరిమారు. ద్రావిడులు తమ విజేతల మతం జీర్ణించుకున్నారేగాని వారు ఈనాటికీ ప్రత్యేక జాతిగా నిలిచారు. ఉష్ణమండలపు ఉగ్ర సూర్యుడు వారి చర్మానికి దాదాపు నల్లరంగు వేశాడు. దీనితో బాటు మరికొన్ని సాక్ష్యాల మూలకంగా మానవజాతి శాస్త్రజ్ఞులు వీరు ముఖ్యంగా ఏదో ఆఫ్రికా తెగలలోనించి వచ్చిన వారని అంటారు. దేశం అంతా తమ ఆధిపత్యం కొనసాగిన కాలంలో వలెనే ద్రావిడులు ఇప్పటికీ పొడవాటి జుట్టు, తల వెనుక దాని ముడితో దర్శనం ఇస్తారు. వారు ఇంకా సగం రాగయుక్తమైన తమ ఆది భాషలలోనే మాట్లాడుతారు. వాటిలో అన్నింటికంటె ముఖ్యమైనది తమిళ భాష.

కపిల వర్ణ దండయాత్రికులు ఇతర సంపద తీసుకు వెళ్లినట్లుగానే తమ జాతి నుంచి యోగ జ్ఞానం దోచుకు వెళ్లారని బ్రమ చాల నమ్మకంగా దృఢంగా చెప్పారు. కొందరు హిందూ విద్వాంసులతో నేను ఈ విషయం కదిలించాను. వారు అదంతా అసంభవం అని కొట్టి పారేశారు. కనుక అంత ముఖ్యం కాని విషయం దానంతటదే పరిష్కారం అవుతుందని ఇంతటితో వదిలేస్తున్నాను.

యోగ సంస్కృతిని గురించి నేను సిద్ధాంత వ్యాసం ఏమీ వ్రాయబోవటం లేదు. దేహాన్ని నియంత్రించే వ్యాయామాలు రెండు మూడింటిని మించి నేను వ్రాయ బోవటం లేదు. దేహ నియంత్రణ ఇదే ముఖ్యాంశం. తాటి తోపులలోను, మా నివాసంలోను బ్రమ ఇరవైకి పైగా ఆసనాలు ప్రదర్శించాడు. ఇవి చాల విచిత్రంగా మెలికలు తిరిగే ఆసనాలు. ఇవన్నీ కనీసం పాశ్చాత్య దృష్టికి – అసంబద్ధంగాను, అసాధ్యంగాను కన్పించుతాయి. వాటిలో కొన్ని: పాదాలు పైకెత్తి శరీరం బరువనంతా మోకాళ్లమీద బ్యాలన్స్ చేయవలసి వుంటుంది: లేదా శరీరం బరువంతా మునివేళ్లమీద బాలన్స్ చేయటం; మరికొన్నింటిలో చేతులు వెనకు తీసికొని వెళ్లి ఎలాగో ఒకలా ఎదురు పక్కనుంచి మళ్లీ ముందుకు తీసికొని రావటం: ఇంకాకొన్ని అన్ని అవయవాలను ఒక చిక్కుముడిగా కట్టివేస్తాయి; ఇంకా మరికొన్ని కాళ్లు మెడమీదికి లేదా భుజాల మీదికి ఆక్రో బాటిక్ పద్ధతిలో తీసికొని రావటం; ఇంకొక విభాగంలో శరీరం మొండాన్ని ఊహించరాని విచిత్ర విధానంలో వంచి, మెలికలు తిప్పటం. బ్రమ ఈ ఆసనాలను ప్రదర్శించుతూంటే ఈ యోగ శాస్త్రం అభ్యసించటం ఎంత కష్టమో గ్రహించసాగాను.

''మీ సంప్రదాయంలో ఈ ఆసనాలు మొత్తం ఎన్ని ఉన్నాయి?'' నా విచారణ.

''శరీర నియంత్రణలో మొత్తం ఎనభైనాలుగు ఆసనాలు ఉన్నాయి.'' బ్రమ సమాధానం. ''ప్రస్తుతం నాకు అరవైనాలుగు మాత్రమే తెలుసు.'' అలా మాట్లాడుతూ కూడా ఆయనఒక ఆసనంవేసి అందులో నేను కుర్చీలో కూర్చున్నంత సునాయానంగా కూర్చున్నాడు. ఆయన ఇది అభిమాన ఆసనం అని చెప్పారు. అది కష్టం అయినది కాదు కాని, సుఖమయినది మాత్రం కాదు. ఆయన ఎడమ పాదం గజ్జలోకి ఆనించి ఉన్నది. రెండవ కాలి మడిమ శరీరం అడుగుభాగాన చేరింది. కుడికాలు శరీరం బరువు అంతా భరించేలా బాగా వెనుకకు తోసి ఉన్నది.

''ఈ ఆసనం ప్రయోజనం ఏమిటి?''

''యోగి ఈ ఆసనంలో కూర్చొని ఒక విధమైన ప్రాణాయామం చేస్తే అతనికి యౌవనం కలుగుతుంది.''

''ఏ ప్రాణాయామం....?''

''అది నేను చెప్పకూడదు.''

''మరి ఈ ఆసనాలు అన్నిటి ప్రయోజనం ఏమిటి?''

''కొన్ని ఆసనాలలో కేవలం కొంత నియమిత సమయం కూర్చోవటమో, నించొవటమో మీ దృష్టికి చాల అల్పవిషయంగా తోచవచ్చు. సఫలత సాధించాలంటే ఆ ఆసనంమీద ధ్యాస సంకల్పం బలం యొక్క తీవ్రతతో యోగిలో నిద్రాణమై ఉన్న

శక్తులు మేల్కొంటాయి. ఈ శక్తులు ప్రకృతి రహస్య రాజ్యానికి చెందినవి. ఆ శక్తులు పూర్తిగా జాగృతమై ఉండటం చాల అరుదు. అది ప్రాణాయామం తోనే సాధ్యం. ప్రాణాయామాలు అతిశక్తివంతాలు – ఆ శక్తులను మేలుకొలపటమే మా అసలు లక్ష్యం. కాని వీటిలో సుమారు ఇరవై వ్యాయామాలు ఆరోగ్యం బాగుపరచటానికి లేదా కొన్ని వ్యాధులు నిర్మూలించటానికి ఉపయోగపడుతాయి. మిగిలినవి శరీరంలోని మాలిన్యాలను తొలగించటానికి ఉపయోగిస్తాయి. అది పెద్దప్రయోజనమే కదా? మరికొన్ని ఆసనాలు మనసును, ఆత్మను నియంత్రించటంలో మన ప్రయత్నాలకు తోడ్పడుతాయి. శరీరం మీద మనసు ప్రభావం ఎంత ఉన్నదో, అంతే ప్రభావం మనసు మీద శరీరానికి ఉన్నదనేమాట సత్యం. ఉన్నతస్థాయి యోగాభ్యాసంలో గంటల తరబడి ధ్యానంలో ఉన్నపుడు ఈ ఆసనాలు మనసును నిశ్చలంగా ఉంచటంలో శక్తినివ్వటమే గాక సాధనలో తోడ్పడుతాయి. వీటన్నిటికి తోడు ఈ కష్టమనిపించే వ్యాయామాలు దీక్షతో చేసినవారికి కలిగే మనోబలం సంగతి ఆలోచించండి. అప్పుడు మా పద్ధతులలో ఉన్న సుగుణం మీరు అర్థం చేసుకోగలుగుతారు.''

''కాని ఈ మెలికలు తిరగటం, తిప్పటం ఎందుకు?'' నా అభ్యంతరం.

''శరీరంలో అనేక నాడీకేంద్రాలు శరీరమంతటా విస్తరించి ఉన్నాయి. ఒక్కొక్క ఆసనం వేరువేరు కేంద్రాలను ప్రభావితం చేస్తుంది. నాడుల సాయంతో మనం అంగాలనూ లేదా మనసులోని ఆలోచనలను ప్రభావితం చేయవచ్చు. ఆ మెలికలతో మనం సాధారణంగా అంటుకోకుండా వదిలివేసే నాడీ కేంద్రాలను అందుకోగలుగుతాం.''

''అలాగా!'' ఈ హఠయోగ అభ్యాసంలో ముఖ్య ఉద్దేశ్యం ఇప్పుడు నా మనసులో కొంత స్పష్టంగా రూపొందటం మొదలైంది. మా అమెరికన్, యూరోపియన్ సంప్రదాయాలతో దీనిని పోల్చి చూడటం ఆసక్తికరమైన అధ్యయనం అవుతుంది. నేను బ్రమకు ఈ పద్ధతులు ఉన్నాయని చెప్పాను.

''నాకు మీ పాశ్చాత్య పద్ధతులు తెలియవు. అయితే మద్రాసు క్యాంప్ తెల్ల సైనికుల కవాతు చూశాను. వారిని చూస్తున్నప్పుడు వారి శిక్షకులు ఏమి చేయదలిచారో నాకు అర్థమైంది. వారి ముఖ్యోద్దేశ్యం కండరాలను బలిష్టం చేయటం అనిపించుతుంది. ఎందుకంటే మీ పాశ్చత్యులు శరీరకంగా చురుకుగా ఉండటం అత్యంత సుగుణంగా తలుస్తారు. కనుక మీరు అవయవాలను అతి చురుకుగా పదేపదే కదిలించుతారు. కండరాలను పెంచి బలాన్ని వృద్ధి చేసే ప్రయత్నంలో సత్తువకొద్దీ శ్రమించుతారు. ఉత్తరార్థంలోని చలి దేశాల్లో నిస్సందేహంగా ఇది చేయదగిన, చేయవలసిన పనే.''

"మీ ఉద్దేశ్యంలో రెండు పద్ధతులలోను ముఖ్యమైన తేడాలు ఏమిటి?"

"మా యోగ వ్యాయామాలు అన్నీ నిజానికి భంగిమలు. ఒకసారి ఆ భంగిమ పట్టిన తర్వాత కదలిక ఏమీ అవసరం లేదు. చురుకుగా ఉండటానికి తగిన శక్తి కోసం ప్రయత్నించే బదులు, సహన శక్తి పెంపొందిచటానికి ప్రయత్నించుతాము. కండరాలు పెంపొందించటం ప్రయోజనకారి అయినా వాటి వెనుక ఉన్న శక్తి ఎక్కువ విలువైనదని మా నమ్మకం. భుజాలమీద ఒక పద్ధతిలో నుంచుంటే మెదుడులోకి రక్తం ధారాళంగా ప్రవహించుతుందనీ, నరాలను శాంత పరుస్తుందనీ, కొన్ని బలహీనతలను పారదోలు తుందనీ నేను చెబితే మీ పాశ్చాత్యులు బహుశ ఆ వ్యాయామం ఒకసారి ఒక నిమిషం చేసి అలాగే చాలాసార్లు త్వరత్వరగా చేస్తారు. ఈ వ్యాయామంలో పాల్గొనే కండరాలు బలిష్టం కావచ్చు. కాని యోగి తన పద్ధతిలో చేస్తే కలిగే ప్రయోజనాలలో కొంచెం గూడా లభించదు."

"అది ఏమిటి?"

"అతను అది నిదానంగా, తాపీగా చేస్తాడు. ఆ స్థితిలో వీలయినంత స్థిరంగా కొన్ని నిమిషాలు ఉంటాడు. ఇది సర్వాంగాసనం అంటాము. చూపిస్తాను, చూడండి."

బ్రమ వెల్లకిల పడుకున్నారు. చేతులు పక్కన చాపి, రెండుకాళ్లూ కలిపి ఉంచారు. మెకాళ్లు వంచకుండా. కాళ్లు గాలిలోకి లేపారు. నేలకు సుమారు 60 డిగ్రీల కోణం వరకు అప్పుడు మోచేతులు నేలకానించి, ముంజేతులతో వీపు సపోర్ట్ చేశారు. అప్పుడు శరీరాన్ని పూర్తిగా పైకి ఎత్తారు. ఆయన మొండెము, పిరుదులు నిటారుగా అయాయి. ఛాతీ గడ్డం అంటే వరకు ముందుకు నెట్టారు. చేతులు బ్రాకెట్లవలె మొండెం సపోర్ట్ చేస్తూ ఉన్నాయి. ఈ భుజాలు, మెడవెనక భాగం, తల శరీరం బరువు మోస్తాయి.

తలక్రిందులుగా ఈ స్థితిలో సుమారు ఐదు నిమిషాలు ఉండి, యోగి లేచి దాని విలువ వివరించారు.

ఈ ఆసనంలో రక్తం తన బరువు మూలాన మెదడుకు ధారాళంగా ప్రవహించుతుంది. మామూలు స్థితిలో గుండె పంప్ చేయటం వల్ల రక్తం పైకి వెళ్లగలుగుతుంది. ఈ ఆసనం మెదడుకు, నరాలకు కలిగించే ఉపశమనమే ఈ రెండు పద్ధతుల నడుమ తేడా. యోచనాపరులు, విద్యార్థుల వలె మెదడుకు పని ఎక్కువ కల్పించేవారికి సర్వాంగాసనం అభ్యాసం చేస్తే అలసి ఉన్న మెదడుకు ఉపశమనం త్వరగా కలుగుతుంది. దాని ప్రయోజనం ఇదిఒక్కటేకాదు. అది మర్మాంగాలను బలపరుస్తుంది. ఈ వ్యాయామం మా పద్ధతిలో చేస్తేనే ఈ ప్రయోజనాలు కలుగుతాయి. పాశ్చాత్య హడావిడి పద్ధతిలో కాదు.

''యోగ ఆసనాలు శరీరాన్ని ప్రశాంత నిశ్చలతో స్థిరంగా ఉంచుతాయి. మా పాశ్చాత్య వ్యాయామాలు దానిని ఉధృతంగా కదిలిస్తాయని మీరంటారు. నేను సరిగా అర్థం చేసుకున్నానా.''

''చాల సరిగా అర్థం చేసుకున్నాను.'' బ్రమ అంగీకరించారు.

బ్రమ కర్మాగారం నుంచి నేను మరొక వ్యాయామం ఎంచుకున్నాను. ఇది పాశ్చత్యుల పరిధిలోకి వస్తుందనే ఉద్దేశ్యం. ఓర్పు, అభ్యాసాలకు త్వరగా వశమవుతుంది. ఈ ఆసనాలలో యోగి కాళ్లు చాపి కూర్చుంటారు. రెండు చేతులూ తలపైకి ఎత్తి చూపుడువేళ్లు రెండూ వంచుతారు. తన మొండేన్ని ముందుకు వంచుతూ ఊపిరి బయటకు వదులుతారు. కుడికాలి బొటనవేలు కుడిచేతి తర్జునితోను ఎడమకాలి బోటనవేలు ఎడమచేతి తర్జునితోనూ పట్టుకుంటున్నారు. అప్పుడు ఆయన తల వంచి నిదానంగా చేతుల మధ్యనించి తీసుకువచ్చి నుదురు తొడల మీద ఆనించుతారు. ఈ జిజ్ఞాస కలిగించే ఈ ఆసనంలో కొంతసేపు ఉండి, క్రమంగా మామూలు స్థితికి వస్తారు.

''ఇదంతా మొదటిసారే చేయటానికి ప్రయత్నించకండి'' ఆయన హెచ్చరిక. ''తలను మోకాళ్ల దగ్గరికి క్రమక్రమంగా మాత్రమే తీసుకురండి. ఈ ఆసనం సాధించటానికి కొన్ని వారాలు పట్టినా ఫరవాలేదు. సాధించిన తర్వాత ఏళ్ల తరబడి అది మీ సొత్తు.''

ఆశించినట్లుగానే ఈ ఆసనం వెన్నెముకను బలపరుస్తుందనీ, వెన్నెముక బలహీనత వల్ల నరాల సమస్యలు తీరుస్తుందనీ, రక్తప్రసరణను అద్భుత పరుస్తుందనీ తెలుసుకున్నాను.

ఆ తర్వాతి ఆసనంలో బ్రమ నేలమీద కాళ్లు ముడుచుకొని కూర్చున్నారు. ఆయన అరికాళ్లు పిరుదుల క్రిందికి వస్తాయి. మొండెం భుజాలు నేల తాకేవరకూ వెనక్కు వాలారు. చేతులు మడిచి తలకింద పెట్టుకున్నారు. కుడి చెయ్యి ఎడమ బుజాన్ని, ఎడమ చెయ్యి కుడి బుజాన్ని పట్టుకుంటాయి. అంత అస్తవ్యస్తం కాని ఈ ఆసనంలో కొద్దినిమిషాలు ఉన్నారు. ఆ ఆసనం వదిలి వెలికి వచ్చాక మెడలో, భుజాలతో, కాళ్లతో కూడా ఉన్న నాడీ కేంద్రాలు ఈ వ్యాయామంలో మెరుగవుతాయని చెప్పారు. ఛాతీకి కూడా మేలు చేస్తుందన్నారు.

సగటు ఇంగ్లీషు మనిషి సగటు భారతీయుడిని బలహీనుడిగా, ఉష్ణమండలపు ఎండవేడిలో, ఆహార లోపంవల్ల దుర్బలుడిగా తలుస్తాడు. ప్రాచీన కాలం నుంచి భారతదేశంలో అంత చక్కగా యోచించిన దేశీయ ఆరోగ్య శాస్త్రం అమలులో ఉన్నదంటే ఆశ్చర్యం కలుగుతుంది. మన పాశ్చాత్య పద్ధతులలో ఈ నాటికీ ఎవరూ వేలెత్తి చూపలేని ప్రయోజనాలు ఉంటే బావుండును. అంటే శరీరం అభివృద్ధి.

ఆరోగ్యం రక్షణ, వ్యాధి నివారణ దీనితో అంతం అవుతాయని కాదు. యోగ సంప్రదాయంలో దుమ్ము పట్టి ఉన్న కొన్ని అంశాలను చేపట్టి పాశ్చాత్య విజ్ఞాన పరిశోధనతో పరిశీలించితే, మన శరీరాలను గురించి జ్ఞానం, ఆరోగ్య జీవనానికి మెరుగైన మార్గాలు కనుపించవచ్చు.

అయితే వీటిలో ఒక డజనుకు మించి, మనకు సులువుగా ఉండి, మన సమయానికి, శ్రమ ఫలితాన్ని ఇచ్చేవి, లేవు. ఈ పద్ధతిలో మిగిలిన సుమారు డెబ్బై ఆసనాలు అమితోత్సాహం గలవారికి తప్ప సాధ్యంకావు. అదీ వాళ్లు సులువుగా వంగే అవయవాలు, అనువైన శరీరాలు కల యువతరం వారైతేనే.

బ్రహ్మ స్వయంగా

''నేను పన్నెండు సంవత్సరాలు ప్రతిరోజు శ్రమపడి అభ్యాసం చేశాను. ఇప్పటికి నాకు తెలిసిన ఈ అరవైనాలుగు ఆసనాలు సాధించాను. నేను చిన్న వయసులోనే మొదలుపెట్ట గలగటం నా అదృష్టం. వయసు మళ్లిన వ్యక్తి బాధ వల్ల వాటిని ప్రయత్నం కూడా చేయలేడు. వయసు వచ్చిన వారిలో ఎముకలు, కండరాలు, మాంసము ఒక స్థితిలో స్థిరపడి బిగుసుకుపోతాయి. వాటిని కదిలించితే కష్టంతో పాటు బాధ. అయినా నిరంతర ప్రయత్నంతో వీటిని సాధించవచ్చుననేది విశేషం.''

పట్టువదలకుండా అభ్యసించితే ఈ వ్యాయామాలన్నిటినీ సాధించ వచ్చుననే బ్రమ గారి మాట నేను సందేహించను. కాకపోతే అవయవాలు, కీళ్లు, కండరాలను ఆ కొత్త మోకాలు, మలుపులు తిరగాలంటే సంవత్సరాల పర్యంతం నడిచే నిదానంగా జరుగ వలసిన ప్రక్రియ. ఆయన కౌమారదశలోనే ఇవన్నీ ఆరంభించిన అదృష్టశాలి. చిన్నవయసులో వీటిని ప్రారంభించటంలో గల విలువను వెలకట్టలేము. పసితనం లోనే శిక్షణ పొందినవారే వీటివారుగా సఫలురైట్లు, హఠయోగ విద్యలో ప్రవీణులు కాదలచినవారు కూడా ఎదిగే వయసు లోపలే, సుమారు ఇరవై ఐదు సంవత్సరాలు, శిక్షణ ఆరంభించాలనేది విదితమౌతుంది. ఎదిగిన యూరోపియన్లు ఎవరైనా ఈ హఠయోగంలోని సంకటమయమైన ఆసనాలు వేయటానికి సాహసించాలంటే ఒకరెండో ఎముకలు విరగకుండా ఎలా సాధ్యమో నాకు నిజంగా తెలియదు. ఈ విషయంలో నేను బ్రమ గారితో వాదనకు దిగితే ఆయన కొంతవరకే ఒప్పుకుంటారు. నిరంతర ప్రయత్నం చాలావరకు ఫలిస్తుందని ఆయన దృఢమైన వాదన. అన్నీ కాకపోవచ్చు. అయితే యూరోపియన్లకు ఇది కష్టతరమైన కార్యమేనని ఆయన ఒప్పుకుంటారు.

''తూర్పు తీర వాసులుగా చిన్నతనం నుంచి కాళ్లు మడిచి కూర్చొనటం నేర్చుకోవటం మా మేలుకే అయింది. అలా కాళ్లు మడిచి రెండుగంటల సేపు ఏ

బాధాలేకుండా ఒక యూరోపియన్ కూర్చోగలరా? ఇలా కాళ్లు మడిచి చీలమండలు మెలివేయటం అనేక ఆసనాలకు ఆధారం. అది చాల మంచిదని, అన్నిటికంటే మెరుగైనదని మా ఉద్దేశ్యం. అది చూపించు మంటారా?''

బుద్ధుడి అనేక చిత్రాలు, విగ్రహాల ద్వారా పాశ్చత్య ప్రపంచానికి పరిచయం చేయపడిన ఆసనం వేసి చూపించారు. బ్రహ్మ. నిటారుగా కూర్చుని ఆయన తన కుడికాలు మడిచి ఎడమ గజ్జలోకి పాదం జొనిపారు. తర్వాత ఎడమ కాలు మడిచి ఎడమ పాదం కుడి కాలు మాదిరిగా తొడవరకు తెచ్చి పొట్టకింద భాగాన్ని తాకించారు. రెండు పాదాల అరికాళ్లూ పైకి తిరిగి ఉంటాయి. అది అందంగా కనిపించే సమతుల్యమైన ఆసనం. ప్రయత్నించితే మేలు.

నేను ఆయనను అనుకరించటానికి ప్రయత్నించాను. నా శ్రమకు ఫలితం చీలమండలలో విపరీతమైన నొప్పి, నేను ఆ ఆసనంలో ఒక్కనిమిషం కూడా కూర్చోలేనన్నాను. అసాధారణ వస్తువులు, బొమ్మలు అమ్మే దుకాణం షోకేస్‌లో బుద్ధుడి కాంస్య విగ్రహం ఆ పద్మాసనంలో చూసినపుడు ఎంతో ముచ్చటగా ఆకర్షణీయంగా కనిపించింది. అదే ఆసనం ఇప్పుడు ఈ భారతదేశంలో నేను స్వయంగా ప్రయత్నించుతుంటే, క్రింది అవయవాలు అలా మెలి తిప్పటం చాల అసహజంగా తోస్తున్నది! బ్రమ నవ్వుతూ అందించే ప్రోత్సాహం నాకు ధైర్యం కలిగించలేకపోయింది. నా ప్రయత్నాలు వాయిదా వేయాలని చెప్పాను.

''మీ కీళ్లు బిగిసి ఉన్నాయి.'' ఆయన గమనిక. ''ఈసారి ప్రయత్నించే ముందు చీలమండలు, మోకాళ్లకు కొంచెం నూనె మర్దన చేయండి. మీకు కుర్చీలలో కూర్చొనటమే అలవాటు కనుక, ఈ ఆసనం అవయాలకు అలవాటు లేని శ్రమ కలిగించుతుంది. ప్రతిరోజూ కొద్దికొద్దిగా అభ్యాసం చేస్తే ఆ నెప్పులు తగ్గిపోతాయి.''

''ఎన్నటికైనా నేను ఆ ఆసనం వేయగలనా అని సందేహం.''

''అసాధ్యమని చెప్పకండి కొంచెం ఎక్కువ సమయం పట్టవచ్చు. కాని మీరు తప్పక సాధించగలరు. ఉన్నట్టు ఉండి ఒకరోజు సఫలత మిమ్మల్ని ఆశ్చర్యపరుస్తుంది. అది హఠాత్తుగా జరుగుతుంది.''[2]

''అది చిత్రవధ అంత బాధగా ఉన్నది.'' [3]

---

2. ఆకర్షణీయమైన బుద్ధ ఆసనం చూసి ఆశపడి నేను ఎనిమిది నెలలు శ్రమపడి, నొప్పులనుభవించి సాధించాను.ఆ తర్వాత నెప్పులు, కష్టము మాయమైనాయి.

3. కొత్తగా ఈ యోగ నేర్చుకోవాలనుకునేవారికి ఇందులో ఉన్న ప్రమాదాలను గురించి ముందే హెచ్చరించటం అవసరం. ఈ ఆసనాలను గురించి నేనొక సర్జన్‌తో చర్చించాను. చీలమండల నొప్పి/ వాపు, లేదా స్నాయువు తెగటం జరుగవచ్చునని ఆయన అభిప్రాయం.

"కాని ఆ నెప్పి క్రమంగా తగ్గుతుంది. సాధించటానికి మీకు కొంత అదనపు సమయం అవసరం. అంతే! ఆ తర్వాత ఆ ఆసనంలో మీకు నొప్పి ఏమీ వుండదు."

"ప్రయత్నించితే ప్రయోజనం ఉంటుందంటారా!"

"తప్పకుండా. అది పద్మాసనం. మా దగ్గర కొత్తగా ఆశించి నేర్చుకుంటే వారు ఏది నేర్చుకోక పోయినా ఇది నేర్చుకొని తీరాలి. ఇది అంత ముఖ్యం. పురోగమించిన యోగులు తమ ధ్యానాలు అన్నీ ఈ ఆసనంలోనే చేస్తారు. ఇది శరీరానికి మంచి పీఠాధారం. ఒకవేళ భావాతీత స్థితిలోకి – అనుకోకుండా జరుగవలసిన సంఘటన – వెళ్లితే పడిపోకుండా ఉంచగలదు. యోగ నిష్ణాతులైతే సంకల్ప బలంతో భావాతీత స్థితిలోకి వెళ్లగలరు. పద్మాసనం పాదాలను బంధించి శరీరాన్ని స్థిరంగానూ, ప్రశాంతంగాను నిలుపుతుంది. అశాంతమై కలత చెందిన దేహం మనసును కల్లోల పరుస్తుంది. కాని పద్మాసనంలో స్వాధీనంలో నింపాదిగా ఉంటారు. ఈ ఆసనంలో, మేము అత్యంత విలువైనదిగా ఎంచే, మనసు ఏకాగ్రత సుసాధ్యం అవుతుంది. మేం ప్రాణాయామ వ్యాయమాలు అన్నీ ఈ ఆసనంలోనే కూర్చుని చేస్తాం. ఈ పద్మాసన ప్రాణాయామాల కలయిక దేహంలో నిద్రించే ఆత్మజ్వాలను రగుల్కొల్పుతుంది. కంటికి కనుపించని ఈ జ్వాల రగిలినపుడు, శరీరంలోని రక్తమంతా తాజాగా ప్రసరిస్తుంది. కొన్ని ముఖ్యకేంద్రాలకు నాడీశక్తి ఇనుమడించిన తీక్ష్ణతతో రవాణా అవుతుంది."

ఈ వివరణతో నాకు తృప్తికలిగి ఆసనాలను గురించిన చర్చకు ముగింపు పలికాను. నాకు తెలియ చెప్పటానికి, తన శరీరం మీద తనకు ఉన్న స్వాధీనత చూపటానికి, బ్రమ ఇంతవరకూ భయంకరమైన మెలికలు తిరిగి, కళ్లు తిరిగే ఆసనాలు వేశారు. ఈ క్లిష్టమైన వ్యాయామాలు అభ్యసించి వాటిమీద ఆధిపత్యం సాధించటానికి సహనం ఉన్న పాశ్చాత్యులు ఏరీ? అవన్నీ అభ్యాసం చేయటానికి ఏ పాశ్చాత్యుడికి తీరిక ఉన్నది?

★★★

అధ్యాయం 6

మృత్యుంజయ యోగ

నన్ను తన నివాసానికి రావాలని బ్రమ కోరిక వెల్లడించారు. వాస్తవానికి తను ఇంటిలో నివసించనని చెప్పారు ఆయన. తన స్వేచ్ఛకు, తన స్వాంతత్ర్యాన్ని కాపాడు కోవటానికి, ఇంటి వెనుక తోటలో ఒక విశాలమైన పర్ణశాల నిర్మించుకున్నారు.

దాని ననుసరించి, అందులో నా ఆతృతకూడా లేకపోలేదు. ఒకనాటి అపరాహ్ణం నేను ఆ ఇంటికి వెళ్లాను. ఆ కట్టడం ఒక దుమ్ముకొట్టిన వీధిలో ఉన్నది. ఆ వీధి నిర్మానుష్యంగా ఎవరూ పట్టించుకోక బావురుమంటున్నది. ఆ సున్నం కొట్టిన పురాతన కట్టడం ముందు ఒక నిమిషం నుంచొని కొయ్యతో చేసిన దాని పైఅంతస్తు పరికించాను. అక్కడ వెలుపలికి పొడుచుకు వచ్చిన కిటికీ మధ్యయుగపు ఇంగ్లీషు ఇళ్లను తలపిస్తున్నది. నాకు ఎదురైన భారీ పాత ద్వారం నెట్టి తెరిచాను. ఆ తెరవటంలో దడదడలాడిన తలుపు శబ్దం అన్ని గదుల్లోకి, నడవలలోకి ప్రతిధ్వనించింది. అమ్మనవ్వులాంటి బారెడు నవ్వు ముఖంతో ఒక ముసలి ఆమె వెంటనే ఎదురై నా ఎదుట పదేపదే వంగుతుంది. ఆమె నన్ను చీకటి నడవలో వంటగది గుండా వెనుక తోటలోకి నడిపించి దారి చూపుతుంది.

నా కంటికి మొదట దర్శనం ఇచ్చేది విస్తారమైన ఒక రావిచెట్టు. ఆ కొమ్మల చల్లని నీడలో పాతకాలపు బావి. ఆ స్త్రీ నన్ను ఆ బావికి అటువైపున, చెట్టునీడనే ఉన్న గుడిసెకు దారి చూపింది. అది వెదురు బొంగులతో కట్టింది పైన రెల్లు గడ్డి కప్పు.

ఈ స్త్రీ ముఖం బ్రమ ముఖం అంత నల్లగాను ఉన్నది. ఆ గుడిసె ముందర ఆమె ఆనందోత్సాహంలో వణుకుతూ తమిళ వాక్యాలు దొర్లించుతుంది. లోపలి నుంచి ఒక సంగీత స్వరం బదులు పలుకుతుంది. మెల్లిగా తలుపు తెరుచుకుంది. యోగి వెలుపలికి వచ్చి ఆప్యాయంగా నన్ను లోపలికి తీసుకువెళ్లారు. ఆ విధవరాలు ద్వారం వద్దనే మరికొద్ది నిమిషాలు నుల్చున్నది. ఆమె అమితానందంలో నన్నే దీక్షగా చూస్తున్నది.

నేను ఒక సాదా గదిలో ఉన్నాను. అవతలి గోడవారగా పరుపులు లేని కురచ దివాను ఉన్నది. ఒక మూలన మొరటుగా చేసిన టేబుల్ ఒకటి కాగితాలతో నిండి ఉన్నది. భారీగా చెక్కి ఉన్న ఇత్తడి కడవ పైనుంచి ఒక దూలానికి వేలాడుతున్నది. నేలమీద పెద్ద చాప పరిచి ఉన్నది.

''కూర్చోండి.'' నేలవైపు చెయ్యిచాపుతూ బ్రమ అన్నారు. ''మన్నించాలి. మిమ్మల్ని ఆదరించటానికి మాకు కుర్చీలు లేవు.''

బ్రమ, నేను, ఒక యువ విద్యార్థి – శిక్షకుడు అందరము చాపమీద చుట్టూ కూర్చున్నాం. ఆ విద్యార్థి – శిక్షకుడు నాతో ఉన్నాడు, ప్రస్తుతం దుబాసీ పని చేస్తున్నాడు. కొద్ది నిమిషాలలో ఆ వృద్ధవిధవరాలు నిష్క్రమించి, మరికొద్ది సేపట్లో ఒక ముంతలో తేనీటితో తిరిగి వచ్చింది. అందరికీ టేబుల్‌కు బదులు నేలమీద టీ సర్వ్ చేశారు. ఆమె నిష్క్రమించి ఇత్తడి గిన్నెలలో బిస్కెట్లు నారింజ పండ్లు, అరటి పండ్లతో తిరిగి వచ్చింది.

ఈ అల్పాహారం మేం మొదలు పెట్టబోయే ముందు బ్రమ ఒక బంతి పూల హారం నా మెడలో వేశారు. నేను ఆశ్చర్యంలో అభ్యంతరం చెప్పాను. ఈ సంప్రదాయం పేరుపొందిన వ్యక్తులకు ఆదరణగా ప్రత్యేకం అని నాకు తెలుసు. నేను ఆ ఉదాత్త శ్రేణికి చెందుతానని నేనెన్నడూ తలచలేదు.

''కాని సోదరా....'' ఆయన నవ్వుతూ బతిమాలారు. ''నా నివాసానికి వచ్చిన తొలి యూరోపియన్ మీరు. నా తొలి మిత్రులూ మీరే. మిమ్మల్ని ఇలా ఆదరించి నా ఆనందమూ ఇక్కడున్న ఆ స్త్రీ ఆనందమూ తెలుపుకోవాలి గదా!''

నా తర్వాతి అభ్యంతరాలు నిష్ప్రయోజనం అయాయి. నా జాకెట్ మీద బంతిపూల దండలతో నేను నేలమీద కూర్చోవాలి. నా స్నేహితులు నన్ను ఈ అవతారంలో చూసి నవ్వటానికి వీలులేకుండా యూరప్ దూరంగా ఉన్నందుకు నాకు సంతోషం!

మేము టీ త్రాగి, పండ్లు తిని కొంతసేపు పిచ్చాపాటీ మాట్లాడుతూ కాలక్షేపం చేశాం. ఆ గుడిసె తనే నిర్మించాడనీ, ఇంటిలోని సామాను స్వయంగా తన చేతులతో చేశాననీ చెప్పారు. మూలన ఉన్న బెంచి మీది కాగితాల కట్టలు నా ఆసక్తి రేకెత్తిస్తాయి. అవి అక్కడ ఎందుకు ఉన్నాయో చెప్పుమని ఆయనను అభ్యర్థించాను. ఎందుకంటే ఆ కాగితాలన్నీ లేత గులాబి రంగులో ఉన్నాయి, వాటిమీది అక్షరాలేమో ఆకు పచ్చ సిరాతో వ్రాసి ఉన్నాయి. బ్రమ వాటిలో చేతికందినవి పట్టుకుంటారు. దాని మీది వ్రాత వింతయిన తమిళ అక్షరాలలో ఉన్నదని గుర్తించాను. నా పక్కనున్న విద్యార్థి శిక్షకుడు ఆ వ్రాత ప్రతులు పరిశీలించాడు. అతనికి అవి చదవటానికి కష్టంగాను,

అర్థం చేసికోవటానికి అంతకు మించిన కష్టంగాను తోచుతాయి. అవి తొలిశతాబ్దాలలో సాహిత్య తమిళ భాష అనీ, ఆ భాష ప్రస్తుతం వాడుకలో లేదనీ ఈ కాలంలో ఆ భాష కొంతమంది మాత్రమే అర్థం చేసికోగలరనీ చెప్పాడు. సంస్కృత వేదాంతము, సాహిత్యం ప్రమాణ గ్రంథాలన్నీ ఈ ప్రాచీన తమిళ భాషలోనే వ్రాసి ఉన్నవనీ, దాన్ని ఉన్నత తమిళంగా వ్యవహరించుతారనీ చెప్పాడు. ఈనాటి ఇంగ్లీషు వారికి మధ్య యుగం నాటి ఇంగ్లీషు ఎన్ని సమస్యలు లేవనెత్తుతుందో, అంతకు మించిన సమస్యలు ఈ పాత తమిళం నవతరం వారికి కలిగిస్తుందన్నాడు.

''ఈ కాగితాలన్నీ రాత్రివేళ నేను వ్రాసినవే.'' బ్రమ వివరించారు. ''వీటిలో కొన్ని పద్యాల రూపంలో వ్రాసిన నాయోగ అనుభవాలు. మరికొన్ని నా గుండె పలికిన స్వగతాలు. నా శిష్యులమని చెప్పుకునే కొందరు యువతరం ఉన్నారు. వారు ఈ రచనలు బిగ్గరగా చదవటానికి తరుచు ఇక్కడికి వస్తుంటారు.''

బ్రమ కళాత్మకంగా కనిపించే ఒక పత్రం చేతికి తీసుకుంటారు. ఇందులో ఎరుపు ఆకుపచ్చ రంగు సిరాలతో వ్రాసిన గులాబి రంగు కాగితాలు ఉన్నాయి. అవి అన్నీ ఆకుపచ్చరంగు రిబ్బన్‌తో కట్టి ఉన్నాయి. నవ్వుతూ ఆయన వాటిని నాకు బహూకరించారు.

''మీ కోసం ప్రత్యేకంగా ఇది వ్రాశాను.'' ఆయన ప్రకటించారు.

మా యువ దుబాసీ అది ఎనభైనాలుగు పంక్తుల పద్యమాలికగా చెప్పాడు. దాని ఆరంభం, అంతం నా పేరుతోనే. అంతకు మించి ఆ యువ దుబాసీ అంతుపట్టలేక పోయాడు. అతనికి అక్కడక్కడ కొన్ని పదాలు అర్థమైనాయి. అదేదో వ్యక్తిగతమైన సందేశం ఉన్నదని అతను చెప్పాడు. అది అంతా అతి గ్రాంధిక తమిళంలో వ్రాసి ఉండటం చేత దాన్ని పూర్తిగా, సవ్యంగా అనువాదం చేయటం తనకు అలవిగాని పని అన్నాడు. ఈ అయాచితంగా దొరికిన అనుకోని కానుక నన్ను ఆనంద పరవశుడిని చేసింది. అది యోగి సహృదయ వాక్కు కనుక ఇంకా విలువైనది.

నా రాకతో జరిగిన వేడుకలు ముగియగానే ఆ వృద్ధురాలు నిష్క్రమించింది. మేము అవసరమైన సంభాషణలోకి దిగాము. నేను యోగలో ముఖ్యభాగంగా కనిపించే ప్రాణాయామం – రహస్యంగా, గుట్టుగా దాచబడింది – లోకి నేరుగా దిగాను. ప్రస్తుతం తను ఎటువంటి ప్రాణాయామాలూ ప్రదర్శించ బోవటం లేదనీ, కాని వాటిని గురించి మాట్లాడటానికి సిద్ధంగా ఉన్నాననీ చెప్పారు.

''ప్రకృతి మానవుడికి రోజుకు 21,600 (ఉచ్ఛాస, నిశ్వాసాలు) ప్రసాదించింది. ప్రతిరోజూ ఈనాటి సుర్యోదయం నుంచి మరునాటి సూర్యోదయం వరకు ఇవి

వినియోగించాలి. త్వరత్వరగా హడావిడిగాచేసే శ్వాసలు ఈ లెక్కను మించుతాయి. కనుక జీవితం కురచ అవుతుంది. నిదానంగా, తాపీగా, ప్రశాంతంగా శ్వాసించితే అది యీ ఎలవెన్స్ ను ఆదాచేసి, జీవితాన్ని పొడిగించుతుంది. ఆదా చేసిన ప్రతిశ్వాస ఒక పెద్ద శ్వాసాగారాన్ని నిర్మించుతుంది. ఈ శ్వాసాగారం నుంచి మానవుడు అదనపు ఆయుర్దాయాన్ని పొందుతాడు. యోగులు సామాన్య మానవుడు శ్వాసించినన్ని పర్యాయాలు శ్వాసించరు. వారికి అవసరం కూడా లేదు – మరి ఇంతకు మంచి ఏం చెప్పను! ఇంతకు మించి ఏం చెప్పినా నా వాగ్దానం ఉల్లంఘించిన వాడినవుతాను.''

యోగి గారి ఈ రహస్యమే నన్ను ఏమార్చుతుంది. అంత భద్రంగా, రహస్యంగా దాచి ఉంచిన విద్యలో ఏ విలువా లేకపోతుందా? నిజమైతే ఈ వింత మనుష్యులు తమ జాడలను మూసివేసి, వారి బోధనాగారాన్ని ఎందుకు మూసి ఉంచుతారో అర్థం చేసుకోవచ్చు. పైపై మెరుగుల తితీక్షను, మానసికంగా సంసిద్ధులు కానివారినీ, బహుశ ఆధ్యాత్మికంగా అనర్హులైన వారినీ దూరంగా ఉంచటానికేనేమో ఈ రహస్యం అంతా! నేను కూడా ఈ మూడువర్గాలలో ఒకదానికి చెందినవాడినై, ఈ శ్రమ తప్ప మరే ఫలితమూ పొందక ఈ దేశం విడిచిపోవచ్చు.

బ్రమ మళ్ళీ మాట్లాడుతున్నారు.

''శ్వాస యొక్క శక్తి రహస్యాలు మన గురువులకు తెలియవా? రక్తానికి శ్వాసకు ఎంత ప్రగాఢ సంబంధం ఉన్నదో వారికి తెలుసు. మనసు కూడా ఎలా శ్వాస మార్గాన్నే అనుసరించుతుందో వారికి అవగతమే; శ్వాస, ఆలోచనల సమ్మేళనంతో ఆత్మజ్ఞానం ఎలా మేలు కొలపాలో వారికి తెలుసు. శ్వాస అనేది ఈ ప్రపంచంలో అతి సూక్ష్మశక్తికి వ్యక్తీకరణ అని శరీరానికి జీవాధారమని చెప్పవచ్చు గదా! కంటికి కనిపించకపోయినా, మన ముఖ్యఅంగాలలో దాగి ఉన్నశక్తి ఇదే. ఈ శక్తి దేహం వదిలి వెళ్లినప్పుడు విధేయంగా, ఆగిపోతుంది, మరణమే ఫలితం కాని శ్వాసను నియంత్రించితే ఈ అదృశ్య అగోచరశక్తిని కొంతవరకు నియంత్రించవచ్చు. మన శరీరాన్ని ఎంత తీక్ష్ణంగా, తీవ్రంగా నియంత్రించినా, – గుండె కొట్టుకోవటాన్ని కూడా నియంత్రించేవరకు – మా పద్ధతి బోధించి నపుడు మా సనాతన యోగులు శరీరం, దాని శక్తులను మాత్రమే దృష్టిలో ఉంచుకొని చేశారా?''

నాలో హఠాత్తుగా చెలరేగిన అతితీవ్ర ఉత్సుకతతో సనాతన యోగులు వారి పరమార్థం అన్నీ గాలికి ఎగిరిపోయాయి.

''మీ గుండె కొట్టుకోవటాన్ని నియంత్రించ గలరా?'' నా ఆశ్చర్యానికి అవధులు లేవు.

''స్వయం చాలకంగా పనిచేసే నా అంగాలు, హృదయం, ఉదరం, మూత్ర పిండాలు కొంతవరకు నియంత్రణలోకి వచ్చాయి.'' ఆయన నింపాదిగా, ఆత్మభూషణ కించిత్తయినా లేకుండా బదులు చెప్పారు.

''అది ఎలా చేస్తారు?''

''కొన్ని ఆసనాలు, శ్వాస, సంకల్పబలం వ్యాయామాల మేళవింపుతో ఇది సాధ్యం. అవి యోగలో అగ్రగామి అభ్యాసాలు. అవి చాల కష్టం – అతికొద్ది మందికే సాధ్యం. అవుతాయి. ఈ అభ్యాసాలతో నేను గుండె కండవరకు కొంతవరకు స్వాధీన పరుచుకోగలిగాను. ఈ గుండె కండరాల సాయంతో నేను ఇతర అంగాలపై స్వాధీనం సాధించాను.''

''అది అసాధారణం!''

''అలా అనుకుంటున్నారా? నా ఛాతీపైన – నా గుండె ఉన్నచోట మీ చేయి పెట్టండి. అలాగే ఉంచండి.'' దానితో బ్రమ తన భంగిమ మార్చి ఒక విచిత్ర ఆసనం వేసి కళ్లు మూసుకున్నారు.

ఆయన ఆదేశం శిరసా వహించి ఏం జరుగబోతున్నదా అని ఓపికగా నిరీక్షించుతున్నాను. కొన్నినిముషాలు ఆయన శిలలా స్థిరంగాను, అంత నిశ్చలంగాను ఉన్నారు.అప్పుడు ఆయన గుండె కొట్టుకోవటం క్రమంగా నిదానించటం మొదలైంది. అది పనిచేయటం పూర్తిగా ఆగిపోయిందని అనుభూతి కలిగినపుడు నాకు భయంతో కూడిన థ్రిల్ కలిగింది. ఆయన గుండె ఏడు సెకన్లు కొట్టుకోలేదు!

నేను ఏదో భ్రమలో ఉన్నట్లు నటించ బోయాను. కాని నరాల బలహీనతతో కలిగిన అధైర్యం వల్ల నా ప్రయత్నం నిష్ప్రయోజనం అని నాకు తెలుసు. మృత్యుముఖంలోకి పోయిన ఆ అంగం తిరిగి ప్రాణం పోసుకుంటూ ఉంటే నాకు ఎక్కడ లేని ఉపశమనం కలిగింది. ఆ గుండె చప్పుడు వేగం పుంజుకొని, భద్రంగా సహజ స్థితికి చేరుకుంది.

తనలో తను లీనమైన ఆ నిశ్చల స్థితి నుంచి కొన్ని నిమిషాల వరకూ వెలికి రాలేదు. ఆయన నిదానంగా కళ్లు తెరిచి

''నా గుండె ఆగినట్లు మీకు తెలిసిందా?'' అని అడిగారు.

''అవును. చాల స్పష్టంగా.'' ఆ ఫీట్‌లో ఏ విధమైన భ్రమలేదని నాకు బాగా తెలుసు. తన అంతరంగ వ్యవస్థతో ఇంకా ఎటువంటి యోగవిద్యలు బ్రమకు తెలుసునా అని నా ఆశ్చర్యం.

నా మనసులోని ప్రశ్నకు సమాధానం అన్నట్లు బ్రమ.

“మా గురువుగారు సాధించిన దానితో పోల్చితే ఇది లెక్కలోకి రాదు. ఆయన ధమని ఒకటి తెంపితే, ఆయన రక్త ప్రసరణ నియంత్రించగలరు: అవును, దానిని ఆపగలరు గూడా! నేనూ నా రక్తప్రసరణ కొంతవరకు నియంత్రించగలను. కాని నేనాపని చేయలేను.”

“ఆ నియంత్రణ చూపగలరా?”

“ఆయన తన చేతిని ఇచ్చి, ధమనిలో రక్తప్రసారం తెలిసేచోట పట్టుకోమన్నారు. నేను ఆయన చెప్పినట్లు చేశాను.

రెండు నిమిషాలలో నా బొటన వేలిక్రింది రక్తప్రసరణ క్రమంగా తగ్గటం తెలుస్తున్నది. త్వరలో అది పూర్తిగా ఆగిపోయింది. బ్రమ తన నాడి ఆపివేశారు!

ఆ ప్రసారణ తిరిగి ఎప్పుడు మొదలవుతుందా అని నేను ఆదుర్దాగా నిరీక్షించాను. ఒక నిమిషం గడిచింది. ఏమీ జరుగలేదు. నేను ప్రతి సెకనూ అతి తీక్ష్ణంగా గమనించుతూ నా వాచ్‌లో మరొక నిమిషం గడిచిపోయింది. అలాగే మూడవ నిమిషం కూడా నిష్ఫలం అయింది. నాలుగో నిమిషంలో సగం గడిచే వరకూ ఆ ధమనిలో సూక్ష్మమైన కదలిక నాకు అందలేదు. అప్పుడు కొంచెం టెన్షన్ తగ్గింది. మరింత ఆలస్యం కాకుండా నాడి మామూలుగా కొట్టుకోవటం తిరిగి మొదలైంది.

“ఎంత వింత?” నా అసంకల్పిత ఆశ్చర్య ప్రకటన!

“అదేం లేదు.” ఆయన నమ్రతగా అన్నారు.

“ఈ నాడు వింతల సంతలా ఉన్నది. ఇంకొకటి ఏదైనా చూపించరూ!”

బ్రమ సందేహించుతారు.

“ఇంక ఒకే ఒక్కటి!” చివరికి ఆయన అన్నారు. “దీనితో మీరు తృప్తి పడాలి – ప్రస్తుతానికి” ఆయన నేలవైపు సాలోచనగా చూసి, ప్రకటించారు.:

“శ్వాస ఆపుతాను!”

“అలా చేస్తే చచ్చిపోతారు!” నేను భయంతో అరిచాను.

నా మాట పట్టించుకోక ఆయన నవ్వుతారు.

“మీ చెయ్యి నా ముక్కు పుటాల క్రింద అడ్డంగా పెట్టండి.”

తటపటాయిస్తూ ఆయన చెప్పినట్లు చేశాను. ఆయన ముక్కులోనించి వెలువడే గాలి నా చేతిపై చర్మానికి మళ్లీ మళ్లీ వెచ్చగా తాకుతుంది. బ్రమ కళ్లు మూసుకున్నారు. ఆయన శరీరం శిలా విగ్రహంలా నిశ్చలం అయింది. ఆయన సమాధి వంటి నిశ్చేతనా వస్థలోకి వెళ్లారు. ఆయన ముక్కు క్రింద చేయిపెట్టి నిరీక్షించుతున్నాను.

ఆయన శిలా విగ్రహంలా నిశ్చలంగా స్పందన లేకుండా ఉన్నారు. చాలా నిదానంగా, మట్టసంగా ఆయన శ్వాస చేతికి తగలటం తగ్గి పోతున్నది. చివరికి ఆయన శ్వాస పూర్తిగా ఆగిపోయింది.

ఆయన ముక్కుపుటాలు, పెదవులు గమనించాను; ఆయన భుజాలు, ఛాతీ పరిక్షించాను; నాకు ఎక్కడా శ్వాస చిహ్నాలు కనిపించలేదు. ఈ పరిక్షలు క్షుణ్ణమైనవి కావని నాకు తెలుసు. మరికొంత క్షుణ్ణంగా పరిక్షించాలి. ఎలా? నా బుర్ర వేగంగా పనిచేయటం మొదలయింది.

ఆ రూంలో చేతి అద్దం ఏమీలేదు. అక్కడ బాగా పాలిష్ చేసిన ఇత్తడి పళ్ళెం కనిపించింది. అద్దాన్ని మించిన అద్దం! నేనా పళ్లెం ఆయన ముక్కుపుటాలకింది కొద్దిక్షణాలు ఉంచాను. ఆ తర్వాత ఆయన పెదవుల ఎదురుగా, ఏ మసక, చెమ్మ లేకుండా పళ్లెం మెరుపు అలానే ఉన్నది.

మామూలు నగరం దాపులో ఉన్న సాధారణమైన ఇంట్లో నేను ఒక అతిముఖ్య విషయంతో సంపర్కం చెందాననీ ఇష్టం ఉన్నా లేకపోయినా పాశ్చాత్య విజ్ఞానం ఒకనాడు దీనికి అంగీకరించక తప్పదనీ, నాకు నమ్మశక్యం గాకుండా ఉన్నది. దీనికి ఋజువు ఇక్కడే ఉన్నది. సంశయానికి సందేహానికి తావే లేదు. యోగ పనికిమాలిన మిధ్యకాదు. అది నిజంగా అంతకు మించింది.

చివరికి బ్రమ తన సమాధివంటి స్థితినించి వెలికి వచ్చినప్పుడు ఆయనకొద్దిగా అలసినట్లు కనిపించారు.

''మీకు తృప్తిగా ఉన్నదా?'' అలసిన చిరునవ్వుతో అడిగారు ఆయన.

''ఇంతకు మించిన తృప్తి ఏముంది? కాని మీరు ఇది ఎలా చేయగలరో నాకు అంతుపట్టలేదు.''

''అది నేను చెప్పకూడదు. శ్వాస నియంత్రణ ఉన్నత యోగలో భాగం. దీని కోసం ఇంత శ్రమించటం తెల్లవారికి మూర్ఖత్వంగా కనిపించవచ్చు. కాని మాకు చాలా ముఖ్యమైనది.''

''శ్వాసలేకుండా మనిషి బతకలేడని మాకు బోధించారు. అది మూర్ఖత్వం కాదు గదా?''

''ఎంతమాత్రం కాదు. కాని అది నిజంకాదు. కావాలను కుంటే నేను రెండుగంటలు సేపు శ్వాస బిగపట్ట గలను. నేను అదిచాలసార్లు చేశాను. అయినా నేను బతికే ఉన్నాను. చూస్తున్నారుగా!'' బ్రమ నవ్వుతారు.

''నాకు అంతా తికమకగా ఉన్నది. మీరు అది వివరించటానికి వీలుకాకపోతే, పోనీ దాని వెనుక నున్న సూత్రం, లేదా సిద్ధాంతం తెలుప వచ్చుగదా!''

''సరే! కొన్ని జంతువులను పరిశీలనగా గమనించి మనం కొన్ని పాఠాలు నేర్చుకోవచ్చు. ఇది మా గురువుగారికి అభిమానమైన బోధనా పద్ధతి. ఏనుగు కోతి కంటె చాలా నిదానంగా శ్వాసించుతుంది. అయినా కోతికంటె చాలా ఎక్కువ కాలం జీవించుతుంది. కొన్ని పెద్దపాములు కుక్కకంటె అతి మందంగా శ్వాసించుతాయి. అయినా అవి కుక్కల కంటె చాలా అధిక కాలం జీవించుతాయి. కనుక మందంగా శ్వాసించటం ఆయుష్షను పొడిగించుతుందని చూపటానికి కొన్ని జంతువులు ఉదాహరణా ఉన్నాయి. ఇప్పటివరకు నేను చెప్పింది మీరు అర్థం చేసికొని ఉంటే, తర్వాత చెప్పబోయేది అర్థం చేసికొనటం సులభం అవుతుంది. హిమాలయాలలో శీతాకాలం నిద్రలోకి పోయే గబ్బిలాలు ఉన్నాయి. ఆ కొండ గుహలలో అవి వారాల తరబడి తలక్రిందుగా వేలాడుతుంటాయి. తిరిగి నిద్ర మేలుకొనే దాకా అవి ఒక్కసారి కూడా శ్వాసించవు. హిమాలయ భల్లూకాలు కూడా శీతాకాలం అంతా అచేతనావస్థలో మునిగిపోతాయి. వాటి శరీరాలు నిర్భయంగా కనిపించుతాయి. శీతాకాలం అంతా ఆహారం కనిపించని హిమాలయాలలో అగాధమైన బొరియల్లో నెలల తరబడి నిద్రపోయే. ముళ్లపందులు ఉన్నాయి. అవి నిద్రపోయేటపుడు శ్వాస ఆగిపోతుంది – శ్వాసించకుండా ఈ జంతువులు జీవించగల్గితే, మానవులు ఎందుకు చేయలేదు?''

ఆయన చెప్పే వింతవిషయాలన్నీ ఆసక్తికరంగా ఉన్నాయి. కాని ఆయన ప్రదర్శన అంత నమ్మకం కలిగించలేదు. జీవితంలో ప్రతి దశలోనూ శ్వాసించటం అత్యవసరం అనే సాధారణ భావన కొద్దినిముషాల ప్రకటనతో కాదనలేము గదా!

''శ్వాస లేకుండా శరీరంలో ప్రాణం ఎలా నిలుస్తుందో అర్థం చేసికొనటం మా పాశ్చాత్యులకు కష్టమైన పని.''

''ప్రాణం శాశ్వతం.'' ఆయన నర్మగర్భంగా బదులు చెప్పారు. ''మరణం అనేది శరీరం యొక్క అలవాటు.''

''ఏతావాతా మరణాన్ని జయించుతానని మీరు చెప్పబోవటం లేదు గదా!'' నమ్మలేని స్థితిలో నా విచారణ.

బ్రమ నావైపు వింతగా చూశారు.

''ఎందుకు కూడదు?'' ఉద్విగ్నమైన నిశ్శబ్దం. ఆయన కళ్లు కరుణా మయంగా నన్ను శోధించుతాయి.

''మీలో అవకాశాలు కనిపించుతున్నాయి గనుక, మా ప్రాచీన రహస్యం ఒకటి మీకు చెబుతాను. కాని మీరు ఒక షరతుకు ఒప్పుకోవాలి.''

''అదేమిటి?...''

‘‘నేను మీకు తర్వాత నేర్పబోయేవి తప్ప. మీరు ఇతర ప్రాణాయామాలు వీటినీ అభ్యాసం చేయకూడదు.’’

‘‘ఒప్పు కున్నాను.’’

‘‘ఆ మాట మీద నిలబడండి. మీరు ఇప్పటివరకూ శ్వాస పూర్తిగా ఆపితే మరణం తథ్యమని నమ్మారు. కదా!’’

‘‘అవును.’’

‘‘శ్వాస శరీరంలోనే బిగబట్టి ఉంచితే, ప్రాణం కనీసం ఊపిరి బిగబట్టినంత సేపు – మనలోనే ఉంటుందని నమ్మటం సమంజసమే కదా!’’

‘‘ఊఁ....?’’

‘‘అంతకు మించి ఏమీ చెప్పలేము. శ్వాస నియంత్రణలో ప్రవీణులైనారు. తలచినంత మాత్రాన శ్వాస బిగబట్ట కలిగినవారు, ప్రాణశక్తిని పట్టి ఉంచగలరు అంటాము. అర్థమౌతుందా?’’

‘‘అనుకుంటాను.’’

‘‘ఇప్పుడు ఊపిరి బిగబట్టి, ఉత్సుకతతో కొద్దినిముషాలు కాక, వారాలు, నెలలు, సంవత్సరాల పర్యంతం ఉండగల ప్రవీణుడిని ఊహించండి. శ్వాస ఉంటే ప్రాణం ఉందని మీరు ఒప్పుకుంటారు గదా! మానవుడికి జీవితాన్ని పొడిగించటం ఎలా సాధ్యమో ఇప్పుడు గమనించ గలరు గదా!’’

నేను మూగపోయాను. ఇంత దృఢంగా వస్తున్న ఈ వాదనను వ్యర్థ ప్రలాపన అని ఎలా కొట్టి వేయగలను? కాని ఒప్పుకొనేది ఎలా? మధ్య యుగంలో సంజీవని కోసం కలలు కని, దానికోసం తీవ్రంగా శోధించి, సాధించలేక, ఒకరి తర్వాత ఒకరుగా మృత్యువు వాత పడిన రసవాదుల పగటికలలు గుర్తుకు రావటం లేదా? కాని భ్రమ ఆత్మవంచనకు లోను గాకపోతే నన్ను మోసగించటానికి ఎందుకు ప్రయత్నం చేస్తారు? ఆయన నా సాంగత్యం ఆశించలేదు. శిష్యులను చేరదీయాలనే ప్రయత్నం అంతకంటె లేదు.

నా బుర్రలో ఒక వింత భయం తలుపు తట్టింది. ఒకవేళ ఆయన పిచ్చివాడై ఉంటే? కాదు – మిగతా అన్ని విషయాలలోనూ ఆయన ఎంతో వివేకిగా, హేతుబద్ధులుగా దర్శనం ఇస్తారు. ఆయన పొరబడ్డా రనుకోవటం సమంజసమా? అలా నిశ్చయించటానికి కూడా నా మనసు వెనుకాడుతున్నది. ఏమీ తోచకుండా ఉన్నాను.

‘‘మిమ్మల్ని నమ్మించలేక పోయానా!’’ ఆయన మళ్లీ అందుకున్నారు. ‘‘లాహోర్‌లో ఒక పేటికలో రంజిత్ సింగ్ పాతి పెట్టించిన ఫకీర్ కథ మీరు వినలేదా?

ఆ ఫకీర్ ఖననం కడపటి సిఖ్ రాజుగారు చూస్తూండగా ఇంగ్లీషు ఆర్మీ ఆఫీసర్ల సమక్షంలో జరిగింది. సజీవ సమాధిని ఆరువారాలు సైనికులు కాపలాకాశారు. ఆ తర్వాత ఆ ఫకీర్ సజీవంగా ఆరోగ్యంతో వెలుపలికి వచ్చారు.ఈ కథ విచారించండి. ఈ ఉదంతం మీ ప్రభుత్వం రికార్డులలో ఎక్కడో భద్రంగా వ్రాసిపెట్టి ఉన్నదని విన్నాను. ఆ ఫకీర్ తన శ్వాస మీద సంపూర్ణ ఆధిపత్యం సాధించిన వాడు. తలచినంత మాత్రాన, ప్రాణభయం లేకుండా, ఆపగలిగేవాడు. ఆయన యోగలో ప్రవీణుడు కూడా కాదు. అతను జీవించి ఉన్నప్పుడు అతనిని ఎరిగిన ఒక వృద్ధుడు నాతో అతని శీలం మంచిది కాదని చెప్పారు. అతని పేరు హరిదాస్. అతను ఉత్తరదేశంలో నివసించేవాడు. గాలి ఆడని ఆ సమాధిలో ఈ వ్యక్తి అంతకాలం జీవించగలిగితే, రహస్యంగా అభ్యసించి, బంగారం ఇచ్చినా ఈ అద్భుతాలను ప్రదర్శించని యోగ నిష్ణాతులు ఇంకా ఎంత చేయగలరు?'' [1]

నిండు చూలాలు వంటి నిశ్శబ్దం

''మా యోగతో సంపాదించగల ఇతరమైన వింతశక్తులు ఇంకా ఉన్నాయి. దినదిన అధ్వాన్న మౌతున్న ఈ రోజులలో వాటిని సంపాదించటానికి తగిన భారీమూల్యం చెల్లించటానికి ఎవరు సిద్ధంగా ఉన్నారు?''

మళ్లీ ఒక ఆగుదల

''రోజు రోజు పనిచేస్తేగాని బతుకు సాగని ఈ లోకంలో, ఇటువంటి శక్తుల కోసం ప్రయత్నించకుండానే రెండు చేతులా పని ఉన్నది గదా?'' నాయుగాన్ని సమర్థించటానికి నేను ధైర్యం చేశాను.

''అవును'' వారు ఒప్పుకుంటారు. ''శరీర నియంత్రణకు ఈ బాట కొందరికే. కనుకనే మన వైజ్ఞానిక గురువులు శతాబ్దాలుగా దీనిని నిశ్శబ్ద రహస్యంగా దాచారు. వారు శిష్యుల కోసం వెతకరు. శిష్యులు వారిని వెతకాలి.''

★

ఆ తర్వాత మేం కలిసినపుడు బ్రమ నా నివాసానికి వచ్చారు. అది సాయం సమయం. మేం త్వరగా భోజనానికి కదిలాము. భోజనానంతరం చిరు విరామం

---

1. ఈ విషయం నేను తర్వాత సరిచూసి ధృవపరచుకున్నాను. అసలు సంఘటన 1837లో లాహోర్‌లో జరిగింది. ఆ ఫకీర్ రాజా రంజిత్ సింగ్, సర్ క్లాడ్ వాడ్, డాక్టర్. హోనిగ్ బెర్గర్ తదితరుల సమక్షంలో ఖననంచేయబడ్డారు. ఏ మోసమూ జరుగకుండా చూడటానికి సిక్ సైనికులు రాత్రింబగళ్లు ఆ సమాధి కాపలా కాశారు. నలభై రోజుల తర్వాత సమాధి తవ్వి సజీవంగా ఉన్న ఫకీర్‌ను వెలికి తీశారు. పూర్తి వివరాలు కలకత్తా పురావస్తుశాలలో చూడవచ్చు.

తర్వాత మేం వెన్నెల వెలుగు లీనుతున్న వరండాలోకి తరిలాము. నేను ఒక ఈజీ ఛెయిర్‌లో జారగిల బడ్డాను యోగికి నేలమీది చాప సుఖమనిపించింది.

చాలసేపు మేము మౌనంగా ఆ పూర్ణచంద్ర జ్యోత్స్న ప్రభలను ఆనందించాము.

మా గత సమావేశం నాటి ఆశ్చర్యకర సంఘటనలు నేను మర్చిపోలేదు. నమ్మశక్యంగాని ఈ విషయాన్ని మృత్యువును చిటికెలు వేసి దూరం చేయగల మహనీయులు – తాజాగా మరొకసారి లేవదీయటానికి ఎక్కువ ఆలస్యం కాలేదు.

''ఎందుకు కూడదు?'' బ్రమ తన అభిమానమైన ప్రశ్న విసురుతారు. ''మా శరీర నియంత్రణ యోగలో నిష్ణాతుడైన వ్యక్తి ఒకరు దక్షిణాదిన ఈ నీలగిరులలో దాక్కొని ఉన్నారు. ఆయన తన ఏకాంతవాసం వదలి ఎన్నడూ బయటికి కదలరు. ఉత్తరాదిన హిమాలయ మంచుకొండలపైన ఒక గుహలో తన నివాసం ఏర్పరచుకున్న మరొక వ్యక్తి ఉన్నారు. ఈ వ్యక్తులను కలుసుకొనటం సాధ్యంకాదు. వారు ఈ లోకాన్ని ఏవగించుతారు. వారి ఉనికి మా సంప్రదాయం. వారి వయసును వందలాది సంవత్సరాలు పొడిగించారని అంటారు.''

''మీరు ఇది నిజంగానే నమ్ముతారా?'' నమ్రమైన సంశయంలో నేను కేకవేసినంత పనిచేశా.

''నిస్సంశయంగా! నా కళ్ల ఎదుట నా గురువుగారి దృష్టాంతం ఉన్నది గదా!''

నా మనసులో ఇంతకాలం మెదులుతున్న ప్రశ్న మరొకసారి ముందడుగు వేసింది. ఇన్నాళ్లూ అది నోటి వెంట అడగటానికి సంశయించాను. ఇప్పుడు మా స్నేహ బంధం గట్టిపడింది గనుక ఆ ప్రశ్నను వెలిబుచ్చటానికి ధైర్యం చేశాను.

''బ్రమ, మీ గురువు ఎవరు?''

కొంతసేపు ఏమీ మాట్లాడకుండా ఆయన నా వైపు చూశారు. ఆయననన్ను సంతశయాత్మకంగా చూస్తారు.

ఆయన నోరు తెరిచినపుడు ఆయన స్వరం మంద్రంగా, గంభీరంగా ఉన్నది.

''దక్షిణాది శిష్యులకు ఆయన ఇరుంబు స్వామిగా పరిచితులు; అంటే 'చీమల గురువు' అని అర్థం.''

''ఎంత విచిత్రమైన పేరు?'' అసంకల్పితంగా నా ఆశ్చర్యాతిరేక కేక!

''మా గురువు ఎప్పుడూ ఒక సంచీతో బియ్యపు పిండి వెంట తీసుకువెళ్తారు. దానితో ఆయన ఎక్కడ ఉన్నా చీమలను మేపుతుంటారు. కొన్ని సమయాలలో ఆయన ఉత్తరాదిన, హిమాలయాల గ్రామాలలోను నివసించుతారు. అక్కడ ఆయనకు మరొక పేరున్నది.''

''శరీర నియంత్రణ యోగలో ఆయన పరిపూర్ణులా?''

''తప్పకుండా.''

''ఆయన ఎంతకాలం జీవించారని మీ నమ్మకం...'

''ఆయన వయసు నాలుగు వందల సంవత్సరాలకు మించుతుందని నా నమ్మకం.'' బ్రమ నింపాదిగా అన్నారు.

ఇది టెన్షన్ మయమైన విరామం.

నేను దిగ్భ్రమతో తేరిచూశాను.

''మొఘల్ పరిపాలనలో ఏమి జరిగిందో ఆయన నాకు వర్ణించి చెప్పారు.'' యోగి జోడించారు. ''మీ ఇంగ్లీషు ఇండియా కంపెనీ మద్రాసు వచ్చిన తొలిరోజుల కథలు కూడా చెప్పారు ఆయన.''

సంశయాత్మలైన పాశ్చాత్య చెవులు ఈ కథనం అంగీకరించలేకుండా ఉన్నాయి.

''చరిత్ర పుస్తకం చదివిన ఏ చిన్నారి అయినా ఈ విషయాలు చెప్పగలదు కదా!'' నా ప్రతి వాదన.

బ్రమ నా మాటలు పట్టించుకోలేదు. ఆయన అన్నారు:

''నా గురువు పానిపట్[2] తొలి యుద్ధం స్పష్టంగా గుర్తుంచుకున్నారు. అలాగే ప్లాసీ[3] యుద్ధం రోజులు కూడా ఆయన మర్చిపోలేదు. ఒకసారి ఆయన, సోదర శిష్యుడిని – అతని పేరు బేషునానంద – కేవలం 80 సంవత్సరాల చిన్నారిగా చెప్పటం నాకు జ్ఞాపకం!''

ఆ చల్లని తెల్లని వెన్నెలలో ఈ విచిత్రమైనమాటలు మాట్లాడుతున్న బ్రమ నల్లని ముఖం చట్టిముక్కుతో వింతగా నిశ్చలంగా ఉన్నది. ఆధునిక విజ్ఞానం నేర్పిన నిష్కర్ష అయిన విచారణలో పెరిగిన నా మనసు అటువంటి ప్రకటనలను ఎలా ఒప్పుకోగలదు? ఎంత చెప్పినా, బ్రమ హిందువు కదా! తమ వారి ఘనతను తాళం వేసే అలవాటు తప్పదు. నేను నిశ్శబ్దం పాటించాను.

యోగి చెబుతున్నారు.

---

2. 1526 లో నిర్దయుడైన తామర్ లెన్ వంశస్థుడు బాబర్ సైన్యము, ఆగ్రా రాజు సైన్యమూ పానిపట్ వద్ద యుద్ధానికి తలపడ్డాయి.

3. భారతదేశంలో బ్రిటిష్ ఆధిపత్యానికి బాటవేసిన ఈ ప్రఖ్యాత యుద్ధం 1757 తో జరిగింది.

పదకొండు సంవత్సరాలకు పైగా మా గురువు భారతదేశం టిబెట్ల మధ్య ఉన్న నేపాల్ మహారాజులకు ఆధ్యాత్మిక సలహాదారులు. అక్కడ హిమాలయ పర్వతాలలో నివసించే కొందరు గ్రామవాసులకు ఆయన తెలుసు. వారు ఆయనను భక్తి పూర్వకంగ ప్రేమిస్తారు. ఆయన ఆ ప్రాంతానికి వెళ్లినపుడు వారు ఆయనను దేవుడ్ని ఆరాధించినట్లు ఆరాధించుతారు. ఆయన తండ్రి బిడ్డలతో మాట్లాడినట్లు వారితో ఎంతో దయగా ఆప్యాయంగా మాట్లాడుతారు. ఆయన కులాలు, ఆ నియమాలను పట్టించుకోరు. ఆయన చేపలు, మాంసము తినరు.

''ఒక మనిషి అంతకాలం జీవించటం ఎలా సాధ్యం?'' నా ఆలోచనలు అసంకల్పితంగా మరొకసారి శబ్దం చేస్తూ వెలువడుతాయి.

బ్రమ ఎటో చూశారు. నా ఉనికి మర్చిపోయినట్లున్నారు.

''అది మూడు విధాలుగా సాధ్యం అవుతుంది. అందులో మొదటిది మా శరీర నియంత్రణ శాస్త్రంలోని అన్ని ఆసనాలు, అన్ని ప్రాణాయామాలు, అన్ని రహస్య వ్యాయామాలు అభ్యాసం చేయటం. అందులో పరిపూర్ణత లభించేవరకు ఆ అభ్యాసం జరగాలి. ఇది తను చెప్పేది చేసి చూపించగల సరయిన గురువు ద్వారానే సాధ్యం. రెండవ మార్గం కొన్ని అరుదైన మూలికలను నియమంగా తీసికొనాలి. ఇవి ఆ విషయం అధ్యయనం చేసిన పెద్దలకు మాత్రమే తెలుసు. ఈ పెద్దలు ఆ మూలికలను రహస్యంగా తమతో బాటు తీసుకు వెళ్తుంటారు. ప్రయాణాలు చేసేటప్పుడు బట్టలలో దాచి ఉంచుతారు. ఆ పెద్దకు అవసాన కాలం వచ్చినపుడు ఆయన యోగ్యుడయిన ఒక శిష్యుడిని ఎంచి, ఆ రహస్యాలు అతనికి తెలియపరచి తన దగ్గర ఉన్న మూలికలు అతనికి ఇస్తారు. మరెవరికీ ఇవ్వరు, చెప్పరు. మూడవ మార్గం చెప్పటం సులభ కాదు.'' బ్రమ హఠాత్తుగా ఆగారు.

''మీరు ప్రయత్నించ వచ్చు గదా!''

''నేను చెప్పేది విని మీరు నవ్వుతారేమో.''

నవ్వటం మాట అవతల పెట్టి, ఆయన చెప్పేది నేను సాదరంగా స్వీకరించుతానని మాట ఇచ్చాను.

''అయితే సరే. మనిషి మెదడులో ఒక సూక్ష్మరంధ్రం[4] ఉన్నది. ఆత్మ ఈ రంధ్రంలో వసించుతుంది. ఈ రంధ్రాన్ని కాపాడే ఒక వాల్వ్ కూడా ఉన్నది. వెన్నెముక అట్టడుగున, నేను ఇంతకు ముందు మీకు చాలసార్లు చెప్పాను, కంటికి కనిపించని ప్రాణశక్తి ఉన్నది. ఈ ప్రాణశక్తి నిత్యం ఖర్చు అవటం మూలాన శరీరం

---

4. బ్రమ చెప్పేది మెదడులో ఒకదానికొకటి సంపర్కం కలిగి ఉన్న నాలుగు కుహరం / కోష్టకం వల్ల కలిగే రంధ్రం గురించి అయి ఉండవచ్చు. కచ్చితంగా చెప్పలేను.

ముసలిదైపోతుంది. దాన్ని నియంత్రించితే మాంసంలో కొత్త ప్రాణం వచ్చి అది శాశ్వతం అవుతుంది. మనిషి తనను తాను జయించినపుడు, కొన్ని అభ్యాసాల సాయంతో ఈ నియంత్రణ సాధించగలరు. ఈ అభ్యాసాలు మా విద్యలో ప్రవీణులయిన మహాగురువులకు మాత్రమే తెలుసు. ఈ ప్రాణశక్తిని వెన్నెముక ద్వారా పైకిలాగి మెదడులోని ఆ సూక్ష్మరంధ్రంలో నిలువచేసి చిక్కబెట్టవచ్చు. ఆ వాల్వ్ తెరువ గలిగిన గురువు దొరికితేనే అది సాధ్యం అవుతుంది. అది చేయగలిగి, చేయటానికి సిద్ధంగా ఉన్న గురువు దొరికితే, కంటికి అగుపించని ఆ ప్రాణశక్తి ఆ సూక్ష్మ రంధ్రంలో ప్రవేశించి అమృతంగా మారుతుంది. ఇది సులువుకాదు. ఇదంతా తను సాధించాలని ఒంటరిగా బయలుదేరిన వ్యక్తికి సర్వనాశనం పక్కనే పొంచి ఉంటుంది. సఫలుడైన వ్యక్తి తాను తలచినపుడు మరణం వంటి నియమాన్ని ప్రవేశపెట్టగలడు. అసలయిన మరణం ఎదురైనపుడు అతను విజేత శక్తి చూడగలడు. నిజానికి ఆయన తను ఎప్పుడు ఈ దేహం విడిచిపెట్టాలో నిశ్చయించగలరు. కాని మామూలు కంటికి అది సహజ మరణం వలెనే తోస్తుంది. ఈ మూడు పద్ధతులు చేతిలో ఉన్నవారు వందల సంవత్సరాలు జీవించగలరు. నాకు బోధించింది ఇదీ. ఆ వ్యక్తి చనిపోయినపుడు క్రిమి కీటకాలు అతని శరీరాన్ని తాకవు. ఒక శతాబ్దం తర్వాత కాని ఆ శరీరంలో మాంసం శిథిలం కాదు.''

''ఆ వివరణకు బ్రమకు నా ధన్యవాదాలు తెలిపాను. కాని నాకు ఆశ్చర్యం. నాకు ఎంతో విపరీతమైన ఆసక్తి కలుగుతున్నది నాకు నమ్మశక్యం కాకుండా ఉన్నది. ఆయన చెప్పే ఈ ప్రాణశక్తి ఏ ఎనాటమీకి తెలియదు. ఆ అమృతాన్ని గురించి అసలు తెలియదు. శరీర ధర్మసంబంధమైన ఈ అద్భుతమైన కథలు కేవలం మూఢనమ్మకాల అపార్థాలా? ఇవన్నీ కట్టుకథలు, పుక్కిటి పురాణాల యుగానికి, దీర్ఘాయుష్కులైన మాంత్రికులు, తాంత్రికులు జీవామృతం చేతగలవారు ఉన్న పురాతన కాలానికి మనం తిరోగమిస్తాం. కాని బ్రమ ప్రదర్శించిన శ్వాస నియంత్రణ, రక్త ప్రసరణ నియంత్రణ యోగశక్తులు అభూత కల్పనలు కాదని, ఇందులో ప్రవేశం లేనివారికి ఈ ప్రదర్శనలు పరమాద్భుతాలుగా కన్పించుతాయని నా నమ్మకం. అంతకు మించి నేను ఆయనతో ఏకీభవించలేదు.[5]

---

5. అచ్చెరువు గొలిపే ప్రకటనలు, తాపీగా చేసిన గట్టి వాదనలతో ఈ సంభాషణ మొత్తం ఒక అత్యద్భుతమైన కలలాగా అనిపించుతుంది. దీనినంతటినీ కాగితం మీద పెట్టేముందు కొన్ని ఇతర సంభాషణ లాగానే దీన్నీ వదలివేద్దామనుకున్నాను. ఇది ఆసియా ఖండం చాదస్తపు నమ్మకాలు అని యూరోపియన్ పెద్దలు పెదవి విరుస్తారనటంలో నాకెంత మాత్రము సందేహం లేదు. చివరికి ఇది ప్రచురణకు పంపాను అంటే ఇందులో ఇతరుల ప్రోత్సాహ తీర్మానాల వల్లనే జరిగింది.

నేను సాదరంగా మౌనం వహించాను. నా మనసులోని భూతపిశాచాలు నా ముఖం మీద నాట్యం చేయకుండా జాగ్రత్త పడుతున్నాను.

''అంత్యకాలం దగ్గరపడుతున్న వారే ఇటువంటి శక్తులు, కోరికలు ఎక్కువగా కోరుతుంటారు. బ్రమ తిరిగి ఆరంభించారు.'' కాని వాటి మార్గం ప్రమాదాల పుట్ట. ఈ శక్తులను గురించి మా గురువులు ఏమంటారో తెలుసా: ''వాటిని వజ్ర వైఢూర్యాలంత జాగ్రత్తగా, రహస్యంగా భద్రపరచండి.''

''అయితే మీరు వాటిని నాకు చెప్పబోవటం లేదన్నమాట!''

''ఇందులో ప్రవీణులు కాదలచినవారు, పరిగెత్తే ముందర నడవటం నేర్చుకోవాలి.'' ఆయన చిరునవ్వుతో సమాధాన మిచ్చారు.

''బ్రమా, చివరి ప్రశ్న.''

యోగి తలూపారు.

''మీ గురువు ప్రస్తుతం ఎక్కడ ఉన్నారు?''

''నేపాల్ పర్వతాలలో తెదాయ్ అరణ్యం అవతలి పక్కన ఒక మందిర ఏకాంత వాసంలో ప్రవేశించారు.''

''ఆయన దిగి క్రిందికి వచ్చే అవకాశాలు ఉన్నాయా!''

''ఆయన కదలికలు ఎవరు చెప్పగలరు? ఆయన నేపాల్‌లోనే సంవత్సరాల సంవత్సరాల తరబడి ఉండవచ్చు. లేదా త్వరలోనే అక్కడినించి ప్రయాణం కట్టవచ్చు. అక్కడ నేపాల్‌లో మా యోగవిద్య ఇక్కడ భారతదేశంలో కంటె చాలబాగ నడుస్తుంది. అందుకే ఆయనకు నేపాల్ అంటే అభిమానం. శారీరిక నియంత్రణ ఒక్కొక్క పద్ధతిలో మారుతుంది. మాది తంత్ర విధానం. ఈ విధానం హిందువులకంటే నేపాల్ వాతావరణంలో బాగా అవగతం చేసుకో బడుతుంది.''

బ్రమ మౌనం వహించారు. ఆయన తన సమస్యాత్మక గురువు రూపం గుర్తుచేసికొని గౌరవ విధేయతలో మునిగిపోయారని నా ఊహ. ఈ రాత్రి నేను విన్న విషయాలు పుక్కిటి పురాణం కాక నిజమైతే, వయోతీతుడైన అమరుడైన మానవుడు మూల తిరుగుడునే దాక్కుని ఉన్నాడు!

★

నేను నా కలాన్ని తొందర పెట్టకపోతే ఈ అధ్యాయం ముగింపుకు వచ్చేట్లు లేదు. కనుక ఐదు నామాలు ఉన్న ఆ యోగితో మరుపురాని సాంగత్యంలో ఆఖరు దృశ్యంలో దూసుకుపోతాను.

ఈ భారతదేశంలో సాయంత్రం వెనుకనే రాత్రి పరుగెత్తుకు వస్తుంది. యూరప్‌లో వలె సూర్యాస్తమయాలు తారాడవు ఇక్కడ. రాత్రి ప్రవేశించటానికి త్వరపడుతుంటే, తోటలో తన నివాసంలో బ్రమ ఒక నూనె దీపం వెలిగించి కప్పునించి వేలాడే తాడుకు వ్రేల గట్టారు. మరొకసారి మేము కొత్తగా స్థిరపడ్డాము.

నన్ను యోగికి, విద్యార్థి – శిక్షకుడైన దుబాసీలతో వదిలి ఆ వృద్ధురాలు తెలివిగా అక్కడినించి తప్పుకున్నది. కాలుతున్న అగరువత్తుల వాసన గది అంతా ఒక రహస్య వాతారవణంతో కమ్మివేస్తుంది.

ఈ సాయంత్రం వీడ్కోలు ఆలోచనలు నన్ను విచారగ్రస్తుడిని చేస్తున్నాయి. వాటిని దులిపి వేసుకుందామంటే కుదరటం లేదు. మధ్యన చికాకు పుట్టించే గోడ వంటి దుబాసీ ద్వారా నా మనసులో మాట ఆయనకు స్పష్టంగా చెప్పలేక పోతున్నాను. ఆయన నా ఎదుట పెట్టిన కొత్త విషయాలు, పాత సిద్ధాంతాలు ఎంతవరకు నిజమో చెప్పలేను. కాని తన ఏకాంత జీవితంలోకి నన్ను అడుగుపెట్ట నిచ్చినందుకు ఆయనను అభినందించి తీరాలి. అప్పుడప్పుడు మా ఇద్దరి హృదయాలు సానుభూతిలో చేరువ అవుతున్న అనుభూతి కలిగేది. ఆయన తన మౌనవ్రతాన్ని ఛేదించటం వల్ల ఆయనకు ఎలా ఉన్నదో నాకు ఇప్పుడు తెలుసు.

రానున్న ఎడబాటు దృష్టిలో ఉంచుకొని, ఆయన అంతరంగ రహస్యాలు చెప్పించటానికి నేను నా ఆఖరు ప్రయత్నం చేశాను.

"నగర జీవితం విడిచి కొండలలోనో, కానలలో కొన్ని సంవత్సరాలు ఏకాంత జీవితం గడపటానికి మీరు సిద్ధంగా ఉన్నారా?" ఆయన నన్ను తరిచి అడిగారు.

"ఆ విషయం ఆలోచించాలి బ్రమా!"

"మిగతా అన్ని వ్యాపకాలు, పని అంతా విడిచిపెట్టి, మీ ఆనందాలు త్యజించి మీ సమయం అంతా మా విధానంలోని వ్యాయామాల కోసం వినియోగించటానికి మీరు సంసిద్ధులేనా అది కొన్ని నెలలు కాదు, చాల సంవత్సరాలు?"

"అని నేననుకోను. లేదు – నేను సిద్ధంగా లేను. ఏదో ఒకనాడు బహుశ –"

"అయితే నేను ఇకముందుకు తీసుకు వెళ్లలేను. ఈ హఠయోగం విశ్రాంత సమయంలో సరదాకు ఆడే ఆటకాదు. ఇది చాల సీరియస్ వ్యవహారం."

"బ్రమ, ఈ శక్తులు అత్యద్భుతం, సమ్మోహనాస్త్రాలు. ఏదో ఒకనాడు నేను మీ శిక్షణలోకి పూర్తిగా దిగుదామని కోరిక. కాని అవి శాశ్వతానందాన్ని ఎంతవరకు ఇవ్వగలవు? 'యోగ'లో అంతకు మించిన సూక్ష్మవిద్య లేదా? బహుశ నేను చెప్పదలచినది స్పష్టంగా లేదా?"

బ్రమ తలాడించి అన్నారు.

''నాకు అర్థమైంది.''

మేం ఇద్దరమూ నవ్వుకున్నాము.

''వివేకి అయిన వ్యక్తి హఠయోగ అభ్యాసం తర్వాత మనోయోగం అనుసరించుతారని మా శాస్త్రాలు చెబుతాయి'' ఆయన నెమ్మదిగా వ్యాఖ్యానించారు. మొదటిది రెండవదానికి బాట వేస్తుందని చెప్పవచ్చు. మా సనాతన గురువులు మా శాస్త్ర సూత్రాలను శివుడి వద్దనుంచి గ్రహించినపుడు పూర్తి ఐహికం చరమ లక్ష్యం కాదని వారికి చెప్పటం జరిగింది. శరీరంపై ఆధిపత్యం అంటే మనసును జయించటానికి మార్గమని, ఇది తిరిగి ఆధ్యాత్మిక పరిపూర్ణతకు మార్గమని వారు అర్థం చేసుకున్నారు. కనుక, మా విద్య మొదట చేతనున్న దానిని – శరీరాన్ని – చక్కదిద్దుతుంది. ఇది కేవలం ఆత్మశోధనకు పరోక్ష మార్గం. కనుక నా గురువు: ''మొదట హఠయోగం – శరీర నియంత్రణ – పూర్తి చెయ్. ఆ తర్వాత రాజ విద్య – మనోనియంత్రణ – చేపట్టవచ్చు.'' నియంత్రణలో ఉన్న శరీరం మనసును భంగపరచలేదని గుర్తుంచుకోండి. ఆలోచన నియంత్రణలోనికి కొందరు మాత్రమే నేరుగా దిగగలరు. ఎవరైనా మనోనియంత్రణ వైపు గాఢంగా ఆకర్షితులైతే, మేం అడ్డుచెప్పం. అది ఆయన బాట.''

''అది పూర్తి మనోయోగమా!''

''సరిగా అంతే. ఇది మనసుకు నిశ్చల జ్యోతిలా శిక్షణ ఇవ్వటం. అప్పుడు ఆ జ్యోతిని ఆత్మవాసానికి తిప్పాలి.''

''ఆ శిక్షణ ఎలా ఆరంభించాలి?''

''దానికి మరొక గురువును వెతుక్కోవాలి.''

''ఎక్కడ?''

బ్రమ భుజాలు ఎగరవేశారు.

''సోదరా, ఆకలి వేసిన వాళ్లు ఆహారం కోసం వెతుకుతారు. కూడు లేక మలమలమాడుతున్నవారు వెర్రెత్తినట్లు ఆహారం కోసం వెతుకుతారు. గురువు కోసం మీరు కూడా అలా తహతహలాడితే మీరూ తప్పక ఒక గురువును కనుక్కుంటారు. ఆర్తితో వెతికేవారు నిర్ణీత సమయానికి గురువు చెంతకు చేర్చబడుతారు.''

''ఈ విషయంలో విధి నిర్ణయం ఉన్నదని నమ్ముతారా?''

''మీ వాక్కు సత్యం.''

''నేను కొన్ని పుస్తకాలు చూశాను...''

"గురువు లేకుండా మీ పుస్తకాలన్నీ కేవలం కాగితం ముక్కలు. ఆయనను తెలిపే 'గురు' అనే మా పదానికి "చీకటిని పారదోలేవాడు' అని అర్థం. ఒక అసలైన గురువును వెతికే ప్రయత్నం, ఫలించి విధి కనికరించిననాడు ఆ వ్యక్తి వెలుగులోకి త్వరగా అడుగుపెట్టుతాడు. శిష్యుడి మేలుకోరి గురువు తన ఉన్నత శక్తులను ప్రయోగించుతారు."

బ్రమ కాగితాల కట్టలు పడి ఉన్న బల్లవద్దకు వెళ్లి, ఒక పెద్దపొత్తంతో తిరిగి వచ్చారు. అది నా చేతికిచ్చారు. దానినిండా ఏవేవో కబాలా చిహ్నాలు ఒక క్రమంలో ఉన్నాయి. విచిత్రమైన చిహ్నాలు, తమిళ వర్ణాలు ఎరుపు, ఆకుపచ్చ, నలుపు సిరాలలో వ్రాసి ఉన్నాయి. పేపరు పైభాగం ఒక పెద్ద చుట్టచుట్టిన కాగితం బొమ్మ, దాని మీద సూర్యుడు చంద్రుడు, మానవ నేత్రాలు గుర్తించగలిగాను. మధ్యలో ఖాళీ స్థలం, చుట్టూ ఈ బొమ్మలు, వ్రాతలు.

"ఇది తయారు చేయటానికి గతరాత్రి గంట వెచ్చించాను." బ్రమ చెప్పారు. మీరు వెనక్కు వెళ్లిన తర్వాత మధ్యఖాళీ స్థలంలోనా బొమ్మ ఒకటి అతికించండి."

రాత్రి పూట నిద్రపోబోయే ముందు నేను నా మనసును ఈ విచిత్రమైన, అకళాత్మకం కాని, డాక్యుమెంట్ పైన ఐదు నిమిషాలు కేంద్రీకరించితే, నేను ఆయనను కలలో స్పష్టంగా వివరంగా చూడగలుగుతానని ఆయన చెప్పారు.

"మన శరీరాలు ఐదు వేలమైళ్ల దూరం ఉన్నా మీ ఆలోచనలు ఈ ఆలోచనలు ఈ కాగితం పైన కేంద్రీకరించితే రాత్రిపూట మన ఆత్మలు కలుసుకుంటాయి." ఆయన విశ్వాస పూర్వకంగా చెప్పారు. అంతేకాక కలలో ఈ సమావేశాలు ఇంతవరకు జరిగిన మా భౌతిక సమావేశాలంత సహజం, వాస్తవం అని ఆయన వివరించారు.

అప్పుడు నేను నా పెట్టెలు సర్దటం పూర్తి అయిందనీ, త్వరలో నేను నిష్క్రమించుతున్నాననీ చెప్పాను. ఆయనను తిరిగి ఎప్పుడు ఎక్కడ చూస్తానో తెలియదు.

విధి ఎలా వ్రాసిపెట్టి ఉంటే అలాగే జరిగి తీరుతుందన్నారు ఆయన. అప్పుడు ఆయన రహస్యం అన్నట్లు చెప్పారు.

"వసంతం రాగానే నేను ఈ స్థలం వదిలి తంజావూరు జిల్లా వెళ్తున్నాను. అక్కడ ఇద్దరు శిష్యులు నాకోసం కాచుకుని ఉన్నారు. ఆ తర్వాత ఏం జరుగబోతున్నదో ఎవరికి తెలుసు? ఏదో ఒకనాడు మా గురువుగారి దగ్గరి నుంచి పిలుపు వస్తుందని ఆశిస్తున్నాను."

ఆ తర్వాత దీర్ఘ నిశ్శబ్దం. బ్రమ నా చెవిలో రహస్యం చెప్పి నట్లు గొంతు తగ్గించి ఆ నిశ్శబ్దాన్ని ఛేదించారు, ఏదో కొత్త విశేషం వినటానికి సంసిద్ధుడినవుతూ, మా విద్యార్థి శిక్షకుడివైపు తిరిగాను.

''గతరాత్రి మా గురువు కనుపించారు. ఆయన మీ గురించి మాట్లాడారు. ఆయన అన్నారు: 'మీ మిత్రులు షాహెబ్ జ్ఞానం కోసం ఆతృతగా ఉన్నారు. గత జన్మలో ఆయన మనలో ఒకరు. ఆయన యోగాభ్యాసం చేశారు కాని అది మన విధానం కాదు. ఈనాడు ఆయన తిరిగి హిందుస్తాన్ వచ్చారు. కాని ఆయన తెల్లవారైనారు. ఆయనకు అంతక్రితం తెలిసింది మరుపు అయింది. కాని ఆ మరుపు కొంతకాలమే ఒక గురువు అనుగ్రహం కలిగితే కాని ఆయనకు గత జన్మలోని జ్ఞానం గుర్తుకు రాదు. ఈ శరీరంలో ఆజ్ఞానం మేలుకోవటానికి ఒక గురువు స్పర్శ కావాలి. ఆయన త్వరలోనే ఒక గురువును కలవబోతున్నారని చెప్పు. ఆ తర్వాత ఆ జ్యోతి తనంత తానే ఆయనను చేరుతుంది ఇది తథ్యం. ఆయనను ఆదుర్దా పడవద్దని చెప్పు. ఇది జరిగేటంత వరకు ఆయన ఈ దేశం విడిచి వెళ్లరు. ఆయన వట్టి చేతులతో తిరిగి వెళ్లరన్నది విధి వ్రాత.''

ఆశ్చర్యంతో నేను వెనక్కు తగ్గాను.

ఆ దీపం వెలుగు మా చిరు సమావేశం మీద పడుతున్నది. ఆ పచ్చని వెలుగులో మా యువ దుబాసీ ముఖం అమితాశ్చర్యంలో తేలి ఆడుతున్నది.

''మీ గురువు దూరాన నేపాల్‌లో ఉన్నట్లు మీరు నాకు చెప్పలేదూ!'' కొంత అసమ్మతి, నిరాశ వ్యక్తపరుస్తూ అడిగాను.

''నిజమే: ఆయన ఇంకా అక్కడే ఉన్నారు.''

''అయితే ఒక్కరాత్రిలో ఆయన పన్నెండు వందలమైళ్లు ఎలా ప్రయాణం చేయగలరు?''

బ్రమ నర్మగర్భంగా నవ్వుతారు.

''మా దేహం మధ్య భారతదేశం అంతా అడ్డు ఉన్నా నా గురువు ఎప్పుడూ నాతోనే ఉంటారు. ఉత్తరం, పత్రం, దూత లేకుండానే ఆయన వార్త నాకు అందుతుంది. ఆయన ఆలోచన గాలిలో ప్రయాణిస్తుంది; నన్ను చేరుతుంది, నేను అర్థం చేసుకుంటాను.''

''దూర శ్రవణమా?''

''మీరు ఏదంటే అదే!''

వెళ్లే టైం అయింది. నేను లేచాను. మా ఆఖరు వెన్నెల నడకలో కలిసి వెలుపలికి వచ్చాం. బ్రమ ఇంటికి చేరువలో ఉన్న దేవాలయం గోడవారగా నడిచాం. చెట్లకొమ్మలలో నుంచి చంద్రుడు వెండిబొమ్మలు గీస్తున్నాడు. రోడ్డు వారన సుందరమైన తాటి చెట్ల గుంపు దగ్గర ఆగాం.

నాకు వీడ్కోలు చెబుతూ బ్రమ అన్నారు.

''నావి అనేవి నాకు బహుకొద్ది అని మీకు తెలుసు. నా దృష్టిలో ఇది అతివిలువైనది. తీసుకో.''

ఆయన ఎడమచేతి నాలుగోవేలు పట్టుకున్నారు. లాగారు. కుడి అరచెయ్యి చాపారు. వెన్నెల వెలుగులో మెరుస్తూ ఆయన చేతిలో బంగారపు ఉంగరం కన్పించింది. ఎనిమిది సన్నని బంగారు గోళ్లు ఒక గుండ్రని ఆకుపచ్చని రాయిని పట్టి ఉంచాయి. పైన ఎరుపు గీతలు. వీడ్కోలుగా మేము చేతులు కలుపగా బ్రమ అది నా చేతిలో పెట్టారు. ఆశించని ఆ కానుకను నేను తిరిగి ఇవ్వబోతే ఆయన దానిని నా చేతిలో అదిమి పెట్టి నా తిరస్కారాన్ని అణిచివేశారు.

''యోగలో మహావివేచన గల ఒక మహామనీషి దీనిని నాకు ఇచ్చారు. ఆ రోజుల్లో జ్ఞానసముపార్జన కోసం దేశం నలుమూలలా తిరిగేవాడిని. ఇప్పుడు ఇది ధరించుమని మిమ్మల్ని వేడుతున్నాను.''

నేను ఆయనకు నా ధన్యవాదాలు అర్పించి.

''ఇది నాకు అదృష్టం కలిగిస్తుందా?'' అని హాస్యోక్తితో అన్నాను.

''లేదు. అది ఆ పని చేయలేదు. కాని ఆ రాయిలో శక్తివంతమైన ఆకర్షణ ఉన్నది. అది మీకు రహస్యంగా ఉన్న గురువుల సన్నిధికి చొచ్చుకు పోయేందుకు సాయపడగలదు. మీలోని రహస్యశక్తులను మేల్కొలపటానికి తోడ్పడ గలదు. ఇది మీరు అనుభవంతో గ్రహిస్తారు. ఈ సహాయాలు అవసరమైనపుడు అది ధరించండి.''

కడసారి వీడ్కోలు, స్నేహపూర్వమైన వీడ్కోలు. ఎవరి దారిన వారిమి వెళ్లాం. కలగాపులగమైన ఆలోచనలతో నిండిన తలతో నేను నిదానంగా నడుస్తూ వెళ్లాను. ఎక్కడో దూరాన ఉన్న బ్రమ గురువుగారి అసాధారణ సందేశాలను తలపోశాను. నేను కాదనలేనంత అసామాన్యం అది! నా హృదయంలో విశ్వాసం, సంశయము ఘోరంగా పోరుతుండగా, నేను మౌనంగా అదే చూస్తున్నాను.

ఆ బంగారు ఉంగరం చూసి 'కేవలం ఒక ఉంగరానికి ఈ విషయాలపైన ఎలా ప్రభావం ఉంటుంది?'' అని నన్ను నేనే ప్రశ్నించుకున్నాను. మానసిక విషయాలలో లేదా ఆధ్యాత్మిక విషయాలలో నన్నుగాని, మరొకర్ని గాని అది ఎలా లేదా ఎందుకు ప్రభావితులను చేస్తుందో నా కర్థం కాదు. ఆ నమ్మకం మూఢవిశ్వాసంగా తోస్తున్నది. కాని బ్రమకు దాని విచిత్ర గుణాలలో విపరీతమైన నమ్మకం ఉన్నట్లు

తెలుస్తున్నది. అది సాధ్యమా? జవాబు కోసం నన్ను బలవంత పెట్టిన గాఢ అనుభూతి! వింత దేశంలో అన్నీ సాధ్యమే! ఇంతలో తెలివి మేలుకొని హడావిడిగా ప్రశ్నల అడ్డుగోడ కట్టి రక్షించుతుంది.

నేను అర్థం, అంతంలేని ఆలోచనలో పడిపోయాను. దేనికో నా నుదురు కొట్టుకోవటంతో అదరిపోయి, పక్కకు తొలిగాను. తలెత్తి చూస్తే ఒక తాటి చెట్టు కవిత్వపు ఛాయ గోచరించింది. కొమ్మల మధ్య మిణుగురు పురుగులు అసంఖ్యాకంగా నాట్యం చేసే బంధువులయాయి.

ఆకాశం చిక్కని నీలిరంగులో మెరుస్తున్నది. శుక్ర గ్రహం – అతి కాంతివంతమై, మన గ్రహానికి చేరువైనట్లు కనపడుతుంది. నేను నడుస్తున్న రోడ్డు అంతా అతిప్రశాంతంగా ఉన్నది. తెలియని ఒక నిశ్చలత నన్ను మంత్రముగ్ధుడిని చేసి, కట్టి పడవేసింది. అప్పుడపుడు కనిపించి నెత్తిమీదిగా ఎగిరిపోయే పెద్ద గబ్బిలాలు కూడా నిశ్శబ్దంగా రెక్కలాడించుతున్నాయి. ఆ దృశ్యం నన్ను ఆకట్టుకున్నది. నేను ఒకక్షణం ఆగాను. నాకు ఎదురుగా వస్తున్నట్లు అనిపించిన వ్యక్తిని చంద్రుడు ఒక వెలుగు రేఖ పంపి మాయమయ్యే భూతంగా మార్చాడు.

నా నివాసం చేరిన తర్వాత చాల రాత్రివరకూ మేలుకునే ఉన్నాను. తెల్లవార బోతున్న దనగా, నా ఆలోచనలను మతిమరుపులోకి తోసి నిద్ర ఆవహించింది.

యోగి మాయా పటము

“మధ్యలో నా ఫొటో ఒకటి అంటించండి. మన శరీరాలు ఒక దానికొకటి ఐదు వేల మైళ్ల దూరాన ఉన్నా కూడా, మీ ఆలోచనలను ఈ కాగితం మీద పెట్టండి. రాత్రికి మన ఆత్మలు కలుసుకుంటాయి.”

★★★

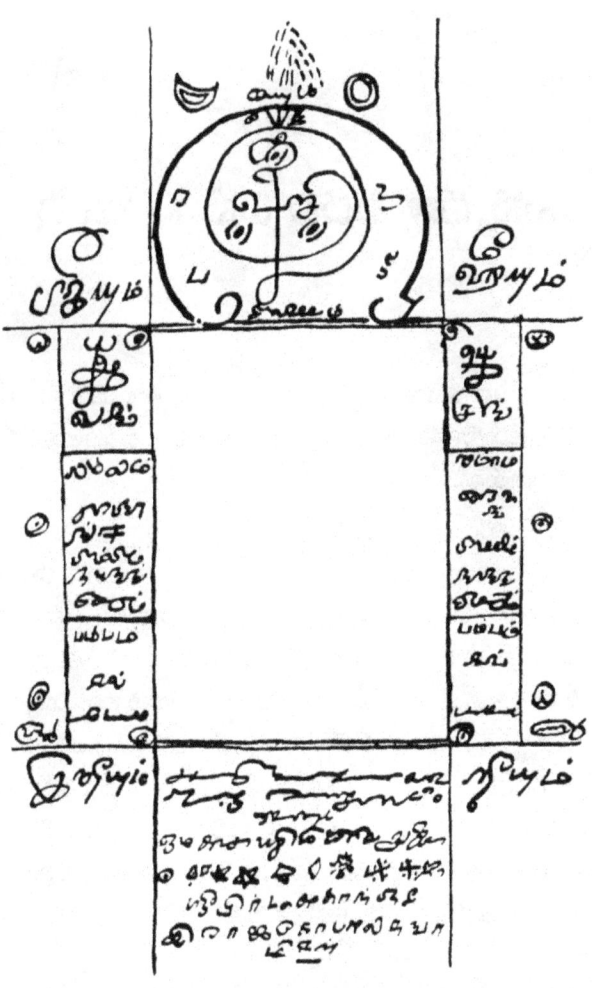

యోగి ఇంద్రజాల పట్టిక

"చిత్రం మధ్యలో నా ఫొటోగ్రాఫ్ ఒకటి అతికించండి. మీ ఆలోచనలను మీ కాగితం మీద కేంద్రీకరించండి. మనం శారీరకంగా ఐదువేల మైళ్ళ దూరాన ఉన్నా, రాత్రులు మన ఆత్మలు కలుసుకుంటాయి."

అధ్యాయం 7

ఎన్నడూ పెదవి విప్పని ఋషి

ఈ రికార్డ్ అంతా సమయాను క్రమంగా వ్రాయటం తుంచివేసి నేను ఒక వారం వెనక్కు జరుగుతాను. అప్పుడు అనాసక్తికరం కాని ఒక కలయికను గురించి చెప్పటానికి వీలవుతుంది.

మద్రాస్ శివార్లలో నివసించుతున్నపుడు నాకు ఆసక్తి ఉన్న రకం వ్యక్తులలో అత్యంత ప్రతిభావంతులు, ప్రఖ్యాత వ్యక్తులను వెతుకుతూ అక్కడి భారతీయులను శ్రద్ధగా విచారణ చేస్తున్నాను. నేను న్యాయమూర్తులు, న్యాయవాదులు, ఉపాధ్యాయులు, వ్యాపారస్థులనే గాక ఒకరిద్దరు పేరు పొందిన పవిత్ర వ్యక్తులను కూడా కలిసి మాట్లాడాను. సాధారణంగా ప్రముఖ వ్యక్తులను ఇంటర్వ్యూ చేసేవారిని నేను ఇంటర్వ్యూ చేసి నా వృత్తిలోని వ్యక్తులతో కొంత సమయం సరదాగా, సంతోషంగా గడిపాను. నేను ఒక అసిస్టెంట్ ఎడిటర్‌ను కలుసుకున్నాను. తన పిన్నవయసులో తను యోగ సీరియస్‌గా అభ్యసించిన విద్యార్థినని నాతో రహస్యంగా వెల్లడించారు. ఈ నాటికీ మనో నియంత్రణలో నిస్సందేహంగా నిష్ణాతులని తలచే వ్యక్తి పాదాల చెంత ఆయన చేరారు. కాని ఈ గురువు పది సంవత్సరాల క్రితం దేహం చాలించారు.

ఒకనాటి ఈ శిష్యుడు చాలా ఆకర్షించే ఎంతో వివేకి అయిన హిందువు. కాని ఉన్నత శ్రేణి యోగులు ఎక్కడ కనపడుతారో ఆయనకు తెలియదు పాపం!

ఇది తప్ప నాకు ఎదురైనవన్నీ తెలిసీ తెలియని కథలు, మూర్ఖపు ఇతిహాసాలు, లేకపోతే ముఖం మీద తిరస్కారాలు! నేను ఒక సాధువును కలిసిన మాట నిజమే. క్రీస్తును పోలే ఆయన ముఖం, దుస్తులు పికాడిలీ స్తబ్దజీవితంలో ఉత్పాతం కలిగించేవి! కాని తాను కూడా ఒక ఉన్నత జీవి అన్వేషణలోనే ఈ దేశంలో తిరుగుతున్నట్లు చెప్పారు. ఒక దేశ దిమ్మరిగా పవిత్ర భిక్షుకుడిగా మారే ప్రయత్నంలో మంచి వ్యవసాయ భూమిగల ఎస్టేట్ త్యజించారు. నేను ఇక్కడ స్థిరపడి బాధలనుభవించే

మూఢ, పామర భారతీయులకు సేవ చేసేట్లయితే ఆ ఎస్టేటు నాకు రాసి ఇస్తానన్నారు. కాని నేనే ఒక మూఢ, పామర, బాధిత ఆత్మను! ఆయన ఉదార దానం మరెవరికైనా ఇస్తే మేలు!

ఒకనాడు ఒక పేరు పొందిన యోగిని గురించిన వార్త నన్ను చేరింది. ఆయన మద్రాసు పొలిమేరకు. ఒక అరమైలు దూరంలో నివసించుతారు. కాని పరిచయాలను ప్రోత్సహించరు గనుక బహుకొద్ది మందికే తెలుసు. వెంటనే నాకు ఆసక్తి, ప్రేరణ కలిగింది. ఆయన దర్శనం చేసుకోవాలని నిశ్చయించుకున్నాను.

పొలం మధ్యలో ఏకాంతంగా ఉన్నది ఒక అలవ. ఎత్తైన వెదురు గుంజల మధ్య దాగి ఉన్నది. ఆ ఇల్లు.

నా తోటి వచ్చిన అతను కాంపౌండు చూపాడు.

''దాదాపు రోజంతా ఆయన సమాధి స్థితివంటి అచేతన స్థితిలో ఉంటారు. మనం గేటు శబ్దం చేసినా, ఆయన పేరున అరిచినా ఆయనకు వినబడుతుందో లేదో చెప్పలేం. మనం ఆ పని చేసినా అసభ్యంగా ఉంటుంది.''

ఒక గేటువంటి గేటు పొలం లోపలికి దారితీసింది. ఆ గేటుకు గట్టితాళం వేసి ఉన్నది. లోపలికి వెళ్లటం ఎలాగా అని నేను ఆలోచించుతున్నాను. ఆ ప్రదేశం అంతా నిశ్శబ్దం. మేం ఆ పొలం చుట్టూ ప్రదక్షిణం చేశాము. పక్కనే ఉన్న బంజరు భూమినుంచి వెనుదిగాము. చివరికి ఆ యోగికి సేవచేసే అటెండెంట్ ఇల్లు తెలిసిన ఒక కుర్రవాడిని కలిశాం. ఏదో చుట్టు తిరిగి అతని ఇంటికి చేరాం.

ఆ వ్యక్తి జీతానికి పనిచేసే నౌకరు. అతని వెనుకనే అతని భార్య, చాలమంది పిల్లలు మమ్మల్ని చూడటానికి బయటికి వచ్చారు. మేం వచ్చిన పని చెప్పాం. అతను మాకు సహాయం చేయటానికి తిరస్కరించాడు. ఎన్నడూ పెదవి విప్పని ఆ ఋషి ఎప్పుడో ఒకసారి వచ్చే సందర్శకులను చూడరు. కఠిన ఏకాంతంలో నివసించుతారని గట్టిగా చెప్పాడు. ఆ ఋషి ఎక్కువకాలం ఆ అచేతన స్థితిలో ఉంటారు. వచ్చిన వారందరినీ ఆయన ఏకాంతం భంగం కలిగించనిస్తే ఆయనకు కోపం వస్తుంది.

నన్ను దయతలచి లోనికి అనుమతించుమని ఆ నౌకరును వేడాను. అతను మొరాయించాడు. మమ్మల్ని లోపలికి పోనివ్వక పోతే ప్రభుత్వానికి ఫిర్యాదు చేస్తామని నా మిత్రుడు బెదిరించవలసిన స్థితి ఏర్పడింది. ఇది న్యాయమైన పద్ధతి కాదు. కాని నేను కూడా అక్రమంగానే అతన్ని బలపరుస్తాను. (మేము ఇద్దరం పరస్పరం కన్ను గీటాం). అప్పుడు తీవ్రమైన చర్చ కొనసాగింది. మా బెదిరింపులకు తోడు నేను ధారాళమైన మామూలు ఎర చూపాను. అప్పుడు ఆ నౌకరు త్వరలోనే తల ఊపి తాళంచేతులు బయటికి తీశాడు. నా సహచరుడు అప్పుడు ఆ వ్యక్తి కేవలం జీతం

పుచ్చుకునే నౌకరే తప్ప మరేమీ కాదని తెలియజెపుతాడు. అతనే గనుక ఆ ఋషి సన్నిహిత శిష్యుడై ఉంటే ఈ బెదిరింపులు, డబ్బు ఆశ ఏవీ అతనిని కదిలించవని చెప్పాడు.

మేము కౌంపౌండ్ గేట్‌కు తిరిగి వచ్చి, ఒక భారీ ఇనుప తాళం తెరిచాం. ఋషి వస్తువులు అతిస్వల్పం. అందులో తాళంచెవి ఉండదు. ఆయన కాంపౌండుకు బయటినించి తాళం వేస్తారు. నౌకరు వచ్చితాళం తీస్తేనే గాని ఆయన బయటికి రాలేరు. నౌకరు రోజులో రెండుసార్లు మాత్రమే వచ్చి గేటు తెరుస్తారు. రోజంతా ఋషి తన సమాధిలోనే ఉంటారని విన్నాం. సాయంత్రం వేళ ఫలం, మిఠాయి, ఒక కప్పు పాలు సేవించుతారు. చాలసార్లు అక్కడ ఆయన కోసం పెట్టిన ఆహారం అలాగే ఉండేది. చీకటి పడిన తర్వాత అప్పుడప్పుడు ఆ ఏకాకి తన పర్ణశాల వెలుపలికి వస్తారు. ఆ పొలంలో పని చేయటం ఒక్కటే ఆయనచేసే వ్యాయామం.

మేము కాంపౌండు లోపల ప్రవేశించి ఆధునికంగా ఉన్న పర్ణశాల చేరుకున్నాం. అది రాతిపునాదులు, కలప స్తంభాలమీద దృఢంగా కట్టి ఉన్నది. నౌకరు మరొక తాళం చెవి తీసి, ఒక భారీ ద్వారం తాళం తెరుస్తాడు. ఇన్ని జాగ్రత్తలు చూస్తే నాకు కొంచెం ఆశ్చర్యం వేసింది. ఋషి సామాను, సరంజామా అంతా అతి తక్కువగా ఉంటుందని చెప్పారు గదా! అప్పుడు ఆ నౌకరు కథ విప్పి చెప్పాడు.

కొన్ని సంవత్సరాల క్రితం ఈ మౌన సాధువు గేటుకు, తలుపులకు ఏ తాళాలూ లేకుండానే నివసించారు. ఒక దుర్దినాన సారాయి తాగిన మత్తులో ఉన్న ఒక వ్యక్తి ఏవిధమైన రక్షణా లేక ఏకాకిగా ఉన్న ఋషి మీద దౌర్జన్యం చేశాడు. ఆయన గడ్డం లాగి, ఆయనను నానావిధాలుగా దుర్భాషలాడి కర్రతో కొట్టాడు కూడా.

అదృష్ట వశాత్తు పొలంలో ఆడుకోవటనికి వచ్చిన యువకులు కొందరు ఈ శబ్దం విని పర్ణశాలకు వచ్చారు. వారు ఆ ఋషిని ఆ తాగుబోతు బారి నుంచి విడిపించి రక్షించారు. వారిలో ఒకరు గ్రామంలో దగ్గరగా ఉన్న ఇంటికి వెళ్లి జరిగింది చెప్పి ఊరంతా తెలిసేలా చేశారు. త్వరలో ఉద్రేకపూరితులైన గ్రామస్థులతో ఒక గుంపు తయారై ఆదరణీయుడైన ఆ పవిత్రమూర్తిని పైబడి దాడి చేసినందుకు ఆ తాగుబోతుని చితక బాద సాగారు. భారతీయ పద్ధతిలో. పిరికి పనిచేసినందుకు ఆ తాగుబోతు వారి చేతిలో చచ్చి పోయేట్లున్నాడు.

ఇదంతా జరుగుతున్నంతసేపూ ఆ ఋషి తన మౌనం పాటించి సహనం ప్రదర్శించారు. ఇప్పుడాయన కలుగ జేసికొని:

“ఆ వ్యక్తిని కొట్టితే నన్ను కొట్టినట్లే. నేను అతనిని క్షమించాను. అతనిని వదలండి, వెళ్లనీయండి.” అని ఒక కాగితం మీద వ్రాశారు.

ఆ ఋషి మాటంటే శాసనమే గనుక, వారు ఆయన మాట మన్నించి ఆ అపరాధిని విడిచిపెట్టారు.

ఆ నౌకరు గదిలోకి తొంగి చూసి, మమ్మల్ని నిశ్శబ్దంగా ఉండుమని హెచ్చరించాడు. ఆ ఋషి సమాధి స్థితిలో ఉన్నారు. నేను హిందూ సాంప్రదాయంలో అనూహ్యమైన కట్టుబాట్లకు తలవంచి నా జోళ్లు, లేసులు తీసి, వరండాలో వదిలాను. నేను తలదించినపుడు గోడలో అమర్చిన ఒక శిలాఫలకం కనిపించింది. దానిపైన తమిళంలో ఏదో వ్రాసి ఉన్నది. 'ఎన్నడూ పెదవి విప్పని ఋషి నివాసం' అని నాదుబాసీ అనువాదం చేశాడు.

ఒకే గది ఉన్న ఆ కుటీరంలో ప్రవేశించాము. అది బాగా ఎత్తుగా, మంచి పైకప్పుతో చాలా పరిశుభ్రంగా ఉన్నది. నేలమీద మధ్యలో ఒక అడుగు ఎత్తున పాలరాతి వేదిక ఉన్నది. దానిపైన సంపన్నంగా చిత్రించిన పర్షియన్ రగ్. ఆ రగ్ మీద సమాధి స్థితిలో ఉన్న ఆ మౌన ఋషి ఆసీనులై ఉన్నారు.

చామన చాయలో మెరిసిపోతూ, నిటారుగా కూర్చొని ఉన్న అందమైన వ్యక్తిని ఊహించండి. ఆయన ఒక వింత ఆసనంలో ఆసీనులై ఉన్నారు. బ్రమ నాకు చూపించిన యోగ ఆసనాలలో అది ఒకటి అని వెంటనే గుర్తించాను. ఎడమకాలు పాదం గుదం కిందికి వచ్చేట్లు మడిచి ఉన్నది. కుడికాలు ఎడమతొడకు చేర్చి ఉన్నది. ఆ ఋషి వీపు, మెడ, తల క సరళ రేఖలో ఉన్నాయి. ఆయన నల్లని జుట్టు జులపాలుగా దాదాపు ఆయన భుజాల మీద పడుతూ తలచుట్టూ వేలాడుతున్నది. నల్లని పొడవాటి గడ్డం. ఆయన చేతులు మోకాళ్ళ మీద బిగించి ఉన్నాయి. ఆయన మొండెము చక్కగా రూపొంది ఉన్నది. అది కండలు తిరిగి మంచి ఆరోగ్యంగా ఉన్నది. ఆయన వంటిమీద ఉన్నది ఒక కొల్లాయి గుడ్డ మాత్రమే.

ఆయన ముఖంలో జీవితాన్ని జయించిన చిరునవ్వు నాట్యం చేస్తున్నది. సామాన్య మానవులుగా ఇష్టం ఉన్నా లేకపోయినా మనం పెంచి పోషించే బలహీనతలను జయించిన వ్యక్తిగా ఆయన దర్శనము ఇచ్చారు. నోరు నవ్వటానికి సిద్ధంగా ఉన్నట్లు కొద్దిగా సాగి ఉన్నది. గ్రీకు ముక్కులా ఆయన ముక్కు పొట్టిగా సూటిగా ఉన్నది. కళ్లు విశాలంగా తెరిచి ఉన్నాయి. అవి రెప్ప వేయకుండా సూటిగా ఒకే వస్తువు చూస్తున్నాయి. ఆయన నిశ్చలంగా రాతితో చెక్కిన శిల్పంలా కూర్చుని ఉన్నారు.

నాకు తెలిసిన వ్యక్తి ఆ మౌనర్షి సమాధిలో ఎక్కడో లీనమై ఉంటారనీ, ఆయన సాధారణ మానవ ప్రకృతి తాత్కాలికంగా స్తబ్దమై ఉన్నదనీ, భౌతిక పరిసరాలకు ఆయన అతీతులనీ చెప్పారు. నేను ఆ మౌనర్షిని నిలకడగా గమనించాను. ఆయన

అచేతన అపస్మార స్థితిలో ఉన్నారటనంలో ఎంతమాత్రము సందేహం లేదు. నిముషాలు గంటలుగా దొర్లాయి. ఆయనలో చలనం లేదు.

అన్నిటిని మించి నన్ను కదిలించిన వియం ఏమిటంటే ఆయన అంతసేపూ కన్నార్పలేదు. స్థిరంగా కూర్చుని రెండు గంటల కాలం కన్నార్పకుండా సూటిగా చూడగల మానవ మాత్రుడిని నేనంతవరకూ కలిసి ఉండలేదు. ఆ ఏకాంతవాసి కళ్లు ఇంతవరకు తెరిచే ఉన్నాయంటే అవి ఏమీ చూడటం లేదన్న విషయం నేను క్రమంగా జీర్ణించుకుని నిర్ధారించవలసిన పరిస్థితి ఏర్పడింది. ఆయన మనసు జాగృతమై ఉంటే అది ఈ ఐహిక ప్రపంచంలో మాత్రం లేదు. భౌతిక చర్యలు నిద్రలో ఉన్నట్లున్నాయి. అప్పుడపుడు. ఆయన కంటినించి కన్నీటి చుక్క రాలుతుంది. కనురెప్పలు కదలక పోవటం వల్ల కన్నీటి కాలవల బదులు పనిచేసే అంగం లేదని తెలుస్తున్నది.

ఒక ఆకుపచ్చ బల్లి పై కప్పునించి దిగి, తివాచీ మీదికి పాకి మౌనర్షి కాలిమీదిగా ఆ పాలరాతి వేదిక వెనుకకు వెళ్లింది. ఆ బల్లి పాకినపుడు రాతిగోడకంటె ఆ మౌనర్షి కాలే ఎక్కువ స్థిరంగా ఉన్నదనిపించింది నాకు. అప్పడపుడు ఈగలు ఆయన ముఖం మీద వాలి ఆ నల్లని చర్మం మీద పాకుతాయి. కాని ఆయన ముఖం మీద కండరాల్లో ఏమాత్రం కదలిక కనిపించలేదు. అవి ఒక ఇత్తడి విగ్రహం మీద వాలినా అదే జరిగి ఉండేది.

నేను విగ్రహం వంటి ఆయన శ్వాస పరిశీలనగా గమనించాను. ఆ శ్వాస అతి సున్నితంగా శ్వాస ఉన్నదో లేదో తెలియనంత సూక్ష్మంగా ఉన్నది; వినిపించటం దాదాపు లేనట్లేకాని చాల క్రమంగా ఉన్నది. ఆయన దేహం ఇంకా విడిచిపోలేదనటానికి అది ఒక్కటే గుర్తు.

మేం దాచుకుని ఉన్న సమయంలో ఈ ఆకట్టుకునే ఈ రూపం ఫొటోలు ఒకటి రెండు తీయాలని నిశ్చయించాను. నా ఫోల్డింగ్ కెమేరా కేస్ బయటికి తీసి, నేను కూర్చున్న చోటి నుంచి ఆయన మీదికి ఫోకస్ చేశాను. రూంలో వెలుతురు అంత బాగా లేదు. అందుచేత నేను రెండు టైం ఎక్స్ పోజర్లు ఇచ్చాను.

నేను నా వాచ్ చూశాను. మేం అక్కడికి వెళ్లి రెండు గంటలు అయింది. ఆ యోగి తన సమాధి నుంచి వెలికి వచ్చే సూచనలు ఏమీ కనుపించటం లేదు. శిలావిగ్రహం లాగా ఆయన అచేతనగా ఉండటం అద్భుతం అంటే సరిపోదు.

నా ప్రయోజనం సాధించటానికి నేను రోజంతా అక్కడే ఉండటానికి సిద్ధం. ఈ వింత విచిత్ర వ్యక్తిని ఇంటర్వ్యూ చేయటమే నా ప్రస్తుత లక్ష్యం. కాని ఇంతలో ఆ నౌకరు వచ్చి ఇంతకు మించి కాచుకు కూర్చోవటం నిష్ప్రయోజనం అని మా చెవిలో

గుసగుస లాడాడు. అలా చేసినందువల్ల ప్రయోజనం ఏమీ ఉండదు, ఒక రెండు రోజుల్లో తిరిగి వస్తే అదృష్టం కలిసి రావచ్చు. కాని ఏమీ చెప్పలేం.

తాత్కాలికంగా ఓటమి అంగీకరించి, అక్కడి నించి కదిలి, నగరం దిశగా అడుగులు వేశాం. నా ఆసక్తి ఏమీ తరగలేదు. ఆ మాటకొస్తే ఇంకా పెరిగింది. తర్వాతి రెండు రోజులూ పెదవి విప్పని ఆ ఋషిని గురించిన సమాచారం సేకరించటానికి ప్రయత్నించాను. ఈ ప్రయత్నంలో నా పరిశోధన విధి, విధానం లేకుండా గింజలు, వెదజల్లినట్లు, అక్కడక్కడా ఒక చివరి నుంచి మరొక చివరి. దాకా నడవవలసి వచ్చింది. ఆయన నౌకరుతో చాలసేపు ముఖాముఖి నుంచి ఒక పోలీసు ఇన్స్ పెక్టర్‌తో క్లుప్తమైన ఇంటర్వ్యూ వరకు సాగింది. కిందా మీదా పడి ఆ మౌనర్షి కథలో కొంత ఒక తాటికి గుచ్చగలిగాను.

ఆయన ఎనిమిది సంవత్సరాల క్రితం మద్రాసు వచ్చారు. ఆయన ఎవరో, ఏం చేస్తుంటారో, ఎక్కడి నుంచి వచ్చారో ఎవరికీ తెలియదు. ప్రస్తుతం ఆయన కుటీరం ఉన్న పొలం పక్క బంజరు భూమిలో నివాసం ఏర్పరుచుకున్నారు. కుతూహలం కొద్దీ వెళ్లి విచారణ చేసినవారికి జవాబు దొరకలేదు. ఆయన ఎవరితోను మాట్లాడలేదు. ఏ శబ్దాలనూ, మనుషులనూ లెక్కచేయలేదు. ఆయనను ఎవరూ, అతిసాధారణ, సంభాషణలోకి కూడా దించలేక పోయారు. తన కొబ్బరి చిప్పతో ఎప్పుడైనా ఆహారం అడుక్కునేవాడు.

ప్రతిరోజూ ఆ మండుటెండ అయినా, వర్షాకాలం కుండపోత అయినా, దుమ్ము ధూళి, పురుగు పుట్ర, అయినా లెక్క చేయకుండా ఆ కంటికింపుగాని పరిసరాల మధ్య నేలమీద కూర్చునేవాడు. ఒక నీడ కోసం ఆయన ఎన్నడూ ప్రయత్నించలేదు. సర్వదా బాహ్య పరిస్థితులకు అతీతంగా ఉండేవాడు. ఆయన తలమీద రక్షణ లేదు, ఒక కొల్లాయి గుడ్డ తప్ప ఒంటిమీద మరే ఆచ్ఛాదన లేదు.

ఆయన యోగాసనంలో కూర్చోనటం మొదలుపెట్టినప్పటి నుంచీ, ఆ ఆసనం మార్చలేదు. బహిరంగ ప్రదేశంలో ప్రజాసామాన్యానికి ఎదురుగా కూర్చొని దీర్ఘకాలం ప్రగాఢ ధ్యానంలో మునిగి పోవటానికి మద్రాసువంటి నగర శివార్లు యోగ్యం కాదు. ప్రాచీన భారతంలో అలా చేస్తే బహుజనాదరణ కలిగేది. కాని ఆధునిక యోగికి తన రహస్య అభ్యాసాలకు అరుదైన అటవీ ప్రదేశాలలో, ఆరణ్యప్రాంతాలలో, కొండగుహలు, తన గది ఏకాంతంలోనే తగిన అనువైన పరిస్థితులు లభిస్తాయి.

మరి ఈ విచిత్ర యోగి తన ధ్యానానికి అటువంటి అనువుగాని స్థలం ఎందుకు ఎంచుకున్నట్లు? ఒక అసహ్యకరమైన సంఘటన వింతగా వివరించుతుంది.

ఒకనాడు అజ్ఞానులైన రౌడీల గుంపు దురదృష్ట వశాత్తు ఏకాంతంగా ఉన్న యోగిని చూడటం తటస్థించింది. ఆయనను హింసించటం వారి సరదా అయింది. ప్రతి రోజూ నగరం నించి క్రమం తప్పకుండా ప్రత్యక్షమై రాళ్లు విసరటం, మట్టి చల్లటం, అసభ్య ప్రలాపనలతో గేలిచేయటం వారి కార్యక్రమం అయి కూర్చుంది. వారిని పట్టుకొని ఝాడించగల శక్తిసామర్థ్యాలు ఉండి కూడా ఆ యోగి మౌనంగా కూర్చొని తనకు కలిగిన పరిక్షలన్నీ సహించారు. ఆయన మౌనం అవలంబించి ఉండటం వలన వారిని పల్లెత్తు మాట అనలేదు.

వారు తమ మామూలు హింసా కార్యక్రమం కొనసాగించుతుండగా ఆ దారిన వెళ్తున్న ఒక వ్యక్తి చూసేవరకూ ఆ మూర్ఖ యువకులకు అడ్డూ ఆపూలేకపోయింది. ఆ యోగికి జరుగుతున్న అవమానం చూసి ఆ వ్యక్తి అప్రతిభుడైనాడు. ఆయన వెంటనే మద్రాసు వెళ్లి, పోలీసులకు సమాచారం ఇచ్చి ఆ నోరులేని యోగి తరపున సహాయం కోరాడు. సహాయం వెంటనే కార్యరంగంలోకి దిగింది, శిక్షించదగ్గ గుంపును గట్టిగా మందలించి, చెల్లాచెదురు చేసి గట్టి వార్నింగ్‌తో, తరిమారు.

ఆ తర్వాత పోలీసు ఆఫీసర్ ఆ యోగిని గురించి ఆరా తీయటానికి నిశ్చయించుకున్నారు. కాని ఆ యోగిని గురించి తెలిసిన వ్యక్తి ఒక్కరూ దొరక లేదు. చివరికి ఆయన ఆ యోగినే నేరుగా ప్రశ్నించ వలసిన పరిస్థితి ఏర్పడింది. తన చట్ట అధికారం అంతా ప్రయోగించవలసి వచ్చింది. చాల ఆలోచించిన తర్వాత ఆ యోగి ఒక పలక మీద ఇలా వ్రాశారు.

"నేను మరకయార్ శిష్యుడిని. నా గురువు నన్ను పీఠభూమి దాటి దక్షిణాన మద్రాసుకు వెళ్లుమని ఆదేశించారు. ఆయన ఈ స్థలం వర్ణించి ఇది నేను ఎక్కడ కనుక్కోగలనో వివరించి చెప్పారు. నన్ను ఇక్కడ నివాసం ఏర్పరచుకొని, పరిపూర్ణత సాధించే వరకూ యోగాభ్యాసం కొనసాగించుమన్నారు. నేను ఐహిక జీవితం త్యజించాను. నన్ను నా మానానికి వదిలేయుమని నా ప్రార్థన. మద్రాసు వ్యవహారాలలో నాకేమాత్రం సంబంధం, ఆసక్తి లేవు. నా ఆధ్యాత్మిక మార్గం అనుసరించటం తప్ప నాకు ఇంక ఏ ఇతర కోరికా లేదు."

ఆయన సాధువేకాక ఉన్నత శ్రేణికి చెందిన యోగి అని ఆ పోలీసు ఆఫీసరుకు నమ్మకం కలిగింది. ఆ రౌడీ మూక నుంచి కాపాడుతానని మాట ఇచ్చి అక్కడినించి తప్పుకున్నాడు. మరకయార్ అనేది ఇటీవలే అస్తమించిన ప్రఖ్యాత మహమ్మదీయ ఫకీర్ పేరు అని ఆయన గుర్తించారు.

'చెడులో నుంచి మంచి పుట్టకొస్తుంది' అనేది పాత సామెత. ఈ దుర్ఘటన ఫలితం ఏమిటంటే ఈ ఏకాంత యోగి ఉనికి మద్రాసులో ఒక ధనవంతుడైన,

భక్తిపరుడైన వ్యక్తికి తెలిసింది. ఆయన ఒక మంచి నివాసం వాగ్దానం చేసి యోగిని మద్రాసు తీసుకొని రావటానికి ప్రయత్నించాడు. కాని ఆ యోగి తన గురువు ఆదేశాన్ని ఉల్లంఘించలేదు. చివరికి ఆ కొత్తగా దొరికిన దాత అప్పుడు యోగి ఉంటున్న స్థలం పక్కనే రాయి, కలపతో ఆశ్రమం కట్టించవలసి వచ్చింది. ఆ కొత్తకుటీరంలోకి మారటానికి యోగి సమ్మతించారు. దానితో ఆయన వాతావరణ విపత్తులనుంచి రక్షణ కలిగింది.

ఆ దాత యోగికి ఒక నౌకరును గూడా నియమించారు. ఇప్పుడు యోగికి కావలసిన ఆహారం ఆ నౌకరే తెస్తాడు గనుక ఆయనకు భిక్షం ఎత్తే గతి తప్పింది. దుర్భర పరిస్థితి లోనుంచి సుముఖమైన ఫలితాలు కలుగుతాయని ఆయన గురువు మరకయార్ ముందుచూపు చూశారో లేదో తెలియదు గాని, ఆయన శిష్యుడి పరిస్థితి ఆదిలో కంటె అంతంలోనే చాలా మెరుగ్గా ఉన్నది.

పెదవి విప్పని ఆ యోగికి శిష్యులంటూ ఎవరూ లేరని తెలుసుకున్నాను. ఆయన ఎవరి కోసమూ వెతకరు, ఎవరినీ శిష్యులుగా స్వీకరించరు. తమ స్వంత 'ఆధ్యాత్మిక విమోచన' కోసం ఏకాంత జీవనం ఎంచుకున్న ఏకాకి జీవులలో ఆయన ఒకరు. అందులో ఏదైనా విలువ అంటూ ఉంటే మా పాశ్చాత్య విలువల ప్రకారం వారి స్వభావం స్వార్థం అవుతుంది. కాని ఆ తాగుబోతు పట్ల ఆ యోగి సహనం, ఆ రౌడీమూకను ఒక పట్టుపట్టక వదిలివేయటంలో ఆయన ఔదార్యం తలుచుకుంటే, ఆయనను స్వార్థపరుల నవచ్చునా అని సందేహం.

★

మరి ఇద్దరు మనుషులతో కలిసి నేను ఆ పెదవి విప్పని యోగిని ఇంటర్వ్యూ చేయటానికి మరొక ప్రయత్నం తలపెట్టాను. ఒకరు నా దుబాసి. రెండవవారు మరెవరో కాదు, నాకు ఎంతో నేర్పిన యోగి – అడయార్ వనవాసి అని నేను ప్రేమగా పిలుచుకునే – బ్రమ. బ్రమ నగరంలో ప్రవేశించటానికి ఎన్నడూ ఒప్పుకోరు. కాని సందర్శనంలో నా ఉద్దేశ్యం, చెప్పి ఆయనను నాతో రమ్మని అడిగినప్పుడు నిరాటంకంగా ఒప్పుకున్నారు.

కాంపౌండు దగ్గర మేము మరొక వ్యక్తిని కలిశాము. ఆయన తన పెద్దకారు రోడ్డు పక్కన వదిలి, అదే లక్ష్యంతో పొలాలలో నుంచి నడిచి వచ్చారు. ఆయనకు కూడా ఆ మౌనర్షిని చూడాలని కోరిక. మా చిరు సంభాషణలో తాను గద్వాల్ రాణి సోదరుడిగా పరిచయం చేసుకున్నారు. (గద్వాల్ నిజామ్ సంస్థానంలో భాగం). తాను కూడా మౌనర్షి పోషకుడినే నంటారు ఆయన. ఆ నివాసం నడపటానికి అయ్యే ఖర్చుకు క్రమం తప్పకుండా విరాళం ఇస్తానంటారాయన' ఆయన మద్రాసుకు

సంగ్రహ యాత్రలో వచ్చారు. మౌనర్షికి సాదర ప్రణామాలు అర్పించకుండా ఆయన వెనక్కు వెళ్లలేరు. అదృష్టం బాగుంటే ఋషి ఆశీస్సులు కూడా పొందవచ్చు. ఆ ఆగంతకుడు చెప్పిన కథ ఆ ఋషి ఆశీస్సుల బలాన్ని చెబుతుంది.

గద్వాల్ సంస్థానంలో ఒక స్త్రీ బిడ్డ ఏదో తెలియని వ్యాధితో బాధపడుతున్నది. యాదృచ్ఛికంగా ఆమె పెదవి విప్పని యోగిని గురించి విన్నది. ఆదుర్దా కొద్దీ ఆమె తక్షణం మద్రాసు వచ్చి, తన బిడ్డను ఆశీర్వదించి రోగనివారణ చేయుమని ఆ యోగిని బ్రతిమాలింది. ఆశీస్సులు లభించాయి. అంతే, ఆనాటి నుంచి ఆ బిడ్డ అద్భుతంగా కోలుకున్నాడు. ఆ సంఘటన రాణిగారి చెవిని సోకింది. ఆమె కూడా ఆ యోగిని దర్శించింది. ఆమె ఆరువందల రూపాయలు ఆయన కోసం కానుక ఇచ్చింది. ఆ యోగి ఆ కానుక తిరస్కరించారు. ఆమె బలవంతం చేయగా ఆయన తన నివాసం బాగు పరచటానికి ఆ సొమ్ము వినియోగించుమని, కుటీరం చుట్టూ అలవ కట్టించ వచ్చునని దానితో కుటీరానికి భద్రత పెరుగుతుందనీ సందేశం వ్రాశారు. రాణి అందుకు తగు ఏర్పాట్లు చేయించారు.ఆ వెదురు అలవ అలా వచ్చింది.

నౌకరు మమ్మల్ని కుటీరంలోకి తీసుకు వెళ్లాడు. ఆ ఏకాకి ముని నేను మొదటిసారి వచ్చినప్పుడు ఎలా ఉన్నారో ఇప్పుడూ అలాగే నిశ్చలంగా సమాధి స్థితిలో ఉన్నారు. పాలరాతి వేదిక మీద నల్లని గడ్డంతో హుందాగా ఆసీనులైన మూర్తి ఎదుట మేము నేలమీద నిశ్శబ్దంగా కూర్చున్నాము. ఒక గంటన్నర తర్వాత ఆ మౌని శరీరంలో కదలిక కలిగే చిహ్నాలు గమనించాము. కనుపాపలు భయంకరంగా పైకి దొర్లాయి, తెల్లగుడ్డు మాత్రమే కనిపించేలా. తిరిగి మామూలు స్థితికి వచ్చాయి. ఆయన దేహంలో కదలిక కనిపించింది.

ఐదు నిమిషాల తర్వాత ఆయన తన చుట్టూ ఉన్న భౌతిక పరిసరాలను గుర్తించినట్లు ఆయన కన్నులలో భావాన్ని గమనించి అర్థం చేసుకున్నాము. ఆయన దుబాసీని, జాగ్రత్తగా చూశారు. హఠాత్తుగా తలతిప్పి చూశారు. ఆ తర్వాత ఆ ఇతర సందర్శకుడిని, చూసి నా వైపు తిరిగి నన్ను చూశారు.

ఆ అవకాశం పుచ్చుకొని నేను ఒక కాగితం ప్యాడ్, ఒక పెన్సిల్ ఆయన పాదాలవద్ద ఉంచాను. ఆయన కొద్దిసేపు తటపటాయించి, పెన్సిల్ తీసుకొని పెద్ద తమిళ అక్షరాలలో

''క్రితంసారి ఇక్కడికి వచ్చి ఫొటోలు తీయటానికి ప్రయత్నించింది ఎవరు?''

ఆ పని చేసింది నేనే నని ఒప్పుకోక తప్పలేదు. నిజానికి ఆ ప్రయత్నం వ్యర్థం అయిపోయింది. నేను ఫిల్మ్ లకు ఇచ్చిన ఎక్స్ పోజర్ చాలలేదు

ఆయన మళ్లీ వ్రాశారు:

''ఈసారి గాఢ సమాధిలో ఉన్న యోగులను దర్శించటానికి వెళ్తే ఇటువంటి పనులు చేసి వారిని భంగపరచకండి. వారి ధ్యానం హఠాత్తుగా ఛేదించే ప్రయత్నం చేయకండి. నా విషయంలో అదేమీ ఇబ్బంది కలిగించలేదు. కాని ఈసారి మీరు యోగుల నెవరినైనా సందర్శించినపుడు మీకు మీ పనులకు సూచనగా ఉండాలని ఇలా చెప్తున్నాను. అటువంటి అంతరాయం వారికి హాని కలిగించవచ్చు. అంతేకాక వారు మిమ్మల్ని శపించవచ్చు.''

అటువంటి వ్యక్తి ఏకాంతాన్ని భగ్నం చేయటం దైవదూషణలా పరిగణించారని అర్థమైంది. నేను వెంటనే నా క్షమాపణ వేడాను.

గద్వాల్ రాణివారి సోదరుడు ఆ మునికి తన భక్తిశ్రద్ధలు అర్పించారు. ఆయన ముగించిన తర్వాత, భారతదేశ ప్రాచీన జ్ఞానసంపదలో అమిత ఆసక్తిగల వ్యక్తిగా నన్ను నేను పరిచయం చేసుకున్నాను. యోగలో అత్యున్న స్థాయి సాధించిన మహామహులు భారతదేశంలో ఇప్పుడు కూడా కొందరు ఉన్నట్లు సముద్రాల ఆవల కూడా నేను విన్నాననీ, అటువంటి వారికోసం అన్వేషించుతున్నాననీ ఆయనకు తెలియజేశాను. మౌనర్షి దయతలిచి ఆయనకు తోచిన జ్ఞాన బోధ చేస్తారా?

మౌనర్షి నిర్వికారంగా శిల్పంలా ఉన్నారు: ఆయన ముఖంలో సమాధానం ఇచ్చే సూచనలు ఏమీ కనపడలేదు. పది నిమిషాల సేపు ఆయన నా అభ్యర్థన ఆలకించారో లేదో కూడా తెలియలేదు. ఆయన విన్నట్లు సూచన లేవీ కనిపించలేదు. నా ప్రయత్నం వ్యర్థం అయిందనుకున్నాను. ప్రాపంచిక వాసనామయుడైన ఈ పాశ్చాత్యుడు వీసమంత జ్ఞాన బోధకు కూడా అయోగ్యుడని అనుకున్నారేమో. బహుశ కెమెరాతో నా వికృతమైన దౌర్జన్యం ఆయనను నాకు దూరం చేసిందేమో! ఏకాంత వాసుల్లో కూడా మితభాషి అయిన ఈయన పరజాతిలో ఒక నాస్తికుడి కోసం ఆయన సమాధిని భంగం చేసుకుంటారని ఆశించటం అత్యాశ కాదుగదా? ఒక విధమైన మనస్తాపం నాలో తలెత్తుతుంది.

నా నిరాశ అకాలము, అపక్వం. ఆ మౌని పెన్సిల్ తీసికొని కాగితాల మీద ఏదో వ్రాశారు. ఆయన వ్రాయటం పూర్తి అయిన తర్వాత నేను వంగి ఆ ప్యాడ్ మా దుబాసీ దగ్గరికి నెట్టాను.

''అర్థం చేసికోవలసిన దేముంది?'' అతను నిదానంగా అనువాదం చేశాడు. దస్తూరి చదవటానికి కష్టంగా ఉన్నది.

''ఈ లోకమంతా సమస్యల మయం.'' కొంత కలవరంతో నేను బదులిచ్చాను.

ఇప్పుడు ఆ మౌనిముఖంలో పరిహాసం చోటు చేసుకున్నదని నా ఊహ

“నిన్ను నీవే అర్థం చేసికొన లేనప్పుడు” ఆయన అడిగారు “ప్రపంచాన్ని అర్థం చేసికొన గలరని ఎలా ఆశించుతావు?”

ఆయన సూటిగా నా కళ్లలోకి చూశారు. ఆ స్థిరమైన చూపు వెనుక ప్రగాఢ జ్ఞానం, ఆయన అత్యంత భద్రంగా దాచుకొనే రహస్య భాండాగారం దాగి ఉన్నాయని నా అనుభూతి ఈ వింత భావం ఎలా కలిగిందో నేను చెప్పలేను.

‘అయినా నాకు అయోమయంగా ఉన్నది.” నేను చెప్పగలిగింది అంత వరకే.

“స్వచ్ఛమైన మధుర మకరంద భాండారం నీకోసం కాచుకొని ఉంటే, జ్ఞాన బిందువులు వేటాడుతూ తేనెటీగలా ఎందుకు పరిభ్రమణం చేస్తున్నావు?”

ఈ సమాధానం నాకు వట్టి ఆశ మాత్రమే ననిపించుతుంది. తూర్పు దేశ వ్యక్తికి ఇది నిస్సందేహంగా సంతృప్తి కరమైన సమాధానమే. గూఢార్థంతో కూడిన ఈ అస్పష్టత పద్యరచనలా ఆకర్షించుతున్నది. కాని అందులో ప్రయోజన కరమైన విశేషం నా జీవిత సమస్యలను పరిష్కరించగల విశేషం – నా కేమీ కనుపించలేదు.

“కాని ఎక్కడ వెతకాలి?”

“నీలోనే వెతుకు. అగాధంగా నీలో దాగి ఉన్న సత్యాన్ని తెలుసుకుంటావు.” జవాబు.

“కాని నాకు అజ్ఞానపు శూన్యత మాత్రమే కనబడుతున్నది.”

“అజ్ఞానం మీ ఆలోచనలలో ఉన్నది.” క్లుప్తమైన జవాబు.

“‘క్షమించండి గురూజీ. మీ జవాబు నన్ను మరింత అజ్ఞానంలో పడతోసింది!”

ఆ మౌని నా ధైర్యానికి నవ్వుతారు. ఆయన క్షణం కాలం ఆలోచించి, కనుబొమలు ముడివేసి వ్రాశారు,

“ఆయన మాటలు గురించి గాఢంగా ఆలోచించాను. అది నన్ను ఇంకా తికమక పెడుతూనే ఉన్నది. అది గమనించి, ముని ప్యాడ్ ఇమ్మని తీసికొని, పెన్సిల్ గాలిలో కొద్ది క్షణాలు పట్టుకొని ఆ తర్వాత వివరిస్తారు.

“ఆలోచనను వెనుకకు తిప్పటమే అత్యున్నత స్థాయి యోగ. ఇప్పుడర్థమైందా!”

ఒక మసక వెలుతురు నాలో ప్రకాశించుతుంది. ఈ విషయం మరికొంత సమయం వెచ్చించి ఆలోచించితే మేం పరస్పరం అర్థం చేసికొన గలుగుతాం. ఇక ఆ విషయం తరచ కూడదని నిశ్చయించుకున్నాను.

ఆయననే తదేకంగా గమనించుతూ, తెరిచి ఉన్న గేటులోనించి ప్రవేశించి మాతోబాటు చేరిన ఒక నూతన సందర్శకుడిని నేను గమనించనే లేదు. ఆయన నా

చెవిలో ఒక వింత వ్యాఖ్య ఊదినపుడే ఆయన ఉనికి నాకు తెలిసింది. ఆయన నా వెనుకనే కూర్చొని ఉన్నారు. మౌని సమాధానంతో నేను కుస్తీపడుతున్నాను. ఆయన మాటలు అర్థంకాక నేను కొంచెం నిరాశ పడుతుంటే, నా చెవిలో ఒక రహస్యం గుసగుసలాడుతుంది, అదీ చాలామంచి ఇంగ్లీషులో.

''మీరు కాచుకొని ఉన్నదానికి మా గురువుగారు సమాధానం ఇవ్వగలరు.''

నేను వెనక్కు తిరిగి ఇందులోకి చొరబడిన ఆ వ్యక్తిని చూశాను.

అతని వయసు నలభైకి మించదు. దేశాటనం చేసే యోగి కావిరంగు దుస్తులలో ఉన్నాడు. అతని ముఖం మీది చర్మం పాలిష్ చేసిన ఇత్తడిలా మెరుస్తున్నది. దృఢకాయుడు, బాహుబలి. శక్తివంతమైన ఆకారం. అతని ముక్కు సన్నగా, స్ఫుటంగా చిలుక ముక్కులా ఉన్నది. అతని చిన్న కళ్లు ఎప్పుడూ నవ్వుతునే ఉన్నట్లు ముడుతలు పడి ఉన్నాయి. ఆయన చతికిలపడి కూర్చున్నాడు. మా యిద్దరి కళ్లూ కలిసినపుడు పళ్లన్నీ చూపుతూ నవ్వాడు.

ముక్కూ మొగము తెలియని కొత్తవ్యక్తితో అర్థం లేని సంభాషణ నేను పొడిగించలేను. నేను వెనక్కు తిరిగి నా ధ్యాస మౌనర్షి మీదికి పోనిచ్చాను.

నా మనసులో మరొక ప్రశ్న ముందుకు దూకింది. అది మరీ పెద్ద సవాలు కావచ్చు లేదా అసంబంధం కావచ్చు.

''గురూజీ, ఈ లోకానికి సాయం కావాలి! మీ వంటి జ్ఞానులకు ఏకాంత విశ్రాంత జీవనం, ప్రజాబాహుళ్యానికి అందకుండా, సమంజసమేనా?''

''బిడ్డా,'' ఆయన జవాబు ''నిన్ను నీవే తెలుసుకోలేనపుడు, నన్నెలా అర్థం చేసుకోగలవు? ఆధ్యాత్మిక విషయాలు చర్చించటం నిరర్థకం. యోగాభ్యాసంతో నీ అంతరంగంలో ప్రవేశించు. ఆ బాటన నువ్వు శ్రమించాలి. అప్పుడు నీ సమస్యలన్నీ వాటంతట అవే తీరిపోతాయి.

ఆయనను వెలికి తేవటానికి నా ఆఖరు ప్రయత్నం:

''ప్రపంచానికి ప్రస్తుతం ఉన్నదానికన్నా ఎక్కువ వెలుగు కావాలి. దానిని కనుగొని నలుగురితో పంచుకోవాలని నా కోరిక. అందుకు నేనేం చేయాలి?''

''నీవు నిజాన్ని తెలుసుకుంటే, మానవజాతికి ఉత్తమ సేవ ఎలా చేయాలో సరిగా తెలుస్తుంది. నీలో అది చేయగలశక్తికి కొఱత ఉండదు. ఒక పువ్వులో తేనె ఉన్నదో లేదో తేనె టీగ తనంత తానే కనుగొంటుంది. ఒక వ్యక్తికి ఆధ్యాత్మిక వివేచన, శక్తి ఉంటే అతను వేరొకరిని వెతుక్కుంటూ వెళ్లనవసరం లేదు. వారే అతన్ని వెతుక్కుంటూ వస్తారు, అడుగకుండానే. నీ అంతరంగాన్ని నీకు పూర్తిగా తెలిసేటంత

వరకూ మచ్చిక చేసుకో. మరి ఏ బోధనా అవసరం లేదు. చేయవలసింది ఇది ఒక్కటే.''

అప్పుడు ఈ ఇంటర్వ్యూ ముగించ దలిచాననీ, తను తిరిగి ధ్యానంలోకి వెళ్లి పోవాలనీ ఆయన తెలియజేశారు.

నేను ఆయన కడపటి సందేశం అడిగాను.

ఆ మౌనర్షి నా తలమీదుగా శూన్యంలోకి చూస్తారు. ఒక నిమిషం తర్వాత ఆయన పెన్సిల్ ఒక సమాధానం వ్రాసి నావైపు తోశారు. మేం చదివాం.

''నువ్వు ఇక్కడికి వచ్చినందుకు నాకు చాల సంతోషంగా ఉన్నది. ఇది నా దీక్షగా స్వీకరించు.''

ఈ సమాధానం భావం నేను పూర్తిగా అర్థం చేసుకునే లోగా నా దేహంలో హఠాత్తుగా ఏదో వింతశక్తి ప్రవేశించిన అనుభూతి. నా వెన్నెముకలో ప్రవహించి, మెడను పట్టివేసి, తలలోకి ప్రవేశించింది. సంకల్పశక్తి అనూహ్యమైన స్థాయికి పెరిగినట్లు అనుభూతి. నన్ను నేను జయించి, నా అత్యున్నత ఆదర్శాలను సాధించటానికి శరీరం మనసుకు విధేయం చేయాలనే సంచలనాత్మకమైన ప్రేరణ నాలో కలగటం నాకు తెలుస్తున్నది. ఆ ఆదర్శాలు నాకు శాశ్వతానందం కలిగించగల నాలోని స్వరాలేనని అనుకొని నా అనుభూతి.

ఒక విద్యుత్ప్రవాహం, కంటికి కనుపించని దూరసంవాద ప్రవాహం ఆ మౌని నుంచి నాలోకి విసురుకు వస్తున్నట్లు నాలో ఒక వింత ఆలోచన, తాను సాధించిన దానిలో కొంత నాకు కలుగుతుందని ఆయన నాకు వాగ్దానం చేస్తున్నారా?

ఆ ఏకాంతవాసి కన్నులు నిశ్చలం అవుతాయి. ఎక్కడో చూస్తున్న దృష్టి ఆయనలో ప్రవేశించింది. ఆయన శరీరం బిగుసుకుపోతుంది. తన పరిచితమైన ధ్యాస ఆసనంలో స్థిరపడ్డారు ఆయన. ఆయన తన ధ్యాసను తన ఆలోచనలకంటే అగాధమైన లోతులలోకి లాక్కు వెళ్తున్నారని నాకు స్పష్టంగా తెలుస్తున్నది. ఆయన తన చైతన్యాన్ని ఈ ప్రపంచం కంటే తనకు అత్యంత అభిమాన ప్రదమైన అగాధాలలోకి ముంచుతున్నారని గోచరించుతున్నది.

అయితే ఆయన నిజమైన యోగా? ఆయన అంతుపట్టని అంతరంగ పరిశోధనలో మునిగి ఉన్నారా? అలా అయితే అది మానవ జాతికి ప్రయోజనకారి అవుతుందని నా అనుమానం. ఎవరికి తెలుసు?

మేము కాంపౌండు బయటికి వచ్చినపుడు, అడయారు వనవాసి బ్రమ నావైపు తిరిగి మంద్రస్వరంలో అంటారు:

“ఈ యోగి ఉన్నత స్థితికి, చివరిదశ కాదు గాని, చేరుకున్నారు. ఆయనకు గుప్త శక్తులు ఉన్నవి. కాని తన ఆధ్యాత్మికతకు పరిపూర్ణత అన్వేషిస్తున్నారు. చాలాకాలం హఠయోగ అభ్యాసం వల్ల ఆయన శరీరం అంత సౌష్టవంగా ఉన్నది. ప్రస్తుతం ఆయన మనోనియంత్రణలోకి పురోగమించారని నా ఉద్దేశ్యం. ఆయన నాకు ఇంత క్రితం తెలుసు.”

“ఎప్పుడు?”

“కొన్ని సంవత్సరాల క్రితం ఆయన కుటీరం లేక బయలు ప్రదేశంలో నివసించినపుడు ఇక్కడికి దగ్గరలోనే కనుగొన్నాను. ఆయనను నా బాటను అనుసరించే అభ్యసించే యోగిగా గుర్తించాను. మీకు ఇది కూడా చెబుతాను. పూర్వాశ్రమంలో సైన్యంలో ఆయన ఒక సిపాయి. ఆయనే నాకు – వ్రాత మూలకంగానే నేను కోరేది – తెలిపారని మీకు చెప్పాలి. ఆయన సైనిక సేవ ముగియగానే, ఈ లౌకిక జీవితంతో విసుగెత్తి, ఏకాంతత అవలంబించారు. అప్పుడే ఆయన ప్రఖ్యాత ఫకీర్ మరకయార్‌ను కలిసి ఆయన శిష్యులైనారు.”

మేము నిశ్శబ్దంగా పొలాలు దాటి మట్టిరోడ్డు ఎక్కాం. నాకు ఆ కుటీరంలో కలిగిన అనుకోని అనుభవం, వివరించటానికి వీలుకాని అనుభవం నేను ఎవరికీ చెప్పలేదు. దాని ప్రతి ధ్వనులు నాలో ఇంకా తాజాగా ధ్వనించుతుండగానే నేను దానిని గురించి ఆలోచించాలి.

ఆ మౌనిని నేను మళ్లీ ఎన్నడూ చూడలేదు. ఆయన ఏకాంత జీవనానికి అంతరాయం కలగటం ఆయనకు ఇష్టం లేదు. ఆయన అభిమతాన్ని నేను గౌరవించాలి. దుర్భేద్యమైన ఆవరణలో ఆయన ఏకాంత ధ్యానానికి ఆయనను వదిలివేశాను. ఒక ఆశ్రమం స్థాపించాలని విద్యార్థులను అనుచరులను కూడగట్టాలని ఆయనకు కోరిక లేదు. జీవితంలో అణకువగా పయనించటాన్ని మించిన తీవ్రమైన కోరికలు ఆయనకు ఏమీ లేవు. ఆయన నాకు చెప్పిన దానిని మించి చెప్పవలసింది లేదు. పాశ్చాత్యంలో మనలాగా. సంభాషణను ఒక కళగా, నైపుణ్యంగా పెంపొందించే ఆలోచన ఆయనకు లేదు.

★★★

అధ్యాయం 8

దక్షిణ భారత ఆధ్యాత్మిక అధిపతి

మేము మద్రాసు వెళ్లే రోడ్డు ఎక్కబోయేముందు ఎవరో నా పక్కన చేరారు. నేను తల తిప్పాను. పసుపు వస్త్రాలలో యోగి, రాజస దరహాసం ప్రసాదించారు నాకు. ఆయన నోరు ఒక చెవినుంచి మరొక చెవిదాకా సాగుతుంది. కన్నులు నవ్వుతూ ముడతలతో సన్నని గీతలౌతాయి.

''నాతో మాట్లాడాలా?'' నేను అడిగాను.

''అవును సర్!'' మంచి ఇంగ్లీషు ఉచ్చారణతో ఆయన సత్వరమైన సమాధానం. ''మీరు మా దేశంలో ఏం చేస్తున్నారో అడుగవచ్చా?''

' ఈ కుతూహలం ఎదుట నేను సంశయించాను. అస్పష్టమైన సమాధానం చెప్పాలని నిశ్చయించాను.

''ఓ! ఊరికెనే తిరుగుతున్నాను.''

''మా పవిత్ర వ్యక్తులంటే మీ కిష్టమని నా నమ్మకం.''

''కొంతవరకు – అవును.''

''నేనూ ఒక యోగినే సర్!'' ఆయన నాకు తెలియజేశారు!

నేను చూసిన వారిలో ఈయన అందరిని మించిన భారీ యోగి!

''ఎంతకాలం నుంచి?''

''మూడు సంవత్సరాలు సర్!''

''ఆయన కూడదీసికొని నిటారు గానించుచున్నారు. ఆయన పాదాలు నగ్నంగా ఉన్నాయి. అయినా ఆయన మడమలు క్లిక్ మని కొట్టుకున్న శబ్దం వినవచ్చినట్లయింది

''ఏడు సంవత్సరాలు నేను మహారాజుగారి కొలువులో సైనికుడిగా ఉన్నాను.'' అతను బిగ్గరగా ప్రకటించాడు.

122

''నిజంగా!''

''అవును సర్. మెసపొటేమియా దండయాత్రలో నేను భారత సైన్యంలో పనిచేశాను యుద్ధం ముగిసిన తర్వాత నా తెలివి తేటలు చూసి, నన్ను మిలిటరీ ఎకౌంట్సు డిపార్ట్ మెంట్‌లో పోస్ట్ చేశారు!''

ఆయాచితంగా ఆయన తనకు తనే ఇచ్చుకున్న యోగ్యతా పత్రం గమనించి నవ్వకుండా ఉండలేక పోయాను.

''కుటుంబ సమస్యల కారణంగా నేను సర్వీస్ విడిచి పెట్టాను. చాల సంక్షోభానికి గురి అయ్యాను. అందుచేత నేను ఆధ్యాత్మిక మార్గం అవలంబించి యోగిని అయ్యాను.''

నేను ఆయనకు ఒక కార్డు ఇచ్చాను.

''మనం ఒకరి పేరు మరొకరం తెలుసుకుందామా!'' నా సూచన

''నా పేరు సుబ్రమణ్య! మాది అయ్యరు శాఖ'' అని అతను హడావిడిగా వెలిబుచ్చాడు.

''మంచిది సుబ్రమణ్య, ఆ మౌనర్షి నివాసంలో మీరు నా చెవిలో గుసగుసలాడిన మాటల అర్థం కోసం కాచుకు కూర్చున్నాను.''

''ఇంతసేపూ నేనూ మీకు ఆ విషయం చెప్పాలనే నిరీక్షించుతున్నాను. మీ ప్రశ్నలు మా గురువుగారిని అగడండి. భారతదేశంలో ఆయన అందరికంటె తెలివైనవారు. యోగులను మించిన తెలివి గలవారు.''

''అయితే! మీరు భారతదేశం అంతటా పర్యటించారా? అలాంటి ప్రకటన చేయటానికి ఘనులైన యోగులందరినీ కలిశారా?''

''నేను చాలమందిని కలిశాను. నాకు ఈ దేశం కన్యాకుమారి నుంచి హిమాలయాల వరకు బాగా తెలుసు.''

''అయితే!''

''ఆయన బోటి వారిని నేను ఎవరినీ కలవలేదు సర్. ఆయన మహాత్ములు మీరు ఆయనను కలవాలని నా కోరిక.''

''ఎందుకు?''

''ఎందుకంటే ఆయనే నన్ను మీ దగ్గరికి తీసికొని వచ్చారు. ఆయన శక్తే మిమ్మల్ని భారతదేశం తీసికొని వచ్చింది.''

ఈ ప్రగల్భం నాకు అతిశయోక్తిగా తోచింది. అతనంటే ఏవగింపుతో వెనుతిరుగ బోయాను. అత్యావేశపరులయిన వారి అతిశయోక్తులంటే నాకు ఎప్పుడూ భయమే. ఈ పసుపు దుస్తుల సన్యాసి అత్యావేశపరుడని తేట తెల్లం అయింది. అతని స్వరం, చేష్టలు, ఆయన తీరుతెన్నులు అన్నీ ఆ విషయాన్ని చెప్పకనే చెప్పుతున్నాయి.

‘‘నాకు అర్థం కాలేదు’’ నా నిర్వికారమైన సమాధానం.

ఆయన మరికొంత వివరణలోకి దిగాడు.

‘‘ఎనిమిది నెలల క్రితం నేను ఆయనను కవలటం జరిగింది. ఐదు నెలలపాటు నాకు ఆయనతో ఉండటానికి అనుమతి దొరికింది. అప్పుడు నన్ను మళ్లీ దేశాటనం మీద పంపారు. మీరు ఆయన లాంటి వ్యక్తిని కలుస్తారనుకోను. ఆయన తన ఆధ్యాత్మిక శక్తితో మీ ఆలోచనలనే చదివి సమాధానం చెప్పగలరు. ఆయన ఆధ్యాత్మిక స్థాయి గుర్తించటానికి మీరు ఆయనతో చిరు సమయం గడిపితే చాలు.’’

‘‘నేను వస్తే ఆయన అనుమతించుతారా?’’

‘‘తప్పకుండా సర్ ! ఆయన మార్గదర్శకత్వమే నన్ను మీ దగ్గరికి పంపింది.’’

‘‘ఆయన ఎక్కడ ఉంటారు?’’

‘‘అరుణాచలం మీద. పవిత్ర జ్యోతి పర్వతం.’’

‘‘అదెక్కడ?’’

‘‘ఉత్తర ఆర్కాట్ జిల్లాలో మరికొంత దక్షిణాదికి వెళ్లాలి. నేను మీకు దారి చూపుతాను. మిమ్మల్ని అక్కడికి తీసుకు వెళ్లనీయండి. మా గురువు మీ సందేహాలు తీర్చి మీ సమస్యలు తొలగించుతారు. ఆయనకు పరమ సత్యం తెలుసు.’’

‘‘అది చాలా బాగున్నది’’ కొంత అసమ్మతితోనే అంగీకరించాను. ‘‘కాని ఇప్పుడు దర్శించటం అసంభవం. మా ట్రంక్‌లు అన్నీ సర్ది ఉన్నాయి. నేను త్వరలో ఈశాన్య దిశగా వెళ్తున్నాను. రెండు ముఖ్యమైన సమావేశాలు హాజరవాలి. అర్థమైందా....’’

‘‘కాని ఇది అంతకంటె ముఖ్యం.’’

‘‘క్షమించాలి. మనం ఆలస్యంగా కలుసుకున్నాం. నా ఏర్పాట్లు అన్నీ పూర్తి అయ్యాయి. వాటిని మార్చటం అంత సులువుకాదు. ఆ తర్వాత తిరిగి నేను దక్షిణాదికి రావచ్చు. కాని ప్రస్తుతానికి ఈ ప్రయాణం సంగతి వదిలి వేయాలి.’’

ఆ యోగి పూర్తిగా నిరాశ పాలయినాడు.

‘‘మీరొక గొప్ప అవకాశం కాలదన్ను తున్నారు సర్! అదీ కాక – ’’

నిష్ప్రయోజనమైన వాదనలోనికి దిగుతున్నామని గ్రహించాను. ఆయన మాట తుంచి–

‘‘ఇక నేను వెళ్లాలి. థాంక్స్.’’ అన్నాను.

“మీ తృణీకారాన్ని నేను తృణీకరించుతున్నాను.” ఆయన మొండిగా అన్నాడు. “రేపు సాయంత్రం నేను మీ దర్శనం చేసుకుంటాను. అప్పటికి మీ మనసు మార్చుకున్నట్లు వింటానని ఆశిస్తాను.”

మా సంభాషణ అకస్మాత్తుగా ఆగిపోయింది. పసుపు వస్త్రాలలో ఆ దృఢకాయుడు రోడ్డు దాటటాన్ని గమనించాను.

నేను ఇంటికి చేరినపుడు నా నిర్ణయం పొరబాటేమో ననిపించింది.

శిష్యుడు చెప్పిన దానిలో గురువు సగం విలువ చేసినా, దక్షిణానికి ద్వీపకల్పం కోసమే ప్రయాణం చేయటానికి పడే కష్టానికి ఫలితం ఉంటుది. ఒకవిధంగా అతి ఉత్సాహం చూపే ఈ భక్తులంటే కొంచెం విసుగు కలుగుతున్నది. వారు వారి గురువు ఘనతను కీర్తించుతారు. తీరా వెళ్ళి చూస్తే మన పాశ్చాత్య ప్రమాణం ముందు ఎందుకూ కొరగారనిపించుతారు. దానికి తోడు నిద్రలేని రాత్రులు, చెమటలో అంటుకుపోయే పగళ్లు నా నరాలకు శాంతి లేకుండా చేశాయి. కనుక ఈ ప్రయాణం వృథాప్రయాసయేననే భావన నా మనసులో పెరగ సాగింది.

కాని వాదన అనుభూతిని త్రోసి రాజన లేక పోయింది. తన గురువును గురించి ఆ ప్రబల శిష్యుడు చెప్పేదాంట్లో కొంతయినా నిజం ఉండక పోదు అనే విచిత్రమైన అనుభూతి. నన్ను నేనే నిరాశ పరుచుకున్నాననే భావన మనసులో నుంచి తొలగటం లేదు.

★

టిఫిన్ టైంలో, అంటే టీ, బిస్కెట్లు, నౌకరు ఎవరో సందర్శకులు వచ్చారని చెప్పారు. ఆయన సిరామరకలు అంటుకున్న సమాజ సభ్యుడు – అంటే రచయిత వెంకట రమణి.

నా ట్రంక్ అడుగున చాలా పరిచయ ఉత్తరాలు ఉన్నాయి. వాటిని ఉపయోగించాలన్న కోరిక నాలో లేదు. ఉన్న దేవుళ్లు ఎవరైనా సరే మంచో, చెడ్డో వాళ్లనే చేయనీయమని ఒక వింత ఆలోచన కలిగింది. ఇదే ఆ పరిచయ పత్రాలు ఉపయోగించక పోవటానికి కారణం. నా శోధన ఆరంభించే ముందు బాంబేలో ఒకటి ఉపయోగించాను. మద్రాసులో ఒక వ్యక్తిగత సందేశం అందజేయ వలసిన కారణంగా రెండవది మద్రాసులో ఉపయోగించాను. ఈ రెండవ ఉత్తరమే వెంకటరమణిని నా వాకిట్లోకి తీసికొని వచ్చింది.

ఆయన మద్రాసు యూనివర్సిటీ సెనేట్ సభ్యులు ప్రసిద్ధులు. కాని అంతకంటే ముఖ్యంగా ఆయన పల్లె జీవితాన్ని గురించి రచించిన వ్యాసాలు, నవలలకు ప్రసిద్ధులు.

సాహిత్యంలో మద్రాసు యూనివర్సిటీలోని ఆయన సేవలకు అందులో ఇంగ్లీషు మాధ్యమంలో దంతపు ఫలకం అందుకున్న తొలి హిందూ రచయిత. సున్నితమైన ఆయన శైలి భారతదేశంలో రవీంద్రనాథ్ టాగూర్, ఇంగ్లండులో లార్డ్ హాల్డేన్ నుంచి ఉత్తమ ప్రశంసలు పొందింది. ఆయన గద్యం అంతా అందమైన అలంకారాల మయం. కాని ఆయన కథలు నిర్లక్ష్యానికి గురి అయిన గ్రామాల నిషాద గాథలు చెబుతాయి.

ఆయన గదిలో ప్రవేశించుతుంటే ఆయనను గమనించాను. సన్నని పొడవాటి మనిషి, కొద్ది జుట్టు ముడితో చిన్నతల. చిన్నగడ్డం, కళ్లజోడు వెనుకనుంచి చూసే కళ్లు. ఆ కళ్లు ఒక యోచనా పరులు, ఆదర్శ వ్యక్తి, కవి యొక్క సమ్మేళనం. అయినా ఆ కనుపాపలలో శ్రమించే కర్షకుల విషాదం ప్రతిఫలించుతుంది.

త్వరలో మేము మా అభిరుచులు కలిసిన అనేక రంగాల బాటలు కనుగొన్నాం. మేం అనేక విషయాలు చర్చించి పరస్పర అభిప్రాయాలు తెలిసికొన్నాం. రాజకీయాలను చీల్చి చెండాడాం. మా అభిమాన రచయితకు ధూపం అర్పించాం. ఆకస్మికంగా నా భారతదేశ యాత్రకు అసలు కారణం ఆయనకు తెలియ పరచాలన్న అభిమానం కలిగింది. నా లక్ష్యం ఏమిటో ఆయనకు కల్లా కపటం లేకుండా చెప్పాను. తాము సాధించినవి ప్రదర్శించగల యోగులు ఎక్కడుంటారో తెలుపుమని ఆయనను అడిగాను మట్టికొట్టుకున్న గడ్డం సాధువులు, మాయలు చేసే ఫకీర్లు నాకు అక్కర్లేదని హెచ్చరించాను.

ఆయన తలవంచి అడ్డంగా తిప్పారు.

''భారతదేశంలో అటువంటి వ్యక్తులు అరుదు అయినారు. ఈ దేశంలో భౌతికవాదం పెరిగిపోయింది. అన్ని విధాలుగా దిగజారి పోయింది. దానికి తోడు ఆధ్యాత్మిక రహితమైన పాశ్చాత్య సంస్కృతి ప్రభావం మెండుగా ఉన్నది. వీటన్నిటితో మీరు అన్వేషిస్తున్న వ్యక్తులు, ఆ మహాత్ములు దాదాపు అంతర్థానం అయినారు. కాని కొందరు విశ్రాంత స్థితిలో, బహుశ ఏకాంత అరణ్యాలలో ఉండవచ్చు. జీవితాంతం అర్పించి వెతికితే అతికష్టం మీద గాని వారు దొరకరు. మీలాగే అన్వేషణకు బయలుదేరిన నా భారతీయులు దేశమంతటా తిరగాలి. అటువంటిది ఒక యూరోపియన్‌కు ఎంతకష్టమైన పనో ఆలోచించండి.''

''అయితే లాభం లేదంటారు!'' నేనడిగాను.

''చెప్పలేము. మీ అదృష్టం బాగుండవచ్చు.''

హఠాత్తుగా ప్రశ్నించటానికి నన్నేదో కదిలించింది.

"ఉత్తర ఆర్కాట్ కొండలలో నివసించే గురువును గురించి విన్నారా!"

ఆయన తల తిప్పారు.

మా సంభాషణ తిరిగి సాహిత్యంలోకి మళ్లింది.

నేను ఆయనకు సిగరెట్ ఇవ్వబోయాను. ఆయన తను పొగ తాగనన్నారు. నేను ఒకటి వెలిగించాను. నేను ఆ టర్కీ మొక్క వాసనను ఆస్వాదించుతుండగా వెంకటరమణి హిందూ సంస్కృతిలో వేగంగా అదృశ్యమౌతున్న ఆదర్శాలను హృదయ పూర్వకంగా కీర్తించారు.ఆయన సరళజీవనం, సమాజ సేవ, నింపాది జీవనం, ఆధ్యాత్మిక ధ్యేయాలు వంటి భావాలు తడుముతారు. భారతీయ సమాజంలో తలెత్తి పెరుగుతున్న పరాన్న భుక్తి భావాలను తుడిచివేయాలని ఆయన ఆశయం. ఈ దేశంలో పారిశ్రామిక నగరాలలో మురికి పనివారిని సరఫరా చేసే కేంద్రాలుగా మారిన సుమారు ఐదు లక్షల గ్రామాలను కాపాడటం ఆయన దృష్టిలో ప్రథమ కర్తవ్యం. ఈ ప్రమాదం నిజానికి ఇంకా కొంత దూరంలో ఉన్నది. కాని దేవదూతవంటి ఆయన దూరదృష్టి, పాశ్చాత్య పారిశ్రామిక చరిత్ర జ్ఞాపకాలు ఈనాటి వైఖరి గమనించితే ఇది తథ్యంగా కనిపించుతుంది. తను దక్షిణభారతంలోని ఒక అత్యంత పురాతన గ్రామంలో ఆస్తిపాస్తులు ఉన్న కుటుంబంలో జన్మించానని చెప్పారు వెంకటరమణి. సంస్కృతి శిథిలం, గ్రామజీవితం దారిద్ర్యంలో మునిగి పోవటాన్ని గురించి ఆయన చాలా విచారించారు. సాధారణ గ్రామవాసుల జీవితాలు మెరుగుపరిచే పథకాలు రచించటం ఆయనకు చాల అభిమాన విషయం. వారు సంతోషంగా లేకపోతే ఆయన సంతోషంగా ఉండటానికి నిరాకరిస్తారు.

ఆయన అభిప్రాయం తెలిసి కొనటానికి ఆయన చెప్పేదంతా శ్రద్ధగా వింటాను. చివరకు ఆయన వెళ్లటానికి లేచారు. ఆయన సన్నని ఎత్తైన ఆకారం రోడ్డు చివర అదృశ్యం అయ్యే వరకూ గమనించాను.

మర్నాడు ఉదయం పెందలాడే అనుకోకుండా ఆయన రాక గమనించి ఆశ్చర్యపోయాను. ఆయన బండి హడావిడిగా గేటు దగ్గరికి పరుగెత్తుతుంది. నేను ఉండనేమోనని ఆయన భయం.

"నా మహారాజ పోషకులు చెంగల్ పట్‌లో ఒకరోజు ఉండబోతున్నారని నిన్న రాత్రి ఆలస్యంగా నాకుకబురు వచ్చింది." ఆనందాతిరేకంలో ఆయన.

కొంచెం ఊపిరి పీల్చుకున్నాక.

"పరమ పూజ్య కుంభకోణం శ్రీ శంకరాచార్య దక్షిణ భారత ఆధ్యాత్మిక అధిపతి. లక్షలాది మంది ప్రజలు ఆయనను పరమాచార్యులుగా ఆదరించుతారు. ఆయన నా పట్ల శ్రద్ధ చూపి నా సాహిత్య కృషిని ప్రోత్సహించారు. అంతేకాక

ఆధ్యాత్మిక సలహా సంప్రదింపులకు ఆయనే నా మూలస్తంభం. నిన్న ఈ మాట చెప్పకుండా దాటవేశానని ఇప్పుడు చెపుతున్నాను. ఆయన ఆధ్యాత్మిక సాధనలో మహోన్నతుడుగా ఆదరించుతాం. కాని ఆయన యోగికాదు. దక్షిణ భారత హిందూ ప్రపంచానికి ఆయన పరమగురువు. నిజమైన సన్యాసి, గొప్ప మత విషయిక వేదాంతి. మన ప్రస్తుత ఆధ్యాత్మిక ప్రవాహం ఆయనకు పూర్తిగా తెలుసు. కనుక అసలైన యోగులను గురించి ఆయనకు చాలా బాగా తెలిసి ఉంటుంది. ఆయన గ్రామం నించి గ్రామానికి, నగరం నించి నగరానికి తరుచు పర్యటించుతూ ఉంటారు. కనుక ఈ విషయాలను గురించిన సమాచారం ఆయనవద్ద తాజాగా ఉంటుంది. ఆయన ఎక్కడికి వెళ్లినా సాధు, సన్యాసులు, స్వాములు వచ్చి ఆయనకు వందనాలు అర్పించుతారు. ఆయన మీకు సరయిన సలహా ఇవ్వగలరు. ఆయనను దర్శించుతారా?''

''మీరు అపార దయా మూర్తులు. సంతోషంగా వస్తాను. చెంగల్పట్ ఎంత దూరం?''

''ఇక్కడి నించి ముప్పైఐదు మైళ్లు మాత్రమే. కాని ఉండండి.''

''ఇంకా ఏమిటి?''

''పరమ ఆచార్య మీకు దర్శనం అనుమతించుతారా అని నాకు అనుమానం కలుగుతున్నది. ఆయనను ఒప్పించటానికి నా సాధ్యమైనంత మేరకు ప్రయత్నించు తాను. కాని''

''నేను యూరోపియన్‌ను.'' ఆయనవాక్యం నేను పూర్తిచేశాను. ''నాకు తెలుసు.''

''ఆయన తిరస్కరించే ప్రమాదం భరించగలరా?'' కొంత ఆదుర్దాతో అడిగారు ఆయన.

''తప్పకుండా పోదాం పదండి.''

తేలికగా భోజనంచేసి చెంగల్పట్ బయలుదేరాం. ఆనాడు నేను దర్శనం చేసికొనబోయే వ్యక్తిని గురించి నా సాహితీ సహచరుడి మీద ప్రశ్నల వర్షం కురిపించాను. శ్రీ శంకర ఆహార, వస్త్ర విషయాలలో సంపూర్ణ సాధు జీవితం గడుపుతారని తెలుసుకున్నాను. కాని ప్రయాణాలలో ఆయన సంప్రదాయకమైన అధికార దుస్తులు ధరించి తీరాలి – అధికార యుతమైన పదవి కారణంగా. అంబారీతో ఏనుగులు, ఒంటెలు, పండితులు, వారి శిష్యులు, పరివారం, అనుచరులు ఆయనను అనుసరించుతారు. ఆయన ఎక్కడికి వెళ్లినా పరిసర ప్రాంతాలలోని ప్రజలను అయస్కాంతంలా ఆకర్షించుతారు. వారంతా ఆధ్యాత్మిక, మానసిక, లౌకిక,

ఆర్థిక సహాయాలు కోరి వస్తారు. ధనవంతులు వేలాది రూపాయలు ఆయన పాదాలవద్ద అర్పించుతారు ప్రతిరోజూ. ఆయన నిరుపేద జీవనానికి ప్రమాణం చేసినందుచేత ఆ సొమ్ము అంతా యోగ్యమైన ప్రయోజనాలకు వినియోగించ బడుతుంది. ఆయన పేదలకు సహాయం చేస్తారు. చదువు చెప్పించటానికి తోడ్పడుతారు. శిథిలమవుతున్న ఆలయాలను పునరుద్ధరించుతారు. వర్షం నీటితో మాత్రమే నిండే చెరువులను బాగు చేయిస్తారు. (నదీజలం లేని ప్రదేశాలకు ఇదే ఆ ధరువు). ఆయన ప్రముఖ ధ్యేయం ఆధ్యాత్మికం. ఆయన ఆగిన చోటల్లా హిందుత్వం వారసత్వం ప్రజా బాహుళ్యానికి గాఢంగా హత్తుకుని అర్థమయ్యేట్లు చేయటానికి ప్రయత్నించుతారు. దానితో బాటు వారి హృదయాలను, మనసులను ఉద్ధరించటానికి ప్రయత్నించుతారు. ఆయన స్థానిక ఆలయంలో ఒక ప్రవచనం చేస్తారు. ఆ తర్వాత ఆయన చుట్టూ మూగే జనసందోహం ప్రశ్నలకు చాటుగా సమాధానాలు ఇస్తారు.

ఆది శంకరులనుంచి వారసత్వంలో ఈ శ్రీ శంకరులు అరవై ఆరవ మఠాధిపతి అని తెలుసుకున్నాను. శ్రీ శంకరుల పదవి, అధికారాన్ని గురించి సక్రమంగా అర్థం చేసికొనే ప్రయత్నంలో ఈ వ్యవస్థ స్థాపకులను గురించి వెంకట రమణిని చాల ప్రశ్నలు అడుగవలసి వచ్చింది. ఆది శంకరులు సుమారు రెండువేల సంవత్సరాల క్రితం జైత్రయాత్ర చేశారని తెలుస్తున్నది. చరిత్రాత్మక బ్రాహ్మణ ఆచార్య సన్యాసులలో శంకర మహామహోన్నతులలో ఒకరు. ఆయనను ఒక తర్క బద్ధుడైన భక్తాగ్రేసరుడుగా, పరమ వేదాంతిగా వర్ణించవచ్చు. ఆయన ఆనాటి హిందూత్వం పతనావస్థలో ఉన్నదని, ఆధ్యాత్మిక జీవం కోల్పోతున్నదనీ కనుగొన్నారు. ఆయనను కారణజన్ము లంటారు. పద్ధెనిమిదో ఏటి నుంచి ఆయన కాలి నడకన భారతదేశమంతటా పర్యటించారు. ఆయన వెళ్లిన ప్రతిచోటా పండితులలో, విద్వాంసులతో, పూజాదులతో చర్చించి, వాదించారు. తను సృష్టించి నమ్మిన సిద్ధాంతాలు బోధించారు. అడగకుండానే ఆయన శిష్యకోటి పెరిగిపోయింది. ఆయనకు ఎదురైన వారెవరికైనా ఆయన విద్వత్తులో మిన్న. ఆయన ప్రజ్ఞ అంత సునిశితం. గొంతులో ప్రాణం పోయిన తర్వాతకాక ఆయన జీవితకాలంలోనే ఆయన ఒక అవతారమూర్తిగా అంగీకరించబడి ఆదరించబడటం ఆయన అదృష్టం.

ఆయన అనేక ప్రయోజనాలు సాధించిన వ్యక్తి. ఆయన దేశంలోని ముఖ్య మతం కోసం పోరాడిన మహామనీషి. కాని ఆ ముసుగు కింద పెరిగిన ప్రమాదకర ఆచార వ్యవహారాలను ఆయన తీవ్రంగా ఖండించారు. ఆయన మనుషులను సన్మార్గంలోకి తీసికొని రావటానికి ప్రయత్నించారు. స్వయంగా ప్రయత్నం లోపించిన ఆచారాలు క్రతువులు ఎంత విస్తారము, అయినా నిష్ప్రయోజనం అని నిరూపించారు. ఆయన తన తల్లి మరణించినపుడు కులాచారాలను ఉల్లంఘించి ఆమె అంత్యక్రియలు

స్వయంగా జరిపారు. దాని కారణంగా పెద్దలు ఆయనను వెలివేశారు. నిర్భయుడయిన ఈ యువకుడు కులవ్యవస్థను ఛేదించిన బుద్ధుడికి యోగ్యుడైన వారసుడు. తన పండిత, ఆచార్యులకు వ్యతిరేకంగా కులం, మతం, రంగుతో సంబంధం లేకుండా ప్రతిమానువుడూ పరమాత్మ అనుగ్రహానికి పాత్రుడేనని, పరమ సత్యం తెలిపే జ్ఞానానికి అర్హులేనని బోధించారు. ఆయన ప్రత్యేకంగా ఏ మతమూ స్థాపించలేదు. శ్రద్ధతో అనుసరించి, ఆంతర్యం తరచి చూస్తే ప్రతి మతమూ పరమాత్మను చేరే బాటేనని బోధించారు. తన వాదన నిరూపించటానికి ఆయన ఒక సునిశితమైన సంపూర్ణ వేదాంత వ్యవస్థ విపులీకరించారు. ఆయన విస్తారమైన సాహిత్యాన్ని మనకు వారసత్వంగా వదిలారు. అది దేశమంతటా పవిత్ర పఠనం ఉన్న ప్రతి గ్రామం, నగరంలో అత్యంత ఆదరణ చెందుతుంది. ఈనాటికీ. ఆయన వేదాంత, సూత్రాల అర్థం విషయంలో పేచీలు పడి వాదించుకున్నా పండితలోకమంతా ఆయన వేదాంతాన్ని, మత అనుగ్రహాన్ని వరప్రసాదంగా ఆదరించి దాచుకుంటుంది.

శంకరులు ఓ కావిబట్ట, చేత ఒక కర్రతో భారతదేశం అంతటా పర్యటించారు. వివేకవంతమయిన వ్యూహంతో నాలుగు దిక్కులా ఆయన నాలుగు మఠాలు స్థాపించారు. ఉత్తరాన బదరీనాథ్, తూర్పున పూరి, అలా ఉన్నాయి. ముఖ్యకేంద్రము ఆయన తన కృషి ఆరంభించిన దక్షిణాదిన ఒక ఆలయం, ఒక ఆశ్రమము స్థాపితం అయ్యాయి. ఈనాటికీ దక్షిణ భారతమే హిందూ మతానికి పవిత్ర కేంద్రం. వర్షాకాలం తర్వాత ఈ ఆశ్రమాలనుంచి శంకరుల సందేశం విస్తరింపజేయటానికి శిక్షితులైన సాధువుల బృందాలు బయలుదేరుతాయి. ఈ అవతారమూర్తి ముప్పై రెండు సంవత్సరాల పిన్నవయసులో గతించారు! ఒక కథనం ఆయన అంతర్థానం ఐనారంటుంది.

ఈ రోజు నేను దర్శించ బోతున్న ఆ మహాత్ముడి వారసుడు అదే కృషిని అదే బోధనను కొనసాగించుతున్నారు. కనుక శంకరులను గురించి తెలుసుకున్న సమాచారం అమూల్యం. ఇక్కడ ఒక వింతయిన సంప్రదాయం ఉన్నది. ఆదిశంకరులు తమ శిష్యులతో ఆత్మద్వారా బంధం కలిగి ఉంటానని వాగ్దానం చేశారు. తన ఛాయతో వారసులను కమ్మి వేసే నిగూఢ పద్ధతి ద్వారా తాను ఆ లక్ష్యం సాధించుతానని చెప్పారు. టిబెట్ గ్రాండ్ లామా పదవికి కూడా సుమారు ఇటువంటి కథే జోడించి ఉన్నది. అంతక్రితం ఆ పదవిలో ఉన్నవారు తమ అంతిమ క్షణాలలో తమ వారసుడి పేరు చెబుతారు. ఆ ఎంపిక అయినవారు సుమారు పది సంవత్సరాల బాలుడై ఉంటారు. అప్పుడు ఉన్నవారిలో ఉత్తమోత్తములైన గురువులు ఆ పిల్లవాడిని తమ ఆధ్వర్యంలో ఆ ఉదాత్త పదవి నలంకరించటానికి తగినట్లు శిక్షణ ఇస్తారు. ఆ శిక్షణ మేధో వికాసం, మత విషయకమే గాక ఉన్నతస్థాయి యోగ, ధ్యానాలతో కూడి

ఉంటుంది. ఈ శిక్షణ తర్వాత ప్రజాసేవా తత్పరమైన జీవితం ఆరంభమవుతుంది. శతాబ్దాల తరబడి ఈ పద్ధతి స్థాపితమై కొనగసాగుతున్నది అనేది ఏకైక వాస్తవం. ఈ క్రమంలో ఆ స్థానం అలంకరించిన ప్రతి ఒక్కరూ మహోన్నతులైన నిస్వార్థ పరులనటంలో సందేహం లేదు.

వెంకటరమణి తన కథనం అరవై ఆరవ శ్రీశంకరుల అద్భుత శక్తులను గురించిన కథలతో అలంకరించుతారు. తన కజిన్‌కు ఆయన అద్భుత చికిత్స ఒక ఉదంతం. ఆ బంధువు కీళ్లవాతంతో అనేక సంవత్సరాలుగా మంచం పట్టి ఉన్నాడు. శ్రీశంకరులు ఆయనను చూడటానికి వెళ్లి ఆయనను తాకుతారు. మూడు గంటలలో ఆ రోగి మంచం మీది నుండి లేవగలుగుతారు. ఆ తర్వాత త్వరలో ఆయన పూర్తిగా కోలుకున్నారు.

పరమ పూజ్య స్వామి ఎదుటి వారి ఆలోచనలను గూడా చదువగలరనే ప్రతీతి ఉన్నది – ఏది ఎలా ఉన్నా వెంకట రమణి ఇదంతా పరమ సత్యమని నమ్ముతారు.

★

రెండువైపులా తాటి చెట్లతో స్వాగతం చెప్తున్న రహదారి పయనించి చెంగల్పట్ ప్రవేశించాం. వెల్లవేసిన ఇళ్లు, ఒకదానిని ఒకటి ఒరుసుకొని ఉన్న ఎఱ్ఱని పైకప్పులు. సన్నని సందులు. ఇదీ మాకు దర్శనమిచ్చిన చెంగల్పట్. మేము దిగి పెద్ద సమూహం చేరి ఉన్న ఊరి మధ్యకు నడిచాము. నన్ను ఒక ఇంటికి తీసికొని వెళ్లారు. అక్కడ సెక్రెటరీల సమూహం ఒకటి వారి హెడ్ ఆఫీసువంటి పరమాచార్యను వెంబడించే ఉత్తర ప్రత్యుత్తరాలు చేపట్టంలో నిమగ్నులై ఉన్నారు. నేను పక్కనున్న గదిలో నిరీక్షిస్తున్నాను. (అక్కడ కుర్చీ ఏమీ లేదు). వెంకట రమణి ఒక సందేశంతో వారితో ఒక సెక్రెటరీని శ్రీ శంకరుల దగ్గరికి పంపించారు. అరగంట దాటిన తర్వాత వెళ్లిన ఆ వ్యక్తి తిరిగి వచ్చి నేను అడిగిన దర్శనం వీలుకాదని చెప్పారు. పరమాచార్య ఒక యూరోపియన్‌కు స్వాగతం పలకటానికి సిద్ధంగా లేరు. అదీకాక అప్పటికే రెండువందల మంది స్వామి దర్శనం కోసం కాచుకొని ఉన్నారు. వారిలో చాలమంది గతరాత్రి నుంచి ఊరిలో తమ దర్శనాలు దొరకటానికి బస చేసి ఉన్నారు. సెక్రెటరీ అమితంగా క్షమాపణలు వేడారు.

నేను ఆ పరిస్థితిని తాత్త్వికంగా స్వీకరించాను. వెంటరమణి ప్రత్యేక మిత్రుడిగా పరమాచార్య కంటపడి నా విషయం బతిమాలుతానన్నారు. పరమాచార్య ఉన్న ఇంటిలోకి వెంకట రమణి వరస తప్పి ప్రవేశించుతుంటే ఆయన ఉద్దేశ్యం తెలిసి. గుంపులో విరసమైన గుసగుసలు బయలుదేరాయి. చాల సంభాషణ, అస్పష్టమైన

వివరణ తర్వాత ఆయన జయించారు. చివరికి ఆయన విజయుడై దరహాసంతో తిరిగి వచ్చారు.

“పరమాచార్య మీ విషయంలో ప్రత్యేక ఆక్షేపం చేస్తున్నారు. ఆయన ఒక గంటలో మీకు దర్శనం ఇస్తారు.”

ఆ సమయంలో నేను ముఖ్య ఆలయానికి వెళ్లే ఆకర్షణీయమైన వీధులన్నీ తిరిగి కాలక్షేపం చేశాను. ఏనుగుల వరుసను, గోధుమ రంగు పెద్ద ఒంటెలను నీరు త్రాగే ప్రదేశానికి తోలుకు వెళ్తున్న నౌకర్లు కన్పించారు. దక్షిణ భారత ఆధ్యాత్మిక అధిపతిని మోసే వైభవోపేత జంతువును ఎవరో నాకు చూపించారు. ఆయన ఎత్తైన ఏనుగు మీద అమర్చిన సంపన్నమైన హౌదాలో రాచ ఠీవితో సవారి చేస్తారు. ఆ ఏనుగు అలంకారాలతో ఖరీదయిన వస్త్రాలతో, జరీ అంచులతో కప్పి ఉన్నది. గంభీరమైన హుందాతో ఆ జీవి వీధిలో నడుస్తుంటే గమనించాను. అది నడుస్తుండగా. దాని తొండం పైకి చుట్టచుట్టుకొని మళ్లీ క్రిందికి దిగుతుంది.

ఆధ్యాత్మిక ఆచార్యులను, గురువులను దర్శించేటప్పుడు ఫలం, పుష్పం, అర్పించాలి అన్న సనాతన ఆచారం గుర్తుకు వచ్చి ఆదరణీయులైన నా అతిథేయికి అర్పించటానికి కానుక కొన్నాను. నారింజలు, పూలు మాత్రమే అక్కడ కనింపిచాయి. నేను సులువుగా మోయగలిగినన్ని కొన్నాను.

పరమాచార్య తాత్కాలిక నివాసం ఎదుట తొక్కిసలాడే జనన సందోహంలో నేను మరొక ముఖ్యమైన ఆచారం మర్చిపోయాను.“మీ జోళ్లు విడవండి.” వెంకట రమణి నాకు తక్షణం గుర్తుచేశారు. నేను జోళ్లు విప్పి రోడ్డు మీద వదిలాను. నేను తిరిగి వచ్చేసరికి అవి ఇంకా అక్కడే ఉంటాయని నా ఆశ!

మేము ఒక చిన్న ద్వారంలో నుంచి దాటి బోసిగా ఉన్న ఎదురు గదిలో ప్రవేశించాము. అవతలి కొసన మసకగా వెలుతురు ఉన్న ఆవరణ ఉన్నది. అక్కడ ఒక పొట్టి ఆకారం నీడలలో నించొని ఉండటం చూశాను. నేను ఆయనకు దగ్గరగా వెళ్లి, నేను తెచ్చిన చిరు కానుక అర్పించి ప్రణామపూర్వకంగా వంగాను. ఈ ఆచారంలో గౌరవమర్యాదలు ప్రకటించడమే గాక, నాకు బాగా నచ్చిన కళాత్మక విలువ ఉన్నది. శ్రీ శంకర పోప్ లాంటి వారు కారని నాకు తెలుసు. హిందూత్వంలో అటువంటిదేమీ లేదు. కాని బహు విస్తారమైన మత అనుయాయులకు ఆయన గురువు, ప్రబోధకులు. యావత్ దక్షిణ భారతం ఆయన శిక్షణకు తలవంచుతుంది.

★

నేను నిశ్శబ్దంగా ఆయననే చూస్తున్నాను. ఈ పొట్టి మనిషి సాధువుల కావి రంగు అంగ వస్త్రం ధరించి ఉన్నారు. ఆ సాధు దండం మీద బరువు మోపారు.

ఆయన వయసు నలభైలోపు అని చెప్పారు. అప్పుడే ఆయన జుత్తు బాగా నెరిసి ఉండటం ఆశ్చర్యం.

చామనచాయ, నెరుపు రంగులలో వెలుగుతున్న ఆయన మహత్వ పూర్వమైన ముఖం నా స్మృతిలో మెదలిన చిత్రాలలో అగ్రస్థానం అలంకరించింది. ఫ్రెంచి వారు స్పిరిచ్యువల్ అని పిలిచే ఆ భ్రమగొలిపే దివ్యశక్తి ఆయన ముఖంలో వెలుగుతున్నది. ఆయన ముఖంలో నిరాడంబరత, సౌమ్యత ప్రతిఫలించుతాయి. విశాలమైన ఆయన నల్లని నేత్రాలు అత్యంత ప్రశాంతంగా, సుందరంగా ప్రకాశించుతున్నాయి. తిన్నని పొట్టి ముక్కు క్రమంగా చక్కగా అమరి ఉన్నది. గరుకైన చిన్నగడ్డం. ఆయన నోరు ప్రస్ఫుటంగా తెలుస్తుంది. ఆ ముఖం మధ్యయుగాలలో క్రిస్టియన్ చర్చ్‌ని అలంకరించిన పవిత్ర వ్యక్తుల ముఖం అయి ఉండవచ్చు. ఈ ముఖం వెల్లివిరిసే వివేకం ప్రత్యేక యోగ్యత. ఆచరణాత్మక పాశ్చాత్యులం మేం ఆయన నేత్రాలు స్వాప్నికుల నేత్రాలను తలపించుతాయి. ఆ భారమైన కనురెప్పల వెనుక కలలను మించినదేదో ఉన్నదని నాలో చెప్పరాని అనుభూతి.

''నాకు దర్శనం అనుగ్రహించి స్వామి అపార దయ చూపారు.'' పరిచయంగా నా పలుకులు.

ఆయన నా రచయిత సహచరుడి వైపు తిరిగి ప్రాంతీయ భాషలో ఏదో చెప్పారు.

''స్వామికి మీ ఇంగ్లీషు అర్థమౌతుంది. కాని ఆయన మాట్లాడేది మీకు అర్థం కాదని వారి భయం. కనుక వారి సమాధానాలను అనువాదం చేయుమని ఆయన కోరిక.'' అన్నారు వెంకటరమణి.

ఆ ఇంటర్వ్యూ తొలి భాగం ఈ హిందూ ప్రముఖులకంటె నన్ను గురించె ఎక్కువ ఉన్నది. కనుక అది త్వరగా ముగించుతాను. ఈ దేశంలో నా వ్యక్తిగత అనుభవాలను గురించి అడిగారు. భారతీయులు, సంస్థలు విదేశీయుల మీద ఎలాంటి ప్రభావాలు కలిగించుతాయో తెలుసుకోనటంలో ఆయన చాల ఆసక్తి కనబరచారు. ప్రశంస, విమర్శ స్వచ్ఛంగా నిర్మొహమాటంగా కలియబోసి నా అభిప్రాయాలు దాపరికం లేకుండా వెలిబుచ్చాను.

సంభాషణ తర్వాత విస్తార ప్రవాహమవుతుంది. ఆయన రోజూ ఇంగ్లీషు వార్తా పత్రిక చదువుతారని విని ఆశ్చర్యపోయాను. బాహ్య ప్రపంచంలో జరుగుతున్న ప్రస్తుత విషయాలు బాగా పరిచయం. వెస్ట్ మిన్ స్టర్ తాజా కబుర్లు ఆయనకు తెలియక పోలేదు. యూరప్‌లో దోగాడుతున్న ప్రజాస్వామ్యం కష్టాలు ఆయనకు తెలుసు.

శ్రీ శంకరులకు భవిష్యత్తును చెప్పగల అంతర్ దృష్టి ఉన్నదని వెంకటరమణి దృఢనమ్మకం. ఈ ప్రపంచ భవిష్యత్తును గురించి స్వామి అభిప్రాయం తెలుసుకోవాలని నా కుతూలహం.

''రాజకీయ, ఆర్థిక పరిస్థితులు సర్వత్ర ఎప్పుడు బాగుపడతాయని మీ ఉద్దేశ్యం?''

''మంచి మార్పు జరగటం, అందులోనూ త్వరగా జరగటం, సులభం కాదు.'' వారి సమాధానం. ''అది సమయం పట్టే వ్యవహారం. ప్రపంచ దేశాలన్నీ ప్రతి సంవత్సరమూ మారణ ఆయుధాల మీద ఖర్చు పెంచుతూ ఉంటే, అభివృద్ధి ఎలా సాధ్యం?''

''ప్రస్తుతం నిరాయుధీకరణను గురించి చాల మాట్లాడుతున్నాం గదా? అది సాధ్యపడుతుందా?''

''యుద్ధనౌకలు విరమించి, ఫిరంగులు తుప్పు పట్టినంత మాత్రాన యుద్ధాలు ఆగవు. కర్రలు కొణతాలుతో నైనా సరే ప్రజలు కొట్లాట కొనసాగించుతారు.''

''పరిస్థితులు బాగు చేసేది ఎలా?''

''దేశాల మధ్య, ధనికులకూ పేదలకూ నడుమ ఆధ్యాత్మిక అవగాహన కలిగితే తప్ప నిజమైన శాంతి, వికాసం సాధ్యం కావు.''

''అది బహుదూరాన ఉన్నది. అంటే మన పరిస్థితి ఏం బాగులేదు అనేగా!''

పరమాచార్య తన దండం మీద మరికొంత భారం వేస్తారు.

''దేవుడున్నాడు కదా!'' ఆయన సౌమ్యంగా అన్నారు.

''ఉంటే, ఆయన బహుదూరాన ఉన్నట్లు తోస్తున్నది.'' నేను ధైర్యం చేసి ఎదురుచెప్పాను.

''మానవులపట్ల దేవుడికి వాత్సల్యం తప్ప మరేమీ లేదు.'' మృదువైన సమాధానం

''ప్రపంచాన్ని పీడించే దుఃఖం, దౌర్భాగ్యం గమనించితే ఆయనకు నిర్లక్ష్యం తప్ప మరేమీ లేదని పించుతున్నది.'' ఆవేశంలో నేను రెచ్చిపోయాను. నా గొంతులో వ్యంగ్యపు విషం ఆగలేదు. స్వామి నావైపు వింతగా చూశారు. నా తొందర పాటుకు విచారించాను.

''సహనం గల వ్యక్తి మరికొంచెం లోతు చూస్తారు. సరయిన సమయంలో భగవంతుడు పరిస్థితులు చక్కదిద్దటానికి మనుష్యులనే పరికరాలుగా ఉపయోగించు తాడు. దేశాల మధ్య సంక్షోభం, ప్రజలలో క్రూరత్వం, కోట్లాది ప్రజల ఇక్కట్లు

వీటన్నిటికీ ప్రతిచర్యగా దివ్యపురుషుడు ఎవరో రక్షించటానికి వస్తారు. ఈ విధంగా చూస్తే ప్రతి శతాబ్దంలోనూ ఒక రక్షకుడు ఉన్నాడు. అదంతా భౌతికశాస్త్ర సూత్రాలలా పనిచేస్తుంది. అజ్ఞానం, భౌతికవాదాల కారణంగా దౌర్భాగ్యం ఎంత పెరిగితే ఈ ప్రపంచాన్ని కాపాడటానికి అంత ఘనమైన అవతారమూర్తి పుట్టుకు వస్తారు.''

''అయితే మన తరంలో కూడా ఎవరైనా అవతరించుతా రంటారా?''

''మన శతాబ్దంలో.'' ఆయన సరిదిద్దారు. ''తప్పకుండా. ప్రపంచానికి అత్యవసర సమయం, ఆధ్యాత్మిక అంధకార ప్రగాఢం. అవతారమూర్తి తప్పక పుట్టుకు వస్తారు.''

''అయితే ప్రజలు దిగజారి పోతున్నారని తమ ఉద్దేశ్యమా?'' నా ప్రశ్న.

''కాదు. నేను అలా అనుకోను.'' ఆయన ఓర్పుగా బదులు చెప్పారు. ''మనిషిలో దివ్యత్వం నెలకొని ఉన్నది. అదే మానవుడ్ని తిరిగి పరమాత్మకు చేరువ చేయాలి.''

''కాని మా పాశ్చాత్య నగరాలలో లోపల రాక్షసులు ఉన్నట్లు ప్రవర్తించే దుష్టులు ఉన్నారు.'' ఆధునిక గూండాలను గురించి ఆలోచించుతూ నేను ఎదురు చెప్పాను.

''అది వ్యక్తుల అపరాధం కాదు. వారి పరిసరాల ప్రభావం. వారి పరిసరాలు, పరిస్థితులు వారిని సహజ స్వభావాన్ని మించి చెడగొడుతాయి. తూర్పు అయినా పడమర అయినా ఒకటే. సమాజం పై అంతస్తుకు ఎదిగేలా చేయాలి. భౌతిక వాదం ఆదర్శంతో సరితూగాలి. ప్రతిచోట దేశాలను వేధించుతున్న సమస్యలు నిజానికి ఈ పరివర్తనను కలిగించే ప్రసవవేదన వంటివి. వైఫల్యము తరుచు మరొక మార్గం చూపే సైన్ పోస్ట్ వంటిది.''

''అంటే ప్రాపంచిక వ్యవహారాలలో ఆధ్యాత్మిక సూత్రాలు ప్రవేశపెట్టు మంటారా!''

''అదే పద్ధతి, ఆచరణకు అసాధ్యం కాదు. అందరికీ తృప్తి కలిగే ఫలితాలకు ఇది ఒక్కటే మార్గం. వచ్చిన తర్వాత అది త్వరగా అంతర్ధానం కాదు. ఆధ్యాత్మిక జ్యోతిని కనుగొన్న వ్యక్తులు ఈ భూమిమీద మరికొందరు ఉంటే అది మరింత త్వరగా వ్యాప్తి చెందుతుంది. భారతదేశం తన ఆధ్యాత్మిక వ్యక్తులను ప్రోత్సహించి, గౌరవించటమే విశిష్టత. ప్రస్తుతంకంటె పూర్వం ఈ ప్రోత్సాహం, గౌరవం మెరుగుగా ఉండేవి. ప్రపంచమంతా ఇదే అనుసరించి, ఆధ్యాత్మిక దృష్టిగల వ్యక్తుల మార్గ దర్శకత్వం అవలంబించితే, ప్రపంచమంతా శాంతిమయం అవుతుంది. అభివృద్ధి చెందుతుంది.''

మా సంభాషణ కొనసాగింది. శ్రీశంకర తూర్పును ప్రశంసించటానికి పడమరను తూర్పార పట్టరన్న విషయం త్వరగా గమనించాను. భూగోళం రెండు సగాలలో ఎవరి సుగుణాలు, దుర్గుణాలు వారికి ఉన్నాయి. కనుక సుమారుగా రెండూ సమానమే నంటారు ఆయన. వివేచనామయమైన మరొక తరం ఆసియా, ఐరోపా నాగరికతలలో ఉత్తమ అంశాలను కూడగట్టి ఉన్నతమైన సమగ్ర సామాజిక వ్యవస్థ నెలకొల్పవచ్చునంటారు. అది ఆయన ఆశయం.

నేను ఆ విషయాలు వదిలేసి, వ్యక్తిగత ప్రశ్నలు అడగటానికి అనుమతి కోరాను. వెంటనే శ్రమ లేకుండా అనుమతి మంజూరు అయింది.

"పరమాచార్యులు ఎంతకాలం నుంచి ఈ బిరుదు వహించి ఉన్నారు?"

"1910 నుంచి అప్పుడు నా వయసు పన్నెండు సంవత్సరాలు. నా నియామకం అయిన నాలుగు సంవత్సరాలకు కావేరి తీరాన ఉన్న గ్రామానికి తర్లాను. అక్కడ మూడు సంవత్సరాలు ధ్యానానికి, చదువుకు వినియోగించాను. ఆ తర్వాతనే నా సమాజ సేవ మొదలైంది."

"కుంభకోణం హెడ్ ఆఫీసులో మీరు చాల అరుదుగా ఉంటారనుకుంటాను."

"1918లో నేపాల్ మహారాజు నన్ను తను అతిథిగా ఉండుమని ఆహ్వానించారు. ఆ ఆహ్వానం అంగీకరించి నేను ఆయన రాష్ట్రం దిశగా నిదానంగా ఉత్తరానికి ప్రయాణం చేస్తున్నాను. కాని అన్ని సంవత్సరాలలో నేను కొన్ని వందలమైళ్లు మాత్రమే ముందుకు కదల గలిగాను. ఎందుకంటే మా సంప్రదాయం ప్రకారం దారిలో ఎదురయ్యే ప్రతి ఊరిలోను, లేదా నన్ను ఆహ్వానించే ఊరిలో నేను ఆగాలి. అక్కడి ఆలయంలో ప్రవచనం ఇవ్వాలి, ఆ గ్రామవాసులకు ఏదైనా బోధ చేయాలి."

నా అన్వేషణ విషయంలోకి వచ్చాను. అప్పటివరకు నేను కలుసుకున్న యోగులు, పవిత్ర మూర్తులను గురించి అడిగారు. ఆ తర్వాత నేను ఆయనతో నిర్మొహమాటంగా అన్నాను.

"యోగలో ఉన్నతస్థాయి సాధించినవారు, వారు చెప్పేదానికి ఒక ఋజువు, ప్రయోగాత్మకంగా చూపగలిగిన వారిని కలవాలని నా కోరిక. వారు చెప్పేదానికి ఋజువు అడిగితే మరొక భాషణ ఇచ్చే పెద్దలు మీలో అనేకులు ఉన్నారు. నా కోరిక శృతి మించి ఉన్నదా?"

ప్రశాంత నేత్రాలు నా కళ్లను కలిశాయి.

ఒక నిమిషం సేపు పూర్తి విరామం. పరమాచార్య తన గడ్డం వేళ్లతో నిమురు తారు.

"ఉన్నతస్థాయి యోగదీక్ష కోసం అన్వేషించుతున్నారంటే, నీ అన్వేషణ విశేషం ఏమీకాదు. మీ శ్రద్ధ, భక్తి మీకు సహాయ పడుతాయి. మీ దృఢ నిశ్చయం నేను గ్రహించాను. మీలో ఒక జ్యోతి మేలుకుంటున్నది. అది నిస్సందేహం మీ కోరిక తీరే మార్గం చూపించి తీరుతుంది."

ఆయన చెప్పింది సరిగా అర్థం చేసుకున్నానో లేదో తెలియదు.

"ఇంతవరకు దారి చూపటానికి నేను నా మీదనే ఆధారపడ్డాను. మనలో ఉన్న దేవుడి కంటె వెలుపల ఏ దేవుడూ లేదని మా ప్రాచీన ఋషులు కూడా చెప్పారు గదా!" నేను సాహసించాను.

సమాధానం తక్షణం వచ్చింది.

"దేవుడు సర్వత్ర ఉన్నాడు. ఆయనను ఒక్కరికే ఎలా పరిమితం చేయగలము. ఆయన సమస్త విశ్వాన్ని భరించుతున్నాడు."

నేను అందుకోలేక పోతున్నాననిపించింది. ఈ దివ్యభాషణ నుంచి మాట మలుపు తిప్పాను.

"నేను అనుసరించదగిన ఆచరణాత్మక మార్గం ఏది?"

"నీ పర్యటన కొనసాగించు. అవి ముగిసిన తర్వాత నీవు కలుసుకున్న యోగులు, పవిత్ర మూర్తులను గురించి ఆలోచించు. వారిలో నిన్ను అందరికంటే ఎక్కువ ఎవరు ఆకర్షించారో చూడు. ఆయన దగ్గరికి తిరిగివెళ్లు. ఆయన తప్పకుండా నీకు దీక్ష ఇస్తారు."

"కాని స్వామీ, వారిలో ఎవరూ నన్ను ఆకట్టుకొనక పోతే? అప్పుడేం చేయాలి?"

"అప్పుడు భగవంతుడే కన్పించి నీకు దీక్ష ఇచ్చేవరకూ నువ్వు స్వయంగా ఏకాకిగా పయనించాలి." క్రమం తప్పకుండా ధ్యానించు. ప్రేమార్ద్ర హృదయంతో ఉదాత్త విషయాలను గురించి చింతన చేయి. వీలయినంత తరుచుగా ఆత్మను గురించి ఆలోచించు, చింతన చేయి. అది ఆత్మను దరిచేరటానికి సాయపడుతుంది. అది అభ్యాసం చేయటానికి నిద్రమేలుకునే వేళ అత్యుత్తమం. ఆ తర్వాత సంధ్యాసమయం ఉత్తమం. ఆ సమయాలలో ప్రపంచం ప్రశాంతంగా ఉంటుంది. మీ ధ్యానానికి భంగం కలుగదు."

దయార్ద్ర హృదయంతో ఆయన నన్ను తదేకంగా చూస్తారు. గడ్డంతో ఉన్న ఆ సాధు ప్రశాంతత చూస్తుంటే నాలో ఈర్ష్య కలుగుతున్నది. నా హృదయాన్ని గాయపరచిన ఉపద్రవాలు ఆయన హృదయానికి తెలియవు. ఉద్రేకంలో

"నేను విఫలుడినైతే, సాయం కోసం మీ దగ్గరికి రావచ్చా?" అడిగాను.

శ్రీశంకరులు సున్నితంగా తలతిప్పారు.

''నేనొక ప్రజా సంస్థకు అధిపతిని. నా సమయం నాదికాదు. నా సమయం అంతా నా కార్యక్రమాలకే చాలదు. సంవత్సరాల తరబడి నేను రోజులో మూడు గంటలు మాత్రమే నిద్ర పోగలుగుతున్నాను. స్వంత శిష్యులను ఎలా చేర్చుకోగలను? అందుకు సమయం వినియోగించగల గురువును నువ్వు వెతుక్కోవాలి.''

''కాని అసలైన గురువులు అరుదు అంటారు. ఒక యూరోపిన్ కనుగొనలేక పోవచ్చునంటారు.''

నా మాట కవునన్నట్లు తల ఊపారు. ఆ తర్వాత.

''సత్యం తథ్యం. అది వెతికి పట్టుకోవాలి.'' అన్నారు.

''ఉన్నతమైన యోగ సత్యాలకు ఋజువులు చూపటానికి సమర్థులైన గురువులను మీకు తెలిసిన వారిని చేరే దారి చూపరా?''

స్వామీజీ దీర్ఘమౌనం తర్వాత.

''సరే నీవు కోరేది మీకు ఇవ్వగల గురువులు భారతదేశంలో నాకు ఇద్దరే తెలుసు. వారిలో ఒకరు బెనారస్‌లో నివసించుతారు. ఒక పెద్దభవనంలో దాగి ఉంటారు. ఆ భవనం విశాలమైన ప్రదేశంలో దాగి ఉన్నది. అతికొద్దిమందికే ఆయనను కలుసుకోవటానికి అనుమతి దొరికింది. ఇంతవరకు యూరోపియన్ ఎవరూ ఆయన ఏకాంతాన్ని ప్రవేశించలేక పోయారు. నిన్ను ఆయన దగ్గరికి నేను పంపవచ్చు. కాని యూరోపియన్ ప్రవేశానికి ఆయన నిరాకరించవచ్చునని నా భయం.''

''మరి ఆ ఇతర వ్యక్తి– ?'' వింతగా నా ఆసక్తి పెరిగింది.

''ఆ ఇతర వ్యక్తి ఇంకా దక్షిణాదిన లోపల ఉంటారు. నేనాయనను ఒకసారి దర్శించాను. ఆయన మహాగురువు అని నాకు తెలుసు. నువ్వు ఆయన వద్దకు వెళ్లమని నా సలహా.''

''ఎవరాయన?''

''ఆయనను మహర్షి[1] అంటారు. అరుణాచలం ఆయన నివాసం. అరుణాచలం పవిత్రజ్యోతి పర్వతం. అది ఉత్తర ఆర్కాట్ జిల్లాలో ఉన్నది. ఆయనను కనుక్కోవటానికి అనువుగా పూర్తి సూచనలు ఇవ్వనా?''

---

1. ఆ పదం సంస్కృతంలో నుంచి వచ్చింది. మహా అంటే గొప్ప: ఋషి అంటే ముని కనుక గొప్ప ముని అని అర్థం.

నా కళ్లముందు హఠాత్తుగా ఒక దృశ్యం మెదులుతుంది.

పచ్చదుస్తులు ధరించి తన గురువు వద్దకు తనతో బాటు రమ్మని నన్ను ఒప్పించటానికి మత అనుయాయి నాకు కనిపించారు. ఆయన గొణిగిన కొండపేరు నా చెవుల్లో ప్రతిధ్వనించింది. ''పవిత్ర జ్యోతి శిఖరం.''

''అనేక ధన్యవాదాలు స్వామీ! ఆ ప్రదేశానికి చెందిన గైడ్ నాకు తెలుసు.''

''అయితే అక్కడికి వెళ్తున్నావా?''

నేను తటపటాయించాను.

''దక్షిణాది నుంచి నా ప్రయాణానికి ఏర్పాట్లు అన్నీ పూర్తి అయ్యాయి.'' ఎటూ తేల్చుకోని సంశయంలో గుసగుసమన్నాను.

''అలా అయితే నాదొక అభ్యర్థన.''

''చెప్పండి స్వామి!''

''ఆ మహర్షిని కలవకుండా దక్షిణ భారతం విడువనని మాట ఇవ్వు.''

''నాకు సహాయం చేయాలనే బలమైన కోరిక ఆయన కళ్లలో స్పష్టంగా చూడగలను. మాట ఇచ్చాను. దయామయమయిన చిరునవ్వు ఆయన ముఖంలో వెలిసింది.

''ఆదుర్దా పడకు. నీ అన్వేషణ ఫలించుతుంది.''

వీధిలో గుంపు గొణుగుడు ఇంటిలోకి ఛేదించుకు వచ్చింది–

''మీ విలువైన సమయాన్ని నేను వ్యయం చేశాను.'' నేను క్షమాపణ వేడాను. ''నన్ను మన్నించండి.''

శ్రీ శంకరుల గంభీర ముద్ర సడలింది. నాతో బాటు ఎదురు గదిలోకి వచ్చి నా సహచరుడి చెవిలో ఏదో గుసగుసలాడారు. అందులో నాపేరు నాకు వినిపించింది.

తలుపు దగ్గర వెనుదిరిగి నా వీడ్కోలు ప్రణామం అర్పించాను. పరమాచార్య నన్ను వెనక్కు పిలిచి వీడ్కోలు సందేశం ఇచ్చారు:

''నవ్వు నన్నెప్పుడూ గుర్తుంచుకుంటావు. నేను నిన్ను సదా గుర్తుంచుకుంటాను.''

ఆ నిగూఢమైన మాటల వెనుక భావం వెతుకుతూ, బాల్యం నుంచి పరమాత్మ సేవకు అంకితమైన ఆ మహానుభావుడి సన్నిధినించి ఎంతో అయిష్టంగా వెనుదిరిగాను. ఆయన లౌకిక అధికారానికి అతీతులైన పీఠాధిపతి. ఆయన అంతా త్యజించారు, అంతా విరమించుకున్నారు. ఆయనకు కానుకలుగా దొరికిన వస్తువులన్నింటినీ, వాటి అవసరం ఉన్నవారికి ఇచ్చి వేస్తారు. ఆయన సుందరమైన, సున్నితమైన వ్యక్తిత్వం నా స్మృతిలో తప్పకుండా ఎన్నటికీ మెదులుతూ ఉంటుంది.

సాయంత్రం వరకూ కళాత్మకమైన ఆ ప్రాచీన సౌందర్యం శోధించుతూ చెంగల్పట్ కలయ దిరిగాను. ఇంటికి తిరిగి వెళ్లేముందు పరమాచార్యను చూడాలనే ఆశ.

ఆయన ఊరిలో పెద్ద ఆలయంలో ఉన్నారు. పచ్చని వస్త్రాలలో ఆ సన్నని సరళ మూర్తి స్త్రీ, పురుష, పిల్లల మహాసభలో ప్రసంగించుతున్నారు. అంతటి మహాసభను శ్రోతలు పరిపూర్ణ నిశ్శబ్దం పాటించుతున్నారు. ఆయన మాట్లాడే ప్రాంతీయ భాష నాకర్థం కాదు. కాని ఆయన అక్కడ ఉన్న ఆ బాలగోపాలాన్ని శ్రద్ధతో వినేట్లు వారి ధ్యాసను ఆకట్టుకున్నారని అర్థం చేసికోగలను. నాకు తెలియదు గాని, పరమ క్లిష్టమైన విషయాలను అతిసరళంగా ప్రసంగించగలరని నా ఉద్దేశ్యం. నాకు ఆయనలో అర్థమైన వ్యక్తిత్వం అది.

ఆయన ఆత్మసౌందర్యాన్ని ఎంత మెచ్చుకున్నా, ఆ విస్తారమైన ఆయన శ్రోతల అమాయక విశ్వాసం నాలో అసూయ రేపుతుంది. కనపడినంతమేర వారికి జీవితంలో పెద్ద సంశయాలు కలగవు. దేవుడు ఉన్నాడు: అంతే. ఆత్మ అంధకారంలో కొట్టుకు లాడటం అంటే ఏమిటి; ప్రపంచం అంతా అరణ్య రోదనం దృశ్యం అయినపుడు, దేవుడు నీడల శూన్యంలోకి మాయమైనపుడు, విశ్వంలోని మనం భూమి అని పిలిచే పరమాణువు మీద మానవ జీవితం ఎంత తృణప్రాయమో తెలిసినపుడు, ఇవన్నీ వారికి తెలియవని పించుతుంది.

తారలతో నిండిన నీలాకాశం క్రింద మేం చెంగల్పట్ దాటి బయటికి వచ్చాం. అనుకోని చల్లగాలి సాగర తీరాన తాటిచెట్లు ఠీవిగా తలూపుతుంటే వింటున్నాను.

నా మిత్రుడు హఠాత్తుగా ఆ నిశ్శబ్దాన్ని ఛేదించాడు.

''మీరు నిజంగా అదృష్టవంతులు.''

''ఎందుకని?''

''ఎందుకంటే ఇది పరమాచార్య ఒక యూరోపియన్ రచయితకు అనుమతించిన మొట్టమొదటి ఇంటర్వ్యూ.''

''అయితే – ?''

''మీకు ఆయన ఆశీస్సులు లభించాయి.'

★

నేను ఇంటికి చేరేసరికి అర్ధరాత్రి కావస్తోంది. ఆఖరు సారిగా పైకి చూశాను. ఆకాశమంతా తారామండలమై వెలుగుతున్నది. యూరప్‌లో ఎక్కడా ఇంత అసంఖ్యాకంగా కనుపించవు. వరండాకు వెళ్లేమెట్ల మీద టార్చిలైటు వెలుతురులో ఎక్కాను.

ఆ చీకట్లో కూర్చున్న ఆకారం లేచి నుంచొని నన్ను పలకరించింది.

''సుబ్రహ్మణ్య!'' భయపడ్డ నేను కేకపెట్టాను. ''ఇక్కడేం చేస్తున్నాడు?'' కావి గుడ్డల యోగి ఆ చివరి నించి ఈ చివరి వరకు ఇకిలించాడు.

''మిమ్మల్ని సందర్శించుతానని మాట ఇచ్చాను గద సర్!'' మందలింపుతో గుర్తుచేశాడు.

''అవును!''

గదిలో నేనతన్ని ప్రశ్న బాణం వేశాను.

''మీ గురువు. ఆయనను మహర్షి అంటారా!''

''ఆశ్చరంతో వెనుకకు తీయటం ఇప్పుడతని వంతు.''

''మీకెలా తెలుసు సర్! ఎక్కడ తెలుసుకున్నారు?''

''అది ముఖ్యంకాదు. రేపు మనం ఇద్దరం ఆయన వద్దకు వెళ్దాం'' నా కార్యక్రమం మారుస్తాను.

''ఇది సంతోష వార్త సర్!''

''కాని అక్కడ ఎక్కువ కాలం ఉండను. కొద్దిరోజులు బహుశ.''

ఆ తర్వాత అరగంటలో నేను అతనికి మరికొన్ని ప్రశ్నలు రువ్వుతాను. అప్పుడు పూర్తిగా అలిసిపోయి పడక ఎక్కాను సుబ్రహ్మణ్య నేలమీదున్న తాటిచాపమీద నిద్ర పోవటానికి తృప్తిగా సిద్ధం అయ్యాడు. నేను ఇస్తానన్న సుఖప్రదమైన పడక నిరసించాడు. ఒక సన్నని నూలు బట్ట చుట్టబెట్టుకున్నాడు. అదే ఆయన పరుపు, దుప్పటి. బెడ్ షీట్.

ఆ తర్వాత తెలిసింది హఠాత్తుగా మెలకువ రావటం. గది అంతా చీకటి. నాకేదో నా నరాలు బిగిసిన అనుభూతి. నా చుట్టూ వాతావరణమంతా విద్యుత్తు నిండిన గాలిగా తోచింది. దిండు క్రింది నుంచి వాచ్ తీసి రేడియం ముళ్ల వెలుగులో టైం పావు తక్కువ మూడు అని కనుక్కున్నాను. అప్పుడు నా పడక కాళ్లన ఒక ప్రకాశమానమైన వస్తువేదో ఉన్నదన్న స్ఫురణ కలిగింది. వెంటనే నేను లేచి కూర్చొని దానిని సూటిగా చూశాను.

అత్యాశ్చర్యపోయిన నా చూపుకు పరమాచార్య శ్రీశంకరుల ముఖం, రూపం దర్శనం ఇచ్చాయి. అది స్పష్టంగా, ఏమాత్రం సందేహం లేకుండా కన్పించింది. ఆయన పారదర్శకమైన భూతంలా గాక మాంసమయమైన మానవుడిగా దర్శనం ఇచ్చారు. ఆయన రూపం చుట్టూతా ఒక వింత వెలుగు ఆవరించి ఉన్నది. చుట్టూ ఉన్న చీకటి నుంచి ఆయనను వేరు చేస్తున్నది.

ఈ దృశ్యం అసంభవం. నేను చెంగల్పట్ లోనే ఆయనను విడిచి వచ్చాను గదా! ఆ విషయం పరీక్షించటానికి నేను గట్టిగా కళ్లు మూసుకున్నాను. అందులో తేడా ఏమీ లేదు. ఆయనను ఇప్పుడు కూడా స్పష్టంగా చూస్తున్నాను!

శ్రేయోదాయకము అయిన మిత్ర సన్నిధిలో ఉన్నానన్న భావం కలిగిందని చెబితే సరిపోతుంది. నేను కళ్లు తెరిచి పచ్చగుడ్డ కప్పుకొని ఉన్న ఆ దయామూర్తిని చూశాను.

ముఖం మారుతుంది. పెదవులు దరహాసంతో:

''నమ్రత పాటించు. నువ్వు అన్వేషించేది పొందుతావు.''

ఒక మనిషి నాతో మాట్లాడుతున్నట్లు ఎందుకనిపించుతున్నది? అది ఏదో భూతం అని నాకు ఎందుకు అనిపించటం లేదు?

ఆ దృశ్యం ఎంత నిగూఢంగా వచ్చిందో అంత నిగూఢంగా అదృశ్యం అయింది. తన లోకాతీత స్వభావంతో నేను కలత చెందలేదు. నేను సంతోషంగా ఉన్నాను. అది ఒక కల అనుకొని మర్చిపోనా? ఏమౌతుంది?

ఈ రాత్రి ఇక నాకు నిద్రరాదు. ఆనాటి సమావేశం, దక్షిణ భారతంలోని సామాన్య ప్రజకు భగవంతుడి అవతారం అయిన పరమపూజ్య శ్రీశంకరులతో మరుపురాని సమావేశం, ముఖాముఖిని గురించి యోచించుతూ మేలుకునే ఉన్నాను.

★★★

అధ్యాయం 9

పవిత్ర ధృవతార కొండ

దక్షిణ భారత రైల్వే, మద్రాసు స్టేషన్‌లో సిలోన్ బోట్ ట్రెయిన్‌లో నేనూ, సుబ్రహణ్య ఒక పెట్టెలో ఎక్కాం. అతిముఖ్యమైన రంగురంగుల దృశ్యాలు చూస్తూ మేం చాలాగంటలు ప్రయాణం చేశాం. పెరుగుతున్న వరిచేలు గంభీరంగా నిలుచున్న ఎర్రని కొండలు మారిమారి వస్తూ పోతూ ఉన్నాయి. ఠీవిగా నుంచొని నీడనిచ్చే కొబ్బరి తోటల వెనుకనే చెదురుమదురుగా కర్షకులతో వరిచేలు.

కిటికీ దగ్గర కూర్చొని చూస్తుండగానే భారత సంధ్య ప్రకృతి దృశ్యాన్ని త్వరగా మూసివేసింది. నేను ఇతర విషయాలు ఆలోచించటానికి ఉద్యుక్తుడినయ్యాను. బ్రమ ఇచ్చిన బంగారు ఉంగరం ధరించినప్పటి నుంచి నాకు జరుగుతున్న వింతసంఘటనలను తలుచుకుంటే ఆశ్చర్యం కలుగుతుంది. నా పథకాల రూపు మారిపోయింది: నేను అనుకున్నట్లు తూర్పుకు ప్రయాణం చేయకుండా నన్ను ఇంకా దక్షిణాదికి తరమటానికి అనుకోని సంఘటనలు జతగూడాయి. ఆ యోగి చెప్పినట్లు బంగారు గోళ్ల నడుమ ఉన్న రాయికి ఇంత నిగూఢ శక్తి ఉండటం సంభవమా అని నన్ను నేనే ప్రశ్నించుకుంటున్నాను. నా మనసును నేను ఎంత నిష్పక్షపాతంగా ఉంచినా. విజ్ఞాన వీధిలో శిక్షితుడైన పాశ్చాత్యుడికి ఆ ఆలోచనను అంగీకరించటం కష్టం అవుతుంది. ఆ ఊహాగానం నా మనసులోనించి తరిమి వేశాను. కాని, నా ఆలోచనలలోని సంశయాన్ని పారదోలలేక పోతున్నాను. నా అడుగులు ఎందుకు విచిత్రంగా నేను ఇప్పుడు ప్రయాణం చేస్తున్న కొండలోని ఆశ్రమానికి దారి తీస్తున్నాయి? పసుపు బట్టలు ధరించిన ఇద్దరు వ్యక్తులు నా అదృష్టానికి కర్తల లాగా నా అయిష్టమైన దృష్టిని మహర్షివైపు ఎలా మరల్చారు? అదృష్టం అనే పదాన్ని నేను మామూలు అర్థంలో వాడటం లేదు. అంతకంటే మంచి పదం దొరకక దానిని ఉపయోగించుతున్నాను. ప్రాముఖ్యం కానివిగా కనుపడే సంఘటనలు కొన్నిసార్లు జీవితాన్ని చిత్రించటంలో అనుకోని పాత్ర వహించుతాయని గత అనుభవం నాకు బాగా నేర్పింది.

మేము రైలునూ, దానితో బాటు మైయిన్ లైన్‌నూ పాండిచ్చేరికి నలభైమైళ్ల దూరంలో విడిచి పెడుతాం. భారతదేశంలో ఫ్రాన్స్ ఆక్రమించిన ప్రదేశాలలో విషాదకరమైన చిరు అవశేషం – పాండిచ్చేరి. మేము అల్పంగా ఉపయోగించబడే శబ్దం లేని రైలు మార్గం శాఖకు తరిలాము. ఈ రైలు మార్గం అంతర్గత ప్రదేశాలకు తీసుకు వెళ్తుంది. వెయిటింగ్ రూం చీకటిలో మేము సుమారు రెండుగంటలు నిరీక్షించాం. నా వెంట వచ్చిన సాధువు ఇంకా చీకటిగా ఉన్న బయటి ప్లాట్ ఫారం మీద పచార్లు చేస్తున్నారు. చుక్కల వెలుతురులో ఎత్తైన ఆయన ఆకారం సగం భూతంగా, సగం మనిషిగా కనిపించుతున్నది. చివరికి ఆలస్యంగా వచ్చిన ఆ రైలు మమ్మల్ని ఎక్కించుకు వెళ్లింది. ఆ రైలు ఈ మార్గంలో తక్కువ ప్రయాణించుతుంది. అందులో ప్రయాణీకులు బహుకొద్ది మంది.

నేను కొన్నిగంటలు కలలతో నిండిన కలత నిద్రపోయాను. నా సహచరుడు నన్ను నిద్ర లేపాడు. మేం ఎక్కడో రోడ్డు పక్క రైలు స్టేషన్‌లో దిగాము. రైలు కీచు శబ్దం చేసుకుంటూ చీకట్లోకి మాయం అయింది. రాత్రి ఇంకా ముగియలేదు. మేము ఏ పరికరమూ, ఏ సౌకర్యమూ లేని చిన్న వెయిటింగ్ రూంలో కూర్చున్నాం. అక్కడ ఉన్న చిన్న కిరోసిన్ దీపం మేమే వెలిగించుకున్నాము.

పగలు చీకటితో పోరాడి నెగ్గిన దాకా మేము ఓపికగా నిరీక్షించాము. మా గది వెనుక కిటికీ లో నుంచి పాలి ఉన్న ఉదయం కొద్దికొద్దిగా మెల్లగా పాకుతూ ఉంటే నేను ఆ మసక చీకట్లలో మా పరిసరాలను కనపడినంత మేర పరిశీలించుతున్నాను. ఉదయపు మసక వెలుతురులో కొన్నిమైళ్ల దూరాన ఉన్న ఒకే కొండ మకమకలాడే ఆకారం కనబడుతున్నది. నేలమట్టం చెప్పుకోదగినంత, భారీ వలయం శిఖరమే కనపడలేదు. ఉదయపు మంచుపొర ముసుగులలో దాగి ఉన్నది.

నాకు దారి చూపే వ్యక్తి ధైర్యం చేసి బయటకు వెళ్లాడు. అక్కడ చిన్న ఎద్దు బండిలో గురకలు పెడుతున్న మనిషిని చూస్తాడు. ఒకటి రెండు కేకలతో ఆ తోలే అతను ఈ లోకంలోకి వచ్చాడు. బాడుగ తనకోసం కాచుకుని ఉన్నదని గ్రహించాడు. మా గమ్యస్థానం తెలిసే సరికి అతని ఉత్సాహం రెట్టింపు అయింది. ఆ చిన్న వాహనాన్ని నేను అనుమానంగా చూశాను. రెండు చక్రాల మీద వెదురు కర్రల పందిరి. ఎలాగోలా మేం బండి ఎక్కాం. ఆ బండి మనిషి మా సామాను ఎక్కించాడు. మా సాధువు ఒక మనిషికి వీలయినంత తక్కువ చోటులో ఇరుక్కున్నాడు. నేను ఆ పందిరి కిందికి వంగి కాళ్లు బైట వేలాడేసి కూర్చున్నాను. తోలే అతను రెండు ఎద్దుల మధ్య కాడి మీద గొంతుకు కూర్చున్నాడు. ఆయన మోకాళ్ళు గడ్డానికి తగులుతున్నాయి. ఎలాగోలా వసతి కుదిరింది గనుక అతన్ని బయలుదేరదీశాం.

ఎద్దులు రెండూ, చిన్నవైనా, దృఢంగా ఉన్నాయి. అయినా మా ప్రయాణం నత్త నడకలా ఉన్నది. భారతదేశ మధ్యప్రదేశంలో ఈ జీవులు చాల ప్రయోజనకారులు. అవి ఎండను గుర్రాలకంటె ఎక్కువగా భరించగలవు. ఆహారం విషయంలో పట్టింపు తక్కువ. పల్లెలు, గ్రామాల ఆచార వ్యవహారాలు గతకొన్ని శతాబ్దాలుగా విశేషంగా మార్చలేదు. క్రీస్తు పూర్వం 100 లో మనిషిని ఒకచోటినించి మరొక చోటికి చేరవేసిన ఎడ్లబండ్లే 2000 ఏళ్ల తర్వాత ఈనాడూ ఆ పనే చేస్తున్నాయి.

మా బండితోలే అతని ముఖం సమ్మెట కొట్టిన కంచులా ఉంటుంది. ఆయనకు తన ఎద్దులంటే గర్వం. మెలిదిరిగిన వాటి కొమ్ములకు సొమ్ములు. కాళ్లకు గణగణలాడే గంటలు. వాటి ముక్కుతాడుతో వాటిని తోలుతాడు. మట్టి దారిన వాటి కాళ్లు కదం తొక్కుతుంటే నేను సూర్యోదయం చరచర ఎదగటం చూస్తున్నాను.

మా కుడి ఎడమలు రెండువైపులా ప్రకృతి ఆహ్లాదకరంగా ఉన్నది. ఇది బీడుపోయిన చదును నేలకాదు. ఎటుచూసినా కొండలు, గుట్టలు, కనబడుతాయి. రోడ్డు ఎర్రమట్టి నేల మధ్యలో. దారి పక్కన ముళ్లపొదలు, పొట్టి చెట్లతో, అవతల ఆకుపచ్చని వరిపొలాలతో సుందరంగా ఉన్నది.

శ్రమతో చిక్కిన ముఖంతో ఒక రైతు మమ్మల్ని దాటి పోయాడు. అతను పొలంలో రోజంతా చెమటోడ్చటానికి వెళ్తున్నాడనేది నిస్సందేహం. అంతలో ఇత్తడి నీటి బిందె తలమీద పెట్టుకుని వెళ్తున్న అమ్మాయిని దాటాము. ఒక ఎర్రవస్త్రం ఆమె శరీరాన్ని కప్పి ఉన్నది. కాని ఆమె బుజాలు ఆచ్ఛాదన లేకుండా నగ్నంగా ఉన్నాయి. ఒక ముక్కుకు ఎర్రరంగు రాయితో ఒక ఆభరణం. లేత ఎండలో ఆమె చేతిన రెండు బంగారు కంకణాలు మెరుస్తున్నాయి. ఆమె శరీరం నల్లరంగు ఆమె ద్రవిడ స్త్రీ అని చెబుతున్నది. ఆమాటకొస్తే బ్రాహ్మణులు, మహమ్మదీయులు తప్ప దాదాపు మిగిలిన వారంతా నల్లగానే ఉంటారు. ఈ ద్రావిడ స్త్రీలు మామూలుగా సరదాగాను, సంతోషంగా ఉంటారు. చామన చాయతో ఉండే ఈ దేశపు స్త్రీలకంటె వీరు ఎక్కువగా మాట్లాడుతారు. వారి గొంతు కూడా సంగీత స్వరంలా ఉంటుంది.

ఆ అమ్మాయి తన ఆశ్చర్యాన్ని దాచుకోకుండా మమ్మల్ని చూసింది. ఈ ప్రాంతాలకు యూరోపియన్లు రావటం అరుదని నా ఊహ.

ఊరు చేరేదాకా ఊరేగాము. అక్కడ ఇళ్లు సంపన్నంగా కనిపించాయి. ఇళ్లు అన్నీ ఒక పెద్ద ఆలయానికి రెండువైపులా గుంపుకూడి ఉన్నాయి. నా అంచనాలో ఆ ఆలయం పావుమైలు పొడుగు ఉంటుంది. ఆ ఆలయం విశాల ద్వారం చేరినపుడు ఆలయం నిర్మాణం ఎంత బృహత్తరమో సుమారుగా బోధపడింది. అక్కడ మేం ఒకటి రెండు నిమిషాలు ఆగాము. ఆ స్థలం ఈషద్దర్శనం కోసం లోపలకి తొంగి

చూశాను. ఆలయం పరిమాణమే కాక దాని వింత కట్టడం ఆ కట్టుకున్నది. ఇ:తకు ముందెన్నడూ నేను ఇటువంటి కట్టడంచూసి ఉండలేదు. ఘనమైన అంతర్భాగం చుట్టూ విశాలమైన చతురస్రం ఉన్నది. చుట్టూ ఎత్తుగా ఉన్న గోడలు వందలాది సంవత్సరాలు తీక్ష్ణమైన ఉష్ణదేశపు ఎండకు మాడి రంగు మారాయి. ప్రతి గోడలోను ఒక ద్వారం, ద్వారంపైన పెద్దపగోడాను పోలిన ఉపరి కట్టడం. ఈ ఉపరి కట్టడం శిల్పాలు చెక్కిన పిరమిడ్ లాగా అతిశయంగా అలంకరించి ఉన్నది. ఈ పెగోడా చాల అంతస్థులుగా విభజించి ఉన్నది. వెలుపలి భాగమంతా వివిధమైన బొమ్మలు, శిల్పాలతో అలంకరించి ఉన్నది. ఈ నాలుగు ప్రవేశ ద్వారాలు / గోపురాలు కాక ఆలయంలోపల ఇంకా ఐదుగోపురాలు లెక్కించాను. రేఖా మాత్రంగా అవి అన్నీ ఈజిప్ట్ పిరమిడ్‌లను తలపించేస్తాయి.

చివర్లో పొడవాటి వరండాలు, వరసలలో అనేకస్తంభాలు, మధ్యలో ఒక పెద్ద ఆవరణ, మసకగా మందిరాలు, చీకటిలో నడకలు. అనేక చిన్న భవనాలు. త్వరలో ఆసక్తికరమైన ఈ ప్రదేశాన్ని శోధించాలని మనసులో గుర్తుపెట్టుకున్నాను.

ఎద్దులు నడుస్తున్నాయి మేం మళ్లీ బయలు ప్రదేశానికి వచ్చేశాము. మాకు ఎదురయే దృశ్యాలన్నీ మనోహరంగా ఉన్నాయి. రోడ్డు మీద మట్టి ఎర్రరంగు. రోడ్డుకు రెండువైపులా పొదలు అక్కడక్కడ ఎత్తైన చెట్ల తోపులు. కొమ్మల్లో అనేక పక్షులు దాక్కుని ఉన్నాయి. వాటి రెక్కల చప్పుడు, ప్రపంచానికి మేలుకొలుపు పాడే వాటి బృందగానంతో తుది స్వరాలు వినవస్తున్నాయి.

దారి పొడువునా అక్కడక్కడ రోడ్డు పక్కన చిన్నచిన్న మందిరాలు అందంగా ఉన్నాయి. వాస్తు కళలో వాటిమధ్య తేడాలు ఆశ్చర్యకరం. అవి వివిధ శకాలలో నిర్మించబడినవని నా ఉపసంహారం. కొన్ని హిందూ పద్ధతిలో కొన్ని భారీగా అలంకారాలతో అతి అట్టహాసంగా చెక్కబడి ఉన్నాయి. పెద్దమందిరాలు నున్నని, చదునైన స్తంభాల మీద భారంమోపి ఉన్నాయి. ఇటువంటివి దక్షిణాదిన తప్పించి నేను ఎక్కడా చూడలేదు. రెండుమూడు మందిరాల రూపురేఖలు గ్రీకు కట్టడాలను పోలి ఉన్నాయి.

ఈ పాటికి మేం ఐదారు మైళ్లు ప్రయాణం చేశామని నా అంచనా. స్టేషన్ నుంచి నేను రేఖాచిత్రంలా గమనించిన కొండ క్రింది చరియలు చేరుకున్నాం. ఉదయం ఎండలో అది ఎరుపు, కావిరంగుల మహాకాయగా దర్శనం ఇస్తున్నది. ఇప్పుడు మంచు అంతా విడిపోయిపైన ఆకాశం స్పష్టంగా తెలుస్తున్నది. అదివివిక్తమైన కొండ ప్రదేశం. ఎర్రమన్ను, కపిలవర్ణం రాయితో బంజరు భూమి. చాలవరకు చెట్లు చేమలేని ప్రదేశం. బండరాళ్లు, గండశిలల చెదురు మదురుగా వున్నాయి.

''అరుణాచలం! పవిత్రమైన ఎర్ర పర్వతం!'' నా దృష్టి గమనించి నా సహయాత్రికుడు కేకవేశాడు. అతని ముఖంలో గాఢమైన ఆరాధ్య భావం. మధ్యయుగంనాటి సాధువులా క్షణకాలం అమితానందం అనుభూతి చెందాడు.

ఆయనను అడిగాను ''ఆ పేరుకు అర్థం ఏమైనా ఉన్నదా?''

''ఆ అర్థం ఇప్పుడే చెప్పాను.'' నవ్వుతో ఆయన సమాధానం.''ఆ పేరులో రెండు పదాలు ఉన్నాయి. అరుణ, అచల అంటే ఎర్రని, కొండ. ఆలయంలో దేవుడి పేరు కూడా అదే కనుక పూర్తి అనువాదం 'పవిత్రమైన ఎర్ర కొండ' అవుతుంది.''

''మరి పవిత్ర జ్యోతి మాటేమిటి?''

''సంవత్సరానికొకసారి ఆలయం స్వాములు ఉత్సవం జరుపుతారు. ఆ ఉత్సవం ఆలయంలో జరుగగానే, కొండమీద పెద్దమంట లేస్తుంది. ఆ జ్యోతికి విరివిగా వెన్న. కర్పూరం ఆహుతి అవుతాయి. ఆ జ్యోతి చాల రోజులు వెలుగుతుంది. మైళ్ల పర్యంతం దర్శనం ఇస్తుంది. ఆ జ్యోతిని చూసినవారు వెంటనే ప్రణమిల్లుతారు. ఈ పర్వతం పవిత్ర ప్రదేశం అనీ, ఇక్కడ ఒక పెద్ద దేవుడు కొలువై ఉన్నాడనీ అది సంకేతం.

పర్వతం మాకు పైగా హుందాగా ఆకాశాన్నంటుతున్నది. ఏకాకి అయిన ఈ శిఖరం అరుణ, కపిల వర్ణపు గండశిలలతో, చదునైన శిఖరాన్ని తెల్లని ఆకాశంలో వేల అడుగుల మేర చొచ్చుకుపోతున్న గరుకైన, కరుకైన దీవి. ఆ స్వామిజీ మాటలు నన్ను మంత్రించాయో, తెలియని మరే కారణంగానో, నేను ఆ పవిత్ర పర్వతం చిత్రాన్ని ధ్యానించుతుంటే, అరుణాల నిడువైన చరియలు ఆశ్చర్యంతో చూస్తుండగా నాలో ఒక వింతయిన విస్మయం, సంభ్రమం నాలో పెరుగటం గమనించాను.

''మీకు తెలుసా!'' నా సహచరుడు రహస్యం చెప్పినట్లు గుసగుస లాడాడు. ''ఈ పర్వతం కేవలం పవిత్ర స్థలమే కాదు. ఇక్కడి సంప్రదాయాలు ప్రపంచ ఆధ్యాత్మిక కేంద్రంగా దేవతలు దీన్ని ఇక్కడ స్థాపించారని అంటాయి.''

ఈ ఇతిహాసం నాలో నవ్వు పుట్టించింది! ఎంత అమాయకత్వం!

చివరికి మేము మహర్షి ఆశ్రమం చేరుతున్నామని తెలిసింది. రోడ్డు మలుపు తిరిగి ఒక కంకర బాటన కదిలి ఒక దట్టమైె కొబ్బరి మామిడితోపు దగ్గరికి చేరాం. ఇది దాటగానే రోడ్డు అకస్మాత్తుగా ముగిసింది. మేము ఒక గేటు ముందర ఉన్నాం. బండి తోలే అతను దిగి గేటు తెరిచాడు. మమ్మల్ని ఆవరణలోకి తీసికొని వెళ్లాడు. అక్కడ నేల చదును చేసి లేదు. పట్టుకు పోయిన నా అవయవాలు చాచి, క్రిందికి దిగి చుట్టూ చూశాను.

మహర్షి ఆశ్రమం ముందు భాగం దగ్గర దగ్గరగా పెరుగుతున్న చెట్లు, ఒత్తుగా తోటతో చుట్టి ఉన్నది. వెనుక, పక్కల పొదలు, జెముడు కంచె వేసి ఉన్నాయి. పడమట కొంచెం దూరాన చిట్టడవి. దట్టమైన అడవిగా కనపడుతున్నది. కొండ అడుగు చాలా సుందరమై పరిసరాలలో ఉన్నది. దూరాన ఏకాంతంలో గాఢ ధ్యానం అనుసరించ దలచిన వారికి అనువైన ప్రదేశం.

ఆవరణలో ఎడమవైపున గడ్డి కప్పిన రెండు చిన్న భవంతులు ఉన్నాయి. వాటి సరసనే ఒక దీర్ఘమయిన ఆధునిక కట్టడం. ఎర్ర పెంకుతో అమర్చిన కప్పు చూరు దిగుతున్నది. ముందువైపు ఒక చివరినించి రెండవ చివరి వరకు ఒక చిన్న వరండా ఉన్నది.

ఆవరణ మధ్య ఒక పెద్దబావి. నడుము వరకు ఏ ఆచ్ఛాదన లేని నల్లని పిల్లవాడు ఒకడు గిలక మీదుగా బకెట్‌తో నీళ్లు తోడుతున్నాడు.

మేము లోపలికి వచ్చిన శబ్దానికి ఆ భవంతులలోనించి కొందరు పురుషులు యివతలికి వచ్చారు. వారి దుస్తులలో విపరీతమైన వ్యత్యాసం. ఒకాయనకు పాత చినిగిన కొల్లాయి తప్ప మరేమీ లేదు. మరొకాయన సిల్క్ దుస్తులలో సంపన్నులు. వారు ప్రశ్నార్థకంగా మమ్మల్ని కన్నార్పకుండా చూశారు. నా సహచరుడు వారి ఆశ్చర్యం చూసి గట్టిగా ఇకిలించాడు వారి దగ్గరికి వెళ్లి తమిళంలో ఏదో చెప్పాడు. వారి ముఖంలో కవళికలు వెంటనే మారాయి. వారు ఏకగ్రీవంగా నవ్వి నావైపు సంతోషంగా చూసి ఉత్సాహం ప్రదర్శించారు. వారి ముఖాలు, వైఖరి నాకు నచ్చాయి.

''ఇప్పుడు మనం మహర్షి సభామందిరంలోకి వెళ్దాం,'' పచ్చ దుస్తులలోని స్వామి అన్నారు తనను అనుసరించుమని సైగ చేస్తూ. నేను పైకప్పులేని వరండా బయట ఆగి నా జోళ్లు విడిచాను. నేను కొనుక్కువచ్చిన ఫలాలు తీసికొని తెరచి ఉన్న ద్వారం ప్రవేశించాను.

★

ఇరవై నలుపు చామన–చాయ ముఖాలు మావైపు కళ్లుతిప్పాయి. వాటి స్వంతదారులు ఎర్రటి పెంకు నేలమీద అర్ధచంద్ర ఆకృతులలో కూర్చుని ఉన్నారు. ద్వారానికి కుడిమూలకు గౌరవంగా కొద్ది దూరాన కూడి ఉన్నారు. మా ప్రవేశానికి పూర్వం అందరూ ఆమూలకే తిరిగి ఉన్నారని తెలుస్తున్నది. అటువైపు ఒక క్షణం దృష్టి సారించాను. ఒక పొడవాటి తెల్ల దివాన్ మీద కూర్చొని ఉన్న ఆకారాన్ని గమనించాను. ఆయనే మహర్షి అని చెప్పటానికి ఆ ఒక్కచూపు చాలు.

నా గైడ్ దివాన్ సమీపించి నేలమీద సాష్టాంగ ప్రణామం చేశారు. అంజలి ఘటించిన చేతులలో తన కళ్లు దాచుకున్నారు.

ఆ దివాను గోడలో కిటికీ నుంచి కొద్ది అడుగుల దూరంలో ఉన్నది. ఆ వెలుగు మహర్షి మీద ప్రసరించుతున్నది. ఆయన కిటికీ లోనుంచి సూటిగా తదేకంగా చూస్తున్నారు. మేం ఆ వైపు నించి లోనికి వచ్చాం. ఆయన మూర్తి ప్రతివివరమూ స్పష్టంగా తెలుస్తున్నది. ఆయన తల చలించదు. నేను తెచ్చిన పండ్లు సమర్పించి ఆయన కంట పడాలనే ద్దేశ్యంతో ఆయనకు నమస్కరించి నిశ్శబ్దంగా కిటికీ దగ్గరకు వెళ్లి పండ్లు ఆయన ఎదురుగా ఉంచి ఒకటి రెండు అడుగులు వెనక్కు వేశాను.

ఆయన దివాను ముందర ఒక చిన్న ఇత్తడి కుంపటి ఉన్నది. దానినిండా మండుతున్న బొగ్గులు. అక్కడి నుంచి వచ్చే సువాసన ఆ బొగ్గులమీద ఏదో వాసన పొడి చల్లారని చెబుతున్నది. దగ్గరలోనే అగరు వత్తులతో నిండి నీలి, బూది రంగు పొగ వృత్తాలు గాలిలో తేలి వస్తున్నాయి. కాని ఘాటైన ఈ సువాసన వేరు.

ఒక సన్నటి నూలు దుప్పటి మడిచి నేలమీద పరిచి కూర్చున్నాను. దివాను మీద నిశ్చలంగా కూర్చున్న ఆకారం నావైపు తిరిగి నన్ను పలకరించుతుందేమో నన్న ఆశతో ఆయననే కన్నార్పకుండా చూస్తున్నాను. పలచని, సన్నని కొల్లాయి గుడ్డ తప్ప మహర్షి శరీరం మీద ఏ ఇతర ఆచ్ఛాదనా లేదు. ఆయన చర్మం రాగి రంగులో ఉన్నది. కాని సగటు దక్షిణాది మనిషి చర్మం కంటె పలచని రంగులో ఉన్నది. ఆయన పొడగరి అని నా అంచనా. ఆయన వయసు యాభై, యాభై అయిదు మధ్య ఉండవచ్చు. పొట్టిగా కత్తిరించిన నెరిసిన జుట్టుతో ఆయన తల మంచి ఆకృతిలో ఉన్నది. ఎత్తైన, విశాలమైన నుదురు ఆయన వ్యక్తిత్వానికి ప్రత్యేక వివేకాన్ని ఆపాదించుతుంది. ఆయన రూపురేఖలలో భారతీయత కంటె పాశ్చాత్య లక్షణాలు ఎక్కువ. ఇది నా తొలి భావన.

ఆయన పడక తెల్లని మెత్తలతో నిండి ఉన్నది. ఆయన పాదాలక్రింద అద్భుతమైన పులితోలు.

ఆ మందిరం అంతా సూదిపడితే వినిపించేటంత నిశ్శబ్దం. ఆ మౌని మా ప్రవేశం వల్ల ఏమీ చలించక, నిశ్చలంగా, స్థిరంగా ఉన్నారు. నల్లని ఒక శిష్యుడు దివాను అటుపక్క నేలమీద కూర్చొని ఉన్నాడు. వెదురు తడకలతో చేసిన పంకా ఒక తాడుతో లాగుతూ అతను నిశ్శబ్దాన్ని భగ్నం చేస్తున్నాడు. ఆ పంకా పై దూలానికి కట్టి మహర్షి తలకు పైన వేలాడుతున్నది. ఆయన కంట పడాలన్న ఆశతో ఆయననే కన్నార్పకుండా చూస్తూ, లయ బద్ధంగా పంకా నించి వస్తున్న శబ్దం వింటున్నాను. ఆయన కన్నులు గాఢమైన గోధుమవర్ణంలో సగటు పరిమాణంలో ఉన్నాయి. ఆయన కన్నులు తెరిచి ఉన్నాయి.

ఒకవేళ ఆయన నన్ను చూసి ఉంటే, ఆ సూచనేలేదు, సైగ అంతకంటె లేదు. ఆయనశరీరం ఒక విగ్రహం లాగ అసాధారణమైన నిశ్చలతలో ఉన్నది. ఆయన ఒక్కసారి కూడా నా చూపును గుర్తించలేదు. కారణం ఆయన కన్నులు దూరతీరాలలోని – అనంత దూర తీరం అని తోచుతున్నది – శూన్యంలోకి చూస్తున్నాయి. ఈ దృశ్యం ఎక్కడో చూసి నట్లు వింత స్మృతి. ఇటువంటిదే మరొకటి ఎక్కడ చూశాను? నా స్మృతి భాండారంలోని బొమ్మ గ్యాలరీ శోధించుతాను. అప్పుడు కనపడింది – పెదవి విప్పని యోగి బొమ్మ మద్రాసు పరిసరాలలో అతని ఏకాంత వాసంలో నేను దర్శించిన యోగి! ఆయన శరీరం రాతితో చెక్కిందా అనిపించేటంత నిశ్చలంగా కూర్చున్న వ్యక్తి! ఇప్పుడు మహర్షిలో నేను చూస్తున్న తెలియని నిశ్చలతలో ఆ పోలిక ఏదో వింతగా కనిపించుతున్నది.

మనిషి కళ్లను చూసి ఆత్మ లోతులు తెలుసుకొనవచ్చు ననేది నా ప్రాచీన సిద్ధాంతం. కాని మహర్షి కన్నులు చూసి నేను సంశయించుతాను, తికమక పడుతాను, గాభరా పడుతాను.

చెప్పరానంత నిదానంగా నిమిషాలు కదులుతున్నాయి. ఆశ్రమం గోడ గడియారం ప్రకారం అన్నీ కలిసి అరగంట అయాయి. అది గడిచి మొత్తం గంట అయింది. కాని మందిరంలో ఎవరూ కదిలిన జాడ లేదు. ఎవరికీ నోరు తెరిచే ధైర్యం లేదు. నా దృష్టి ఏకాగ్రత ఎంత వరకు చేరిందంటే, దివాను మీద ఉన్న ఆకారం తప్పించి మిగతావారి ఉనికే నేను మర్చిపోయాను. నేను సమర్పించిన పండ్లు ఆయన ఎదురుగా ఉన్న చిన్న నగిషీ బల్లమీద అడిగేవారు లేక పడి ఉన్నాయి.

పెదవి విప్పని యోగి వలెనే తన గురువు కూడా నన్ను ఆదరించుతారని నా గైడ్ నన్ను ముందర, హెచ్చరించలేదు. పూర్తిగా ఉదాసీనం అయిన ఈ స్వాగతం నాకు హఠాత్తుగా ఎదురైంది. 'ఈవ్యక్తి భక్తులను మాయ పుచ్చటానికి ఇలా వేషం వేస్తున్నాడా?'' అని యూరోపియన్‌కు కలిగే ఆలోచన నా మనసులోనూ ఒకటి రెండుసార్లు మెదిలింది. కాని వెంటనే దాన్ని బహిష్కరించాను. ఆయన నిస్సంశయంగా భావాతీత స్థితిలో ఉన్నారు. ఆ తర్వాత నా మనసులో కెక్కే ఆలోచన ''ఈ నిగూఢమైన ధ్యానం అర్థం లేని శూన్యం తప్ప మరేమీ కాదా?'' నన్ను మరికొంత ఆడించుతుంది. కాని నావద్ద దానికి సమాధానం లేదు కనుక దాన్ని కూడా వెలివేస్తాను.

ఇనుప ముక్కలు అయస్కాంతానికి అతుక్కున్నట్లు, ఈయనలో నా శ్రద్ధా సక్తులను పట్టి బంధించే శక్తి ఏదో ఈ మనిషిలో ఉన్నది. ఆయననుంచి నా చూపు మరల్చుకోలేక పోతున్నాను. విచిత్రమైన ఈ మనోహర బంధం నన్ను ఇంకా దృఢంగా పట్టివేస్తుంటే, నాలో సంభ్రమాశ్చర్యాలు, పూర్తి ఉదాసీనత పట్ల నా కలవరము

క్రమంగా వెలిసిపోసాగాయి. ఈ అసామాన్య దృశ్యం రెండు గంటల కాలం కొనసాగింది. అప్పటికి గాని నిశ్శబ్దమైన, ఎదురులేని మార్పు నాలో కలుగుతుండటం నా దృష్టికి రాలేదు. నేను రైలులో ఎంతో జాగ్రత్తగా, సక్రమంగా తయారుచేసి పెట్టుకున్న ప్రశ్నలన్నీ ఒక్కటొక్కటే నేలరాల సాగాయి. ఇప్పుడు ఆ ప్రశ్నలు అడిగినా అడగక పోయినా ఒకటే ననిపించుతున్నది. ఇంతవరకూ నన్ను వేధించిన సమస్యలన్నీ పరిష్కరించినా, పరిష్కరించక పోయినా ఒకటే ననిపించుతున్నది. ఇప్పుడు నా పక్కనే నిశ్శబ్ద నిశ్చలత ప్రవహించుతున్నట్లు మాత్రమే తెలుసు. మహాప్రశాంతత నా అంతరాంతరాలలోకి చొచ్చుకు వస్తున్నది. ఆలోచనలతో చిత్రవధ చెందుతున్న నా మనసు ఇప్పుడే విశ్రాంతి చెందుతున్నట్లు అనిపించుతున్నది.

అంత తరుచుగా నున్న నేను అడిగే ఆ ప్రశ్నలు ఇప్పుడు ఎంత అల్పంగా అనిపించుతున్నాయి! గత సంవత్సరాల దృశ్యమంతా ఎంత అర్థరహితంగా తోచుతున్నది? అప్పుడు మనసే తన సమస్యలను సృష్టించుకుంటుందనీ, ఆ తర్వాత వాటిని పరిష్కరించటానికి ప్రయత్నించుతూ తనను తనే దౌర్భాగ్య స్థితిలోకి ఈడ్చుకుంటుందనీ హఠాత్తుగా నాకు స్పష్టమైంది. ఇంతకాలము తెలివితేటలకు ఎంతో విలువ నిచ్చిన మనిషి తలలోకి ఇది సరికొత్త భావం.

రెండు గంటలు గడిచేసరికి నాలో పెరుగుతున్న విశ్రాంతికి దాసోహమన్నాను. మనసు సృష్టించే సమస్యలు ఛేదించబడి, విసర్జించ బడుతున్నాయి. కనుక ఇప్పుడు కాలం గడుస్తుంటే ఏ కోపతాపమూ కలగటం లేదు. అప్పుడు చైతన్యంలో ఒక కొత్త ప్రశ్న ప్రవేశించింది.

‘‘ఒక పువ్వు తన దళాలనుంచి సుగంధం విరజిమ్మినట్లు ఈ మహర్షి ఆధ్యాత్మిక శాంతి అనే సుగంధం వెదజల్లగలరా!’’

ఆధ్యాత్మికతను గ్రహించగల సామర్థ్యం నాకు ఉన్నదనుకోను. కాని ఇతరులకు వ్యక్తిగతంగా స్పందించుతాను. నాలో పెరుగుతున్న నిగూఢమైన శాంతికి ప్రస్తుతం నేనున్న భౌగోళ పరిస్థితి కారణం అని నా అనుమానం. మహర్షి వ్యక్తిత్వానికి ఇది నా స్పందన. కల్లోలితమైన నా ఆత్మప్రవాహంలో శాంతి ప్రవేశించటానికి ప్రయత్నించు తున్నదంటే, అది ఆత్మలోని ఏదో రేడియో యాక్టివిటీయా, ఏదో తెలియని దూరశ్రవణ ప్రయోగమా అని నా ఆశ్చర్యం, కాని ఆయన మాత్రం పూర్తిగా నిర్వికారంగా, నా ఉనికి గురించి ఏమీ తెలియనట్లున్నారు.

మొదటి చిరు తరగ మొదలైంది. ఎవరో నన్ను సమీపించి నా చెవులో ‘‘మహర్షిని మీరేమీ అడుగదలచలేదా!’’ అని గుసగుసలాడారు.

నా మాజీ గైడ్ సహనం కోల్పోయినట్లున్నారు. విరామం ఎరుగని యూరోపియన్‌గా నేను నా సహనం కోల్పోయినానని ఆయన ఉద్దేశ్యం అయి ఉండవచ్చు. నీ జిజ్ఞాస నాకు తెలుసు మిత్రమా! నిజంగానే నేను మీ గురువు గారిని ప్రశ్నలు అడుగుదామనే వచ్చాను, కాని ఇప్పుడు.... ప్రపంచ మంతటితోనూ నాతోనూ, నేను ప్రశాంతంగా ఉన్నపుడు ప్రశ్నలతో తలబాదుకోవట మెందుకు? నా ఆత్మనౌక లంగరెత్తుతున్నట్లు నా అనుభూతి: దాటవలసిన అద్భుత సాగరం ఎదుట ఉన్నది. నేను నా ఘనసాహసం ఆరంభించ బోతుండగా నన్ను మళ్లీ రేవులోకి వెనక్కు లాగుతున్నావు.

కాని మంత్రకట్టు చెదిరింది. దురదృష్టకరమైన ఈ చొరబాటు సంకేతంగా తీసికొని ఆకారాలు నేలమీది నించి లేచి హాల్‌లో కదలటం ప్రారంభించారు. స్వరాలు తేలి వచ్చి నా చెవులు సోకినాయి. ఓ – ఆశ్చర్యాలతో ఆశ్చర్యం! – మహర్షి గాఢ కపిలవర్ణ నేత్రాలు ఒకటి రెండుసార్లు రెప రెపలాడాయి! అప్పుడు తల తిరుగుతుంది. నిదానంగా, అతి నిదానంగా ముఖం కదిలి కొంచెం ముందుకు వంగింది. మరికొద్ది క్షణాల తర్వాత నన్ను ఆ దృష్టి పథంలోకి తెచ్చింది. తొలిసారిగా ఆ సాధువు నిగూఢ దృష్టి నా మీద పడింది. ఆయన తన సమాధి స్థితినుంచి వెలికి వచ్చారని విశదం అయింది.

నా నుంచి సమాధానం లేకపోవటంతో, ఆయన చెప్పింది నేను వినలేదేమో నన్న ఆలోచనతో గట్టిగా తన ప్రశ్న మళ్లీ అడిగారు హద్దు మీరిన నా మాజీగైడ్. కాని నావైపు చూస్తున్న ఆ మెరిసేకన్నులతో, మాటలలో చెప్పని, మరొక ప్రశ్న చదివాను.

''అందరికీ అందుబాటులో ఉన్న ప్రశాంతత చవిచూశావు గదా? ఇంకా నువ్వు కలవరపరిచే సందేహంతో సతమతవుతున్నావా? అవునా? అది సాధ్యమేనా?''

ప్రశాంతతలో నేను మునకలు వేస్తున్నాను. నేను నా గైడ్ వైపు తిరిగి ''లేదు. ఇప్పుడు నేను అడుగ వలసింది ఏమీ లేదు. మరెప్పుడైనా –''

నేను ఇక్కడికి రావటానికి గల కారణం మహర్షికి కాకపోయినా – అక్కడ చేరి ఉత్సాహపడుతున్న బృందానికి వివరించవలసిన సమయం వచ్చిందనుకుంటాను. నా గైడ్ ద్వారా అక్కడ చేరిన వారిలో ఒక ఐదారుగురు మాత్రమే ఆశ్రమంలో నివసించే శిష్యులనీ మిగిలినవారు దేశంలో నలుమూలల నుంచి వచ్చినవారని, తెలుసుకున్నాను. ఈ సమయంలో నా గైడ్ తనే వింతగా పూనుకొని. అవసరమైన పరిచయాలు పూర్తి చేశారు. అక్కడ చేరిన వారికి ఆయన అనేక భంగిమలు చూపుతూ. తమిళంలో ఉత్సాహంగా మాట్లాడారు. ఆయన వాస్తవానికి కల్పన బాగా జోడించారని వినేవారు వెలిబుచ్చే ఆశ్చర్యార్థక శబ్దాలు చెప్పకనే చెప్పుతున్నాయి.

★

మధ్యాహ్న భోజనం అయింది. సూర్యుడు మధ్యాహ్నం ఉష్ణోగ్రత నేను ఇంతకు మునుపు ఎన్నడూ ఎరుగని స్థాయికి నిర్దయగా పెంచాడు. ప్రస్తుతం మేం భూమధ్య రేఖకు దగ్గరలో ఉన్నాం కదా! భారతదేశ వాతావరణం ఏదో ఒకపనిని అనుక్షణం ప్రోత్సహించేది కానందుకు నేను సంతోషించాను. కృతజ్ఞతతో. ఎందుకంటే దాదాపు అందరూ మధ్యాహ్నం కునుకు తీయటానికి చెట్ల నీడలోకి మాయమయారు. నేను ఏ గొడవా లేకుండా మహర్షిని నాకు నచ్చిన రీతిలో సమీపించవచ్చు.

నేను ఆ పెద్ద హాల్‌లో ప్రవేశించి ఆయనకు చేరువగా కూర్చున్నాను. దివాన్ మీది తెల్లని బాలీసుల మీద ఆయన వాలి ఉన్నారు. ఒక నౌకరు పంఖా తాడు. లయతప్పకుండా లాగుతున్నాడు. ఆ తాడు మెత్తని శబ్దం, వేడిగాలిలో కదిలే పంకా ష్.. ష్...లు నా చెవులకు ఇంపుగా వినవస్తున్నాయి.

మహర్షి ఒక చేతిలో వ్రాసిన పుస్తకం మడిచి ఉన్నది. అందులో ఆయన ఏదో అతి మెల్లిగా వ్రాస్తున్నారు. నేను ప్రవేశించిన కొన్ని నిమిషాల తర్వాత ఆయన పుస్తకం పక్కన పెట్టి ఒక శిష్యుడిని పిలిచారు. వారి మధ్య తమిళంలో కొన్ని మాటలు. ఆ శిష్యుడు నేను వారి భోజనం తినలేక పోయినందుకు తన గురువు మరొకసారి చింత వెల్లడించుతున్నారని చెప్పాడు. తాము చాల సరళంగా జీవించుతామని, ఇంతవరకు యూరోపియన్లకు ఎవరికీ ఆతిథ్యం ఇచ్చి ఉండక పోవటంతో, వారు ఏమి తింటారో తమకు తెలియదని వివరించాడు. నేను మహర్షికి ధన్యవాదాలు అర్పించి, వారితో బాటు వారు తినే మసాలా వెయ్యని ఆహారం తింటానని చెప్పాను. ఇంకా అవసరమైతే ఊరిలోనుంచి ఏమైనా తెప్పించుకుంటానని చెప్పాను. నన్ను ఈ ఆశ్రమానికి తీసికొని వచ్చిన తపనతో పోల్చితే ఆహార సమస్య లెక్కలో రాదని జోడించాను.

మౌని ప్రశాంత ముఖంతో, తొణకక, ఎటూ చెప్పక, శ్రద్ధగా విన్నారు.

''అది మంచి లక్ష్యం.'' చివర్లో ఆయన వ్యాఖ్య.

ఆ మాట అదే విషయాన్ని మరింత వివరించటానికి నన్ను ప్రోత్సహించాయి.

''గురుదేవా, నేను పాశ్చాత్య వేదాంతం, విజ్ఞానం అధ్యయనం చేశాను. జనసందోహ మయమైన మా నగరాలలో ప్రజల మధ్య జీవించాను, పనిచేశాను. నేను సుఖసంతోషాలు రుచి చూశాను. వాటి గాఢవాంఛలు, అత్యాశలలో చిక్కుకున్నాను. అయినా నేను ఏకాంత ప్రదేశాలకు వెళ్లి అక్కడ దీర్ఘాలోచన ఏకాంతతలో తిరుగాడాను. పాశ్చాత్య పండితులను, జ్ఞానులను ప్రశ్నించాను. ఇప్పుడు తూర్పు ముఖంగా తిరిగాను. నేను మరికొంత వెలుగు చూపుమని వేడుతున్నాను.''

''తెలుసు అర్థమైంది.'' అన్నట్లు మహర్షి తల ఆడించారు.

''నేను అనేక అభిప్రాయాలు విన్నాను. అనేక సిద్ధాంతాలు ఆలకించాను. ఒక విశ్వాసం. కాకపోతే మరొకటి, వాటికి మేధోపరమైన ఋజువులు నా చుట్టూ కుప్పలు పడి ఉన్నాయి. వాటితో నాకు విసుగెత్తింది. ప్రత్యక్ష అనుభవం కలిగించనిది ఏదైనా నాకు అపనమ్మకమే. అలా చెపుతున్నందుకు మన్నించండి. కాని నాకు దైవభక్తి లేదు. మానవుడి భౌతిక అస్తిత్వానికి, ఉనికికి అవతల ఏమైనా ఉన్నదా? ఒకవేళ ఉంటే, అది నేను తెలిసి కొనటం ఎలా?''

మా చుట్టూ చేరిన ముగ్గురు నలుగురు భక్తులు ఆశ్చర్యంతో దిమ్మెర పోయి చూస్తున్నారు. వారి గురువుతో అంత మొరటుగా, ధైర్యంగా మాట్లాడి నేను ఆశ్రమ మర్యాదలను ఉల్లంఘించానా? నాకు తెలియదు. బహుశ నేను లెక్క చెయ్యను. ఎన్నో సంవత్సరాలనుంచి కూడగట్టుకున్న కోర్కె భారం అనుకోకుండా నా వశం తప్పి నా పెదవి దాటింది. మహర్షి సరి అయిన వ్యక్తి అయితే ఆయన నన్ను అర్థం చేసుకుని నా మర్యాద ఉల్లంఘనని మన్నించుతారు.

ఆయన నోట సమాధానం రాలేదు. కాని ఏదో ఆలోచనలో మునిగి పోయి నట్లున్నారు.ఇప్పుడు చేయవలసిందేమీ లేదు. ఎలాగూ నోరు జారాను గదా! మూడోసారి.

''మా పాశ్చాత్య మేధావులు, విజ్ఞానవేత్తలు, వారి తెలివితేటలకు ఘన ఆదరణ పొందుతారు. కాని జీవిత సత్యాలను గురించి ఎక్కువ చెప్పలేమని ఒప్పుకున్నారు. మా పాశ్చాత్య మునులు / ఋషులు తెలియచెప్పలేనిది వివరించగలవారు మీ దేశంలో కొందరు ఉన్నారంటారు. అవునా? జ్ఞానోదయం పొందటానికి మీరు సాయం చేయగలరా? లేకపోతే ఈ తపన, ఈ అన్వేషణ కేవలం భ్రమా?''

నేను అడుగదలచుకున్నది అడిగేశాను. ఇక మహర్షి సమాధానం కోసం కాచుకుని ఉన్నాను. ఆయన సాలోచనగా నన్నే కన్నార్పకుండా చూస్తున్నారు. బహుశ ఆయన నా ప్రశ్నలను గురించి ఆలోచించుతున్నారేమో! పది నిమిషాలు నిశ్శబ్దంగా గడిచాయి.

చివరికి ఆయన పెదవులు తెరుచుకున్నాయి. ఆయన మృదువుగా అడిగారు:

''నువ్వు 'నేను' అంటున్నావు. 'నేను తెలుసుకోవాలి.' ఆ 'నేను' ఎవరు? చెప్పు.''

ఆయన అనేది ఏమిటి? ఆయన దుబాసి సేవ వదిలి, నాతో నేరుగా ఇంగ్లీషులో మాట్లాడుతున్నారు. నా బుర్రలో అత్యాశ్చర్యం!

''మీరేం అడుగుతున్నారో నాకు అర్థం కావటం లేదు.'' పాలుపోని జవాబు.

''అర్థం కాలేదా! మరొకసారి ఆలోచించు.''

ఆయన మాటలు మరొకసారి తిరగేశాను. నా తలలో ఒక ఆలోచన మెరుస్తుంది. నా వైపు వేలు చూపుతూ నా పేరు చెప్పాను.

''అతను నీకు తెలుసా?''

''నా జీవితమంతా...'' నేను నవ్వుతూ ఆయనతో అన్నాను.

''కాని అది శరీరమే కదా? మళ్లీ అడుగుతున్నాను. 'నీవు' ఎవరు?''

ఈ ఆసాధారణ ప్రశ్నకు నా దగ్గర జవాబు లేదు.

మహర్షి మళ్లీ అన్నారు:

''మొదట ఆ 'నేను' ఎవరో తెలుసుకో. అప్పుడు నీకు సత్యం తెలుస్తుంది.''

నా మనసు మసక బారింది మళ్లీ. నేను పెద్ద అయోమయంలో పడ్డాను. ఈ సంభ్రమాశ్చర్యంలో నోటి వెంట ఏదో వచ్చింది. కాని మహర్షి ఇంగ్లీషు అంతటితో ఆగినట్లుంది. ఆయన దుబాసీ వైపు తిరిగారు. ఆయన జవాబు నాకు తర్జుమా అయింది.

''ఇప్పుడు చేయవలసింది ఒక్కటే. నీలోపలికి చూడు. అది సక్రమంగా చెయ్యి. నీ సమస్యలన్నిటికీ సమాధానం దొరుకుతుంది.''

ఇది విచిత్రమైన సమాధానం. కాని ఆయనను అడిగాను.

''నేనేం చెయ్యాలని? నేనే పద్ధతి అనుసరించాలి?''

''తన స్వభావాన్ని గురించి ప్రగాఢ చింతన, నిరంతర ధ్యానంతో వెలుగు చూడవచ్చు.''

నేను 'సత్యం' గురించి చాల ధ్యానం చేశాను. కాని ఏమీ అభివృద్ధి కనిపించలేదు.

''ఏమీ అభివృద్ధి జరుగలేదని ఎలా తెలుసు? ఆధ్యాత్మిక రంగంలో అభివృద్ధి అంచనా వేయటం సులభం కాదు.''

''గురువు సహాయం అవసరమా?''

''కావచ్చు.''

''మీరు చెప్పినట్లు తనలోకి చూడటానికి ఒక మనిషికి గురువు సాయపడ గలరా?''

''ఆ వ్యక్తి అన్వేషణకు అవసరమైనదంతా ఇవ్వగలరు. ఆ విషయం స్వానుభవంతో అవలోకించవచ్చు.''

''గురువు సాయంతో కొంతయినా జ్ఞానోదయం కలగటానికి ఎంతకాలం పట్టుతుంది?''

''అదంతా అన్వేషకుడి మనసు పరిక్వతను బట్టి ఉంటుంది. తుపాకి మందు తక్షణం మండుతుంది. బొగ్గుమండటానికి టైం పట్టుతుంది.''

గురువులు, వారి పద్ధతులను గూర్చి చర్చించటం మహర్షికి ఇష్టం లేదని నాకొక వింత అనుభూతి కలుగుతుంది. నా పట్టుదల ఈ అనుభూతిని తోసి రాజంటుంది. ఆయనను ఆ విషయం మీదనే మరొక ప్రశ్న అడిగాను. ఆయన నిర్వికారమైన ముఖం కిటికీ వైపు తిప్పి కిటికీలో నుంచి కొండ చరియల ప్రకృతి చూస్తూ ఉండిపోయారు. సమాధానం లేదు.

''మనం క్లిష్ట పరిస్థితులలో / సమయంలో జీవించుతున్నాం. ఈ ప్రపంచం భవిష్యత్తు ఏమిటో మహర్షి అభిప్రాయం తెలుపుతారా?''

''భవిష్యత్తును గురించి మీరెందుకు బాధపడుతారు?'' మౌని అడిగారు గట్టిగా.

''వర్తమానాన్ని గురించే మీకు సరిగా తెలియదు. వర్తమానాన్ని గురించి జాగ్రత్త వహించండి. భవిష్యత్తు తన జాగ్రత్త తను చూసుకొంటుంది.''

మరొక మందలింపు! ఈసారి నేను అంత సులువుగా వదలను! జీవితంలో విషాదాలు ప్రజల మీద విపరీతంగా ఒత్తిడి చేసే ప్రపంచం నించి వస్తున్నాను నేను ఈ ప్రశాంత అరణ్య ఆశ్రమంలా కాదు!

''ఈ ప్రపంచం మైత్రి, పరస్పర సహకారం యుగంలోకి అడుగు పెడుతుందా, లేక కల్లోలం, యుద్ధాలలోకి ప్రవేశించుతుందా?'' నేను వదలలేదు.

మహర్షి మాత్రం సంతోష పడినట్లు లేరు. అయినా సమాధానం చెప్పారు.

''ప్రపంచాన్ని పాలించే వాడు ఒకడు ఉన్నాడు. ఈ ప్రపంచభారం ఆయన బాధ్యత. ప్రపంచానికి ప్రాణం పోసిన వాడికి, దాన్నెలా కాపాడలో ఆయనకు తెలుసు. ఈ ప్రపంచ భారం వహించేది ఆయన. నువ్వు కాదు.''

''అయినా ఈ ప్రపంచాన్ని నిష్పక్షపాతంగా పరిశీలించితే, ఈ శ్రేయోదాయకమైన ఈ ఆదరణ ఎలా కలుగుతుందో తెలియటం కష్టం.''

మౌని ఆనందం మరికొంత కొరువడింది. అయినా ఆయన జవాబు:

''నువ్వు ఎలాగో ప్రపంచమూ అలాగే. నిన్ను నువ్వు అర్థం చేసికొనకుండానే, ప్రపంచాన్ని అర్థం చేసికొనటానికి ప్రయత్నించటంలో అర్థం ఏమున్నది? సత్యాన్వేషకులు ఈ ప్రశ్నను పట్టించుకోకూడదు. అటువంటి ప్రశ్నలతోనే ప్రజలు తమ శక్తి వ్యర్థం చేస్తారు. మొదట మీ వెనుక సత్యాన్ని తెలుసుకోండి. అప్పుడు ఈ లోకం వెనుక ఉన్న సత్యాన్ని తెలుసుకోగలుగుతారు. మీరు ఈ లోకంలో భాగమే కదా?''

అప్పుడొక అకస్మాత్తు విరామం. ఒక నౌకరు వచ్చి మరొక అగరు వత్తి వెలిగించాడు. మహర్షి ఆ నీలి ధూమం మెలికలు తిరుగుతూ పైకి పోతుంటే గమనించుతూ తన చేతి వ్రాత పుస్తకం చేతికి తీసికొన్నారు. ఆయన పుస్తకంలో పేజీలు తెరిచి తనపనిలో నిమగ్నులైనారు. తన ధ్యాసలో నుంచి నన్ను వెలికి పంపారు.

ఆయన నిర్లక్ష్యం నా ఆత్మగౌరవం మీద చన్నీళ్లు చల్లింది. నేను మరొక పావుగంట అక్కడే కూర్చున్నాను. ఆయన నా ప్రశ్నలకు సమాధానం చెప్పే మూడ్‌లో లేరని తెలిసికొన్నాను. మా సంభాషణ ముగిసిందని తెలిసి, నేను నేలమీది నుంచి లేచి, వీడ్కోలుగా చేతులు జోడించి, ఆయనను వదిలివెళ్లాను.

★

నేను ఆలయం పరిశీలించాలను కున్నాను. ప్రయాణ సాధనం ఒకటి తీసికొని రావటానికి ఒకరిని ఊరిలోకి పంపాను. వీలయితే గుర్రపు బండి తెమ్మన్నాను. ఎద్దుబండి చూడటానికి బాగానే ఉంటుంది గాని వేగానికి, సౌకర్యానికి దూరం.

నేను ఆవరణలోకి వచ్చేసరికి అక్కడ నా కోసం ఒక గుర్రపు బండి కాచుకొని ఉండటం గమనించాను. అందులో సీటు అంటూ ఏమీ లేదు. అటువంటి విషయాలు నన్ను ఇబ్బంది పెట్టడం మానేశాయి. తోలే అతను మట్టిపట్టిన ఎర్ర తలపాగాతో భీకరంగా ఉన్నాడు. ఆయన వంటిమీది మరొక గుడ్డ చలువ చేయనిది నడుముకు బిగించి, ఒక కొస కాళ్ల మధ్యనించి తీసి వెనుక నడుము దగ్గర దోపి ఉన్నది.

దుమ్ములో దూరపు సవారీ. చివరికి ఆ మహా ఆలయానికి ప్రవేశద్వారం పైపైకి వెళ్తున్న అంతస్థులు, అనేక శిల్ప విశేషాలతో మాకు స్వాగతం చెబుతుంది. నేను బండి దిగి తొలివిడత పైపై శోధన మొదలుపెట్టాను.

''అరుణాచల ఆలయం ఎంత పురాతనమైనదో నేను చెప్పలేను'' నా ప్రశ్నకు జవాబుగా నా సహచరుడి జవాబు. ''కాని చూడటానికి వందల సంవత్సరాల పురాతన మనిపించుతుంది.''

గేట్ల చుట్టూ, ఆలయానికి తోవలో కొన్ని దుకాణాలు, బడ్డీకొట్లు చెట్లక్రింద అమర్చి ఉన్నాయి. వాటి పక్కనే దేవుళ్ల పటాలు, ఇత్తడి శివుడు ఇంకా ఇతర దేవుళ్ల విగ్రహాలు అమ్మేవారు పేదగుడ్డలతో కూర్చుని ఉన్నారు. అక్కడ ఉన్న శివుడి విగ్రహాల సంఖ్య ఆశ్చర్యపరిచింది. మరొక చోట రాముడు, కృష్ణుడు రాజ్యం ఏలారు. నా గైడ్ అందుకు వివరణ ఇచ్చారు:

''మా ఇతిహాసాల అనుసారం ఒకసారి ఈ పవిత్ర పర్వతం మీద శివుడు ఒక జ్వాలగా దర్శనం ఇచ్చాడు. ఇది కొన్ని వేల సంవ్సరాల క్రితం జరిగి ఉండవచ్చు. ఆ

ఘటనకు జ్ఞాపకంగా ఆలయ పూజారులు సంవత్సరానికొకసారి ఆ అఖండ జ్యోతి వెలిగించుతారు. ఆ ఘటన ఉత్సవం చేయటానికీ ఆలయం నిర్మించి ఉంటారు. అందుకే శివుడు పర్వతాన్ని మించి పూజలు అందుకుంటాడు.''[1]

కొందరు యాత్రికులు ఊసుపోక దుకాణాలు తిరుగుతున్నారు. ఇక్కడ ఈ ఇత్తడి దేవుళ్ల విగ్రహాలు కాక, పురాణ గాథలలోని సంఘటనలు చిత్రీకరించిన బొమ్మలు, పటాలు తెలుగు తమిళ భాషలలో మచ్చలు, మరకలతో అచ్చొత్తిన మత విషయాల పుస్తకాలు, నమ్మకాన్ని బట్టి, కులాన్ని బట్టి నుదుట దిద్దుకోనటానికి విబూది, శ్రీచూర్ణం వగైరాలు. అమ్మకానికి పెట్టి ఉన్నాయి.

ఒక కుష్ఠు బిచ్చగాడు సందేహంగా నావైపు వచ్చాడు. అతని అవయవాల మీది మాంసం పడిపోతున్నది. నేను అతన్ని తరిమి వేయిస్తానో లేక జాలిచూపుతానో తేల్చుకోలేకుండా ఉన్నాడు. ఆ దుర్భర వ్యాధితో అతని ముఖం రాయిలా బిగిసి ఉన్నది. నాకు అతన్ని ముట్టుకోవటానికి భయం. కొంత బిచ్చం నేలమీద వేశాను. నాకే సిగ్గనిపించింది.

ఆ తర్వాత పిరమిడ్ లా బొమ్మలతో చెక్కి ఉన్న ప్రవేశద్వారం నా దృష్టిని ఆకర్షించింది. ఈజిప్ట్‌లో పిరమిడ్ పైన శిఖరం చెక్కివేస్తే ఎలా ఉంటుందో అలా ప్రవేశద్వారం ఉన్నది. మిగిలిన మూడు ద్వారాలతో కలసి అది గ్రామవాతావరణాన్ని శాసిస్తున్నట్లున్నది. వాటిని మైళ్ల దూరాన్నుంచే చూడవచ్చు.

ఆ పెగోడా ముందరి భాగం బహుశిల్పాలు, చిన్న విగ్రహాలతో అలంకరించి ఉన్నది. ఆ ఆకృతులన్నీ ఇతిహాస, పురాణాలనుంచి అవి విచిత్రమైన కలగూరగంపలా ఉంటాయి. కొందరు దేవుళ్లు భక్తమయ ధ్యానంలో నిమగ్నులై ఉంటారు. లేదా ప్రేమయమైన కౌగలింతలో మైమరచి ఉంటారు. ఆశ్చర్యకరమైన సమ్మిశ్రణం. హిందూత్వం అన్ని అభిరుచులకూ విందు చేస్తుందని జ్ఞాపకం చేస్తుంది. ఈ మతం అన్నిటినీ సహించుతుంది.

నేను ఆలయంలోని ఆవరణ ప్రవేశించాను. నేను ఒక బ్రహ్మాండమైన చతురస్రంలో ఉన్నాను. ఆ విశాలమైన కట్టడంలో స్తంభావళి, మంటపాలు, చావడులు, ప్రదర్శనశాలలు, మందిరాలు, గదులు, నడవలు, పైన కప్పు ఉన్న స్థలాలు, లేని స్థలాలు అన్నీ చిక్కగా, చక్కగా అమరి ఉన్నాయి. ప్రతి కట్టడంలోను స్తంభాలతో అందం సందర్శకులను భావావేశంలో కట్టి పడవేస్తుంది. ఏథెన్స్ వద్ద

---

1. మన పాశ్చాత్యులు ఈ దేవుళ్లను మత భావాలకు వ్యక్తి రూపాలుగా తలచవచ్చు. కాని హిందువులకు వారు నిజమైన దేవుళ్లనటంలో సందేహించరు.

దేవుళ్ళ ఆస్థానాలను పోలుతాయి ఈ కట్టడాలు. కాని ఇవి చీకటి రహస్యాల పవిత్ర పుణ్యస్థావరం. విశాలమైన రహస్యమందిరాలు వాటి ఏకాంతతో నాలో ఆశ్చర్యం మిళితమైన భీతి కలిగించుతాయి. ఆ స్థలం ఒక పద్మవ్యూహంలా ఉన్నది. నా సహచరుడు మాత్రం ధైర్యంగా నడుస్తున్నాడు. ద్వార గోపురాలు వెలుపల ఎఱ్ఱరాయి, రంగులతో ఆకర్షణీయంగా ఉన్నాయి. లోపల మాత్రం రాతి కట్టడం బూడిద రంగులో ఉన్నది.

మేము ఒక నిడువైన మంటపంలో నడిచాం. గోడలు దృఢంగా, చదునైన వింత శిల్పాల, స్తంభాలు పైకప్పును మోస్తున్నాయి. మేము మసక నడవలు, చీకటి మందిరాలు దాటి విశాలమైన నడమండపంలోకి ప్రవేశించాం. ఈ మండపం ఈ ప్రాచీన ఆలయం వెలుపలి ఆవరణలో ఉన్నది.

''వేయిస్తంభాల మండపం!'' ఆ కాలక్రమాన బూడిద రంగు పట్టిన ఆ కట్టడం నేను కన్నార్పకుండా చూస్తుంటే నా గైడ్ ప్రకటించాడు. దట్టంగా కట్టిన చదునైన భారీ స్తంభాలు వరుసలు తీరి శిల్పాలతో ఎదురుగా దర్శనం ఇచ్చాయి. ఆ ప్రదేశం నిర్మానుష్యంగా బావురుమంటున్నది. అక్కడి బ్రహ్మాండమైన స్తంభాలు మసక వెలుతురులో నిగూఢంగా తోస్తున్నాయి. వాటి బహుముఖాలమీద ఉన్న పురాతన చెక్కడాలు పరిశీలించటానికి నేను మరింత దగ్గరికి వెళ్లాను. ప్రతి స్తంభమూ ఒకే రాతితో చేసి ఉన్నది. ఆ స్తంభం మోసే పైకప్పు కూడా విశాలమైన చదును రాళ్లతో తయారైంది. దేవుళ్లు దేవేరులు శిల్పి మహత్త్వంతో వివిధ కేళీ విలాసాలలో తేలుతుండటం చూశాను. ఆ చెక్కడాలలో నాకు తెలిసినవి, తెలియనివి అనేక జంతువుల ముఖాలు నన్నే తేరిపార చూస్తున్నాయి.

ఈ స్తంభాల మంటపాలు ధ్వజస్తంభాల మధ్యగా నడుస్తూ మేము చీకటి నడవలు అక్కడక్కడ ప్రమిదలలో వెలుగుతున్న ఆముదపు దీపాలు దాటి మధ్యలో ఉన్న ఒక ఆవరణలోకి వచ్చాం. మరొకసారి ఎండ వెలుతురులోకి రావటం ఆహ్లాదకరంగా ఉన్నది. ఇప్పుడు లోపల గుడిమీద ఉన్నచిన్న గోపురాలు కనిపించుతున్నాయి. మాకు దగ్గరలో ఉన్న గోపురం పరిశీలనగా చూశాను. అది ఇటుకలతో కట్టిందని గ్రహించాను. దాని మీది అలంకరణ, విగ్రహాలు రాతిలో చెక్కిన శిల్పం కాదు – అవి మట్టితోనో, మరేదైనా గచ్చు, గారలతోనో చేసినవి కొన్ని బొమ్మలు రంగులు వేసి ఉన్నాయి కాని ఆ రంగులు ఇప్పుడు పాలిపోయి ఉన్నాయి.

ఆ ఆవరణలో ప్రవేశించి మరికొన్ని పొడవాటి చీకటి మార్గాలలో నడిచిన తర్వాత నా గైడ్ మేము గర్భాలయం చేరుతున్నామని, అక్కడ యూరోపియన్లను రానివ్వరనీ చెప్పాడు. పరమ పవిత్రుడైన స్వామి నాస్తికులకు, పాశ్చాత్యులకు

నిషిద్ధమేమో కాని గర్భగుడికి దారి తీసే నడక చివరినుంచి స్వామి ఈషద్దర్శనం చేయవచ్చు ఆయన హెచ్చరిక ధృవపరుస్తున్నట్లుగా మృదంగ నాదం, ఘంటా రావాలు, అర్చక స్వాముల మంత్రఘోష వినవచ్చాయి. ఆ ఆలయం చీకటి అవి అన్నీ కలసి విధమైన లయలో విపరీతంగా ధ్వనించుతున్నాయి.

నేను దూరం నించే చూశాను. ఆ చీకటిలోనుంచి విగ్రహం ఎదుటికి ఒక బంగారు జ్వాల పైకి లేచింది. రెండుమూడు దీపాలు, కొందరు భక్తులు ఏదో ప్రక్రియలో నిమగ్నులై ఉన్నారు. మంత్రాలు చదువుతున్న అర్చకుల రూపాలు స్పష్టంగా కన్పించటం లేదు. ఇప్పుడు శంఖనాదం, జేగంట అక్కడ సంగీతానికి తమ కరుకు శబ్దాలను జోడించాయి.

అర్చకులకు నేనక్కడ ఉండటం గిట్టక పోవచ్చు గనుక ఇక అక్కడ నించి కదలటం మంచిదని నా సహచరుడు సలహా గుసగుసలాడాడు. మేము అక్కడినించి కునుకుతున్న వెలుపలి ప్రాంగణం పవిత్రత లోకి వచ్చాం. నా శోధన ముగిసింది. మేము వెలుపలి గేటు చేరగా అక్కడ వయసు మళ్లిన బ్రాహ్మడు దారి మధ్యన కూర్చుని ఉన్నాడు. ఆయన ప్రక్కనే ఇత్తడి నీటి చెంబు ఉన్నది. నేను ప్రక్కకు తొలగవలసి వచ్చింది. ఆయన ఎడమ చేతిలో ఒక పగిలిన అద్దం ముక్క పట్టుకొని కుడిచేతితో తన కులం గుర్తును నుదుట దిద్దుతున్నాడు. ఆయన ముఖం మీది ఎరుపు తెలుపు త్రిశూలం సనాతన దక్షిణాది హిందువుకు చిహ్నం. పాశ్చాత్య నేత్రాలకు అది వికారమైనవింత కేటిగాడి రూపంలా తోచింది. ఆలయం గేటు దగ్గర పెట్టె కొట్లో ముడుతలు పడ్డముసలి వ్యక్తి, శివుడి విగ్రహాలు, చిన్నవి, అమ్ముతాడు. ఆయన నన్ను చూశాడు. నేను అక్కడ ఆగి ఆయన అడగకుండానే కొన్నాను.

ఊరి అవలపక్క మెరుస్తున్న తెల్లని పాలరాతి మినార్ కనిపించింది. నేను ఆలయం వదిలి మసీదుకు బయలుదేరాను. మసీదు అందమైన ఆర్చ్‌లు, గుమ్మటాల సుకుమార సౌందర్యం చూస్తే నాలో ఏదో పులకరింత కలుగుతుంది. మరొకసారి జోళ్లు విప్పి అందమైన ఆ తెల్ల భవనంలో ప్రవేశించాను. ఎంత బాగా అమరి ఉంది. కట్టిన దాని ఎత్తు ఎవరి మూడ్ నైనా ఉత్సాహ పరుస్తుంది. అక్కడ కొంతమంది భక్తులు ఉన్నారు. వారు తమ రంగురంగు చిన్న ప్రార్థనా దుప్పట్ల మీద కూర్చొని, మోకాళ్ల మీద వంగి ప్రణమిల్లుతారు. ఇక్కడ నిగూఢ మందిరాలు, చిత్ర విచిత్ర విగ్రహాలు, లేవు. ఎందుకంటే దేవుడికీ, మనిషికీ మధ్య ఏమీ – పూజారి కూడా – అడ్డు ఉండకూడదని ప్రవక్త చెప్పారు. అల్లా ఎదుట ఆరాధకులందరొకటే. మక్కావైపు తిరిగిన మనిషి ఆలోచనలు చెదరగొట్టటానికి పూజారి, పండితుడు, ఉన్నతుల పరంపర ఏదీ, ఎవరూ ఉండరు.

మేముపెద్ద బజారు గుండా తిరిగి వచ్చేటప్పుడు, షరాబుల అంగళ్లు, మిఠాయి దుకాణాలు బట్టల షాపులు, బియ్యం, దినుసుల కొట్లు వరుసగా ఉన్నాయి. ఆశ్రమానికి వచ్చేయాత్రికుల సౌకర్యార్థం. ఆశ్రమమే ఆ ఊరు ఏర్పడటానికి కారణం.

తిరిగి మహర్షి దగ్గరకు వెళ్లాలని నా ఆతృత. బండి తోలే అతను గుర్రాన్ని పరుగెత్తించటానికి ప్రయత్నించుతున్నాడు. నేను వెనుదిరిగి అరుణాచల ఆలయాన్ని చివరిసారిగా దర్శించాను. తొమ్మిది గోపురాలూ విజయస్తంభాలలాగా ఆకాశంలోకి దూసుకుపోతున్నాయి. భగవంతుడి పేరున ఎంత ఓర్పు, శ్రమ ఆ ఆలయం కట్టటానికి వెచ్చించారో ఆ గోపురాలు చెప్పకనే చెబుతున్నాయి. ఆ నిర్మాణానికి ఒక జీవితకాలం చాలదు. మళ్లీ ఈజిప్షియన్ పిరమిడ్ లతో పోలిక నా మనసులో ప్రవేశించింది. ఆ ఎత్తు తక్కువగా ఉన్నమందపాటి గోడలు చూస్తే మామూలు ఇళ్ల వాస్తుకూడా ఈజిప్ట్ స్వభావం చూపుతుంది.

ఈ ఆలయాలను విడిచి నిశ్శబ్దంలో బావురుమనేట్లు త్యజించే రోజు వస్తుందా? అవి పుట్టుకొచ్చిన ఆ ఎర్రమట్టిలోనే కలిసి పోయే రోజు వస్తుందా? లేకపోతే మానవుడు కొత్త దేవుళ్లను కనుగొని వారిని పూజించటానికి కొత్త ఆలయాలు కట్టుతాడా?

దూరాన శిలామయమైన కొండచరియలలో ఉన్న ఆశ్రమానికి గుర్రం పరుగులు తీస్తున్నది. ప్రకృతి మాముందు ఒక సుందర చిత్రకావ్యాన్ని పరుస్తున్నదని బిగబట్టి నా శ్వాస చెప్పింది. – సూర్యుడు రాత్రికి విశ్రమించ బోయేముందు ఆ వైభవము తూర్పు ఆకాశంలో చూసే గడియ కోసం ఎంతకాలం నించి నిరీక్షించుతున్నాను! తూర్పు దేశపు సూర్యాస్తమయం వివిధ వర్ణాల విచిత్ర విన్యాసాలతో హృదయ రంజకం. కాని యీ దృశ్యం అంతా త్వరగా, ఒక అరగంటలోగా అదృశ్యం అవుతుంది.

యూరప్‌లోని శిశిరకాలపు తారాడే సాయంకాలాలు ఇక్కడ తెలియను కూడా తెలియవు. పశ్చిమాకాశాన ఒక పెద్ద అగ్ని గోళం అడవిలోకి దిగటం మొదలు అవుతుంది. పూర్తిగా స్వర్గపు అంచులలోకి దిగబోయేముందు కళ్లు మిరుమిట్లు గొలిపే నారింజ రంగు పులుముకుంటుంది.ఆ చుట్టూ ఉన్న ఆకాశం అన్ని రంగులూ ప్రదర్శించుతుంది. అది ఏ చిత్రకారులూ ఊహించి రచించలేని వర్ణవిన్యాస వైచిత్రి. మా చుట్టు ఉన్న పొలాలూ, తోపులూ నిశ్చలతతో పరవశించుతున్నాయి. పక్షుల కిలకిలలు వినబడటం ఆగిపోయింది. కోతుల కిచకిచలు సద్దుమణిగాయి. ఆ ఎర్రని జ్వాలా ఆవృత్తం త్వరత్వరగా మరో దశలోకి పరివర్తనమవుతున్నది. సాయంకాలానికి తెరపడుతున్నది. త్వరలోనే జ్వాలా మాలికలు, విస్తరించిన వర్ణవిన్యాసాలు చీకటిలో మునిగిపోతాయి.

ఆ ప్రశాంతత నా ఆలోచనలలోకి దిగుతుంది. ఆ సౌందర్యము, లావణ్యము నా హృదయాన్ని తాకాయి. ఈ క్షణాలే జీవితంలోని కర్కశత్వం అడుగున ఉదారమైన సుందర శక్తి దాగి ఉన్నదా అని ఆలోచింపజేస్తాయి. అదృష్టం మనకు ప్రసాదించిన ఈ మధుర మనోహర క్షణాలను ఎవరైనా ఎలా మర్చిపోగలరు? ఈ అద్భుత క్షణాలు మన సామాన్య క్షణాలను సిగ్గుపడేలా చేస్తాయి. అవి చీకటి గోళాలలో నుంచి ఉల్కలలా వచ్చి తాత్కాలికంగా ఆశాజ్యోతి వెలిగించి మళ్లీ మన దృష్టికి అందకుండా మాయమవుతాయి.

★

తాటిచెట్లతో ఆవరించి ఉన్న ప్రాంగణంలో మేము ప్రవేశించాం. చీకటి నేపథ్యంలో చిత్రవిచిత్ర ఆకృతులు వెలిగించుతూ మిణుగురు పురుగులు ఆశ్రమం తోటలో ఎగురుతున్నాయి. నేను ఆ పెద్ద హాల్‌లో ప్రవేశించి నేలమీద చతికిలబడే సరికి, ఉదాత్త నిశ్శబ్దం ఇక్కడికి చేరి అంతటా వ్యాపించినట్లున్నది.

అక్కడ చేరిన బృందమంతా హాలు చుట్టూ వరుసలలో కూర్చొని ఉన్నది. వారి మధ్య ఏవిధమైన శబ్దమూ, పలుకూ లేవు. మూలనున్న పడక మీద కాళ్లు మడుచుకొని, చేతులు మోకాళ్లమీద నిర్వ్యాపారంగా చేరగిలి ఉండగా మహర్షి కూర్చుని ఉన్నారు. ఆయన ఆకారం సరికొత్తగా నాకు అతిసరళంగా, నమ్రత ఉట్టిపడుతూ దర్శనం ఇచ్చింది. దానికి తోడు హుందాగా, ఆకట్టుకుంటున్నది. ఆయన తల హోమర్ రచనలలో ఋషుల తలలా ఉదాత్త ప్రశాంతత ప్రసరించుతున్నది. ఆయన కన్నులు హాలు అవతలి చివరికి నిశ్చలంగా చూస్తున్నాయి. వింతయిన ఆ నిలకడ, నిశ్చలత ఎప్పటి వలెనే నిత్యనిగూఢం. ఆయన ఆ కిటికీలోనించి చివరి వెలుగురేకలు మాయమవటం చూస్తున్నారా లేకపోతే ఈ భౌతిక ప్రపంచం శూన్యమనిపించే కలలాంటి అమూర్త భావనలో మునిగి ఉన్నారా?

సాంబ్రాణి పొగ పైకప్పులోని వాసాలలో తేలుతున్నది. నేను స్థిరపడి నా చూపు మహర్షిమీద నిలపటానికి ప్రయత్నించాను. కాని కొద్దిసేపట్లో వాటిని మూయాలనే సుకుమార భావన/ప్రోద్బలం కలిగింది. ఏదో అగోచరమైన శాంతి నాకు జోలపాడి త్వరలోనే నన్ను అర్ధనిద్రలోకి పడత్రోసింది. ఆ ఋషి సామీప్యంలో నాలో ఇంకా గాఢంగా ప్రవేశించింది. చివరికి నా చైతన్యంలో విరామం, నాలో ఒక స్పష్టమైన కల.

నేను ఒక ఐదు సంవత్సరాల పిల్లవాడి నయినాను. అరుణాచల పర్వతం చుట్టి ఉన్న కరకు బాట మీద మహర్షి చెయ్యి పట్టుకొని నంచుని ఉన్నాను. ఆయన నా ప్రక్క పెద్ద ఆకారంలో నుంచొని ఉన్నారు. ఆయన ఒక బ్రహ్మాండమైన పరిణామానికి ఎదిగినట్లున్నారు. ఆయన నన్ను ఆశ్రమానికి దూరంగా నడిపించి తీసుకుపోతారు.

కన్ను పొడుచుకున్నా కనుపించని ఆ చీకటిలో నన్ను ఆ బాటన నడిపించారు. ఇద్దరమూ కలిసి నడుస్తాం. కొంచెం సేపటి తర్వాత చుక్కలు, చంద్రుడు కనిపించి, మా పరిసరాలకు మందమైన కాంతి ప్రసాదించారు. రాతినేలలో పగుళ్లు, ప్రమాదకరంగా నిలిచి ఉన్న గండశిలల మధ్యగా నన్ను జాగ్రత్తగా నడిపించుతున్నారు. కొండ నిటారుగా ఉండటాన మేము నిదానంగా మాత్రమే ఎక్కగలుగు తున్నాం. రాళ్లు, గండ శిలల మధ్య సన్నని చీలికల మధ్య, పొట్టిపొదల నీడల క్రింద చిన్న ఆశ్రమాలు, నివాసం ఉన్న గుహలు దృష్టికి వచ్చాయి. మేము అవి దాటుతుంటే, అక్కడి వారు మమ్మల్ని పలకరించటానికి వెలికి వచ్చారు. ఆ వెన్నెల వెలుగులో వారు రాక్షసుల లాగ కనిపించుతారు. వారంతా వివిధ రకాల యోగులని గుర్తించాను. మేము వారికోసం ఎక్కడా ఆగకుండా కొండ శిఖరం చేరినదాకా నడుస్తాము. చివరికి మేం ఆగుతాం. నాకేదో మరుపురాని సంఘటన జరుగ బోతున్నదనే వింత ఆ శాభావంతో నా గుండె దడదడలాడుతున్నది.

మహర్షి తల తిప్పి వంగి నా వైపు చూశారు. నేను ఆశాభావంలో ఆయన ముఖంలోకి చూశాను. నా గుండెలో, మనసులో వేగంగా రహస్యమైన మార్పులు కలగటం నాకు తెలుస్తున్నది. ఇంత క్రితం నన్ను లాలస పరిచిన పాత ప్రేరణలు నన్ను విడిచి పోనారంభించుతాయి. నా తోటి వారితో వ్యవహరించేటప్పుడు నాలో కలిగిన అయిష్టాలు, అపార్థాలు, నిరాదరణలు, స్వార్థం ఇప్పుడు అగాధమైన శూన్యంలో పడి మాయమవుతున్నాయి. చెప్పరాని శాంతి నన్ను కమ్మివేసింది. నేను ఇక జీవితంలో ఏమీ కోరనని ఇప్పుడు నాకు తెలిసింది.

అకస్మాత్తుగా మహర్షి నన్ను కొండ అడుగు దిశగా చూడమంటారు. నేను విధేయతతో ఆయన ఆదేశం అనుసరించాను. భూగోళంలో పశ్చిమార్ధగోళం అంతా అక్కడ పరిచి ఉండటం చూసి నేను ఆశ్చర్యపోయాను. అది లక్షలాది ప్రజలతో నిండి ఉన్నది. అవి అన్నీ అస్పష్ట ఆకారాలు గుంపులుగా కనిపించుతున్నాయి. రాత్రి చీకటి వారిని ఇంకా కమ్మి ఉన్నది.

ఋషి స్వరం నా చెవులకు చేరింది. ఆయన నిదానమైన పదాలు:

“నీవు తిరిగి అక్కడికి వెళ్లినపుడు ఇప్పుడు నువ్వు అనుభవించే శాంతి నీతోనే ఉంటుంది. కాని నువ్వు శరీరం, ఈ మనసులో ఉన్నాననే భావన పక్కన పెట్టాలి. అదే ఈ శాంతికి మూల్యం. ఈ శాంతి నీలోకి ప్రవహించినపుడు, నువ్వు నిన్ను మర్చిపోవాలి. ఎందుకంటే నీ జీవితం దానికి అర్పించివేశావు!”

అప్పుడు మహర్షి ఒక వెండి వెలుగు దారం ఒకకొస నా చేతిలో పెట్టారు.

ఆ అసాధారణమైన పరిస్ఫుట స్వప్నంలో నుంచి మేలుకున్నాను. చొచ్చుకు పొయ్యే దాని మహత్వం నన్ను ఇంకా పట్టి ఉన్నది. వెంటనే మహర్షి కన్నులు నా కళ్లను కలిశాయి. ఆయన ముఖం ఇప్పుడు నా వైపు తిరిగి ఉన్నది. ఆయన నా కళ్లలోకి సూటిగా నిశ్చలంగా చూస్తున్నారు.

ఆ కల వెనుక అంతరార్థం ఏమిటి? వ్యక్తిగత జీవితంలోని కోరికలు, చేదు అనుభవాలు ప్రస్తుతానికి అంతర్ధానం అయ్యాయి. నా కలలో అనుభూతి చెందిన నా పట్ల చెప్పరాని నిర్లక్ష్యం, ఇతరుల ఎడల అపారమైన జాలి, నేను మెలకువలో ఉన్న ఇప్పుడు కూడా నన్ను విడిచిపోలేదు. ఇది వింత అనుభవం.

ఆ కలలో ఏదైనా సత్యం ఉంటే, అది నిత్యం కాదు. నా పట్ల అది నిజం కాదు.

నేను ఎంతసేపు ఆ కలలో మునిగిపోయాను? ఎందుకంటే ఇప్పుడు హాలులో వారంతా లేచి నిద్రకు సిద్ధం అవుతున్నారు. నేనూ వారిని అనుసరించాలి. ఆ పొడవాటి గాలి ఆడని హాల్‌లో నిద్రపట్టటం కష్టం. నేను బయట ఆవరణలో పడుకోవటానికి నిశ్చయించుకున్నాను. తెల్లగడ్డంతో ఎత్తైన శిష్యులు ఒకరు వచ్చి నాకు ఒక లాంతరు ఇచ్చి రాత్రంతా దానిని వెలుగుతూ ఉండనివ్వ మన్నారు. పాములు, చిరుతల వంటి పిలువని అతిథులు రావచ్చు. వెలుతురు ఉంటే అవి దూరంగా ఉంటాయి.

నేల గట్టిగా ఉన్నది. నా దగ్గర పరుపు లేదు. ఫలితంగా కొన్నిగంటలు నాకు నిద్రపట్టదు. కాని ఫర్వాలేదు. నేను ఆలోచించ వలసింది చాలా ఉన్నది. జీవితం నా అనుభవంలోకి తెచ్చిన వారిలో మహర్షి అందరికంటె అర్థంకాని అద్భుత వ్యక్తి.

నా జీవితంలో మహత్తర క్షణాలు కలిగించేది ఏదో మహర్షి చేతిలో ఉన్నది. అది ఏమిటో నిర్ణయించటం నాకు సాధ్యం కాదు. అది అగోచరం, ఆలోచనకు అందనిది, బహుశ ఆధ్యాత్మికం. ఆయనను గురించి ఆలోచించిన ప్రతిసారీ నాకు ఆ స్పష్టమైన స్వప్నం గుర్తుకు వస్తుంది. నాలో ఒక వింత సంచలనం కలుగుతుంది. అస్పష్టమైన ఉన్నత అపేక్షతో నా గుండె దడ దడ లాడుతుంది.

★

ఆ తర్వాతి రోజుల్లో నేను మహర్షికి చేరువ కావటానికి ప్రయత్నించి విఫలుడినయాను. ఈ వైఫల్యానికి మూడు కారణాలు ఉన్నాయి. మొదటి కారణం సహజంగా ఆయన ముఖవైఖరి. వాదన ప్రతివాదనలకు, చర్చలకు ఆయన విముఖత. ఇతరుల నమ్మకాలకూ, అభిప్రాయాలకూ ఆయన ఉదాసీనత. ఆ ఋషికి ఎవరినీ తన భావాలకు అనుగుణంగా మార్చాలని గాని, తన అనుచరులుగా చేర్చుకోవాలని గాని ఆయనకు ఎంతమాత్రము కోరిక లేదని తేటతెల్లం అయింది.

రెండో కారణం తప్పకుండా విచిత్రమైనది. కాని ఉన్నది. ఆ వింత స్వప్నం కలిగిననాటి నుంచి, ఆయన సమక్షంలోకి వెళ్ళగానే నాలో విపరీతమైన సంభ్రమాశ్చర్యాలు కలుగుతాయి. నా నోటి నుంచి వదరుబోతు తనంగా, పిచ్చి కూతలుగా ఎగిసి పడే ప్రశ్నలు అణిగిపోతాయి. సామాన్య మానవుడిగా ఆలోచించి ఆయనతో సమానంగా మాట్లాడి, వాదించటం దైవదూషణ అనిపించుతుంది.

నా వైఫల్యానికి మూడో కారణం అతిసరళం. దాదాపు అన్నివేళలా ఆ హాలులో చాలమంది ఇతర వ్యక్తులు ఉంటారు. వారి ఎదుట నా వ్యక్తిగత ఆలోచనలు వెలిబుచ్చటం నాకు ఇష్టం ఉండదు. వారికి నేను కొత్తవాడిని, ఈ ప్రదేశానికి విదేశీయుడిని. నేను వేరే భాష మాట్లాడుతానని వారిలో కొందరనుకోవటం లెక్కలోకి రాని విషయం. కాని నా దృక్పథం మనుష్య ద్వేషమని, విశ్వాస రహితమని, మతోద్వేగం లేనిదనేది ముఖ్యవిషయం. ఆ దృక్పథం వెలిబుచ్చితే అది ఇంకా ప్రమాదం. వారి పవిత్రమైన వివశతను నొప్పించే అభిప్రాయం నాకు లేదు. ఆపైన నాకు నచ్చని విషయాలను చర్చించే కోరిక అసలే లేదు. ఏతావాతా నా నోరు కట్టుబడి పోయింది.

ఈ మూడు అడ్డంకులనూ దాటే సులువైన మార్గం కనుక్కోవటం అంత సులభం కాదు. అనేకసార్లు మహర్షిని ప్రశ్న అడిగినంత పని చేస్తాను. కాని పైమూడిటిలో ఏదో ఒకటి అడ్డుపడి నన్ను విఫలుణ్ని చేస్తుంది.

నేను అనుకున్న వారాంతం త్వరగా గడిచింది. అదే ఒక వారానికి పొడిగించాను. మహర్షితో ప్రయోజనకరమైన సంభాషణ అని చెప్పుకోదగింది. అదే మొదటిది, చివరిది ఇప్పటివరకు. ఒకటి రెండు యాంత్రికమైన, సాధారణమైన మాటలను మించి నేను ఆయన మనసును ఆకట్టుకోలేక పోయినాను.

ఒకవారం గడిచింది. నేను రెండో వారానికి పొడిగించాను. ప్రతిరోజు మహర్షి మానసిక ప్రశాంతత సౌందర్యాన్ని నేను గ్రహించ గలుగుతున్నాను. ఆయన చుట్టూ ఉన్న గాలిలోని ప్రశాంతత ఆనందించుతున్నాను.

నా సందర్శనంలో ఆఖరురోజు వచ్చింది. కాని నేను ఆయనకు చేరువకాలేదు. ఇక్కడ నా నివాసం ఉదాత్తమైన చిత్తవృత్తి, నిరాశామయమైన వైఫల్యాల మిశ్రణం. అందువల్ల మహర్షితో చెప్పకోదగిన వ్యక్తిగత సంపర్కం కలగలేదు. హాలు చుట్టూ పరికించి చూసి నిరాశ చెందాను. వీరంతా మాట్లాడే భాషలు – మనసులోపల, వెలుపల కూడా – వేరు. నేను వారికి ఎలా చేరువ కాగలను? నేను మహర్షికేసి చూశాను. ఆయన ఎక్కడో ఆకాశమంత ఎత్తున కూర్చొని జీవిత చిత్రాన్ని ఒక భాగంగా చూస్తారు. ఈ వ్యక్తిలో ఒక అగోచరమైన, అనిర్వచనీయమైన గుణం

ఉన్నది. నేను కలిసిన ఇతరులందరికీ, ఈయనకూ అదే వ్యత్యాసం. ఆయన ప్రకృతికీ, ఆశ్రమం వెనుక ఆకాశంలోకి ఎదిగిన ఆ శిఖరానికీ, దూరాన ఉన్న అరణ్యాలలోకి విస్తరించే పక్కనున్న చిట్టడవికీ, రోదసినంతా నింపివేసిన ఆకాశానికీ చెందుతారు ఆయన. ఆయన మానవులమైన మనకు చెందరు.

అరుణాచలంలోని శిలాప్రకృతి, అచల గుణం మహర్షిలో ప్రవేశించినట్లు అనిపించుతుంది. ఆయన ఈ అరుణాచలం మీద ముప్పై సంవత్సరాలుగా నివశించుతున్నారనీ, దానిని విడిచి ఒక అడుగు బయట పెట్టటానికి నిరాకరించుతారనీ తెలుసుకున్నాను. అంత గాఢమైన సంబంధం ఆయన వ్యక్తిత్వాన్ని తప్పకుండా ప్రభావితం చేసి ఉండాలి. ఆయనకు ఈ కొండ అంటే అమితప్రేమ అని నాకు తెలుసు. మహర్షి ఈ కొండకు తనకు గల అనుసంధాన్ని తెలుపుతూ వచించిన ఒక గేయాన్ని ఎవరో అనువదించారు. ఈ ఒంటరి పర్వతం అరణ్యం చివరి నించి లేచి తన గుండ్రని శిఖరాన్ని ఆకాశంలోకి ఎత్తినట్లే. ఈ విచిత్ర వ్యక్తి ఒంటరి ఘనతతో, కాదు అద్వితీయతతో ఈ సాధారణ మానవారణ్యంలో నించి తన తల పైకి ఎత్తుతారు. పరిసరాలలో చుట్టి ఉన్న కొండల వలయం మధ్య పవిత్ర జ్యోతి అరుణాచలం వేరుగా ఒంటరిగా ఉన్నట్లే, తనను ఆరాధించుతూ తనతో నివసించుతున్న తన భక్తుల మధ్య చెప్పసాధ్యం కానంత ఒంటరిగా ఉంటారు. ఈ పవిత్ర పర్వతంలో వింతగా ప్రతిఫలించే అవ్యక్తము, అభేద్యము అయిన ప్రకృతి స్వభావం ఎలాగో ఆయనలో ప్రవేశించింది. బలహీనులైన ఆయన అనుచరులనుంచి ఆయనను – బహుశ శాశ్వతంగా – వేరు చేసింది. ఆయన మానవమాత్రుడైతే బాగుండు ననిపించుతుంది. కొన్నిసార్లు. మన మామూలు అనుకొనే దానికి అప్పుడు ఆయన కూడా వశులవుతారు. అప్పుడు ఆయన ఎదుట మనం కనబరిచే బహీనతలను మన్నించి, అభిమానించుతారు. కాని, నిజంగానే ఆయన మానవాతీతమైన జ్ఞానోదయం సంపాదించి ఉంటే, మందమతి అయిన ఈ మానవజాతిని శాశ్వతంగా త్యజించకుండా, ఆ స్థితి నుంచి ఎదగగలరని ఎవరైనా ఎలా అనుకోగలరు? ఆయన విచిత్రమైన చూపులో నాకేదో బ్రహ్మాండమైన ఈశ్వరాదేశం కలుగబోతున్నదనే విచిత్రమైన అపేక్షానుభూతి ఎందుకు కలుగుతుంది?

కాని, ప్రత్యక్షంగా అనుభవంలోకి వచ్చే ప్రశాంతత, నా స్మృతిలో తారలా నిలిచి పోయిన ఆ స్వప్నం తప్పించి నాకు మరే ఆదేశమూ రాలేదు. కాలచక్రం పరుగెత్తుతుంటే నా తెగింపు తగువులాడుతున్నది. పదిహేను రోజులలో ఒకే ఒక సంభాషణ – దానికేమైనా అర్థం పర్థం ఉంటే! ఆ మౌని స్వరం ఆకస్మాత్తుగా ఆపటం కూడా నాకు ఆయనను దూరం చేసింది. ఆ పచ్చబట్టల స్వామి నన్ను ఇక్కడికి

పంపటానికి ఎన్ని ఘనమైన ప్రలోభాలు చూపారో నాకు బాగా జ్ఞాపకం. కాని ఇక్కడ దొరికిన అనుకోని స్వాగతం నాకు అలవాటు లేదు. ఇప్పుడు అందరికంటె ముఖ్యంగా ఆ ఋషి నోరు విప్పాలనేది నన్ను వేధించేకోరిక. ఒకే ఆలోచన నా మనసును ఆవహించింది. ఏదో తర్కంలో ఆ ఆలోచన కలుగదు; అది అడగకుండా తనంతట తానే వస్తుంది.

''ఈ మనిషి అన్ని సమస్యలనూ వదిలించుకున్నారు. ఆయనను ఇక ఏ విచారము అంటదు.''

''నెత్తిన ఎక్కి కూర్చునే ఆలోచన సారాంశం అదీ!''

నా ప్రశ్నలకు స్వరం ఇచ్చి వెలికి తేవాలని, మహర్షిచేత వాటికి సమాధానాలు చెప్పించాలని నిశ్చయించుకున్నాను. పక్క కుటీరంలో పనిచేసుకుంటున్న ఒక వృద్ధశిష్యుల దగ్గరికి వెళ్లాను. ఆయన నా పట్ల ఎంతో దయగా ఉన్నారు. ఈ వెళ్లబోయే ముందు వారి గురువుతో ఆఖరిసారి మాట్లాడాలన్న నాకోరికను ఆయనకు అత్యాదరంగా విన్నవించాను. ఆ ఋషితో నేరుగా వ్యవహరించటానికి సిగ్గుగా ఉన్నదని ఒప్పుకున్నాను. ఆ శిష్యులు జాలిగా నవ్వారు. ఆయన లేచి వెళ్లి త్వరలోనే తిరిగి వచ్చి గురువుగారు నాతో ముఖాముఖి మాట్లాడటానికి అనుమతించారన్న వార్త తెచ్చారు.

నేను త్వరగా హాల్‌కు చేరి దివానుకు సమీపంలో సౌకర్యంగా కూర్చున్నాను. వెంటనే మహర్షి నావైపు తిరిగారు. ఆయన నోరు చిరుదరహాసంతో నాకు స్వాగతం పలికింది. వెంటనే నా మనసు తేలిక పడింది. నా ప్రశ్న మొదలైంది.

''సత్యం తెలుసుకోవాలంటే, ఈ ప్రపంచాన్ని త్యజించి ఏకాంతమైన అరణ్యాలకో పర్వతాలకో వెళ్లాంటారు యోగులు. మా జీవితాలు వేరు. పశ్చిమ దేశాలలో ఇది అసాధ్యం. మీరు ఆ యోగులతో ఏకీభవించుతారా?''

మహర్షి ఒక బ్రాహ్మణ శిష్యుడి వైపు తిరిగారు. అతని ముఖంలో వర్చస్సు ఉన్నది. ఆయన సమాధానం ఆ శిష్యుడు అనువదించాడు.

'కర్మను త్యజించనవసరం లేదు. రోజుకు ఒకటి రెండు గంటలు ధ్యానించితే మీ పనులు చేసుకుంటూ ఉండవచ్చు. మీరు సక్రమంగా ధ్యానించితే, మీ పనిలో కూడా దాని ప్రభావం ప్రతిఫలించుతుంది. అది ఒకే భావాన్ని రెండు విధాలుగా తెలుపటం వంటిది. మీ ధ్యానంలో మీరు అనుసరించే మార్గమే పనిలో కూడా వ్యక్తీకరించబడుతుంది.''

''అందువల్ల ఫలితం ఏమిటి?''

''అలా చేస్తూ ఉంటే మనుష్యులు, సంఘటనలు, వస్తువుల పట్ల మీ వైఖరి క్రమంగా మారుతుంది. మీ చర్యలు తమంతట తామే మీ ధ్యానమార్గం అనుసరించుతాయి.''

''అయితే యోగులు చెప్పేది మీరు అంగీకరించరా?'' నేను ఆయనను నిలదీసి ప్రశ్నించాను.

మహర్షి సూటిగా సమాధానం చెప్పకుండా తప్పించుకుంటారు.

''ఈ ప్రపంచానికి బంధించి ఉంచే వ్యక్తిగత స్వార్థాన్ని మనిషి త్యజించాలి. బూటకపు వ్యక్తిత్వాన్ని వదిలి పెట్టటమే అసలైన పరిత్యాగం.''

''లౌకిక జీవితంలో నిస్వార్థం ఎలా సాధ్యం?''

''కర్మకు, వివేచనకు మధ్య విరోధం, సంఘర్షణ లేవు.''

''అంటే, ఎవరైనా సరే తన వృత్తిలో అన్నిపనులూ చేస్తూనే జ్ఞానోదయం పొందవచ్చునంటారా?''

''ఎందుకు కాదు? అయితే, అప్పుడు పనిచేస్తున్నది తన పాత వ్యక్తిత్వం అని ఆలోచించరు. ఎందుకంటే ఆ చిరు 'నేను' కు అతీతమైన 'దానిలో' ఏకం అయేటంత వరకూ మనిషి చైతన్యం మారుతునే ఉంటుంది.''

''ఉద్యోగం / వృత్తిలో ఉన్న వ్యక్తికి ధ్యానించటానికి సమయం దుర్లభం.''

నా ప్రశ్నతో మహర్షి ఏమీ చలించలేదు.

''ధ్యానానికి సమయం కేటాయించటం అనేది ఆధ్యాత్మిక శిశువుల రోదన.'' ఆయన సమాధానం. ''పురోగమించుతున్న వ్యక్తి పనిలో ఉన్నా మరెక్కడ ఉన్నా అంతరంగంలో పరమానందం అనుభవించుతుంటారు. ఆయన చేతులు సమాజంలో ఉంటే, ఆయన తల ఏకాంతంలో ప్రశాంతంగా ఉంటుంది.''

''అయితే మీరు యోగ మార్గం బోధించరన్నమాట!''

''పశువుల కాపరి కర్రతో ఎద్దును తోలినట్లు, యోగి తన మనసును లక్ష్యం దిశగా తోలుతాడు. కాని ఈ మార్గంలో అన్వేషి చేతిలో గడ్డి చూపించి ఎద్దును మాలిమి చేసుకుంటాడు.''

''అదెలా చేస్తారు?''

''నేనెవరిని? అన్ని నిన్ను నీవు ప్రశ్నించు కోవాలి. ఈ అన్వేషణలో మీ మనసు వెనుక మీలో ఉన్నదేదో తెలిసికొనటానికి దారి తీస్తుంది. ఆ సమస్య పరిష్కరించితే మీరు అన్ని సమస్యలూ పరిష్కరించినట్లే.''

నేను ఆయన సమాధానం ఆకళింపు చేసుకుంటూ ఉండగా చిన్న విరామం. గోడలో రంధ్రానికి ఫ్రేంకట్టి అడ్డ చువ్వలు వేస్తే కిటికీ అవుతుంది ఈ దేశంలోని కట్టడాలు అన్నిటిలోను. ఇప్పుడు నేను అందులోనించే పవిత్ర పర్వతం క్రింది చరియల సుందర దృశ్యం చూస్తున్నాను. దాని అంచులన్నీ ఉదయం సూర్యకాంతిలో స్నాన మాడుతున్నాయి.

మరొకసారి మహర్షి నాతో.

''ఇలా చెబితే సులువుగా అర్థమౌతుందా? మానవులందరూ దుఃఖమంటూ ఎరుగని ఆనందం నిత్యమూ కోరుతారు. అంతములేని ఆనందమే వారి కోరిక. ఇది నిజమైన స్వభావం. కాని వారు తమను తామే అత్యంత అధికంగా ప్రేమించుతారని మీకు ఎప్పుడైనా తోచిందా?''

''అయితే?''

''ఇప్పుడు వారు ఏదో విధంగా, తాగుడుతోనో మతం ద్వారానో ఆనందం పొందటానికి ప్రయత్నించుతారనే విషయాన్ని పైన చెప్పిన దానితో జోడించి చూడండి. అప్పుడు మనిషి అసలు ప్రకృతికి క్లూ తెలుస్తుంది మీకు.''

''నాకు అంతుపట్టలేదు– ''

ఆయన స్వరం స్థాయి పెరిగింది.

''మనిషి అసలు ప్రకృతి ఆనందం, ఆనందం మనలోని అసలైన ఆత్మ సహజగుణం కనుక ఆనందం కోసం అతని అన్వేషణ అంటే తన అసలైన ఆత్మాన్వేషణ అన్నమాట. ఆత్మ నాశం లేనిది. కనుక ఆత్మను వెతికి పట్టుకున్న మానవుడు, పరమానందాన్ని శాశ్వతానందాన్ని పట్టుకున్నాడన్న మాట!''

''కాని లోకమంతా దుఃఖమయంగా ఉన్నది!''

''అవును. కారణం లోకం అంతా తన అసలు స్వరూపాన్ని గురించి అజ్ఞానంలో ఉన్నది. మానవులంతా వీరు, వారు అనే మినహాయింపు లేకుండా తెలిసో తెలియకో దాని కోసమే – ఆ అసలు స్వరూపం కోసమే – అన్వేషించుతున్నారు.''

''క్రూరులు, అనాగరకులు, నేరస్థులు కూడానా?'' నా ప్రశ్న.

''తమ పాపంలోనే తమ ఆత్మానందం అన్వేషిస్తున్నారు కనుక వారు పాపం చేస్తున్నారు. ఈ అన్వేషణ మానవుడిలో సహజం. తమ అసలు స్వరూపాలను వెతుకుతున్నట్లు వారికి తెలియదు. కనుక ఆనందానికి సాధనంగా వారు ఈ క్రూర పద్ధతులను అవలంబిచుతారు. అవి దుర్మార్గాలే. మనిషి చేసేవన్నీ తిరిగి అతనినే చేరుతాయి.''

''అయితే, ఈ అసలు స్వరూపాన్ని పట్టుకుంటే, శాశ్వతానందం లభించు తుందంటారు.'' ఆయన తల ఊపారు.

ఒక సూర్యకిరణం కిటికీ అద్దనించి వచ్చి ఏటవాలుగా మహర్షి ముఖం మీద పడుతున్నది. చెదరని ఆ కనుబొమ్మలలో ప్రశాంతత. స్థిరమైన నోటిపై తృప్తి, వెలిగే ఆ కళ్లలో ఆలయ ప్రశాంతత. గీతలు లేని ఆయన వదనం ఆయన మాటలను వమ్ము చేయదు.

ఈ సరళ వాక్యాలలో మహర్షి చెప్పదలచింది ఏమిటి? ఆ దుబాసీ వాటి వెలుపలి అర్థాన్ని ఇంగ్లీషులోకి తర్జుమా చేసి చెప్పాడు. కాని అతను అందించలేని గాఢ సారాంశం వేరే ఉన్నది. అది నాకు నేను కనుక్కోవాలని నేనెరుగుదును. ఆ మహర్షి ఒక వేదాంతి గానో, తన సిద్ధాంతం విడమరిచి చెబుతున్న పండితుడిగానో, గాక తన హృదయంలో నుంచి వచ్చే మాటలు చెబుతున్నట్లు తోచుతున్నది. ఈ మాటలు ఆయన అదృష్టవంతమైన అనుభవాలకు గుర్తులా?

''మీరు చెప్పే ఈ ఆత్మ అనేది ఏమిటి? మీరు చెప్పేదే నిజమైతే మనిషిలో మరొక ఆత్మ ఉండాలి గదా?''

ఒకక్షణం ఆయన పెదవులు చిరునవ్వుతో వంపు తిరుగుతాయి.

''ఒక మనిషికి రెండు రూపాలు ఉంటాయి. రెండు ఆత్మలు ఉంటాయా?'' ఆయన సమాధానం. ఈ విషయం అర్థం చేసికొనటానికి మనిషి మొట్టమొదట తనను తాను విశ్లేషించుకోవాలి. చిరకాలంగా ఇతరులు ఆలోచించినట్లు ఆలోచించటం అతని అలవాటు. తనను తాను ఎన్నడూ నిజమైన రీతిలో ముఖాముఖి చూసి ఎరుగడు. అతనికి తన స్వరూపం సరిగా తెలియదు. తన దేహము, తన మేధా తను అనుకుంటున్నాడు. కనుక ఈ శోధన చేయుమని మీకు నా మాట ''నేను ఎవరిని?''

ఈ మాటలు నాలో ఇంకటానికి ఆయన తర్వాతి మాటలు నేను ఆతృతతో వింటాను.

''ఈ అసలు ఆత్మ ఎవరో చెప్పుమంటావు! ఏమి చెప్పగలము? 'నేను' అనే వ్యక్తిగత భావం పుట్టేది అందులోనించే, తిరిగి అందులోనే అది అదృశ్యం అవుతుంది.''

''అదృశ్యమా?'' నేను ప్రతి ధ్వనించాను. ''తమ వ్యక్తిత్వం అనుభూతిని ఎవరైనా సరే ఎలా కోల్పోతారు.''

''అన్ని ఆలోచనలలోను, మొట్టమొదటి ఆలోచన, మానవమేధలో అతిప్రాచీన ఆలోచన 'నేను' ఈ ఆలోచన తర్వాతనే మరేదైనా ఆలోచననైనా కలిగే అవకాశం ఉన్నది. మొట్టమొదటి ఉత్తమ పురుష సర్వనామం 'నేను' తర్వాతనే మధ్యమ పురుష

సర్వనామం 'నువ్వు' అగుపడే అవకాశం ఉన్నది. మానసికంగా నువ్వు ఈ 'నేను' అనే సూత్రం అది తన మూలస్థానానికి నిన్ను చేర్చేటంతవరకూ, అనుసరించితే అది ప్రవేశించే తొలి ఆలోచన ఎలా అయిందో అదేవిధంగా నిష్క్రమించే ఆలోచనకూడా అవుతుందని తెలుసు కుంటారు. ఇది అనుభవ పూర్వకంగా తెలుసుకోవలసిన విషయం.''

''అటువంటి అంతరంగ శోధన పరిపూర్ణంగా సాధ్యమంటారా?''

''తప్పకుండా! ఆఖరి ఆలోచన 'నేను' అంతరించేవరకు అంతరంగ పయనం చేయటం సాధ్యం.''

''ఇంకేం మిగులుతుంది?'' నా ప్రశ్న ''ఆ స్థితిలో మనిషి చెతన్యం కోల్పోతాడా లేక పోతే మూర్ఖుడు అవుతాడా?''

అలా కాదు. అందుకు విరుద్ధంగా అతను అమరమైన చైతన్యం పొందుతాడు. తన నిజస్వరూపం తెలిసికొన్నపుడు అతను అసలైన వివేచనాశీలి అవుతాడు. అదే మానవుడి నిజస్వరూపం, నిజ స్వభావం.

కానీ 'నేను' అనే భావం దానికి కూడా ఉంటుంది కదా' నేను అంటిపెట్టుకున్నాను.

'నేను అనే భావం ఆ మనిషికి, దేహానికి, మేధకు చెందుతుంది.' మహర్షి శాంతంగా సమాధానం ఇచ్చారు. ''మనిషి తన నిజరూపం తొలిసారిగా తెలిసికొన్నప్పుడు అతనిలోని అగాధాలలోనుంచి 'మరొకటి' వెలికి వచ్చి అతనిని ఆవహించుతుంది. ఆ 'మరొకటి' మనసు వెనుక ఉన్నది. అది అపారం, అనంతం, దివ్యం, శాశ్వతం, దానిని స్వర్గ రాజ్యం అని కొందరు, ఆత్మ అని కొందరు, నిర్వాణ అని మరికొందరు అంటారు. హిందువులమైన మేము దానిని మోక్షము అంటాము. మీరు దానిని ఏ పేరుతోనైనా పిలువవచ్చు. ఇది జరిగినప్పుడు మనిషి తనను తాను కోల్పోలేదు. నిజానికి తనను తాను కనుగొన్నాడు.''

మా దుబాసీ నోటిలోనుంచి ఆఖరు మాట వెలువడగానే పర్యాటక గురువు గతంలో అన్నమాటలు – ఎందరో మహానుభావులను తికమక పెట్టిన మాటలు – నా స్మృతి పథంలో వెలిగాయి. – తన జీవితం కాపాడుకోవాలని ప్రయత్నించేవాడు కోల్పోతాడు; ఎవరైతే తన ప్రాణాన్ని కోల్పోతారో వారు భద్రపరుస్తారు.

ఈ రెండు వాక్యాలకు ఎంతపోలిక! అయితే ఈ భారతీయ ఋషి తన క్రైస్తవేతర పద్ధతిలో ఈ ఆలోచనకు చేరుకున్నారు. అది అత్యంత కఠినమైన, అపరిచతమైన మానసిక మార్గం.

నా ఆలోచనలను ఛేదించుతూ మహర్షి మళ్లీ అన్నారు.

"తన నిజస్వరూపం తెలుసుకొనే ప్రయత్నంలో అడుగు పెట్టనంతవరకూ సంశయము, అనిశ్చితి మనిషిని జీవితమంతా వెటాడుతూనే ఉంటాయి. మహామహారాజులు, రాజనీతివేత్తలు ఇతరులను పాలించటానికి ప్రయత్నించుతారు. వారి అంతరాంతరాలలో తమని తామే పాలించుకోలేని వారికి తెలుసు. తన అంతరంగం శోధించిన వ్యక్తి మాత్రమే అత్యంత శక్తిశాలి. ఎన్నో విషయాలను గురించి జ్ఞాన సంపాద చేసిన మహామహులు ఎందరో ఉన్నారు. వీరు మానవ రహస్యాన్ని, పరిష్కరించారా, మిమ్ములను మీరు జయించారా అని అడగండి – వారు అవమానంతో తలదించుతారు. మీరెవరో మీకు తెలియనపుడు మిగతా విషయాలన్నీ తెలుసుకొని ప్రయోజనం ఏమిటి? ఈ సత్యశోధన నుండి మనుష్యులు సాధారణంగా తొలగిపోతారు. కాని ఇది కాక పరిశోధించదగింది వేరే ఏమున్నది?"

"అతి అతికష్టమైన, మానవాతీతమైన కార్యం." నా వ్యాఖ్య.

ఋషి కనిపించీ కనిపించనంతగా బుజాలు ఎగురవేస్తారు.

"అది సాధ్యమా అసాధ్యమా అనేది అనుభవంతోనే తెలుస్తుంది. ఆ కష్టం మీరు ఊహించినంత వాస్తవం కాదు."

"ఎప్పుడు కార్యనిమగ్నులై, ఆచరణాత్మకులమైన మా పశ్చిమ వాసులకు ఇటువంటి ఆత్మశోధనలు" – నేను సంశయాత్మకంగా ఆరంభించి, సగంలో గాలికి వదిలేశాను. ఆరిపోతున్న వత్తికి స్థానంలో మరొక అగరువత్తి వెలిగించటానికి మహర్షి వంగారు.

"సత్యదర్శనం భారతీయులకు, యూరోపియన్లకు ఒకటే. ప్రాపంచిక జీవితంలో మునిగి ఉన్న వారికి దాని మార్గం కఠినంగా ఉండవచ్చు. అయినాసరే అది సాధించటం సాధ్యం. సాధించి తీరాలి. ధ్యానంలో కలిగిన శక్తిప్రవాహాన్ని అభ్యాసం చేసి అలవాటుగా మార్చుకొని రోజంతా ఆ స్థాయిలో నిలుపుకోవాలి. అప్పుడు ఆ శక్తి ప్రవాహంలోనే ఎవరైనా తన విధ్యుక్త కార్యం, ఇతర పనులు ఆ స్థాయిలో జరుపవచ్చు. అప్పుడు ధ్యానానికీ ఇతర కార్యక్రమాలకూ వ్యత్యాసం ఉండదు. 'నేను ఎవరిని?' అనే ప్రశ్నమీద ధ్యానించితే క్రమంగా ఈ దేహము, ఈ మెదడు, ఈ కోరికలు నిజానికి మీరు కాదని గమనించుతారు. అప్పుడు ఆ శోధనా వైఖరి మీ అంతరాంతరాల లోతుల నుంచి మీకు సమాధానం తెచ్చి ఇస్తుంది. దానంతట అదే గాఢమైన జ్ఞానంగా మిమ్మల్ని చేరుతుంది."

ఆయన మాట నేను లోతుగా ఆలోచించాను.

"అసలు స్వరూపం తెలుసుకోండి." ఆయన చెప్తున్నారు. "అప్పుడు సత్యం మీ హృదయంలో సూర్యకాంతిలా వెలుగుతుంది. మనసు సమస్యలకు దూరమవుతుంది,

నిజమైన ఆనందం దానిని వరదలా ముంచెత్తుతుంది. ఆనందము, అసలు స్వరూపము రెండూ ఒకటే. ఈ ఆత్మ జ్ఞానం కలిగిన తర్వాత మీకు ఏ సందేహాలూ ఉండవు.''

★

ఆయనను విడిచి నేను. అడవిలో ఒక నిర్మానుష్య స్థలం చేరుకున్నాను. అక్కడ నా పుస్తకాలు, నోట్సుతో రోజంతా గడిపాను. చీకటి పడుతుండగా నేను హాల్‌కు తిరిగి వచ్చాను. మరొక గంట, రెండు గంటలలో ఆశ్రమం నుంచి నన్ను తీసికొని వెళ్లటానికి గుఱ్ఱపు బండో, ఎద్దుల బండో వస్తుంది.

కాలుతున్న అగరువత్తుల వాసన గాలిలో తేలుతున్నది. నేను లోపలికి ప్రవేశించినపుడు మహర్షి ఊగుతున్న పంకా కింద వాలి ఉన్నారు. త్వరలోనే ఆయన లేచి తన అభిమాన భంగిమలో కూర్చున్నారు. ఆయన కాళ్లు మడిచి కుడిపాదం ఎడమతొడమీద, ఎడమపాదం కుడితొడ కింద పెట్టి కూర్చున్నారు. మద్రాసు సమీపాన నివసించే యోగి బ్రమ ఈ ఆసనం చూపటం నాకు గుర్తు వచ్చింది. ఆయన అది 'సుఖాసనం' అని చెప్పారు. అది బుద్ధుడి ఆసనంలో సగం – వేయటం సులువు. అలవాటు ప్రకారం ఆయన కుడి అరచేతిలో గడ్డం ఆనించి, మోచెయ్యి మోకాలు మీద మోపుతారు. అప్పుడు ఆయన నన్ను తదేకంగా చూశారు. కాని మౌనం వహించారు. ఆయన పక్క నేలమీద ఆయన తాబేటికాయ లో నీళ్లు, ఆయన చేతి కఱ్ఱ. ఆయన వొంటి మీది కొల్లాయి గుడ్డ కాక ఈ భూమిమీద ఆయన ఆస్తి ఆ రెండే. ఇంకా ఇంకా కూడబెట్టాలనే పాశ్చాత్య మనస్తత్వం మీద మౌన వ్యాఖ్య!

ఎప్పుడూ మెరుస్తూ ఉండే ఆయన కన్నులు క్రమంగా మెరుపు, కదలిక నిదానమై ఆగిపోయాయి. ఆయన దేహం. స్థాణువై పోయింది; ఆయన తల కొంచెం వణికి తర్వాత స్థిరం అయిపోయింది. కొద్దిక్షణాల తర్వాత తన అచేతన స్థితిలోకి వెళ్లిపోయారు. నేను తొలిసారి ఆయనను కలిసినపుడు ఇదే స్థితిలో ఉన్నారు. మా కలయిక, ఎడబాటులో పునరావృతమైంది! ఏమి వింత? ఎవరో నా ముఖంలో ముఖం పెట్టి ''మహర్షి పవిత్ర సమాధిలో ప్రవేశించారు. ఇప్పుడు మాట్లాడి ప్రయోజనం లేదు!''

అక్కడ ఉన్న చిరు సత్సంగం నిశ్శబ్దం అయిపోయింది. నిమిషాలు గడుస్తున్నాయి. నిశ్శబ్దం ఇంకా ఇంకా ప్రగాఢ మవుతున్నది. 'నాకు మత సంబంధమైన బంధం లేదు. వికసించుతున్న పువ్వు ఆకర్షణకు తట్టుకోలేని తేనెటీగలా. నా మనసును బంధించుతున్న ఈ సంభ్రమాన్ని నేను తట్టుకోలేక పోతున్నాను. ఒక సున్నితమైన, ఆగోచరమైన, అనిర్వచనీయమైన శక్తి హాల్ అంతా కమ్మివేస్తున్నది. నన్ను తీవ్రంగా

ప్రభావితుడిని చేస్తున్నది. ఈ నిగూఢశక్తికి కేంద్రం మహర్షి తప్పమరెవరూ కారని నా నిస్సందేహము, నిస్సంకోచము అయిన అనుభూతి.

ఆయన కన్నులు ఆశ్చర్యం కలిగించే తేజస్సుతో వెలుగుతున్నాయి. నాలో విచిత్రమైన సంచలనాలు కలుగుతున్నాయి. మెరిసే ఆ గోళాలు నా ఆత్మలోని అగాధాలలోకి తొంగి చూస్తున్నాయనిపించుతుంది. ఆయన నా హృదయంలో చూడగలిగినదంతా నాకు తెలియ వచ్చిన వింత అనుభూతి. ఆయన నిగూఢమైన కడగంటి చూపు నా ఆలోచనలను, ఆవేశాలను, కోరికలను శోధించుతున్నది. కలవరపరిచే ఈ కన్నార్పని చూపు మొదట నన్ను బాధించింది; తెలిసీ తెలియని వ్యాకులత చెందాను: నేను మరచిపోయిన నా గతంలోని పుటలు ఆయన అవగతం చేసికొన్నారన్న అనుభూతి. ఆయనకు అంతా తెలుసని నా ఖాయం అయింది. తప్పించుకొనటానికి నేను అశక్తుడిని; ఎందుచేతనో తప్పించుకోవాలని కూడా అనిపించట లేదు. భవిష్యత్తులో ఏదో మేలు జరుగబోతున్నదనే విచిత్రమైన సూచన నన్ను దయలేని ఆ కన్నార్పని చూపు సహింప జేసింది.

కొంతసేపు ఆయన నా ఆత్మ నీరస గుణాన్ని పట్టుకొని అటు ఇటూ కాకుండా ఊగిసలాడించే భావావేశాలు కలిగించిన నా కలగా పులగమైన గతాన్ని గమనించారు. కాని మామూలు మార్గం వదిలి ఆయన బోటి వారిని వెతుకుతున్నానంటే నన్ను ఎటువంటి మానసిక సంక్షోభం అందుకు ప్రేరేపించిందో ఆయన అర్థం చేసుకున్నారని నా అనుభూతి.

మా ఇద్దరి నడుమ నడిచే ఇంద్రియాతీత శక్తి ప్రవాహంలో స్వల్పమైన మార్పు తోచింది. నా కనురెప్పలు కొంతసేపు టపటప కొట్టుకున్నాయి. కాని ఆ సమయంలో కన్నులు ఏ చలనమూ లేకుండా స్థిరంగా ఉన్నాయి. ఆయన నా మనసును తన మనసుతో లంకె వేస్తున్నారని నాకు తెలుస్తున్నది. ఆయన అనుక్షణమూ ఆనందించే ప్రశాంతతలోకి నా హృదయాన్ని ప్రేరేపించుతున్నారని కూడా తెలుస్తున్నది. ఈ ఊహించరాని అసాధారణ ప్రశాంతతలో నాకు అమితానందము. భారం తీసివేసిన తేలికైన అనుభూతి కలుగుతున్నాయి. కాలం ఆగిపోయినట్లున్నది. నా హృదయం బాధ్యతాభారం నించి విడుదల అయింది. కోపం వల్ల కలిగే ద్వేషం, తీరని కోరికల నుంచి పుట్టే విషాదము ఇక నన్నెపుడూ అంటబోవనే గాఢ అనుభూతి. మానవ జాతిలో సహజ సిద్ధమైన స్వభావం ప్రతిఘటనమైనదని గ్రహించాను. అదే మనిషిని అన్వేషించుమనీ, ఎదుగు మనీ చెబుతుంది. అదే మనిషిని ఆశించుమని ప్రోత్సహించుతుంది. బతుకు చీకటి దారులలో శక్తినిచ్చి తోడ్పడుతుంది. అదే అసలయిన మానవ స్వభావం. ఎందుకంటే బతుకు సారమంతా మంచికే. గడియారం

ఆగిపోయి గతంలో చేసిన పొరపాట్లు, అనుభవించిన దుఃఖాలు అత్యల్పమైన నిస్సార విషయాలుగా తోచుతుంటే ఆ సుందరమైన పరశింపజేసే నిశ్శబ్దంలో నా మనసు మహర్షి మానససాగరంలో మునిగిపోయింది. వివేచన ప్రస్తుతం పరిహేళి (సూర్యుడికి అత్యంత సమీప బంధువు) అయింది. అయోగ్యమయిన నా కళ్లముందు దాగి ఉన్న అనుకోని అద్భుత ప్రపంచాన్ని సృష్టించిన ఆయన దృష్టిని మంత్రదండమని కాక మరేమనాలి?

కొన్నిసార్లు నేను ఈ శిష్యులు ఈ మౌని చుట్టూ సంవత్సరాల తరబడి ఎందుకు ఉంటున్నారు. అందులోనూ అతిమితమైన సంభాషణలతో, అత్యల్ప సౌకర్యాలు వేరే వ్యాపకాలు ఏమీ లేకుండా – అని నన్ను నేనే ప్రశ్నించుకొనేవాడిని. ఇప్పుడు నాకు అర్థమవుతున్నది – ఆలోచన ద్వారా కాక మెరుపువంటి జ్ఞానోదయంతో – ఇన్ని సంవత్సరాలుగా వారంతా ప్రగాఢమయిన నిశ్శబ్ద ప్రతిఫలం పొందుతూ వచ్చారు.

ఇంతవరకు హాల్‌లో ప్రతి ఒక్కరూ చనిపోయినంత నిశ్చలంగా ఉన్నారు. చివరికి ఎవరో ఒకరు లేచి నిశ్శబ్దంగా నిష్క్రమించుతారు. వారి వెనుక ఇంకొకరు, తర్వాత మరొకరు అలా అందరూ వెళ్లిపోయే వరకూ.

ఇప్పుడు మహర్షి నేనే ఒంటరిగా ఉన్నాను! ఇంతకు మునుపు ఎన్నడూ ఇలా జరుగలేదు. ఆయన కన్నులు మార్పు చెందటం మొదలయింది. సూది మొనల లాగా సన్నగా అయాయి. కెమెరా లెన్స్‌లో క్రమంగా ఎపర్చర్ తగ్గించినట్లు వింత ప్రభావం. ఇప్పుడు దాదాపు మూసి ఉన్న ఆ కనురెప్పలోనించి వెలువడే వెలుగు కాంతి విపరీతంగా అనూహ్యంగా పెరిగి తీక్షణమవుతుంది. హఠాత్తుగా నా దేహం అదృశ్యం అయినట్లు కనబడుతుంది. మేమిద్దరమూ రోదసిలో ఉన్నాము!

అది కీలకమైన క్షణం. నేను సంకోచించి, ఈ మాంత్రికుడి వశీకరణం భగ్నం చేయాలని నిశ్చయించాను. నిశ్చయమే శక్తి. నేను రక్తమాంసాలతో తిరిగి హాల్‌లో ఉన్నాను.

ఆయన దగ్గరి నుంచి నాకే మాటా, పలుకూ లేదు. నా శక్తిసామర్థ్యాలు కూడ దీసుకున్నాను. గడియారం వంక చూశాను. నిశ్శబ్దంగా లేచాను. నిష్క్రమించవలసిన సమయం వచ్చింది.

వీడ్కోలుగా నా శిరసు వంచాను. మౌని నిశ్శబ్దంలోనే బదులు పలికారు. నేను నోటితో నా ధన్యవాదాలు తెలుపుతాను. తిరిగి ఆయన మౌనంగా తలాడించారు.

ద్వారం దగ్గర నేను తారట్లాడుతాను. బయట గంట గణ గణ వినిపించింది. ఎద్దు బండి వచ్చింది. మరొకసారి నేను చేతులు ఎత్తి జోడించాను.

మేము విడిపోయాము.

★★★

అధ్యాయం 10

మాంత్రికులు, మహాత్ముల నడుమ

మానవుడిని సర్వదా ఎదిరించి నిలిచే ఆకాశం, కాలం నా కలాన్ని తొందర పెడతున్నాయి. నా పాదాలు తూర్పు దిక్కుగా పెద్ద అడుగులు వేయవలసి ఉండగా గుర్తుంచుకోవలసిన విషయాలకు నాకు అక్షర రూపంలో భద్రత కల్పించుతున్నది.

కొన్ని మాయలు చూపే ఫకీరు; రోడ్డు మీద మంత్రగాడు అంటే అందరి లాగనే నాకూ ఆసక్తి. నాది కేవలం తాత్కాలికమైన ఆసక్తి. మనిషి గాఢంగా ఆలోచించవలసింది కేవలం జీవిత రహస్యాలను గురించి మాత్రమే. కాని మంత్రగాడు వాటిని గురించి చెప్పగలిగింది పూజ్యం. అందుకే నా ఆసక్తి తాత్కాలికం. కాని అతని ప్రదర్శన ఒక ఆట విడుపు. అందుకే నేను అప్పుడప్పుడు వారిని గురించి వాకబు చేస్తూంటాను. నా పర్యటనలో నాకు తారసపడిన వారిని గురించి – విపరీతమైన వైవిధ్యం గలవారు – చిత్రించాలని నా కోరిక. వెంటనే గుర్తుకు వచ్చే వ్యక్తి అనామకుడైన ఒక జిత్తులమారి. అతనిని నేను రాజమండ్రిలో – మద్రాసు ప్రెసిడెన్సీలో ఈశాన్య ప్రాంతంలో ఒక ప్రశాంతమైన ఊరులో కలిశాను.

గమ్యం లేని నా నడక నా జోళ్లు ఇసుకలో కూరుకు పోయిన ఒక ప్రదేశానికి తీసికొని వెళ్లింది. చివర్లో బజారుకు దారి తీసే చిన్న సందు చేరాను. ఉక్కపోస్తున్న గాలిలో వెళ్తుంటే ముసలి వాళ్లు గుమ్మాల్లో కూర్చొని ఉన్నారు. పిల్లలు మట్టిలో ఆడుతున్నారు. దిగంబరుడుగా ఒక పిల్లవాడు బయటికి గెంతాడు. అపరిచిత వ్యక్తి కనపడగానే అదే వేగంతో మాయమైనాడు.

నేను నడుస్తున్న బజారు నిడివిగా కోలాహలంగా ఉన్నది. వయసు పైబడ్డ వ్యాపారులు తమ చిన్నదుకాణాలలో కూర్చుని గడ్డం నిమురుతుంటూ కొనేవారి కోసం ఎదురుచూస్తున్నారు. భోజన పదార్థాలు, దినుసులు అమ్మేవారు రోడ్డు మీదే తమ సరుకు పరిచి కూర్చున్నారు. వారి సరుకు మీద ఈగల పటాలం ముసిరి ఉన్నది.

కొంతసేపటికి నేను ఒక అతిగా రంగులు పులిమి ఉన్న ఒక గుడికి చేరాను. నన్ను చూడగానే అక్కడ ఉన్న స్త్రీపురుషుల గుంపు మట్టిలోనే పక్కకు తొలిగింది. కుష్ఠు రోగులు, వికలాంగులు, దిక్కులేనివారు అంతా భారతదేశం పట్టణాలలో ఆలయాల దగ్గర, రైలు స్టేషన్ దగ్గర చేరుతారు. భక్తుల దగ్గర, కొత్తవారి దగ్గర బిచ్చం దొరుకుతుందని వారి ఆశ. భక్తులు చప్పుడు చేయికుండా పాదాల మట్టి మెట్లమీద దులుపుతూ గుడిలో ప్రవేశించుతారు. నేను కూడా లోపలికి వెళ్లి పూజారులు జరిపే కార్యక్రమం చూసేదా అని సందేహం చర్చించి చివరికి వద్దు లెమ్మనుకున్నాను.

నేను సరదాగా అలా నడుస్తుంటే కొంతసేపయాక నా ముందరే నడుస్తున్న ఒక యువకుడిని గమనించాను. అతను ఒక యూరోపియన్. షర్ట్ అలవాటు ప్రకారం వెనకనించి ముందుకు ధరించి ఉన్నాడు. నడుముకు ఒక బెల్ట్, కుడిచేతిలో గుడ్డతో బైండ్ చేసిన పుస్తకాల కట్ట. నేను అతనిని దాటగానే, అతను చటుక్కున తల తిప్పాడు. మా కళ్లు కలుసుకున్నాయి. మా పరిచయం మొదలైంది!

వీలయిన చోట సభ్యత, అలవాట్లు పాటించుమనీ, గమ్యానికి అడ్డుపడుతుంటే. వాటిని వదిలేయాలనీ నా వృత్తి నేర్పింది. నాకు ప్రయాణాలు అంటే ఇష్టం. కాని అందరూ నడిచే బాట కానిదై ఉండాలి. కనుక కుక్ చెప్పిన పద్ధతిన నడిచే పర్యాటకులకు గాని, సంప్రదాయ పద్ధతిన పర్యటించే వారికిగాని నా భారతదేశ పర్యటన ఉదాహరణ కాలేదు.

ఈ యువకుడు స్థానికంగా ఉన్న ఒక పెద్ద కాలేజ్‌లో విద్యార్థి, చూడగానే తెలివైన వాడని తెలుస్తుంది. దానికి తోడు అతనికి తన దేశ పురాతన సంస్కృతి పట్ల ఆదరం ఉన్నట్లు కనబడుతుంది. ఆ విషయంలో నా ఆసక్తి చెబితే అతని ఆనందానికి హద్దులు లేవు. అంతేకాక అతనికి ఇంకా రాజకీయాల జాడ్యం పట్టలేదని గ్రహించాను. బస్తీలలో యువ విద్యార్థులందరికీ ప్రస్తుతం ఇదే జాడ్యం. పాలకులైన తెల్లవారికీ పాలితులైన నల్లవారికీ మధ్య సంబంధాలు చెడగొట్టటానికి గాంధీ ప్రయత్నంలో భారతదేశమంతా ప్రస్తుతం విపరీతమైన గందరగోళంలో ఉన్నది.

ఒక అరగంట తర్వాత అతను నన్ను ఒక బయట ప్రదేశానికి తీసికొని వెళ్లాడు. అక్కడ ఏదో ఎదురుచూస్తూ ఒక చిన్న గుంపు కూడింది. మధ్య ఒక వ్యక్తి ఏదో గొంతు చించుకు అరుస్తున్నాడని నాతోడి యువకుడు తెలిపాడు.

తను యోగినని చెప్పుకొనే ఆ వ్యక్తి దృఢకాయుడు. అతని తల పొడుగ్గా ఉన్నది బుజాలు భారీగా ఉన్నాయి. అతని మొలకు చుట్టుకున్న గుడ్డలోనుంచి పొట్టముందుకు వస్తున్నది. అదికాక ఒక నిలువు అంగీ అతని దుస్తు. అతని మాటల్లో బడాయి, దబాయింపు ఎక్కువగా ధ్వనిస్తున్నాయి. తగినంత డబ్బు వర్షించితే మామిడి చెట్టు

మాయ ప్రదర్శించు తానన్నాడు. అందరితో బాటు కొన్ని నాణాలు అతని కాళ్ల దగ్గరికి విసిరాను.

అతను ఒక పెద్ద మట్టిపాత్ర తన ఎదుట పెట్టుకుని కూచున్నాడు. ఆ పాత్ర ఎరుపు, గోధుమ రంగు మట్టితో నింపి ఉన్నది. తర్వాత తన సంచీలో నుంచి ఒక పెద్ద గుడ్డ తీసి, ఆ మట్టిపాత్ర, తన కాళ్లు చేతులు దానితో కప్పాడు.

చాల నిమిషాలనుంచి ఆ యోగి ఏమో మంత్రాలు ఏకరీతిన చదివాడు. ఆ తర్వాత ఆ గుడ్డ తీసివేశాడు. మామిడి మొక్క తొలి మొగ్గ ఆ మట్టిపైన దర్శనం ఇచ్చింది!

మళ్లీ అతను ఆ పాత్ర, తన కాళ్లు కప్పుకున్నాడు. ఒక వెదురు గొట్టం తీసికొని వింతైన శబ్దం చేస్తాడు. అది సంగీతం అనుకోవాలి! కొన్ని నిమిషాల తర్వాత అతను గుడ్డతీసి ఆ మొక్క మరికొన్ని అంగుళాలు పెరిగిందని చూపించాడు. ఈ మూయటం, తెరవటం ఆ వెదురు బొంగు సంగీతంతో మరికొన్నిసార్లు కొనసాగింది. చివరకు ఆ మట్టిలోనుంచి ఒక మామిడి గుబురు పైకి వచ్చింది. అది తొమ్మిది పది అంగుళాలు ఎత్తు ఉన్నది. దానిని చెట్టు అందామా! అయినా. ఆ చెట్టు పైన ఒక పసుపుపచ్చని మామిడిపండు వేలాడుతున్నది!

''మీరంతా చూస్తుండగానే నేను ఈ మట్టిలో పాతిన విత్తనం లోనించే ఈ చెట్టు పుట్టుకు వచ్చింది!'' ఆ యోగి విజయోత్సాహంతో ప్రకటించాడు.

నా మనస్తత్వం ఈ దంభాన్ని అంత సులువుగా ఒప్పుకోదు. అదంతా హస్తలాఘవమనినా ఉద్దేశ్యం.

నా తోడి యువకుడు తన అభిప్రాయం తెలిపాడు.

''సాహెబ్. ఆయన ఒక యోగి! ఆయన బోటివారు అద్భుతాలు చేయగలరు.''

కాని నాకు నమ్మకం కదరలేదు. ఆ మాయ అర్థం చేసికొనటానికి ప్రయత్నించుతూ. ఈ మనిషి మాస్కలైన్ & డెనాన్ సమాజం వాడై ఉండవచ్చని నిర్ణయించాను. అయినా అది అవునో కాదో తెలిసికొనటం ఎలా?

ఆ యోగి సంచి మూసి, చుట్టూ చేరిన జనం క్రమంగా పలచబడుతుంటే మోకాళ్లమీద కూర్చోని చూస్తున్నాడు.

నాకొక ఆలోచన తట్టింది. ఎవరూ లేకుండా చూసి, నేను ఆ యోగి దగ్గరికి వెళ్లి ఒక ఐదురూపాయల నోటు తీసి, ఆ విద్యార్థితో చెప్పాను:

''ఆ మాయ ఎలా చేశాడో చెప్తే, ఈ ఐదు రూపాయలు అతనివేనని చెప్పు.''

ఆ యువకుడు విధేయంగా నా మాటలు అనువదించాడు. ఆ వ్యక్తి వీలు కాదన్నట్లు నాటకమాడాడు. కాని అతని కళ్లలో డబ్బాశ కనిపెట్టాను.

''ఏడు రూపాయలు ఇస్తామని చెప్పు.''

నా బేరాన్ని విదిలించి కొట్టి అలానే కూర్చుని ఉన్నాడు.

''మంచిది. మనం శలవు తీసుకుంటున్నామని చెప్పు.''

మేం అక్కడి నించి నడక ఆరంభించాం. నేను కావాలనే నిదానంగా అడుగులు వేస్తున్నాను. కొద్ది సెకన్లలో ఆ యోగి మమ్మల్ని కేకవేసి పిలిచాడు.

'సాహెబ్ నూరు రూపాయలు ఇస్తే యోగి అంతా చెబుతానంటాడు.''

వద్దు. ఏడు రూపాయలే. లేదా ఆయన తన రహస్యం తన దగ్గరే దాచుకోవచ్చు. పద.''

మరొకసారి మేం అక్కడినించి బయలుదేరాం. త్వరలో వెనుక నించి కేక. మేం వెనుదిరిగాం.

''ఏడు రూపాయలకు యోగి ఒప్పుకుంటున్నాడు.''

ఆ మాంత్రికుడు తన మూటముల్లె విప్పాడు. అందు జనాన్ని మాయచేయటానికి అతను ఉపయోగించే పరికరాలు బయటికి తీశాడు. అందులో మామిడి టెంకె, మొలక, ఒక దానికంటె ఒకటి పొడుగైన మూడు మామిడి కొమ్మలు ముక్కలు.

అన్నిటికంటె పొట్టి కొమ్మ, ఒక చేప చిప్ప (ఆలిచిప్ప వంటిది) లో సర్దాడు. కొమ్మ వంగి చిప్పలోపల చుట్టూ ఆవరించుతుంది. ఆ చిప్పమూసి మట్టిలో పాతాడు. మొదటి మొలకను ప్రదర్శించటానికి అతను మట్టిలో వేళ్లు పెట్టి చిప్ప మూత తెరవటమే. అప్పుడు మొలక నిటారుగా నించుంటుంది.

పెద్ద మొక్కలు రెండూ అతని పంచెకట్టులో దాగి ఉంటాయి. కాచుకు కూర్చునేటపుడు, మంత్రాలు చదివేటప్పుడు, తన సంగీతం వాయించేటప్పుడు మొక్క ఎలా పెరుగుతున్నదో చూడటానికి కన్నట్లు పై గుడ్డ మూత ఎత్తి చూస్తాడు. అప్పుడు ఇతరు లెవ్వరూ అందులోకి తొంగి చూడకుండా జాగ్రత్తపడుతాడు. ఈ కదలికలలో తన పంచెకట్టులో ఉన్న పెద్దమొక్క తీసి తెలివిగా మట్టిలో దించుతాడు, పొట్టి మొక్క తీసి పంచె కట్టులో దాచుతాడు. అలా మొక్క పెరిగిన భ్రాంతి కలిగించుతాడు.

అప్పుడు అడయార్ నది యోగి, నా మిత్రుడు బ్రమ హెచ్చరిక గుర్తుకు వచ్చింది. తక్కువ స్థాయి ఫకీర్లు, కపట యోగులు వీధుల్లో చేసే ప్రదర్శనలు జిత్తులమారి ఎత్తులు తప్ప మరేమీ కావు. అటువంటి వారే, యువతరంలో, చదువుకున్నవారిలో యోగులకు చెడ్డపేరు తెస్తున్నారని చెప్పారు బ్రమ.

అరగంటలో మామిడి పండ్లు కాయించే వ్యక్తి అలుసయిన యోగి కాదు. అతను కేవలం కపట యోగి.

★

అయినా నిజమైన ఇంద్రజాలం చేసే ఫకీర్లు కూడా ఉన్నారు. నేను రెండవసారి పూరి వెళ్తున్నప్పుడు బరంపురంలో ఒకరు ఎదురైనారు.

పాత ఆచారాలు, హిందూ జీవితంలో బూజుపట్టిన మార్గాలు, తొలగి పోవటానికి ఈ బరంపురంలో నిరాకరించుతాయి. ఇక్కడ నేను ఒక రెస్ట్ హౌస్‌లో తాత్కాలికంగా బస తీసుకున్నాను. రెస్ట్ హౌస్‌లో వెడల్పాటి, కప్పుతో పెద్ద వరండా ఉన్నది. మిటమిట లాడే ఒక మధ్యాహ్నం ఉక్కబోస్తున్న వేడి భరించలేక వరండా నీడన కూర్చున్నాను. నా ఈజీ ఛెయిర్‌లో మేను వాల్చి తోటలో ఉష్ణమండల మొక్కలు, ఆకుల మీద ఎండ నాట్యం చేస్తుండగా చూచి ఆనందించుతున్నాను.

జోళ్లు లేని పాదాల చప్పుడు వినవస్తున్నది. వెదురు బుట్ట మోసుకుంటూ ఒక భీకర ఆకారుడు కాంపౌండ్ గేటు సమీపించాడు. అతని జుట్టు పొడవుగా, నల్లగా, జడలు కట్టినట్లుంది. అతని కళ్లు ఎర్రగా ఉన్నాయి. అతను దగ్గరికి వచ్చి, బుట్ట, కింద మట్టిలో పెట్టి రెండు చేతులూ పైకెత్తి నమస్కారంతో జోడించాడు. అతను ఇంగ్లీషు, ప్రాంతీయ భాషల మిక్చర్‌తో ఏదో అన్నాడు. అతను మాట్లాడే ప్రాంతీయ భాష, కచ్చితంగా తెలియదు గాని, తెలుగు అనుకుంటాను. అతని ఇంగ్లీషు ఉచ్చారణ ఘోరంగా ఉన్న కారణంగా మూడు నాలుగు మాటలు కొంచెం అర్థం అయ్యాయి. నేను మూడు నాలుగు వాక్యాలు ఇంగ్లీషులో ప్రయత్నించాను. కాని నేను చెప్పేది అర్థం చేసుకునే ఇంగ్లీషు అతనికి రాదు. నా తెలుగు అంతకంటె అధ్వాన్నం అతను చెప్పేది అర్థం చేసికొనటానికి ఇద్దరమూ ప్రయత్నించి ఎదుటివారికి అది కేవలం ఒక శబ్దమేనని ఇద్దరమూ గ్రహించాము. చివరికి అతను ముఖ భంగిమలతో, సైగలతో ఒక భాషతో తెలియ జెప్పింది. అతని బుట్టలో ముఖ్యమైనదేదో ఉందని, అది నాకు చూపించాలని అతని ప్రయత్నమని నేను అర్థం చేసుకున్నాను.

నేను బంగళాలోపలికి గెంతి నౌకరును పిలుచుకు వచ్చాను. అతనికి ఇంగ్లీషు తెలుగు తన భాషను అర్థం అయ్యే స్థాయికి ఇంగ్లీషులోకి అనువదించగలడు. తనకు సాధ్యమైనంత మేరకు అనువాదం చేయుమని చెప్పాను.

''అతను మీకు ఫకీర్ మ్యాజిక్ చూపుతాడుట అయ్యా!''

''భళా! చూపించు మను. అందుకు ఎంత డబ్బు కావాలిట?''

''అయ్యగారికి తోచినంత ఇవ్వుమంటున్నాడయ్యా!''

"సరే కానియ్."

ఫకీర్ మురికి అవతారం, అజ్ఞాత వాసం నాకు చీదర, కుతూహలం ఒకదాని తర్వాత ఒకటి వచ్చి పోతున్నాయి. అతని ముఖంచూసి దాని భావం తెలిసికొనటం కష్టసాధ్యం. ఆ ముఖంలో చెడు కనుపించుతున్నది. అరిష్టంకాని, అశుభం గాని నా అనుభూతిలోకి రావటం లేదు. అతని చుట్టూ వింతశక్తులు, అపరిచిత శక్తుల వింతకాంతి నాకు తెలుస్తున్నది.

అతను వరండా మెట్లు ఎక్కే ప్రయత్నం చెయ్యడు. మర్రిచెట్టు క్రింద కూర్చున్నాడు. కిందికి వాలి ఉన్న వృక్షం కొమ్మలు అతనికి నీడనిచ్చి దాదాపు నేలను తాకుతున్నాయి. వెదురు బుట్టలోనించి అతను విషమయం అనిపించే ఒక తేలు బయటికి తీశాడు. మోటుగా ఉన్న కొయ్య పట్టుకారుతో దానిని పట్టుకున్నాడు.

వికృతంగా ఉండి ఏవగింపు కలిగించే ఆ కీటకం పారిపోవటానికి ప్రయత్నించుతున్నది. వెంటనే ఆ ఫకీరు మట్టిలో దాని చుట్టు ఒక వృత్తం గీస్తాడు చూపుడు వేలితో ఆ తర్వాత అది చుట్లు చుట్టి తిరుగుతున్నది. అది ఆ వృత్తం అంచుకు వచ్చినపుడల్లా అక్కడ కొంచెం సందేహించి తిరిగి మరోవైపు వెళ్తుంది. ఏదో దానికి అక్కడ అడ్డు తగిలినట్లు. మెరిసిపోయే ఆ మండుటెండలో నేను అది నిశితంగా చూస్తున్నాను.

రెండుమూడు నిమిషాలు ఈ విచిత్ర ప్రదర్శన తర్వాత చాలున్నట్లుగా నేను చేయి ఎత్తి సైగ చేశాను. ఫకీరు తేలును తిరిగి బుట్టలోకి పంపాడు. అందులోనుంచి ఇప్పుడు రెండు పదునైన సన్నని ఇనుప మేకులు బయటికి తీశాడు.

అతను ఒక విధంగా భీతిగొలిపే తన ఎర్రని కళ్లు మూసికొని, తర్వాతి ఫీట్ ప్రదర్శించటానికి ముహూర్తం కోసం అన్నట్లు నిరీక్షించుతున్నాడు. చివరికి కళ్లు తెరిచి ఒక మేకు తన సూదిలా పదునుగా ఉన్న మొన తన నోట్లో పెట్టుకొంటాడు. తర్వాత "దాన్ని ఒక చెంపలోనుంచి మొత్తం మేకు బయటికి వచ్చేట్లు తోశాడు. ఇది చాలదన్నట్టు రెండవ మేకు తీసి నోట్లో పెట్టుకొని రెండవ చెంపలో గుచ్చి మేకు మొత్తం బయటకు తీశాడు. నాలో వికర్షణ, ఆశ్చర్యం కలగలపుగా ప్రవహించుతున్నాయి.

నేను చాలినంత చూశానని అనుకున్న తర్వాత అతను ఆ మేకులు ఒకదాని తర్వాత బయటికి లాగి వందనం చేశాడు. నేను వరండా మెట్లు దిగి వెళ్లి అతని ముఖం దగ్గరిగా పరీక్షించాను. కొన్ని రక్తపు చుక్కలు, చర్మంలో రెండు చిన్న రంధ్రాలు తప్పించి చెప్పుకో దగిన గాయాలు లేవు!

అతను నన్ను వెళ్లి కుర్చీలో కూర్చోమని సైగ చేస్తాడు. నేను వరండాలో కుర్చీలో వాలిన తర్వాత, మరొక ఫీట్ ప్రదర్శించటానికి సిద్ధమవుతున్నట్లు రెండు మూడు నిమిషాలు మౌనంగా కుదురుకున్నాడు.

నింపాదిగా కోటు బటన్ లాగినంత నిర్లిప్తతో ఆ ఫకీరు కుడి చెయ్యి కంటి దగ్గరికి తెచ్చి కుడికన్నుగుడ్డు పట్టుకొని క్రమంగా బయటికి లాగాడు!

నేను షాక్‌తో వెనక్కు తగ్గాను.

కొన్ని సెకన్ల విరామం తర్వాత అతను కనుగుడ్డు మరికొంచెం బయటికి లాగాడు. ఇప్పుడు అది అతని చెంప మీద కొన్ని కండరాలు, రక్తనాళాల సహా వేలాడుతున్నది!

ఆ భయానక దృశ్యంతో నాకు తల తిరిగింది. బయటికి తీసిన కనుగుడ్డు అతను తిరిగి యథాస్థానంలో చేర్చిన దాకా నాకు స్థిమితం లేదు.

అతని మాజిక్ చాలుననిపించి అతనికి కొన్ని వెండి రూపాయలు ముట్టచెప్పాను. సందేహించుతూనే ఆ మాంత్రికుడు తన ఇంద్రజాలం ఎలా చేశాడో చెప్తాడేమో అడగుమని మా నౌకరును పురమాయించాను.

''చెప్పరయ్యా, ఒట్టు తండ్రి కొడుకుకు మాత్రం చెప్తాడు. ఆ కుటుంబానికి మాత్రమే తెలుసు.''

అతని అసమ్మతితో నాకేమీ కోపం రాలేదు. ఎలా చూసినా అతని విద్య పరిక్షించవలసింది డాక్టర్లు, శస్త్ర చికిత్సకులు గాని రచయితలు, రిపోర్టర్‌లు కారు.

వీడ్కోలు వందనంగా ఫకీరు ముఖం చేతులతో కప్పేసుకుంటాడు. కాంపౌండ్ గేట్‌లో నించి నిష్క్రమించి, ఆ మట్టిరోడ్డు మీద త్వరలో అదృశ్యం అయాడు.

★

పూరి దగ్గర అలల సవ్వడి నా చెవులకు సోకుతున్నది. బంగాళాఖాతం నించి వచ్చే పిల్లగాలి తగులుతుంటే ఆహ్లాదకరంగా ఉన్నది. నిర్మానుష్యంగా ఉన్న సాగర తీరాన నడుస్తున్నాను. చూసినంత మేర పచ్చబారిన తెల్ల ఇసుక. గాలిలో నిండిన నీటి ఆవిరిలో నుంచి దూరాన దిగంతం. సముద్రం ఇంద్రనీలంలా ఉంది.

నేను జేబులోనించి బయటికి తీసిన నా వాచ్ ఎండలో జిగేలు మన్నది. ఊరిలోకి తిరిగి వెళ్తూ అక్కడ నడుస్తున్న ప్రదర్శన దగ్గరికి నడిచాను. అదేమిటో తెలియదు గాని అది నాకొక సవాలు విసిరింది.

అక్కడ ఆర్భాటంగా దుస్తులు ధరించిన ఒక వ్యక్తి చుట్టూ అన్నిరకాల మనుష్యుల గుంపు చేరింది. అతని తలకట్టు, పైజమా అతను మహమ్మదీయుడని చెబుతున్నాయి.

హిందూ గ్రామంగా ప్రసిద్ధికెక్కిన యీ ఊళ్లో ఒక మహమ్మదీయుడు అంత ప్రాధాన్యత పొందటం నాకు కాల దోషం అనిపించింది. అతను నా కుతూహలాన్ని ఆసక్తి పురికొల్పి, తట్టి లేపాడు. అతని దగ్గర రంగురంగుల దుస్తులు వేసిన ఒక చిన్న మాలిమి కోతి ఉన్నది. ప్రతిసారీ అతను ఆ కోతికి ఏదో చెబుతాడు. క్రమం తప్పకుండా అది ప్రతిసారీ తన యజమాని చెప్పినదానిని దాదాపు మనిషిలా తు.చ. తప్పకుండా ఆచరించుతుంది.

నన్ను కనిపెట్టి అతను ఆ కోతికి ఏదో చెప్పాడు. అది వెంటనే గుంపులోనికి గెంతుతూ వచ్చి నా దగ్గర కిచకిచ లాడింది. అప్పుడు అది తన హ్యాట్ తీసి నా ముందరికి జాపింది; ఏదో అడుక్కుంటున్న పోజ్‌లో. నేను ఒక పావలా కాసు అందులో వేశాను. కోతి ఎంతో వినయంగా తలవంచి, థ్యాంక్స్ చెప్పే రీతిలో, తిరిగి తన యజమాని దగ్గరకు వెళ్లింది.

ప్రదర్శన ముగియగానే అతను తన అసిస్టెంట్ – మరొక మహమ్మదీయ చిన్నవాడు – తో ఉర్దూలో ఏదో చెప్పాడు. ఆ చిన్నవాడు వచ్చి నన్ను తన యజమాని టెంట్‌లోకి పిలుస్తున్నాడనీ అక్కడేదో నాకు ప్రత్యేకంగా చూపించుతారనీ చెప్పాడు.

వేరెవరూ లోపలికి జొరపడకుండా ఆపటానికి ఆ చిన్నవాడు టెంట్ బయటే ఆగిపోయాడు. ఆర్భాటంగా డ్రెస్ చేసుకున్న యువకుడితో సహా నేను లోపలికి వెళ్లాను. ఆ లోపల అంతా నాలుగు వెదురు బొంగుల చుట్టూ గుడ్డతో అడ్డుకట్టి ఉన్నది. పై కప్పు అంటూ ఏమీ లేదు. అందుచే బయటి లాగానే లోపలా అంతా స్పష్టంగా కనపడుతుంది. మధ్యలో ఒక కొయ్యబల్ల ఉన్నది.

ఆ యువకుడు ఒక గుడ్డలో చుట్టిన కొన్ని చిన్న బొమ్మలు బయటికి తీశాడు. అవి అన్నీ సుమారు రెండు అంగుళాల ఎత్తు బొమ్మలు. వాటి తలలు రంగు మైనంతో చేసి ఉన్నాయి. కాళ్లు గడ్డికాడలు, పాదాలు ఇనుప బటన్లు. ఆ మనిషి బొమ్మలన్నీ కొయ్యబల్ల మీద పెట్టాడు. అన్నీ ఇనుప బటన్ల మీద నిటారుగా నించున్నాయి.

అతను బల్ల దగ్గర నుంచి ఒక గజం దూరం వెళ్లి ఉర్దూలో ఏదో ఆదేశించటం మొదలుపెట్టాడు. ఒకటి రెండు నిమిషాలలో ఆ బొమ్మలు కదలటం మొదలుపెట్టి డాన్స్ చేయసాగాయి!

ఆర్కెస్ట్రా నిర్వహించే వ్యక్తి చేతిలో బాటన్‌తో లయను సూచించినట్లుగానే ఇతను చేతిలో ఒక దండం పట్టుకొని కదిలించుతున్నాడు. ఆ రంగుబొమ్మలన్నీ అతని కదలికకు అనుగుణంగా డాన్సు చేస్తున్నాయి!

ఆ బొమ్మలు కొయ్యబల్ల అంతా కలయ బెడుతున్నాయి; కాని బల్లచివరికి వచ్చి పడిపోకుండా జాగ్రత్త పడుతున్నాయి. ఈ అద్భుత ప్రదర్శన అంతా నేను పట్టపగలు

సాయంత్రం నాలుగు గంటలకు చూస్తున్నాను. ఇందులో ఏదో ట్రిక్ ఉన్నదని అనుమానించి నేను ఆ కొయ్యబల్ల దగ్గరికి వెళ్లి పూర్తిగా పరీక్షించాను. టేబుల్ పైన, క్రింద కూడా చేతుల కదిలించి ఏమైనా తాళ్లు, దారాలు కనిపించుతాయేమోనని వెతికాను. ఉహుఁ, నాకు ఏమీ కనిపించలేదు. ఇతను జిత్తులమారి కాడా. ఒక స్థాయికి ఎదిగిన నిజమైన ఫకీరా?

నన్ను ఆ కొయ్యబల్ల వేర్వేరు భాగాలు చూపుమని సైగలు, మాటలతో తెలియజేస్తాడు. నేనలా చేయగానే బొమ్మలన్నీ చేరి నేను చూపించిన దిక్కుగా డాన్సు చేయటం మొదలు పెట్టాయి!

చివరికి అతను ఒక రూపాయి నాణెం తీసి ఏదో చెప్పాడు. నన్ను అటువంటి నాణెం తీయమంటున్నట్లు అర్థం చేసుకుని నా జేబులో నుంచి ఒక నాణెం తీసి బల్లమీద పెట్టాను. వెంటనే ఆ వెండి నాణెం డాన్సు చేయటం మొదలుపెట్టి ఆ ఫకీర్ వైపు కదులుతుంది. ఆ చివరికి చేరి బల్లమీది నించి పడి, అతని పాదాల వరకు దొర్లి అక్కడ ఆగిపోతుంది. అతను దానిని తీసికొని, ఉంచుకొని, సాదరంగా ధన్యవాదాలు తెలియ జేశాడు.

నేను అతిశయమైన గారడి విద్య చూస్తున్నానా లేక అసలైన యోగ మాయ చూస్తున్నానా? నా సందేహాలు నా ముఖంలో స్పష్టంగా తెలిసి ఉండాలి. ఆ ఫకీర్ వెంటనే తన అసిస్టెంట్‌ను పిలిచాడు. ఆ అసిస్టెంట్ తన యజమాని శక్తి ఇంకా చూడాలని ఉందా అని అడిగాడు. నేను అవుననగానే అతను ఒక పాత ఎకార్డియన్ తన యజమాని చేతికి అందించి, నా ఉంగరం బల్లమీద పెట్టుమన్నాడు. నేను నా ఉంగరం తీసి అతను చెప్పినట్లు చేశాను. అది అడయారు వనవాసి బ్రమ నాకు ఇచ్చిన వీడ్కోలు కానుక నేను దానిలో ఆకుపచ్చరాయి, దాన్ని పట్టుకుని ఉన్న పంజాలు చూస్తున్నాను. ఈలోగా ఫకీర్ కొన్ని అడుగులు వెనక్కువేసి ఆజ్ఞలు ఒకదాని తర్వాత ఒకటిగా జారీ చేస్తాడు. ఉర్దూలో! ప్రతి మాటకు ఉంగరం గాలిలోకి లేచి పడుతున్నది! తన ఆజ్ఞలకు అనుగుణంగా అతను తన కుడిచేయి కదిలించుతాడు. అతని ఎడమచేతిలో ఎ కార్డియన్ అలాగే ఉన్నది.

ఇప్పుడు అతను ఆ వాయిద్యాన్ని వాయించటం ఆరంభించాడు. ఆశ్చర్యంలో మునిగిన నా కళ్ల ఎదుట నా ఉంగరం ఆ సంగీతానికి అనుగుణంగా డాన్సు చేస్తున్నది! ఆ ఫకీర్ దాని దగ్గరికి పోలేదు. దానిని తాకలేదు. ఈ అద్భుత ప్రదర్శన ఎలా అర్థం చేసుకోవాలో నాకు అంతుపట్ట కుండా ఉన్నది. ప్రాణం లేని ఆ వస్తువు చేత మాటలకు సంగీతానికి ప్రతస్పందింప జేయటం ఎలా సాధ్యం?

ఆ అసిస్టెంట్ నా ఉంగరం తిరిగి ఇచ్చినప్పుడు దానిని నేను చాల పూర్తిగా పరీక్షించాను. దాని మీద ఎటువంటి గుర్తులా లేవు.

ఫకీర్ మరొకసారి తన నూలు సంచీ కట్టువిప్పుతాడు. ఈసారి ఒక చదునైన తుప్పు పట్టిన ఇనుప బద్దె బయటికి తీశాడు. అది సుమారు రెండున్నర అంగుళాలు పొడుగు అర అంగుళం వెడల్పు ఉన్నది. అతను దానిని బల్లమీద పెట్టబోతుంటే నేను అడ్డుపడి నన్ను పరిక్షించనీయ మంటాను. వారేమీ అభ్యంతరం చెప్పలేదు. నేను ఆ ఇనుప ముక్కను చాల సూక్ష్మంగా పరిశీలించాను. నేను అది తిరిగి ఇచ్చి కొయ్యబల్ల పరిశీలనగా చూశాను. అనుమానించ దగినదేమీ నాకు కనిపించలేదు.

ఆ ఇనుప బద్దె బల్లమీద ఉన్నది. ఆ ఫకీరు తన చేతులు రెండూచేర్చి ఒక నిమిషం సేపు రెండు అరచేతులూ ఒకదానికి ఒకటి గట్టిగా రుద్దుతాడు. అప్పుడు అతను తన శరీరం కొద్దిగా వంచి, తన చేతులు ఆ బద్దెకు కొన్ని అంగుళాల ఎత్తున పెట్టుతాడు. నేను అతన్ని చాల ధ్యాసతో గమనిస్తున్నాను. వేళ్లు ఆ బద్దెవైపు చూపుతూనే, చేతులు నిదానంగా వెనుకకు కదుపుతాడు. ఆ తుప్పుపట్టిన వస్తువు అతని కదలికను అనుసరించి కదులుతున్నది. ఆ బల్లమీద ఇనుప ముక్క అతని చేతుల కదలికకు సమాంతరంగా బల్లమీద తనంతట తానే కదులుతున్నది!

ఫకీరు చేతులకు ఆ ఇనుప బద్దెకు మధ్య సుమారు ఐదు అంగుళాలదూరం. అతని చేతులు బల్ల చివర కదిలినప్పుడు ఆ బద్దెకూడా అక్కడే ఆగుతుంది. మరొకసారి నేను పరిక్షించుతా నన్నాను. అనుమతి సిద్ధంగా ఉన్నది. నేను దాన్ని చేతిలోకి తీసికొని పరీక్షించాను. అందులో నాకేమీ లోపం కనుపించలేదు. అది కేవలం ఒక పాత ఇనుప ముక్క.

ఇదే ప్రదర్శన చిన్న ఉక్కుపిడి ఉన్న కత్తితో కూడ చేశాడు.

ఈ ప్రదర్శన లన్నిటికీ నేను అతనికి ఉదారంగా ప్రతిఫలం ముట్టచెప్పాను. అప్పుడు ఆ ప్రదర్శనల వెనుక ఉన్న రహస్యం రాబట్టటానికి ప్రయత్నించాను. మామూలుగా ఆ వస్తువు ఇనుముతో చేసినదై ఉండాలి, లేకపోతే అందులో ఇనుము ఉండాలి. కారణం ఇనుములో ఒక విచిత్రమైన మనస్సంబంధమైన గుణం ఉన్నది. అతను ఈ ప్రక్రియను పూర్తి స్వాధీన పరుచుకున్నాడు. ఇదే ప్రదర్శన బంగారు వస్తువులతో కూడా చేయగలడు.

ఈ రహస్యానికి పరిష్కారం ఏమిటా అని మనసులో వెతుకుతున్నాను. ఉన్నట్టుండి ఒక వెంట్రుక ఒక చివర ఉచ్చులా ఆ ఇనుపముక్కను పట్టి ఉండవచ్చు. అయినా కంటికి కనుపడక పోవచ్చు. అయితే వెంటనే నాట్యం చేసిన నా ఉంగరం గుర్తుకు వచ్చింది. ఫకీర్ రెండు చేతులూ ఎకార్డియన్‌తో కట్టుబడి ఉన్నాయి. అదీగాక

అతను ఉంగరానికి చాల అడుగుల దూరాన ఉన్నాడు. ఇందులో అతని అసిస్టెంట్ ప్రమేయం ఉన్నదనటానికి వీలులేదు. ఆ బొమ్మలు ఆడించేటప్పుడు అతను టెంట్ వెలుపల ఉన్నాడు. అయినా ఈ విషయం మరికొంత శోధించటానికి, నేను అతన్ని తెలివైన జిత్తుల మారిగా గారడివాడుగా ప్రశంసించాను.

అతని భృకుటి ముడి పడింది. తను కాదని గట్టిగా అన్నాడు.

''అయితే నువ్వెవరు?'' నా విచారణ పూర్తిచేసే ప్రశ్న.

''నేను అసలయిన ఫకీర్‌ను.'' అదేదో ఉర్దూపదం. నాకు అంతుచిక్కలేదు.

ఈ విషయాలలో నా ఆసక్తి అతనికి తెలిపాను.

''తెలుసు. మీరు ఆ గుంపులో చేరకమునుపే గమనించాను.'' కొంచెం కలవరంతో జవాబు చెప్పాడు.'' అందుకే మిమ్మల్ని ఈ టెంట్‌కు ఆహ్వానించాను.''

''నిజమే!''

''అవును. నేను డబ్బు ఆశతో ఈ ప్రదర్శన చేస్తున్నానుకోకండి. స్వర్గస్థులైన మా గురువుకు ఒక స్మారక సమాధి కట్టించాలని నా ధ్యేయం. ఈ ధ్యేయం మీద నా మనసు లగ్నం చేశాను. పనిపూర్తి అయిన దాకా నిశ్రమించను.''

అతని జీవితాన్ని గురించి మరికొంత చెప్పమని బతిమాలాను. చాల అయిష్టంగానే నా కోరిక మన్నించాడు.

నాకు పదమూడేళ్ల వయసులో ఒక గొర్రెల మందను కాచే వాడిని. ఈ పని మానాన్న అప్పగించిన ఉద్యోగం. ఒకనాడు మా గ్రామానికి ఒక సాధువు వచ్చాడు. ఆయన ఎంతసన్నగా ఉన్నారో చూస్తే భయం వేసింది. చర్మంలోనుంచి ఎముకలు పొడుచుకు వచ్చినట్లుగా ఉన్నాయి. ఆయన ఆహారం, ఒక రాత్రికి బస అడిగారు. మా నాయన అందుకు వెంటనే సరేనన్నారు. మా నాన్న స్వాములను సదా ఆదరించి, సన్మానించేవారు. అయితే ఒక రాత్రికి బదులు ఆయన నివాసం సంవత్సరానికి మించి నడిచింది. మా కుటుంబం అంతా ఆయన పట్ల ప్రేమ పెంచుకున్నది. మా నాన్న ఆయనను అక్కడే ఉండి మా ఆతిథ్యం స్వీకరించ వలసిందిగా బలవంతం చేసేవారు. ఆయన ఒక అద్భుత వ్యక్తి. ఆయన వద్ద వింతశక్తులు ఉన్నాయని త్వరలోనే తెలుసుకున్నాం. ఒక సాయంత్రం మేము భోజనానికి కూర్చున్నాం. మా భోజనం వరి అన్నం, కూరలతో చాల సరళం. అప్పుడు ఆయన అనేక పర్యాయాలు నన్ను పరిక్షగా చూశారు. నేను ఏమిటా అని ఆశ్చర్యపోయాను.మర్నాడు ఉదయం నేను గొఱ్ఱెలు కాచుకునే చోటికి వచ్చి నా సరసనే కూర్చున్నారు.

''బిడ్డా!''ఆయన అడిగారు నీకు ఫకీర్ అవటం ఇష్టమేనా?''

ఆ జీవితం ఎలా ఉంటుందో నాకు తెలియదు. కాని అందులో కొత్తదనం, స్వేచ్ఛ నాకు చాలా బాగా నచ్చాయి. కనుక నాకు చాల యిష్టమని చెప్పాను. ఆయన మా అమ్మా నాన్నలతో మాట్లాడి నా వయసు మరో మూడేళ్లు పెరిగిన తర్వాత తిరిగి వస్తానని, అప్పుడు నన్ను తనతో తీసుకొని వెళ్తానని చెప్పారు. విచిత్రం ఏమిటంటే ఆ లోపల నా తల్లి దండ్రులు ఇద్దరూ మరణించారు. కనుక ఆయన తిరిగి వచ్చినప్పుడు ఆయనతో వెళ్లటానికి నాకు పరిపూర్ణ స్వేచ్ఛ. ఆ తర్వాత గ్రామం, గ్రామం తిరుగుతూ మేం దేశం అంతటా పర్యటించాము. ఆయన నాకు గురువు. నేను ఆయన శిష్యుడిని. ఈనాడు మీరు చూసిన అద్భుతాలన్నీ ఆయన సొమ్ము. వాటిని ఆయనే నాకు నేర్పారు.''

''ఇవి సులువుగా నేర్చుకోవచ్చునా?'' నా ప్రశ్న.

''వీటిలో ప్రావీణ్యం రావటానికి సంవత్సరాల తరబడి శ్రమం అవసరం.''

ఫకీర్ నవ్వాడు.

ఎందుకో నాకు అతని కథం నిజమనిపించుతున్నది. అతను విధేయుడుగా సరదా అయిన వ్యక్తిగా కనుపించుతున్నాడు. స్వతహాగా నేను అనుమానస్థుడినే. అయినా నా అనుమానాలకు కళ్లెం వేశాను.

నేను ఒక అసాధారణమైన కలలో ఉన్నానేమో తెలియక, ఆ గుడారం వెలుపలికి వచ్చాను. చల్లని గాలి ప్రాణానికి హాయినిచ్చింది. దూరాన కాంపౌండ్‌లో కొబ్బరి చెట్లు గాలికి తలలు ఊపుతున్నాయి. నేను అక్కడికి దూరం అవుతున్న కొద్దీ ఆ ప్రదర్శన నమ్మశక్యం గాకుండా ఉన్నది. ఆ ఫకీర్ ఏదో కిటుకు చేశాడనిపించుతున్నది. కాని అతను నిజాయితీపరుడన్న అనుభూతి దృఢం. అయితే వస్తువులను తాకకుండా కదిలించటం ఎలా సాధ్యం? ఎలా వివరించటం? ప్రకృతి న్యాయాలను ఎవరైనా సరే ఎలా మార్చగలరో నాకు అర్థం కాని విషయం. బహుశ వస్తువుల స్వభావం మనకు తెలుసును అనుకున్నంతా మనకు తెలియదేమో!

★

పూరి భారతదేశ పుణ్యక్షేత్రాలలో ఒకటి. ఆశ్రమాలు, ఆలయాలకు ప్రాచీన కాలం నుంచి ఇది స్వగృహం. ఉత్సవం జరిగే కొన్ని సంవత్సరాలు యాత్రికులు వరదలు కట్టి వస్తారు. అందరూ జగన్నాథ రథాన్ని ఆ రెండుమైళ్ల యాత్రలో లాగటానికి తోడ్పడుతారు. ఈ సమయంలో ఇక్కడికి వచ్చే సాధువులను, స్వాములను పరిశీలించి అధ్యయనం చేయటానికి అవకాశం ఉపయోగించు కుంటాను.అందువల్ల జరిగిందేమిటంటే నా పాత అభిప్రాయాలు మార్చుకో వలసి వచ్చింది.

ఒక దేశదిమ్మరి సాధువు పరిచయమైన తర్వాత చాలమంచి వ్యక్తిగా తేలాడు. అతను మాట్లాడే ఇంగ్లీషు అక్కడక్కడ ఆగిపోతూ ఉంటుంది కాని అర్థం చేసుకోవచ్చు. అతను వయసు నలభైలోపు ఉంటుంది. మెడలో బెర్రీస్ దండ. తన పర్యటనలో ఆలయం నుంచి ఆలయానికి, ఆశ్రమం నుంచి ఆశ్రమానికి తిరుగుతుంటానని చెప్పాడు. అతనికి ప్రపంచె ఒక్కటే. భోజనం భిక్షాటనంతో, తూర్పున దక్షిణాన ఉన్న పుణ్యస్థలాలు అన్నీ దర్శించటమే అతని ధ్యేయం. నేను అతనికి కొంచెం భిక్ష వేశాను. ప్రతిగా అతను తమిళంలో అచ్చువేసి ఉన్న ఒక చిన్న పుస్తకం చూపించాడు. దాని మీద పసుపుపచ్చ మరకలు, వయసు ప్రభావం చూస్తే అది సుమారు నూరు సంవత్సరాలనాటి పుస్తకం అయి ఉండాలి. అందులో కొయ్య దిమ్మెలతో వేసిన వింత చిత్రాలు చాలా ఉన్నాయి. అతను నిదానంగా, జాగ్రత్తగా రెండు బొమ్మలు అందులో నుంచి తీసి నాకు ఇచ్చాడు.

నేను సాహితీ సాధువుగా పిలిచే ఇతనితో నా అనుకోని కలయిక విచిత్రమైంది. ఒకనాడు నేను అక్కడ ఇసుకలో కూర్చొని ఒమర్ ఖయ్యాంలో గులాబి వాసనలు గుబాళించే పేజీలు చదువుతుండగా ఈ సంఘటన జరిగింది. రుబాయత్ చదివినప్పుడల్లా నన్ను సమ్మోహన పరుస్తుంది. ఒక యువ పర్షియన్ రచయిత నాకు దాని గూఢార్థాన్ని పరిచయం చేసిన నాటినుంచి అందులోని నాలుగు పాదాల పద్యాల ద్రాక్షారస ఆస్వాదనలో నాకు రెండందాల ఆనందం కలిగింది. ఆ పద్యం చదవటంలో కలిగే ఆనందంలో నేను ఎంత తన్మయుడి నయినానంటే. ఆ యిసుకలో నాదగ్గరికి నడిచి వచ్చిన వ్యక్తిని నేను గమనించలేదు. చివరకు ఆ అచ్చులో ఉన్న పేజీలనుంచి కళ్లు ఎత్తినపుడే నా పక్కనే కాళ్లు మడిచి కూర్చొని ఉన్న ఆ సందర్శకుడిని చూశాను.

అతను సాధువుల పచ్చకప్పడం ధరించి ఉన్నాడు. ప్రక్క చేత ఒక చేతికర్ర, ఒక గుడ్డలమూట. ఆ మూటలోనుంచి కొన్ని పుస్తకాల కొసలు తొంగి చూస్తున్నాయి.

''క్షమించండి సర్!'' వ్యక్తి ఇంగ్లీషు చాల బాగా మాట్లాడుతూ తనను పరిచయం చేసుకున్నాడు. ''నేను కూడా మీ సాహిత్యంలో విద్యార్థినే.'' అతను తన మూట విప్పసాగాడు'' కోప్పడకండి సర్! మీతో మాట్లాడకుండా ఉండలేక పోయాను.''

''కోపమా! ఏమీ లేదు.'' నేను అతనితో నవ్వాను.

''మీరు యాత్రికులా!''

''అనటానికి వీల్లేదు.''

''కాని మీరు మా దేశంలో ఎంతోకాలం నివశించలేదు.'' అతను వదలలేదు. అవునన్నట్లు తల ఆడించాను.

అతను మూట విప్పి గుడ్డతో బైండ్ చేసిన మూడు పుస్తకాలు చూపించాడు – ఆ పుస్తకాల అట్టలు అరిగిపోయి ఉన్నాయి. మూలలు ఛిద్రం అయి ఉన్నాయి. కాగితాలలో చుట్టిన కొన్ని కరపత్రాలు (పాంఫ్లెట్లు), రాసుకోవటానికి తెల్లకాగితం.

''చూడండి సర్! ఇవి లార్డ్ మెకాలే వ్యాసాలు అద్భుతమైన సాహిత్య శైలి సర్! మహామేధావి. కాని ఎంత భౌతిక వాది!''

అయితే వికసించుతున్న ఒక సాహిత్య విమర్శకుడిని నేను అనుకోకుండా కలసుకున్నానన్నమాట!

''ఇది చార్లెస్ డికెన్స్ రచన ది టేల్ ఆఫ్ టూ సిటీస్! (రెండు మహానగరాల కథ) ఏమి సంవేదన, ఏమి విషాదం సర్! కన్నీరు కారవలసిందే!''

ఆ సాధువు తన మూట కట్టి మళ్ళీ మాట్లాడటానికి, నా వైపు తిరిగాడు.

''మీరేమీ అనుకోకపోతే. మీరు చదువుతున్న పుస్తకం ఏమిటో తెలుసుకోవచ్చా సర్!''

''నేను ఖయ్యాం రచన చదువుతున్నాను.''

''ఖయ్యాం? నేనా పేరు వినలేదు సర్! ఆయన మీ నవలా రచయితలలో ఒకరా!'' అతని ప్రశ్నకు నేను నవ్వాను.

''కాదు ఆయన కవి.''

మధ్యలో నిశ్శబ్ద – విరామం.

''మీకు చాల కుతూహలం ఉన్నది.'' నేనన్నాను. ''బిచ్చం కావాలా!''

''నేను డబ్బు కోసం రాలేదు సర్!'' అతను నిదానంగా జవాబు ఇచ్చాడు. ''నేను నిజంగా కోరేది, నేను ఆశించేది, మీ దగ్గరినించి కానుకగా ఒక పుస్తకం. చదువటమంటే నాకు చాల ఇష్టం.''

''నీకు పుస్తకం వస్తుంది. నేను బంగాళాకు వెళ్లేటప్పుడు నాతో రా. నీకోసం విక్టోరియన్ యుగంలో నిదానంగా జరిగే ఒక పుస్తకం చూసి ఇస్తాను. అది తప్పక నీకు నచ్చుతుంది.''

''నా హృదయ పూర్వక కృతజ్ఞత సర్!''

'ఒక్క నిమిషం నేను నీకు కానుక ఇచ్చేముందు నువ్వు నాకొక విషయం చెప్పాలి. నీ మూటలో ఆ మూడో పుస్తకం ఏమిటి?''

''ఓ అదా సర్, అది మీకు పనికి వచ్చేది కాదు సర్!''

కావచ్చు. కాని ఆ పుస్తకం పేరు తెలుసుకోవాలని ఉంది.''

''అది చెప్పదగింది కాదు సర్!''

''నేను నీకు ఇస్తానన్న పుస్తకం కావాలా వద్దా?''

అవతలి మనిషి కొంచెం భయభ్రాంతుడైనాడు.

''కావాలి సర్, తప్పకుండా మీరు బలవంత పెడుతున్నారు గనుక నేను చెప్తున్నాను. అది మామేనిజం & మెటీరియలిజం : ఎ స్టడీ ఆఫ్ ది వెస్ట్, ఒక హిందూ విమర్శకుడి రచన (ధనమే దైవం అనే మతం & భౌతికవాదం).

నేను షాక్ తిన్నట్లు నటించాను.

''ఓహో, అయితే ఇదన్న మాట నువ్వు చదివే సాహిత్యం?''

''ఊళ్లో నాకొక వ్యాపారస్థుడు ఇచ్చాడు.'' నీరసంగా క్షమాపణ వేడే ధోరణిలో జవాబు

''నన్నుచూడనియ్.''

శిథిలావస్థలో ఉన్న అతని పుస్తకంలో అధ్యాయాలు. శీర్షికలు చూశాను. అక్కడక్కడ కొన్ని పేజీలు చదివాను. నాటక ఫక్కీలో అత్యావేశంలో ఎవరో బెంగాలీ బాబు రచించిన పుస్తకం. కలకత్తాలో ప్రచురణ అయింది. బహుశ రచయిత స్వంత ఖర్చుతో అచ్చు అయి ఉంటుంది. తను వ్రాసిన విషయంలో రచయితకు స్వయంగా పరిచయం శూన్యం. ఆయన పేరు చివర ఉన్న రెండు డిగ్రీల బలంతో ఆ రచయిత యూరప్ అమెరికాలను యాతనలో అంధకారంలో మండుతున్న నరకంగా భయంకరంగా చిత్రించారు. అక్కడ చిత్రహింసలు అనుభవించే కార్మిక వర్గం, సుఖాలలో ఓలలాడే ధనిక వర్గం అకృత్య ఆనందం తప్ప మరేమీ లేవు!

నేను ఏమీ అనకుండా ఆ పుస్తకం అతనికి తిరిగి ఇచ్చేశాను. ఆ సాధువు దాన్ని అర్జెంటుగా లోపల దాచేసి, నాకొక కరపత్రం తీశాడు.

''ఇది ఒక బెంగాలీ స్వామి సంగ్రహ జీవితచరిత్ర. కాని ఇది బెంగాలీలో రాసి ఉన్నది.'' అని చెప్పాడు అతను.

''ఇప్పుడు చెప్పు. ఆ ధనమే దైవం రచయిత అభిప్రాయాలతో నువ్వు ఏకీభవించుతావా?'' నేనడిగాను.

''కొద్దిగా సర్! కొద్దిగా. ఎప్పుడో ఒకసారి పడమట దేశాలు పర్యటించాలని నా కోరిక. అప్పుడు నేను స్వయంగా చూస్తాను.''

''అక్కడ ఏం చేస్తావు.''

''జనాల మనసులో చీకటిని వెలుగుగా మార్చే ఉపన్యాసాలు ఇస్తాను. నేను స్వామి వివేకానందుల అడుగుజాడలలో నడుస్తాను. మీ దేశాల్లో ఆయన అందరినీ

సమ్మోహపరిచేలా ఉపన్యసించారు. ఆయన అంత చిన్న వయసులో అస్తమించటమే దురదృష్టం. ఆయనతో బాటే ఒక సింహగర్జన అస్తమించింది!''

''నువ్వు ఒక విచిత్రమైన సాధువు!'' నా రిమార్క్.

అతను చూపుడువేలు ముక్కు పక్కన చేర్చి వేదాంతిలా అన్నాడు.

''ఆ నటన సూత్రధారి వేదిక సిద్ధపరిచాడు. మీ విశ్వవిఖ్యాత షేక్సిపియర్ చెప్పినట్లు మనం అంతా ప్రవేశం, నిష్క్రమణం చేసే నటులం మాత్రమే కదా!''

★

భారతదేశంలో సాధువులంతా అనేకరకాల మిశ్రణం అని గ్రహించాను. చాలమంది శక్తి, వివేచనలతో బలహీనులై వారంతా హాని చెయ్యని సత్పురుషులు. మిగిలినవారు లౌకిక జీవితంలో విఫలురైనవారు లేదా శ్రమలేని జీవనోపాధి కోసం చూసేవారు వారిలో ఒకతను నన్ను సమీపించి బక్షీష్ అడిగాడు. జడలు కట్టిన అతని జుట్టు, బూడిద పులిమిన శరీరం, జిత్తులమారి ముఖం చూస్తుంటే అసహ్యం వేసింది. ఏమవుతుందో చూద్దామని అతను అంత పట్టుదలకుండా వెంట బడుతుంటే నేనూ అంత మొండిగా మొండి చెయ్యి చూపుతున్నాను. నా మొండి తనంతో బాటు అతని పట్టుదల పెరుగుతున్నది. చివరికి తన జపమాల అమ్మజూపి కొత్తమార్గం తొక్కాడు. అది చూడటానికే మట్టిపట్టి మురికిగా ఉన్నది. దాంట్లో ఏదో పరమపావనత్వం అంటగట్టి మితిలేని ధర అడుగుతున్నాడు. నేను అతన్ని అక్కడినించి నిష్క్రమించుమని చెప్పాను.

స్వయంగా చిత్రవథ చేసుకునే సాధువులు సాధారణంగా తక్కువగా కనబడుతారు. తన గోళ్లు అరగజం పొడుగు పెరిగేటంత వరకూ ఎత్తిన చెయ్యి దించని మనిషి ఒకరు. అయితే ఒంటికాలి మీద సంవత్సరాల తరబడి నిలుచుండే మనిషి మరొకరు. పక్కనున్న భిక్షాపాత్రలో కొన్ని అణాలు పోగవటం తప్ప, ఈ ప్రదర్శనలతో వీరు ఏమి సాధించబోతున్నారో చెప్పటం కష్టం.

బాహాటంగా క్షుద్రవిద్యలు ప్రదర్శించేవారు కొందరు. వీరే భారతదేశపు భూత మాంత్రికులు. వీరు ఎక్కువగా పల్లెలలో తమ కార్యకలాపం సాగించుతారు. మీ శత్రువుకు హాని కలిగిస్తారు, ఇష్టంలేని భార్యను వదిలించుతారు, మీ ప్రత్యర్థిని అంతుచిక్కని రోగంతో పడగొట్టి మీ కోరిక తీరే మార్గం సుగమనం చేస్తారు – ఇదంతా మీరు ముట్టజెప్పే సొమ్మును బట్టి ఉంటుంది. ఈ క్షుద్రోపాసకులను గురించి విపరీతమైన తల తిరిగిపోయే చీకటి కథలు ఎన్నో. అయినా వారు కూడా యోగులు, ఫకీర్లుగా చలామణి అయి ఆనందంగా ఉన్నారు.

ఇక మిగిలింది నిజమైన సంస్కారులైన సాధువులు. వీరు సంవత్సరాల తరబడి తాము దేనికోసం వెతుకుతున్నారో తెలియని అన్వేషణలో తమని తామే శిక్షించుకుంటారు. ప్రాపంచిక సుఖాలకు దూరమవుతారు. సమాజానికి దూరంగా ఒంటరి జీవితం గడుపుతారు. వారు నిజంగానే సత్యాన్వేషణ చేస్తున్నారు గనుక ఈ కష్టాలన్నీ భరించుతారు. సత్యాన్వేషణ అంటే – తప్పు గానీయండి ఒప్పు కానీయండి – శాశ్వతానందమని వారి భావం. ఈ అన్వేషణలో భారతీయుడి మూసలో పోసిన పద్ధతిని. దైవచింతనను, ప్రాపంచిక సౌఖ్యాల త్యాగాన్ని మనం తప్పు పట్టవచ్చు. కాని ఆ పద్ధతి వెనుక ఉన్న తృష్ణ పిపాస, క్షుధ ప్రశ్నలకు అతీతం.

పడమటి దేశాలలో సగటు మనిషికి అటువంటి అన్వేషణకు తీరికలేదు. ప్రస్తుతపు నిర్లక్ష్య వైఖరి అంగీకరించి స్వీకరించటానికి అతనికి మంచి వంక దొరికింది. అతను చేసేది పొరబాటు అయితే అతనికి ఖండమంతా తోడు ఉన్నది. ఎందుచేత నంటే ఈ సంశయాత్మక యుగం సత్యాన్వేషణను తృణప్రాయంగా చూస్తుంది. మహోత్తర క్షణాలలో మనకు తృణప్రాయంగా తెలిపే వాటిపై తన శక్తినంతటినీ వెచ్చించుతుంది ఈ యుగం. తమ శక్తినంతటినీ ఒక డజను వ్యాపకాల మీద వెచ్చించి సత్యాన్వేషణను గురించి ఆలోచించటానికి కూడా వ్యవధిలేని వారికంటె జీవిత పరమార్థం తెలుసుకోవాలనే తపనతో జీవితమంతా గడిపిన వారు ప్రస్తుత సమస్యలకు సరి అయిన అభిప్రాయం తెలుప గలిగే స్థితిలో ఉన్నారని. మనం ఎన్నడూ ఆలోచించము.

ఒక పాశ్చాత్యుడు ఒకసారి పంజాబ్ వచ్చాడు. అతని గమ్యము వేరు నా గమ్యము వేరు. ఇక్కడ అతనికి తారస పడినవారు అతనిని మరొక దారి పట్టించి అతను వచ్చినపని మర్చిపోయేటంత పనిచేశారు. అలెగ్జాండర్ ది గ్రేట్ తన రాజ్యం కాక, ఇంకా విస్తృతమైన భూమి తన పాలన క్రిందికి రావాలని ఆశించాడు. ఆయన ఒక సైనికుడిగా వచ్చాడు. కాని ఆయన వేదాంతిగా రూపొందుతాడేమో ననిపించింది.

ఇంటికి తిరిగి వెళ్తూ మంచుపట్టిన పర్వతాలు, ఎండిపోయిన అడవుల గుండా ప్రయాణం చేస్తున్న అలెగ్జాండరు మెదడులో ఆలోచనలు ఎలా ఉండి ఉంటాయో అని ఊహించుతూ ఉంటాను. ఆ మాసిడోనియా రాజు తాను కలిసిన మునుల యోగుల ప్రభావంలో పడిపోయాడు. వారి వేదాంతాన్ని గురించి చర్చించి ఎంతో ఉత్సుకతతో ప్రశ్నించుతూ వారితో ఆయన రోజుల తరబడి గడిపాడు. ఆయన మరికొన్ని సంవత్సరాలు వారి నడుమ గడిపి ఉంటే ఆయన తన సిద్ధాంతాలు మార్చి పాశ్చాత్య ప్రపంచాన్ని బెదర గొట్టేవాడు.

దేశంలోని ఆదర్శం ఆధ్యాత్మికత కాపాడి పాలించేవారు ఈనాటి స్వాములలోకూడా కొందరు ఉన్నారు. పనికిమాలినవారు ఎక్కువ అనేది సాధ్యం. అదే నిజమయితే ప్రస్తుతం నడిచే అధోగతి చర్యలే అందుకు కారణం. కాని వీరిని చూసి, అసలైన దారిపట్ల మనం గుడ్డివారం కాకూడదు. ఈ పరిస్థితిలో వారు మరింత ప్రకాశమానులు అవుతారు. వీరిలో లెక్కకందనంతటి వైవిధ్యం ఉన్నది. ఎవరినో చూసి అందరికీ అదే ముద్ర – మంచికాని చెడుకాని – వేయటం భావ్యం కాదు. ''పరాన్న భుక్తులయిన ఈ స్వాములు'' అంతం అయితే దేశానికి పెద్దవరం అని నాకు హామీ యిచ్చే వేడిరక్తపు విద్యార్థి సేన వైఖరి నేను అర్థం చేసుకోగలను. భారతీయ సమాజం ఈ స్వాములను ఆదరించనినాడు, సర్వనాశనానికి దారి తీస్తుందనే పెద్దలు – గ్రామాలలో నివసించే వారు – చెప్పే మాటకూడా నేను అర్థం చేసుకోగలను.

ఈ సమస్య భారతదేశానికి ఇతరత్రా కూడా ముఖ్యం. ప్రస్తుతం ఆర్థిక మాంద్యం కొన్ని ఆంక్షలు విధించుతున్నది. స్వాములు ఆర్థికంగా ఏవిధంగాను సాయపడలేరు. అజ్ఞానులు, నిరక్షరాస్యులు ఎందరో పల్లెలలో తిరుగుతుంటారు, కొన్ని నగరాలలో జరిగే దైవిక ఉత్సవాలు వేడుకలు హాజరవుతారు. వారు పిల్లల పట్ల దుర్మార్గులవుతారు, పెద్దల పట్ల వెంటబడి పీడించుకు తినే బిచ్చగాళ్లు అవుతారు. వీరంతా సమాజానికి భారం. కారణం, వారు పుచ్చుకోవటమే గాని తిరిగి ఇవ్వటం ఎరుగనివారు. అయితే భగవంతుడి అన్వేషణలో మంచి ఉద్యోగాలు, పదవులు, వదిలివేసినవారు, అస్తి పాస్తులను త్యజించినవారు మహానుభావులు అనేకులు ఉన్నారు. వారు ఎక్కడికి వెళ్లినా తమకు ఎదురైన వారిని ఉద్ధరించే ప్రయత్నం చేస్తారు. నడవడికి, ప్రవర్తనకు విలువ ఏమైనా ఉంటే, తమను ఇతరులను ఉద్ధరించటానికి వారు పడే పాట్లకు వారికి దొరికే భిక్ష తగిన పరిహారమే.

మనిషి అసలు విలువ నిజంగా తెలుసుకోవాలంటే, అతను ఒట్టి బూటకం అయినా, మునీశ్వరుడు అయినా, పైనున్న ఆధ్యాత్మికపు తొడుగు తొలిగించి తీరాలి అనేదే తుది తీర్మానం.

★

ఈ భూమి భుజాల మీదికి రాత్రి ముసుగు దిగింది. నేను కలకత్తా సందు గొందులలో కిక్కిరిసినజనం మధ్య నడుస్తున్నాను.

మేం ఉదయం చూసిన భయంకర దృశ్యం ఇంకా నా మనసును కలవర పెడుతున్నది. (ఇంజన్ ముందరి స్టీల్ ఫ్రేం) కౌ కాచర్ మీద భయోత్పాతం కలిగించే సరుకుతో మా ట్రైన్ హౌరా స్టేషన్‌లో ప్రవేశించింది. రైల్వే లైన్ చిరుతలు స్వేచ్ఛగా తిరిగే ప్రమాదకరమైన అడవుల్లో చాల మైళ్లు ప్రయాణం చేస్తుంది. రాత్రి మా ఇంజన్

ఒక మృగాన్ని ఢీకొట్టి దాన్ని తక్షణం చంపివేసింది. ఆ తెగిపోయిన సగం దేహాన్ని స్టేషన్ లోకి భద్రంగా మోసుకు వచ్చింది. ఆ చిరుత ఛిద్రమైన దేహం కోరలు, పంజాలతో ఆ స్టీలు ఫ్రేం నుంచి సులువుగా విడివడ లేదు.

కాని ముందుకు దూసుకుపోతున్న ఈ రైలులో నా శోధనకు దారిచూపే మరొక సూత్రం దొరికింది. భారతదేశంలో ఇతర మెయిన్ లైన్ రైళ్ల లాగానే ఇది కూడా పూర్తిగా నిండి ఉన్నది. అదృష్టవశాత్తు నాకు బెర్త్ దొరికిన కంపార్ట్‌మెంటులో – క్రింది తరగతి తప్ప మిగతా కంపార్ట్‌మెంట్‌లలో స్లీపింగ్ బెర్త్‌లు ఉంటాయి. కలగూర గంప ఉంటుంది. వారు వారి విషయాలు బాహాటంగా చర్చించుతారు. కనుక త్వరలో ఎవరు ఎవరో, ఏం చేస్తారో తెలిసి పోతుంది. వారిలో ఒక ఇస్లాం మతస్థుడు ఉన్నాడు. అతను పొడవాటి నల్ల సిల్క్ కోట్ ధరించి ఉన్నాడు. అది అతని మెడ దగ్గర బటన్లతో మూసి ఉన్నది బంగారు ఎంబ్రాయిడరీతో ఒక గుండ్రని నల్లటోపీ పలుచని జుట్టు ఉన్న అతని తలమీద విశ్రాంతి తీసుకుంటున్నది. కాళ్లకు తెల్ల పైజమా. అతని జోళ్లు ఎరుపు, ఆకుపచ్చదారాల డిజైన్లతో అతని దుస్తులకు కళాత్మకత తెచ్చిపెడుతున్నాయి. గుబురు కనుబొమల మరాఠీ పెద్దమనిషి పడమటి భారతం నుంచి; తన జాతి ఇతరుల లానే తాకట్టు వ్యాపారి బంగారు రంగు తలపాగా మార్వాడీ; దక్షిణాది నుంచి బొద్దు బ్రాహ్మణ లాయర్. వారంతా ధనవంతులు.ప్రతి స్టేషన్‌లోను థర్డ్ క్లాసులో ప్రయాణించే వారి నౌకర్లు పరుగెత్తుకుంటూ వచ్చి అయ్యగారికి ఏమికావాలో విచారించుతుంటారు.

ఆ మహమ్మదీయుడు నావైపు ఒక చూపు విసిరి, కళ్లు మూసుకుని నిద్రలోకి జారుకున్నాడు. మరాఠీగారు మార్వాడీ గారితో సంభాషణలో లగ్నమై ఉన్నాడు. బ్రాహ్మణ ఆయన అప్పుడే రైలు ఎక్కాడు. ఇంకా కుదురుకోలేదు.

నాకు ఎవరితోనైనా ఏదో ఒక మాట్లాడే మూడ్ వచ్చింది. కాని అక్కడ నేను మాట్లాడ గలిగినవారు ఎవరూ లేరు. తూర్పు పడమరల మధ్య అగోచరమైన అడ్డుగోడ మిగిలిన వారందరనినించీ నన్ను విడీస్తున్నట్లు కనిపించుతున్నది. ఆ ఎర్రటి బ్రాహ్మడు లైఫ్ ఆఫ్ రామకృష్ణ (రామకృష్ణ జీవితం) అనే పేరున్న ఇంగ్లీషు పుస్తకం బయటికి తీయటంతో నాకు కొంచెం చల్లగాలి సోకినట్లయింది. ఆ పుస్తకం పేరు పెద్ద అక్షరాలలో ఉండటాన ప్రయత్నం లేకుండానే దర్శనం ఇచ్చింది. ఈ అవకాశం పట్టుకొని అతనిని మాటలలోకి దింపాను. ఆధ్యాత్మిక మహనీయులయిన ఋషులలో రామకృష్ణులు ఆఖరువారని ఎవరో చెప్పారు గదా! నాతోటి ప్రయాణీకుడిని ఈ విషయమే కదిలించాను. ఆయన బదులు చెప్పటానికి ఆతృత పడుతున్నాడు. మేము వేదాంత చర్చలో శిఖరాలు ఎక్కి తర్వాత భారతీయ జీవితాన్ని గురించి సామాన్య విషయాలకు దిగిపోయాం.

ఆయన ఆ ఋషి పేరెత్తినప్పుడల్లా ఆయన గొంతులో ప్రేమమయమైన ఆశ్చర్యం ధ్వనించుతుంది. ఆయన కళ్లు ఆనందంతో వెలుగుతాయి. ఎన్నడో గతించిన ఆయన పట్ల ఈ వ్యక్తి భక్తి నిస్సంశయైనది. రెండు గంటలలో ఆ బ్రాహ్మడికి ఒక గురువు ఉన్నారనీ, రామకృష్ణుల శిష్యులలో ప్రస్తుతం సజీవులై ఉన్న ఇద్దరు ముగ్గురిలో ఈ గురువు ఒకరనీ తెలుసుకున్నాను. ఆ గురువుగారికి సుమారు ఎనభై సంవత్సరాల వయసు. గురువుగారు ఎక్కడో మూలనున్న సందులో కాక కలకత్తా నడిబొడ్డున నివసించుతారు.

నేను వారి అడ్రసు అడిగితే సులువుగా ఇచ్చారు.

"మీకు ఆయనను చూడాలనే కోరికను మించి మరే పరిచయమూ అవసరం లేదు." అన్నారు లాయరు.

ప్రస్తుతం నేను రామకృష్ణుల వారి వయసుడిగిన శిష్యులు మాస్టర్ మహాశయుల ఇల్లు వెతకుతూ కలకత్తాలో ఉన్నాను.

వీధి పక్కనున్న ఆవరణ దాటి ఒక పురాతనమైన ఇంటి ముందర మెట్ల దగ్గరికి చేరాను. మెట్లు ఎత్తుగా ఉన్నాయి. చీకటిలో ఉన్న మెట్టు ఎక్కి పై అంతస్థులో ఒక చిన్న ద్వారంలో నుంచి వెళ్లాను. నేను ఒక చిన్నగదిలోకి వచ్చాను. గదిలో అవతలి చివర ఉన్న తలుపు మిద్దెమీదికి తెరిచి ఉన్నది. రెండు గోడలకూ రెండు దివాన్లు ఆనించి ఉన్నాయి. ఒక దీపం, పుస్తకాలు, కాగితాల చిన్న దొంతర తప్పించి ఆ గదిలో ఇంకేమీ లేవు. ఒక యువకుడు వచ్చి గురువుగారు క్రింది అంతస్తులో ఉన్నారని, ఆయన కోసం వేచి ఉండాలని చెప్పాడు.

పది నిమిషాలు గడిచాయి. క్రింది అంతస్థు గదిలో నుంచి ఎవరో మెట్లమీదికి వచ్చిన శబ్దం నాకు వినిపించింది. వెంటనే నా తలలో ఒక జలదరింత కలిగింది. అప్పుడు క్రింది అంతస్తులో ఉన్నవ్యక్తి ఆలోచనలను నాపైన నిలిపారన్న ఆలోచన అకస్మాత్తుగా నన్ను చుట్టివేసింది. ఆయన మెట్లు ఎక్కుతున్న శబ్దం వినిపించింది. ఎలాగైతేనేం చివరకు – ఆయన చాలా నిదానంగా కదులుతారు – గదిలో ప్రవేశించారు. ఆయన పేరు నాకు ఎవరూ చెప్పనక్కర లేదు. బైబుల్ పుటలలోనించి ఆదరణీయమైన మానవజాతి పిత బయటికి అడుగుపెట్టారు. మోజెస్ కాలం నాటి విగ్రహం ప్రాణం పోసుకున్నది. బట్టతల, తెల్లని పొడుగాటి గడ్డం, తెల్లని మీసం, గంభీరమైన ముఖం, ఆలోచనామయమైన విశాలనేత్రాలు. ఇదీ ఆయన వర్ణన. ఎనభై సంవత్సరాల జీవభారంతో కొద్దిగా వంగిన భుజాలతో ఈయన మాష్టర్ మహాశయులు కాక మరెవరూ కావటానికి వీలు లేదు.

ఆయన దివాను మీద కూర్చొని, నా వైపు తిరిగారు. ఆయన ప్రశాంత గంభీర సమక్షంలో అవాకులూ చవాకులూ ఉండవనీ, హాస్యము, చెమక్కులూ ఛలోక్తులూ చెప్పబడవనీ, నా హృదయంలో అప్పుడప్పుడు తలెత్తే ద్వేషం, సంశయవాదం నోరెత్తవనీ నాకు తక్షణం అర్థం అయింది. భగవంతుడి యందు పరిపూర్ణ విశ్వాసం, ఉదాత్త ప్రవర్తన ఆయనలో కలబోసి ఉన్నాయని ఆయన రూపం చెప్పకనే చెబుతున్నది.

ఆయన స్వచ్ఛమైన ఇంగ్లీషు ఉచ్ఛారణలో నన్ను పలకరించారు.

"మీకు ఇక్కడ స్వాగతం."

ఆయన నన్ను పిలిచి తను కూర్చున్న దివాను మీదనే చోటు చూపించారు. ఆయన కొద్దిక్షణాలు నా చేయి పట్టుకున్నారు. నన్ను పరిచయం చేసికొని, నేను వచ్చిన పని వివరించుదా మనుకున్నాను. నేను మాట్లాడటం ముగించిన తర్వాత, నా చెయ్యి మృదువుగా ప్రేమతో పట్టుకొని:

"మిమ్మల్ని భారతదేశం రావటానికి ప్రేరేపించింది ఒక మహాశక్తి. అదే మిమ్మల్ని మా దేశంలో పవిత్రమూర్తులతో సంపర్కం కలిగించుతున్నది. దాని వెనుక బలమైన కారణం ఉన్నది. భవిష్యత్తు ఆ కారణాన్ని తప్పకుండా తెలియజేస్తుంది. ఓపికగా నిరీక్షించండి."

"మీ గురువు రామకృష్ణులను గురించి చెప్పగలరా!"

"ఆఁ.. నాకు అత్యంత ప్రియమైన విషయం ప్రస్తావించారు. ఆయన మమ్మల్ని వదిలి వెళ్లి సుమారు అర్ధశతాబ్ది కావస్తున్నది. కాని ఆయన జ్ఞాపకాలు నన్నెన్నటికీ విడిచిపెట్టవు. అవి నా గుండెల్లో సదా తాజాగా పరిమళించుతూ ఉంటాయి. నేను ఆయనను కలిసినపుడు నా వయసు ఇరవై ఏడు.ఆయన కడపటి ఐదు సంవత్సరాలు నేను ఆయన సన్నిధిలోనే గడిపాను. ఫలితంగా నేను మారిపోయాను. జీవితం పట్ల నా వైఖరి పూర్తిగా వెనక్కు తిరిగింది. అవతారమూర్తి రామకృష్ణుల విచిత్ర ప్రభావం అటువంటిది. ఆయనను సందర్శించిన ప్రతి ఒక్కరి మీద ఆయన ఆధ్యాత్మిక మంత్రజాలం విసిరేవారు. ఆయన వారిని సమ్మోహపరిచి తను చెప్పినట్లు చేయించే వారు. అతి భౌతిక వాదులు కూడా ఆయన సమక్షంలో మూగపోయేవారు."

"మరి అటువంటి భౌతిక వాదులు ఆధ్యాత్మికతను – వారు విశ్వసించని విషయం – ఎలా గౌరవించ గలరు?" కొంచెం తికమకలో మధ్యలో అడ్డుప్రశ్న వేశాను.

మహాశయుల నోరు చిరునవ్వుతో సాగింది. ఆయన సమాధానం:

"ఇద్దరు వ్యక్తులు పండు మిరపకాయలు తిన్నారనుకోండి. వారిలో ఒకరికి దాని పేరు తెలియదు. బహుశ అంతకు మునుపు ఆయన దానిని చూసి కూడా

ఉండకపోవచ్చు. రెండవ వ్యక్తికి దానిని గురించి తెలుసు. చూడగానే గుర్తుపడతాడు. ఇద్దరికీ దాని రుచి ఒకటిగానే ఉంటుంది కదా? అలాగే రామకృష్ణుల ఆధ్యాత్మిక ఘనత తెలియనంత మాత్రాన భౌతిక వాదులు ఆయన నుంచి ప్రసరించే ఆధ్యాత్మిక ప్రభావాన్ని రుచి చూడలేకపోతారా?''

''అయితే ఆయన నిజంగానే ఆధ్యాత్మిక మహామహులా?''

''అవును. నా ఉద్దేశ్యంలో అంతకు మించిన వ్యక్తి. రామకృష్ణులు సరళ స్వభావులు, నిరక్షరాస్యులు, చదువుకోలేదు. ఉత్తరం వ్రాయటం మాట అటుంచి, ఆయనకు తన సంతకం చేయటం కూడా తెలియదు. ఆయన చాల అణకువగల వ్యక్తిగా చూస్తేనే తెలిసేది. అంతేకాక ఆయన ఎంతో అణుకువతో జీవించారు. అయినా ఈ భారతదేశంలో ఎందరో విద్యావేత్తల, మహోన్నత సంస్కారుల విధేయతను ఆనాడు ఆయన శాసించ గలిగారు. అవధులు లేని ఆధ్యాత్మిక ముందు వారు తలవంచ వలసి వచ్చింది. ఆయన ఆధ్యాత్మికత అనుభూతి చెందదగినంత నిజం. ఆధ్యాత్మికతతో పోల్చితే ఈ గర్వం, సంపద, ఐశ్వర్యం, లౌకిక గౌరవ మర్యాదలు, పదవులు అన్నీ తృణప్రాయం అనీ, మనుష్యులను మోసగించే క్షణభంగురమైన మాయలనీ మాకు బోధించారు. ఓహ్, ఆ రోజులు అద్భుతమైన రోజులు. ఆయన తరుచు సమాధిలోకి వెళ్తూండే వారు. అవి ప్రత్యక్షంగా దివ్య దర్శనాలు. ఆ సమయంలో ఆయన చుట్టూ ఉన్న మాకు ఆయన మానవమాత్రులు గాక పరమాత్మగా అనుభూతి కలిగించేవారు. విచిత్రం ఏమిటంటే ఒక స్పర్శమాత్రాన అదే సమాధి స్థితిని శిష్యులలో కలిగించ గలశక్తి ఆయనలో ఉండేది. ఆ స్థితిలో వారు స్వయంగా దర్శించి పరమాత్మ నిగూఢ రహస్యాలు అర్థం చేసుకో గలిగేవారు. ఆయన నన్ను ఏ విధంగా ప్రభావితుడ్ని చేశారో చెప్పనీయండి.

''నాది అంతా పాశ్చాత్య విద్య, తెలివితేటలు గర్వంతో నా తల బిరుసెక్కి ఉండేది. నేను కలకత్తా కళాశాలలో ఇంగ్లీషు సాహిత్యం, చరిత్ర, రాజకీయ ఆర్థిక వ్యవస్థలకు ప్రొఫెసర్‌గా వేర్వేరు సమయాలలో వ్యవహరించాను.రామకృష్ణులు దక్షిణేశ్వర్ ఆలయంలో నివసించేవారు. కలకత్తా నుంచి ఆ నది వెంట కొద్దిమైళ్లలో ఆ ఆలయం. వసంతంలో మరుపురాని ఒకనాడు నేను వారిని చూశాను. ఆయన తన అనుభవంలో నించి చెప్పిన కొన్ని సరళమైన ఆధ్యాత్మిక భావాలు విన్నాను. ఆయనతో వాదించటానికి నిస్సారమైన ప్రయత్నం చేశాను. కాని ఆయన పవిత్ర సమక్షంలో త్వరలోనే నా నోరు కట్టుబడి పోయింది. నా మీద ఆయన ప్రభావం మాటలలో చెప్పటానికి అలవికానిది. ఆ పేద, వినమ్రులు, దివ్యాత్ములు అయిన ఆయన నుంచి దూరంగా ఉండలేక నేను ఆయనను పదే పదే దర్శించే వాడిని. చివరికి ఒకనాడు రామకృష్ణులు పరిహాసంగా:

''ఒక నెమలికి సాయంత్రం నాలుగు గంటలకు ఒక నల్లమందు మాత్ర ఇవ్వటం జరిగింది. మర్నాడు సరిగ్గా అదే వేళకు అది ప్రత్యక్షమైంది. అది నల్లమందు మత్తులో ఉండి ఇంకొక మాత్రం కోసం వచ్చింది.

''అలంకారికంగా అది నిజమే. ఆయన సమక్షంలో ఉన్నపుడు కలిగిన ఆనందానుభూతులు నేను అంతకు మునుపెన్నడూ ఎరుగను. నేను మళ్లీ మళ్లీ ఆయన దగ్గరికి ఎందుకు వెళ్లానో ఆశ్చర్యపడ నవసరం లేదు కదా! అలా నేను ఆయన ఆంతరంగిక శిష్యులలో ఒకడినయినాను. సమయానుకూలంగా వచ్చే సందర్శకులకంటె ఇది వేరు. ఒకనాడు గురువు అన్నారు:

'' 'నీ కళ్లు, కనుబొమలు, ముఖము చూసి నవ్వు ఒక యోగినని తెలుస్తున్నది. నీ పని అంతా చెయ్యి కాని మనసు దేవుడి మీద లగ్నం చేయి. భార్య, బిడ్డలు, అమ్మ, నాన్న అందరితో కలిసి జీవించు. వారు నీవారే నన్న భావంతో సేవచెయ్. తాబేలు చెరువు నీటిలో ఈదుతుంది. కాని దాని మనసు గట్టున ఉన్న తన గుడ్లమీదనే ఉంటుంది. కనుక ప్రాపంచిక ధర్మం అంతా నిర్వర్తించు. మనసు మాత్రం దేవుడి మీద లగ్నం చెయ్.'

''మా గురువు అస్తమించిన తర్వాత, ఇతర శిష్యులు చాలమంది సన్యసించి కావిదుస్తులు ధరించారు. రామకృష్ణుల సందేశం దేశమంతా వ్యాపింపచేయటానికి శిక్షణ పొందారు. నేను నా వృత్తి విడువలేదు. విద్యాబోధనలో నా కృషి కొనసాగించాను. నేను సంసారంలోనే ఉన్నా ఆ బంధనాలు ఉండకూడదని నా నిశ్చయం. కనుక కొన్నిరాత్రులు నేను సెనేట్ హౌస్ ముందు బహిరంగ ప్రదేశం వంటి వరండాలోకి వెళ్లేవాడిని. నిరాశ్రయులైన బిచ్చగాళ్లు రాత్రుళ్లు అక్కడే గడుపుతారు. నేనూ వారితో బాటు అక్కడే పడుకునే వాడిని. అలా చేస్తే, తాత్కాలికంగా నైనా, నేనూ ఏమిలేనివాడినే అనుభూతి నాకు కలిగేది.

''రామకృష్ణులు వెళ్లిపోయారు. కాని వారు భారతదేశంలో పర్యటించితే దేశమంతటా సామాజికంగా, నిరుపేదలకు సాయంగా, వైద్యపరంగా, విద్యాపరంగా సేవ జరుగుతూండటం గమనించుతారు. ఇదంతా ఆయన తొలి నాటి శిష్యుల ఉత్తేజం కారణంగా జరిగింది. వారిలో చాలమంది ప్రస్తుతం లేరు. ఈ మహనీయుడి మూలంగా ఎన్ని మనసులు, ఎన్ని జీవితాలు మారాయో మీకు సులువుగా లెక్కకందదు. ఆయన సందేశం శిష్యులు ఒకరి నించి మరొకరికి అందజేయబడింది. వారంతా ఆ సందేశాన్ని దేశం నాలుగు చెరగులా తమకు సాధ్యమయినంతమేర విస్తరింపజేశారు. ఆయన సూక్తులు చాలవరకు బెంగాలీలో రాసుకొనే అదృష్టం నాకు కలిగింది. ప్రచురణ అయిన ఆయన సూక్తులు బెంగాల్‌లో దాదాపు ప్రతి

ఇంటిలోనూ ప్రవేశించాయి. అనువాదాలు దేశంలో ఇతర ప్రదేశాలకు వ్యాపించాయి. రామకృష్ణుల ప్రభావం ఆయన శిష్యులను దాటి ఎంత దూరం వ్యాపించిందో మీరే చూడండి.''

మహాశయ తన దీర్ఘభాషణ ముగించి మౌనం వహించారు. ఆయన ముఖంలో మరొకసారి పరికించి చూసినపుడు ఆయన ముఖంలో హిందూత్వం కాని రంగు, కులం చూసి నిశ్చేష్టుడినయాను. నా మనసు ఆసియా మైనర్‌లో చిన్నరాజ్యానికి పయనించింది. ఇజ్రాయిల్ వాసులు తమ కష్టాలనుంచి కొంత సేదదీరింది అక్కడే. అక్కడ తన ప్రజలతో మాట్లాడే ఆదరణీయులైన ప్రవక్తలా నాకు మహాశయడుగా తోచారు. ఎంత ఉదాత్తంగా, ఎంత గౌరవనీయులుగా కనుపించుతున్నారు! ఆయన మంచితనం, నిజాయితీ, గుణం, ధర్మనిష్ఠ, త్రికరణ శుద్ధి అన్నీ తేటతెల్లంగా తెలుస్తున్నాయి. తన అంతఃకరణకు విధేయులుగా ఆయన జీవించారు. ఆ ఆత్మగౌరవం ఆయనలో స్ఫుటంగా తెలుస్తున్నది.

''కేవలం దైవవిశ్వాసం కాక, తర్కము, మేధను కూడా తృప్తిపరిచి తీరాలన్న వ్యక్తికి రామకృష్ణులు ఏమి చెబుతారా అని నా ఆశ్చర్యం.'' నేను ప్రశ్న గొణిగాను.

''ఆయన అతనికి ప్రార్థించుమని చెబుతారు. ప్రార్థన అద్భుతశక్తి. రామకృష్ణులే స్వయంగా తనవద్దకు ఆధ్యాత్మక చింతన గల మనుష్యులను పంపుమని ప్రార్థించే వారు. అప్పటి నించి ఆయన దగ్గరికి వచ్చిన వారంతా తర్వాత ఆయన శిష్యులుగా మారారు.''

''ఎన్నడూ ప్రార్థించని వారి పరిస్థితి ఏమిటి?''

''ప్రార్థన అనేది కడపటి శరణ్యం. మనిషికి మిగిలిన ఆఖరు ఆధారం అదే. తెలివి తేటలు విఫలమయే చోట ప్రార్థన తోడ్పడుతుంది.''

''ఎవరైనా ఈ ప్రార్థన తమ స్వభావానికి నచ్చదంటే వారికి మీ సలహా ఏమిటి?'' నేను సున్నితంగా పట్టుబట్టి ప్రశ్నించాను.

''అటువంటి వారు నిజమైన ఆధ్యాత్మిక అనుభవాలు కలిగిన వారి సాంగత్యంలో తరుచు కాలక్షేపం చేయాలి. వారి నిరంతర సాంగత్యం వల్ల అతనిలో నిద్రాణమై ఉన్న ఆధ్యాత్మికత కళ్లు తెరుస్తుంది. ఉన్నత ఆధ్యాత్మిక స్థితిలో ఉన్న వ్యక్తులు మన మనసునూ, సంకల్పాన్ని దివ్యత్వం వైపు మార్చగలరు. అన్నిటిని మించి ఆధ్యాత్మిక జీవితం అంటే విపరీతమైన శ్రద్ధాసక్తులు కలిగించ గలరు. కనుక ఆధ్యాత్మికతకు మొదటిమెట్టు అటువంటి సత్పురుషుల సమాజం. రామకృష్ణులు అదే చివరిమెట్టు కూడా అని తరుచు చెబుతూండేవారు.''

అలా మేము ఉదాత్త, పవిత్ర విషయాలు చర్చించాము. నిత్యసత్యంలో తప్ప మనిషి మరెక్కడా శాంతి కనుక్కోలేడని చర్చించాం. సాయంత్రం అంతా అనేక రకాల వ్యక్తులు వస్తూనే ఉన్నారు. సామాన్యమైన ఆ గది వచ్చిన వారితో నిండిపోయింది. వీరంతా గురు మహాశయుల శిష్యులు! వీరంతా ప్రతి సాయంత్రము నాలుగంతస్థుల మెట్లు యెక్కి గురువు చెప్పే ప్రతిమాట శ్రద్ధగా వినటానికి వస్తారు.

కొంతకాలం నేనూ వారితో చేరాను. ప్రతిరోజూ వస్తాను. ఆయన నోటి వెంట వచ్చే పవిత్ర పదాలు వినటం కంటె ఆయన సమక్షంలో వెలిగే ఆధ్యాత్మిక తేజస్సులో ఓలలాడటం నా ధ్యేయం. ఆయన చుట్టు వాతావరణం సుందరం, సుకుమారం, సున్నితం ప్రేమమయం; ఆయన తన అంతరంగ ఆనందాన్ని కనుగొన్నారు. ఆ ఆనంద పారవశ్యం మన చేతికి అందినట్లే అనిపించుతుంది. ఆయన మాటలు నేను తరుచు మర్చిపోతాను. కాని ఆయన ప్రసన్న దయామయ ముఖం మర్చిపోలేను. ఆయనను రామకృష్ణుల దగ్గరికి పదేపదేలాగిన శక్తే ఇప్పుడు నన్ను మహాశయుల దగ్గరికి లాగుతున్న దనిపించుతుంది. శిష్యుడికే నా మీద ఇంత ప్రభావం ఉంటే ఇక ఆ గురువు ప్రభావం ఎంత ప్రబలమైనదో నాకు ఇప్పుడు బోధపడసాగింది!

అదే మా ఆఖరు సాయంత్రం దివాను మీద ఆయన పక్కన కూచున్న సంతోషంలో కాలమే మర్చిపోయాను. గంటలు ఒకదాని తర్వాత ఒకటి గడుస్తున్నాయ్. మా సంభాషణ మధ్యలో విరామము, నిశ్శబ్దము లేవు. కాని చివరికి ముగింపు తప్పలేదు. అప్పుడు సహృదయులైన ఆ గురుదేవులు నా చెయ్యి పట్టుకొని ఇంటి డాబా మీదికి తీసికొని వెళ్లారు. వెన్నెల కాంతులీనుతున్నది. చుట్టూ కుండీలలో రకరకాల మొక్కలు తలలూపుతున్నాయి. క్రింది కలకత్తా ఇళ్లలోనుంచి వేలాది దీపాలు మెరుస్తున్నాయి.

పూర్ణచంద్రుడు. మహాశయులు చంద్రుడిని చూపుతూ కొద్దిక్షణాలు మౌనంగా ధ్యానంలోకి వెళ్లారు. ఆయన ప్రార్థన ముగించేవరకూ ఆయన పక్కనే ఓపికగా నిరీక్షించాను. ఆయనా వైపు తిరిగి చేయెత్తి ఆశీర్వదించి నాతల మృదువుగా తాకారు.

నాకు మతంలో నమ్మకం లేకపోయినా ఈ దేవతా మూర్తి ముందు ప్రణమిల్లాను. కొన్ని నిమిషాల నిశ్శబ్దం తర్వాత ఆయన అన్నారు:

“నా కర్తవ్యం ముగియ బోతున్నది. పరమాత్మ ఆదేశించిన విధిని ఈ దేహం దాదాపు నిర్వహించింది. నేను వెళ్లబోయే ముందు నా ఆశీస్సులు స్వీకరించండి.”[1]

---

1. ఆ తర్వాత అనతికాలంలోనే ఆయన గతించారని విన్నాను.

ఆయన నన్ను విచిత్రంగా కదిలించారు. నిద్ర విషయం వదిలేసి వీధులన్నీ కలయ దిరిగాను. చివరికి ఒక మసీదు దగ్గర చేరి అర్ధరాత్రి నిశ్శబ్దాల్ని చీలుస్తూ వచ్చే ''అల్లా హో అక్బర్'' అనే రాగం విన్నాను. నేను పట్టుకు వేలాడే సంశయాత్మక మనస్తత్వం నుంచి విడుదలచేసి, సరళమైన విశ్వాసమయ జీవితానికి సంధించటం ఒక్క గురు మహాశయులకే సాధ్యం అని నా ఆలోచన.

★

''మీరు ఆయనను తప్పిపోయారు. బహుశ మీరు కలవకూడదని రాసిపెట్టి ఉన్నదేమో. ఎవరు చెప్పగలరు?''

ఈ మాటలు అంటున్నది డాక్టర్ బందోపాధ్యాయ్. కలకత్తాలో ఒక హాస్పిటల్‌లో ఆయన హౌస్ సర్జన్. నగరంలో ఉన్న నిపుణులైన శస్త్రవైద్యులలో ఆయన ఒకరు. ఆయన చేతుల మీదుగా ఇప్పటికి ఆరువేల ఆపరేషన్లు జరిగాయి. ఆయన పేరు తర్వాత ఒక డిగ్రీల హోదా ఉంటుంది. నేను శరీరాన్ని కంట్రోల్ చేసే 'యోగ' ను గురించి కొంత తెలుసుకున్నాను. ఆయనతో కలిసి అజ్ఞానాన్ని నిశితంగా, విమర్శనాత్మకంగా పరిశీలించటమే నా ఆనందం. వైద్యశాస్త్రంలోఆయన శిక్షణ, శరీర నిర్మాణంలో ఆయన అనుభవమయ జ్ఞానం 'యోగ'ను తర్కబద్ధం చేసే నా ప్రయత్నింలో సాయపడ్డాయి.

''నాకు 'యోగ' ను గురించి తెలిసింది పూజ్యం'' ఆయన ఒప్పుకున్నారు. మీరు చెప్పేదంతా నాకొక వింత. కొంతకాలం క్రితం కలకత్తా వచ్చిన నరసింగస్వామి తప్ప నేనెన్నడూ యోగిని, అసలైన యోగిని, కలవలేదు.''

అప్పుడు నేను ఆ నరసింగస్వామిని గురించిన వివరాలు అడిగితే. నిరాశ కలిగించే ఈ సమాధానం వచ్చింది.

''నరసింగ స్వామి కలకత్తాలో ఒక మెరుపు మెరిశాడు. ఒక సంచలనం కలిగించాడు. ఆ తర్వాత ఏమయ్యాడో నాకు తెలీదు. దేశం మధ్యలో ఎక్కడో విశ్రాంత జీవితం లోనుంచి హఠాత్తుగా వెలికి వచ్చాడట. తిరిగి అక్కడికే వెళ్లాడేమో!''

''ఏం జరిగిందో తెలుసుకోవాలనుంది నాకు.''

''కొంతకాలం ఊళ్లో ఎక్కడ విన్నా అతనిపేరే. డాక్టర్ నియోగి కలకత్తా యూనివర్సిటీ ప్రెసిడెన్సీ కాలేజీలో కెమిస్ట్రీ ప్రొఫెసర్. ఆయన ఒకటి రెండు నెలల క్రితం మధుపూర్‌లో నరసింగ స్వామిని చూడటం జరిగింది. అతను విషమయమైన యాసిడ్ కొన్ని చుక్కలు నాకాడు, మండే బొగ్గు కణికలు నోట్లో వేసుకుని అవి ఆరిపోయేవరకూ అలాగే ఉంచుతున్నాడు. ఇదంతా డాక్టర్ నియోగి చూశారు. డాక్టర్‌కు కుతూహలం కలిగి ఆ యోగిని ఒప్పించి కలకత్తా తీసుకువచ్చారు. కలకత్తా

యూనివర్సిటీ నరసింగస్వామి శక్తుల ప్రదర్శనకు ఏర్పాటు చేసింది. అందులో విజ్ఞానవేత్తలు, వైద్యరంగంలో ఆరితేరినవారే ఆ ప్రదర్శనకు ప్రేక్షకులు. ఆహ్వానించబడ్డ వారిలో నేను ఉన్నాను. ఆ ప్రదర్శన ప్రెసిడెన్సీ కాలేజ్ ఫిజిక్స్ థియేటర్లో ఏర్పాటయింది. అక్కడ చేరిన మేమంతా విమర్శ సంఘ సభ్యులమే. నా ధ్యాస అంతా నా వృత్తిపరమైన విషయాలలో నిమగ్నం అయి ఉండటం చేత మతం, యోగ వంటి విషయాలను గురించి పట్టించుకునే, ఆసక్తి నాకు లేకపోయాయి.

"యోగి థియేటర్ మధ్యలో నుంచున్నాడు. ఆయనకు విషాలు అన్ని కాలేజి లేబరేటరీల నుంచి వచ్చాయి. ఆయనకు మొదట ఒక సీసా సల్ఫ్యూరిక్ యాసిడ్ ఇచ్చాము. ఆయన అందులోనుంచి కొన్ని చుక్కలు చేతిలో వేసుకొని నాలుకతో నాకాడు. ఆ తర్వాత ఆయనకు గాఢమైన కార్బాలిక్ యాసిడ్ ఇచ్చాం. ఆ యోగి అది కూడా నాకి వేశారు. అప్పుడు ప్రాణాంతకమైన పొటాషియం సయనైడ్ ఇచ్చాం. ఎంత మాత్రం చలనం లేకుండా ఆయన అదీ మింగారు. ఆ ప్రదర్శన చూసేవారిని నిశ్చేష్టులను చేసింది. అయినా నమ్మశక్యం గాకుండా ఉన్నది. కాని మా కళ్లే సాక్ష్యం కదా – నమ్మక తప్పలేదు. ఎవరినైనా సరే మూడు నిమిషాలలో చంపగల పొటాషియం సయినైడ్ ఆయన మింగారు. అయినా ఏమీ జరుగనట్లు మా మధ్య చిరునవ్వుతో నుంచున్నారు.

"ఆ తర్వాత ఒక మందపాటి సీసా పగుల గొట్టి ఆ ముక్కలన్నిటినీ పొడి చేశారు. నిదానంగా చంపే ఆ పొడిని నరసింగస్వామి మింగారు. ఈ వింత భోజనం ముగిసిన తర్వాత మూడు గంటలకు, మా కలకత్తా డాక్టర్ ఒకరు యోగి పొట్టకు ఒక పంపు అమర్చి లోపలు ఉన్న పదార్థాలు బయటికి తీశారు. ఆ విషాలు అన్నీ అలాగే ఉన్నాయి. గ్లాసు పొడరు మర్నాడు ఉదయం ఆయన మలంలో వెలికి వచ్చింది.

"మా పరీక్ష క్షుణ్ణంగా జరిగిందనటంలో సందేహం లేదు. రాగి నాణెం మీద జరిగిన విధ్వంసం చూస్తే సల్ఫ్యూరిక్ యాసిడ్ ఎంత గాఢమైనదో తెలుస్తుంది. ఆ ప్రదర్శన చూసిన వారిలో ప్రఖ్యాత శాస్త్రవేత్త, నోబెల్ లారేట్ సర్ సి.వి. రామన్ ఉన్నారు. ఆయన ఆ ప్రదర్శన ఆధునిక విజ్ఞాన శాస్త్రానికే ఒక సవాలుగా వర్ణించారు. ఆయన తన శరీరాన్ని ఎలా అంత దుర్వినియోగం చేయగలరని అడిగితే, ఆయన ఇంటికి వెళ్లగానే ఒక యోగ సమాధిలోకి వెళ్తాననీ, మనసును ప్రగాఢంగా కేంద్రీకరించి ఆ విషాల ప్రభావాన్ని తిప్పి కోడతారనీ చెప్పారు." [2]

---

2. నరసింగ స్వామి కొంతకాలం తర్వాత కలకత్తాలో మళ్లీ కనిపించారు. అక్కడి నించి బర్మాలో రంగూన్ వెళ్లారు. అక్కడకూడా ఆయన ఇటువంటి ప్రదర్శన ఇచ్చారు. కాని సందర్శకుల అనుకోని ఒత్తిడి కారణంగా, ఆయన ఇంటికి తిరిగి వెళ్లాక తన యోగ సమాధి అభ్యాసం చేయలేదు. ఫలితంగా అతివిషాదమయమైన అతిశీఘ్రమరణం పాలయారు.

"వైద్య విజ్ఞానం ప్రకారం మీరేమైనా దీని వెనుక రహస్యం ఉందేమో చెప్పగలరా?"

డాక్టర్ తల అడ్డంగా తిప్పారు.

"లేదు నా దగ్గర సమాధానం లేదు. నాకు అంతా గందరగోళంగా ఉన్నది."

నేను ఇంటికి తిరిగి వచ్చాక అడయార్ నది వనవాసి బ్రమతో నేను సలిపిన సంభాషణలు వ్రాసి పెట్టుకున్న నోట్ బుక్ బయటికి తీశాను. పేజీలు త్వరగా తిప్పి.

మహాబంధ అభ్యసించిన యోగిని ఎంత ఉధృతమైన విషాలు కూడా హాని చేయలేవు. ఈ వ్యాయామం ఒక ఆసనం, ప్రాణాయామం, సంకల్పశక్తి, ఏకాగ్రతల సమ్మేళనం. మా సాంప్రదాయం ప్రకారం ఈ బంధం సాధకుడికి ఏ పదార్థాన్నయినా, విషం అయినా సరే, ఏవిధమైన అసౌకర్యమూ లేకుండా హరించుకోగలశక్తి నిస్తుంది. అది చాల కఠినమైన సాధన. క్రమం తప్పకుండా నిత్యమూ సాధన చేస్తేనే అది మాట వింటుంది. వారణాసిలో నివసించే ఒక యోగి ఏ హానీ కలగకుండా విషం పెద్దపెద్ద మోతాదుల్లో తాగేవాడని ఒక శతవృద్ధుడు నాకు ఒకసారి చెప్పారు. ఈ యోగి పేరు త్రైలింగ్య స్వామి. ఆ రోజులలో ఆయన బాగా పేరు సంపాదించారు. ఆయన చాలా సంవత్సరాల క్రితమే గతించారు. త్రైలింగ్య గొప్ప సాధకులు. శరీరం కంట్రోల్ చేసేయోగలో ఆయన నిష్ణాతులు. ఆయన గంగా తీరాన సంవత్సరాల తరబడి దిగంబరులుగా కూర్చున్నారు. ఆయన మౌనవ్రతం పట్టి ఉండటాన ఆయనతో ఎవరూ మాట్లాడలేకపోయారు."

ఈ విషాన్ని నిరోధించగల ఈ శక్తిని గురించి బ్రమ మొదటిసారి నా దృష్టికి తెచ్చినపుడు నేను అది అసాధ్యం, అసంభవం అనుకున్నాను. ఇప్పుడు సాధ్యాసాధ్యాల పరిమితులను గురించి నా మనసులో తిష్ఠవేసుకుని ఉన్న భావాలు స్థిరత్వం కోల్పోతున్నాయి. యోగులు తమకు తాము విధించుకొనే నమ్మశక్యంకాని, దాదాపు అంతుపట్టని సాధనలు నన్ను అత్యాశ్చర్య పరుస్తాయి. పాశ్చాత్యులుగా మేం వెయ్యి ప్రయోగాల ద్వారా కనుక్కోవటానికి ప్రయత్నించే రహస్యాలు వారికి చాల తెలుసేమో! ఎవరి కెరుక?

★★★

అధ్యాయం 11

వారణాసి అద్భుతవ్యక్తి

నా బెంగాల్ పర్యటన విశేషాలు, అనుభవాలు కాగితం మీదికి ఎక్కటానికి కొంతకాలం కాచుకొని ఉండాలి. బోధ్ గయలో అనుకోకుండా నాకు ముగ్గురు టిబెట్ లామాలతో పరిచయం ఏర్పడింది. పర్వతాల మీద ఉన్న వారి ఆశ్రమానికి ఆహ్వానించారు. వారి ఆహ్వానం కూడా కొంతకాలం వేచి ఉండాలి. కారణం పవిత్ర వారణాసి ప్రవేశించాలని నా ఆరాటం.

రైలు రణగొణ ధ్వని చేస్తూ ఊరికి చేరువలో ఉన్న ఇనుపవంతెన దాటుతుంది. పురాతనమైన నిశ్శబ్ద సమాజం మీదికి దండెత్తుతున్న ఆధునికతకు ఆ శబ్దమే ప్రాతగామి. పర దేశీయులు, పరమతస్థులు తన హరిద జలాల మీదిగా భూనభోంతరాళాలు దద్దరిల్లే చప్పుడుతో అగ్నిరథాలు పంపుతూంటే పవిత్ర గంగానది ఇంకా ఎంతకాలం పవిత్రంగా ఉంటుంది?

అయితే, ఇదన్నమాట వారణాసి!

తోసుకుంటున్న యాత్రికుల పెద్ద గుంపులో నుంచి స్టేషన్ బయటకు వచ్చి, నాకోసం వచ్చి ఉన్న బండి ఎక్కాను. మేము ఆ మట్టి రోడ్డున వెళ్తుండగా వాతావరణంలో ఒక కొత్త అంశం నా దృష్టికి వచ్చింది. నేను దానిని పట్టించుకొనకుండా ఉండటానికి ప్రయత్నించాను. కాని, పెరిగే హఠంతో నా ధ్యాసలో జొరబడింది.

భారతదేశపు పవిత్రాతి పవిత్రమైన నగరం ఇదేనన్నమాట! కాని ఇది అతి అపవిత్రమైన వాసన కొడుతున్నది! వారణాసి భారతదేశంలో అన్నిటికంటే పురాతనమైన పట్టణంగా పేరుపొందింది. ఈ వాసనే దాని ప్రతిష్ఠను రూఢి పరుస్తున్నది. అసహ్యకరమైన ఆ వాసన భరించశక్యం కాకుండా ఉన్నది. నా ధైర్యం సడలిపోతున్నది. వెనక్కు తిప్పి స్టేషన్‌కు వెళ్లమని డ్రైవర్‌కు చెప్పేదా? ఇంత ధారపోసి

పవిత్రత కొనుక్కోవటం కంటే దుష్టపరదేశిగా ఉండి మంచిగాలి పీల్చటం క్షేమం కదా! చప్పబడిపోయిన ఈ దేశంలో ఇంతకంటే విపరీతమైన అపరిచితమైన విషయాలకు అలవాటు పడినట్లే. కాలక్రమేణా ఈ గాలికి కూడా అలవాటు పడుతామని తిరిగి మరొక ఆలోచన. కాని, వారణాసి! నువ్వు హిందూ సంస్కృతికి కేంద్రానివై ఉండవచ్చు. విశ్వాసంలేని తెల్లవారి దగ్గర కొద్దిగా నేర్చుకో. కొంచెం ఆరోగ్యం జోడించి నీ పవిత్రతకు పదును పెట్టు!

రోడ్లు అక్కడక్కడ ఆవుపేడతో అలికి ఉండటం ఈ కంపుకు ఒక కారణం అని తెలుసుకున్నాను. రెండోది ఊరి చుట్టూ ఉన్న అగడ్త చెత్తా చెదారం కుమ్మరించటానికి తరతరాలు చెత్తకుండీలా ఉపయోగించటం.

భారతీయ చరిత్రాధారాల ప్రకారం క్రీస్తుపూర్వం పన్నెండు వందల సంవత్సరాల నాడే వారణాసి నగరంగా స్థాపితం అయింది. మధ్యయుగంలో మతానుయాయులు, భక్తులు అంతా పవిత్రమైన క్యాంటర్ బరీ నగరానికి తీర్థయాత్ర చేసినట్లు, భారతదేశం నలుమూలల నుంచీ భారతీయులు పవిత్ర వారణాసి నగరానికి తీర్థయాత్రకి వచ్చేవారు! హిందూ పేదవారు, సంపన్నులు ఆశీస్సుల కోసం ఇక్కడికి వస్తారు. ఎందుకంటే ఇక్కడ మరణించే ఆత్మ నేరుగా స్వర్గం చేరుతుంది!

మర్నాడు నేను కాలినడకన కాశీలో తిరిగాను. హిందువులు ఈ నగరాన్ని కాశీ అనే వ్యవహరించుతారు. మెలికలు తిరిగే వీధులన్నీ చుట్టబెట్టాను. అర్థంలేని నా యీ తిరుగుడు వెనుక ఒక ధ్యేయ ఉన్నది. నా జేబులో ఒక ఇంటి అడ్రసు చెప్పే కాగితం ఒకటి ఉన్నది. ఆ ఇంట్లో అద్భుతాలు చేసే ఒక యోగి ఉంటారు. ఆ యోగి శిష్యుడిని నేను బాంబేలో కలిశాను.

నేను సందులు గొందులు తిరిగాను. ఆ సందులలో ఏ బండీపట్టదు. జనంతో కిక్కిరి ఉన్న బజార్లలో సందు చేసుకొని నడిచాను. అక్కడ దజను వివిధ జాతుల మనుష్యులు నిండి ఉన్నారు. దానికి తోడు ఊర కుక్కలు కుప్పలు తెప్పలుగా ఈగలు ఆ కోలాహలానికి చేయి కలుపుతున్నాయి. నెరసి పోయినజుట్టు, వాలిపోయిన పాలిండ్లతో వయసుడిగిన వనితలు, సుకుమారమైన శరీరాలు, చామనఛాయ అవయవాలతో యువతులు, మాలలు కదుపుతూ అంతక్రితం సుమారు యాభైవేల సార్లు జపించి ఉన్న పవిత్ర మంత్రాన్నే జపించుతున్న యాత్రికులు, ఒళ్లంతా బూడిద పూసుకున్న సాధువులు ఎండిపోయిన సన్నని దేహాలు వీరే కాక ఇంకా ఇతర రకాల మనుష్యులు ఆ సందులలో మూగుతారు. గందరగోళం, రొద, రంగులమయమైన సందుల పద్మవ్యూహంలో అకస్మాత్తుగా నేను బంగారు దేవాలయం ముందర ఉన్నాను. భారతదేశమంతటా ప్రసిద్ధి చెందిన సనాతన ఆలయం ఇది. ఒంటి నిండా

బూడిద పూసుకున్న సాధువులు ప్రవేశద్వారం దగ్గర మూగి ఉన్నారు. ఆ వికార రూపం పాశ్చాత్యుల కళ్ళకు ఏవగింపు కలిగించుతుంది. భక్తులు అంతులేని వరదలా లోపలికి వెలుపలికి పోతూ, వస్తూ ఉంటారు. చాలామంది అందమైన పూలమాలలు మోసుకుపోతూ ఉంటారు. ఆ రంగులతో ఆ దృశ్యం మరింత కన్నుల పండువగా ఉంటుంది. గుడిలో నిలిచి బయటికి వచ్చేటప్పుడు భక్తులు ద్వారబంధాలకూ, గడపకూ తమ నుదురు తాకించుతారు. ఆ తర్వాత తలెత్తి చూసినప్పుడు ఎదురుగా ఒక తెల్ల నాస్తికుడిని చూసి క్షణకాలం నివ్వెరపోతారు. అప్పుడే వీరికీ నాకు మధ్యనున్న అగోచరమైన అడ్డుగోడ దర్శనం ఇస్తుంది. తెల్లవారికీ, నల్లవారికీ మధ్యనున్న పెద్ద అడ్డుగోడ!

మిలమిలలాడే ఎండలో మందపాటి బంగారు రేకుతో తాపడం చేసిన రెండు గోపురాలు మెరిసిపోతున్నాయి. దగ్గరిగా ఉన్న గోపురం మీద కిచకిచలాడే రామచిలుకులు గుమిగూడి ఉన్నాయి. బంగారు ఆలయం శివాలయం. హిందువులు ఆయన ఎదుట రోదిస్తారు. ఆయనను ప్రార్థిస్తారు. ఆయన రాతి రూపాలకు పూలు, పండ్లు, వండిన భోజనం అర్పణ చేస్తారు. ఇంతకూ ఆయన ఎక్కడ?

నేను అక్కడినించి కదిలి మరో ఆలయం ముంగిటికి వచ్చి నుంచున్నాను. ఇక్కడ కృష్ణభగవానుడు దైవం. ఒక బంగారు విగ్రహం ఎదుట కర్పూరం వెలుగుతున్నది. ఆయన ధ్యాసను ఆకర్షించటానికి గుడిగంటలు నిర్విరామంగా మోగుతూనే ఉంటాయి. శంఖనాదాలు ఆయన చెవులలో దూకటానికి ప్రయత్నించుతున్నాయి. నేను నా దారిన పోతుండగా ఒక పలచని నిష్టాపరుడైన పూజారి బయటికి వచ్చి నన్ను ప్రశ్నార్థకంగా చూశాడు.

వారణాసి ఆలయాలలో, ఇండ్లలో కొలువై ఉన్న చిత్రాలను, విగ్రహాలను ఎవరైనా లెక్కపెట్టగలరా? కొన్నిసార్లు పసివాళ్లలా, మరికొన్నిసార్లు గంభీరమైన వేదాంత వేత్తలుగా కనిపించే ఈ హిందువులను, (అందరూ సీరియస్‌గా కనిపించుతారు) అర్థం చేసుకొనటం ఎవరి తరం?

ఆ ఇంద్రజాలికుడి ఇల్లు వెతుకుతూ ఒంటరిగా కాలినడకన ఆ చీకటి సందులు గొందులలో తడుముకుంటూ తిరిగాను. చివరికి చిక్కుముడిలా పెనవేసుకుని ఉన్న ఆ సందులు గొందుల నుంచి బయట పడి కొంచెం విశాలమైన రోడ్డు మీదికి వచ్చాను. పిల్లలు, సన్నని, బక్క పలచని యువకులు, కొందరు పెద్దలు ఒకరి వెనుక వరకు లైనులో నా పక్కనించి వెళ్లుతున్నారు. వాళ్లలో ముందు నడిచే వ్యక్తి తాత్కాలికమైన బ్యానర్ ఒకటి పట్టుకొని ఉన్నాడు. ఆ బ్యానర్ మీద ఏమి రాసి ఉన్నదో చదవటానికి, అర్థం చేసుకోవటానికి వీలుకాకుండా ఉన్నది. వారు ఏవో వింత పదాలలో నినాదాలు

అరుస్తూ, మధ్య మధ్య ఏవో పాటలో చరణాలు అందుకుంటున్నారు. వాళ్లు నడుస్తూ నావైపు చిరచిరలాడే చూపులు సారించుతూ సాగుతున్నారు. అంటే ఇది ఒక రాజకీయమైన ఊరేగింపు అని నాకు తెలిసేలా గత రాత్రి ఒక యూరోపియన్‌గాని పోలీసుగాని లేని సమ్మర్ధమైన బజారులో నా వెనుకనించి ఎవరో నన్ను కాల్చి చంపుతానని బెదిరించారు. నేను తక్షణం గిర్రున వెనక్కు తిరిగాను. ఏ భావమూ లేని ముఖాలు! మూఢావేశపరుడైన ఆ యువకుడు (నేను విన్న గొంతునుబట్టి అతను యువకుడని నా అంచనా) మూల తిరుగుడు చీకట్లోకి మాయమైనాడు. రోడ్డు వెంట ఆ రాజకీయ ఊరేగింపు క్రమంగా దూరమై కనుమరుగవటం గమనించుతున్నాను. ప్రతి ఒక్కరికీ ప్రతి ఒక్కటీ వాగ్దానం చేసే ఆ ప్రచ్ఛన్న శంఖారావం మరికొందరు అమాయకులను తన కపట బాహువులలోకి లాక్కున్నది.

ఎలాగోలా నేను ఒక వీధికి చేరాను. ఇక్కడ ఇళ్లు బాగా కట్టివున్నాయి. పెద్దవి కూడాను. ప్రతి ఇంటికీ విశాలమైన ఆవరణ, లోపల అందంగా పెంచిన పూల మొక్కలు. నేను త్వరగా అడుగులు వేసి, రాతి పలక మీది విశుద్ధానంద అని చెక్కి ఉన్న గేటు చేరాను. ఇదే నేను వెతుకుతున్న ఇల్లు! నేను ఆవరణలో ప్రవేశించి, వరండాలో విశ్రాంతిగా కూర్చొని ఉన్న వ్యక్తిని సమీపించాను. అతను యువకుడు ముఖంలో తెలివి లేదు. నేను అతనిని "గురువుగారు ఎక్కడ?" అని హిందుస్థానిలో అడిగాను. అక్కడ అటువంటి వ్యక్తి ఎవరూ లేరన్నట్లు తెలుపుతూ తల అడ్డంగా తిప్పాడు. నేను గురువుగారి పేరు చెప్పాను. తిరిగి అదే లేరన్న సమాధానం. ఫలితం నిరాశాజనకంగా ఉన్నది. నేను ఓడ దలచలేదు. ఇక్కడ యూరోపియన్లకేమి పని అనే ఆలోచనతో అచిన్నవాడు నేను ఇంకేదో ఇల్లు వెతుకుతున్నాననే నిర్ణయానికి వచ్చాడని నా లోపల అంతర్వాణి హెచ్చరించుతున్నది. మరొకసారి అతని ముఖంలోకి చూసి వాడు శుద్ధ బుద్ధావతారం అని నిశ్చయించుకున్నాను. అతని అభినయాలు లెక్కచేయకుండా నేను నేరుగా ఇంటిలోకి నడిచాను.

లోపల రూములో అర్ధచంద్రాకారంలో కూర్చుని ఉన్న నల్లని ముఖాలు కనిపించాయి. మంచి దుస్తుల్లో ఉన్న భారతీయులు నేల మీద చుట్టూ కూర్చుని ఉన్నారు. రూము ఆ చివర పడక మీద తెల్లని గడ్డంలో ఒక వృద్ధుడు ఆసీనులు అయి ఉన్నారు. ఆదరణీయమైన వర్చస్సు గల ఆయన ముఖం, గౌరవనీయులైన ఆయన స్థానం. నేను వెతుకుతున్న వ్యక్తి ఆయనేనని చెప్పకనే చెప్పుతున్నాయి. నేను రెండు చేతులూ జోడించి నమస్కరించాను.

"గురువులకు ప్రణామం!" నేను సాంప్రదాయక హిందుస్థానీలో అభివాదం చేశాను.

నా పరిచయం చెప్పుకున్నాను. నేను భారతదేశం పర్యటించుతున్న ఒక రచయితననీ, అయినా వారి స్వదేశ వేదాంతం, మార్మిక వాదం అధ్యయనం చేస్తున్నాననీ చెప్పాను. నేను కలిసిన ఆ శిష్యులు తమ గురువుగారు అద్భుతశక్తులు ఎన్నడూ బహిరంగంగా ప్రదర్శించలేదనీ, రహస్యంగా కూడా అపరిచితులకు ఆయన తన శక్తులు ప్రదర్శించటం అరుదని చెప్పినట్లు విశదం చేశారు. కాని వారి ప్రాచీన విద్యలో నా ప్రగాఢమైన ఆసక్తి కారణంగా, నన్నొక ప్రత్యేక విషయంగా అనుగ్రహించుమని ప్రార్థించాను.

అక్కడ చేరిన ఆయన విద్యార్థులు ఒకరినొకరు శూన్యంగా తేరిపార చూసి, తమ ధ్యాస గురువుగారి వైపు తిప్పారు. ఆయన సమాధానం ఎలా ఉంటుందోనని ఆశ్చర్యపడుతూ, విశుద్ధానంద డెబ్బై సంవత్సరాలు పైబడిన వారని నా అంచనా. పొట్టి ముక్కు పొడవాటి గడ్డం ఆయన ముఖానికి అలంకారం. లోతైన ఆయన విశాల నయనాలు నన్ను ప్రత్యేకంగా ఆకట్టుకున్నాయి. ఆయన మెడలో బ్రాహ్మణుల యజ్ఞోపవీతం ఉన్నది.

నేనేదో మైక్రోస్కోప్ కింద పరీరక్షించవలసిన స్పెసిమన్ అన్నట్లు ఆ వృద్ధులు తన దృష్టి నాపైన సారించారు. నా గుండెలో ఏదో అపురూపము, విచిత్రమైన అనుభూతి. వాస్తవానికి ఆ గది అంతా ఏదో వింతశక్తితో నిండిపోతున్నట్లు అనిపించింది. నేను కొంచెం కలత పడిన మాట నిజమే.

చివరికి ఆయన శిష్యులు ఒకరితో ఏదో చెప్పారు. అది బెంగాలీ భాష అని గుర్తించాను. ప్రభుత్వ సంస్కృత కళాశాల ప్రిన్సిపాల్ పండిట్ కవిరాజ్‌ను తీసుకొని వస్తే తప్ప నాకు ముఖాముఖి దొరుకదని ఆ శిష్యుల అనువాద సారాంశం. పండిట్ కవిరాజ్ మా మధ్య అనువాదకులుగా వ్యవహరించాలి. ఆ పండితులు ఇంగ్లీషు భాషలో సంపూర్ణ జ్ఞానం కలవారు. అదీగాక ఆయన విశుద్ధానందుల చిరకాల శిష్యులు. మా మధ్య సంభాషణకు అంతకుమించిన మాధ్యమం ఏముంటుంది?

‘‘ఆయనతో కలసి రేపు మధ్యాహ్నం రండి’’ గురువు పలికారు. ‘‘నాలుగు గంటలకు ఇక్కడ ఉంటారని ఆశిస్తాను.’’

నేను వెనుతిరిగి వెళ్లటం తప్పనిసరి. రోడ్డు మీద ఒక బండి ఎక్కి మెలికలు తిరిగే దార్ల వెంట తిరిగి సంస్కృత కళాశాల చేరాను. ప్రిన్సిపాల్ అక్కడలేరు. ఎవరో ఆయన ఇంట్లో ఉండవచ్చునేమోనన్నారు. నేను బండిలో మరొక అరగంట తిరిగి ఆయన ఇంటికి చేరాను. ఆయన ఇల్లు ఎత్తైన పురాతన భవనం. పై అంతస్తులో కొంత భాగం బయటికి వచ్చి ఉన్నది. అది మధ్యయుగం నాటి ఇటాలియన్ భవనాలను తలపించుతున్నది.

మేడమీది రూంలో ఆ పండితులు నేలమీద పుస్తకాలు, పేపర్లు, పాండిత్య సాధనాల కొండలు, గుట్టల మధ్య కూర్చుని ఉన్నారు. బ్రాహ్మణులను పట్టి ఇచ్చే ఎత్తైన నుదురు, సన్నని పొడుగాటి ముక్కు, పసిమి ఛాయ, ఆయన ముఖంలో వర్చస్సు, విద్వత్తు ఉట్టిపడుతున్నాయి. నేను వచ్చిన పని వివరించాను. మొదట్లో ఆయన కొంత సందేహించారు. ఆ తర్వాత మర్నాడు నాతో రావటానికి ఒప్పుకున్నారు. సమావేశం నిశ్చయం అయింది గనుక నేను అక్కడి నించి నిష్క్రమించాను.

గంగానది చేరి బండి పంపించి వేశాను. నది ఒడ్డున నడిచాను. యాత్రికుల స్నాన సౌకర్యం కోసం పొడుగునా మెట్ల వరుసలు కట్టి ఉన్నాయి. శతాబ్దాల తరబడి అక్కడ నడిచిన అడుగులు ఆ మెట్లను గరుకుగా, మిట్టపల్లాల మయంగా చేశాయి. వారణాసి నదీతీరం ఎంత అపరిశుభ్రంగా, ఎంత అస్తవ్యస్తంగా ఉన్నది! నీటిలో తేలాడే గోపురాలు. మిట్టపల్లాలుగా వంగిన, నలుచదరంగా ఉన్న స్థలాలు, మెరిసే గోపురాలు అన్నీ ఇరుగు పొరుగుల్లా ఉన్నాయి. ఆ ఎగుడు, దిగుడు పరిసరాలలో పాత కొత్తల కలగాపులగంగా నిలబడి ఉన్నాయి.

పూజారులు, యాత్రికులు ప్రతి చోటా మూగి ఉన్నారు. కొన్నిచోట్ల చిన్న తెరిచి ఉన్న గదులలో కొందరు గురువులు శిష్యులకు బోధించుతున్నారు. గోడలు కేవలం వెల్లవేసి ఉన్నాయి. గురువులు తివాచీలపైన కూర్చున్నారు. శిష్యులు చుట్టూ నేలమీద కూర్చుని వారి మత సిద్ధాంతాల సాలెగూళ్లను విడదీయటానికి ప్రయత్నిస్తున్నారు.

గడ్డంతోడి ఒక సాధువు దర్శనం నాలో ప్రశ్నలు రేపింది. ఆయన నాలుగు వందల మైళ్లు దుమ్ములో మట్టిలో దొర్లాడు. వారణాసి యాత్రకు విచిత్రమైన మార్గం! ఆ తర్వాత కొంతదూరంలో మరొక భీతిగొలిపే విచిత్ర వ్యక్తిని కలిశాను. ఆయన కొన్ని సంవత్సరాల కాలం ఒక చెయ్యి ఎత్తి ఉంచారు! ఆ అవయవంలో నాడులు, కీళ్లు క్షీణించిపోయాయి. ఆ చేతిలో మాంసం ఎండిపోయింది. ఈ ఉష్ణమండలం ఈ మనుష్యుల మనసులకు పిచ్చెక్కించింది అనుకోవటం కాకపోతే ఈ నిరర్థకమైన వ్రతాలు ఎలా అర్థం చేసుకోవాలి? ఈ జాతి మతోన్మాదానికి లోనవుతుంది అంటే నీడన నూట ఇరవై డిగ్రీల వేడిలో కూర్చున్న వీరి మనసులు అస్తవ్యస్తమై ఉండాలి.

★

మర్నాడు సాయంత్రం సరిగా నాలుగు గంటలకు పండిట్ కవిరాజ్, నేను గురువు గారి ఇంటి ఆవరణలో ప్రవేశించాము. మేము ఆ పెద్దహాల్‌లో ప్రవేశించి ఆయనకు సాదర ప్రమాణాలు అర్పించాం. అక్కడ మరొక ఆరుగురు శిష్యులు హాజరై ఉన్నారు.

విశుద్ధానంద నన్ను దగ్గరగా రమ్మని చెప్పారు. నేను ఆయన పడకకు కొద్ది అడుగుల దూరంలో నేల మీద చతికిలబడి కూర్చున్నాను.

''నా అద్భుతం ఒకటి చూస్తారా?'' ఆయన మొదటి ప్రశ్న.

''నా గురువు గారు దయదలిచితే, అది నా మహాద్భాగ్యం.''

''నీ చేతిగుడ్డ ఇవ్వు. అది సిల్క్‌ది అయితే మరీ మంచిది.'' పండిట్ అనువాదం చేశారు. ''నీవు కోరుకున్న సువాసన ఇందులో వస్తుంది. సూర్యరశ్మి, ఒక భూత అద్దం తప్ప మరే పరికరాలు అవసరం లేదు.''

అదృష్టవశాత్తు నా దగ్గర సిల్క్ రుమాలు ఉన్నది. అది ఆ ఇంద్రజాలికుడికి అందించాను. ఆయన సూర్య కిరణాలను ఫోకస్ చేయాలి. కాని ఆ సమయంలో ఆయన గది నీడలో ఉండటాన గదిలో సూర్యరశ్మి లేదు. కనుక భూతద్దానికి సూర్యకిరణాలు నేరుగా అందవు. ఒక శిష్యుడిని బయటి ఆవరణలోకి పంపటంతో ఈ సమస్య పరిష్కారమయింది. ఆ శిష్యుడు మామూలు అద్దం చేత పట్టుకుని సూర్యకిరణాలు రూంలోకి కిటికీలోనించి ప్రతిఫలింప చేస్తాడు.

''గాలిలోనించి నీకు సువాసన తెప్పిస్తాను.'' విశుద్ధానంద ప్రకటించారు. ''నీకు ఏ సువాసన కావాలి?''

''తెల్ల మల్లెల పరిమళం తెప్పించగలరా?''

ఆయన తన ఎడమ చేతిలోకి నా రుమాలు తీసుకొని, భూతద్దాన్ని దానిపైన పట్టుకుంటారు. ఒక రెండు సెకన్ల కాలం సూర్యకిరణాలు ఆ సిల్క్ గుడ్డ మీద పడుతాయి. ఆయన భూతద్దం క్రింద పెట్టి చేతి గుడ్డ నాకు తిరిగి ఇచ్చారు. నేను దానిని ముక్కు దగ్గర పెట్టుకున్నాను. ఆ రుమాలు తెల్ల మల్లెల సువాసనతో ఘుమఘుమలాడుతున్నది!

నేను రుమాలు పరీక్షించి చూశాను. అది ఎక్కడా తడిగాలేదు. దాని మీద సుగంధ జలం చల్లిన సూచనలు ఎక్కడా కనిపించలేదు. నాకు అంతా అయోమయంగా ఉన్నది. ఆ పెద్దాయనను కొంచెం అనుమానంగా చూశాను. ఆయన ఆ ప్రదర్శన మరొకసారి చేస్తానన్నారు.

రెండోసారి నేను గులాబీ అత్తరు కోరుకున్నాను. తర్వాత ప్రయోగంలో ఆయనను నిశితంగా గమనించాను. ఆయన ప్రతికదలిక, ఆయన పరిసర ప్రదేశం నా సాధ్యమైనంత జాగ్రత్తగా పరిశీలించాను. ఆయన ఒత్తయిన మెత్తని చేతులు, మచ్చలేని ఆయన తెల్లని అంగవస్త్రం, అతినిశితంగా పరిశీలించాను. కాని

అనుమానించదగినదేమీ నాకు కనిపించలేదు. ఆయన ఇంతక్రితం అనుసరించిన పద్ధతినే మరొకసారి అనుసరించారు. గులాబీ అత్తరును పిలిచినట్లు పలికించారు. నా రుమాలు మరొక కొస గులాబి అత్తరు వాసనతో నిండిపోయింది.

మూడోసారి నా కోరిక వయొలెట్స్ సువాసన, ఇది కూడా ఆయన అదే అలవోకతో సఫలత సాధించారు.

తన సఫలతను గురించి విశుద్ధానందలో ఏ విధమైన వికారమూలేదు. ఆయన పూర్తిగా నిర్వికారులు ఈ ప్రదర్శన అంతా ప్రతిరోజూ జరిగే దినచర్యలా, కేవలం ఒక అత్యల్ప సంఘటనగా చూశారు. ఆయన ముఖంలో గాంభీర్యత ఏ మాత్రం సడలలేదు.

''ఇప్పుడు నేనొక సువాసన ఎంచుకుంటాను.'' అనుకోకుండా ఆయన ప్రకటన.

''టిబెట్‌లో మాత్రమే పూచే ఒక పువ్వు సువాసన సృష్టించుతాను.'' చేతి రుమాలులో మిగిలిన నాలుగో మూల ఆయన సూర్యకిరణాలు పడేలా చేశారు. అంతే ఆయన చెప్పిన నాలుగో సువాసన సృష్టించారు! ఆ వాసన అంతక్రితం నేనెరుగను.

కొంత దిగ్భ్రమతో నా తెల్ల సిల్క్ రుమాలు జేబులో పెట్టుకున్నాను. ఈ ప్రక్రియ అద్భుతం తప్పమరేమీ కాదు. ఆయన ఈ పరిమళాలన్నీ తన శరీరం మీద ఎక్కడైనా దాచారా? తన అంగవస్త్రంలో దాచారా? అలా అయితే ఆయన చాల పరిమళాల నిల్వలు మోయవలసివస్తుంది. నేను అడిగిన దాకా ఏ పరిమళం అడుగబోతున్నానో ఆయనకు తెలియదు కదా? ఆయన అంగవస్త్రం అన్ని నిల్వలు దాచటం అసాధ్యం. అంతేకాక ఆయన చెయ్యి ఒక్కసారి కూడా అంగవస్త్రంలో లోపలికి వెళ్లలేదు.

భూతద్దం పరీక్షించటానికి అనుమతి అడిగాను. తీరా చూస్తే అది మామూలు భూతద్దమే. ఒక తీగెచుట్టలో బిగించి, తీగె హ్యాండిల్ ఉన్న, సాదా భూతద్దం. అందులో అనుమానించ తగినది నాకేమీ కనుపించలేదు.

ఇదంతా కాక మరొక రక్షణ సాధకం ఉన్నది. ఆయనను నేనేకాక మా చుట్టూ మరొక అరడజను మంది శిష్యులు కూడా ఆయనను గమనించుతున్నారు. వారంతా సమాజంలో మంచి ఉన్నతస్థాయితో బాటు, మంచి విద్యార్థులు, బాధ్యతలు గలవారని పండిట్ నాకు ముందరే చెప్పి ఉన్నారు.

వశీకరణ మరొక సాధ్యమయిన వివరణ కావచ్చు. ఈ వివరణ పరీక్షించటం చాల సులభం. నేను నా బసకు తిరిగి వెళ్లినప్పుడు ఆరుమాలు ఇతరులకు వాసన చూపుతాను.

విశుద్ధానంద నా కోసం ఇంతకుమించిన మరొక అద్భుతంతో సిద్ధంగా ఉన్నారు. అయితే ఆయన దానిని చాల అరుదుగా ప్రదర్శించుతారు. రెండో ప్రదర్శనకు బలమైన సూర్యరశ్మి కావాలన్నారు ఆయన. ఇప్పుడు సూర్యుడు దిగి పోతున్నాడు. సాయంత్రం అవుతున్నది. కనుక నేను వారంలో మరొక రోజు మిట్ట మధ్యాహ్నం రావాలి. అప్పుడాయన నిర్జీవమైన ప్రాణికి తాత్కాలికంగా ప్రాణం పోసే అత్యద్భుత ప్రదర్శన జరుపుతారు!

ఆయన వద్ద శలవు తీసుకొని నేను ఇంటికి చేరాను. నా రుమాలు ముగ్గురు వ్యక్తులకు చూపాను. ప్రతి ఒక్కరూ అందులో పరిమళాలు ఇంకా గాఢంగానే ఉన్నట్లు చెప్పారు. కనుక ఆ ప్రక్రియ వశీకరణ సిద్ధాంతంతో కొట్టిపారేయ తగింది కాదు. అదేదో కనికట్టు అనటానికి అంతకంటే వీలులేదు.

★

ఆ ఇంద్ర జాలికుల ఇంటిలో నేను మరొకసారి హాజరయ్యాను. ఆయన ఆ ఇంద్రజాలికులు – తను చిన్న ప్రాణికి మాత్రమే ప్రాణం పోయగలనని చెప్పారు. సాధారణంగా ఆయన పక్షులతో ప్రయోగాలు చేస్తారు.

ఒక పిచ్చుక గొంతునులిపి ఒకగంట సేపు మా ఎదుట ఉంచారు. అది నిజంగా చనిపోయిందని మేం రూఢి పరుచుకోవటానికి అనువుగా దాని కళ్లు కదలిక లేకుండా ఆగిపోయాయి. దాని శరీరం బిగుసుకుపోయింది విషాదంగా. ఆ జీవిలో ప్రాణం ఉన్న చిహ్నాలు ఏవీ నాకు ఎక్కడా కనుపించటం లేదు.

ఆ ఇంద్రజాలికులు తన భూతద్దం తీసుకొని ఒక సూర్యకిరణాన్ని ఆపక్షి కంటిలోకి కేంద్రీకరించారు. కొన్ని నిమిషాలు ఏమీ జరుగలేదు. నేను నిరీక్షించు తున్నాను. ఆ వృద్ధులు తన విచిత్ర కర్తవ్యం మీద ఏకాగ్రతతో వంగి చూస్తున్నారు. విశాలమైన ఆయన నేత్రాలు తదేకంగా రెప్పవాల్చకుండా చూస్తున్నాయి! ఆయన ముఖం నిశ్చలంగా, నిర్వికారంగా, చైతన్యరహితంగా చూస్తున్నది. హఠాత్తుగా ఆయన పెదవులు తెరుచుకున్నాయి. ఆయన స్వరం ఒక విచిత్రమైన కూని రాగం ఆలపించుతుంది. ఆ భాష ఏమిటో నాకు తెలియదు. కొంతసేపటి తర్వాత ఆ పక్షిశరీరం మెలితిరగటం మొదలుపెట్టింది. మరణవేదనలో మెలికలు తిరిగే కుక్కను చూశాను. అది ఇప్పుడు ఈ పక్షి శరీరం అలాగే మెలికలు తిరుగుతున్నది. ఆ తర్వాత దాని రెక్కలు టపటపలాడాయి. ఆ మరికొన్ని క్షణాలలో ఆ పిచ్చుకలేచి నుంచున్నది. నేలమీద గెంతటం మొదలుపెట్టింది. చనిపోయిన జీవి ప్రాణం పోసుకున్నది!

ఆ వింత జీవితంలో తర్వాతి దశలో ఆ పక్షికి గాలిలోకి ఎగిరే శక్తి వచ్చింది. అది గదిలోపల ఎగురుతూ వాలటానికి కొత్తచోట్లు వెతుక్కుంటుంది. సంఘటన అంతా నమ్మశక్యం గాకుండా ఉన్నది. నా పరిసరాలలో ప్రతి వస్తువు, ప్రతి వ్యక్తి భ్రమకాదనీ, నిజమేననీ, తాకగలమనీ నిర్ణయించుకోవడం నా శరీరాన్ని మనసునూ సమన్వయం చేయటానికి ప్రయత్నించుతున్నాను.

అంతా నిశ్చితమైన ఒక అరగంట గడిచింది. నేను పునర్జన్మ పొందిన ఆ జీవి టపటపలాడే ప్రయత్నాలు గమనించుతూనే ఉన్నాను. చివరికి మరొక పతాక సన్నివేశం నన్ను ఆశ్చర్యంలో ముంచివేసింది. ఆ మూగజీవి గాలిలో క్రిందపడి మా కాళ్ల దగ్గర నిర్జీవమై ఉన్నది. అది అక్కడే కదలిక లేకుండా పడి ఉన్నది. పరీక్షించి చూడగా అని చచ్చిపడి ఉన్నది.

''దాని ప్రాణం మరికొంత సేపు నిలుపగలిగేవారా?'' ఇంద్రజాలికులకు నా ప్రశ్న.

''ప్రస్తుతం నేను మీకు చూపగలిగింది అంతవరకే.'' కొంచెం భుజాలు ఎగుర వేస్తూ ఆయన జవాబు. జరుగబోయే ప్రయోగాలతో పెద్ద వింత జరుగబోతున్నాయని ఆ పండిట్ గుసగుసలాడారు. ఆ గురువుగారు చేయగలిగినవి ఇంకా ఉన్నాయి. కాని ఆయనను బలవంతం చేసి రోడ్డు మీది గారడి వారి స్థాయికి దించకూడదు. ఇప్పటి వరకూ చూసిన దానితో నేను తృప్తిపడాలి. ఇది నాతో వచ్చిన పండిట్‌జీ భావం. మరొకసారి ఆ ప్రదేశమంతా మర్మమయమన్న అనుభూతి నన్ను నింపివేస్తుంది. విశుద్ధానంద ఇతర శక్తులను గురించి వింటూంటే నా అనుభూతి ఇంకా ఇంకా తీవ్రమౌతున్నది.

ఆయన గాలిలోనుంచి తాజా ద్రాక్షపళ్లు తేగలరనీ, శూన్యంలోనించి మిఠాయిలు పుట్టించగలరనీ విన్నాను. వాడిపోయిన పూవును ఆయన చేతిలోకి తీసుకొంటే దానికి స్వచ్ఛమైన తాజాదనం, పరిమళము అబ్బుతాయి.

★

అద్భుతాలుగా కనిపించే వీటి వెనుక రహస్యం ఏమిటి? నేను ఏదైనా సూచన ప్రాయంగా తెలుస్తుందేమోనని కెలుకుతుంటే, నాకు అనుకోకుండా అసాధారణమైన జవాబు వచ్చింది. అది ఏమీ వివరించని ఒక వివరణ. అసలు రహస్యం ఆ వారణాసి ఇంద్రజాలికుడి విశాలమైన నుదురు వెనుకనే దాక్కొని ఉన్నది. ఆయన దానిని ఇంతవరకు తన ప్రియాతి ప్రియమైన శిష్యుడికి కూడా చెప్పలేదు.

ఆయన జన్మస్థలం బెంగాల్‌లోనని చెప్పారు. ఆయన పదమూడో ఏట ఆయనను ఒక విష జంతువు కాటు వేసింది. పరిస్థితి ఎంత విషమించిందంటే అతని తల్లి అతని ప్రాణాల మీద ఆశవదులుకుని గంగా తీరానికి తీసుకొనివెళ్లింది. హిందూమత విశ్వాసం ప్రకారం గంగా తీరంలో మరణించటం కంటే పవిత్రమైన, పరమానంద కరమైన మరణం నభూతో, నభవిష్యతి. విషాదంలో మునిగి ఉన్న అతని కుటుంబం అంత్య క్రియలకు నది తీరాన గుమిగూడారు. అతని దేహాన్ని పవిత్ర ప్రవాహం చెంతకు తీసికొని వెళ్లారు. అతని దేహాన్ని నీటిలోకి దించారు. అప్పుడే అద్భుతం జరిగింది అతని దేహం దించుతుంటే దేహం చుట్టూ ఉన్న నది నీరు కూడా దిగిపోసాగింది. అతని దేహం పైకి ఎత్తితే నీరు కూడా మామూలు మట్టం చేరేవరకూ పైకి లేచింది. అతన్ని మళ్లీ, మళ్లీ నీటిలో దించటానికి ప్రయత్నించారు. ప్రతిసారీ నీరు కూడా తనంత తానే దిగిపోయింది. క్లుప్తంగా చెబితే ఆ పిల్లవాడిని మృతదేహంగా గంగానది నిరాకరించింది!

నదీ తీరాన కూర్చున్న ఒక యోగి ఇదంతా గమనించుతున్నారు. ఆయన లేచి వెళ్లి ఆ పిల్లవాడు జీవించాలని ఉన్నదని భవిష్యవాణి చెప్పారు. అతని అదృష్ట రేఖ చాలా బాగున్నదని, అతను ప్రఖ్యాత యోగి అవుతారనీ చెప్పారు. ఆ పిల్లవాడి గాయం మీద ఏవో మూలికలు రుద్ది ఆయోగి వెళ్లిపోయాడు. ఏడు రోజుల తర్వాత తిరిగి వచ్చి ఆ పిల్లవాడికి పూర్తిగా నయమైందని అతని తల్లిదండ్రులకు చెప్పాడు. ఆ మాట నిజమైంది. అయితే ఈ వారం రోజులలో ఆ పిల్లవాడిలో వింతమార్పులు కలిగాయి. అతని స్వభావం, మనస్తత్వం పూర్తిగా మారిపోయాయి. తల్లిదండ్రులతో ఇంట్లో ఉండటానికి బదులు దేశద్రిమ్మరి యోగి కావాలని తపించసాగాడు. అప్పటినించి అతను తల్లిని వేధించసాగాడు. కొన్నేళ్ల తర్వాత ఆ తల్లి అతనిని ఇల్లు విడిచివెళ్లటానికి అనుమతించింది. యోగలో నిష్ణాతులను వెతుకుతూ అతను బయలుదేరాడు.

తను గురువును కనుగొనే ఆశతో అతను హిమాలయ పర్వత చరియలలో ఉన్న టిబెట్ వెళ్లాడు. అక్కడ పేరు పొందిన అద్భుత యోగులలో తన గురువు దర్శనం ఇస్తారని అతని ఆశ. ఏ సాధకుడైనా సరే తన సాధన ఫలించాలంటే ఆ యోగశాస్త్రం పుక్కిట పట్టిన గురువుకు వ్యక్తిగత శిష్యుడు అయి తీరాలనేది భారతీయ మనస్తత్త్వంలో గాఢంగా నాటుకుపోయిన భావం. ఆ పర్వతాలలో మంచు తుఫానులకు గుహలలో కుటీరాలలో ఉండే ఒంటరి యోగులకోసం ఆ బెంగాలీ యువకుడు వెతికాడు. కాని నిరాశతో ఇంటికి తిరిగి వెళ్లాడు.

కొన్ని సంవత్సరాలు సాఫీగా గడిచిపోయాయి. కాని అతని తృష్ణ తరుగలేదు. మరొకసారి దేశ సరిహద్దులు దాటి టిబెట్ దక్షిణ ప్రాంతం నిరాధారమైన మంచు

ఎడారి చీకట్లలో తిరిగాడు. కొండ దుర్గాలలో ఒక కుగ్రామంలో అతను తను ఇంతకాలంగా వెతుకుతున్న గురువును కనుగొన్నాడు.

ఆ తర్వాత నేను నమ్మశక్యం కాని ఒక కథనం విన్నాను. ఇదే ఒకనాడు విని ఉంటే నేను వ్యంగ్యంగా నవ్వి దులిపి వేసేవాడిని. కాని ప్రస్తుతం నాకు ఆశ్చర్యం కలిగించుతున్నది. ఎందుకంటే ఈ టిబెట్ గురువుగారి వయసు పన్నెండు వందల సంవత్సరాలకు తక్కువ ఉండబోదని నాకు చాలా రూఢిగా చెబుతున్నారు. ఒక పాశ్చాత్యుడు తన వయస్సు నలభై అని చెప్పినంత ప్రశాంతంగా ఈ వార్త గూడా చెప్పారు.

అచ్చెరువు కలిగించే ఈ దీర్ఘాయుష్షు కథనం ఇంతక్రితం రెండు పర్యాయాలు తలెత్తింది. అడయార్ నది యోగి బ్రమ నేపాల్‌లో తన గురువు నాలుగు వందల సంవత్సరాలకు పైబడిన వయసు వారని చెప్పాడు. పశ్చిమ భారతదేశంలో నేను కలిసిన పవిత్రమూర్తి ఒకరు హిమాలయాలలో చొరరాని ఒక గుహలో ఒక యోగి నివసించుతున్నారనీ, ఆయన వయసు వెయ్యి సంవత్సరాలకు పైన ఉంటుందనీ, వయసు కారణంగా ఆయన కనురెప్పలు మూసుకుపోయాయనీ చెప్పారు! ఇదంతా అభూత కల్పనలా ఉన్నదని రెండింటినీ కొట్టిపారేశాను. కాని వాటిని మళ్ళీ ఆలోచించవలసిన తరుణం వచ్చినట్లుంది. ఎందుకంటే ఇక్కడ నా ఎదుటి మనిషి సంజీవని మార్గంలో ఉన్నట్లు మాట్లాడుతున్నారు.

టిబెట్ గురువు యువ విశుద్ధానందకు హఠయోగ దీక్ష ఇచ్చారు. ఈ కఠోర శిక్షణలో విశుద్ధానంద అసాధారణమైన శారీరక మానసిక శక్తులను పెంపొందించుకున్నారు. అంతేకాక సౌర విజ్ఞానం అనే ఒక విచిత్ర విద్యలోకి కూడా ఆయనకు దీక్ష ఇచ్చారు. పన్నెండు సంవత్సరాల కాలం ఆ మంచుకొండల నడుమ కఠిన జీవనంలో ఆయన అమరజీవి అయిన ఆ టిబెటన్ గురువుగారి శుశ్రూష చేశాడు. ఆ శిక్షణ ముగియగానే ఆయనను భారతదేశం పంపివేశారు. ఆయన పర్వత మార్గాలన్నీ దాటి, పీఠభూమికి దిగివచ్చి, కాలక్రమేణ తనే ఒక యోగ గురువు అయినారు. కొంతకాలం బంగాళాఖాతం తీరాన పూరిలో నివాసం ఏర్పరుచుకున్నారు. ఇప్పటికీ అక్కడ ఆయనకు ఒక పెద్ద బంగళా ఉన్నది. ఆయన దగ్గర చేరిన శిష్యులందరూ ఉన్నత వర్గాలకు చెందిన హిందువులే. వారంతా ధనికులైన వ్యాపారస్థులు, భూస్వాములు, ప్రభుత్వోద్యోగులే కాక ఒక రాజావారు కూడా ఆయన శిష్యులే! సామాన్యులకు ప్రోత్సాహం దొరుకలేదని నా అభిప్రాయం. నేను పొరబడి ఉండవచ్చు.

''నాకు చూపిన ఆ అద్భుతాలు మీరు ఎలా చేశారు?'' నేను నిర్మొహమాటంగా అడిగేశాను.

విశుద్ధానంద తన బొద్దు చేతులు కట్టుకున్నారు.

''మీకు చూపించినది యోగాభ్యాసం వల్ల సిద్ధించింది కాదు. ఇది సౌరవిజ్ఞానం ద్వారా సిద్ధించింది. సంకల్పశక్తి, ఏకాగ్రత పెంపొందించుకొనటమే యోగసారం. సౌరవిజ్ఞానంలో ఈ గుణాలు అవసరం లేదు. సౌరవిజ్ఞానం కేవలం కొన్ని రహస్యాల సేకరణ మాత్రమే వాటిని ప్రయోగించటానికి ప్రత్యేకించి శిక్షణ ఏమీ అవసరం లేదు. మీ పాశ్చాత్య విజ్ఞానం అధ్యయనం చేసిన తీరునే ఇది కూడా అధ్యయం చేయవచ్చు.''

ఈ వింత విద్య ఎలక్ట్రిసిటీ, మాగ్నెటిజంలను సరిపోలుతుందని పండిట్ కవిరాజ్ తన సూచన జోడించుతారు.

నేను అంతక్రితం ఎంత అంధకారంలో ఉన్నానో ఇప్పుడూ అలాగే ఉన్నాను. నా మీద దయ తలిచి గురువుగారు మరికొంత వివరించుతారు.

''టిబెట్‌నించి వచ్చిన ఈ సౌరవిజ్ఞానంలో కొత్త ఏమీలేదు. సనాతన భారతీయ యోగులకు ఈ విద్య బాగా తెలుసు. కాని ప్రస్తుతం ఏ కొద్ది మందినో తప్పించి ఈ విద్య ఈ దేశంలో అంతరించిపోయింది. సూర్యకిరణాలలో ప్రాణం పోయగల మూలకాలు ఉన్నాయి. ఆ మూలకాలు వేరు చేయటం లేదా ఎంచుకొనటం చేయగలిగితే మీరు ఈ అద్భుతాలు చేయవచ్చు. సూర్యకిరణాలలో మాంత్రిక శక్తులు గల అతితేలిక శక్తులున్నాయి. వాటిని నియంత్రించగలిగితే చాలు.

''మీ శిష్యులకు ఈ సౌర విజ్ఞాన రహస్యాలు బోధించుతున్నారా?''

''ఇంకాలేదు. ఆ పని చెయ్యటానికి తయారవుతున్నాను. కొందరు శిష్యులను ఎంచుకొని వారికి ఈ రహస్యాలు బోధించుతాను. ప్రస్తుతం మేం ఒక పెద్ద ప్రయోగశాల నిర్మించే ప్రయత్నంలో ఉన్నాం అక్కడ బోధనా తరగతులు, ప్రదర్శనలు, ప్రయోగాలు అన్నీ నడుస్తాయి.''

''మరి ఇప్పుడు మీ శిష్యులు ఏమి నేర్చుకుంటున్నారు?''

''వారికి యోగలో దీక్ష జరుగుతున్నది.''

పండిట్ నన్ను ప్రయోగశాలకు తీసుకొని వెళ్లారు. అది చాలా అంతస్థులు గల ఆధునిక కట్టడం. డిజైన్ అంతా యూరోపియన్ స్టైల్‌లో ఉన్నది. గోడలన్ని ఎర్ర ఇటుకతో కట్టారు. కిటికీల స్థలంలో పెద్ద ఖాళీలు ఉన్నాయి. ఈ ఖాళీలు భారీ సైజు

గాజు పలకల కోసం కాచుకొని ఉన్నాయి. ఈ ప్రయోగశాలలో జరిగే పరిశోధనకు సూర్యరశ్మి ఎరుపు, నీలం, ఆకుపచ్చ, పసుపు, రంగులేని గాజు పలకలలో నుంచి సూర్యరశ్మి పరావర్తనం అధ్యయనం చేయాలి.

ఆ కిటికీలకు సరేపడేటంత పెద్దగాజు పలకలను తయారుచేయగల సంస్థ భారతదేశంలో లేదనీ అందుచేత ఈ కట్టడం పూర్తికాలేదనీ వివరించారు పండిట్. ఆయన నన్ను ఇంగ్లండులో వాకబు చేయమని అడిగారు. కాని విశుద్ధానంద తాను ఇచ్చిన స్పెసిఫికేషన్లు తు.చ. తప్పకూడదు అన్నారు. గాజు పలకలలో గాలి బుడగలు ఎంత మాత్రము ఉండకూడదు. రంగు గాజు పలకలు బాగా పారదర్శకంగా ఉండాలి. ప్రతి ఒక్క ఫలకం పన్నెండు అడుగుల పొడవు ఎనిమిది అడుగుల వెడల్పు కలిగి ఉండాలి. ఒక అంగుళం మందం ఉండాలి.[1]

ప్రయోగశాల భవనం చుట్టూ విశాలమైన తోటలు, వీటి చుట్టూ తాటి చెట్ల సముదాయంతో అడ్డుగోడ కట్టి, తొంగిచూసే బాటసారుల కళ్లకు కనపడకుండా దాచారు.

నేను తిరిగివచ్చి ఇంద్రజాలికుల ఎదుట నేలమీద కూర్చున్నాను. ఇప్పుడు శిష్యులు పలుచబడ్డారు. ఇద్దరు ముగ్గురే మిగిలారు. పండిట్ కవిరాజ్ నా సరసనే చతికిలబడ్డారు. అధ్యయనంలో అలసిన ఆయన ముఖంలో గురుభక్తి కొరవడలేదు.

విశుద్ధానంద ఒక క్షణకాలం నావైపు చూసి, నేలను పరిశీలించుతున్నారు. గాంభీర్యం, అల్పంగా మాట్లాడటం ఆయన స్వభావం. ఆయన ముఖంలో విలక్షణమైన గాంభీర్యం. అదే గాంభీర్యత ఆయన శిష్యుల ముఖాలలో ప్రతిఫలించుతుంది. ఆయన గాంభీర్యత వెనుక ఏమున్నదో తెలుసుకోవాలని ప్రయత్నం. నా ప్రయత్నం నిష్ఫలం. దూరాన ఉన్న బంగారు ఆలయంలోకి ప్రవేశించలేనట్లే నా పాశ్చాత్య మనసుకు ఈవ్యక్తి మానసం అందకుండా ఉన్నది. ఆయన ప్రాచ్య మర్మ విద్యలో మునిగి ఉన్నారు. నేను అడగకుండానే ఆయన అద్భుతాలు చూపించినా, మా యిద్దరి నడుమ ఆయన మానసికంగా అడ్డుగోడ కట్టారని నా ప్రగాఢ అనుభూతి, ఆ అడ్డుగోడ నేనెన్నటికీ దాటలేను. నా స్వాగతం కేవలం పైపై మెరుగులు. పాశ్చాత్య పరిశోధకులు, పాశ్చాత్య శిష్యులు ఇక్కడ అవాంఛనీయులు.

---

1. బ్రిటన్ అందరికంటే పెద్ద గాజు ప లకలు తాయరు చేసే సంస్థకు నేను వ్రాశాను. విశుద్ధానంద విధించిన షరతులు అనుసరించి గాజుపలకం తయారు చేయటం అసంభవమని చెప్పి వారు ఆ పథకాన్ని నిరాకరించారు. గాజు పలకలలో గాలి బుడగలు లేకుండా గ్యారంటీ ఏ ఉత్పాదకులూ ఇవ్వలేరని వారి వాదన. పారదర్శకత తగ్గకుండ రంగుల గాజు పలకల తయారీ అసంభవం. పావు అంగుళానికి మించిన మందంతో గాజు ఫలకం తృప్తికరంగా ఉత్పాదన అసాధ్యం. వారణాసి వరకు ఉన్న సుదూరం పగలకుండా ప్రయాణించాలంటే గాజు పలకల సైజు సగం ఉండాలి. ఇవన్నీ ఉత్పాదకులుగా వారి షరతులు.

ఆయన అకస్మాత్తుగా ఆశించని ఒక విశేషమైన మాట అంటారు.

''మా టిబెట్ గురువుగారు అనుమతించనిదే నేను నిన్ను నా శిష్యుడిగా అంగీకరించి దీక్ష ఇవ్వలేను. నేను ఈ విధికి అనుగుణంగా ప్రవర్తించాలి.''

ఆయన నా మనసులో పరుగులు తీస్తున్న ఆలోచనలను చదివేశారా? నేను ఆయనను కన్నార్పకుండా చూశాను. కొద్దిగా ఉబ్బి ఉన్న ఆయన నుదురు చిన్న చిట్లింపు చూపింది. ఏది ఏమయినా ఆయన శిష్యుడిని కావాలనే కోరిక నేను వెలిబుచ్చలేదు. ఎవరో ఒకరి శిష్యుడిని కావాలనే తొందరలో లేను నేను. కాని ఒక విషయం మాత్రం నాకు నిర్ధారణగా తెలుసు అటువంటి అభ్యర్థన విముఖమైన సమాధానమే తెస్తుంది.

''అయినా ఎక్కడో దూరాన టిబెట్‌లో ఉన్న మీ గురువుతో మీరు ఎలా మాట్లాడగలరు?'' నా ప్రశ్న.

''అంతరంగం తలాలలో మేం పరిపూర్ణ సంపర్కంలో ఉన్నాము.'' ఆయన జవాబు నేను వింటున్నానని నాకు తెలుసు కాని అర్థం చేసుకుంటున్నానో లేదో తెలియదు. అనుకోకుండా వచ్చిన ఆయన రిమార్క్ నా మనసును తాత్కాలికంగా ఆయన అద్భుతాల నుంచి దూరం చేసింది. నేను దీర్ఘాలోచనలో పడిపోయాను. ఆలోచనా రహితంగా నా ప్రశ్న వెలికి రావటం గమనించాము.''

''గురువు గారూ, జ్ఞానోదయం సంపాదించటం ఎలా?''

విశుద్ధానంద బదులు చెప్పలేదు. జవాబుకు బదులు మరొక ప్రశ్నవేశారు.

''యోగాభ్యాసం చేయకుండా జ్ఞానోదయం ఎలా కలుగుతుంది?''

నేను ఆ విషయం కొన్ని క్షణాలు ఆలోచించాను.

''గురువు లేకుండా యోగాభ్యాసం మాట అటుంచి, యోగ అర్థం చేసుకొనటమే అతికష్టమని విన్నాను. సద్గురువులు దొరకటం చాల కష్టంతో కూడిన పని.''

ఆయన ముఖం నిర్వికారంగా దుర్భేద్యంగా ఉన్నది.

''శిష్యుడు సిద్ధంగా ఉన్నప్పుడు గురువు కనిపించుతారు.''

నేను సందేహం వెలిబుచ్చుతాను. బొద్దుగా ఉన్న తన చేతిని చాపారు ఆయన.

''మొదట సాధకుడు తను సిద్ధంగా ఉండాలి. అప్పుడు అతను ఎక్కడ ఉన్నాసరే గురువును కనుగొంటాడు. గురువు రక్తమాంసాలలో కనిపించకపోతే, సాధకుడి అంతర్నేత్రంలో కనుపించుతారు.''

''అయితే దానికి మొదలు ఎక్కడ?''

''నేను నీకు ఒక ఆసనం చూపుతాను. ఆ ఆసనంలో ప్రతిరోజు కొంతసేపు కూర్చో. అందుకు నువ్వు సమయం కేటాయించాలి. అది నీ సాధనలో ఉపయోగపడుతుంది. కోపం తగ్గించుకొనటానికి తీవ్రమైన కోరికలు కంట్రోల్ చేయటానికీ మెలకువతో అభ్యాసం చేయాలి.''

విశుద్ధానంద నాకు పద్మాసనం ఎలా వేయాలో చూపించారు. అది నాకు అంతకు మునుపే తెలుసు. కాళ్లు మడిచి మెలివేసిన ఈ ఆసనాన్ని ఆయన సులువైన ఆసనం అని ఎలా అంటారో నాకు అర్థంకాని విషయం.

''ఎదిగిన యూరోపియన్ ఈ మెలికలు, మడతలు సాధించగలడా?'' నా ఆశ్చర్యం.

''మొదట్లోనే అది కష్టం అనిపించుతుంది. ప్రతిరోజూ ఉదయం, సాయంత్రం అభ్యాసం చేస్తే సులభం అవుతుంది. ఈ యోగాభ్యాసానికి ప్రతిరోజు ఒక నిర్ణీత సమయం కేటాయించటం, తర్వాత ఆ సమయం ప్రకారం అభ్యాసం చేయటం ముఖ్యం. మొదట్లో ఐదు నిమిషాలు సాధన చాలు. ఒకనెల తర్వాత నువ్వు సమయాన్ని పది నిమిషాలకు పెంచవచ్చు. మూడు నెలల తర్వాత ఇరవై నిమిషాలు, అలా పెంచుతూపోవచ్చు. నీ వెన్నెముక నిటారుగా ఉంచాలని మాత్రం గుర్తుంచుకో. ఈ సాధన నీకు శరీరానికి సమతుల్యత, మనసుకు ప్రశాంతత పొందటానికి తోడ్పడుతుంది. తర్వాతి యోగాభ్యాసానికి ప్రశాంతత అవసరం.''

''అయితే మీరు హఠయోగం నేర్పుతారా?''

''అవును. మనసును నియంత్రించే యోగ దీనికంటే ఉత్తమమైనదనుకోవద్దు. మనిషికి ఆలోచన, ఆచరణ ఉన్నట్లే మన రెండు ప్రకృతులకూ శిక్షణ అవసరం. దేహం మనసు మీద వర్తించుతుంది, మనసు దేహం మీద వర్తించుతుంది. పురోగతిలో అవి రెండూ విడదీయరానివి.

ఆయన తర్వాత ప్రశ్నలకు సుముఖంగాలేరని నాలో అలారం మోగుతుంది. వాతావరణంలో ఒక మానసిక స్తబ్ధత ఏర్పడింది. త్వరలో అక్కడినించి నిష్క్రమించాలని నిర్ణయించుకున్నాను. నా ఆఖరు ప్రశ్న వదిలాను.

''జీవితంలో ఒక లక్ష్యం, లేదా పరమార్థం ఉన్నట్లు కనుగొన్నారా?''

శిష్యులు తమ గాంభీర్యత వదిలి నా సరళతను చూసి పరిహసించారు. అటువంటి ప్రశ్న నాస్తికుడు అజ్ఞాని అయిన ఒక పాశ్చాత్యుడు, మాత్రమే అడుగగలడు!

పరమాత్మ ఈ లోకాన్ని తన చేతిలో తన వినోదం కోసం ఆడించుతున్నాడని అన్ని హిందూ పవిత్ర గ్రంధాలూ ఘోషించటం లేదా?

గురువుగారు సమాధానం చెప్పలేదు. ఆయన మౌనంలోకి వెళ్లిపోయారు. కాని పండిట్ కవిరాజ్ వైపు చూస్తారు. పండిట్ సమాధానం చెప్పారు?

"పరమార్థం తప్పకుండా ఉన్నది. పరమాత్మతో ఐక్యం కావాలంటే మనం ఆధ్యాత్మిక పరిపూర్ణత సాధించాలి!"

ఆ తర్వాత గంటకాలం గది అంతా నిశ్శబ్దం అయిపోయింది. విశుద్ధానంద ఒక లావాటి గ్రంధంలో పెద్ద పుటలు తిరగేస్తున్నారు. ఆ గ్రంధం పేపర్ కవర్ మీద బెంగాలీలో ముద్రించి ఉన్నది. శిష్యులు కన్నార్పకుండా చూసేవారు, నిద్రలో జోగే వారూ, ధ్యానించేవారూ ఎవరి దారి వారిది. ఒక మాంత్రికమైన ఉపశాంతి భావన నన్ను ఆవరించుతున్నది. మరికొంతసేపు ఇక్కడే ఉంటే నేను నిద్రలోకి జారుకోవచ్చు లేదా ఏదో ఒక భావాతీత స్థితిలోకి పోవచ్చు. కనుక నేను కళ్లు తెరిచి, గురువుకు ధన్యవాదాలు అర్పించి అక్కడినించి నిష్క్రమించాను.

★

స్వల్పంగా భోజనం చేసి ఈ విచిత్ర నగరంలోని మెలికలు తిరిగే సందులు గొందుల వెంట మరొకసారి బయలుదేరాను. ఈ నగరం పుణ్యాత్ములను, పాపాత్ములను ఒకే తీరుగా ఆహ్వానించుతున్నట్లు కనబడుతుంది. దేశమంతటి నించీ పుణ్యాత్ములను తన క్రిక్కిరిసిన ఇళ్లలోకి ఆకర్షించుతుంది. అదే రీతిన పాపాత్ములను, రౌడీలను, కుటిలులను, పరాన్న భుక్కులయిన పూజారులను ఆకర్షించుతుంది.

గంగా తీరాల ఆలయాలలో గుడిగంటల మోతలు సాయంకాల ప్రార్థనకు పిలుస్తున్నాయి. బూడిద రంగు పులుముకుంటున్న ఆకాశంలో జొరపడటానికి రాత్రి తొందరపడుతున్నది. తన శబ్దాలకు సూర్యాస్తమయం మరొక శబ్దాన్ని జోడించింది. అది ప్రవక్త అనుయాయులను ప్రార్థన పిలుపు.

నేను ఈ సనాతన నది, ఎందరికో ఆరాధనీయ అయిన గంగానది, తీరాన కూర్చున్నాను. గాలికి తలలాడిస్తున్న తాటి చెట్ల ఆకులు రాచుకునే బరబరశబ్దం వింటున్నాను.

ఒంటినిండా బూడిద పులుముకున్న బిచ్చగాడు నన్ను సమీపించాడు. అతను ఆగాడు. నేను అతనిని తదేకంగా చూశాను. అతను ఒక విధమైన పవిత్ర వ్యక్తి అని చెప్పాలి. అతని కళ్లలో లోకాతీతమైన ఒక వెలుగు ఉన్నది. నేను అనుకున్నంత బాగా

ఈ ప్రాచీన భారతాన్ని అర్థం చేసుకోవటంలో సఫలీకృతుడిని కాలేదని నాకు గ్రహింపు కలుగుతున్నది. జేబులో ఉన్న నాణాలు వెతుకుతుంటే, ఈ నాగరికతల మధ్యనున్న అగాధాన్ని ఎన్నటికైనా దాటగలమా అని నా ఆలోచన. నేనిచ్చిన భిక్షను సాదరంగా తీసుకొని, రెండు చేతులూ నుదుటి వద్ద జోడించి కృతజ్ఞత తెలిపి నిష్క్రమించాడు.

అంతరిక్షంతో మాయలు చేసి, చనిపోయిన పక్షులకు తాత్కాలికంగా ప్రాణంపోసే ఆ అద్భుత ఇంద్రజాలికుడి మాయను గురించి దీర్ఘంగా యోచించాను. ఆయన క్లుప్తము, తర్క బద్ధము అయిన సౌరవిజ్ఞాన శాస్త్ర బోధ నన్ను ఆకర్షించలేదు. సూర్యరశ్మిలో దాగి ఉన్న సాధ్యాసాధ్యాలు పూర్తిగా మనకు తెలియవు. మనకు ఈ వాదాన్ని ఒక ఆలోచనా రహితుడైన మనిషే కాదనగలడు. కాని ఈ విషయంలో కొన్ని లక్షణాలు వివరణ కోసం వేరేచోట అన్వేషించుమని ప్రోత్సహించుతున్నాయి.

విశుద్ధానంద ప్రదర్శనలలో ఒకటి – గాలిలో నుంచి వేర్వేరు పరిమళాలు పుట్టించటం – ప్రదర్శించగల యోగులు ఇద్దరు ఉన్నారని బాంబేలో నేను తెలుసుకున్నాను. కాని ఈ ఇద్దరు వ్యక్తులు గత శతాబ్ది చివర్లో అస్తమించారని నా పరిశోధనలలో తేలింది. నాకు అందిన సమాచారం నమ్మదగినదే అని తెలిసింది. ఈ ఇద్దరు యోగులకూ అరచేతిలో నూనె వంటి సువాసన ద్రవ్యం దర్శనం ఇచ్చేదట. అది వారి అరచేతి చర్మంలోనించి ఊటలా వచ్చినట్లు తోచేది. కొన్నిసార్లు ఆ సువాసనతో గది అంతా ఘుమఘుమలాడి పోయేది.

ఇప్పుడు అదే వింతశక్తి విశుద్ధానందలో ఉంటే, ఆయన భూతద్దంతో తిప్పలు పడుతున్నట్లు నటించుతూ, పరిమళ ద్రవ్యాన్ని తన అరచేతి నుంచి రుమాలుకు సులభంగా బదలాయించవచ్చుగదా! క్లుప్తంగా చెప్పాలంటే చేతిలో ఉన్న పరిమళ ద్రవ్యాన్ని చేతి రుమాలుకు బదలాయించటానికి సూర్యరశ్మి భూతద్దం ద్వారా వడకట్టటం కేవలం ఒక ముసుగు నాటకం. ఆ ఇంద్రజాలికుడు ఇంతవరకూ ఈ రహస్యాన్ని తన శిష్యులలో ఎవరికీ చెప్పకపోవటం ఈ అభిప్రాయాన్ని బలపరుస్తుంది. ఖరీదయిన ఆ ప్రయోగశాలల నిర్మాణ పథకమే వారి ఆశలకు జీవం పోస్తున్నది. భారతదేశంలో ఆ అతిభారీ ప్రమాణం గల గాజు పలకలు దొరకక పోవటం వలన ఆపని కూడా ఆగిపోయింది. ఇప్పుడు వారు కేవలం ఆశతో నిరీక్షించుతున్నారు.

సూర్యరశ్మి కేంద్రీకరించటం కేవలం కనికట్టు అయితే విశుద్ధానంద వినియోగించిన అసలు పద్ధతి ఏమిటి? పరిమళాలు పుట్టించటం యోగసాధన ద్వారా సాధ్యమా? నాకు తెలియదు. ఆ ఇంద్రజాలికుడి విద్యలకు సరయిన

సమాధానం నాకు తెలియకపోవచ్చు. అంతమాత్రాన ఆయన చెప్పే సౌరసిద్ధాంత కథనం నేను నెత్తికెత్తుకోనక్కరలేదు. అనవసరంగా నా బుర్ర పాడుచేసుకోవటం ఎందుకు? రచయితగా, విలేఖరిగా నా ధర్మం ఈ సంఘటనలను నమోదు చేయటమే గాని, అవి ఎలా జరుగుతున్నవో వివరించటం, సాధ్యం కానిది వివరించటం నా పనికాదు. భారతీయ జీవితంలో ఈ అంకం ఎక్కడో దాగి ఉంటుంది. వెలికిరాదు. ఎందుచేతనంటే ఒకవేళ ఆ బొద్దు ఇంద్రజాలికుడు గాని, లేదా అతని శిష్యుడు మరెవరైనా గాని ఈ విచిత్ర కళను బయటి ప్రపంచానికి ప్రదర్శించినా, ఆ వింత ఆశ్చర్యపోయిన విజ్ఞానవేత్తల ధ్యాసను ఆకట్టుకున్నా, దాని వెనుక ఉన్న రహస్యం బయటపడటం అసంభవం. నాకు అర్థమైనంతవరకు ఆయన ప్రవర్తన అదీ.

నా ఆలోచనల అంతర్వాణి నుంచి దూరంచేసి, అలసటతో తలెత్తి ఆకాశంవైపు చూశాను. చుక్కలతో నిండిన అనంతాకాశం ఆలోచనకందని బ్రహ్మాండత్వం నాకు సంభ్రమాశ్చరాలు కలిగించుతున్నది. ఉష్ణమండల ఆకాశాన ఉన్నంత మెరుగ్గా తారలు మరెక్కడా ఉండవు. మిణుకు మిణుకుమనే ఆ బిందువులను నేను రెప్పార్పకుండా చూస్తూనే ఉన్నాను... నేను నా సహజీవులను చూసినప్పుడు తలతోకలేని ఇళ్లు చూసినప్పుడు ఈ ప్రపంచం గుప్త రహస్యం నా అనుభూతిలోకి వస్తుంది.

తాకితే తగిలేవస్తువులు, సామాన్య వస్తువులు త్వరగా అవాస్తవికతలోకి వెళుతాయి. కదిలే ఆకారాలు, నీడలు, నిదానంగా జారిపోతున్న పడవలు మెరిసే దీపాలు అన్నీ కలిపి రాత్రినీ, పరిసరాలనూ స్వప్నలోకంలోని ఒక సుందర ప్రదేశంగా మలచాయి.

ఈ విశ్వం అంతాభ్రాంతి అనే సనాత భారతీయ వేదాంత సిద్ధాంతం నా మెదడులోకి ఎక్కుతుంది. వాస్తవమనే నా ఆలోచనను కూల దోయటానికి చేదోడు అవుతుంది. అనంత విశ్వంలో నిరంతరం పరుగులు తీస్తున్న ఈ గ్రహం కల్పించే అత్యంత వింత అనుభవాలకు నేను సంసిద్ధుడిని అవుతున్నాను.

మార్పూ చేర్పూలేని భారతీయ గీతానికి ఒక విపరీతమైన స్వరం జోడించి ఈ భూతలం మీది జీవి ఎవరో నా స్వప్న స్వర్గాలను ఛేదించారు. నేను వెంటనే నమ్మరాని సుఖసౌఖ్యాలు, అనుకోని దుఃఖాల కలగూర గంపలోకి వచ్చిపడ్డాను. దీనినే జనం 'జీవితం' అంటారు.

★★★

అధ్యాయం 12

తారాబలం

కళ్లు మిరుమిట్లు గొలిపే ఎండలో గోపురాలు మిలమిల మెరుస్తున్నాయి. స్నానాలు చేసేవారంతా ప్రాతఃకాల స్నానాల, ప్రక్షాళనల శబ్దాలతో వాతావరణం నింపుతున్నారు. వారణాసి నదీతీరాన తూర్పు దేశ సంరంభం నా పరదేశీయ దృష్టికి మరొకసారి కొత్తగా కనిపించింది. నేను ఒక భారీ చీనా ఓడలో గంగానది మీద కాలక్షేపం చేస్తున్నాను. ఓడ ముందు భాగం తాచుపాము తలలా చెక్కి ఉన్నది. నేను ఒక క్యాబిన్ మిద్దెమీద కూర్చున్నాను. క్రింద ముగ్గురు పడవవారు తెడ్లు వేస్తున్నారు.

నా సహయాత్రికుడు బాంబే నుంచి వచ్చిన వ్యాపారస్థుడు ఆయన నా పక్కనే కూర్చున్నాడు. తను నగరానికి తిరిగి వెళ్లాక వ్యాపారం మానేసి విశ్రాంతి తీసుకోబోతున్నట్లు చెప్పాడు. ఆయన పరమభక్తుడు. ఆయన ఎంత భక్తుడో అంతవ్యవహార శైలి కూడాను స్వర్గంలో తనఖాతా తెరుస్తూ కూడా, బ్యాంక్‌లో ఖాతా నింపటం ఆయన మర్చిపోలేదు. ఆయన నాకు వారం నించి తెలుసు. ఆయన కలుపు గోరుతనంగా, సరదాగా నవ్వుతూ తుళ్లుతూ స్నేహితం చేస్తారు.

''సుధేబాబు – ఆయనెవరు?''

''మీకు తెలీదా? వారణాసికంతటికీ అత్యంత మేధావి అయిన జ్యోతిషులు.''

''ఓహ్! జ్యోతిషులా!'' తిరస్కారంగా గుర్రుమన్నాను.

ఈ జాతిని నేను బాంబే మైదాన్‌లో నేల మీద చతికిలబడి కూర్చొని ఉండటం చూశాను. చెమటలు కక్కుతూ కలకత్తా డబ్బా కొట్లలో, యాత్రికులు ప్రయాణించే ప్రతి చిన్న గ్రామంలోను, నేను చూసిన ప్రతిగ్రామంలోనూ, గుమిగూడుతారు. చిందర వందరగా వేలాడే జులపాలతో వీరంతా అసహ్యం కలిగించుతారు. అజ్ఞానం, మూఢ నమ్మకం వారి ముఖాల మీద స్పష్టంగా వ్రాసి ఉంటుంది. వారి సరంజామా రెండు

మూడు జిడ్డు ఓడుతున్న పాతపుస్తకాలు, అర్థంకాని చిహ్నాలతో నిండిన పంచాంగం ప్రాంతీయ భాషలో. వారు స్వయంగా దరిద్రంలో బతుకుతూ, ఇతరుల అదృష్టాన్ని చెప్పడానికి ఆత్రపడటం నాకు విపరీతంగా తోచుతుంది.

''మిమ్మల్ని చూస్తుంటే నాకు విస్మయం కలుగుతున్నది. ఒక వ్యాపారస్థుడికి తారాబలం, చంద్రబలం నమ్మటం భద్రమేనా? లోకజ్ఞానం, లౌక్యం మేలైన మార్గం చూపుతాయని మీకు తెలియదా?'' సలహాదారుడి ధోరణిలో నేనన్నాను.

ఎదుటి వ్యక్తి తల సగం అడ్డంగా తిప్పాడు. నన్ను క్షమించుతున్నట్లు నవ్వాడు.

''మరి నా రిటైర్‌మెంట్‌ను గురించిన జోస్యం మాట ఏమంటారు? నేను ఇంత చిన్న వయసులో – నా వయసు ప్రస్తుతం నలభై ఒక సంవత్సరాలు – వ్యాపారం వదిలివేస్తానని ఎవరు ఊహించగలరు?''

''కాకతాళీయమేమో, బహుశ.''

''సరే! మీకొక చిన్న కథ చెబుతాను. కొన్ని సంవత్సరాల క్రితం లాహోర్‌లో ఒక ప్రఖ్యాత జ్యోతిషుడిని కలిశాను. ఆయన సలహా మీద పెద్ద వ్యాపార సంప్రదింపులు ఆరంభించాను. ఆ సమయంలో నేను వయసులో నాకంటె పెద్ద ఆయనతో భాగస్వామిగా ఉన్నాను. మా భాగస్వామి నేను తలపెట్టిన లావాదేవీ ప్రమాదకరమైందని నాతో చేయికలపటానికి ఒప్పుకోలేదు. ఆయన ఇందులో చేరకపోవటంతో మా భాగస్వామ్యం రద్దు చేశాము. నేను ఒంటరిగా వ్యాపారం సాగించాను. అది అద్భుతంగా విజయవంతమై నాకు సంపద తెచ్చిపెట్టింది. ఆ లాహోరు జ్యోతిషుడు నాకు భరోసా ఇచ్చి ఉండకపోతే నేనూ ఆ వ్యాపారం చేపట్టటానికి భయపడేవాడినే.''

''అయితే మీ ఉద్దేశ్యంలో–''

నా సహచరుడు వాక్యం పూర్తి చేశాడు.

''మన జీవితాలు మన విధి చేతిలో ఉన్నాయి. మన విధిని తారాబలం చూపుతుంది.''

ఒక అసహనమైన చేష్టతో ఆయన మాటలకు నా అభ్యంతరం తెలియజేశాను.

''ఈ భారతదేశంలో నేను చూసిన జ్యోతిషులు నిరక్షరాస్యులు. మూర్ఖులుగా కనిపించుతారు. వాళ్లు ఎవరికీ ఉపయోగపడే సలహా ఇవ్వగలరనుకోను.''

''అఁ, సుధే బాబు వంటి పండితుడితో మీకు తారసపడిన ఆ అజ్ఞానుల్ని పోల్చ కూడదు. వీరంతా కపట జ్యోతిష్కులు. వారిది మిడి మిడి జ్ఞానం. కాని ఈయన

అమిత మేధావి అయిన బ్రాహ్మణుడు. ఆయన తన స్వంత ఇంట్లో నివసించుతారు. ఆయన ఆ విద్యను క్షుణ్ణంగా అధ్యయనం చేశారు. ఆయన వద్ద అమూల్యమైన గ్రంధాలు ఎన్నో ఉన్నాయి.''

అప్పుడు నా సహవాసి మూర్ఖుడు కాడు అని నాకు విశదమైంది. ఆయన ఉత్సాహవంతుడైన క్రియాశీలి అయిన ఆధునిక హిందువు. పాశ్చాత్య ప్రపంచం కనుగొన్న అత్యాధునిక పరికరాలు వినియోగించటానికి ఆయన సందేహించడు. కొన్ని విషయాలలో ఆయన నాకంటె ముందు ఉన్నారు. ఆయన బ్రహ్మాండమైన మూవీ కెమెరా బోటు మీదికి తెచ్చాడు. నా దగ్గర ఉన్నది పాకెట్ కొడక్ కెమెరా మాత్రమే. ఆయన నౌకరు థర్మోస్ ప్లాస్క్‌లో నుంచి కూల్ డ్రింక్ పోశాడు. అంత ప్రయోజకారి అయిన ప్రయాణ సాధనం మర్చిపోయినందుకు నన్ను నేనే తిట్టుకున్నాను. ఆయన మాటలను బట్టి యూరప్‌లో నేను ఉపయోగించిన దానికంటె ఎక్కువగా ఆయన బాంబేలో టెలిఫోన్ ఉపయోగిస్తారని తెలుసుకున్నాను. ఇంతచేసి ఆయన జ్యోతిష్యం నమ్ముతారు. ఆయన వ్యక్తిత్వంలో పరస్పరం పొసగని విషయాలను గమనించి నాకు అయోమయంగా ఉన్నది.

''మనం పరస్పరం అర్థం చేసుకుందాం ఈ తారలు మనకు ఎంతదూరంలో ఉన్నాయో ఊహకందని విషయం కదా! ఆ తారలు ప్రతి వ్యక్తి ఉద్యోగ జీవితం, ప్రతి ప్రాపంచిక ఘటనా నియంత్రించుతాయనే సిద్ధాంతం మీరు పూర్తిగా అంగీకరిస్తున్నారు – అవునా?''

''అవును.'' ఆయన శాంతంగా జవాబు.

ఏం చెప్పాలో తెలియక నేను భుజాలు ఎగరవేశాను.

ఆయన క్షమాపణ వేడుతున్నట్లు అన్నాడు.

''సార్, మీరు వెళ్ళి స్వయంగా ప్రయత్నించరాదా! 'వంట ఎలా వుందో తింటే గదా తెలిసేది' అని మీ దేశం సామెత ఉన్నది గదా! సుధేబాబు మీ గురించి ఏం చెబుతారో చూడండి. రోడ్డు ప్రక్క జ్యోతిష్యులను నేనూ పట్టించుకోను. కాని ఈయన శక్తిసామర్థ్యాలు యథార్థమని నా నమ్మకం.''

''ఊం జ్యోతిష్యంతో వ్యాపారం చేసేవారిని నేను నమ్మను. కాని మీ మాట మీద నాకు గౌరవం ఉన్నది. ఈ జ్యోతిషుడి దగ్గరికి నన్ను తీసుకొని వెళ్తారా!''

''తప్పకుండా. రేపు సాయంత్రం నాతో కలిసి టిఫిన్ చేయండి. అక్కడి నుంచి వెళ్లి ఆయన దర్శనం చేసుకుందాం.''

పచ్చపూలు చల్లి ఉన్న పాత ఆలయాలు, చిన్న మందిరాలతో బాటు రాజభవనాల పక్కగా మేము నౌకా విహారం చేశాం. స్నానాలు చేసే యాత్రికులతో నిండి ఉన్న ఆ విశాలమైన రాతి సోపానాలను నేను నిర్లిప్తంగా చూస్తున్నాను. మూఢ నమ్మకాలను పరిశోధించుతున్నందుకు విజ్ఞాన శాస్త్రం గర్వించవచ్చు, ఆత్మభూషణ చేయవచ్చు. కాని వైజ్ఞానిక స్వభావం పరిశోధనకు కూడా ఒక అడ్డుకట్టవేయాలని నేను ఇంకా నేర్చుకోవలసి ఉన్నది. తన దేశవాసులందరితో బాటు తలరాతను నమ్మే నా సహవాసి ఏదైనా దృష్టాంతం చూపగలిగితే, అదంతా నిష్పక్షపాతంగా పరిశీలించి అధ్యయనం చేయటానికి నేను సిద్ధంగా ఉన్నాను.

★

నా సుపరిచితులు నన్ను మిద్దెల మధ్య నడిచే పురాతనమైన సన్నని సందులోకి తీసుకువచ్చాడు. మేము ఒక పాత రాతి కట్టడం దగ్గర ఆగాం. ఆయన ఆ చీకటి సందులో దారి తీశాడు. తల ఎత్తితే పైన కొట్టుకున్నేట్లు ఉన్నది. మేం చాలా రాతి మెట్లు ఎక్కాం. ఆ మెట్లు ఒక మనిషి పట్టేటంత వెడల్పు ఉన్నాయి. అంతే. మేము ఒక సన్నని రూం గుండా వెళ్లి ఒక వరండా చేరాం. లోపల పెద్ద ఆవరణ. ఇల్లు అంతా ఆ ఆవరణ చుట్టూ కట్టి ఉన్నది.

కట్టివేసి ఉన్న ఒక కుక్క మమ్మల్ని చూసి మొరగసాగింది. వరండా పొడుగునా మొక్కల కుండీలు. ప్రతిదానిలోను ఒక ఉష్ణమండలం మొక్క ఏ మొక్కకూ పూలు లేవు. నేను నా సహవాసి వెనుకనే ఒక చీకటి గదిలో కాలుపెట్టాను. గడపలో పగిలి ఉన్న రాళ్ల మీద దాదాపు పడినంత పని చేశాను. నేను వంగినప్పుడు బయటి వరండాలో లాగానే ఆ రూంలో కూడా మట్టి వెదజల్లి ఉన్నదని గమనించాను. జ్యోతిష్కులు జ్యోతిష్యంతో అలిసిపోయినప్పుడు తోటపనితో విశ్రాంతి చెందుతారా అని నా ఆశ్చర్యం.

నా సహవాసి జ్యోతిషులను కేకవేసి పిలిచారు. ఆయన పేరు ఆ పాత గోడలలో ప్రతిధ్వనించి రెండు మూడు నిమిషాల నిరీక్షణ అనంతరం మళ్లీ జ్యోతిషుడి పేరు కేకలు పెట్టి కుక్కకు పని కల్పించాము. ఎడారిలా ఉన్న ఆ భవనంలో నిశ్శబ్దాన్ని భగ్నం చేసే శబ్దాలు ఇవే. మేం ఒక నిష్ప్రయోజనమైన పనిమీద వచ్చామని అనుకుంటూ ఉండగా, పై అంతస్థునించి ఎవరో మెట్లు దిగుతున్న చప్పుడయింది. ఆ వెనుకనే మా రూంను సమీపించుతున్న అడుగుల శబ్దం.

ఒక చేతిలో కొవ్వొత్తి, మరొక చేతిలో వేలాడుతున్న తాలం చేతుల గుత్తితో ఒక చిన్న వ్యక్తి ఆకారం గడపలో కనిపించింది. ఆ మసక చీకటిలో చిన్న సంభాషణ

జరుగుతుంది. ఆ జ్యోతిషులు మరొక గది తెరుస్తారు అందరమూ లోపలికి ప్రవేశించాము. ఆయన రెండు పెద్ద తెరలు పక్కకు లాగుతారు. షట్టర్లు తెరిచారు. రెండు పెద్ద కిటికీలు బాల్కనీలోకి తెరుచుకున్నాయి.

తెరచిన కిటికీలలో నుంచి వచ్చిన వెలుతురుతో జ్యోతిషుల ముఖం వెలిగిపోయింది. ఆయన రక్తమాంసాలతో కూడిన మనిషికాదు, భూతప్రేత ప్రపంచం నుండి ఊడిపడిన జీవిగా కనిపించాడు. ఆలోచన తప్ప ఆచరణ ఎరుగని అటువంటి ప్రాణిని నేను అంతక్రితం చూసి ఎరుగను. నిర్జీవమైన ఆయన ముఖం, నమ్మశక్యం కానంత పలుచని దేహం, చెప్పరానంత నిదానమైన కదలికలు అన్నీ కలిసి అతి వింతైన భీతి కలిగే ప్రభావం రేపుతున్నాయి. ఆయన కన్నులలో తెల్లగుడ్డు ఎంత తెల్లగా ఉన్నదో నల్లగుడ్డు అంత నల్లగా ఉండి ఈ అనుభూతిని ఇనుమడింప చేస్తున్నాయి.

ఆయన ఒక విశాలమైన టేబుల్ ముందు కూర్చున్నాడు. ఆ టేబుల్ అంతా కాగితాలు కుప్పలు తెప్పలుగా పడి ఉన్నాయి. ఆయన సుమారైన ఇంగ్లీషు మాట్లడగలడని తెలుసుకున్నాను. అనువాదకుడిగా మూడో మనిషి సాయం లేకుండా సూటిగా మాట్లాడించటానికి కొంత నచ్చజెప్పవలసి వచ్చింది.

“నేను నమ్మినవాడినిగా కాక, విచారణ చేయటానికి వచ్చానని తెలుసుకోండి.” నేను ఆరంభించాను.

ఆయన తన పల్చని తల ఆడించారు.

“నేను మీ జాతకం వ్రాస్తాను. మీకు తృప్తి కలిగిందో లేదో మీరే చెప్పాలి.”

“మీ ఫీజు ఎంత?”

“నా ఫీజు ఇంత అని లేదు. ఉన్నవారు అరవై రూపాయలు వరకు ఇస్తారు. మిగతావారు ఇరవై రూపాయలు ఇస్తారు. ఎంత ఇస్తారో మీ యిష్టం.”

రాబోయే కాలాన్ని గురించి చెప్పేముందు గతించిన కాలాన్ని గురించి ఆయన చెప్పబోయేది విని ఆయన పాండిత్యాన్ని పరిక్షించుతానని ఆయనకు విశదం చేశాను. ఆయన ఒప్పుకున్నాడు.

నా పుట్టిన తేదీ చుట్టూ లెక్కలు వేస్తూ ఆయన బిజీ అయిపోయినారు. ఒక పది నిమిషాల తర్వాత ఆయన కుర్చీ వెనుక నేల మీదకు వంగి అస్తవ్యస్తంగా పడి ఉన్న పసుపురంగుకు తేలిన కాగితాల కట్టలు, తాటాకు కట్టలు వెతుకుతారు. చివరికి

మరకలు పట్టిన ఒక పొడుగాటి కాగితాల కట్ట బయటికి లాగారు. ఒక కాగితం మీద వింతబొమ్మ ఒకటి గీసి.

''ఇది మీ జన్మ కుండలి. ఇక్కడి సంస్కృతంలో వ్రాసి ఉన్న విషయాలు ఈ కుండలిలో ప్రతి ఒక్క అంశాన్ని వివరించుతాయి. మీ తారాబలం ఏమంటున్నదో ఇప్పుడు చెబుతాను.''

ఆయన ఆ కుండలిని అతి జాగ్రత్తగా పరిశీలించుతారు. ఆ పచ్చకాయితాల్లో ఒకదానిని అన్వయించి చూశారు. ఆయన వ్యక్తిత్వానికి సరితూగే మంద్రమైన నిర్వికారమైన స్వరంతో అన్నారు.

''మీరు పశ్చిమం నించి వచ్చిన ఒక రచయిత. నేను సరిగా చెప్పానా?''

నేను అవునన్నట్లు తల ఊపాను.

ఆ తర్వాత ఆయన నా యవ్వనం, నా జీవితం తొలిదశలోని కొన్ని సంఘటనలు వర్ణించారు. మొత్తం మీద నా గతం గురించి ఏడు ముఖ్యమయిన పాయింట్లు చెప్పారు. వాటిలో ఐదు రమారమి కరక్టే. మిగిలిన రెండు శుద్ధతప్పు. ఆయన శక్తి సామర్థ్యాలు అంచనా వేయటానికి ఒక ఆసరా దొరికింది. ఆ మనిషి నిజాయితీ తేటతెల్లం అవుతున్నది. కావాలని మోసపుచ్చటం ఆయనకు తెలియదని నాకు నమ్మకం కుదిరింది. తొలి పరీక్షలోనే 75% సఫలత సాధించటం అబ్బురమైన విషయం. అంటే హిందూ జ్యోతిష శాస్త్రం పరిశోధించదగిన శాస్త్రం అని వెల్లడి అవుతున్నది. అంతేకాదు ఆ శాస్త్రం హెచ్చుతగ్గులకు తప్పొప్పులకు అతీతమైనదేం కాదు.

సుధేబాబు మరొకసారి తన పేపర్ల గుట్టలో తలదూర్చి నా స్వభావాన్ని వర్ణించాడు. అది దాదాపు సవ్యంగానే చెప్పాడు. ఆ తర్వాత ఈ వృత్తిలోకి నేను ప్రవేశించటానికి కారణమైన నా మేధాసామర్థ్యాలను వర్ణించి వివరించాడు. ఇక్కడ మళ్లీ ఆయన తల ఎత్తి సరిగా చెప్పానా?'' అని ఆయన అడిగినప్పుడు నేను కాదన లేకపోయాను.

ఆయన కాగితాలు కలుపుతూ, కుండలిని అధ్యయనం చేసి భవిష్యత్తును గురించి చెప్పటం మొదలుపెట్టారు.

''ఈ ప్రపంచమే నీ నివాసం అవుతుంది. మీరు నలు దిక్కులా ప్రయాణం చేస్తారు. కాని ఎప్పుడూ కలం చేతిలో ఉంటుంది. రచన సాగుతూనే ఉంటుంది.'' ఈ

ప్రవాహంలో ఆయన రానున్నది చెప్పారు. ఈ భవిష్యద్వాణిని శోధించే మార్గంలేదు. కనుక వాటినలా వదిలివేశాను. తారాబలానికి![1]

తన చివరి మాటలలో ఆయన నేను తృప్తి చెందానా అని మరొకసారి అడిగారు ఈ గ్రహం మీద నా గత నలభై సంవత్సరాలు సవ్యంగా చిత్రీకరించి వర్ణించారు. నా మనస్తత్వం నాకు అరటిపండు వలిచి చేతిలో పెట్టినంత చక్కగా చిత్రీకరించారు. ఈ రెండు అంశాలూ, ఎదుర్కోవటానికి తయారయివచ్చిన నా విమర్శను నోరు మూయించాయి.

నాతో నాకే ప్రశ్నలు. ''ఈయన కేవలం బాణం ఎక్కు పెడుతున్నారా? ఇదంతా కొంచెం తెలివిగా ఊహించటం తప్ప మరేమీ కాదా?'' కాని ఆయన జ్యోస్యాలు నన్ను ఆకట్టుకున్నాయని నేను ఒప్పుకుని తీరాలి. అయితే వాటి విలువ కాలమే నిర్ణయించాలి.

విధి అనే మాట పట్ల నా పాశ్చాత్య వైఖరి పేకమేడలా కూలిపోతున్నదా? నేనా విషయాన్ని గురించి ఏమనగలను? నేను కిటికీ దగ్గరికి నడిచి, అక్కడినించి ఎదురింటిని తదేకంగా చూస్తూ, జేబులో వెండి రూపాయలను గలగలలాడించుతూ నుంచున్నాను. చివరికి నేను తిరిగి వచ్చి నా సీటులో కూర్చుని ఆ జ్యోతిషుడిని ప్రశ్నించాను.

''దూరాన ఉన్నంత మాత్రాన ఆ తారలు మనుష్యుల జీవితాలను ప్రభావితం చేయటం అసాధ్యమని మీకు ఎందుకనిపించుతున్నది?'' ఆయన మృదువుగా ఎదురు ప్రశ్నవేశారు. ''సముద్రం ఆటుపోట్లలో అలలు దూరాన ఉన్న చంద్రుడికి ప్రతి స్పందించటం లేదా? స్త్రీదేహం ప్రతి చాంద్రమాసానికీ మార్పు చెందుతున్నదా లేదా? సూర్యుడు కనుమరుగైతే మనిషి మూడ్ దిగజారుతున్నదా లేదా?''

''కావచ్చు. దానికీ జ్యోతిష్యం చెప్పే దానికీ హస్తిమశకాంతరం ఉన్నది. నా ఓడ మునుగుతుందో లేదో బుధుడికీ కుజుడికీ ఎందుకు?''

ఆయన చెక్కు చెదరని ముఖంతో నన్ను చూశారు.

''గ్రహాలు అంటే ఆకారంలో కనబడే సంకేతాలే అనుకోండి. మనలను ప్రభావితం చేసేది నిజానికి అవికావు మనగతం'' ఆయన సమాధానం. ''మనిషి మళ్లీ మళ్లీ పుడతాడనీ, ప్రతిజన్మలో విధి అతనిని వెంటాడుతుందనే సిద్ధాంతం మీరు

---

1. ఆయన జోస్యాలలో ఒకదానిని నేను అప్పటికప్పుడు సంశయంతో అసంబద్ధమని, అసంభవమని కొట్టి పారేశాను. కాని ఇప్పుడు అది నిజమైంది! రెండవ ఘటన ఆయన చెప్పిన నాటికి జరుగలేదు. మిగతావి కాలం ఏమంటుందోనని కాచుకుని ఉన్నాయి.

అంగీకరించి అర్థం చేసుకుంటే తప్ప మీరు జ్యోతిష్యం యొక్క కారణ స్వభావాన్ని అర్థం చేసుకోలేరు. తన దుర్మార్గపు చర్యలకు తగిన ఫలితం ఈ జన్మలో అనుభవించకపోతే మరు జన్మలో అవి అతనిని శిక్షించి తీరుతాయి. అలాగే అతని సత్కర్మలకు ప్రతిఫలం ఈ జన్మలో అనుభవించకపోతే మరు జన్మలో తప్పక అనుభవించుతారు. అలా తప్పొప్పుల నుంచి పరిపూర్ణత చెందిన దాకా ఆత్మ మళ్లీ మళ్లీ ఈ భూమి మీదికి వస్తూనే ఉంటుంది. ఈ సిద్ధాంతం తెలియకపోతే, మనిషి జీవితంలో కలిగే అదృష్ట దురదృష్టాలన్నీ కేవలం యాదృచ్ఛికంగానో గుడ్డిగానో కలిసి వచ్చిన అదృష్టం గానో కనిపించుతాయి. సర్వసముడైన భగవంతుడు అలా ఎలా జరుగనిస్తారు? అది కాదు. ఒక వ్యక్తి మరణించినప్పుడు అతని స్వభావం, కోరికలు ఆలోచనలు, సంకల్పము అన్నీ మరొక దేహంలో ప్రవేశించే వరకూ అలాగే ఉంటాయనీ, కొత్తగా జన్మించిన బిడ్డరూపంలో తిరిగి మన మధ్యకు వస్తాయనేది మన నమ్మకం. గత జన్మలో చేసిన పుణ్యకార్యాలకు గాని పాపకార్యాలకు గాని ఈ జన్మలోనో మరుజన్మలలోనో తగిన ప్రతిఫలం కలుగుతుంది. విధి అనే దాన్ని మేం ఇలా తలపోస్తాం. మీకు పడవ ప్రమాదం ప్రాణాపద కలుగవచ్చునని చెప్పాను. అంటే మీరు గత జన్మలో చేసిన పాపానికి తగిన న్యాయానుసారం భగవంతుడు మీకు విధించిన శిక్ష. మీ ఓడను ముంచబోయేది గ్రహాలుకాదు, గత కర్మలు తప్పించుకోవటానికి వీలుకాని ప్రతిఫలాలు. గ్రహాలు, వాటి స్థితిగతులూ ఈ విధికి ఒక దస్తావేజుగా పనిచేస్తాయి అంతే. అది ఎలాగో ఎందుకో నాకు తెలీదు. మానవమేధ జ్యోతిషాన్ని సృష్టించి ఉండదు. పురాతన యుగాల ఋషులు మానవశ్రేయస్సు కోసం దీనిని తెలియజేశారు. ఇది బహు పురాతనం సహేతుకంగా, సాధ్యంగా తోచే ఈ ప్రతిపాదన వింటూ ఉంటే నాకు ఏమనాలో తెలియలేదు. మనిషి ఆత్మను, అదృష్టాన్ని ఆయన విధి అనే గాటుకొయ్యకు కట్టివేస్తున్నాడు. కాని ధనవంతులైన పాశ్చాత్యులెవరూ తమ సంకల్ప స్వేచ్ఛను, సంపదను దోచనీయరు. తను ప్రాచ్యవాసులు ఎవరు? వారు ఎటువంటి వ్యక్తులు అయి ఉండాలి? తారామండలంలోని గ్రహాల మధ్య విహరించే ఈ చామన చాయ వ్యక్తిని, ఈ బక్కపలచని స్యాప్నికుడిని నేను దిగ్భ్రమతో కన్నార్పకుండా చూస్తున్నాను. ''దక్షిణాదిన కొన్నిచోట్ల'' నేనాయనతో అన్నాను. ''పురోహితుల తర్వాత జ్యోతిషులదే అగ్రస్థానం. అని మీకు తెలుసు! వారిని సంప్రదించకుండా ఏ శుభకార్యమూ తలపెట్టరు. మా యూరోపియన్లు ఆ పరిస్థితిని పరిహసించుతారు. జరుగబోయేవి చెప్పే పద్ధతులు మాకు గిట్టవు. మేము స్వేచ్ఛా జీవులమని, తప్పించుకోలేని విధి చేతిలో కీలుబొమ్మలం కాదు అని మా విశ్వాసం.''

మా జ్యోతిషులు భుజాలు ఎగరేశారు.

''మా ప్రాచీన గ్రంధాలలో ఒకటైన హితోపదేశం ''మనిషి నుదుట వ్రాసిన విధి లిఖితాన్ని ఎదిరించగలవారు ఎవరూ లేరు.'' అని చెబుతుంది.'' ఆయన మాటలు నా బుర్రకెక్కే దాకా ఆగుతాడు. అప్పుడు అంటారు.

''మీరేం చేయగలరు? మన కర్మఫలం అనుభవించి తీరాలి గదా!''

ఈ విషయంలో నాకు సందేహమే. నా అభిప్రాయం తెలియజేశాను.

మనిషికి జరుగబోయే మంచీ చెడు చెప్పే ఆయన కుర్చీలో నుంచి లేచాడు. ఆ హెచ్చరిక గ్రహించి నేనూ నిష్క్రమించటానికి తయారయాను. ఆయన సాలోచనగా ''అంతా భగవంతుడి చేతిలో ఉన్నది. ఆయనను ఎవరూ తప్పించుకోలేరు. మనలో స్వేచ్ఛాజీవి ఎవరు? భగవంతుడు లేని ఏ చోటికి వెళ్ళగలం?'' అన్నారు.

తలుపు దగ్గర ఆయన సంశయంగా

''మీరు మళ్లీ రాదలిచితే మనం ఈ విషయాలు ఇంకా మాట్లాడవచ్చు.'' అన్నాడు.

ఆయనకు కృతజ్ఞత తెలుపుతూ ఆయన ఆహ్వానం అంగీకరించాను.

''శుభం. అయితే రేపు సూర్యాస్తమయం తర్వాత, సుమారు ఆరుగంటలకు మీ కోసం ఎదురు చూస్తుంటాను.''

★

మర్నాడు సాయంత్రం సూర్యాస్తమయవేళ నేను ఆ జ్యోతిషుల ఇంటికి తిరిగి వెళ్లాను. ఆయన చెప్పబోయేదంతా ఒప్పుకోవటానికి సిద్ధంగా లేను కాని అంతా తేలికగా కొట్టిపారేయాలని కూడా నిర్ణయించుకోలేదు. నేను వినటానికి, వీలయితే నేర్చుకోవటానికి వచ్చాను. ఆయన చెప్పేదానికి దొరికే ఋజువు మీద నేను నేర్చుకునేది ఆధారపడుతుంది. ప్రస్తుతం నేను ప్రయోగాలు చేయటానికి సిద్ధంగా ఉన్నాను. అయితే అందుకు తగిన బలమైన కారణం ఉండాలి. సుధేబాబు నా జాతకం చెప్పిన తర్వాత, హిందూ జ్యోతిష్యం మూఢనమ్మకాల మృచ్ఛకటిక కాదనీ, అందులో ప్రగాఢ పరిశోధనకు అవకాశం ఉండవచ్చుననీ నాలో ఆలోచనలు రేకెత్తించింది. ఆ ఆలోచనే నా ప్రస్తుత వైఖరికి హద్దు.

ఆయన పెద్ద బల్ల దగ్గర ఇద్దరం ఎదురెదురుగా కూర్చున్నాం. ఒక కొవ్వొత్తి మసక వెలుతురు చిమ్ముతున్నది. లక్షలాది భారతీయ నివాసాలలో వెలుగుకు ఇదే మార్గం.

''ఈ ఇంట్లో పధ్నాలుగు గదులు ఉన్నాయి'' ఆ జ్యోతిషుడు నాతో అన్నాడు. ''ఆ గదులన్నీ సంస్కృతంలో రాసి ఉన్న వ్రాత ప్రతులతో నిండి ఉన్నాయి. అందుకే నేను ఒక్కడినే అయినా ఇంత పెద్ద ఇల్లు అవసరమైంది. రండి, నా సేకరణ చూద్దురుగాని.''

వేలాడుతున్న లాంతరు తీసి పక్కగదిలోకి దారి తీశాడు. తెరిచి ఉన్న పెట్టెలు గోడ వారన చుట్టూ పేర్చి ఉన్నాయి. నేను ఒక పెట్టెలోకి తొంగిచూశాను. దాని నిండా పేపర్లు పుస్తకాలు. ఆ గదిలో నేల కూడా వివిధ రకాల కాగితాలు, తాటాకు వ్రాత ప్రతుల కట్టలు, పుస్తకాల క్రింద దాగి ఉన్నది. పుస్తకాల అట్టలన్నీ రంగులు వెలిసిపోయి ఉన్నాయి. నేనొక చిన్న కట్ట చేతిలోకి తీసుకున్నాను. ప్రతి ఒక్క ఆకూ అర్థం కాని లిపిలో రంగు వెలిసిన స్థితిలో ఉన్నాయి. మేము ఒకరూం నుంచి మరొక రూంకు వెళ్తూనే ఉన్నాము. అన్ని గదులలోనూ ఇదే కథ. జ్యోతిషుల గ్రంధాలయం అంతా పూర్తి అస్తవ్యస్త పరిస్థితిలో ఉన్నదనిపించుతున్నది. కాని తనకు ప్రతి ఒక్క పుస్తకమూ, ప్రతి ఒక్క కాగితం ఏది ఎక్కడ ఉన్నదో పూర్తిగా తెలుసునని ఆయన భరోసా ఇచ్చాడు. హిందూమత వివేచన అంతా ఆయన ఇంట్లో చేరినట్లనిపించింది నాకు. భారతదేశపు ఈ విచిత్ర శాస్త్రం అంతా ఈ పురాతన తాళపత్ర గ్రంధాలలోని అర్థం కాని లిపిలోను, ఈ సంస్కృత పుస్తకాలలోనూ దాగి వున్నదా?

మేం మా కుర్చీలకు తిరిగి వచ్చాం. ఆయన నాతో అంటారు.

''దాదాపు నా సొమ్మంతా ఆ వ్రాతప్రతులు, పుస్తకాలు కొనటానికే ఖర్చుచేశాను. వాటిలో చాల పుస్తకాలు, ప్రతులు అతి అరుదైనవి. చాలా ఖర్చు చేయవలసి వచ్చింది. అందుకే వాళ నేను పేదవాడిగా మిగిలాను.''

''ఈ పుస్తకాలు వ్రాతప్రతులు ఏయే విషయాలు తెలుపుతాయి?''

''అవి అన్నీ మానవజీవితం, దివ్యరహస్యాలను గురించినవి. అందులో చాలామటుకు జ్యోతిశ్శాస్త్రానికి సంబంధించినవి.''

''అయితే మీరు వేదాంతవేత్తలు కూడా నన్నమాట!''

ఒక చిరునవ్వుతో ఆయన నోరు విశ్రమించుతుంది.

''మంచి వేదాంతి కాని వ్యక్తి మంచి జ్యోతిషుడు కాలేడు.''

''మీరేమీ అనుకోకపోతే, మీరు ఈ పుస్తకాలన్నీ అతిగా చదువటం లేదనుకుంటాను. నేను మిమ్మల్ని మొదటిసారి కలిసినప్పుడు పాలిపోయిన మీ వాలకం చూసి అప్రతిభుడినైనాను.''

''అందులో విశేషం ఏమీలేదు'' ఆయన ప్రశాంతమయిన సమాధానం. ''ఆరు రోజులుగా నేను భోజనం చేయలేదు.'' ''పందొమ్మిది సంవత్సరాలనించి. నా వివాహం అయిన తర్వాత ఆరంభించాను''

నేను నా ఆందోళన వ్యక్తం చేశాను.

''అది డబ్బు సమస్యకాదు. నాకు రోజు వంటచేసి పెట్టే ఆమె జబ్బు పడిరావటం లేదు. ఆరు రోజుల నుంచి రావటం లేదు.''

''ఇంకొకరి నెవరినైనా పిలువచ్చుగదా!''

ఆయన గట్టిగా తల తిప్పారు.

''లేదు. నా భోజనం తక్కువ కులం స్త్రీ వండటానికి వీలులేదు. దాని బదులు నేను ఒక నెలనాళ్లు ఉపవాసం ఉండటం మేలు. మా వంటావిడ ఆరోగ్యం బాగుపడేటంత వరకూ నేను నిరీక్షించాలి. ఆమె ఒకటి రెండు రోజులలో తిరిగి వస్తుందని నా ఉద్దేశ్యం.''

నేనాయనను తీక్షణంగా పరిశీలించాను. ఆయన 'బ్రహ్మపుత్రులు' పవిత్ర యజ్ఞోపవీతం ధరించి ఉన్నారని గమనించాను. ఆయన గడ్డం కింద దర్శనం ఇచ్చే మూడు ముళ్ల నూలు పోగులు ప్రతి బ్రాహ్మణ శిశువుకూ తగిలించుతారు. అది కడదాకా తీయకూడదు. అయితే ఈయన బ్రాహ్మణుడన్నమాట!

''ఈ కుల మూఢ నమ్మకాలతో మిమ్మల్ని మీరు ఎందుకు హింసించుకుంటారు?'' నా విన్నపం. ''అంతకంటే మీ ఆరోగ్యం ప్రధానం కదా?''

''ఇది మూఢ నమ్మకం కాదు. ప్రతి ఒక్కరూ ఒక అయస్కాంతశక్తి కలవారు. వారు ఆ శక్తి ప్రసరించుతారు. అది వాస్తవం. మీ పాశ్చాత్య విజ్ఞాన పరికరాలు దానిని ఇంకా కనుగొని ఉండకపోవచ్చు. వంట చేసే మనిషి, తనకు తెలియకుండానే, తన ప్రభావాన్ని ఆహారంలోకి పంపుతున్నది. తక్కువ జాతిస్త్రీ చెడు అయస్కాంతశక్తితో ఆహారాన్ని కలుషితం చేస్తుంది. ఆ కలుషిత శక్తి తినేవారి దేహంలో ప్రవేశించుతుంది''

''ఎంత విపరీతమైన సిద్ధాంతం?''

''కాని ఇది నిజం''

నేను విషయం మార్చాను.

''మీరు ఎంతకాలంగా జ్యోతిష్యం చెబుతున్నారు?''

''పందొమ్మిది... నుంచి నా వివాహం అయిన తర్వాత ఈ వృత్తి చేపట్టాను.''

''ఆఁ నాకు అర్థం అవుతున్నది''

''నేను విధురుడిని కాను. చెప్పనా? నాకు పదమూడు సంవత్సరాల వయసులో జ్ఞానం ప్రసాదించుమని భగవంతుడిని తరుచు ప్రార్థించాను. నాకు నేర్పిన గురువుల వద్దకు, పుస్తకాల దగ్గరికి దారి దొరికింది. నాకు అధ్యయనం మీద విపరీతమైన తపన కలిగి రాత్రనక పగలనక చదువుతుండే వాడిని. నా తలిదండ్రులు నాకు వివాహం ఏర్పాటు చేశారు. మా వివాహం అయిన కొద్ది రోజులకు నా భార్యకు నా మీద కోపం వచ్చింది. 'నేనొక పుస్తకాల పురుగును పెళ్లి చేసుకున్నాను'' అన్నది ఆ తర్వాత ఎనిమిదో రోజున మా బండి తోలే వాడితో లేచిపోయింది!''

సుధేబాబు ఆగాడు. ఆయన భార్య కటువు వ్యాఖ్యకు నేను నవ్వకుండా ఉండలేను. ఆమె లేచిపోవటం సంప్రదాయక భారతంలో ఒక సంచలనం రేపి ఉండాలి. స్త్రీల పద్ధతులే చిక్కుముళ్లు, మగవాడి ఆలోచనకు అతీతం.

''కొంత కాలానికి నేను ఆ ఆఘాతం నుంచి కోలుకున్నాను'' ఆయన చెప్పసాగాడు. ''ఆమెను మర్చిపోయాను. నా ఆవేశ, ఉద్వేగాలన్నీ ఇంకిపోయాయి. నేను జ్యోతిష్యం, దివ్య రహస్యాల అధ్యయనంలో ఇంకా ఇంకా ఇంతవరకు ఎరుగనంత లోతులకు వెళ్లిపోయాను. అప్పుడే నేను నామహోత్తమ అధ్యయనం, 'బ్రహ్మచింత' చేపట్టాను.''

''ఆ పుస్తకం ఏ విషయాన్ని గురించో చెబుతారా?''

పుస్తకం పేరు 'దివ్యధ్యానం' అనీ లేదా 'బ్రహ్మ శోధన' అనో లేదా దివ్యజ్ఞానం అనీ అనువదించవచ్చు. ఆ పుస్తకం మొత్తం కొన్ని వేల పేజీలు ఉంటుంది. నేను అధ్యయనం చేసేది కేవలం ఒక భాగం మాత్రమే. అది సేకరించటానికే నాకు ఇరవై సంవత్సరాలు పట్టింది. అది అంతా విసిరేసిన ముక్కల్లా ఎక్కడెక్కడో పడి ఉంటుంది. దేశంలో వివిధ ప్రాంతాల నుంచి ఏజంట్ల ద్వారా నేను ఒక్కొటొక్కటిగా ఈ భాగాలు సేకరించాను. ఇందులో ముఖ్యంగా పన్నెండు ముఖ్య భాగాలు ఉన్నాయి. వాటిలో మళ్లీ అనేక అంతర్భాగాలు ఉన్నాయి. ముఖ్య విషయాలు వేదాంతం, జ్యోతిష్యం, యోగ, మరణాంతర జీవితం, ఇంకా ప్రగాఢ విషయాలు.''

''ఈ గ్రంధానికి ఇంగ్లీషు అనువాదం ఉన్నదేమో తెలుసునా?''

ఆయన తల అడ్డంగా తిప్పాడు.

''ఉన్నట్లు నేను వినలేదు. అలాంటి ఒక పుస్తకం ఉన్నట్లు తెలిసిన హిందువులు కూడా చాల కొద్దిమంది. ఇన్నాళ్లూ అది రహస్యంగా ఉంచబడి అతి భద్రంగా

కాపాడబడింది. మౌలికంగా అది టిబెట్ నుంచి వచ్చింది. అక్కడ అది పరమ పవిత్రంగా అదరించబడుతుంది. ఏరికోరిన విద్యార్థులు మాత్రమే దానిని అధ్యయనం చేయటానికి అనుమతించబడుతారు.''

''దాని రచన ఎప్పుడు జరిగింది?''

''వేలాది సంవత్సరాల క్రితం భృగు మహర్షి దానిని రచించారు. ఆయన ఎంత ప్రాచీనుడో ఆ తేదీలు కూడా నాకు తెలియవు. అందులో బోధించే యోగ భారతదేశంలో ప్రాచుర్యంలో ఉన్న అన్ని 'యోగ'ల కంటె భిన్నమైనది.'' మీకు యోగలో అత్యాసక్తి, అవునా?''

''మీకెలా తెలుసు?''

జవాబుగా సుధేబాబు నా పుట్టిన రోజు ఆధారంగా రచించిన రాశిచక్రం తీసిచూసి తన పెన్సిల్ గ్రహ స్థితిగతులనూ, రాశిమండలమూ చూపే వింత రేఖా చిత్రాలు మీద కదుపుతారు.

''నీ జాతకం చూస్తే ఆశ్చర్యం కలుగుతుంది. ఒక యూరోపియన్‌కు ఇది అసామాన్యమైన జాతకం. ఒక భారతీయుడికి కూడా ఇది సామాన్యం కాదు. మీకు యోగ అధ్యయనంలో చాలా ఆసక్తి ఉన్నదని చూపుతుంది. అంతేకాక ఆ సాధనలో మీకు యోగుల మహత్తరమైన తోడ్పాటు కూడా లభించుతుంది. కాని మీరు యోగకు మాత్రమే పరిమితం కాదు. ఇతర వేదాంత రహస్యాలు కూడా మీరు అవపోసన పట్టుతారు.''

ఆయన మాట్లాడటం ఆపి నా కళ్లలోకి సూటిగా చూశారు. ఆయన తన అంతరంగ జీవితం విప్పిచెప్పే ప్రకటన ఏదో చేయబోతున్నాడని సూక్ష్మ గ్రాహ్యత కలుగుతుంది. ఋషులలో రెండు రకాలవారు ఉన్నారు. తమ జ్ఞానాన్ని తమతోనే రహస్యంగా దాచుకునేవారు, జ్ఞానోదయం కలిగిన తర్వాత తను జ్ఞానాన్ని అన్వేషకులకు ధారపోసేవారు. ''నీవు జ్ఞానోదయం గడపలో నుంచుని ఉన్నానని నీ జాతకం చూపుతున్నది. కనుక నా విద్య చెవిటికి శంఖు ఊదినట్లుకాదు. నా విద్యను నీకు ధారపోయటానికి నేను సిద్ధంగా ఉన్నాను.''

పరిస్థితులు ఎలా మలుపులు తిరుగుతున్నాయో చూసి నాకు సంభ్రమం కలిగింది. మొదట నేను భారతీయ జ్యోతిశ్శాస్త్రంలో నిజానిజాలు తేల్చుకోవటానికి సుధేబాబు వద్దకు వచ్చాను. ఆ శాస్త్ర ప్రాథమిక సిద్ధాంతాన్ని ఆయన సమర్థించుతుంటే వినటానికి మరొకసారి వచ్చాను. అనుకోకుండా ఇప్పుడాయన యోగలో నా గురువు నవుతానంటున్నారు!

''బ్రహ్మచింత పద్ధతులు అభ్యసించితే మీకు గురువు అవసరం ఉండదు.'' ఆయన చెప్పసాగారు. 'మీ ఆత్మే మీ గురువు అవుతుంది.'

అకస్మాత్తుగా నేను నా తప్పు గ్రహించాను. ఆయన నా ఆలోచనలకు చదివేశారా అని ఆశ్చర్యపోయాను.

''మీరు అనేది ఆశ్చర్యంగా ఉన్నది.'' నేను చెప్పగలిగింది అంతే.

''ఈ విద్యలో నేను ఇప్పటికే కొందరికి శిక్షణ ఇచ్చాను. నేను వారి గురువుగా ఎన్నడూ భావించలేదు. నేను కేవలం వారి సోదరుడిని లేదా స్నేహితుడిని. సాధారణ భావంలో నేను మీ గురువును కావాలనుకోవటం లేదు. భృగుమహర్షి తన విద్యను మీకు తెలిపే ప్రయత్నంలో నా శరీరాన్ని, మేధను పరికరాలుగా ఉపయోగించు తున్నారు''

''మీరు ఈ జ్యోతిష్య వృత్తిని, యోగవిద్యా బోధనతో ఎలా జోడించుతున్నారో నాకు అర్థం కాకుండా ఉన్నది.''

ఆయన సన్నని చేతులు టేబుల్ మీద పరుచుకున్నాయి.

''అందుకు సమాధానం ఇది. నేను ఈ లోకంలో జీవించుతున్నందుకు లోకానికి నావృత్తి జ్యోతిష్యం ద్వారా సేవచేసి బదులు తీర్చుకుంటున్నాను. మరొక విషయం. ఏమిటంటే యోగ గురువుగా పరిగణించబడటానికి నేను నిరాకరించుతాను. బ్రహ్మచింతలో పరమాత్మ ఒక్కడే గురువుగా అంగీకరించబడటమే ఇందుకుకారణం. మేం ఆయన ఒక్కడినే గురువుగా గుర్తించుతాం. ఆయన విశ్వాత్మ మనలో ఉన్నాడు. మనకు బోధించుతాడు. కావాలంటే నన్ను మీ సోదరుడిగా పరిగణించండి. ఆధ్యాత్మిక గురువుగా నన్ను చూడకండి. గురుభావంతో ఉన్నవారు తమ ఆత్మమీద కాక గురువన్న వ్యక్తి మీద ఆనుకొని ఆయన మీద ఆధారపడతారు.''

''కాని మీరు మీ ఆత్మమీద కాక, జ్యోతిష్యం మీద ఆధారపడుతున్నారు.'' నేను త్వరగా తిప్పికొట్టాను.

''మీ ఉద్దేశ్యం సరికాదు. నేను ఎన్నడూ నా జాతకం చూడను. నిజానికి చాల సంవత్సరాల క్రితమే అది చింపి పారేశాను.'' ఆయన మాటలకు నేను ఆశ్చర్యం వెలిబుచ్చాను. ఆయన సమాధానం.

''నేను వెలుగు చూశాను. నాకు జ్యోతిష్యం దారి చూపనక్కరలేదు. కాని ఇంకా చీకటి దారిన నడుస్తున్న వారికి అది ఉపయోగపడుతుంది. నా జీవితం నేను పూర్తిగా ఆయన చేతులలో పెట్టాను. నేను గతాన్ని గురించి, భవిష్యత్తును గురించిన

చింతమాని, ఆ విధిని తుదివరకు నిర్వర్తించుతాను. పరమాత్మ పంపినది ఏదైనా సరే ఆయన సంకల్పంగా భావించుతాను. నా మనో వాక్కాయ కర్మలన్నీ ఆయన సంకల్పానికి అర్పణ చేశాను.''

''ఒక గూండా ఎవరైనా వచ్చి చంపుతానని బెదిరించితే, అదీ పరమాత్మ సంకల్పమేనని ఏమీ చేయకుండా కూర్చుంటారా?''

''ఏదైనా ప్రమాదం కలిగినప్పుడు నేను కేవలం ప్రార్థించాలనీ, తక్షణం ఆయన రక్షణ దొరుకుతుందనీ నాకు తెలుసు. నేను తరుచు ప్రార్థించుతాను. పరమాత్మ నన్ను పరమాద్భుతంగా కాపాడాడు. ప్రార్థన అవసరం. భయం కాదు. నేను చాల కష్టాలు గడిచాను. ఆ అన్ని వేళలతోను ఆయన చేయూత నాకు తెలుస్తూనే ఉన్నది. సర్వకాల సర్వావస్థలలోను నేను ఆయనను పూర్తిగా విశ్వసించుతాను. ఏదో ఒకనాడు మీరు కూడా భవిష్యత్తు నిర్లక్ష్యం చేసి పట్టించుకోవటం మానేస్తారు.''

''అలా జరగాలంటే నాలో చాలా మార్పు రావాలి'' నేను పొడిగా అన్నాను.

''ఆ మార్పు తప్పకుండా వస్తుంది''

''అని మీకు ఖచ్చితంగా తెలుసునా?''

''తెలుసు. మీరు మీ విధిని తప్పించుకోలేరు. మనం ఎదురుచూసినా, చూడకపోయినా ఆధ్యాత్మిక పునర్జన్మ అనేది పరమాత్మ నుంచి కలిగే ఘటన.''

''మీరు చెప్పేది వింతగా ఉన్నది సుధేబాబూ!''

ఈ దేశంలో నా అనేక సంభాషణలలో ఈ దైవీభావం అనుకోకుండా ప్రవేశించే అవ్యక్త అంశం. హిందువులు ముఖ్యంగా భక్తి పరాయణులు. పరిచితమైన పంధాలో వారు భగవంతుడ్ని ప్రవేశపెట్టే విధానం నన్ను ఇరకాటంలో పెడుతుంది. పాశ్చాత్యుడు క్లిష్టమైన తర్కం ఎంచుకుని, సరళమైన విశ్వాసాన్ని వదిలేశాడు. ఈ పాశ్చాత్య అభిప్రాయాన్ని వీరు ఆదరించగలరా? ఆ జ్యోతిషుడితో దేవుడిని గురించి వాదన పెట్టుకోవటం ప్రయోజనం ఉండకపోవటమే గాక నిరర్థకమని గ్రహించాను. దేవుడిని గురించిన చర్చ, ఆయన నా ముందుంచబోయే ఫలాహారం, నాకు రుచించదు. అందుచేత సంభాషణ పేచీ తక్కువ ఉన్న దిశగా మళ్లించాను.

''ఇంకేమైనా మాట్లాడుదాం. దేవుడూ నేనూ ఎప్పుడూ కలవలేదు.''

ఆయన నన్ను నిశ్చలంగా చూశాడు. ఆయన విచిత్రమైన నలుపు తెలుపు నయనాలు నా ఆత్మను శోధించతున్నాయి.

“మీ జాతక చక్రంలో ఏమి పొరబాటు జరుగలేదు. మీరు సిద్ధంగా లేకపోతే నా విద్య నా దగ్గరే ఉండిపోతుంది. కాని నక్షత్రాల గమనంలో పొరబాటు ఏమి ఉండదు. ఈనాడు నువ్వు గ్రహించలేనిది మీ ఆలోచనలలో కొంతకాలం కదలాడుతుంది. ఆ రెట్టింపు శక్తితో తిరిగి వస్తుంది. బ్రహ్మచింత విద్యనీకు నేర్పటానికి నేను సిద్ధమని మరొకసారి చెబుతున్నాను”

“నేర్చుకోవటానికి నేనూ సిద్ధమే.”

★

ప్రతి సాయంత్రమూ నేను ఆ జ్యోతిష్యుడి పురాతనమైన రాతి భవనం దర్శించుతాను. బ్రహ్మచింతలో నా పాఠాలు నేర్చుకుంటున్నాను. ఈ టిబెట్ యోగ పద్ధతిలో[2] మర్మాలు ఆయన విడమరుచుతుంటే, ఆ లాంతరు నుంచి వచ్చే వెలుగునీడలు, ఆయన ముఖం మీద నర్తన మాడుతున్నాయి. ఆయన ఆధ్యాత్మిక ఔన్నత్యమే గాని గురువు అహంకారం ఎన్నడూ ప్రదర్శించలేదు. ఆయన నమ్రతా మూర్తి. ఆయన తన బోధన సాధారణంగా “బ్రహ్మ చింతలో ఈ బోధన ఏమంటూదంటే...” అని మొదలుపెడతారు.

“ఈ బ్రహ్మ చింత చరమ లక్ష్యం, పరమార్థం ఏమిటి?” ఒక సాయంత్రం నేను ఆయనను అడిగాను.

“మనం పరిపూర్ణ సమాధి స్థితి అన్వేషించుతున్నాం. ఆ స్థితిలో మనిషి తను ఆత్మను అనే ఋజువు పొందుతాడు. అప్పుడు అతని మనసు పరిసరాల నుంచి విడుదల అవుతుంది. వస్తువులు అదృశ్యం అవుతాయి. బాహ్య ప్రపంచం అంతర్థానం అవుతుంది. ఆత్మను తనలోని అసలైన సజీవ ప్రాణిగా గుర్తించుతాడు. దాని ఆనందం, శాంతి, శక్తి అతనిని దిగ్భ్రమ చెందించుతాయి. దివ్యము, అమరము అయిన జీవం ఒకటి తనలోనే ఉన్నదని తెలుసుకొనటానికి ఇటువంటి ఒక్క అనుభవం చాలు. అతను దానిని ఎన్నటికీ మర్చిపోలేదు.”

నాలో ఒక చిరు సందేహం మరొక ప్రశ్నకు పురికొలుపుతుంది!

ఆయన పెదవుల మీద ఒక కనుపించీ కనుపించని చిరునవ్వు!

---

2. ఈ పద్ధతి వివరాలు నేను ఇక్కడ చెప్పబోవటం లేదు. నేను చెప్పినా పాశ్చాత్య పాఠకులకు ప్రయోజనం ఉండదు. ఒక వరుసలో ధ్యానాలు చేయటమే దాని సారాంశం అందువల్ల మనసులనూ అవుతుందని గురువు చెప్పారు. ఇక ఆరు మార్గాలు అధ్యయనం చేయాలి. ముఖ్య మార్గంలో పది సాయికి సాధించాలి. ఈ అభ్యాసాలు అరణ్యవాసాలకు, పర్వతాలపై ఆశ్రమాలకు మాత్రమే తగినవి. సగటు యూరోపియన్‌కు ఇవి చేపట్టటం అవసరం కాదు, సబబు అంతకంటే కాదు. కొన్ని ప్రమాదకాలు కూడా కావచ్చు. తెలియకుండా ఇందులో వేలుపెట్టిన పాశ్చాత్య ఔత్సాహికులకు మూలన పిచ్చితనం పొంచి ఉన్నది.

''ఒక బిడ్డను ప్రసవించుతున్నప్పుడు ఏ తల్లి అయినా ఏమి జరుగుతున్నదో ఒక్క క్షణమైనా సందేహించుతుందా? ఆ అనుభవాన్ని వెనుదిరిగి చూసినపుడు అది కేవలం స్వయం సూచన అని ఏనాడైనా తలచగలదా? తన బిడ్డ తన ప్రక్కనే ఎదుగుతున్నప్పుడు ఆమె ఏనాడైనా సందేహించి ఆ బిడ్డ ఉనికిని నమ్మకపోవటం అంటూ జరుగుతుందా? అదే విధంగా ఆధ్యాత్మిక పునర్జన్మకు పడే ప్రసవ వేదన జీవితంలో మరురానిది. అది ఎవరికైనా ప్రతి ఒక్క విషయాన్నీ మార్చివేస్తుంది. ఆ పవిత్ర సమాధి స్థితిలోకి ప్రవేశించినప్పుడు, మనసులో ఒక విధమైన సూన్యత ఏర్పడుతుంది. ఇక్కడ నేను దేవుడు అనటం మీకు రుచించకపోవచ్చు. పోనీ దానిని ఉన్నత శక్తి, ఆత్మ అందాం. ఆత్మ ఆ శూన్యంలో చేరి దానిని నింపివేస్తుంది. అదే జరిగినప్పుడు పరమానందంలో మునిగి పోకుండా ఉండటం అసాధ్యం సృష్టి అంతటినీ ప్రేమిస్తాడు ఆ వ్యక్తి. చూసేవారికి ఆ శరీరం సమాధిలో ఉండటమే కాదు, చనిపోయినట్లు తోచుతుంది. తీవ్ర సమాధిలోకి వెళ్లినప్పుడు శ్వాసపూర్తిగా ఆగిపోతుంది.''

''అది ప్రమాదకరం కదా?''

''కాదు. ఆ సమాధి సంపూర్ణ ఏకాంతంలో జరుగుతుంది. లేదా కనిపెట్టి ఉండటానికి స్నేహితులెవరైనా పక్కన ఉండవచ్చు. నేను తరుచు ఆ సమాధిలోకి వెళ్తూ ఉంటాను. నేను తలచుకున్నపుడు సమాధి నుంచి వెలికి వస్తాను. సాధారణంగా నేను ఆ సమాధిలో రెండు మూడు గంటలు ఉంటాను. ఆ సమాధి ఎప్పుడు ముగించాలో ముందరనే నిర్ణయించుతాను. అది ఒక అద్భుతమైన అనుభవం. ఎందుచేతనంటే మీకు బాహ్యంగా చూసే ఈ విశ్వం అంతటినీ నేను నా లోపల చూడగలను! అందుకే మీరు నేర్చుకోవలసినదంతా మీ ఆత్మలోనించే నేర్చుకొన వచ్చునంటాను నేను. నేను బ్రహ్మచింత యోగ పూర్తిగా తెలిపిన తర్వాత, మీకు గురువు అవసరం ఉండదు. బయటినించి మీకు ఎవరూ దారి చూపనవసరం లేదు.''

''మీకు ఎన్నడూ గురువు లేరా?''

''లేరు. బ్రహ్మచింత రహస్యాలు తెలుసుకొన్నప్పటినించీ నేను గురువుకోసం వెతకలేదు. కాని కాలానుక్రమంగా కొంతమంది మహాగురువులు నా దగ్గరికి వచ్చారు. నేను సమాధిలో ప్రవేశించి అంతరంగ ప్రపంచంలో చేతనుడినైనప్పుడు ఇది జరిగింది. ఈ మహర్షులు నాకు అతీంద్రియ రూపాలలో దర్శనం ఇచ్చి ఆశీర్వచనంగా తమ చేతులు నా తల మీద ఉంచారు. కనుక మీ ఆత్మచూపే బాటను నమ్మండి. మీ అంతరంగ ప్రపంచంలో గురువులు పిలకుండానే మీ వద్దకు వస్తారు.''

తరవాతి రెండు నిమిషాలు ఆలోచనామయ నిశ్శబ్దం. ఆయన ఏదో ఆలోచనా ప్రపంచంలో మునిగిపోతునట్లున్నారు. తర్వాత నమ్రతామూర్తి అయిన ఈ గురువు చాలా నిదానంగా ఎంతో అణుకువతో..

''ఒక సమాధిలో ఒకసారి నేను జీసస్‌ను చూశాను.'' అన్నారు.

''మీరు నన్ను మాయ చేస్తున్నారు'' ఆశ్చర్యాతిరేకంతో నేను అరిచాను.

సమాధానం చెప్పటానికి ఆయన తొందరపడలేదు. దానికి బదులు ఆయన తన తెల్ల కనుగుడ్డును భయం కలిగించుతూ పైకి తిప్పారు. మరొక నిమిషం ప్రగాఢ నిశ్శబ్దం. మళ్లీ ఆయన తన కళ్లను మామూలు స్థితికి తెచ్చినప్పుడే నాకు ఊరట కలిగింది.

''ఈ సమాధి ఘనత ఏమిటంటే ఆ సమాధిలో ఉన్న వ్యక్తిని మరణం కూడా దరిచేరలేదు. ఈ బ్రహ్మచింత మార్గాన్ని పరిపూర్ణంగా అభ్యసించిన యోగులు హిమాలయాలలో టిబెట్ దిశగా ఉన్నారు. వారు పర్వత గుహలలో ఏకాంతంగా ఉండటం వారి అభీష్టం కనుక, అక్కడ వారి ప్రగాఢ పవిత్ర సమాధిలో మునిగిపోయారు. నాడి ఆడదు, గుండె కొట్టుకోదు, నిశ్చలమైన శరీరంలో రక్తం ప్రసరించదు. వారిని చూసిన వారు, వారు చనిపోయినారనుకోవటం సహజం. వారు ఏదో నిద్రలోకి జారుకున్నారని ఊహించకండి. మీరు, నేను ఉన్నంత సచేతనంగా ఉన్నారు వారు. వారు తమ అంతరంగ లోకంలో నివసించుతారు. వారి మనసులు ఈ భౌతిక దేహ పరిమితులనించి విడుదల పొందాయి. వారు తమలోనే విశ్వమంతా కనుగొన్నారు. ఒకనాడు వారు తమ సమాధి నుంచి వెలికివస్తారు. కాని ఆపాటికి వారి వయస్సు కొన్ని వందల సంవత్సరాలు దాటుతుంది!''

మరొకసారి నమ్మశక్యం గాని జీవిత శాశ్వతత్వాన్ని వింటున్నాను. ఈ పూర్వార్ధ సూర్యకాంతిలో ఉన్నంతకాలం ఇది నన్ను అనుసరించు తుందనిపించుతుంది. కాని ఏనాటికైనా నేను ఈ ఐతిహాసిక వ్యక్తులలో ఒకరిని ముఖాముఖి చూడగలనా? టిబెట్ చీకట్లలో ఊయలలూగుతున్న ఈ రహస్యాన్ని పాశ్చాత్య ప్రపంచం ఏనాటికైనా కనుగొని ఒక వైజ్ఞానిక, మానసిక తోడ్పాటుగా సేవగా అంగీకరించుతుందా? ఎవరికి తెలుసు?

★

బ్రహ్మచింతలో అపూర్వ సిద్ధాంతాలతో నా ఆఖరు పాఠం ముగిసింది.

ఎన్నడూ బయటికి కదలని ఆ జ్యోతిష్యుడిని ఇంటి బయటికి వచ్చి ఆ అవయవాలకు కొంచెం వ్యాయామం కలిగించుమని నచ్చచెప్పి ఒప్పించాను. రద్దీగా

ఉండే బజార్లు వదిలి, సందుగొందులలో తిరిగి నది ఒడ్డుకు చేరాం. పురాతనమైన మురికి, అనారోగ్యకరమైన రద్దీలో కూడా ఆ వీధులలో కాలినడకన తిరిగే వారికి వారణాసి అనేక రకాల చిత్ర విచిత్ర దృశ్యాలు ప్రదర్శించుతుంది.

అప్పటికి అపరాహ్ణం అయింది. ఎండ నుంచి తప్పుకోవటానికి నా సహవాసి చదునుగా ఉన్న ఒక చిన్న గొడుగు భుజం మీద ఆడించుతున్నారు. ఆయన నీరసాకారం, అలసిన నిదానమైన నడక త్వరగా ముందడుగు వేయనీయటం లేదు. మా ప్రయాణం తగ్గించటానికి నేను మా దారి మార్చాను.

ఇత్తడి సామాన్లు తయారు చేసే వీధికి వచ్చాం. గద్దాల కార్మికుల సుత్తె చప్పుళ్లలో పరిసరాలు అన్నీ మారుమోగుతున్నాయి. ఇత్తడి పాత్రలు ఎండలో మెరుస్తున్నాయి. ఇక్కడ కూడా అనేక ఇత్తడి విగ్రహాలు, హిందూమతంలో ముఖ్యమైన దేవుళ్ల లౌకిక రూపాలు చిన్నవి పెద్దవి ఉన్నాయి.

మరొక వీధిలో రోడ్డు పక్కన నీడన ఒక ముసలి మనిషి గొంతుకు కూర్చున్నాడు. అతను విషాదకరమైన ముఖంతో పీక్కుపోయిన కళ్లతో నన్ను తేరిపార జూశాడు. భయం విడిచి నన్ను బిచ్చం అడిగాడు.

తర్వాత ఆహార ధాన్యాలు, దినుసులు అమ్మే వీధికి మళ్లాం. చిన్న చెక్క బల్లల మీద ఎరుపు, పసుపు, నలుపు రంగులలో ధాన్యాలు, పప్పులు కుప్పలుపోసి ఉన్నాయి. దుకాణ దారులు బాచిపట్లు వేసుకొని లేకపోతే తమ సరుకుల కుప్పల పక్కన మడమల మీద కూర్చున్నారు. అప్పుడప్పుడు ఆ దారిన వెళ్లే దంపతులను ఒక కంట గమనించుతూనే కొనుగోలు దారులకోసం ఓపికగ్గా కాచుకు కూర్చుంటున్నారు.

ఇతర వీధులలో రకరాల వాసనలు! నది దగ్గరవుతుండగా బిచ్చగాళ్లకు వేటలాంటి ప్రదేశానికి చేరుకున్నాం. బక్క పీనుగులవంటి బిచ్చగాళ్లు ఆ మట్టి వీధి వెంట ఈడ్చుకుంటూ నడుస్తున్నారు. వాళ్లలో ఒకడు నన్ను సమీపించి నా కళ్లలో ఏదో వెతుకునున్నట్లు చూశాడు. అతని ముఖంలో విషాదం గూడుకట్టుకొని ఉన్నది. నా గుండె భారంగా కదిలింది.

కొంతదూరం తర్వాత నేనొక ముసలి ఎముకల గూడు మీద దాదాపు తొట్రుపడ్డాను. ఆమె పొడుచుకు వచ్చే ఎముకల మీద కప్పిన చర్మం! ఆమె కూడా నా కళ్ళలోకి చూసింది. ఆ చూపులో నిందలేదు. బండబారిన అంగీకారం మాత్రమే. నేను నా పర్స్ బయటికి తీశాను. వెంటనే ఆ జీవిలో చలనం కలిగింది. తోలు తప్ప మరేమీ లేని ఆ చేయి చాపి నేను ఇచ్చిన నాణాలు తీసుకున్నది.

కావలసినంత ఆహారం, మంచి దుస్తులు, సరయిన ఆశ్రయం. ఇంకా కోరుకో దగిన ఇతర వస్తువులు కలిగిన నా అదృష్టం తలుచుకుని నేను వణికిపోయాను. ఆ అనాథ దౌర్భాగ్యుల దేవులాడే కళ్లు తలుచుకుంటే నాకు నేరస్థుడిననే అనుభూతి కలుగుతుంది. ఆ దౌర్భాగ్యులకు చింకి పాతలను మించిన ఆస్తిలేకపోతే, ఇన్ని రూపాయలు, అణాలు స్వంతం చేసికొని ఆనందించే హక్కు నాకు ఎలా వచ్చింది. ఏదో యాదృచ్ఛికమైన జన్మకారణంగానో, విధివశానో వారిలో ఒకరి స్థానంలో నేను పుట్టివుంటే? ఈ ఆలోచనలతో కొంతసేపు ఆడుకున్నాను. కాని భయోత్పాతం దానిని మరిచిపోయేట్లు చేసింది.

ఈ అదృష్టం వెనుక మర్మం ఏమిటి? కేవలం జన్మకారణంగా ఒకరిని చింకి పాతలతో బజారుపాలు చేస్తుంది, మరొకరిని నదీతీరాన రాజభవనంలో పట్టు పీతాంబరాలతో కూర్చోబెడుతుంది. జీవితం నిజంగా చీకటి రహస్యం. నేను అర్థం చేసికొనలేకుండా ఉన్నాను.

మేము గంగను చేరిన తర్వాత 'ఇక్కడ కూర్చుందాం' అన్నారు జ్యోతిషులు మేము నీడన కూర్చున్నాం. రాతిమెట్లు, పచార్ల తిన్నెలు, ముందుకు పొడుచుకు వస్తున్న వేదికలు చూచినంత మేర కోలాహలం చేస్తున్నాయి. యాత్రికులు చిన్న గుంపులలో వస్తున్నారు, పోతున్నారు.

అందమైన రెండు సన్నని స్తంభాలు ఆకాశంలోకి హోయలొలుకుతూ దూసుకుపోతున్నట్లున్నాయి. అవి సుమారుగా మూడు వందల అడుగుల ఎత్తు ఉంటాయి. అవి ఔరంగజేబు మసీదుకు గుర్తు. హిందూ నగరాలలోనే హిందువైన నగరంలో కాలదోషం పట్టిన మహమ్మదీయ స్మృతి.

బిచ్చగాళ్లతో నా అవస్థ ఆ జ్యోతిషులు గమనించారు. తన చామనచాయ ముఖం నావైపు తిప్పి అన్నారు.

''భారతదేశం పేదదేశం'' ఆయన స్వరంలో క్షమాపణ ధ్వనించుతున్నది. ఈ ప్రజలు జడత్వంలో కూరుకుపోయారు. ఆంగ్లజాతిలో కొన్ని సుగుణాలు ఉన్నాయి. ఈ దేశం మేలుకోరి భగవంతుడు వారిని ఇక్కడికి తీసుకొని వచ్చాడనుకుంటాను. వారు రాకమునుపు జీవితం గాలిలో దీపంలా ఉండేది. చట్టము, న్యాయము తరుచు పక్కకు పెట్టబడేవి. ఆంగ్లేయులు భారతదేశం విడిచి వెళ్లకూడదని నా ఆశ. మాకు వారి సాయం కావాలి. ఆ సహాయం స్నేహం నుంచి రావాలి. బల ప్రయోగంతో కాదు. రెండు దేశాల అదృష్టం ఎలా ఉన్నదో అలాగే జరిగి తీరుతుంది.''

ఆయన నా మాటలు వినిపించుకోలేదు. మౌనంలోకి వెళ్లిపోయారు. చివరికి అన్నారు.

''రెండు జాతులు భగవదేచ్ఛను ఎలా తప్పించుకోగలవు? పగలు వెనుక రాత్రి, రాత్రి వెనుక పగలు వస్తూనే ఉంటాయి. దేశాల చరిత్ర కూడా అంతే. ప్రపంచంలో పెద్ద మార్పులు రాబోతున్నాయి. భారతదేశం బద్ధకం, జడత్వాలలో కూరుకుపోయి ఉన్నది. కాని ఆమె మారుతుంది. కోరికలు, తృష్ణలతో నిండిపోయేటంతగా మారిపోతుంది. యూరప్ ఆచరణ వ్యూహాలలో మండుతున్నది. కాని ఈ భౌతిక వాదం నిర్జీవం అవుతుంది. అప్పుడు యూరప్ ఉన్నతాదర్శాలవైపు తిరుగుతుంది. అంతరంగ విషయాల అన్వేషణ ఆరంభించుతుంది.''

నేను నిశ్శబ్దంగా వింటున్నాను.

''ఈ కారణంగా మాదేశపు వేదాంత, ఆధ్యాత్మిక బోధనలు సాగర తరంగాల వలె పశ్చిమానికి ప్రయాణించుతాయి.'' ఆయన గంభీరంగా చెప్పసాగారు. ''ఇప్పటికే విద్వాంసులు మా సంస్కృత గ్రంథాలను, పవిత్ర గ్రంథాలను పాశ్చాత్య భాషలలోకి అనువదించారు. కాని చాల రచనలు భారతదేశం, నేపాల్, టిబెట్‌లలో గుహగ్రంథాలయాలలో అందరాని ప్రదేశాలలో దాగి ఉన్నాయి. వాటిని కూడా ప్రపంచానికి తెలియబరచాలి. భారతదేశం పురాతన వేదాంతాలు, అంతరంగ జ్ఞానము పాశ్చాత్య దేశాల ఆచరణాత్మక విజ్ఞానంతో ఏకమయ్యే రోజు ఎంతో దూరంలో లేదు. గతకాలపు రహస్యాలు ఈ దేశం, ఈ శతాబ్దం అవసరాలకు దారి విడవాలి. ఇది జరుగబోతున్నదని నా ఆనందం''

నేను గంగానది ఆకుపచ్చరంగు నీటిని తదేకంగా చూస్తున్నాను. నది ప్రవహించుతున్నదా లేదా అన్నంత ప్రశాంతంగా ఉన్నది. ఆ నీటి మీద సూర్యరశ్మి మిలమిల లాడుతున్నది.

ఆయన మరొకసారి చెప్పటం సాగించారు.

''ప్రతి వ్యక్తి అదృష్టమూ నెరవేరినట్లే ప్రతి జాతి అదృష్టం కూడా కలిసి రావాలి. పరమాత్మ సర్వశక్తి గలవాడు. మనుష్యులు, జాతులు తమ స్వయంగా సంపాదించుకున్న విధిని తప్పించుకోలేరు. కాని వారు కష్టాల్లో కాపాడబడవచ్చు. ఆపదలలో రక్షించబడవచ్చు.''

''ఆ కాపు ఎలా సాధ్యం?''

''ప్రార్థన! పరమాత్మకు చేతులెత్తి నమస్కరించినపుడు పసిపిల్లలం కావాలి. ఆయనను పెదవుల మీద కాక హృదయంలో నిలుపుకోవటం ముఖ్యంగా ఏదైనా పని

మొదలు పెట్టబోయేటప్పుడు ఆనందమయ క్షణాలను పరమాత్మపరంగా భావించి ఆనందించండి. కష్టకాలం వచ్చినప్పుడు లోపల ఉన్న వ్యాధికి దానిని మందుగా తలచండి. ఆయన కరుణా సాగరుడు ఆయనంటే భయపడకండి.''

''అయితే భగవంతుడు ఈ లోకానికి దూరంగా లేడంటారు!''

''అవును. భగవంతుడు అందరిలోను, ఈ విశ్వమంతటిలోను దాగి ఉన్న పరమ ఆత్మ. మీరు ప్రకృతిలో సౌందర్యాన్ని, ఒక సుందర దృశ్యం అనుకోండి. చూస్తే కేవలం దాని అందాన్ని ఆరాధించకండి. అందులో ఉన్న పరమాత్మ కారణంగా అది అందంగా ఉన్నదని గ్రహించండి. సకల వస్తువులలో, జీవులలో దైవత్వాన్ని చూడండి. ప్రాణం పోసే అంతరాత్మను మరిచి బయటి వేషభాషల చూసి సమ్మోహన పడకండి.''

''సుధేబాబు, మీరు విధి, జ్యోతిష్యం, మతాలను వింతగా కలుపుతారు.''

ఆయన నా వైపు గంభీరంగా చూశారు.

''ఎందుకని? ఈ సూత్రాలు, సిద్ధాంతాలు నేను సృష్టించినవి కావు. గతంలో ఎన్నో యుగాల క్రితం అవి దిగివచ్చి మమ్మల్ని చేరాయి. అనాదికాలం ప్రజలకు కూడా బలీయమైన విధిశక్తి, సృష్టి కర్తను ప్రార్థించటం, గ్రహాల ప్రభావాలు తెలుసు. మీ పాశ్చాత్యులు అనుకున్నట్లుగా వాళ్లు ఆటవికులు కాదు. నేను చెప్పాను గదా! మానవ జీవితాలలో ప్రవేశించే ఈ అగోచరశక్తులు ఎంత సత్యమో పాశ్చాత్య ప్రపంచం ఈ శతాబ్దం అంతం అయేలోగా తెలిసికొంటుంది.''

''తన జీవితాలను రక్షించేది, భక్షించేది తన సంకల్ప స్వేచ్ఛననే విశ్వాసం తుడిచివేయటం పాశ్చాత్యలోకానికి అత్యంత దుష్కరమైన పని.''

''అంతా ఆయన సంకల్పాన్ని అనుసరించి జరుగుతుంది. మీరు చెప్పే సంకల్ప స్వేచ్ఛ కూడా ఆయన శక్తి వలననే నడుస్తుంది. మనుష్యులు తమ గత దేహాలలో జరిగిన కార్యాలోచనలకు ఫలం భగవంతుడు తిరిగి ఇస్తాడు. ఆయన్ను ప్రార్థించితే దుఃఖాలకు కష్టాలకు భయపడనక్కర్లేదు.''

''ఇప్పుడు మనకు ఎదురైన అభాగ్యులయిన బిచ్చగాళ్లను దృష్టిలో ఉంచుకొని అయినా, మీరు చెప్పిందే సబబు అనుకుందాం.''

''నాకు తెలిసిన సమాధానం అది ఒక్కటే.'' కొద్ది విరామం తర్వాత ఆయన జవాబు ''నేను చూపిన బ్రహ్మచింత మార్గంలో మీ ఆత్మలోకి ప్రయాణించితే, ఈ సమస్యలన్నీ తమకు తాముగా విడిపోతాయి.''

ఆయన వాదన ఒక కొసకు వచ్చిందనుకుంటాను. ఇక నా దారి నేను చూసుకోవాలి.

నా కోటు జేబులో ఒకదానిలో విధి పంపిన టెలిగ్రాం ఒకటి ఉన్నది. వారణాసిలో రైలు ఎక్కి త్వరగా బయట పడుమని దానిలో సందేశం. ఇంకొక జేబులో మడత పడే కొడక్ కెమెరా ఉన్నది. నేను ఆ జ్యోతిష్యుడిని ఫోటోకు నుంచోమని అడిగాను. ఆయన సవినయంగా నిరాకరించాడు.

ఆయనను బలవంతపెట్టాను.

"నా వికారమైన ముఖానికి అసహ్యమైన దుస్తులకు ఫోటో ఎందుకు?" ఆయన తిరుగుబాటు.

"నేను ఎక్కడో దూరదేశాల్లో ఉన్నప్పుడు మిమ్మల్ని గుర్తుచేస్తుంది. ప్లీజ్!"

"పవిత్రమైన ఆలోచనలు, నిస్వార్థమైన పనులే ఉత్తమమైన స్మృతులు." సున్నితంగా ఆయన ప్రతి సమాధానం.

అయిష్టంగా నయినా నేను ఆయన అభ్యంతరానికి తలవంచక తప్పలేదు. కెమెరా నా కోటు జేబులోకి మాయమైంది మరొకసారి.

చివరికి తిరిగి వెళ్లటానికి ఆయన లేచారు. నేను దగ్గరిలోనే ఒక పెద్ద గుండ్రని వెదురు గొడుగు కింద ఎండ తప్పించుకొని విశ్రాంతి తీసుకొంటున్న ఒక ఆకారాన్ని చూశాను. ఆయన ముఖం తీవ్ర ధ్యానంలో నిశ్చలంగా ఉన్నది. ఆయన అంగవస్త్రం రంగునుబట్టి ఆయన ఉచ్ఛస్థితిలోని సాధువు అని తెలిసికొన్నాను.

మరికొంత దూరం వెళ్లగా తన జాతికి పరిచితమైన వింత భంగిమలో నిద్రపోతున్న ఆవు దర్శనం ఇచ్చింది. వారణాసి లోని పవిత్ర గోమాతల బృందంలో సభ్యురాలై ఉండాలి. కాళ్లు పొట్టకిందికి మడుచుకుని రోడ్డుకు అడ్డంగా పడుకొని ఉన్నది.

మేము ఒక ఎక్స్ఛేంజ్ దుకాణం చేరాం. నేనొక బండి ఎక్కాను. ఇద్దరం విడిపోయాం.

★

ఆ తర్వాతి కొద్దిరోజులు నేను ప్రయాణపు మైకంలో గడిపాను.

రాత్రుల్లు నేను రోడ్డు ప్రక్కన ఉన్న ట్రావెలర్స్ బంగళాలలో గడుపుతాను. దేశంలో లోతట్టు ప్రదేశాలు దర్శించే అధికారులు, ప్రయాణీకుల సౌకర్యం కోసం ప్రభుత్వం ఏర్పాటు చేసిన విశ్రాంతి భవనాలు.

ఈ విశ్రాంతి భవనాలు ఒకదానిలో చెప్పుకోదగిన వసతులేమీ లేకపోగా చీమలు మాత్రం పుట్టల కొద్దీ ఉన్నాయి. రెండు గంటల సేపు వాటి చిత్రవధ అనుభవించి, వాటి ధాటికి తట్టుకోలేక పడక వదిలి రాత్రంతా కుర్చీలో గడిపాను.

కాలం భారంగా నడుస్తున్నది. నా ఆలోచనలు పరిసరాలను విడిచిపెట్టి, ఆ వారణాసి జ్యోతిష్యుల 'అంత పైవాడి దయ' అనే వేదాంతాన్ని పట్టుకున్నాయి.

అదే ఊపులో అన్నం లేక మాడుతున్న తమ శరీరాలను రోడ్డు మీద ఈడ్చుకుంటూ పోయే బిచ్చగాళ్లు గుర్తుకువచ్చారు. జీవితం వాళ్లను బతకనీయదు, చావనీయదు. డబ్బు ఉన్న మార్వాడీ వారి పక్కగా తన బండిలో సుఖంగా వెళ్తూ ఉండవచ్చు. అంతా దేవుడి దయ అనే తత్వంలో వారు ఆ మార్వాడీని అంగీకరించుతారు. తమ దరిద్రాన్ని అంగీకరించుతారు. ఆకాశం కూడా మండే ఈ దేశంలో నిర్భాగ్యుడైన కుష్టు రోగి కూడా తనకు ఉన్నదానితో తృప్తిగా ఉన్నట్లు కనిపించుతాడు. చాలామంది భారతీయులలో జీర్ణించుకపోయిన 'అంతా నీ దయ రా!' అనే మత్తు అటువంటిది!

సంకల్ప స్వేచ్ఛను ప్రబోధించే పాశ్చాత్యుడికి, 'అంత పైవాడి దయ'కు వదిలివేసే పూర్వ దేశస్థుడితో వాదించటం నిష్ప్రయోజనం. పూర్వదేశ వాసికి సమస్యకు సూత్రం ఒకటే. సమస్య ఏమి లేదనే సూత్రాన్ని మారు మాట్లాడకుండా అంగీకరించటమే. ఇక్కడ విధి అందరినీ, అన్నిటినీ శాసించుతుంది. ఇంతే సంగతులు.

మనం విధి చేతిలో కీలు బొమ్మలమనీ, అగోచరమైన చేయి కదిలించితే కిందికీ, మీదికీ, లేదా కుడి ఎడమలకూ ఆడుతామంటే స్వయం సిద్ధుడైన ఏ పాశ్చాత్యుడు వింటాడు? ఆల్ప్స పర్వతాన్ని దాటబోతుండగా నెపోలియన్ రణభేరి నాకు గుర్తు.

''అసాధ్యమా? అటువంటి పదం నా నిఘంటువులో లేదు!''

నెపోలియన్ జీవిత విశేషాలు నేను మళ్లీ మళ్లీ అధ్యయనం చేశాను. సెయింట్ హెలీనా దగ్గర ఆయన వ్రాసిన వింత పంక్తులు నా స్మృతికి వస్తాయి. అక్కడే ఆయన మనసు గతాన్ని చర్వితచర్వణం చేసింది.

''అంతా దైవనిర్ణయం ప్రకారం జరగుతుందని నేను సదా నమ్మాను. పైన వాడు ఎంత వ్రాస్తే అంతే... నా రోజులు బాగా లేవు. కళ్లాలు నా చేతి నుంచి జారిపోతున్నవని నాకు తెలుస్తూనే ఉన్నది. అయినా నేను ఏమీ చేయలేకపోయినాను.''

అటువంటి అసంబద్ధమైన, పరస్పర విరోధం గల నమ్మకాలు కలిగిన వ్యక్తి ఆ మర్మాన్ని భేదించటం అసాధ్యం. ఆ మాట కొస్తే ఇంతవరకు ఎవరైనా పూర్తిగా పరిష్కరించారా అన్నది పెద్ద సందేహం. మనిషి బుర్ర పనిచేయటం మొదలైన నాటి నుంచి ఈ సనాతన సమస్య ఉత్తర ధృవం నుంచి దక్షిణ ధృవం దాకా అందరిచేతా చర్చించబడింది. ధృఢ చిత్తులైనవారు తమకు నచ్చిన విధంగా పరిష్కరించుకున్నారు. వేదాంతులు ఇంకా పూర్వా పరాలు ఆలోచించుతూనే ఎటూ తేల్చుకోలేకుండా ఉన్నారు.

ఆ జ్యోతిష్కుడు నా జాతకం అత్యాశ్చర్యకరంగా కరెక్ట్‌గా చెప్పటం నేను మర్చిపోలేదు. అప్పుడప్పుడు నేను దాన్ని గురించి ఆలోచించుతూ ఉంటాను. ఈ పూర్వదేశ వాసులు ''అంతా నీ దయరా!'' అనే మూర్ఖత్వం కొంత నా తలలోకి కూడా ఎక్కిందా అని నా ఆశ్చర్యం. అతి సరళంగా ఉండే ఆ వ్యక్తి నా గతాన్ని ఎలా చదివేశాడో, గత సంఘటనలను రెక్కలు టపటపలాడించుతూ తాత్కాలిక జీవానికి ఎలా తెచ్చాడో గుర్తుకు తెచ్చుకుంటే ఈ విధి, సంకల్ప స్వేచ్ఛ అనే బూజుపట్టిన ఈ పురాతన విషయం మీద ఒక ఉద్గ్రంథం వ్రాయటానికి తగిన సమాచారం సేకరించుదామా అనే లాలస కలిగి సందేహంలో పడిపోతాను – విధితో ఆటలాడటం నా కలానికి నిరర్థక ప్రయాస అని నాకు తెలుసు. నేను ఎంత అజ్ఞానాంధకారంలో మొదలు పెట్టుతానో అదే అంధకారంలో ముగించుతాను. ఎందుకంటే అందులో జ్యోతిష్యానికి సంబంధించిన సమస్యలు చర్చించాలి. అది నా శక్తికి మించిన కార్యం. ఆధునిక విజ్ఞానం ఆవిష్కరించుతున్న కొత్త విషయాలు చూస్తూ ఉంటే కుక్ కంపెనీ ఇతర గ్రహాలకు యాత్రలు చేయించటం ఎంతో దూరం లేదనిపించుతుంది. అప్పుడు ఈ తారలు గ్రహాలు మన జీవితంలో ఎంత ప్రాముఖ్యత వహించుతాయో కనుగొనటం సాధ్యమవుతుంది. ఈ లోగా ఒకరిద్దరు జ్యోతిషుల శక్తి సామర్థ్యాలు పరీక్షించవచ్చు. కాకపోతే సుధేబాబు చెప్పినట్లు వారు కూడా పొరపాటు చేయవచ్చుననే గుర్తుంచుకోవాలి. అంతేకాక ఈ లోకానికి తెలిసిన, జ్యోతిష్యం సంపూర్ణం కాదు. అని తెలిసికొని ఉండాలి.

సరే మనకు తెలియని ఏ తురీయావస్థలోనో 'భవిష్యత్తు ఉన్నది అని ఊహించి ఒప్పుకుందాం. అయితే మన కంటికి కనుపించని ఆ వ్యక్తిగత విధి లీలలు, రహస్యాలు తెలుసుకోవాలనటం వాంఛనీయమా? సబబా?

ఈ ప్రశ్నతో నా ఆలోచనలకు గండిపడింది. నిద్ర నన్నావహించింది.

కొన్ని రోజుల తర్వాత నేను వారణాసికి కొన్ని వందల మైళ్ల దూరంలో మరొక ఊరిలో ఉన్నాను వారణాసిలో విపరీతమైన అల్లర్లు చెలరేగాయన్న వార్త వచ్చింది.

అది శోచనీయమైన హిందూ–ముస్లిం కొట్లాట. ఇది ఎక్కడో చిన్న పేచీగా మొదలవుతుంది. మత విభేదాల ముసుగులో గుండాలు, రౌడీలు దోపిడీలకు, హింసలకు, హత్యాకాండకు ఉపయోగించుకుంటారు.

నగరంలో చాల రోజులు భయోత్పాతం రాజ్యం చేసింది. ఆ విషాదమయమే పగిలిన తలలు, చిత్రహింసలకు గురి అయిన దేహాలు, వివక్షణా రహితమైన హత్యల కథా స్రవంతిని వెలికి తెస్తుంది. మా జ్యోతిష్యులు ఎలా ఉన్నారోనని నా చింత. కాని ఆయనతో సంపర్కం ప్రస్తుతం అసాధ్యం. పోస్ట్‌మాన్ వీధిలోకి రావటానికి భయపడుతున్నారు. ప్రభుత్వానికి సంబంధించని ఉత్తరాలు, టెలిగ్రాంలు డెలివరీ చేయబడవు.

వారణాసిలో అల్లర్లు సద్దుమణిగిన దాకా కాచుకు కూర్చొనటం తప్ప గత్యంతరం లేదు నాకు. అప్పుడు చింతాక్రాంతమైన ఆ నగరానికి మొదటి టెలిగ్రాం పంపాను. జవాబుగా థాంక్స్ తెలుపుతూ ఒక సాదా ఉత్తరం వచ్చింది. అందులో తను క్షేమంగా ఉన్నారంటే 'అంతా భగవంతుడి రక్ష' అన్నారు ఆయన! ఆ ఉత్తరం వెనుకవైపు బ్రహ్మ చింత అభ్యాసానికి పది నియమాలు రాశారు!

★★★

అధ్యాయం 13

స్వామి ఉద్యానం

ఉత్తర భారతంలో నాకాళ్లు అటూ ఇటూ పరుగులు తీస్తూ రెండు దారుల కూడలికి చేరుకున్నాయి. అది బయటకు అంతగా తెలియని పేట. ఊరు దయాల్ బాగ్ – అంటే స్వామి ఉద్యానం.

ఒకదారి లక్నోలో మొదలవుతుంది. అందమైన ఆ నగరంలో నేను ఉన్నప్పుడు నా మిత్రులు, నా మార్గదర్శి, వేదాంతి సుందర్‌లాల్ నిగం సహాయం నాకు యింది. మేం ఊరంతా కలయ తిరిగాం. తిరుగుతూనే వేదాంతం మాట్లాడాం. అతని వయసు ఇరవై ఒకటి, ఇరవై రెండు సంవత్సరాలకుమించదు. కాని మిగతా భారతీయ సోదరుల లాగనే ఇతను కూడా పిన్న వయసులోనే పరిణతి చెందాడు.

మేము పురాతన మొఘల్ రాజభవనాలలో తిరిగాం. అస్తమించిన రాజులను ంటాడి పట్టుకున్న నిర్ధాక్షిణ్యమైన విధి లీలలు చర్చించాం. నేను మరొకసారి ఇండోపర్షియన్ వాస్తు శిల్పంతో ప్రేమలో పడ్డాను. ఆ లలిత సుందరమైన సొంపులు, సున్నితమైన రంగుల మేళవింపు ఆ వాస్తు శిల్పుల నాగరికం, నాజూకు అయిన అభిరుచిని తెలుపుతాయి. లక్నోలో రాజోద్యానాలు, అక్కడి నారింజ మధ్య నేను గడిపిన విశ్రాంతి సమయం, నేనెన్నటికైనా ఎలా మర్చిపోగలను?

మేం రంగురంగుల ప్రాసాదాలు, భవనాలు శోధించాము. ఇక్కడే ఈ చలువరాతి మేలు కట్టులలోనే, ఈ బంగారు స్నానమందిరాలలోనే అవధ్ రాజులను సమ్మోహనపరిచిన ప్రియురాళ్లు తమ చామనఛాయ అందాలను పణంపెట్టి విర్రవీగారు. ఇప్పుడు ఆ రాజభవనాలు రాజరిక శూన్యాలు. అక్కడ జ్ఞాపకాలు

దేవతా ప్రాసాదంలా మెరిసిపోతుంటుంది. సొగసైన ఆ స్తంభాలు శాశ్వతంగా నిలబడి పైలోకాలను ప్రార్థించుతున్నట్లు ఉంటాయి. నేను లోపలికి తొంగి చూశాను. ఒక ఆరాధకుల సమూహం నేలకు వంగి లయబద్ధంగా అల్లాను ప్రార్థించుతున్నది. చిన్న రగ్‌లు ఆ దృశ్యాన్ని మరింత శోభాయమానం చేస్తున్నాయి. ప్రవక్త అనుయాయుల తీవ్ర ఉత్సాహాన్ని ఎవరూ శంకించలేదు. వారి మతం వారికి సజీవ శక్తిగా తోచుతుంది.

ఈ విహారాలు, దీర్ఘప్రయాణాలలో నా యువ మార్గదర్శిలో కొన్ని గుణాలు నన్ను ఆకట్టుకున్నాయి. అతని చతురమైన వ్యాఖ్యలు, అసాధారణమైన బుద్ధిబలము, మామూలు విషయాల పట్ల పట్టీపట్టనట్లు ఉండటం అన్నీ యోగ విద్యార్థి తీవ్రత, మర్మాలతో ముడిపడి ఉన్నాయి. అనేకమైన సమావేశాలు, తీవ్రమయిన చర్చలలో అతను నా భావాలను నమ్మకాలను పైకితోడి పరీక్షించుతున్నాడని గ్రహించాను. ఆ తర్వాతనే తను రాధాసామి అనే అర్ధ రహస్య సమితిలో సభ్యుడినని వెల్లబెట్టాడు.

★

నన్ను దయాల్ బాగ్‌కు చేర్చిన రెండో బాట మల్లిక్ ద్వారా తెలుసుకున్నాను. అతను ఇదే సమితిలో మరొక సభ్యుడు అతను మరొక స్థలం, సమయంలో నా పరిధిలోకి వచ్చాడు. భారతీయులతో చూస్తే ఇతను దృఢకాయుడు. మంచి శరీర ఛాయ గలవాడు., మంచివాడు. శతాబ్దాల తరబడి సరిహద్దు తెగలు వారి పొరుగువారు. ఈ తెగలకు ఎప్పుడూ పొరుగువారి వస్తువుల మీదనే కన్ను. బ్రిటిష్ ప్రభుత్వం ఈ తగాదాకోరులను దారిలోకి తెస్తున్నది. పోరాటం వంటి పాత పద్ధతులలో గాక, వీరిని జీతాలు ఇచ్చి ఉద్యోగాలలో నియమించుతున్నారు. కొందరు గిరిజనులు కొండల ప్రాంతంలో, ఎడారుల్లో రోడ్లు వేయటం, వంతెనలు కట్టటం రక్షణ శాఖల నివాసాలు, దుర్గాలు నిర్మించడానికి సిద్ధమయ్యారు. మల్లిక్ వారి కొందరికి సూపర్ ఇండెంట్. క్రూరంగా కనిపించే ఈ గిరిజనులలో చాలామంది ఇంకా తుపాకులు మోసుకెళ్తారు. ఇందులో అవసరం కంటే అలవాటు పాలు ఎక్కువ. వారు ఈ వాయవ్య సరిహద్దు పొడవునా పనిచేస్తారు. వర్తకులకు కొత్త మార్గాలు, సైనికులకు కొత్త స్థావరాలు సిద్ధంచేయటమే వారి పని.

మల్లిక్ డేరా ఇస్మాయిన్ ఖాన్–ఇది బ్రిటిష్ ప్రభుత్వం సరిహద్దు సైనిక స్థావరం– వద్ద శ్రమించి బాగా పనిచేస్తాడు. బలమైన స్వావలంబన తీవ్రమయిన ఆచరణాత్మకత అతని వ్యక్తిత్వంలో మేళవించాయి.

దీనికితోడు అతని వ్యక్తిత్వం ఉదాత్తం, ఆలోచన ప్రగాఢం. అతని సమతుల్యమైన గుణగణాలు నాకు బాగా నచ్చాయి.

యోగ సాంప్రదాయం ప్రకారం నోరు తెరవటానికి మొదట్లో విముఖత చూపినా, తరువాత నా శోధనకు తలవొగ్గి తనకొక గురువు ఉన్నాడని ఒప్పుకున్నాడు. ఉద్యోగంలో వీలు దొరికినప్పుడల్లా గురువుగారి దర్శనం చేసికొని వస్తాడు. అతని గురువు సహబ్ జీ మహారాజ్. ఆయనే రాధాస్వామి సమితికి అధిపతి. ఈ గురువే 'యోగ' శిక్షణను పశ్చిమ పద్ధతులు, భావాలతో నిండిన దినసరి జీవితంతో జోడించి ఒక ఆశ్చర్యకరమైన, ఆసక్తికరమైనన నవభావానికి ఊపిరిపోశాడు.

★

ఈ ఇద్దరు వ్యక్తుల, నిగం, మల్లిక్, స్నేహపూర్వక ప్రయత్నాలు ఫలించాయి. నేను పరమ పవిత్ర సహబ్ జీ మహరాజ్‌కు అతిధిని కాబోతున్నాను. దయాల్ బాగ్‌లో, రాధాస్వాముల స్వంత ఊరు, ఆయన మకుటం లేని మహారాజు.

ఆ గ్రానుంచి మట్టిరోడ్డున కొన్నిమైళ్ళు మోటారు ప్రయాణం చేసి కాలనీ చేరాను.

దయాల్ బాగ్ స్వామి ఉద్యానం : నా తొలి అభిప్రాయాల ప్రకారం ఆ ఊరిని పేరుకు తగినట్టు నిలబెట్టానికి స్థాపకులు చాల శ్రమించుతున్నారనే చెప్పాలి.

గురువుగారి ఆంతరంగిక కార్యాలయం ఉన్న భవనానికి నన్నుతీసికొని వెళ్లారు. అక్కడ వెయిటింగ్ రూం ఆకర్షణీయమైన యూరోపియన్ స్టైల్‌లో అలంకరించ బడి ఉన్నది. నాకు ఇచ్చిన ఈజీ చెయిర్ చాల సౌకర్యంగా ఉన్నది. గోడలు అందంగా పెయిటింగ్ చేసి ఉన్నాయి. ఫర్నిచర్ సాదాగా, నాగరికంగా, నాజూకుగా ఉన్నది.

పాశ్చాత్య నాగరికత ఇక్కడ పగబట్టి ప్రవేశించింది! నేను యోగులను శుష్కమైన బూడిద రంగు బంగళాలలో, కొండ గుహలలో, నదీ తీరాల చీకటి పర్ణశాలలో కలుసుకున్నాను కాని వారిలో ఒకరు ఇంత ఆధునిక పరిసరాలలో నివసించుతారని ఎన్నడూ ఆశించలేదు. ఈ అసాధరణ సమితి నాయకుడు ఎటువంటి వ్యక్తి? అది నా ఆశ్చర్యం.

నా సందేహం ఎంతోకాలం నిలువలేదు. తలుపు మెల్లగా తెరిచి ఆయనే స్వయంగా వెలుపలికి వచ్చారు. ఆయన పొడుగు పొట్టిగాని సగటు ఎత్తు తలకు తెల్లని తలపాగ. ఆయన రూపురేకలు నాజూకుగా ఉన్నాయి. కాని పూర్తి భారతీయం కాదు. ఆయన చర్మం మరికొంత పాలిపోయి ఉంటే ఆయన ఒక అమెరికన్‌గా చాలామణి కాగలరు. కళ్లకు పెద్ద కళ్ల అద్దాలు, మూతిమీద చిన్నమీసం. ఆయన

మెడవరకూ కప్పి, చాల బటన్ల పొడగాటి కోటు ధరించి ఉన్నారు. అదిమా పాశ్చాత్య పద్ధతి కోటుకు భారతీయ టైలర్ల అనుకరణ.

సమీపించుతున్న ఆయన స్వభావం నిరాడంబరము, సౌమ్యం, ఆయన నన్ను నాగరకమైన హుందాతో స్వాగతం పలికారు.

మర్యాదలు పూర్తి అయ్యాక నేను ఆయన కుర్చీలో సర్దుకొని కూర్చున్నదాకా ఆగి అప్పుడు రూంలోని కళాత్మకమైన అలంకరణల మీద ఆయనకు మెచ్చుకోలు చెప్పాను. ఆయన నవ్వుతో జిగజిగ మెరిసే పలువరుస దర్శనం అయింది.

''భగవంతుడు ప్రేమమూర్తి మాత్రమే కాదు, సౌందర్య మూర్తి కూడా. మనిషి తనలోని ఆత్మను ప్రదర్శించుతున్నపుడు, తనలోనే కాక పరిసరాలలో, పర్యావరణం లో కూడా సౌందర్యాన్ని ప్రదర్శించాలి.''

ఆయన ఇంగ్లీషు భాష ఉచ్చారణ కూడా బాగున్నాయి. ఆయన స్వరంలో వేగం, విశ్వాసము తెలుస్తున్నాయి.

మధ్యలో చిన్న విరామం : ఆయన మళ్లీ అన్నారు!

''ఒకగది గోడలమీద ఫర్నిచర్ మీద కంటికి కనుపించని మరొక అలంకరణ ఉన్నది. కాని అది చాల ముఖ్యమైనది. ఇది మనుష్యుల ఆలోచన, అనుభూతుల ప్రభావాలను భరించుతుంటాయి. ప్రతిఒక్కగది, ప్రతి కుర్చీ దానిని నిత్యము ఉపయోగించిన వ్యక్తి అగోచరమైన ప్రభావాన్ని వెలుబుచ్చుతుంది. మీరు ఈ వాతావరణాన్ని చూడకపోవచ్చు. కాని అది అక్కడ ఉన్నది. ఆపరిధిలో ప్రవేశించిన వారంతా వారికి తెలియకుండానే దానివల్ల వివిధ స్థాయిలలో ప్రభావితులవుతారు.''

''అంటే వస్తువుల చుట్టూ మానవ లక్షణాలను ప్రతిఫలించే ఎలక్ట్రికల్, మాగ్నేటిక్ ప్రసారాలు ఉన్నాయంటారా?''

''తప్పకుండా. ఆలోచనలు వాటి తలంలో యదార్ధవస్తువులు. మనం నిత్యం ఉపయోగించే వస్తువులకు అంటుకుపోతాయి. అది తాత్కాలికం కావచ్చు. దీర్ఘకాలం కావచ్చు.''

''ఇది ఆసక్తికరమైన సిద్ధాంతం.''

''ఇది సిద్ధాంతాన్ని మించినది. ఇది యదార్ధం. మనిషికి ఈభౌతిక దేహం కాక మరొక సూక్ష్మదేహం ఉన్నది. ఈ సూక్ష్మదేహంలో మన కర్మేంద్రియాలకు అనురూపకమైన సదృశమైన కేంద్రాలు ఉన్నాయి. ఈ కేంద్రాలు శక్తియుతాలు అయినపుడు అవి మానసిక, ఆత్మ దృష్టులను కలిగించుతాయి. అప్పుడు ఈ కేంద్రాలనుంచి అగోచర శక్తులను చూడవచ్చు.''

ఒక చిన్న విరామం తర్వాత ఆయన భారతదేశాన్ని గురించి నా అభిప్రాయాలు అడిగారు. నేను నిర్మొహమాటంగా ఈదేశపు పరిస్థితి విమర్శించాను. ఆధునిక జీవిత మార్గాల పట్ల నిర్లక్ష్యం, సుఖాలు, సౌకర్యాలు ఏర్పరచు కోవటంతో మన మందరం, ఈ లోకంలో మనిషి ప్రయాణం సుఖమయం చేసే పరికాలు, యాంత్రిక సౌకర్యాలు ఆరోగ్యం పట్ల పారిశుధ్యం పట్ల నిరాదరణ, మతాచారాలు, సాంప్రదాయాల మూలకంగా వచ్చిన మూర్ఖపు సాంఘిక ఆచారాలు, క్రూరమైన ఆచరణలు, దేవునిసేవలో మునిగిపోయిన ఈ దేశపు శక్తులన్నీ మూట కట్టి మూలనపడ్డాయి. ఫలితం శూన్యం. నేను స్వేచ్ఛగా చెప్పాను. మతం పేరున జరిగే అర్థంలేని పనులు, నేను కళ్లారా చూసినవి ఏకరువు పెట్టాను. భగవంతుడు ప్రసాదించిన తెలివితేటలను నిర్లక్ష్యం చేయటం లేదా దుర్వినియోగం చేయటం ఎలాగో ప్రత్యక్షంగా చూపుతాయి. ఈ చర్యలు. నా నిర్మొహమాటమైన పరిశీలన సహబ్ జీ మహరాజ్ పెదవుల నుంచి నిశ్చయమైన ఆమోదం వెలిబుచ్చింది.

'నా సంస్కరణలో భాగమైన పాయింట్లనే మీరు చాలా సరిగా పట్టుకున్నారు.''

నన్ను జ్ఞాపకం చేసుకుంటున్నట్లు తదేకంగా చూస్తూ ఆయన అన్నారు.

''మొత్తం మీద తమంతటే తాముగా అవలీలగా చేయగలిగిన పనిని భగవంతుడు చేయాలని భారతీయులు ఆశించుతున్నట్లు తోచుతుంది.''

''సరిగ్గా అంటే మతంతో సబంధంలేని వాటినెన్నిటినో కప్పిపుచ్చటానికి హిందువులుగా మేము మతాన్ని గురించి ఆలోచనా రహితంగా మాట్లాడుతాం. ఏ మతమైనా పుట్టిన తొలి యాభై సంవత్సరాలు పరిశుద్ధంగా శక్తివంతంగా ఉంటుంది. తర్వాత అది కేవలం ఒక సిద్ధాంతంగా దిగజారుతుంది. అందులో మనుష్యులు మతానుసారం జీవించటం మాని వక్తలు, ఉపన్యాసకులు అవుతారు. చివరికి చివరదశలో ఇదే అది దీర్ఘకాల స్థితి, మతం బూటకపు పురోహితుల చేతులలోకి దిగుతుంది. చివరలో కపట నాటకమే మతం అవుతుంది.''

అంత ముక్కుసూటి ఒప్పుకోలుకు నేను ఉక్కిరి బిక్కిరి అయ్యాను.

''స్వర్గ నరకాలను గురించి, దేవుడు వగైరా గురించిన వాదులాట వల్ల ప్రయోజనం ఏమిటి? మానవాళి ఈ భౌతిక ప్రపంచంలో జీవించుతుంది. కనుక ఈ భూమి మీది విషయాలను నిర్లక్ష్యం చేయకూడదు. ఇక్కడ మన జీవితాలను సుందరంగా, ఆనందమయంగా చేసుకుందాం.''

''అందుకే నేను మిమ్మల్ని వెతుక్కుంటూ వచ్చాను. మీ శిష్యులు చాలమంచివారుగా కనబడుతున్నారు. యూరోపియన్లలాగా వారు ఆచరణాత్మకంగా, ఆధునికంగా ఉండటానికి శ్రమించుతుంటారు వారు మతప్రచారం, ప్రదర్శన

చేయటంకాక మంచి జీవితాలు గడుపుతున్నారు.దీనికంతటికీ తోడుగా వారు తమ యోగా ధ్యానం శ్రద్ధాశక్తులతో క్రమం తప్పకుండా కొనసాగించుతారు.''

అవునన్నట్లుగా సహబ్ జీ నవ్వుతారు.

'మీరు అవన్నీ గమనించినందుకు సంతోషం' ఆయన త్వరగా అందుకున్నారు. ''ఈ కార్యక్రమాలు దయాల్‌బాగ్‌లో అమర్చి ప్రపంచానికి ఇదే చూపించదలిచాను. గుహలలోకి, అరణ్యాలలోకి పరిగెత్తకుండానే మనిషి పరిపూర్ణ ఆధ్యాత్మిక జీవితం గడపవచ్చుననీ, లౌకిక వ్యవహారాలు నిర్వహించుతునే యోగలో ఉచ్ఛదశలో అందుకోవచ్చుననీ.''

''మీరు ఆ ప్రయత్నంలో సఫలురు అయితే, ప్రపంచం భారతీయ బోధనలకు పూర్తిగా చెవి ఒగ్గుతుంది.''

''మేము సఫలురం అవుతాం'' ఆ జవాబులో ఆత్మవిశ్వాసం నిండిఉన్నది. ''మీ కొక కథ చెబుతాను. ఈ కాలనీ ఆరంభించటానికి నేను ఇక్కడికి వచ్చినప్పుడు ఈ ప్రదేశం అంతా చెట్లతోనిండి ఉండాలనేది నాముఖ్యమయిన కోరికలలో ఒకటి. కాని ఇక్కడి బంజరు, ఇసుక నేలలో చెట్లు పెంచటం అసాధ్యమని పెద్దలంతా చెప్పారు. యమునా నది ఎంతో దూరంలేదు. ఈ ప్రదేశం ఒకనాడు ఆనది ప్రవహించిన మార్గం. ఒక్కమాటలో చెబితే ఇది ఒకనాటి నదీతలం. మాలో అనుభవజ్ఞులు లేరు. ఇటువంటి దేనికీ రాజీపడని ఈనేల మీద ఎటువంటి చెట్లు పెరుగుతాయోననేది మాకు తరుచు ప్రయోగం, నిత్యవైఫల్యం. మొదటి సంవత్సరం నాటిన సుమారు వెయ్యి మొక్కలలో దాదాపు అన్ని చచ్చిపోయాయి. కాని ఒక మొక్క బతికింది. అది గుర్తుంచుకొని మా ప్రయత్నాలు కొనసాగించాము. ఇప్పుడు దయాల్ బాగ్‌లో తొమ్మిది వేల చెట్లు ఆరోగ్యంగా పెరుగుతున్నాయి. ఇది ఎందుకు చెబుతున్నానంటే మా సమస్యలను ఎలా ఎదుర్కొంటున్నామో చూపే మా వైఖరికి ఇది ఒక ఉదాహరణ. ఒక్కడ బంజరు నేల చూశాం. దానికి విలువలేదు. దానిని ఎవరూ కొనరు. ఆ బంజరు భూమి ఇప్పుడు ఎలా మారిందో చూడండి.

''ఆగ్రా వద్ద ఒక ఆర్కడియా నిర్మించటం మీ లక్ష్యమా?''

ఆయన నవ్వారు.

ఊరు చూడాలన్న నాకోరిక ఆయనకు తెలిపాను.

''తప్పకుండా! ఇప్పుడే ఏర్పాటు చేస్తాను. మీరు దయాల్ బాగ్ చూడండి ఆ తర్వాత ఏమిటి, ఎందుకు అని వివరాలు మాట్లాడుదాం. నా భావాలు ఆచరణలో చూసినపుడే మీరు అర్థం చేసుకుంటారు.''

ఆయన మాటలు వ్యవహారపక్షంగా తోచాయి. కొద్ది నిమిషాల తర్వాత నేను అర్థంతరంగా వదిలివేసిన వీధుల్లో మెరుస్తూ కనిపించే ఫ్యాక్టరీ కట్టడాల మధ్యన నడుస్తున్నాను. ప్రస్తుతం నాగైడ్ కెప్టెన్‌శర్మ, పూర్వం ఆయన ఇండియన్ ఆర్మీ మెడికల్ సర్వీస్‌లో పని చేశారు. ప్రస్తుతం గురువుగారి నవ నిర్మాణ యోజనలో ఆయన పూర్తిగా సేవలో దిగి పోయారు. ఆయన ప్రవర్తన పరిశీలించితే, పాశ్చాత్యశ్రమ, శ్రద్ధాపూర్వకమైన ఆధ్యాత్మికత జయప్రదంగా చేతులు కలిపాయని అనిపించుతుంది.

ఒక అందమైన పూలబాట దయాల్‌బాగ్ ప్రవేశానికి స్వాగతం పలుకుతుంది. అన్ని వీధులకూ రెండు వైపులా నీడనిచ్చే చెట్లు ఉన్నాయి. ఊరి మధ్యన అందమైన పూతోటలు ఊరికే అలంకారం. ఈ పూతోటలు ఇక్కడి ఎడారి ప్రదేశాన్ని జయించటానికి చేసిన అనేక ప్రయత్నాలకు నిదర్శనం. ఈ ఎండు ఎడారి ఉద్యాన పోషణకు సహకరించదు.

1915 లో ఈ కాలనీ సమకూర్చటం మొదలు చేసినపుడు సహబ్ జీ మహారాజ్ బ్రహ్మదారు వృక్షాన్ని ఒకదాన్ని నాటారు. కళాత్మక నేపథ్యం మీద ఆయనకు గల మక్కువకు అది నిదర్శనం.

పరిశ్రమ విభాగం అంతా వర్క్‌షాపుల మయం వీటికి 'మోడల్ ఇండస్ట్రీస్' అని నామకరణం. అవి వివేచన పూర్వకంగా నిర్మించారు. అవి శుభ్రంగా, విశాలంగా ఉన్నాయి. వాటిలో గాలి, వెలుతురు ధారాళంగా ప్రసరించుతాయి.

మొట్టమొదట నాకాళ్లు ఒక జోళ్ల ప్యాక్టరీలో అడుగుపెట్టాయి. కొంత ఎత్తున ఉన్న ఇరుసు నుంచి నిరంతరం హుంకారం చేస్తూ తిరిగే బెల్ట్‌లు అనేక యంత్రాలను నడుపుతున్నాయి. ఆ రొదలో దుమ్ము కొట్టుకున్న మెకానిక్‌ల నిపుణమైన చేతులు తమ పనిచేస్తున్నాయి. నార్థాంప్టన్‌లో ఇంగ్లీషు ఫ్యాక్టరీలలో పనివారు ఎంత నిపుణులో వీరూ అంత నిపుణులుగా తోచారు. తన టెక్నిక్ యూరప్‌లో నేర్చుకున్నట్లు వర్క్‌షాప్ మనేజర్ చెప్పాడు. లెదర్ గూడ్స్ తయారీలో ఇరవయ్యో శతాబ్దపు పద్ధతులు అధ్యయనం చేయటానికి అతను యూరప్ వెళ్లారు.

బూట్లు, జోళ్లు, శాండల్స్, హ్యాండ్‌బ్యాగ్‌లు, బెల్ట్‌లు ఉత్పాదనలో అన్ని దశలగుండా శబ్దం చేసుకుంటూ కదులుతున్నాయి. మెషీన్ల వద్ద పనిచేసే వారందరూ ఏమీ తెలియని, అనుభవంలేని పచ్చి పనివాడిగా చేరారు. వారందరికీ వర్క్స్ మేనేజర్ పనినేర్పి ట్రైనింగ్ ఇచ్చారు. ఇక్కడ తయారయే వస్తువులలో కొన్ని దయాల్‌బాగ్, ఆగ్రాలలో దుకాణాలకు వెళ్తాయి. మిగిలినవి ఇతర నగరాలకు వెళ్తాయి. అమ్మకాలు బహుముఖంగా నడవాలనే సూత్రంతో దూరాన ఉన్న నగరాలలో దుకాణాలు తెరుస్తున్నారు. నేను పక్కనున్న మరొక భవనంలో ప్రవేశించాను. అది బట్టలప్యాక్టరీ

అక్కడ మెరుగు పెట్టిన వస్త్రాలు, సిల్కులు కొన్ని పరిమితమైన సమూనాలలో ఉత్పత్తి అవుతాయి. మరొక భవనంలో ఆధునిక ఇంజనీరింగ్ మెషిన్‌షాప్, కంసాలపని, పోతపని అన్నీ చేరిఉన్నాయి. స్లెడ్జ్‌హామర్ శబ్దమే అక్కడ పరికాలకు ప్రేరణ. సైంటిఫిక్ పరికాలు లెబరేటరి పరికరాలు, త్రాసులు, బరువులు పక్కనున్న వర్క్ షాప్‌లో తయారు అవుతున్నాయి. సంయుక్త రాష్ట్ర ప్రభుత్వ ఆమోదం, తోడ్పాటు సాధించగలిగిన నాణ్యత ఆ పరికరాలలో ఇమిడి ఉన్నది. బంగారం, నికెల్, ఇత్తడి ఎలక్ట్రోప్లేటింగ్ సున్నితమైన పనులను చూశాను.

'మోడల్ ఇండస్ట్రీస్' లో ఇతర విభాగాలు ఎలక్ట్రిక్ ఫాన్లు, గ్రామ ఫోన్లు, కత్తులు, ఇంటిసామానులు తయారుచేయడంలో నిమగ్నం అయి ఉన్నాయి. మెకానిక్‌లలో ఒకరు ప్రత్యేకమైన సౌండ్ బాక్స్ కనిపెట్టారు. త్వరలోనే అదికూడా ఇక్కడ ఉత్పత్తి కాబోతున్నది.

అక్కడ ఒక ఫౌంటెన్‌పెన్ వర్క్‌షాప్ చూసి నేను ఆశ్చర్యపోయాను. భారతదేశంలోకి వచ్చిన మొట్టమొదటి వర్క్‌షాప్ అని తెలిసుకున్నాను. పెన్ అమ్మకాలకు విడుదల చేయకపూర్వం అనేక ప్రయోగాలు అవసరమయ్యాయి. ఈ పారిశ్రామిక అగ్రగాములను వేధించిన ఒక సమస్య బంగారు పాళీలపైన ఇరిడియం పెట్టడం ఎలా? ఆ రహస్యం త్వరలో ఛేదించుతామని వారి విశ్వాసం. అంతవరకూ ఇరిడియం టిప్ వేయించుకుకోవటాని పాళీలు ఒక యూరోపియన్ కంపెనీ వెళ్లివస్తుంటాయి.

దయాల్ బాగ్ ప్రెస్‌లో సాహిత్యపరంగాను ఊరికి అవసరమైన అచ్చుపనులన్నీ వ్యాపార పరంగాను, సాహిత్య పరంగాను చేస్తారు. ఆ ప్రెస్‌లో అచ్చు అయ్యే హిందీ, ఇంగ్లీషు, ఉర్దూ భాషలలో పేపర్లు పరిశీలించాను. "ప్రేమ ప్రచారక్" పేరుతో ఒక వార వార్తా పత్రిక ఇక్కడ అచ్చు అయి దేశం వివిధ ప్రాంతాలలోని రాధా స్వాములకు బట్వాడా అవుతుంది.

ప్రతి భవనంలోను పని వారు కేవలం తృప్తిగా పని చేయటం కాక ఉత్సాహంగా పని చేయటం గమనించాను. ఇటువంటి చోట ట్రేడ్ యూనియన్ అనేది ఒక వైపరీత్యం అవుతుంది. ప్రతి ఒక్కరూ తమ పనిని, పెద్ద, చిన్న వ్యత్యాసం లేకుండా, అది ఒక కర్తవ్యం అన్నట్లుకాక ఆనందం అన్నట్లు చేస్తారు!

ఊరికి స్వంత ఎలక్ట్రిసిటీ జనరేటింగ్ వసతి ఉన్నది. అక్కడినించి ఫ్యాక్టరీలలో అన్ని యంత్రాలకూ, పెద్ద ఇళ్లలో సీలింగ్ ఫ్యాన్‌లకూ విద్యుచ్ఛక్తి సరఫరా అవుతుంది. అంతేకాక అక్కడ ప్రతిఇంటికీ విద్యుద్దీపాల వసతి ఉన్నది. ఈ ఖర్చు సమూహిక ఖర్చుగా భరించుతారు. అందువల్ల ఇంటింటికీ ఖరీదయిన మీటర్ల అవసరం తప్పింది.

వ్యవసాయ విభాగంలో ఆధునికమైన చిన్న వ్యవసాయ క్షేత్రం ఉన్నది. ఇది ఇంకా ఆరంభ దశలో ఉన్నది. ఆవిరితో నడిచే ట్రాక్టర్, నాగలి వారి పనిముట్లలో భాగం. వారు ముఖ్యంగా తాజా కాయగూరలు, ఆవుమేత పండించుతారు.

అన్నిటికంటే సమర్ధవంతంగా నడిచే డైరీ ఫారం. ఇటువంటిది ఈ దేశంలో నేనెక్కడా చూడలేదు. ఈ డైరీని ఒక నమూనాగా ప్రదర్శించవచ్చు. ప్రతిఒక్క పశువూ ఏరికోరి తెచ్చిన నమూనా. ఈ పాడిపశువులకూ దేశంలోని మిగిలిన పశువులకూ తేడా తెలుసుకోవటానికి ఆగ్రాదాటి పోనవసరం లేదు. పశువులకొష్టంలో పారిశుద్ధ్యం అతిక్రమశిక్షణతో పాటించుతారు. వైజ్ఞానిక పద్ధతులు అవలంబించటం ద్వారా పాల ఉత్పత్తి దేశంలోని సగటు ఉత్పత్తికంటే చాల ఎక్కువ అని విన్నాను. ఒక పాశ్చరైజింగ్ రెఫ్రిజిరేటింగ్ ప్లాంట్ ఉంది కాబట్టి దయాల్‌బాగ్, ఆగ్రావాసులకు దేశంలో తొలి సారిగా మంచి ఆరోగ్యకరమైన, క్రిమిరహితమైన పాలు లభించుతున్నాయి. దిగుమతి అయివచ్చిన వెన్న తయారు చేసే యంత్రము మరొక విద్యుత్ పరికరం. ఈ విభాగం మంచి పేరు అంతా సహబ్ జీ మహారాజ్ కొడుకుకు చెందుతుంది. తను ఇంగ్లండ్ హాలండ్, డెన్మార్క్, యునైటెడ్ స్టేట్స్‌లో ఉన్న ముఖ్యమైన పాల సరఫరా కేంద్రాలు దర్శించి, ఆ విభాగంలో అత్యాధునిక పద్దతులన్నీ నేర్చుకుని వచ్చాడు.

కాలనీ స్థాపించిన తొలి రోజులలో ఊరికీ, పొలాలకు నీటి సరఫరా ఒక క్లిష్ట సమస్య అయ్యింది. ఒక పంట కాలవ తవ్వారు. నీటి సరఫరా కేంద్రం స్థాపించారు. కాని డిమాండ్ పెరిగిపోతూ ఉండటాన సహబ్ జీ అదనపు సరఫరా కోసం వెతుకవలసి వచ్చింది. ఆయన ప్రభుత్వ ఇంజనీర్ల సహాయం అర్థించారు. వారు మంచి లోతైన బోర్‌వెల్ తవ్వి సమస్య పరిష్కరించారు.

కాలనీకి స్వంత బ్యాంక్ ఉన్నది. ధృఢంగా నిర్మించిన కట్టడం స్టీల్ గ్రిల్ కిటికీలతో బయట ''రాధాస్వామి జనరల్ అండ్ అష్యూరెన్స్ బ్యాంక్ లిమిటెడ్'' వ్రాసి ఉంటుంది. బ్యాంక్ ఆథరైజ్‌డ్ క్యాపిటల్ ఇరవైలక్షల రూపాయలు. ఈ బ్యాంక్ ప్రైవేట్ బ్యాంక్‌లా వ్యాపారం చేయడటమే గాక ఊరి ఆర్థిక వ్యవస్థను కంట్రోల్ చేస్తుంది.

దయాల్‌బాగ్ ఊరు నడుమ రాధాస్వామి విద్యాసంస్థ ఉన్నది. అది తగిన స్థానంలో ఉన్నది. కారణం అదికాలనీ కంతటికీ సుందరమైన కట్టడం రెండు వందల అడుగులమేర ఎర్ర ఇటుకల పనితనం పాశ్యాత్యుల కంటికి ఆనుతుంది. కిటికీలుగా గొయెథిక్ శైలి కమానుకట్టు చుట్టు తెల్లపాలరాయి కట్టడం ముందట పూదోటలు.

ఈ ఆధునిక హైస్కూలులో వందలకొద్ది విద్యార్థులు ఉన్నారు. ముప్ఫై ఇద్దరు అర్హులైన ఉపాధ్యాయులు, ఒక్క ప్రిన్సిపాల్ ఈ విద్యాలయం నడుపుతారు. ఉపాధ్యాయులు ఉత్సాహవంతులు, ఆదర్శవాదులు అయిన యువకులు. తమ విద్యార్థులకు, తమ గురువు సహబ్ జీ మహరాజ్‌కూ సేవచేయాలనేది వారి తపన.

విద్యస్థాయి ఉన్నతంగా నిలబెట్టుతున్నారు. సంప్రదాయకమైన మత బోధనలు ఏమీ ఉండవు. ఉదాత్తమైన ప్రవర్తన పెంపొందించటానికి ప్రయత్నం జరుగుతుంది. దానికి తోడు అప్పుడుడప్పుడు సహబ్ జీ మహరాజ్ విద్యార్థులను కలుస్తుంటారు. ప్రతి ఆదివారం స్కూల్ అసెంబ్లీలో ఆధ్యాత్మిక ప్రసంగం చేస్తారు.

విద్యార్థులకు హాకీ, ఫుట్‌బాల్, క్రికెట్, టెన్నిస్ వంటి ఆటల్లో పాల్గొనటానికి ప్రోత్సాహం కలుగుతుంది. ఏడువేల పుస్తకాలతో గ్రంథాలయం, ఒక చిన్న మ్యూజియం స్కూలులో అదనపు ఆకర్షణలు.

మరొక బహ్మాండమైన కట్టడంలో స్త్రీల కళాశాల ఇదే పద్ధతిన నడుస్తుంది. ఇటీవల వరకు భారతీయమహిళకు నిరాక్ష్యరాస్యత బలవంతంగా విధించబడింది. ఆ శ్రుంఖలాలను తెంచాలనే సహబ్ జీ ధృడనిశ్చయమే ఇందుకు పునాది.

విద్యా సంస్థలలో సాంకేతిక కళాశాల అన్నిటికంటే చిన్నది. అక్కడ మెకానికల్, ఎలక్ట్రికల్, ఆటోమొబైల్ ఇంజనీరింగ్ నేర్పుతారు. కర్మాగారాలకు అవసరమైన టెక్నిషియన్‌లు, ఫోర్ మెన్ శిక్షణ ఇస్తారు. క్లాసురూంలో థియరీలతో బాటు పరిశ్రమకు అవసరమైన వృత్తి పరమైన అనుభవం ఇవ్వటానికి కాలేజ్ విద్యార్థులకోసం 'మోడల్ ఇండస్ట్రీస్' విభాగంలో ప్రత్యేకమయిన మెషిన్లు, బెంచీలు ఏర్పాటు అయ్యాయి.

ఈమూడు కాలేజీలలోనే చదివే విద్యార్థులకోసం ఆకర్షణీయమైన హాస్టల్స్ చాలా ఉన్నాయి. ప్రతి హాస్టల్ ఆధునికంగా గాలి, వెలుతురు వచ్చేలా ఉంటుంది. టౌను నివాసాలన్ని దయాల్ బాగ్ బిల్డింగ్ డిపార్ట్‌మెంట్ ఆధ్వర్యంలో ఉన్నాయి. ఈ డిపార్ట్‌మెంట్ ఇళ్లూ, ఊరు ప్లాన్‌చేసి ఇళ్లు నిర్మించుతుంది. ప్రతి వీధికి ప్రత్యేకమైన వాస్తుశిల్పం కంటికి విందుచేసేలా, ఈ నగర ప్లానర్స్‌కు కళాత్మక ఐకమత్యం వారి ఆదర్శాలలో ఒకటి. వికారమైన కట్టడాలు, ఒక పథకం లేని కట్టడాలు పూర్తిగా నిషిద్ధం. ఇల్లుకట్టదలచినవారు డిపార్ట్‌మెంట్ ప్లాన్స్‌లో ఒకదానిని ఎంచుకోవాలి. అంతే. అంచెలంచెలుగా ఉన్న నాలుగు నియమిత ధరలలో నాలుగురకాల ఇళ్లు ఉన్నాయి. కొనుగోలు దారు అసలు ధర దానిపైన చిన్న పర్సెంట్ చెల్లించుతాడు.

ఈ కాలనీలో ఒక చిన్న మంచి ఆసుపత్రి, వసతి గృహం కూడా ఉన్నాయి. అన్ని విధాలుగా స్వయం సమృద్ధి ఈ కాలనీ లక్ష్యం. కనుకనే చలాకీగా సెల్యూట్ చేసే పోలీసాయన కూడా రాధాస్వామి సమితి సభ్యుడే నంటే నేను ఆశ్చర్యంపోలేదు. కాని అతని ఉనికి నాలో వింత విచారణ రేపుతుంది. దయాల్‌బాగ్‌లో నీతివర్తనకు భయపడి నేరం పలాయనం చిత్తగించింది. ఈ ప్రదేశాన్ని అవాంఛితులైన చొరబాటు దారులనుంచి ఈ ప్రదేశాన్ని కాపాడటానికే అతను అక్కడ ఉన్నాడు.

సహబ్ జీ మహరాజ్ తన బహుభారమైన బాధ్యతలనుంచి సమయందొరికి కలుసుకొనగలిగినపుడు ఆయన సాధించిన ప్రశంసనీయమైన సఫలతకు నా నివాళులు తెలిపాను. ముందడుగు వేయని భారతదేశంలో ఇంత ప్రగతి సాధించిన ఊరిని చూసిన ఆశ్చర్యం వెలిబుచ్చాను.

''కాని'' నా ప్రశ్న, ''దీనికి డబ్బు ఎక్కడి నుంచి వచ్చింది? దీనిమీద మీరు చాల డబ్బు ఖర్చుచేసి ఉంటారు.''

''ఆడబ్బు ఎలా వస్తుందో చూసే అవకాశం మీకు కలుగుతుందనుకుంటాను'' ఆయన జవాబు ''రాధాస్వామి సమితి సభ్యులే ఈ కాలనీకి కావాలసిన డబ్బు సమకూర్చుకున్నారు. ఇలా చేయాలని వారికి బలవంతం ఏమీలేదు. వారి వద్దనుంచి చందాలూ అవసరం లేదు. కాని దయాల్‌బాగ్ అభివృద్ధికి తోడ్పటం వారుతమ ధర్మంగా భావించుతారు. తొలి దశలో ఈ విరాళాల మీద ఆధారపడవలసివచ్చినా, దీనిని పూర్తిగా స్వయం సమృద్ధంగా చేయటమే నాధ్యేయం. మాకు సంపూర్ణ స్వాతంత్ర్య స్థితికలిగినంతరకూ నేను విశ్రమించబోను''

''అయితే మీకు ధనికులయిన శ్రేయోభిలాషులు ఉన్నారన్నమాట.''

''ఎంతమాత్రమూ కాదు. ధనికులయిన రాధాస్వాములను లెక్కపెట్టటానికి ఒకచేతి వేళ్లు ఎక్కువ. మా సభ్యులంతా సామాన్యులు సగటు పరిస్థితులలో జీవించేవారు. ఈ ప్రగతి వెనుక ఎంతోమంది నిస్వార్థత్యాగం ఉన్నది. పరమాత్మ దయవలన మేము ఇంతవరకు లక్షలాది రూపాయలు సంపాదించి వెచ్చించగలిగాము. ఈ సమితి విస్తరించుతున్న కొద్దీ ఈ కాలనీ భవిష్యత్తు క్షేమం కనుక మాకు ఆర్థిక లోపం ఎన్నడూ ఉండబోదు.''

''మీ సభ్యులు ఎంతమంది?''

''మా సభ్యత్వం 110 000 కు మించింది. కాని కొన్ని వేలమంది మాత్రమే ఇక్కడ స్థిరపడ్డారు. రాధాస్వామి సమితి వయసు సుమారు డెబై సంవత్సరాలు. కాని గత ఇరవై సంవత్సరాలలోనే సమితి అభివృద్ధి అత్యధికం. అయితే ఈ అభివృద్ధి అంతా ఏ బహిరంగ ప్రకటనలు, ప్రచారం లేకుండా జరిగింది అని మీరు తెలుసుకోవాలి. ఎందుకంటే మాది సగం రహస్యమయిన సమితి మేము ప్రజలలోకి వచ్చి, మాబోధకులు ప్రచారం చేసి ఉంటే మా సభ్యత్వం ఇంతకు పదింతలు ఉండేది. మా సభ్యులు దేశమంతటా విస్తరించి ఉన్నారు. వారంతా దయాల్ బాగ్‌నే కేంద్రంగా భావించి వీలయినంత తరుచుగా ఇక్కడికి వచ్చిపోతుంటారు. స్థానికంగా వారంతా బృందాలుగా ఏర్పాటు అయినారు. ఈ బృందాలన్నీ వారి వారి స్థలాలలో ప్రతి ఆదివారం ఇక్కడ దయాల్ బాగ్‌లో మేం ప్రత్యేక సమావేశం ఆరంభించే క్షణాల

వారంతా సమావేశమౌతారు.'' సహబ్ జీ తన కళ్ల జోడు తుడుచుకోవటానికి ఆగుతారు.

''ఆలోచించండి. మేము ఈ కాలనీ స్థాపించటం ఆరంభించినపుడు మా చేతిలో ఐదు వేల రూపాయలకు మించిలేవు. అదికూడా విరాళమే. మా మొదటి స్థలం నాలుగు ఎకరాలు ప్రస్తుతం దయాల్‌బాగ్ వేల ఎకరాలకు విస్తరించింది. మేము ఎదుగుతున్నట్లు అనిపించటం లేదా?''

''దయాల్‌బాగ్ ఎంతపెద్దది చేయాలనుకుంటున్నారు?''

''ఇక్కడ పది, పన్నెండు వేలమంది స్థిరపడిన తర్వాత ఆపుతాం. సక్రమంగా నిర్వర్తించితే పన్నెండువేల ప్రజలు నివసించే ఊరు పెద్ద ఊరిక్రిందే లెక్క. మీ పాశ్చాత్య దేశాలలోని మహానగరాలను నేను నకలు చేయదలచుకోలేదు. అక్కడ జనసమ్మర్ధం మితిమీరింది. తత్కారణంగా అనవసరమైన సమస్యలన్నీ తలెత్తుతాయి. మనుష్యులు తమ పనులు చేసుకుంటూ ఆనందంగా జీవించగల ఉద్యాన నగరం నిర్మించటం నాకోరిక. అక్కడ గాలి, వెలుతురు, పుష్కలంగా ఉండాలి. దయాల్‌బాగ్ పూర్తి కావటానికి మరికొన్ని సంవత్సరాలు పట్టుతుంది. అప్పుడు అది ఒక ఆదర్శ స్థావరం అవుతుంది. యాదృచ్ఛికంగా నేను ప్లేటోరచన 'రిపబ్లిక్' చదివినపుడు ఇక్కడ నేను ప్రకటించటానికి ప్రయత్నించుతున్న భావాలే ఆగ్రంథంలో ఉండటం సంతోషకరమైన ఆశ్చర్యం కలిగింది. దయాల్‌బాగ్ పూర్తి అయిన తరువాత దేశంలో ఇటువంటి సమాజాల స్థాపనకు ఇది నమూనాకావాలని నా కోరిక కనీసం రాష్ట్రానికి ఒకటి చొప్పున చాల సమస్యలకు అది నా పరిష్కరంగా అర్పించుతాను.''

''ఇండియా పారిశ్రామికంగా అభివృద్ధిచెందాలని మీ అభిమతమా?''

''తప్పకుండా! అది అత్యవసరం. కాని, పడమట మీరుచేసినట్లుగా అందులో మునిగి పోవటం నా ఆశకాదు.'' ఆయన నవ్వుతారు. ''సామాన్య ప్రజలను పీడించుతున్న దారిద్ర్యాన్ని తొలగించటానికి భారతదేశం ఒక పారిశ్రామిక నాగరికత పెంపొందించాలి ఈ పారిశ్రామిక అభివృద్ధిలో ధనస్వామ్యానికి కార్మిక వర్గానికి మధ్య పోరాటం సాధారణం ఈ పోరాటం లేని వ్యవస్థ ఇక్కడ స్థాపించాలి.''

''అదెలా చేద్దామనుకుంటున్నారు?''

''ప్రజా సంక్షేమంలో నుంచి వ్యక్తి సంక్షేమం సాధించాలి సమాజాన్ని పణం పెట్టికాక ఇక్కడ మేం సహకార సూత్రం మీద పనిచేస్తాం. ప్రతి ఒక్కరూ వ్యక్తి గత సాఫల్యత కంటే దయాల్‌బాగ్ సాఫల్యత మిన్నగా ఎంచుతారు. ఇక్కడ ఎంతో తక్కువ జీతాలకు పనిచేసే మార్గదర్శకులు ఉన్నారు. మరెక్కడైనా సరే వారికి ఇంతకు మించి మంచి జీతాలు వస్తాయి. ఇదంతా శిక్షితులైన విద్యావంతులను

గురించి చెబుతున్నాను. నిరక్షరాస్యులయిన కార్మికులను గురించి కాదు. కార్మికులు సరేసరి, స్వచ్ఛంద సేవచేస్తారు. ఆనందంగా మేమంతా ఒకే ఆధ్యాత్మిక సూత్రంతో ప్రేరితులమై ఉన్నాము గనుక ఈ సూత్రం ఇక్కడ బాగా పనిచేస్తుంది. మా ప్రయత్నాలు అన్నిటి వెనుక అదే ప్రేరణ వీలయిన వారు కొంతమంది తమ సేవలను ఉచితంగా ధారపోస్తున్నారు. ఇది గమనించితే మా మనుష్యుల వెనుక ఎంత ఉత్సాహము, స్ఫూర్తి ఉన్నాయో తెలుస్తుంది. దయాల్‌బాగ్ పూర్తిగా ఎదిగి స్వయం సమృద్ధం అయిన తర్వాత ఈ త్యాగాలు అవసరం ఉండబోవని నా ఆశ. ఆధ్యాత్మిక అభివృద్ధి త్వరగా కలుగుతుంది. అనే లక్ష్యంతోనే వీరంతా ఇక్కడ చేరారు. ఇక్కడికి వచ్చి మీరు అందులో మూడవ వంతు జీతంతోనే తృప్తిపడాలి. ఎందుకంటే మేము పెద్ద జీతాలు ఇవ్వగలస్థితిలో లేము. అప్పుడు క్రమంగా మీరు ఒక ఇల్లుకట్టుకోవచ్చు ఇల్లాలిని తెచ్చుకొనవచ్చు, పిల్లలను కనవచ్చు. కాని ఈ పరిణామంతో మీ వృత్తిని లౌకికంగా మాత్రమే చూసి, మీరు ఏ ఆధ్యాత్మిక ఆదర్శాలతో ఇక్కడ చేరారో మర్చిపోతే, ఆ మేరకు మీరు విఫలురైనట్లే ఇక్కడ మీరు చూసే లౌకిక వ్యహారాలు ఎన్ని నడుస్తున్నా ఈ సమాజం ఎందుకు స్థాపించామో ఆ ప్రాథమిక ప్రయోజనం మాత్రం మేము ఎన్నటికీ మర్చిపోము.''

''అలాగే.''

''మీ పాశ్చాత్య సూత్రం ప్రకారం మేం సోషలిస్ట్‌లంకాదు. కాని, ఇక్కడి పరిశ్రమలు, పొలాలు, కళాశాలలు ఈ సమాజానికి చెందుతాయమనేమాట నిజం. ఈ స్వామ్యం ఇళ్లకు, స్థలాలకు కూడ వర్తించుతుంది. మీరు ఇక్కడ ఇల్లుకట్టుకోవచ్చు. కాని అందులో మీరు నివసించినంత కాలమే అదిమీది. ఈ పరిమితులు దాటిన తర్వాత ఎవరికి సాధ్యమైనంత ధనం, ఆస్తి, ఎక్కడైనా సరే కూడ బెట్టుకోవచ్చు. ఇదే మమ్మల్ని సోషలిజం నిరంకుశత్వం నించి పూర్తిగా విడదీస్తుంది. మా సమాజం ఆస్తిపాస్తులు, సభ్యులు ఇచ్చే స్వచ్ఛంద విరాళాలు అన్నీ ట్రస్ట్‌లు భావించి, ఆధ్యాత్మిక భావనతో నిర్వహించబడుతాయి. ఇక్కడ ప్రతి ఒక్కటి మా ఆధ్యాత్మిక ఆదర్శానికి ఆధీనమే. భారతదేశంలో వివిధ రాష్ట్రాల ప్రతినిధులు మొత్తం నలభై ఐదుగురు సభ్యులతో ఒక కమిటీ ఉన్నది. ఈ కమిటీ సంవత్సరానికి రెండుసార్లు సమావేశం అయి ఇక్కడి కార్యనిర్వహణ పర్యవేక్షించటమేగాక, ఎకౌంట్లు పరిశీలించి, బడ్జెట్‌లు పరిగణించుతుంది. రోజువారీ పనులు, సామాన్యమైన కంట్రోల్ పదకొండు మంది సభ్యుల ఎగ్జిక్యూటివ్ కమిటీ ఆధ్వర్యంలో జరగుతాయి.''

---

1. దాదాపు దీని ప్రకృతి రూపమైన పధకం ఇటలీకి చెందిన ప్రొఫెసర్ రిగ్నానో రచించారు. యూరప్ ఆర్థిక శాస్త్రవేత్తలందరికీ అది పరిచితమే. వారసత్వ చట్టాన్ని అత్యల్ప ప్రతికూలత, త్యాగాలతో సవరించాలని ఆయన ప్రతిపాదించారు.

“అనేక సమస్యలకు దయాల్‌బాగ్‌ను పరిష్కారంగా చూపుతానన్నారు మీరు. ప్రస్తుతం ఆర్థిక సమస్య అతిముఖ్యమైన సమస్య ఆ సమస్యకు దయాల్‌బాగ్ ఎలా పరిష్కారం చూపగలదో నాకు అర్థంకావటం లేదు.”

సహబ్ జీ మహారాజ్ ధైర్యంగా నవ్వుతారు.

“ఈ విషయంలో భారతదేశం కూడ ప్రయోజనకరమైన తోడ్పాటు అందజేయ వచ్చు” ఆయన జవాబు. రాబోయే సంవత్సరాలలో మా అభివృద్ధి వేగం కావటానికి ఇటీవల మేము ఒక కొత్తపథకం అమలు జరిపాం. ఈ పధకం అతిముఖ్యమైన ఆర్థిక, సామాజిక సూత్రాలకు మూలం అవుతుందని నాఉద్దేశ్యం. మేమ ఒక వారసత్వనిధి స్థాపించాము. ఇందులోకి వేయి రూపాయలకు మించిన విరాళం ఇవ్వగలిగిన వారందరికీ ఆహ్వానం. అప్పుడు అందులోని ప్రతి సభ్యుడికి సంవత్సరానికి కనీసం ఐదు శాతం రాబడి అడ్మినిస్ట్రేటివ్ కమిటి ఇస్తుంది. అతని అనంతరం అదే సాంవత్సరిక ఆదాయం అతని భార్యకు, బిడ్డకు, లేదా ఆయన దత్తంచేసిన వ్యక్తికి ఇవ్వబడుతుంది. ఈ రెండవ వ్యక్తి కూడా ఆ వార్షికానికి వారసుడిని నమోదు చెయ్యవచ్చు. ఈ మూడవ తరం అస్తమించినప్పుడు వార్షికం ఆగిపోతుంది. మొదటి చందాదారుడు కష్టాలలో ఉన్నా, అత్యవసర పరిస్థితిలో ఉన్నా అతని సొమ్ములో కొంతకాని, అవసరాన్ని బట్టి అంతాకాని అతనికి వాపసు చేయబడుతుంది. కాలక్రమాన మా వారసత్వనిధిలో లక్షలాది రూపాయలు జమఅవుతాయి. ఎవరికీ బాధకలిగించకుండా వారి విరాళము ఎంతయినా దానికి తగిన ప్రతిఫలం ముట్టతుందని భరోసా వారికి ఉంటుంది.”

“కాపిటలిజం దౌష్ట్యానికీ, సోషలిజం పగటికలలకీ మధ్య మీరొక స్పష్టమైన స్థానం వెతుకుతున్నారని నా భావన. ఏది ఏమయినా మీకలలు సాకారమై మీరు సాఫల్యం సాధించాలి ఆ సాఫల్యత మీకు త్వరలో సిద్ధించాలని నా ఆశ.”

నిత్యం పెరిగే వారసత్వ నిధి, నిరంతరం ప్రవహించే స్వచ్ఛంద విరాళాలు, లాభాలు ఆర్జించే స్థితికి చేరిన పరిశ్రమలు అన్ని కలిసి దయాల్ భవిష్యత్తు ఉజ్వలంగా ప్రకాశించటానికి అవసరమైన సాధనాలు సిద్ధంగా ఉన్నట్లు నాకు స్పష్టం అయింది.

“భారతదేశంలో అనేక ప్రఖ్యాత నాయకులు మా ప్రయోగాన్ని కనిపెట్టి చూస్తున్నారు. ఫలితాలకోసం కాచుకు కూర్చున్నారు. తెల్లని తలపాగలో రాధా స్వాముల అధిపతి అన్నారు. “కొందరు దయాల్‌బాగ్ దర్శించారు. మా భావాలను వ్యతిరేకించే విమర్శకులు కూడా ఇక్కడికి వచ్చారు భారతీయ ప్రజలు ప్రపంచంలో అత్యంత బలహీనులు, అత్యంత పేద కోవలో చేరుతారు. వారి నాయకులు అందరూ సర్వరోగ నివారిణులను ఎరచూపుతారు. అవి ఒకదానికొకటి పొత్తు కుదరదు. ఒకసారి గాంధి ఇక్కడికి వచ్చి నాతో చాలసేపు మాట్లాడారు. నన్ను తనరాజకీయ ఉద్యమంలో చేరుమన్నారు. నేను నిరాకరించాను.ఇక్కడ మాకు రాజకీయాలతో

పనిలేదు. పునరుత్పత్తికి మార్గాలు వెదకటానికి మాశక్తులు ధారపోస్తాం. గాంధీ రాజకీయాలతో నాకు సంబంధం లేదు. కాని ఆయన ఆర్థిక సూత్రాలు దూరదృష్టికలవే అయినా అమలు పరచ దగినవి కావు.''

''భారతదేశం యంత్రాలన్నిటినీ సముద్రంలో కలపాలంటారు ఆయన.'' సహేబ్‌జీ తల అడ్డంగా తిప్పుతారు

''భారతదేశం గతంలోకి వెళ్లలేదు. సంపన్నం కావాలంటే భారతదేశం ముందుకు సాగి వస్తునాగరికతలో కీలక విషయాలు పెంపొందించాలి. మాదేశవాసులు అమెరికా, జపాన్‌ల పాఠాలు నేర్చుకోవాలి. రాట్నం, చేనేత ఆధునిక పద్ధతుల ధాటికి తట్టుకోలేవు.''

సహబ్ జీ మహారాజ్ తన భావాలు వెలిబుచ్చుతుంటే చామనచాయ హిందువు దేహంలో ఉన్నచురుకయిన అమెరికన్ మేధలా తోచారు. ఆయన పద్ధతంతా సమర్థవంతమైన వ్యాపార సరళి. తన అభిప్రాయాలు వెలిబుచ్చటంలో అతి నిశితమైన భావ ప్రకటన. ఆయన లౌకిక జ్ఞానం, నిలకడ, స్వస్థబద్ధత నాహేతుబద్ధ స్వభావాన్ని ఆకర్షించాయి.

ఆయన స్వభావం ప్రకటించే విరోధాభావ ప్రకృతి నేను కొత్తగా గ్రహించాను ఒక రహస్యమయ 'యోగ' అభ్యసించే లక్షకు మించిన శిష్యులకు గురువు దయాల్‌బాగ్‌లో వివిధ లౌకిక వ్యవహారాలను నిర్వహించుతున్న దక్షులు అన్నికలిపి వెలకడితే ఆయన మహామేధావి, ఆశ్చర్యజనకులు అని నా నిశ్చిత అభిప్రాయం. భారతదేశంలోనే కాదు. యావత్ ప్రపంచంలో ఆయనను పోలిన వ్యక్తిని కలుస్తానని నేననుకోను.

ఆయన స్వరం నా ఆలోచనలను ఛేదించింది.

''దయాల్‌బాగ్‌లో మీరు మా కార్యక్రమాలు రెండు చూశారు. కాని మా కార్యక్రమాలు మూడు విధాలు మావన ప్రకృతే త్రిముఖం – ఆత్మ, మేధ, దేహం కనుక శారీరకమైన పనికి వర్క్‌షాప్‌లు, పొలాలు ఉన్నాయి. మానసిక అభివృద్ధికి కాలేజ్‌లు ఉన్నాయి. ఈ చివర్లో ఆధ్యాత్మిక కార్యక్రమాలకు సమావేశాలు ఉన్నాయి. ప్రతివ్యక్తి సర్వతోముఖవికాసానికి తోడ్పడటం మా లక్ష్యం. మేము ఆధ్యాత్మిక సాధనకు అత్యంత ప్రాధాన్యత ఇస్తాము. మా సమాజంలో సభ్యులు ఎక్కడ ఉన్నా సరే తమ వ్యక్తిగత సాధనలను క్రమం తప్పకుండా అభ్యాసం చేస్తారు.''

''నేను మీ సమావేశాలలో చేరవచ్చునా?''

''సంతోషంగా! ప్రతి సమావేశానికి మీకు మా స్వాగతం.''

★

దయాల్ బాగ్ కార్యక్రమాలు ఉదయం ఆరుగంటలకు తొలిసమావేశంతో మొదలు అవుతాయి. ఉషస్సు చీకటిని త్వరగా పారబోలుతుంది. తీయని కిచకిచలు కాకుల చావుకేకలతో కలుస్తున్నాయి. అన్ని పక్షులు ఏకమై సూర్యుడికి ప్రాతఃకాల వందనం ఆరంభించాయి. నేను నాగైడ్‌ను అనుసరించి బ్రహ్మాండమైన కాన్వాసు కట్టడం చేరుకున్నాను. కట్టడం అంతా కొయ్య స్తంభాలపై నిలిచి ఉన్నది. ప్రవేశ ద్వారం దగ్గర పెద్దగుంపు, ప్రతి ఒక్కరూ తమ జోళ్లు, శాండల్స్ తీసి అక్కడ కాచుకొని ఉన్న సహాయసిబ్బందికి ఇస్తున్నారు. నేనూ ఆచారాన్ని పాటించి టెంట్‌వేసిన హాల్ లోకి ప్రవేశించాను.

మధ్యలో ఒక ఎత్తయిన వేదిక, అక్కడ పరమ పవిత్ర ఆచార్యులు సహబ్ జీ మహారాజ్ కుర్చీలో కూర్చొని ఉన్నారు. వందలమంది ఆయన అనుచరులు ఆయనను పరివేష్టించి వృత్తాకారాలలో కూర్చుని ఉన్నారు. నేలఅంతా మానవ దేహాలు తివాచీ లాగా కప్పివేసాయి.

నేను దారి చేసుకొని వేదిక క్రింది చోటుకు చేరాను. అక్కడదొరికిన సందులో ఇరుక్కున్నాను. కొద్దిసేపటిలో హాలువెనుక భాగంలో ఇద్దరు వ్యక్తులు నుంచున్నారు. వారి స్వరాలు నిదానంగా ఒక ప్రార్ధన ఆరంభించుతాయి. ఆపదాలు హిందీలో ఉన్నాయి. కాని ఆ లయ కర్ణపేయంగా ఉన్నది. ఈ ప్రార్ధన సుమారు పదిహేను నిమిషాలకాలం సాగుతుంది. అప్పటికి ఆవింత పదాలు, పవిత్ర పదాలు ప్రతి ఒక్కరిని ప్రశాంతమైన స్థితికి చేర్చాయి. అప్పుడు ఆస్వరాలు క్రమంగా అవరోహణలో దిగిపోయి చివర్న నిశ్శబ్దం అయిపోయాయి.

నేను చట్టూ పరికించాను. ఆవిశాలమైన డేరాలో ప్రతి ఒక్కరూ మౌనంగా, నిశ్చలంగా ధ్యానంలోనో, ప్రార్ధనలోనే మునిగి ఉన్నారు. వేదిక మీద కూర్చొని ఉన్న వ్యక్తిని గమనించాను. ఆయన సాదాదుస్తులలో నిరాడంబరంగా ఉన్నారు. ఇంతవరకు ఆయన నోటివెంట ఒక్క మాటకూడ రాలేదు. ఆయన ముఖం మామూలు కంటే గంభీరంగా ఉన్నది. ఆయన అప్రమత్తత, చురుకుదనం మాయమయ్యాయి. ప్రశాంతమైన ఆలోచన ఏదో ఆయన మనసును నిలిపివేసింది. ఆయన తెల్లని తలపాగ క్రింద ఎటువంటి ఆలోచనలు నలు దిక్కులా పరుగులు తీస్తుంటాయా అని నా ఆశ్చర్యం ఆయన భుజాల మీద భారం ఎంత? ఇక్కడ సమావేశమైన వారంతా పరలోక జీవితానికీ తమకూ మధ్యవర్తి ఆయననేనని భావిస్తారు. పూర్తి నిశ్శబ్దం అక్కడ మరొక అరగంట కొనసాగుతుంది. ఒక దగ్గు ఒక చలనం ఏమిలేదు! ఆలోచనా మగ్నులైన ఈ పాచ్యవాసులు తమ మనస్సులను సంశయాత్మకుడైన పాశ్చాత్యుడికి

ప్రవేశం లేని మరో ప్రపంచానికి తీసికొని వెళ్లారా? ఎరికి తెలుసు? కాని త్వరలో ఊరిలో జగరబోయే అతిచురుకైన కార్యకలాపాలకు ఇది చోద్యమైన పీఠిక.

మా పాదరక్షలు సేకరించుకొని మౌనంగా ఇంటిముఖం పట్టాము.

ఉదయం నేను అనేకమంది రాధాస్వాములతో సంభాషణలోకి దిగాను ఇక్కడి వారు బయటి నించి వచ్చిన వారూ, అంతా వారిలో చాలమంది మంచి ఇంగ్లీషు మాట్లాడారు. వాయువ్యం నుంచి తలపాగాలవారు, దక్షిణాదినుంచి, పిలకలతో తమిళులు, తూర్పు నించి చురుకైన బెంగాలీ యువకులు, మధ్యరాష్ట్రాలనుంచి గడ్డం స్వాములు. వారి ఆత్మగౌరవము.వారి ఆధ్యాత్మిక ఆశయాలకు సమంగా క్రియాశీల స్వభావము నన్ను ఆకట్టుకున్నాయి. వారి ఆశలు ఆశయాలు ఆకాశంలో ఉన్నా వారి పాదాలు స్థిరంగా ధృఢమైన నేల మీద నడుస్తాయి. ఈ పౌరులను చూసి ఏ నగరం ఏగ్రామం అయినా గర్వించుతాయి అని నాఆలోచన. వారంటే నాకు సహజమైన అభిమానం కలిగింది. వారిని చూసి విశేషమైన ప్రశంస పొంగింది. కారణం వారు అరుదైన ప్రవర్తన కలవారు!

అపరాహ్ణంలో చిన్న మీటింగ్ జరిగింది. అది సందర్శ సభ్యులకోసం ఏర్పాటయిన ఇష్టాగోష్టి వంటి క్లుప్తమైన సమావేశం. వ్యక్తిగత సమస్యలచర్చ, ప్రశ్నలు సమాధానాలు, సామాన్య ఇతర విషయాలు వ్యవహరించబడ్డాయి. ప్రతి సమస్యకు సహబ్ జీ మహరాజ్ అసామాన్యమైన ప్రజ్ఞతో సమాధానం పరిష్కారం చూపారు. ఆయన చాతుర్యంతో పిచ్చాపాటి లాగా మాట్లాడుతారు. ఎంత చిన్న సూక్ష్మ ప్రశ్నకయినా ఆయన సమాధానంతో సిద్ధం! ఆధ్యాత్మికం కానీయండి లౌకికం కానియండి ఆయన ధైర్యంగా చకచక సమాధానమిస్తారు. ఆయన స్వభావంతో సంపూర్ణమైన ఆత్మవిశ్వాసంతోబాటు నింపాది అయిన నమ్రత అసాధారణంగా దిగ్విజయంగా మేళ నించి ఉన్నాయి. శ్రోతలను ఆకట్టుకొనే హాస్య ధోరణి ఆయనది. అది ఆయన జవాబులలో పునఃపునః ప్రత్యక్షం అవుతూ ఉంటుంది. సాయంత్రం మరొక బృందం సమావేశం. ఈనాటికి కాలనీలోని ప్రతి దుకాణం, స్టోర్, పొలం, తమ కార్యకలాపాలను కట్టిపెట్టాయి. బ్రహ్మాండమైన ఆ డేరా మరొకసారి విస్తారమైన కూటమితో నిండిపోయింది. సహబ్ జీ మహరాజ్ వేదిక మీద తన ఆసనం అలంకరించారు. ఆయన అనుచరులు వరుసగా వచ్చి తమ స్వచ్ఛంద విరాళాలను ఆయన పాదాల వద్ద ఉంచారు. మేనేజ్‌మెంట్ బోర్డ్‌కు ఇవి నిధులు. ఇద్దరు కమిటీ సభ్యులు ఈ విరాళాలు సేకరించి రిజిస్టర్‌లో నమోదు చేస్తున్నారు.

తర్వాత ముఖ్య అంశం గురువుగారి దీర్ఘ ఉపన్యాసం. ఆ హిందీ భాషను వేలాది అనుచరులు శ్రద్ధగా తన్మయులై విన్నారు. గురువుగారు గొప్ప వాక్పటిమ గలవారు.

ఆయన ఉపన్యాసం ఆయన హృయంలోనించి వస్తున్నది. ఆయన గాఢమైన అనుభూతితో వర్ణించుతూ ప్రసంగించారు. ఆయన ప్రసంగంలోని ఉత్సాహం, ఆవేశం, ప్రబోధం శ్రోతలను మంత్రముగ్ధులను చేసిందని ప్రత్యక్షంగా తెలుస్తున్నది.

★

ప్రతిరోజు ఈ కార్యక్రమం ఏ మార్పులేకుండా జరుగుతుంది. సాయంకాల సమావేశం రెండు గంటలకాలం అతిదీర్ఘంగా కొనసాగుతుంది. అది సహబ్ జీ మహరాజ్ మనోబలానికి నిదర్శనం. ఆ కార్యక్రమం ఏమాత్రం శ్రమలేకుండా తన ఉధృత శక్తితో నడుపుతారు. ఆ సాయంత్రం ఆయన ఏవిషయం గురించి ప్రసంగించ బోతున్నారో ఎవరికీ తెలియదు. ఆ విషయమై ప్రశ్నించినపుడు ఆయన సమాధానం :

''నేనా కుర్చీలో కూర్చున్నపుడు ప్రసంగ విషయం నాకు తెలియదు. నేను ప్రసంగం మొదలుపెట్టిన తర్వాతకూడా, తర్వాతి వాక్యం ఏమిటో, నేను ఎలా ముగించబోతున్నానో నాకు తెలియదు. నేను పూర్తిగా ఆపరమాత్మను నమ్మి ఆయనకు వదిలేస్తాను. తక్షణం ఆయన నేను తెలసుకోవలసింది తెలియజేస్తాడు. అంతరంగంలో నేను ఆయన ఆజ్ఞలు అందుకుంటాను. నిజానికి నేను ఆయన చేతులలో ఉన్నాను.''

ఆయన తొలిప్రసంగంలోని మాటలు నన్ను చాలరోజులు వెంటాడాయి. గురువుకు దాసోహ మనటం ఆ ప్రసంగం సందేశం. ఆ సందేశం నా మనసును చికాకు పరిచింది. చివరకు ఆ విషయాలు ఆయననే ప్రశ్నించాను. దయాల్‌బాగ్ ఊరినడుమ తివాచీ పరిచినట్లు ఉన్న నేలమీద కూర్చున్నాం. ఆ స్థలం పల్లెలో పశువుల పచ్చగడ్డి మేటలా ఉన్నది. మేము స్నేహమయ చర్చ ఆరంభించాం.

ఆయన తన ఉద్ధేశ్యాన్ని ధృఢంగా వెల్లడించారు.

''గురువు తప్పకుండా అవసరం. ఆధ్యాత్మిక రంగంలో స్వయం సమృద్ధి అంటూ ఏమీ లేదు.''

'మీకు కూడా అవసరమనిపించిందా!' నేను ధైర్యం చేసి అడిగాను.

'నిస్సందేహంగా నాగురువు కోసం పద్నాలుగు సంవత్సరాలు వెతికాను'.

''పద్నాలుగు సంవత్సరాలు! అది జీవితంలో ఐదోవంతు! ప్రయోజనం కలిగిందా''?

''సరయిన గురువు అన్వేషణలో గడిపే కాలం ఎన్నటికీ వృధాకాదు. అది ఇరవై సంవత్సరాలు అయినా సరే'' చటుక్కున ఆయన సమాధానం. ''నాకు విశ్వాసం

కలగకముసుపు నేనూ నీలాగనే సంశయవాదినే. ఆధ్యాత్మిక జ్యోతికి దారిచూపే గురువుకోసం నేను తహతహలాడుతూ వెతికాను. వయసులో చిన్నవాడిని. సత్యాన్వేషణలో పిచ్చివాడి నయ్యాను. చెట్లనూ పుట్టలనూ, గడ్డినీ, ఆకాశాన్నీ సత్యం అంటూ ఉంటే చూపుమని అడిగాను. వెలుగు కోసం వేడుతూ తలవంచి పసిబిడ్డలా గుండెలు అవిసేట్లు రోదించాను. ఇక ఆ బాధ భరించలేకపోయినాను. ఆదైవశక్తి నాకు జ్ఞానం ప్రసాదించటం భావ్యమని తలచేవరకు భోజనం మానేసి ఉపవాసం చేయదలుచుకున్నాను. నాకు పనిచేసే శక్తికూడా లేకపోయింది. మర్నాడు రాత్రి నాకు వివరమైన కల వచ్చింది. ఆ కలలో గురువు కనపడి తానెవరో చెప్పారు. నేనాయన అడ్రసు అడిగాను. ''అలహాబాద్! నా పూర్తి అడ్రసు తర్వాత తెలుసుకుంటావు'' ఆయన జవాబు. మర్నాడు ఆ ఊరికిచెందిన స్నేహితుడికి నా కలను గురించి చెప్పాను. అతను వెళ్లి ఒక గ్రూఫ్‌ఫోటోతో తిరిగి వచ్చాడు. ఆఫోటోలో నాకు కలలో కనిపించిన గురువును గుర్తుపట్టగలనా అని అడిగాడు. నేను వెంటనే చూపించాను. తను అలహాబాద్‌లో ఒక అర్ధ రహస్య సమాజంలో సభ్యుడిననీ, నేను చూపించిన వ్యక్తి దానికి గురువు అనీ చెప్పాడు. నేను వెంటనే ఆయన తో సంపర్కం చేసి ఆయన శిష్యుడి నైనాను.''

''ఎంత విచిత్రం!''

''మీరు స్వయంగా యోగాభ్యాసం చేసినా, స్వయంశక్తిమీదనే ఆధారపడినా, మీరు మీ గురువును కనుగొన్న నాడే మీ ప్రార్థన వినబడుతుంది. మీకు మార్గం లేదు. గురువుఉండి తీరాలి. దృఢ నిశ్చయుడైన అసలయిన అన్వేషకుడు తన గురువును చేరి తీరుతాడు.''

''ఆయనను గుర్తించటం ఎలా?'' నా ప్రశ్న అడిగాను.

సహబ్ జీ ముఖం విశ్రాతిలోకి సడలుతుంది. ఒక చోద్యమైన భావం ఆయన కన్నులలో ఒక్కక్షణం మెదులుతుంది.

''తన వద్దకు ఎవరు రావాలో గురువుకు ముందే తెలుసు. అయస్కాంతంలా ఆయన వారిని తన దగ్గరికి లాక్కుంటాడు. ఆయన శక్తి వారి అదృష్టాన్ని చేరుతుంది. ఫలితం తప్పించుకోరానిది.''

వివిధ రకాల వ్యక్తుల చిన్న బృందం మాచుట్టూ చేరింది. ఆ గుంపు క్షణక్షణానికి పెరుగుతున్నది. త్వరలోనే సహబ్ జీ కి ఒకరికి బదులు యాభై, అరవై మంది శ్రోతలు సిద్ధం!

''నేను మీ రాధాస్వామి సిద్ధాంతాలను స్పష్టంగా అర్థం చేసికొనటానికి ప్రయత్నిస్తున్నాను. నేను ఆయనతో అన్నాను. కాని అవి ఇనుప గుగ్గిళ్లలా ఉన్నాయి. మీ శిష్యులు ఒకరు మీ సమాజం గత గురువులు బ్రహ్మశంకర్ మిశ్రా రచన నాకు అరువు ఇచ్చారు. అప్పటి నుంచి నా మెదడు ఓవర్‌టైం పనిచేస్తున్నది.''

సహబ్ జీ నవ్వారు.

''రాధాస్వామి బోధనలు అర్థం చేసికొనాలంటే మీరు మా 'యోగ' అభ్యాసంచేయాలి. మాసిద్ధాంతాలు శాస్త్రీయంగా అర్థం చేసికొనటం కంటె క్రమం తప్పకుండా యీ యోగ అభ్యాసం చేయటం చాల ముఖ్యమని మా ఉద్ధేశ్యం. మేము ప్రయోగించే ధ్యాన పద్ధతులు నేను వివరంగా బోధించలేను. అవి మా సమాజంలో సభ్యులుగా చేరిన వారికి మాత్రమే రహస్య ప్రమాణం తర్వాత బోధించుతారు. కాని 'నాదయోగం' వాటి మూలం అంటే అంతరంగ నాదం వినటం.''

''నేను ఈ చదువుతున్న రచనలలో నాదమే ఈవిశ్వం పుట్టుకకు మూలం అని చెబుతున్నాయి.''

''వస్తు ప్రపంచ దృష్ట్యా మీరు సరిగా అర్థంచేసికొన్నారు. అయితే సృష్టి ఆరంభంలో పరమాత్మ తొలి చర్య నాద ప్రసరణ అని భావం. ఈ విశ్వం గుడ్డిశక్తుల ఫలితం కాదు. ఈ దివ్యనాదం ఏమిటో మా సమాజానికి తెలుసు. ఆనందాన్ని ధ్వని అనుసారం అనువదించవచ్చు. శబ్దాలు వాటి మూలకాలను, అంటే దానిని సృష్టించిన శక్తి రూపాన్ని ప్రతిఫలించుతాయని మావిశ్వాసం. మా సభ్యులు తమ అంతరంగ దివ్య శబ్దాలను నియంత్రితమైన మనోవాక్కు, సంకల్పాలతో వింటే, ఆదివ్యనాదం విన్న మరుక్షణం ఆ సర్వాంతర్యామి ప్రసాదించే సచ్చిదానందం, పరమజ్ఞానం దిశగా ఎదుగుతారు.''

''మన రక్తనాళాలలో రక్త ప్రవాహ శబ్దం దివ్యనాదం కాదా? అంతరంగంలో ఇది కాక మరి ఏ శబ్దం వినబడుతుంది?''

''ఆ... ఇక్కడ మనం చెప్పేది వస్తు శబ్దం కాదు. ఆధ్యాత్మికనాదం, ఈ వస్తు ప్రపంచంలో శబ్దంగా వినిపించే శక్తి ఈ జగత్తు సృష్టికి కారణమైన అతి సూక్ష్మనాదం యొక్క ప్రతిస్పందన మాత్రమే. మీ శాస్త్రవేత్తలు వస్తువును విద్యుచ్ఛక్తిగా మార్చినట్లే ఈ వస్తు లోకంలో శబ్దంగా వినిపించే శక్తిని మన చెవులకు అందని ఉన్నత ప్రకంపనగా జాడ తెలుసుకోవచ్చు. కారణం, ఆధ్యాత్మిక తలంలో దాని ఉనికి, నాదం అది ఉద్భవించిన ప్రదేశం ప్రభావాన్ని వహించుతుంది. కనుక మీ అంతరంగం పైన మీ ధ్యాసను ఒక నిర్ణీత పద్ధతిన ఏకాగ్రం చేస్తే, ఏదో ఒకనాడు ఆదిలో కలిగిన ప్రళయోత్పాతం వెలువడిన రహస్య పదాలు వినవచ్చు. ఆ పదాల

సంకలనమే సృష్టికర్త అసలు పేరు. ఆ పదాల ధ్వనులు మనిషి ఆధ్యాత్మిక ప్రకృతిలోకి ప్రతిధ్వనించుతాయి. మా రహస్య యోగం ద్వారా ఆ ప్రతి ధ్వనులను పట్టుకోవటము, ఆ పదాల మూలాల వరకూ వాటిని అనుసరించటం అంటే అక్షరాలా స్వర్గపథాన నడిచినట్లే రాధాస్వామి అభ్యాసాలు ఆ మర్మనాదం వినటానికి ఉద్దేశించినవి. ఆనాదం అతని అంతరంగ కర్ణంలో వినబడినపుడు సాధకుడు ఆ పరమానందంతో తనను తాను మర్చిపోతారు.''

''మీ బోధనలు దిగ్భ్రమ కొలిపేటంత కొత్తగా ఉన్నాయి.''

''పడమటికి, కావచ్చు. తూర్పుకు మాత్రం కావు! కబీరు పదిహేనవ శతాబ్దం లోనే వారణాసిలో నాదయోగం బోధించారు.''

''వాటిని గురించి ఏమనాలో తెలియటం లేదు.''

''అందులో కష్టం ఏమిటి? ఒకవిధమైన నాదం అదే సంగీతం మనిషిని ఆనంద సాగరంలో మునకలు వేయించుతుందని మీరు ఒప్పుకుంటారు గదా! మరి అంతరంగంలో జనించే దివ్యనాదం ఇంకెంత ప్రభావం కలిగించుతుంది?''

''ఒప్పుకుంటాను! అంతరంగ సంగీతం నిజంగానే వాస్తవమేనని ఎవరైనా ఋజువు చేయగలిగితే!''

సహబ్ జీ భుజాలు ఎగురవేశారు.

''మీ తర్కాన్ని తృప్తిపరచటానికి నేను అనేక వాదాలు చేయగలను. కాని మీరు అంతకుమించిన ఋజువు ఆశిస్తున్నారని నా అభిప్రాయం. కేవలం తర్కంతో భౌతికాతీత స్థితులు ఉన్నాయని ఋజువు చేయటం ఎలా? సిద్ధంగాలేని మనసుకు భౌతిక ప్రపంచం దాటి అవలోకించటం అసాధ్యం. ఈ ఆధ్యాత్మిక సత్యాలకు ఋజువు కావాలంటే స్వానుభవం. మీరు కొన్ని యోగ అభ్యాసాలు నిత్యం సాధన చేయాలి. మానవశరీరం మనకు తెలిసిన దానికంటే ఉన్నత చర్యలు చేపట్టగలదని మీకు హామీ ఇస్తున్నాను. మన మేధస్సులో అంతర్భాగాలు సూక్ష్మలోకాలతో సంపర్కం కలిగి ఉన్నాయి. తగిన శిక్షణతో ఈ అంతరంగ కేంద్రాలను శక్తివంతం చేయవచ్చు. మనకు ఈ సూక్ష్మలోకాల ఎరుక కలిగే వరకు వీటిలో అన్నిటికంటే ముఖ్యమయిన కేంద్రం మనకు అత్యున్నతమైన దివ్యచైతన్యం కలిగించుతుంది.''

''మీరు చెప్పేది ఎనాటమీ నిపుణులకు తెలిసిన మేధా కేంద్రాలను గురించా!''

''కొంత వరకు ఇవి కేవలం భౌతిక అంశాలు. అసలయిన కార్యక్రమం సూక్ష్మ దేహంలో నడుస్తుంది. వీటిలో అన్నిటికంటే ముఖ్యమైనది పినియల్ గ్లాండ్. ఇది కనుబొమ్మల నడుమ ఉన్నదని మీకు తెలుసు. మనిషిలోని ఆధ్యాత్మిక జీవికి

అది సింహాసనం. శ్రవణ, దృశ్య, ఘ్రాణ ఇంద్రియాల నుంచి వచ్చే సందేశాలు ఈ గ్రంధివల్ల జమ కూడుతాయి.''

''పినియల్ గ్లాండ్ ముఖ్య కర్తవ్యాలను గురించి మనవైద్యశాస్త్ర వేత్తలు ఇంకా అయోమయంలోనే ఉన్నారు.'' నావ్యాఖ్య.

మనిషి మనసుకూ, శరీరానికీ ప్రాణాన్ని జీవశక్తినీ ఇచ్చేది ఆధ్యాత్మిక జీవి గనుక వారు ఇంకా అయోమయంలోనే ఉండటంలో ఆశ్చర్యం లేదు. ఈ ఆధ్యాత్మిక జీవి సినియల్ గ్లాండ్ నుంచి వెనుకడుగు వేసినపుడు కలలు, గాఢనిద్ర, సమాధి వంటి స్థితులు కలుగుతాయి. అది పినియల్ గ్లాండ్‌ను పూర్తిగా విడిచిపెట్టినపుడు శరీరం నిర్జీవం అవుతుంది. మానవ శరీరం సృష్టికే మకుటాయమానం. సృష్టిలో పరిణామంలో ఉన్న మూలకాలు అన్నీ మానవ శరీరంలో సూక్ష్మపరిమాణంలో ఇమిడి ఉన్నాయి. అంతేకాక దానికి సూక్ష్మ గోళాలు అన్నిటితోను లంకెలు ఉన్నాయి. కనుక మనలోని ఆత్మజీవి మహోన్నత ఆధ్యాత్మిక లోకాన్ని అందుకోవటం సాధ్యం. అది పినియల్ గ్లాండ్ వదిలి పైకి వెళ్తూ బూడిదరంగు భాగంలో నుంచి వెళ్లున్నపుడు విశ్వమేధతో సంపర్కం కలుగుతుంది. తెల్లని భాగంలో నుంచి వెళ్తునప్పుడు మహోన్నత ఆధ్యాత్మిక సత్యాలకు చైతన్య వంతమవుతుంది. అయితే, ఈ చైతన్య స్థితి చేరుకోవడానికి భౌతిక శారీరక చర్యలన్నీ స్తబ్ధమైపోవాలి. లేకపోతే బయటినించి వచ్చే గందరగోళాన్ని మూసి వేయడం అసాధ్యం. కనుక మా యోగసాధనల సారం సంపూర్ణ ఏకాగ్రత. ఈ ఏకాగ్రత ధ్యాసను అంతర్ ముఖం చేస్తుంది. సంపూర్ణమైన అంతరంగ మధనం సాధించే వరకు పరిసర ప్రభావాన్ని దూరం చేస్తుంది.''

అందంగా పొందికగా లలితంగా ప్రవహించి ఈ సూక్ష్మ మర్మాల వెనుక అంతర్యాన్ని జీర్ణించుకోవటానికి ప్రయత్నించుతూ నేను ఎటో చూస్తున్నాను. మా చుట్టూ చేరిన సమూహం ఈ సంభాషణలో మంచి శ్రద్ధ కనబరుచుతున్నది. కాని....

''ఈ కథనాలు అన్నీ నిరూపించాలంటే మీ నాదయోగ అభ్యాసం ఒకటే మార్గం అంటారు. ఆయోగ సాధననేమో రహస్యంగా దాచారు.'' నాఫిర్యాదు.

''మా సమాజంలో సభ్యత్వానికి ధరఖాస్తు పెట్టుకొని, స్వీకరించబడిన తర్వాత మా ఆధ్యాత్మిక సాధనలు అతనికి ముఖతః తెలియజేస్తాం.''

''మీరు ఒక్క వ్యక్తిగత అనుభవం కలిగించలేరా? స్వానుభవంతో కలిగే నిదర్శనం మీరు చెప్పేదంతా నిజమే కావచ్చు. నిజానికి నా గుండె నమ్ముతా నంటున్నది.''

''మొదట మీరు మాలో చేరాలి.''

"క్షమించాలి నేను ఆపని చేయలేను. నిదర్శనం లేకుండా నమ్మటం వీలుకాని పద్ధతిలో నేను పుట్టిపెరిగాను." తన నిస్సహాయత వెలిబుచ్చుతూ సహబ్ జీ చేతులు వెల్లకిలతిప్పి చాచుతారు.

"నేనేం చేయగలను? నేను ఆ పరమాత్ముడి చెప్పు చేతులతో ఉన్నాను."

ప్రతిరోజు సమాజంలోని సభ్యుల వలెనే నేనూ క్రమం తప్పకుండా సామూహిక సమావేశాలన్నీ హాజరు అయ్యాను. వారి నడుమ నిశ్వబ్దంగా ధ్యానించాను. గురువుగారి ప్రసంగాలు విన్నాను. వారిని స్వేచ్ఛగా ప్రశ్నించాను. ఈ విశ్వము, మానవుడిని గురించి నాకు దొరికిన రాధాస్వామి బోధనలన్నీ అధ్యయనం చేశాను.

ఒకనాటి అపరాహ్ణము ఒక శిష్యుడితో కలిసినేను దయాల్ బాగ్‌కు ఒక మైలు దూరం వెళ్లాను. అక్కడే అడవి ఆరంభం అవుతుంది. అప్పుడు జమున దిశగా మళ్లీ చివరికి ఆ విశాల నదీ తీరాన చతికిల పడ్డాం. నిటారుగా ఎత్తుగా ఉన్న ఇసుకల మీది నుంచి నిదానంగా కదులుతున్న నీటిని గమనించుతున్నాం. ఆ నీరు అలా మెలికలు తిరుగుతూ ఆగ్రావరకు విస్తరించి ఉన్న చదును నేలమీద పారుతూ పోతున్నది. అప్పుడపుడు ఒకటో ఆరో రాబందు తన గూడు చేరుకోవడానికి మానెత్తి మీదినించి ఎగురుతూ పోతుంది.

జమున! ఈ యమునా తీరాననే ఎక్కడో కృష్ణుడు గొల్లభామల నడుమ జయ ప్రదంగా కదిలాడు, తన అద్భుత వేణుగానంతో, రాగవల్లరితో వారిని మైమరిపించాడు. ఈనాడు హిందూ దేవుళ్లు అందరిలోనూ ఎక్కువ పూజలందుకునేది ఆయనే!

"ఇటీవల కొన్ని సంవత్సరాల వరకూ." నా సహవాసి అంటారు "ఇదంతా కూర మృగాల నివాసం రాత్రుళ్లు ఇప్పుడు దయాల్‌బాగ్ ఉన్న స్థలంలో స్వేచ్ఛగా తిరుగుతూతుండేవి. ప్రస్తుతం అవి ఇక్కడికి రావటం మానివేశాయి."

రెండు నిమిషాల నిశ్శబ్దం తర్వాత అతను అంటాడు.

"మా సామూహిక సమావేశాలలో కూర్చున్న తొలి యూరోపియన్ మీరే. కాని మీరే ఆఖరివారు మాత్రం కాబోరు అనేది తథ్యం. మీ అవగాహన, మీ సానుభూతి మాకు నచ్చాయి. మీరు మా సమాజంలో చేరకూడదూ?"

"ఒకటి నాకు మత విశ్వాసంలో నమ్మకం లేదు. మీరు నమ్మదలుచుకున్నది నమ్మటం. అతి సులభం."

అతను కాళ్లు దగ్గరికి లాక్కొని గడ్డం మోకాళ్ల మీద ఆనించి కూర్చున్నాడు.

'మా గురువుతో సంపర్కం మీకు ప్రయోజనకారి అవుతుంది. ఇందులో చేరుమని నేను మిమ్మల్ని బలవంతం చేయను. మేము మతం మార్పిడికి ప్రయత్నించం. మా సభ్యులు ఉపదేశించడం నిషేధం.'

'ఈ సమాజం ఒకటి ఉన్నదని మీరెలా తెలుసుకున్నారు?'

'చాల సరళం. చాల సంవత్సరాలుగా మా నాన్న ఇందులో సభ్యులు. ఆయన దయాల్ బాగ్‌లో ఉండరు. సమయానుకూలంగా వస్తూ పోతూ ఉంటారు. ఆ సమయాల్లో కొన్నిసార్లు నన్ను వెంటబెట్టుకు వచ్చారు. కాని ఇందులో చేరుమని ఆయన నాకెన్నడూ చెప్పలేదు. రెండు సంవత్సరాల క్రితం కొన్ని విషయాలలో నేను తికమకపడ సాగాను. అప్పుడు నా స్నేహితులనేకులను వారి నమ్మకాలను గురించి ప్రశ్నించాను. నేను మానాన్నను కూడా ప్రశ్నించాను. ఆయన చెప్పినది వినినేను రాధాస్వామి బోధనలకు ఆకర్షితుడినయ్యాను. నేను సమాజంలో సభ్యుడిగా అంగీకరంచబడ్డాను. కాలం నా నమ్మకాన్ని దృఢపరిచింది. నేను అదృష్టవంతుడి ననుకుంటాను. ఎందుకంటే చాలమంది ఒక జీవిత కాలమంతా అయోమయంలో గడిపిన తర్వాత ఇక్కడికి వచ్చారు'.

'మీ సందేహాలు తీర్చుకుంటున్నంత సులువుగా, శీఘ్రంగా నేను నా సంశయాలు తీర్చుకోగలిగితే...' నేను పొడిగా బదులు పలికాను.

మరొకసారి మేం ఇద్దరమూ నిశ్శబ్దంలోకి వెళ్లిపోయాం. యమునా నది నీలజలాలుగా దృష్టిని బంధించాయి. నాకు తెలియకుండానే నేను పగటికలలోకి జారిపోయాను.

ఈ భారతీయుల ఆలోచన అంతా, అది చైతన్య వంతమైనా కాకపోయినా, విశ్వాసం రంగుపులుముకొని ఉంటుంది. ఒకమతం, లేదా సిద్ధాంతం, లేదా పవిత్ర గ్రంధాలకు కట్టుబడి ఉండడమే ఇందుకు కారణం. ఈ దేశం అతి అల్ప విశ్వాసం నుంచి అత్యుదాత్త విశ్వాసం వరకూ అన్ని విధాల అన్ని స్థాయిల విశ్వాసాలు చూడవచ్చు.

ఒకసారి గంగానదీ తీరాన ఒక చిన్న ఆలయం దారితప్పి చేరాను. ఆ ఆలయ స్తంభాల మీద స్త్రీ పురుషులు కామక్రీడల శిల్పాలు చెక్కి ఉన్నాయి. ఆ గోడలమీద శృంగార చిత్రాలు వీర విహారంచేస్తున్నాయి. అవిచూసిన ఏ పాశ్చాత్య, మతాచార్యులయినా సిగ్గుతో తలవంచుకునేలా ఉన్నాయి. హిందూ మతంలో ఇటువంటి విషయాలకు అవకాశం ఉన్నది. కామ క్రీడను పాపపంకిలంగా మురికి కాలువలోకి తోయకుండా మతపరంగా గుర్తించటం భావ్యమేమో. ఇక్కడే అతిఉదాత్త పరిశుద్ధ భావమయమైన మత విశ్వాసమూ ప్రాచుర్యం పొందుతుంది. అదీ భారతదేశం!

కానీ రాధాస్వామి వంటి ఆశ్చర్యం కలిగించే మతవిధానం ఈ దేశంలోనేనెక్కడా చూడలేదు. ఇది నిస్సందేహంగా అద్వితీయంగా ప్రపంచంలోనే అతిపురాతనమైన 'యోగ'ను యూరప్ లేదా అమెరికాల ఒత్తిడి కలిగించే యాంత్రిక నాగరికతలలో మేళవించటం పరస్పర విరుద్ధమైన రెండు నాగరికతలను మేళవించటం సహబ్ జీ మహారాజ్ మేధకాక మరెవరికి సాధ్యం అవుతుంది?

ప్రస్తుతపు అమాయక స్థితినుంచి దయాల్‌బాగ్ భారత చరిత్రలో అగ్రగామిగా కీర్తిశిఖరాలు చేరబోతున్నదా? భారతదేశం ఇంతవరకు ఎవరికీ కొరుకుడు పడని క్రాస్ వర్డ్ పజిల్ కావచ్చు. అలా అని భవిష్యత్కాలంలో పరిష్కారం దొరకదని కాదు.

గాంధీ మధ్యయుగపు బోధనలను సహబ్ జీ పరిహసించారు. గాంధీ ప్రధాన కార్యాలయం అయిన అహమ్మదాబాద్‌లో ఆ పరిహాసం ఇంకా ప్రతిధ్వనించుతునే ఉన్నది. చేనేత, చేతి పరిశ్రమలకు ప్రబోధం పలికిన ఆ తెల్లని దారు హర్మ్యాలను సవాలు చేస్తున్న యాభై ఫ్యాక్టరీ చిహ్నాలను సబర్మతి నించి లెక్కపెట్టవచ్చు.

సాంప్రదాయకమైన భారతీయ జీవన విధానాన్ని పాశ్చాత్య పద్ధతుల ప్రభావం విచ్ఛిన్నం చేస్తున్నది. భారతదేశం వచ్చిన తొలి యూరోపియన్లు సరుకులతోబాటు భావాలుకూడా తీసికొనివచ్చారు. వాస్కోడిగామా తన గరుకుగడ్డాల నావికులతోబాటు కాలికట్ హార్బర్‌లో దిగిన వాటినుంచే పాశ్చాత్యీకరణం మొదలయింది. ప్రస్తుతం అది మంచి ఊపు అందుకున్నది. భారతదేశం వచ్చిన పారిశ్రామికత కొంత పరిశీలనగా, కొంత చేరువగా మొదలయింది. కాని మొదలయింది! అక్కడ యూరప్ మేధాశక్తికి పునర్జీవనం, మతసంస్కరణలు, పారిశ్రామిక విప్లవము ఎదుర్కొన్నది కాని యూరప్ వీటన్నిటినీ వదిలి మర్చిపోయింది. భారతదేశం మేలుకున్నది. ఇవన్నీ తన ఒడిచేరాయని తెలిసికొన్నది. ప్రస్తుతం ఇవి ఈదేశ సమస్యలు. ఈ దేశం గుడ్డిగా యూరప్‌ను అనుసరించుతుందా? లేక తన స్వంత పరిష్కారం, మెరుగైన పరిష్కారం బహుశ, ప్రయత్నించుతుందా? సహబ్ జీ మహారాజ్ అద్వితీయ సేవను గుర్తించుతుందా?

ఏదైనా తథ్యం అయితే నాకు ఇది మాత్రం తథ్యమని తోస్తున్నది. భారతదేశం త్వరలో ఒక అనిర్వచనీయమైన భిన్న సంస్కృతుల సంరంభం ప్రవేశించబోతున్నది. వేల సంవత్సరాల సంప్రదాయాలకు కట్టుబడి, మార్పుకులొంగని మత ఆచారాలకు బందీ అయి వేల సంవత్సరాల నుంచి మగ్గుతున్న సమాజం మరొక రెండు మూడు దశాబ్దాలలో అంతరించబోతున్నది. అది ఒక అద్భుతంగా తోచవచ్చుకాని, అది జరుగుతుంది.

సహబ్ జీ మహరాజ్ ఈ పరిస్థితిని స్పష్టంగా గ్రహించారు. మనం ఒక నూతన శకంలో ఉన్నామన్న విషయం ఆయన ఆకళింపుచేసుకున్నారు. పురాతన వ్యవస్థలు మిగిలిన ఇతర దేశాలలో వల్లే భారతదేశంలో కూడా ధ్వంసం అవుతున్నాయి. ఆసియా బద్ధకం, పాశ్చాత్య క్రియాశీలత ఇలాగే సవతుల్లా నిలిచి పోతాయా? ఆయన అలా అనుకోరు. యోగి అయినవారు లౌకిక దుస్తులు ఎందుకు ధరించకూడదు? అందుచేత యోగి తన మామూలు ఏకాంతత వదిలి మనుష్యులు, వారు నడిపేయంత్రాల నడుమ కలిపిపోవాలని ఆయన ఆదేశం. యోగి కర్మాగారం, ఆఫీసు, స్కూలులో ప్రవేశించి కేవలం ప్రవచనాలు, ప్రచారంతోకాక ప్రయోగాత్మకంగా ఆధ్యాత్మికత విస్తరింపచేయాలని ఆయన ఆలోచన. దైనందిన హడావిడి కార్యక్రమంలోనే స్వర్గానికి బాట వేయవచ్చు, వేసి తీరాలి. క్రియాశీలురకు దూరంగా ఉండే ఆధ్యాత్మిక జీవన విధానం 'యోగ' వంటిది. వారి ఆధిక్యతను చాటుకునే మోసంగా భావించుతారు.

'యోగ' కొందరు సాధువుల హాబీ అయితే ఆధునిక ప్రపంచానికి దానితో పని లేదు. అంత్యదశలో ఉన్న ఆ విజ్ఞానం ఉనికి అంతర్భావం అయిపోతుంది. అది కొందరు ఏకాంత జీవుల ఆనందం కోసము మాత్రమే అయితే, కలాలు, హలాలు నడిపేమనం, ఇంజిన్‌రూం గ్రీజు నూనెల మధ్య జిడ్డు ఓడుతుంటే, మనం స్టాక్ ఎక్స్ఛేంజ్, మారక వ్యాపార రద్దీలో గిలగిలలాడే మనం మొహం తిప్పేస్తాం. ఆధునిక పాశ్చాత్య వైఖరి త్వరలో ఆధునిక భారత వైఖరి అవుతుంది.

రానున్న పరిస్థితుల ధోరణి సహబ్ జీ మహరాజ్ సూక్ష్మబుద్ధితో పసికట్టారు. ఆధునిక ప్రయోజనం కోసం ప్రాచీన యోగవిజ్ఞానాన్ని భద్రపరచటానికి ఆయన బృహత్ప్రయత్నం చేశారు. ఉత్తేజపరిచే ఈ శ్రమజీవి మతస్మారక చిహ్నాలను తప్పక ఈ భూమిమీద పదులుతారు. తనదేశం బహుకాలంగా నిద్రమత్తులో జోగుతున్న విషయం ఆయన గ్రహించారు. పాశ్చాత్య ప్రపంచం ఉత్పాదన, వాణిజ్యాలతో ఎగసిపడుతూ, వ్యవసాయ ఆధునీకరణతో సంపన్న జీవితం ఎలా సాగిస్తున్నదో చూశాడు. యోగ సంస్కృతి ప్రాచీన ఋషులనుంచి భారతదేశానికి అబ్బిన అమూల్యవారసత్వం అనికూడా ఆయన గమనించారు. ఈ సంస్కృతిని ఏకాంత ప్రదేశాల్లో సజీవంగా నిలుపుతున్న అతికొద్ది మంది గురువులు అస్తమించుతున్న అవశేషాలు. వారి అస్తమయంతో ఈ యోగ రహస్యాలు కూడా అస్తమించుతాయి. అందుకే ఆయన గాలి ఆడని శిఖరాగ్రపు ఆలోచనల నుంచి మనకాలానికి, ఇరవయ్యవ శతాబ్దపు శక్తివంతమైన శ్రమ జీవనానికి దిగివచ్చి రెండింటికీ పొత్తుకుదర్చటానికి ప్రయత్నిస్తున్నారు.

ఆయన ప్రయత్నం అతి విపరీతము, విడ్డూరమునా? కాదు, అది అతి ప్రశంసనీయం. అరేబియాలో మహమ్మద్ సమాధి ఎలక్ట్రిక్ లైట్లలో వెలుగుతున్న

కాలం. మొరాకో ఇసుక ఎడారులలో సుఖభోగాలతో తేలించే మోటారు కార్లు ఒంటెలను పక్కకు పెట్టుతున్న సమయం. ఇదీ మనం నివసించుతున్న సమయం! మరి భారత దేశం మాట ఏమిటి? ఎన్నో వందల సంవత్సరాలుగా నిద్రించుతున్న ఈ దేశం పూర్తిగా వ్యతిరేకమయిన మరొక సంస్కృతి తాకిడికి తడబడి మేల్కొన్నది. ఇప్పుడు నిద్రతోబరువెక్కిన ఆ కనురెప్పలు తెరువవలసిన సమయం. ఇసుక మేటలు వేసిన ఎడారులను సారవంతమైన భూములుగా తీర్చటం, వ్యవసాయానికి దోహదంగా కాలువలు, ఆనకట్టలు నిర్మించటం, మహానదుల వరదలు అరికట్టడం, ఆస్థిపాస్తుల రక్షణకు శాంతిభద్రతలకు వాయవ్య దిశలో అంతసమర్ధమైన సేవను వియోగించటం, విచక్షణతో కూడిన, హేతు బద్ధమైన ఆరోగ్యకరమైన భావజాలం తీసుకొని రావటమే గాక ఇంగ్లీష్ వారు మరెంతో చేశారు.

బూడిదరంగు ఉత్తరదిశనించి, బహుదూరపు పడమటి నించి తెల్లవారు వచ్చారు. భారతదేశాన్ని విధి వారిపాదాల చెంత పడవేసింది. దేశం వారిదై పోయింది. స్వల్ప ప్రయత్నంతో.

ఎందుకు?

ఆసియా వివేచన, పాశ్చాత్య విజ్ఞానాలతో ఎదుగుతున్న ప్రపంచం ఒకనాడు ప్రాచీనతను సిగ్గుపడేట్లుచేసి, ఆధునికతను పరిహాసం చేసి, భావితరాలను ముగ్ధులను చేసే సరికొత్త నాగరికతకు శ్రీకారం చుట్టుతుందేమో!

నా ధ్యాన అవస్థముగిసింది. నేను తలఎత్తి నా సహవాసిని ప్రశ్నించాను. అతనికి వినిపించలేదను కుంటాను. అతను నదిలో ప్రతిఫలించుతున్న ఎర్రని సూర్యాస్తమయ కిరణాలను చూస్తున్నాడు. అది సంధ్యాసమయం. ఆకాశంలోని ఆ ఘన గోళ అస్తమయం గమనించుతున్నాను. ఆనిశ్చలత వర్ణనాతీతం. ఈ పరమాద్భుత దృశ్యం చూసి ప్రకృతి అంతా మూగపోయి క్షణకాలం నిశ్చేష్ఠ అయింది. ఆపరమశాంతిని నాహృదయం ఆకళించుకున్నది. నేను మరొకసారి ఎదుటి వ్యక్తిని చూసాను. అతని ఆకారం అలుముకుంటున్న చీకట్ల ముసుగులో దాగున్నది.

ఆ గంభీర నిశ్శబ్దంలో, మరికొన్ని నిమిషాలు కూర్చున్నాము. సూర్యుడు పూర్తిగా నిశాదేవత ఒడిలో మాయమైనాడు.

నా సహచరులు లేచి నల్లనీడల మధ్య నన్ను తిరిగి దయాల్ బాగ్‌కు నడిపించారు. అసంఖ్యాకమైన తారాకాంతుల మేలుకట్టు కింద మా నడక ముగిసింది.

సహబ్ జీ మహరాజ్ దయాల్‌బాగ్ వదిలి విశ్రాంతి కోసం మధ్యపరగణాలలో ఒక ప్రాంతానికి వెళ్లటానికి నిశ్చయించుకున్నారు. మా వీడ్కోలు ఇలా విధించబడి

ఉన్నదని భావించి నేను కూడా అదే మార్గాన కదలటానికి తయారయాను. తమర్ణి వరకు మేం కలిసి ప్రయాణంచేసి అక్కడ మాదారులు చీలిపోతాయి.

అర్థరాత్రి ఒంటిగంట దాటినతర్వాత మేం ఆగ్రాస్టేషన్‌లో దిగాము. సుమారు ఇరవై మంది అంతరంగిక శిష్యులు తమగురువును అనుసరించుతుండటం చేత మా బృందం సులువుగా నలుగురి కంట బడుతుంది. సహబ్ జీ కోసం ఎవరో ఒక కుర్చీ సంపాదించి తెచ్చారు. ఆయన తన భక్త బృందం మధ్య కుర్చీలో ఆసీనులుగా నేను చీకటి వెలుగుల నడుమ ఊగులాడున్న ప్లాట్‌ఫారం మీద నేను పచారు ఆరంభించాను.

పగలంతా దయాల్ బాగ్‌లో నా వాసం పర్యావలోకనం చేశాను. మరుపురాని అంతరంగ అనుభవం ఏమీ అక్కడ కలుగలేదని గ్రహించి విచారం వేసింది. ఆత్మను కదిలించివేసే జీవిత రహస్యం దర్శనం అవుతుందని నాకేమీ అభయం దొరకలేదు. ఏదో యోగశక్తి చైతన్య కాంతి నా మనస్సులోని చీకటిని చేధించుకువస్తుందని, తాత్కాలికంగానైనా, ఆశించాను. అప్పుడు నేను విశ్వాసంతోకాక విచక్షణతో యోగమార్గం అనుసరించగలను. కాని నాకు ఆ అదృష్టం కలుగలేదు. బహుశ నేనందుకు యోగ్యుడిని కానేమో నాకోరిక శృతి మించుతున్నదేమో నాకు తెలియదు. మధ్య మధ్యలో నేను ఆ కూర్చొని ఉన్న ఆకారాన్ని ఒకచూపు చూస్తాను. సహబ్ జీ మహరాజ్ వ్యక్తిత్వం ఆయస్కాంతం వంటింది. నన్ను సమ్మోహ పరిచింది. ఆమెరికన్ చురుకుదనం, క్రియాశీలత, బ్రిటిష్ సత్ప్రవర్తన, అభిరుచి భారతీయ భక్తి, ధ్యానం అన్నీ ఆయనలో విచిత్రంగా మేళవించి ఉన్నాయి. ఆధునిక ప్రపంచంలో ఆయన వంటివారు అరుదు. లక్షమందికి పైగా స్త్రీ పురుషులు తమ అంతరంగ జీవితాలను, దారిచూపుమని, ఆయన చేతిలో పెట్టారు. నిగర్వి అయిన ఈ రాధాస్వామి గురువు మూర్తీ భవించిన నమ్రత, నిరాడంబరతలా కూర్చుని ఉన్నారు.

చివరికి మాట్రెయిను గర్జించుతూ స్టేషన్ ప్రవేశం చేసింది. అంత పెద్దపరిమాణం గల ఆహెడ్‌లైట్ పట్టాల మీదికి విచిత్రమైన వెలుగులు చిమ్ముతున్నది. సహబ్ జీ తన రిజర్వ్‌డ్ కంపార్ట్‌మెంట్‌లో ప్రవేశించారు. మిగిలిన మేమంతా ఇతర కంపార్ట్‌మెంట్‌లలో సద్దుకున్నాము. నేను కాళ్ళు చాపి నిద్రకు ఉపక్రమించాను. మర్నాడు ఉదయం తడి ఆరిపోయిన గొంతుతో మెలకువ వచ్చినదాకా నాకేమీ తెలీదు.

తర్వాత గంటలలో ట్రెయిను ఆగిన ప్రతి స్టేషన్‌లోను సహబ్ జీ అనుయాయులు, దగ్గరలో నివసించే వారూ చాలదూరం నుంచి వచ్చినవారూ అందరూ ఆయన కంపార్ట్‌మెంటు కిటికీ దగ్గర గుమిగూడేనారు. ఆయన ప్రయాణం గురించి వారికి

ముందే కబురు అందింది. వారంతా ఆ అవకాశం దొరక పుచ్చుకొని ఆక్షణ వీక్షణం కోసం వచ్చారు. గురువుతో ఒక క్షణం సంపర్కమైనా ముఖ్యమైన లౌకిక ఆధ్యాత్మిక ఫలితాలు కలిగించుతుందని భారతీయ విశ్వాసం.

ఆఖరు మూడు గంటలు ఆయన కంపార్ట్‌మెంట్‌లో ఆయనతో గడపటానికి సహబ్ జీ అనుమతి వేడి, పొందాను ప్రపంచ పరిస్థితి, పాశ్చాత్యదేశాలు, భారతదేశ భవిష్యత్తు వారి సమాజం భవిష్యత్తులను గురించి దీర్ఘంగా చర్చించాము. చివర్లో ఆయన తన ఆహ్లాదకరమైన సుందర శైలిలో అన్నారు.

''భారతదేశం నాదేశం అన్న మమకారం నాకెన్నడూ లేదని మీరు తెలుసుకోవాలి. నా దృష్టిలో అన్ని దేశాలూ, మతాలు ఒక్కటే. ప్రజలంతా నా సోదరులనే భావించుతాను.''

అంత ఆశ్చర్యకరమైన నిర్మొహమాటం చూసి నాకు అమిత ఆనందం కలిగింది. ఆయనతో సంభాషణలు అన్నీ అంతే. ఎప్పుడూ ఆయన సూటిగా పాయింట్‌లోకి వస్తారు. ఆయన పలికే ప్రతి వాక్యానికి ఒక లక్ష్యం ఉంటుంది. అయన చెప్పే ప్రతిమాటలోనూ ఆయనకు పూర్తి విశ్వాసం. ఆయనతో మాట్లాడటం, ఆయనతో కలసి నివసించటం ఒక అపూర్వ అనుభవం. ఆయన ఆశించని పదాలతో, నూతన దృక్పథంతో మనలను విస్మయ పరుస్తారు.

రైలు ప్రస్తుత మార్గంలో కిటికిలోనించి భరించాని ఎండ నాకళ్ళలో పడుతున్నది. ఆ విపరీతమైన వేడికి ఒళ్ళు మాడిపోతున్నది. నిర్దాక్షిణ్యమైన ఎండకు బుర్ర తిరిగి పోతున్నది. వెనీషియన్ బ్లైండ్‌ను పోలిన ఆ కొయ్య బ్లైండ్ క్రిందికి లాగి ఎలక్ట్రిక్ ఫ్యాన్ స్విచ్ ఆన్ చేశాను. అప్పటికి ఆ మధ్యాహ్నపు ఎండ నుంచి కొంత విముక్తి. నా అవస్థ గమనించిన సహబ్ జీ మహరాజ్ తన సంచీలో నుంచి కొన్ని నారింజలు బయటకి తీశారు. వాటిని ఇద్దరి మధ్య చిన్న టేబుల్ మీదపెట్టి తనతోబాటు తినుమన్నారు.

''అవి మీ గొంతు తడిపి చల్లబరుస్తాయి.'' ఆయన శోధన

కత్తి ఆరంగుతోలును విడదీస్తుండగా ఆయన సాలోచనగా అన్నారు.

''గురువును ఎంచుకొనటంలో మీ జాగ్రత్త అభినందించాలి. గురువును నిర్ణయించుకొనక మునుపు మీ సంశయాత్మకత మంచి సాధనం. కానీ తర్వాత మీరు పూర్తి విశ్వాసం కలిగి ఉండాలి. మీ ఆధ్యాత్మిక గురువు కనబడే వరకూ మీ అన్వేషణ వదలకండి. ఆయన అత్యవసరం.

త్వరలో రైలు ఆగిన కీచుశబ్దం. ఎవరో గట్టిగా కేకపెట్టారు.

''తిమర్ణి!''

సహబ్ జీ మహరాజ్ నిష్క్రమించటానికి లేచి నుంచున్నారు. ఆయన శిష్యులు వచ్చి ఆయనను పట్టుకొనకముందే నాలో ఏదో జాగృతి! అది నా సంచితం ఛేదించి, పాశ్చాత్య గర్వాన్ని లెక్కచెయ్యక, నా మత విరుద్ధ వైఖరి అణగద్రొక్కి, నా పెదవులలోనుంచి పలుకుతుంది.

''స్వామీ, నన్ను ఆశీర్వదించరూ!''

ఆయన మైత్రీ దరహాసంతో తిరిగి, కళ్లజోడులో నుంచి ఆప్యాయంగా చూసి ఆత్మీయంగా నా భుజం తట్టి.

''అది మీకు ఎప్పుడో లభించింది.'' వీడ్కోలులో నాకు ఆయన భరోసా.

నేను నా కంపార్ట్‌మెంట్‌కు తిరిగి వచ్చాను. ట్రెయిను కదిలి వేగం అందుకున్నది. బూడిద, గోధుమరంగు పొలాలు వెనక్కు పరుగెడుతున్నాయి. పలుచని మొక్కలు, చెట్ల దగ్గర సగం నిద్రలో ఉన్న పశువులు తృప్తిగా నెమరువేస్తున్నాయి. అర్థ చైతన్యంలో నా కన్నులు వాటిని చూస్తున్నాయి. ఎందుకంటే నా మనసు ఒక ఉత్తమవ్యక్తి చిత్రాన్ని మోస్తున్నది. ఆయనంటే నాకు చాలా ఇష్టం. ఆయనను బృహత్తరంగా ప్రశంశించుతాను. ఆయన ప్రేరితులైన స్వాప్నికులు, ప్రశాంత మనస్కులైన యోగి, ఈ లౌకిక ప్రపంచ ఆచరణశీలి, సంస్కారి అయిన పెద్దమనిషి. ఇవన్నీ కలిపి ఆయన!

★★★

అధ్యాయం 14

పార్శీ మహనీయుల నివాసం

ఆగ్రా నుంచి నాసిక్ బాట బహుదీర్ఘం. ఈ చిన్న పేరగ్రాఫ్ తప్పించి దానిని గురించి మరేమీ చెప్పను. అప్పుడే నా పర్యటన రికార్డ్ సవ్యంగా ముగుస్తుంది.

కాలచక్రం తన విధి క్రమంలో తిరుగుతుంది. చక్రం ఆకుల మీద నన్ను భారతదేశం చుట్టూ తిప్పుతున్నది. స్వయంగా 'దేవదూత'నని చెప్పుకొనే పార్శీవ్యక్తి మెహర్ బాబాను నేను మళ్ళీ కలవాలి.

నేను ఆయన దగ్గరకు తిరిగి వెళ్ళినపుడు నాకు ఆయనను కలుసుకోవాలని పెద్దకోరిక ఏమీ లేదు. నా మనసులో సంశయాల పాములు చుట్టలు చుట్టుకొని పడి ఉన్నాయి. ఆయనతో నేను గడపబోయే సమయం శుద్ధ దండగ అని నా అంతరంగ అనుభూతి. మెహర్‌బాబా సాధు జీవనం వెళ్ళబుచ్చుతున్న సత్పురుషుడు. కాకపోతే ఆయన తన ఘనతను గురించి బ్రహ్మాండమైన భ్రమలో ఉన్నాడు. ఆయన సాధించారని ప్రచారంలో ఉన్న అద్భుత చికిత్సలను గురించి సందర్భవశాత్తు నా పర్యటనలో కష్టపడి పరిశోధించాను. వాటిలో అపెండిసైటిస్ ఒకకేసు. మెహర్‌బాబాపై ఆరోగికి ఉన్న విశ్వాసం ఆయనకు పూర్తిగా నయంచేసిందని వదంతి. ఈ వ్యక్తిని పరీక్షించిన డాక్టరు తీవ్రమైన అజీర్ణం తప్పించి మరేమీ కనుగొన లేకపోయినారని, నిశితమైన విచారణలో తేలింది.! మరొక కేసులో ఒక వృద్ధ పేషంట్ రాత్రికి రాత్రి సకల వ్యాధులనుంచీ విముక్తులైనారని ప్రతీతి. విచారణలో ఆయన చీలమండ వాపు తప్ప మరే వ్యాధీ లేదని తెలిసింది. క్లుప్తంగా చెప్పాలంటే గురువుగారి గోరంత చికిత్సా శక్తి కొండంతలుగా శిష్యులు వ్యాపింప జేశారు. సత్యం కంటే కల్పన త్వరగా పరుగులు దీసే ఈదేశంలో ఆశిష్యుల ఉన్మత్త ఉత్సాహం అర్థం చేసుకోవచ్చు.

అద్భుతమైన అనుభవాలను కలిగించుతానన్న తన అసామాన్య వాగ్దానాలను ఆ మహనీయులు నిలబెట్టుకోగలరన్న నమ్మకం నాకులేదు. కానీ ఆయనతో ఒక మాసం గడపటానికి నేను ఒప్పుకున్నాను. నా వాగ్దానం తేలికగా భంగం కాకూడదు.

కనుక సహజమైన అనుభూతికీ, వివేచనకు విరుద్ధంగా నేను నాసిక్ ట్రెయిన్ ఎక్కాను. తనశక్తులను నిరూపించటానికి అవకాశం ఇవ్వలేదని ఆయన నన్ను నిందించలేరు గదా !

మెహర్ తన ప్రధాన కార్యాలయాన్ని ఊరిచివర కొన్ని అధునాతనమైన ఇండ్లలో ఏర్పాటు చేశారు. అక్కడ సుమారు నలభైమంది శిష్యులు లక్ష్యరహితముగా తిరుగుతుంటారు.

''మీరు దేనిని గురించి ఆలోచించుతున్నారు?'' మేము కలుసుకున్నపుడు ఆయన తొలి ప్రశ్నలలో ఒకటి. నేను ప్రయాణంలో నలిగి, అలసిపోయి ఉన్నాను. నా అవతారం చూచి నేను దీర్ఘధ్యానం వల్ల అలా కనబడుతున్నానని ఆయన పొరబడి ఉండవచ్చు. అయినా ఫర్వాలేదు. నా సమాధానం తక్షణం వెలుబడింది.

''నేను ఇక్కడికి వచ్చినప్పటినుంచి భారతదేశంలో నేను దర్శించిన సుమారు డజనుకు మించిన 'దూత'లను గురించి ఆలోచించుతున్నాను.''

మెహర్‌బాబా ఆశ్చర్యపడినట్లు కనుపించలేదు.

''అవును''. సుతారంగా వేళ్లను తన వర్ణమాల బోర్డ్‌మీద కదిలించుతూ ''వారిలో కొందరిని గురించిన నేను కూడా విన్నాను.'' అన్నారు.

''మీరేమంటారు?'' నేను అమాయకంగా అడిగాను.

''వారు నిజాయితీ పరులైతే వారు పొరబడ్డారు. వారు నిజాయితీ పరులుకాకపోతే ఇతరులను మోసం చేస్తున్నారు. మంచి పురోగతి సాధించిన పవిత్రమూర్తులు ఉన్నారు. తర్వాత వారికి ఆధ్యాత్మికంగా 'తలబలుస్తుంది'. అటువంటి శోచనీయమైన పరిస్థితులకు కారణం వారికి బోధించి, దారిచూపే గురువు లేకపోవటమే. ఈ రహస్యమార్గంలో నడిమధ్యన ఒకస్థానం ఉన్నది. దానిని దాటటమే అత్యంత కష్టం. తన ధ్యాస, భక్తి శ్రద్ధలతో ఈ స్థితికి చేరిన సాధకుడు తరచు తన లక్ష్యం చేరానని మూర్ఖంగా నమ్ముతాడు. తనను దూతగా ఊహించుకోవటానికి ఆస్థితిదాటి మరికొంత సాగాలి.''

''అతి చక్కని తర్కబద్ధమైన వివరణ. కాని 'దూత'లము అనేవారు అందరూ దాదాపు ఇదే వివరణ ఇవ్వటం దురదృష్టకరం. ప్రతి ఒక్కరూ తాను పరిపూర్ణులమంటారు. ప్రతివారు తన ప్రత్యర్థులకే లోపాలు అంటగట్టుతారు.''

''దానిని గురించి చింతించకు. వీరంతా తమకు తెలియకుండానే నా కార్యసాధనలో తోడ్పడుతున్నారు. నేనెవరో నాకు తెలుసు. నా సంకల్పం నెరవేరే సమయం వచ్చినపుడు నేనెవరో ఈ ప్రపంచానికి తెలుస్తుంది.''

ఆ పరిస్థితిలో తర్కబద్ధంగా వాదించటం అసాధ్యం. కనుక నేనా విషయం అంతటితో వదిలేశాను. మెహర్‌బాబా చిరపరిచితమైన తన సుద్దులు మరికొన్ని అరగదీసి నాకు సెలవు ఇచ్చారు.

ఆయన నివాసం నించి రెండు మూడు నిమషాలనడక దూరంలో ఉన్న బంగళాలో బస చేయటానికి నేను స్థిరపడి పోయాను. నా అనుభూతులను పక్కకు నెట్టి, రాబోయే నాలుగు వారాలూ నామనసును పూర్తిగా తెరిచి ఉంచాలని దృఢంగా నిశ్చయించుకున్నాను. మానసికంగా మెహర్‌ని నిరసించకూడదు, సంశయాత్మకత ఉండకూడదు. కేవలం ఆశాభావంతో నిరీక్షించాలి.

ప్రతి రోజు నేను శిష్యులతో సన్నిహితంగా మెలుగుతాను. వారు ఎలా అక్కడ ఉంటూన్నారో గమనిస్తాను, వారి మనస్తత్వాలు అధ్యయనం చేస్తాను, మెహర్‌తో వారికి ఉన్న ఆధ్యాత్మిక బాంధవ్య చరిత్ర శోధించుతాను. ఆపార్సీ దూత ప్రతిరోజు నాకు కొంత సమయం కేటాయించుతారు. మేం అనేక విషయాలు చర్చించుతాం. ఆయన అనేక ప్రశ్నలకు సమాధానం చెప్తారు. కాని అహ్మద్ నగర్‌లో తను చేసిన వాగ్దానాల మాట ఆయన ఒక సారి కూడ ఎత్తలేదు. నేను ఆయన జ్ఞాపకాలను తట్టతలచుకోలేదు. కనుక ఆవిషయం ఇక అగడ్తలో పడినట్లేనని తోచుతున్నది

నేను నిరంతరం ఆయన, ఆయన శిష్యుల మీదా కురిపించే పశ్నలవర్షం ఫలితంగా కొంతవరకు నాలోని విలేకరి సహజ శోధనస్వభావం, నా సందర్శనం వ్యర్థం అనే నా అనుభూతులను బలపరచటానికి లేదా వాటిని తరిమి వేయటానికి చేసేప్రయత్నంలో యదార్థ విషయాలను సేకరించే తీవ్రమైన కోరిక ఆయన ఆజ్ఞానుసారం సంవత్సరాలుగా దాచిన రహస్యమైన డైరీలు నావశం చేశారు ఆయన. ఆడైరీలలో ఆదూత ఆయన అనుచరులకు సంబంధించిన ముఖ్య పంఘటనలు, ఆయన ప్రవచించిన ప్రతి ఒక్క ముఖ్యమైన బోధన, సందేశం, భవిష్యవాణిల రికార్డ్ పొందుపరిచి ఉన్నది. ఈడైరీలు సుమారు రెండు వేల పేజీలు చోటు వదలకుండా... చేతివ్రాతలో ఉన్నాయి. దాదాపు సంకలనం అంతా ఇంగ్లీషులోనే ఉన్నది.

ఆ డైరీలన్నీ ఒక గుడ్డినమ్మకంతో సంకలనం చేసినవేనని తెలుస్తూనేఉన్నది.కాని అవి మెహర్ స్వభావానికీ, శక్తులకూ సెర్చ్ లైట్లు. భక్తి విశ్వాసాల మాట అటుఉంచి ఈ డైరీలు అతి నిజాయితీతో నమోదు అయాయి. ఇందులో విషయాలు అల్పంగా అప్రధానంగా ఇతరులకు తోచవచ్చు. గడ్డి పోచలవంటి ఈ అల్ప విషయాలు మెహర్ బుద్ధి ఎలా పనిచేస్తుందో చూపుతాయి. కనుక నాకు చాల బాగా ఉపయోగపడుతాయి. ఈ డైరీలు రాసి సంకలనం చేసిన శిష్యులు ఇద్దరు చిన్నవాళ్లు. వారి అతి పరిమితమైన పరిధి దాటి వారికి అనుభవం పూజ్యం. వారి గురువు మీది సంపూర్ణ విశ్వాసం, వారి

అమాయకత్వం కలిసి వారిచేత గురువుగారిని గురించి ప్రశంసిచరాని విషయాలు కూడా ఆడైరీలలో చేర్పించాయి. ముత్రకు రైలు ప్రయాణంలో మెహర్ తన అతి సన్నిహిత శిష్యులలో ఒకరిని ఎందుకు గూబ పగిలేట్లు కొట్టారు? ఆదెబ్బ ఎంత గట్టిగా కొట్టారంటే ఆ దురదృష్టశాలి డాక్టర్ దగ్గరికి పరిగెత్త వలసి వచ్చింది. ఈ విషయం.

వారెందుకు నమోదు చేసినట్లు దివ్యప్రేమను బోధించే ఈవ్యక్తి దూత భక్తుడిని కోపగించినట్లు నటించితే, కఠిన శిక్షకు యోగ్యాలు అయిన ఆభక్తుడి పాపాలు తరిగిపోతాయని ఒక కుంటిసాకు చెప్పినట్లు ఎందుకు నమోదు చేశారు? 'ఆరన్‌గాం' లో ఒక శిష్యుడు తప్పిపోయాడు. అతనిని వెతకటానికి మెహర్ ఒక జట్టును పంపారు. చాల గంటలు వెతికిన తర్వాత ఆ జట్టు ఉత్త చేతులతో తిరిగి వచ్చింది. ఆ తప్పిపోయిన శిష్యుడు తర్వాత తనంతట తానే తిరిగి వచ్చాడు. చాల రోజులుగా నిద్రపట్టక బాధపడుతున్న అతను మెహర్ నివాసం సమీపంలోనే ఉన్న పాడుపడిన ఇంట్లో నిద్రలోకి పడి పోయాడట! ఈ చోద్యం వారు ఎందుకు నమోదు చేసినట్లు? దేవుళ్ళ, దేవతల సభలోకి చేర్చుకోబడ్డానని చెప్పుకొనే వ్యక్తి, మానవజాతి భవిష్యత్తు తనకు తెలుసుననే వ్యక్తి తప్పిపోయిన తన శిష్యుడు పక్క ఇంట్లోనే ఉన్నాడని తెలుసుకోలేకపోయారా?

నా మనసులో అణిగి ఉన్న అనేక సంశయాలకు కావలసినంత ఆహారం కనుక్కున్నాను. మెహర్‌బాబా తప్పులు చేసే అధికారి, క్షణక్షణము మారుతుండే చిత్తవృత్తి గల వ్యక్తి, బుర్ర శూన్యమైన శిష్యుల వద్ద నుంచి సంపూర్ణ బానిసత్వం శాసించే అహంకారి అని గ్రహించాను. చివరిగా కాలజ్ఞానిగా ఆయన భవిష్యవాణి నిజానిజాల నిరూపణ అరుదు. అహ్మద్‌నగర్ దగ్గర కలిసినపుడు ఆయన ప్రపంచ యుద్ధం రాబోతున్నదని భవిష్యవాణి పలికారు. కాని ఎప్పుడు జరుగబోతున్నదనే విషయం చెప్పటానికి నిరాకరించారు. కాని తనకు ఆ జరుగపోయే తేదీ తెలుసునన్నట్లు నన్ను నమ్మించటానికి జాగ్రత్త పడ్డారు. ఇదే కాలజ్ఞానం ఆయన తన సన్నిహిత శిష్యులకు కూడా చెప్పినట్లు ఈ డైరీలో వ్రాసి ఉన్నది. అదీ ఒకసారి కాదు అనేక సార్లు అదే మాట చెప్పారు. ఆయన చెప్పిన తేదీ దగ్గరయినా ఏ యుద్ధమూ జరుగపోయేసరికి ఆయన భీభత్స సంఘటనకు తేదీలు మార్చుతూ పోవలసి వచ్చింది. ఆసియాలో పరిస్థితులు అరిష్టంగా కనుపించితే ఆయన ఆ యుద్ధం తూర్పున వస్తుందనేవారు. మరొక సంవత్సరం యూరప్‌లో పరిస్థితులు విషమంగా తోచితే, అలా, అలా... అహ్మద్‌నగర్‌లో నాకు తారీఖు చెప్పకుండ జాగ్రత్త పడటంలో అంతరార్థం ఇప్పుడు అర్థమవుతున్నది. శిష్యులలో తెలివైన వారినొకరిని ఈ ఫలించని ఈ జోస్యాలను గురించి అడిగాను. తన గురువు జోస్యాలు సాధారణంగా ఫలించవు అని అతను

నిష్కపటంగా ఒప్పేసుకున్నాడు. మామూలు యుద్ధం అసలు జరుగుతుందా అని నా అనుమానం. అయితే గియితే ఆర్థిక యుద్ధం కావచ్చు'. అతను తాపీగా ముగించాడు.

ఈ డయరీల చివరి పేజీ తిరగవేసేసరికి నాకు చిరునవ్వు వచ్చింది. వాటిలో ఉదాత్తమైన ఆత్మోన్నతి కలిగించే ప్రవచనాలు చదివానని యదార్థం ఒప్పుకుంటున్నాను. మత విషయంలో మెహర్‌బాబా మహా మేధావి అన్నది యదార్థం. ఆయన సాఫల్యత అంతా ఆ ఒక్క సుగుణంనించే కలగాలి. కాని ఈ పేజీలలో ఎక్కడో ఒక చోట పలికిన ఆయన వాణిని నేను మర్చిపోలేను. సుగుణాలను గురించి ఇతరులకు సలహా ఇచ్చే సామర్థ్యం సాధుత్వానికి నిదర్శనం కాదు. వివేచనా చిహ్నం అంతకంటే కాదు.

★

మిగిలి ఉన్న నా బస సమయోచితమైన మౌనంలో గడపటం మేలు. నేను ఒక లోకరక్షకుడు, మానవ జాతికే విమోచన కలిగించగల వ్యక్తి సాంగత్యంలో జీవించుతుంటే నా అదృష్టాన్ని ఏమని చెప్పను? ఎందుకంటే ఇతిహాసిక కథలు, గాథల కంటే యథార్థాలు నా అభిమాన వస్తువులు, పిల్ల చేష్టలు, ఫలించని జ్యోస్యాలు, అర్థం లేని ఆజ్ఞలకు శిష్యుల గుడ్డి విధేయత, అనుచరించేవారిని కష్టాలపాలు చేసే 'దూత' సలహా – వీటి జోలికి నేను పోను.

నా నిష్క్రమణ దగ్గర పడుతున్న కొద్దీ మెహర్‌బాబా నాతో సంపర్కం తప్పించుకుంటున్నారని పించుతున్నది. అది నాభ్రమయేమో కూడా! నేను చూసినప్పుడల్లా ఆయన విపరీతమైన హడావిడిలో ఉంటారు. తర్వాత కొద్ది క్షణాలలో మాయమవుతారు. ప్రతి రోజూ నా పరిస్థితి నాకు తెలుస్తూనే ఉంటుంది. రోజురోజుకు నాలో పెరుగుతున్న అశాంతి మెహర్‌కు కూడా తెలుసునన్నది సత్యదూరం కాదు.

ఆయన వాగ్దానం చేసిన అద్భుత అనుభవాలకై నేను కాచుకొని ఉన్నాను. అవి సిద్ధించబోతున్నాయని నేనెన్నడూ ఆశించలేదు. నా అంచనాలు పూర్తిగా సఫలం ఆయాయి. అసాధారణమైనదేమీ జరగబోవటం లేదు. ఇతరులకు కూడా అసామాన్య విషయం ఏమీ జరుగటంలేదని తెలుస్తూనే ఉన్నది. మెహర్‌ను గట్టిగా ప్రశ్నించే ప్రయత్నం నేనేమీ చేయలేదు. అటువంటి ప్రయత్నం నిర్థకం అని నాకనిపించింది. నెల ముగియగానే మెహర్‌బాబాకు నా నిష్క్రమణాన్ని తెలియజెప్పి, ఆయన తన మాట నిలబెట్టుకో లేదన్న విషయం గుర్తు చేశాను. అందుకు జవాబుగా తన అద్భుతాల తారీఖును రెండు నెలలు దాటవేసి విషయాన్ని ముగించాడు! నా సమక్షం ఆయనకు అంతర్గతంగా ఒక భయం, ఒక విచిత్రమైన అసహనం ఆయనను బాధించుతున్నాయని నా ఉద్దేశ్యం. పొరబడి ఉండవచ్చు. అది కంటికి

కనబడకపోవచ్చు కాని అది నా సద్యఃస్ఫురణ. అయినా నేను ఆయనతో వాదించే ప్రయత్నం చేయలేదు. పట్టుచిక్కని ఆయన తూర్పదేశపు మనసుతో నా ముక్కుసూటి ప్రశ్న. పోరాడాలని ప్రయత్నించటం నిష్ప్రయోజనం.

విడిపోబోయే ఆఖరు క్షణంలో కూడా స్నేహ పూరకంగా శలవు అని, వినయంగా వీడ్కోలు చెబుతున్నపుడు కూడా, ఆయన ప్రపంచానికి తానే గురువు అనటంలో సందేహం లేదనీ, ఎందరో తనకోసం నిరీక్షించుతున్నారని చెప్పారు. ఆయన పశ్చిమ ప్రపంచానికి వెళ్ళి అక్కడ తన సందేశం, ధ్యేయం వ్యాపించజేయటానికి నిశ్చయించినపుడు నాకు కబురు పంపుతాననీ, నేను తనతో ప్రయాణం చేయాలనీ ఆయన వక్కాణింపు.[1]

ఆయన మాట నమ్మి మూర్ఖంగా చేసిన నా ప్రయత్నానికి ఇదీ ఫలితం. ఆత్మానందాన్ని కలిగించుతామని మాట యిచ్చి, మనసుకు తీరని వ్యధ మాత్రమే మిగిల్చే దివ్యగురువులను గురించి ఏం చెప్పాలి?

★

మెహర్‌బాబా విచిత్ర జీవిక, కుతూహలం కలిగించే ప్రవర్తనకు వెనుక ఏదయినా కారణం ఉందేమో తెలిసికొనటానికి వీలవుతుందా? ఆయనను పైపైన అంచనావేస్తే ఆయనను మోసగాడుగానో ప్రజ్ఞలు పోయే డాంబికుడుగానో తేల్చవచ్చు. అలా జరిగింది కూడా. దానివల్ల ఆయన జీవితంలో అనేక విశేషాలు మరుగున పడిపోతాయి. అది అన్యాయం నేను బాంబే వృద్ధ న్యాయమూర్తి ఖండలావాలా అభిప్రాయం అంగీకరించుతాను. ఆయన మెహర్‌బాబాను బాల్యం నుంచి ఎరుగుదురు. ఆ పార్సీ 'దూత' నిజాయితీపరుడనీ, అపార్థం చేసుకోబడ్డాడనీ చెప్పారు. ఈ వివరణ కొంతవరకు మంచిదే. కాని ఇది చాలదు.

మెహర్‌బాబా ప్రవర్తన మరి కొంత విశ్లేషించితే నేను చెప్పేది స్పష్టం అవుతుంది.

అహ్మద్‌నగర్‌లో మా తొలిసమావేశంలో ఆయన ప్రశాంతత మృదుత్వము నన్ను ఆకట్టుకున్నాయని ఇంత క్రితమే చెప్పాను. ఈ ప్రశాంతత ఆయన బలహీన స్వభావం చేతను, ఆయన మృధుత్వం దుర్బలమైన శరీరం కారణంగానూ కలిగాయి. ఇది నేను నాసిక్‌లో బస చేసిన నెలరోజులలో రోజూ జరిగే సంఘటనల వల్ల బయట పడింది. ఆయన పరివేష్టితుల వల్ల పరిస్థితుల ప్రభావితులై ఏ నిర్ణయమూ తీసికొనలేని వ్యక్తి అనుగ్రహించాను. ఈ విషయంలో మొనతేలిన ఆయన చిన్న గడ్డం

---

1. కాలక్రమాన ఆయన పశ్చిమ దేశాలు వెళ్లారు. కాని నన్ను ఈ గురించిన భవిష్యవాణి పూర్తిగా తలక్రిందులయింది.

ఇందుకు భారీ నిదర్శనం. దానికి తోడు హఠాత్తుగా కలిగే నిష్కారణమైన ఉద్వేగాలు ఆయన ప్రవర్తనలో మైలురాళ్ళ వంటివి. ఆయన అతి భావోద్వేగ పరులనేది చెప్పకనే తెలుస్తుంది. ఆయన నాటకీయత అభిమానించుతారనేది నాటకరంగం పట్ల ఆయన పాశము, అద్భుతమైన ప్రదర్శనల పట్ల ప్రాచ్యసహజమైన ఆయన మమకారం తెలియజేస్తాయి. ఆయన తనకోసం కాక ప్రేక్షకులకోసం జీవించుతున్నట్లు తోచుతుంది. జీవన వేదిక మీద గంభీరమైన పాత్ర ధరించుతున్నట్లు ఆయన అంటున్నా, ఆయన నటనలో హాస్యరసం సేవించిన వారిని తప్పు పట్టటానికి వీలు లేదు!

ఆ ముసలి మహమ్మదీయ ఫకీర్ స్త్రీ హజ్రత్ బాబాజాన్ మెహర్‌బాబా జీవితంలో ఆయన నిలకడను ఛిన్నాభిన్నం చేసి ఉత్పాతం సృష్టించింది. అని నా సిద్ధాంతం. వాస్తవానికి ఆయన గాని ఆయన చుట్టు పక్కల ఉన్నవారు కాని అర్థం చేసి కొనలేనంత పరిస్థితికి ఆయనను తలకిందులు చేసింది. విలక్షణ అయిన ఆ స్త్రీతో నా అనుభవం చాల పరిమితం. కాని ఎంత మూర్ఖాచార పరాయణులనైనా అదరకొట్టగల శక్తి ఆమె సొత్తు అని నా నమ్మకం. మెహర్‌బాబా జీవితంలో అడ్డుతగిలి, ఆయనను మరొక అర్థంకాని దిశలోకి హజ్రత్ బాబాజాన్ ఎందుకు ఎగురవేసిందోనాకు తెలియదు. ఆయనను వేరుదారిన పడవేసింది. దాని ఫలితం – ఒక ప్రహసనం అవుతుందో ప్రభంజనం అవుతుందో – ఇంకా వేచి చూడాలి. కాని ఆమె ఆయన కాళ్ళ కింది మట్టి ఎగర గొట్టగల సమర్థురాలని నాకు తెలుసు.

ఆమె ఆయనకు ఇచ్చిన మద్దతు, ముద్దుగా విలువ ఏమీ లేదు. కాని ఆమె మానసిక కారుణ్యాన్ని ఆయనకు అందజేసిన సాధనంగా అది ప్రాముఖ్యతను సంపాదించింది. తత్ఫలితంగా ఆయనలో పెంపొందిన మనస్తత్వం, ఆయన తర్వాతి చరిత్ర దృష్ట్యా, మహత్తరమైనది. ఈ సంఘటన వివరించుతూ 'నా మనసుకు ఒక షాక్ తగిలింది. ఆ కారణంగా నా మెదడు భయంకరమైన ప్రకంపనలతో కొంతసేపు కొట్టుకులాడింది.' అన్నారు. ఆయనకు అది ఆశించని సంఘటన. ఆయన అందుకు సిద్ధంగా లేరు. అది దాదాపు యోగదీక్షకు సమానం. ఆ దీక్ష స్వీకరించటానికి తగిన శిక్షణగాని, అధ్యయనం గాని ఆయనకు లేవు. ''యౌవనంలో నేను బాబా స్నేహితుడిగా ఉన్నపుడు'' ఆయన శిష్యులు అబ్దుల్లా చెప్పారు. ''ఆయనకు మతం లోగాని, వేదాంతంలోగాని అభిరుచి నేను గమనించలేదు. ఆయన ఎప్పుడూ ఆటలు, స్పోర్ట్స్, సరదాలలో ఆసక్తి చూపేవారు. మా స్కూలు వక్తృత్వ పోటీలు, కార్యక్రమాలలో ఆయన ప్రముఖపాత్ర వహించారు. హఠాత్తుగా ఆధ్యాత్మికత వైపు మళ్లటం మమ్మల్ని ఆశ్చర్యంలో ముంచి వేసింది.''

ఈ అనుకోని అనుభవంతో యువకుడైన మెహర్ నిలకడ తప్పాడని నా నమ్మకం. అతను అటూ ఇటూ కాని మూర్ఖత్వంలో మరమనిషిలా ప్రవర్తించటం మొదలు పెట్టినపుడు ఈ విషయం తెలిసిపోయింది. అతను పూర్తిగా కోలుకుని మామూలు మనిషి అయ్యాక తెలిసింది నిజమోకాదో తెలియదు. అతను పూర్తిగా మామూలు మనిషి అయినాడంటే నేను నమ్మను. మితిమించిన మత ఉన్మాదం, యోగసమాధి, రహస్యమయ ఆనందం కొంతమందికి కొన్ని మత్తు పదార్థాలు మితిమీరి సేవించటం వలన కలిగే ప్రభావమే కలిగించుతాయి. మొట్టమొదటి అతిశయించిన మానసిక స్థితి కలిగిన మత్తులోనుంచి మెహర్‌బాబా కోలుకోలేదని నా నమ్మకం. అంత పిన్నవయసులో అతని మనసుకు కలిగిన కల్లోలం కారణంగా అతని నిలకడ ఇంకా లోపించే ఉన్నది. లేకపోతే అప్పుడప్పుడు ఆయన ప్రదర్శించే అసాధారణ ప్రవర్తనకు అర్థమే లేదు.

ఒకవైపు ఆయన ఒక మర్మయోగి. సుగుణాలు–ప్రేమ, మార్ధవం, మత విషయిక సద్యఃస్ఫూర్తి వగైరా – వగైరా ప్రదర్శించుతారు. మరొకవైపు తానొక అతిప్రముఖ వ్యక్తిననే మానసిక రుగ్మత ప్రదర్శించుతారు. తనను గురించిన విషయమంతా అతిశయంగా అకాశమంతచేసి చెబుతారు. ఆకస్మికంగా, తాత్కాలికమైన పరమానందస్థితి పొందే మతోన్మాదులలో ఈస్థితి కనుగొన్నారు. తమకేదో ఘనాతిఘనమైన విషయం జరిగిందనే మెలకువతో వారు బయట పడుతారు. తన ఆధ్యాత్మిక ఘనతను ఢంకా మోగించటానికి వారికి ఇది మరొక అడుగు ముందుకు. అప్పుడు వారు కొత్త మతవిధానాలు లేదా విచిత్ర సమాజాలను స్థాపించుతారు. వాటికి వారే అధిపతులు. తామే దైవమని, మానవాళినంతటినీ కాపాడటానికి వచ్చిన 'దూత'లమనే నమ్మిక సాహసికులైన కొందరి కడపటి చర్య.

భారతదేశంలో యోగసాధకులకు లభించే ఉన్నత చైతన్యం కోరేవారు అనేకం ఉన్నారు. కాని అందుకు అవసరమైన శిక్షణ, క్షమశిక్షణల మూల్యం చెల్లించటానికి వారు సిద్ధంగా లేరు. కనుకవారు నల్లమందు, హషీష్, వంటి మత్తు పదార్థాలు సేవించడం. ఆ భావాతీత చైతన్యాన్ని పోలిన నకిలీ రంగురంగుల అనుభవాలు పొందుతారు. ఈ మత్తుమందుకు బానిసలయిన వీరి ప్రవర్తన నేను గమనించాను. వారందరిలోను ఒక గుణం ఉమ్మడిగా ఉంటుంది. వారి జీవితాలలో అత్యల్ప విషయాలను, గోరంతను కొండంతచేసి చెబుతారు. నిజం చెబుతున్నామనే గాఢ నమ్మకంతో పచ్చి అబద్ధాలు చెబుతారు. అక్కడనించే తమంతటివారు లేరనే ఆత్మభిమానం, విభ్రాంతికి దారి తీస్తుంది.

మందుమత్తులో ఉన్నవ్యక్తి ఒక స్త్రీ యాదాలాపంగా తనను చూడటం గమనించవచ్చు. వెంటనే అతని మనసులో ఒక సంపూర్ణ ప్రేమాయణాన్ని అల్లుతాడు.

అతని ప్రపంచమంతా ప్రఖ్యాతమైన తనచుట్టూ తిరుగుతుంది. తమ మానవాతీత శక్తులను గురించి ఆయన చెబుతుంటే అతనికి మతిస్థిరం తప్పలేదు గదా అన్న అనుమానం కలుగుతుంది. ఆయన చర్యలన్నీ వివరించటానికి సాధ్యంకాని ప్రేరణతో హఠాత్తుగా జరుగుతాయి.

ఆ దురదృష్టవంతుల వ్యక్తిత్వాన్ని జీవితాలను గుర్తింపజేసే అస్థిరమైన గుణాలు మెహర్‌బాబా వ్యక్తిత్వంలోను, జీవితంలోను స్ఫుటంగా దర్శనమిస్తాయి. కానీ ఆయన వైపరీత్యానికి కారణం మత్తుపదార్థాలు కావు, ఆరోగ్యప్రదమైన ఆధ్యాత్మిక అనుభవం. కనుక ఇతరులు జారిన దుష్ట అగాధాలలోకి ఆయన ఎన్నడూ దిగజారరు. నియట్జె మాటలలో చెబితే పార్శీదూత 'మానవత, సంపూర్ణమానవత.''

ఆయన ఎప్పుడు మౌనం చాలించుతారు అనే విషయం మీద చాలా కసరత్తు జరుగుతున్నది. అసలు ఆయన ఎప్పుడైనా ఆ పనిచేస్తారా అనేది వివాదాంశం. కానీ ఒకవేళ అదే జరిగితే ఆయన వాణి ఈ ప్రపంచానికి చెవిటికి శంఖం ఊదినట్లే. మాటలతో అద్భుతాలు జరగవు. ఆయన భవిష్య వాణి జరగవచ్చు, జరుగకపోవచ్చు. అంతకంటే ముఖ్యం ఏమిటంటే 'ప్రవక్తే నమ్మదగిన వ్యక్తికాదు' అని ఋజువు అయింది. ఆయన జోస్యం ఫలించలేదు. ఆయన ప్రవర్తన అహంకారమయం, నిలకడలేనిది. ఆయన ఇతరులకు ఇచ్చే సందేశాలను సోదాహరణంగా తనలో చూపలేక పోయారు. అటువంటి వ్యక్తి సందేశం సరకు చేయని చెవులకు కాక మరెక్కడికి చేరుతుంది?

అమితోత్సాహపరులైన ఆయన అనుయాయుల మాటేమిటి? కాలం వచ్చి వారి కళ్ళు తెరిపించుతుందా! అది బహుశా జరుగని పని. మెహర్‌బాబా కధ భారతీయుల భోళాతనం చెప్పేకధ. ఈ బలహీనతలోని బలమేమిటో చూసే ప్రత్యక్ష ప్రమాణం. నిరక్షరాస్యత, మితిమీరిన విశ్వాసము భారతదేశాన్ని బాధించే లోపాలు. ఉద్వేగ ఉద్రేకాలనుంచి తర్కాన్ని విడదీయటం, చెప్పుడు మాటలను నుంచి చరిత్రను దూరం చేయటం, యదార్థాన్ని ఊహనించి వేరుచేయటం వంటి వైజ్ఞానిక ఆలోచన లో ఈ జాతికి శిక్షణ లేదు. ఉత్సాహపరులైన అనుయాయుల మందను చేరదీయుట సులభం. వారు శ్రద్ధాపరులైన అభిలాషులుకావచ్చు. అనుభవంలేని మూర్ఖులు కావచ్చు లేదా తమనూ తమ అదృష్టాన్ని తమచేతిలోకంటె, పేరుపొందిన తారల చేతిలో పెట్టటం తెలివైనపని అనుకొనేవారు కావచ్చు.

మెహర్‌బాబా తన ఉద్యోగపర్వంలో అడుగడుగునా పెద్దతప్పులు చేశారన్నది యదార్థం. అవన్నీ ఏకరువు పెట్టడానికి నాకుచోటు చాలదు, ఓపికలేదు. నేనూ పెద్దతప్పు చేశాను. కాని ఆయన తను దైవప్రేరితుడైన 'దూత' నంటారు. నేనేమో

నా పరిమితులు లోటుపాట్లు ఎరిగిన అతిసాధారణ మానవుడిని. ఇక్కడ నేను చెప్పవచ్చే దేమంటే మెహర్‌బాబా పెద్ద తప్పుల మాట అటు ఉంచి ఆయన తప్పు చేయగలరంటేనే అయన అనుయాయులు ససేమిరా ఒప్పుకోరు. ఆయన చేసే ప్రతిపనిలోను, చెప్పే ప్రతి మాటలలోనూ ఏదో నిగూఢార్ధం, ప్రయోజనం ఇమిడి ఉన్నదని వారి భోళానమ్మకం. వారు గుడ్డిగా అనుసరించి తృప్తి పడుతారు. వారు మింగవలసిన దానికి తర్కం అడ్డుపడుతుంది గనుకవారు గుడ్డిగా నమ్మి తీరాలి. సంశయాత్మకత నాజీవితంలో విడదీయరాని స్వభావం. ఆయనతోటి అనుభవం నా నిస్పృహతత్వాన్ని మరింత దృఢపరచి, వేళ్ళను ఇంకా లోతులకు వ్యాపింప జేసింది. నా సంశయాత్మకతను బలపరిచింది. ఈ దేశంలో పర్యటనలకు దారిచూపిన నా సున్నితత్వాన్ని ఈ సంశయకత దాచివేసింది.

వందల సంవత్సరాలుగా చరిత్ర మనకు ప్రసాదించిన అత్యంత ఘనమైన సంఘటన జరుగబోతున్నదని తూర్పుదేశాల అంతటా సంకేతాలు వెలువడుతున్నాయి. భారతదేశం చామనచాయ ముఖాలలో, టిబెట్ బలిష్టులలో, బాదం కళ్ల చైనా ప్రజాబాహుళ్యం లోనూ, నెరిసిపోయిన ఆఫ్రికా గడ్డాలలో ఏదో అవతారం రాబోతున్నదన్న కాలజ్ఞానం తలఎత్తింది. ఆ రాబోయే ఘటనకు ఇదే తగిన సమయం అని, కాలానుగుణంగా శకునాలు తెలుస్తున్నాయనీ ఊహ, మెహర్‌బాబా తనలో అకస్మాత్తుగా కలిగిన మానసిక మార్పును తన 'దేవదూత' మహత్కార్యం ఆరంభానికి సంకేతంగా తలపోశారు. అది సహజమే కదా? దిగ్భ్రమ చెందిన ప్రపంచానికి తనను ప్రకటించుకుంటానని ముద్దుగా పెంచుకున్న నమ్మకం. అది సహజమే కదా? విధేయులైన. ఆయన అనుచరవర్గం 'దేవదూత' ఆగమనాన్ని ప్రచారంచేసే బృహత్కార్యాన్ని తమ భుజస్కంధాల మీద వేసుకున్నారు. అంతకంటే సహజం ఏముంటుంది? కాని ఆయన ప్రయోగించిన నాటకీయ పద్ధతులు ఖండించి తీరవలసిన స్థితి! మత గురువులుగా పేరుపొందిన వారెవరూ వాటిని ఎన్నడూ ఉపయోగించలేదు. వేలాది శతాబ్దాలుగా నడుస్తున్న ఆధ్యాత్మిక మర్యాదను ఏ గురువూ అతిక్రమించ బోవటంలేదు. అపురూపమయిన ఈ 'సాధువు' బుద్ధి భవిష్యత్తులో ఎలాంటి వెర్రితలలు వేయబోతున్నదో నాకొక గూఢమైన అనుమానం ఉన్నది. ప్రస్తుతం నేను చెప్పటంకంటే ప్రపంచానికి కాలమే ప్రదర్శించి ఆనందింప జేస్తుంది.

నా యీ దీర్ఘాలోచన ముగుస్తూ ఉండగా, మెహర్‌బాబా సుకుమారమైన వేళ్ళనించి ఉదాత్తమైన, ఉత్కృష్టమైన సూక్తులు వెలువడ్డాయని నేను తిరస్కరించన వసరం లేదు. కాని ఆయన తనమత ప్రేరణల నుంచి దిగివచ్చి - ఆయన దిగి తీరాలి. తన సొంతంగొప్పతనాన్ని, వ్యక్తిగత లాభనష్టాలను గురించి మాట్లాడటానికి

దిగజారినపుడు, మన జోళ్ళు వెతుక్కోవలసిన సమయం వచ్చిందన్న మాట! మానవజాతికి భావినాయకుడు వినాయకుడు కాబోతున్న క్షణం అదే.[2]

★★★

---

2. ఆ తర్వాత మెహెర్‌బాబా పశ్చిమాన దర్శనం ఆయనచుట్టూ పశ్చిమ వ్యవస్థ చేరసాగింది. తన మౌనం వీడినప్పుడు అద్భుతాలు జరుగుతాయని ఆయన ఇప్పటికీ వాగ్దానాలు చేస్తుంటారు. ఆయన చాలాసార్లు ఇంగ్లండ్ సందర్శించారు. ఫ్రాన్స్, స్పెయిన్, టర్కీలలో ఆయన అనుయాయులను సంపాదించారు. రెండుసార్లు పర్షియా దర్శించారు. స్త్రీ, పురుషులు కలగలిసిన పరివారంతో ఆయన అమెరికాఖండం ఈ చివరి నుండి ఆ చివరి వరకు నాటక కంపెనీ పక్కీలో ప్రయాణం చేశారు. హాలీవుడ్ చేరినపుడు ఆయనకు మహారాజు స్వాగతం లభించింది. మేరీపిక్‌ఫోర్డ్ ఆయనకు తన ఇంట్లో ఆతిథ్యమిచ్చింది. తలులా బాంక్‌హెడ్ ఆయనపట్ల ఆసక్తి చూపారు. హాలీవుడ్‌లోని అతిపెద్ద హోటల్‌లో షుమారు వెయ్యిమంది ప్రముఖులు ఆయనకు పరిచయం చేయబడ్డారు. యునైటెడ్ స్టేట్స్‌లో ఆయన పశ్చిమ కార్యాలయం స్థాపించటానికి పెద్దస్థలం సంపాదించారు. దేశం దేశం ఆయన తోచినట్లు పర్యటించుతుండగా ఆయన పెదవులమీద మౌనం నాట్యం చేసింది. చివరికి ఆయన అపఖ్యాతి వెలుగుచూసింది.

అధ్యాయం 15

వింత ఎదుర్కోలు

పశ్చిమ భారతదేశంలో నేను రెండవసారి విరామంగా, గమ్యం లేకుండా తిరుగుతున్నాను. దుమ్ము పట్టిన రైళ్ళు, కూచునే వసతి లేని ఎడ్లబండ్లతో విసుగెత్తి నేను ఒక దృఢమైన టూరింగ్‌కార్ తీసుకున్నాను. ఆ కార్‌తో బాటు వచ్చిన హిందువు సహవాసిగా, డ్రైవర్‌గా, నౌకరుగా మూడు పాత్రలు పోషించుతాడు.

టైర్ల కింద మైళ్ళు వెనక్కుపోతుంటే మేం అనేక దృశ్యాలు దాటుతూ పోతున్నాం. సకాలంలో ఏదైనా గ్రామం చేరలేకపోతే, చీకటిపడగానే ఉన్నచోట ఆపుతాడు. తెల్లవారే వరకూ అక్కడే మకాం. రాత్రంతా ఒక పెద్ద మంట పెడుతాడు. చితుకులూ ఎండు కొమ్మలూ అందులో వేస్తూ అది మండుతూ ఉండేట్లు చూస్తాడు. ఆ మంటలు క్రూర మృగాలను మా దగ్గరికి రానీయవని అతని భరోసా. ఈ అడవుల్లో చిరుతపులులు, సివంగులూ సంచారం చేస్తుంటాయి. ఒక సాధారణమయిన మంట వాటిలో భయం రేకెత్తించి దూరాన ఉంచుతుంది. నక్కలు అలాకాదు. కొండలలో వాటి ఏడుపు కూతలు దగ్గరలోనే వినబడుతూ ఉంటాయి. పగటివేళ అప్పుడప్పుడు రాబందులు వాటి గూళ్ళ నుంచి ఇత్తడి రంగు ఆకాశంలోకి దూసుకుపోవటం చూస్తాం.

ఒక సాయంత్రం దుమ్ము పేరుకుని ఉన్న రోడ్డు మీద వెళ్తుండగా, రోడ్డు పక్కన ఉన్న ఒక వింత జంటను దాటాం. వారిలో ఒకరు మధ్య వయస్కుడైన సాధువు. ఆకులు పలుచగా ఉన్న పొద నీడన మోకాళ్ళమీద కూర్చుని ధ్యానం చేస్తున్నట్లు తెలుస్తున్నది. రెండవ వ్యక్తి యౌవనంలో ఉన్న పరిచారిక. బహుశ శిష్యురాలు కావచ్చు. పెద్దాయన చేతులు జోడించి ఉన్నాయి. కన్నులు ధ్యానంలో సగం మూసి ఉన్నాయి. మేము దాటుతున్నపుడు ఆయన ఏ మాత్రం చలనం లేకుండా కూర్చుని ఉన్నాడు. ఆయన మమ్మల్ని కన్నెత్తిచూడలేదు. ఆయన యువ శిష్యురాలు మా కారును మందకొడిగా చూసింది. ఆయన ముఖంలో ఏదో నన్ను ఆకర్షించింది. కొద్ది

దూరంలో నన్ను ఆపింది. మా హిందూ సహవాసి విచారించటానికి వెనక్కు వెళ్ళాడు. అతను ఆజంటను కొంచెం బెరుకుగా సమీపించాడు. చివరికి అతను ఆ యువతితో దీర్ఘసంభాషణలోకి దిగుతాడు.

తిరిగి వచ్చి అతను అనేకమైన అనవసరమైన వివరాలతో ఆ జంట గురుశిష్యులనీ, ఆ పెద్ద వ్యక్తి పేరు చండీదాసు అని చెప్పాడు. ఆయన శిష్యురాలి అభిప్రాయంలో ఆ యోగి అపూర్వమైన శక్తులుగలవారు. వారిద్దరూ గ్రామంనించి గ్రామానికి కొంత కాలినడకన, కొంత రైలులో తిరుగుతూ చాలా దూరం ప్రయాణం చేశారు. వారు వారి స్వస్థలం బెంగాల్ విడిచి సుమారు రెండు సంవత్సరాలవుతున్నది.

నేను వారిని కారు ఎక్కుమన్నాను. వారు వెంటనే ఒప్పుకున్నారు. పెద్దాయన శ్రేయోభిలాషతోను, చిన్నామె కృతజ్ఞతతోను బండి ఎక్కారు. ఒక అరగంట తర్వాత వింతగా కలిసిన ఈ ముఠాను కారు పక్క కుగ్రామంలో దింపింది. ఆ రాత్రి మేం అక్కడ గడపాలని నిశ్చయించాము.

దారిలో మాకు ఒక్క ప్రాణి కూడా ఎదురుకాలేదు. గ్రామం దాపుల్లోకి చేరిన తర్వాత బక్కచిక్కిన చిన్న ఆవుల మందను తోలుకు వస్తున్న ఒక పిల్లవాడు కనుపించాడు. అపరాహ్ణం ముగియబోతున్నది. మేము గ్రామం బావి దగ్గర నిలబడి సేదతీర్చే ఆ నీరు తాగాము. కాకపోతే ఆ నీళ్ళు ఏదో రంగులో ఉన్నాయి. గ్రామంలో నలభై లేదా యాభై గుడిసెలు, ఇళ్ళు అక్కడ అస్తవ్యస్తమైన ఒకే వీధికి రెండు వైపులా విస్తరించి ఉన్నాయి. ఎగుడు దిగుడుగా గడ్డి కప్పిన గుడిసెలు, ఎత్తులేని సమంగా లేని మట్టి గోడలు, మొరటుగా ఉన్న వెదురు గుంజలు వాటి మురికి పట్టిన వికార దర్శనం నాలో కించిత్ నిరుత్సాహం కలిగించింది. కంటికి ఇంపు కాని ఆ నివాసాల ముందు నీడలో కొందరు కూర్చొని ఉన్నారు. విచారంగా కనుపించుతున ఒక తల నెరిసిన స్త్రీ సగందాగిన ఎండిన రొమ్ములతో బావి దగ్గరికి వచ్చి మమ్మల్ని తదేకంగా చూసి, తన ఇత్తడి బిందె నీటితో నింపుకొని తిరిగి ఇంటి ముఖం పట్టింది.

నా హిందూ సహవాసి టీ చేయటానికి సామాను సేకరించి, గ్రామ పెద్ద ఇంటికి దారి తీశాడు. యోగి, ఆయన శిష్యురాలు అక్కడ మట్టిలో చతికిలబడి విశ్రాంతి తీసుకుంటున్నారు. ఆ యోగికి ఇంగ్లీషు తెలియదు. కారులోనే ఆ యువతికి తెలిసిన ఇంగ్లీషు నామ మాత్రం అని గ్రహించాను. సంభాషణకు పనికిరాదు. కొన్ని ప్రయత్నాల తర్వాత సాయంత్రం ఎక్కడో ఒకచోట స్థిరపడేంత వరకు కాచుకొని ఉండటం లాభదాయకం అని తోచింది. నేను ఆయనను ఇంటర్వ్యూ చేయటానికి నా హిందూ దుబాసి సేవలు వినియోగించవచ్చు.

ఈ లోగా స్త్రీ పురుషులు, చిన్నారుల ముఠా ఒకటి మా చుట్టూ చేరింది. అంతర్భాగంలో ఉండే వీరికి యూరోపియన్‌ను చూడటం చాలా అరుదైన అవకాశం. వారితో మాట్లాడటం నాకు ఒక ఆసక్తికరమైన అనుభవం. వారి అమాయకమైన

ముక్కుసూటి అభిప్రాయాలు స్వచ్ఛమైన గాలి వీచినట్లుంటాయి. చిన్నారులు మొదట సిగ్గుపడ్డారు. కొన్ని అణాలు పంచి వారిని గెలిచాను. నా అలారం వాచ్‌ని నమ్మలేనట్లు ఆశ్చర్యం, నిష్కపటమైన ఆనందంతో చూశారు. డయల్ సెట్ చేసి అలారం మోగుతుంటే వారి ఆనందం చూసి తీరాలి.

ఒక స్త్రీ యోగిని సమీపించి నడి వీధిలో ఆయనకు సాష్టాంగ నమస్కారం చేసి, ఆయన పాదాలను తాకి ఆ వేళ్లను నుదుట తాకించింది.

మా హిందూ నౌకరు గ్రామ పెద్దతో కలిసి టీ తయారుగా ఉన్నదనే వార్తతో వచ్చాడు. అతను కాలేజ్ గ్రాడ్యుయేట్. అయినా అతను నౌకరు, డ్రైవర్, దుబాసీ పనులతో తృప్తిపడుతున్నాడు. అతను నా పశ్చిమ అనుభవాల లోతులు కొలుస్తున్నాడు. ఏదో ఒకనాడు నాతోబాటు తనని యూరప్ తీసుకువెళ్తాననే ఆశతో జీవిస్తున్నాడు. అతని తెలివి తేటలకు ప్రవర్తనకు తగినట్లు నేను అతన్ని ఒక సహవాసిగా ఆదరించి స్నేహంగా ప్రవర్తించుతాను.

ఈలోగా ఎవరో యోగిని, ఆయన శిష్యురాలిని అతిథులుగా తమ గుడిసెకు తీసికొని వెళ్ళారు. ఈ గ్రామవాసులు వారి నగర సోదరుల కంటే ఎంతో దయామయు లనటంలో పొరబాటు లేదు.

మేము గ్రామ పెద్ద ఇంటికి నడుస్తుండగా దూరాన కొండల వెనుక సూర్యుడు శలవు తీసుకుంటున్నాడు. పశ్చిమాకాశం ఎర్రబడుతున్నది. బాగా కనబడుతున్న ఒక ఇంటి వద్ద ఆగాము. ఆ ఇంటి పెద్దకు నా ధన్యవాదాలు తెలిపాను.

'మీరు మా యింటికి రావటమే మహద్భాగ్యం.' ఆయన జవాబు సరళంగా. టీ అయిన తర్వాత మేం కొంతసేపు విశ్రాంతి తీసుకున్నాం. పొలాల మీద సంధ్య ఛాయలు పరుచుకుంటున్నాయి. గొడ్డూ గోదా ఇళ్లకు తిరిగి వస్తున్న శబ్దాలు నివసిస్తున్నాయి. తర్వాత మా నౌకరు వెళ్ళి యోగిని దర్శించి నాకు మార్గం ఏర్పరచాడు. నన్ను ఒక పేద గుడిసెకు తీసుకువెళ్ళాడు.

ఆ గది నలుచదరంగా ఉన్నది. పై కప్పు క్రిందికి ఉన్నది. మట్టి నేల పొయ్యి దగ్గర కొన్ని మట్టి పిడతలు, చట్లు మినహా ఇంట్లో వేరే సామాను ఏమీలేదు. గోడలో బిగించిన వెదురు బొంగు వార్డ్ రోబ్‌గా పనిచేస్తున్నది. దానిమీద బట్టలు, చింకిపాతలు వేలాడుతున్నాయి. ఒక మూలన ఇత్తడి నీటి కూజా ఉన్నది. పాతకాలం నాటి దీపపు మసక వెలుతురులో ఆ చోటు వివస్త్రలా తోచింది. పేదరైతు ఇంటి లేమి సౌకర్యాలు ఇవే.

యోగి శిష్యుడు తన వచ్చీరాని ఇంగ్లీషులో నన్ను పలకరించాడు. కాని గురువు కనిపించలేదు. జబ్బుతోఉన్న తల్లి ఆశీస్సుల కోసం ఆయనను పిలిచారు. ఆయన కోసం నిరీక్షించాను.

చివరికి వీధిలో శబ్దం వచ్చింది. గడపలో ఒక ఎత్తయిన విగ్రహం దర్శనం ఇచ్చింది. ఆయన గంభీరంగా గదిలో ప్రవేశించారు. నన్నుచూసి గుర్తించినట్లు ఒక సంకేతం తెలిపారు. ఏమో కొన్ని మాటలు అన్నారు. నా నౌకరు అనువాదం చెవులో ఊదాడు.

'గ్రీటింగ్స్ సాహెబ్! దేవుళ్ళు మిమ్మల్ని కాపాడాలి గాక!'

ఆయన కూర్చునేందుకు నూలు దుప్పటి ఇవ్వచూపితే వద్దన్నారు. కాళ్ళు మడిచి నేలమీద కూర్చున్నారు. మేము ఎదురెదురుగా కూర్చున్నాము. ఆయనను నిశితంగా పరిశీలించే అవకాశం దొరికింది. నా ఎదుటి వ్యక్తికి సుమారు యాభై సంవత్సరాల వయసు ఉండవచ్చు. బరువెక్కిన ఆయన గడ్డం ఆయన వయసును ఎక్కువగా చూపుతుంది. ఆయన జుట్టు జడలు కట్టి మెడ చుట్టూ వేలాడుతున్నది. ఆయన నోరు నవ్వు లేక గంభీరంగా ఉన్నది. మొట్టమొదట ఆయనను చూసినపుడు నన్ను ఆకట్టుకున్నదే ఇప్పుడూ సరికొత్తగా నన్ను ఆకట్టుకున్నది. బొగ్గు వంటి నీలికళ్ళలో మెరుపు. ఆ కళ్ళ జ్యోతిర్మయ ప్రకాశం! అనన్య సామాన్యమైన ఆ కన్నులు నన్ను చాలా కాలం వెంటాడుతాయని నాకు తెలుసు.

"మీరు చాలా పర్యటించారు." ఆయన నిదానంగా ప్రశ్నించారు.

నేను అవునన్నట్లు తల ఊపాను.

"మాస్టర్ మహాశయులను గురించి మీ అభిప్రాయం ఏమిటి?" ఆయన అకస్మాత్తు ప్రశ్న.

నేను దిగ్భ్రాంతుడినయాను. నేను ఆయన స్వస్థలం బెంగాల్‌కు వెళ్ళానని, కలకత్తాలో మాస్టర్ మహాశయులను కలిశానని ఈయనకెలా తెలిసింది? అమితాశ్చర్యంలో నేను ఆయనను కొంతసేపు తేరిపార జూశాను. అప్పుడు ఆయన ప్రశ్నకు తిరిగి వచ్చాను.

"ఆయన నా హృదయాన్ని జయించిన వ్యక్తి." నా జవాబు 'ఎందుకు అడుగుతున్నారు?'

నా ఎదురు ప్రశ్న ఆయన పట్టించుకోలేదు. ఇరకాటమైన నిశ్శబ్దం. సంభాషణ కొనసాగించే ప్రయత్నంలో నేను:

"నేను కలకత్తా వెళ్ళినపుడు ఆయనను చూడాలనుకుంటున్నాను. ఆయనకు మీరు తెలుసా? ఏమైనా చెప్పమంటారా?"

యోగి దృఢంగా తల అడ్డంగా తిప్పారు.

"మీరు మహాశయను ఇక చూడబోరు. యమధర్మరాజు ఇప్పుడే ఆయన ఆత్మను పిలుస్తున్నాడు."

మళ్ళీ ఒక విరామం అప్పుడు నేనన్నాను.

''యోగుల జీవితాలు, ఆలోచనలపట్ల నాకు ఆసక్తి. మీరు ఎలా యోగులైనారో, మీరు ఏమి సాధించారో చెప్పరా?''

చండీదాసు ఆయనను ఇంటర్వ్యూ చేసే నా ప్రయత్నాన్ని ప్రోత్సహించలేదు.

'గతం అంతా ఒక బూడిద కుప్ప'. ఆయన జవాబు, ''ఆ బూడిదలో వేలుపెట్టి నిర్జీవమైన అనుభవాలను వెలికిలాగుమని అడగకండి. నేను గతంలోను, భవిష్యత్తులోను జీవించను. మనిషి ఆత్మలోతులలో ఇవి నీడలను మించిన నిజాలు కావు. నేను నేర్చుకున్న వివేచనలలో అది ఒకటి.''

ఇది తలకిందులు వ్యవహారం. ఆయన బిగుసుకున్న ముని వైఖరి నా స్థిమితత్వాన్ని కూలదోస్తున్నది.

''కాలగతిన జీవించుతున్న మనం వాటిని గమనించాలి కదా!'' నా అభ్యంతరం.

''కాలమా?'' ఆయన విచారణ. ''అటువంటిది ఒకటి ఉన్నదని మీకు రూఢిగా తెలుసా?''

మా సంభాషణ వింతగా నమ్మశక్యం గాకుండా ఉన్నది. ''ఆయన శిష్యులు చెప్పే అద్భుత శక్తులు ఆయనలో నిజంగా ఉన్నాయా'' పైకి అన్నాను.

''కాలం అనేది లేపోతే గతము భవిష్యత్తు రెండూ ఇప్పుడు ఇక్కడే ఉండాలి గదా? కాని మన అనుభవం ఇందుకు విరుద్ధం.''

''అయితే? మీ అనుభవం, ప్రపంచపు అనుభవం మీకు అలా అని చెప్పింది అని కదా మీరు చెప్పేది?''

''ఖచ్చితంగా.. మీ అనుభవం వేరు అని మీరనడం లేదు కదా?''

''మీరు అనేది నిజం'' వింత జవాబు వచ్చింది.

''భవిష్యత్తు తానుగా మీకు కనబడుతుందని దాని భావమా!''

''నేను అనంతంలో జీవించుతాను.'' చండీదాసు జవాబు. ''రాబోయే కాలం నా నెత్తిన రుద్దబోయే సంఘటనలను తెలుసుకోవాలని ప్రయత్నించను.''

''కాని ఇతరుల కోసం ఆ పని చేయగలరా?''

''చేయగలను – నేను తలచుకుంటే.''

ఇది స్పష్టం చేసుకోవాలని మనసులో నిశ్చయించుకున్నాను.

''అయితే జరగబోయే సంఘటనలను గురించి వారికేమైనా చెప్పగలరా?''

"కొంతవరకు ప్రతి విషయమూ చెప్పినట్లు జరిగేటంత సవ్యంగా మనుష్యుల జీవితాలు నడువవు."

"అయితే మీకు తెలిసిన భవిష్యత్తు చెప్పగలరా?"

"ఈ విషయాలు ఎందుకు తెలుసుకోవాలనుకుంటున్నారు?"

నాలో సందేహం

"కారణం లేకుండా భగవంతుడు జరుగబోయే దానిమీద ముసుగు కప్పలేదు. ఆయన దాదాపు కోపగించినట్లు అన్నారు."

నేను ఏం అనాలి? వెంటనే లోనించి ప్రేరణ.

"కఠిన సమస్యలు నా మనసును వేధించుతున్నాయి. వాటికి కొంత పరిష్కారం దొరుకుతుందనే ఆశతో మీదేశం వచ్చాను. మీరు చెప్పేదానిలో నాకు మార్గం కనబడవచ్చు లేదా, నేనొక నిరర్థకమైన పని మీద బయలుదేరానని తెలుసుకుంటాను."

యోగి మెరిసే తన కళ్ళను నా దిశగా తిప్పుతారు. ఆ తర్వాతి నిశ్శబ్దంలో ఆయన గంభీర్యత నాకు వచ్చింది. కాళ్ళు మడిచి, పాదాలు పెనవేసి కూర్చున్న ఆయన ఎంతో ఉదాత్తంగా, మహర్షుల వివేచనతో కనిపించారు. ఎక్కడో దూరాన ఉన్న ఈ అడవి గ్రామంలోని పేదగుడిసెలోని పరిసరాలకు అతీతులుగా దర్శనమిచ్చారు.

ఒకగోడ పై భాగం నుంచి ఒక బల్లి మమ్మల్ని పరిశీలించుతున్నదని గమనించాను. గుండు పూసలవంటి దాని కళ్ళు మమ్మల్ని వదలటం లేదు. అది మా వైపు చూసి ఇకిలించుతున్నదేమోనన్నంత వెడల్పుగా దాని మూతి విపరీతమైన వెడల్పులో ఉన్నది.

ఎలాగోలా చండీదాస్ నోరు తెరిచారు.

"నాకు విద్యాలంకారం లేదు. కాని నేను చెప్పేది మీరు శ్రద్ధగా వింటే, మీ పర్యటన నిష్ఫలం కాదు. అమావాస్యరాక మునుపే మీ భారతదేశ పర్యటన ఎక్కడి నించి ఆరంభించారో అక్కడికి వెళ్ళండి. మీ కోరిక నెరవేరుతుంది."

"నన్ను తిరిగి బాంబే వెళ్ళమనా మీరు చెప్పేది?"

"సరిగ్గా చెప్పారు."

నాకు అయోమయంగా ఉన్నది. సంకరజాతి, సగం పశ్చిమంగా తిరిగిన ఆ నగరం నాకేమి ఇవ్వగలదు?

"నా శోధనలో ప్రయోజనకరమైనది ఏమీ నాకు అక్కడ కనిపించలేదు." నా పేచీ.

చండీదాస్ నన్ను నిశ్చలంగా, నిర్వికారంగా చూశారు.

"మీ దారి అదే. వీలయినంత త్వరగా ఆదారి పట్టండి. సమయం వృధా చేయవద్దు. రేపు త్వరగా బాంబే తిరిగి వెళ్ళండి."

"మీరు చెప్పగలిగింది అంతేనా?"

"ఇంకా ఉన్నది. కాని అదంతా పరిశీలించటానికి నేను ప్రయత్నం, శ్రమ చేయలేదు."

ఆయన మౌనం వహించారు. ఆయన కన్నులు నిశ్చల జలాలవలె భావశూన్యాలు అయ్యాయి. కొంతసేపటి తర్వాత ఆయన పలికారు.

"రాబోయే విషువత్తు లోగా మీరు భారతదేశం విడిచి పశ్చిమదేశాలకు వెళ్తారు. మా భూమి వదిలిన మరుక్షణం. తీవ్రమైన అనారోగ్యం మీ దేహానికి అంటుకుంటుంది. బలహీనమైన మీ దేహంలో మీ ఆత్మ కొట్టుమిట్టాడుతుంది. కాని ఎగిరిపోయే సమయం ఇంకా రాలేదు. అప్పుడు దాగి ఉన్న దైవకార్యం వెలువడుతుంది. అది మళ్ళీ మిమ్మల్ని ఆర్యావర్తం పంపుతుంది. అంటే మీరు మమ్మల్ని మూడుసార్లు సందర్శించుతారు. ఇప్పుడు కూడా మీకోసం ఒక ఋషి కాచుకొని ఉన్నారు. పురాజన్మ బంధాల వల్ల మీరు ఆయనకు కట్టుబడి ఉన్నారు. గనుక మా మధ్య నివసించటానికి మీరు తిరిగి వస్తారు."[1]

ఆయన స్వరం ఆగిపోయింది. ఆయన కనురెప్పల మీద ఒక ప్రకంపన ఒక కొసనుంచి మరొక కొసకు ప్రయాణం చేస్తుంది. ఆ తర్వాత నన్ను సూటిగా చూసి అన్నారు.

"విన్నారు గదా! ఇక చెప్పవలసింది ఏమీలేదు."

మిగిలిన మా సంభాషణ అంతా పిచ్చాపాటి, తనను గురించి మరి మాట్లాడటానికి చండీదాస్ నిరాకరించారు. కనుక ఆయన మాటల వెనుక ఎంతో అర్థముఉన్నా, వాటిని ఎలా అర్థం చేసుకోవాలా అనే సందిగ్ధావస్థలో మిగిలిపోయాను నేను."

"ఇంగ్లండు యోగులలో మీరు ఇటువంటివి చూడలేదా?"

నేను నవ్వు ఆపుకోవటానికి ప్రయత్నించాను.

"ఆదేశంలో యోగులు లేరు." నా జవాబు.

---

1. *ఈ కాలజ్ఞానం మొదటి సగం సరిగా చెప్పినట్లు కాలం ఋజువు చేసింది.*

సాయంత్రం అంతా మిగిలిన వారందరూ నిశ్చలంగా కూర్చున్నారు. ఇంటర్వ్యూ ముగిసినట్లు యోగి సూచించగానే ఆ కుటీరం యజమాని – బహుశ రైతు అయి ఉంటాడు. వచ్చి మమ్మల్ని తమతో బాటు భోజనం చేయుమని అర్థించాడు. మేము కొంత ఆహారం కారులో తీసుకు వచ్చామనీ, వండటానికి గ్రామ పెద్ద ఇంటికి వెళ్తామని చెప్పాను. (ఆ రాత్రికి పడుకోవటానికి మాకు తన ఇంట్లో చోటు ఇస్తానని గ్రామ పెద్ద మాట ఇచ్చాడు). కాని ఆ రైతు తాను అతిథి సత్కారం మర్చిపోయినాడనే మాట వినదల్చుకోలేదన్నాడు. నేను అప్పటికే ఆనాడు చాలా తిన్నాననీ, తనను శ్రమ పడవద్దనీ బతిమాలాను. కాని ఆయన తనపట్టు వదలలేదు. ఇక ఆయనను నిరాశపరచటం ఇష్టం లేక ఒప్పుకున్నాను.

''ఇంటికి వచ్చిన అతిథికి భోజనం పెట్టకపోతే నాకు పాపం చుట్టుకుంటుంది.'' అన్నాడు. ఆయన నా చేతికి వేయించిన గింజలు అందించుతూ.

కిటికీగా పనిచేస్తున్న కంతకు అడ్డకర్రలు తగిలించి ఉన్నాయి. చంద్రవంక వెన్నెలలు ఆ కంతలోనించి లోపలికి రావటానికి ప్రయాస పడుతున్నాయి. అమాయకులు, నిరక్షరాస్యులు అయిన ఈ రైతుల మేలయిన ప్రవర్తన, దయను గురించి నేను తలపోస్తున్నాను. నగరవాసులలో క్షీణించుతున్న వ్యక్తిత్వాన్ని ఏకాలేజి చదువులు ఏ వ్యాపార దక్షత చక్కదిద్దలేవు.

చండీదాస్ ఆయన శిష్యురాలి దగ్గర శలవు తీసికొని మేము బయటికి వస్తుంటే ఆ రైతు కప్పులో సన్నని దూలానికి వేలాడుతున్న చవకబారు లాంతరు తీసి పట్టుకొని వీధివరకు మాతో వచ్చాడు. అంతా బాగున్నదని అతనికి భరోసా యిచ్చాను. అతను తన నుదురు తాకి నవ్వాడు. గుమ్మంలో నుంచున్నాడు. నేను నా నౌకరును అనుసరించాను. చెరొక టార్చిలైటు పట్టుకొని, రాత్రి మా బస దగ్గరికి దారి వెతుక్కుంటూ వెళ్ళాము. నిద్ర పట్టలేదు. నిగూఢుడైన ఆ బెంగాల్ యోగిని గురించి ఆలోచనల మధ్య భయపెట్టే నక్కల ఊళలు, ఊరకుక్క వింత అయిన సుదీర్ఘమయిన మొరుగు.

★

చండీదాస్ సలహా అక్షరాల పాటించకపోయినా, కార్ రేడియేటర్ బాంబే వైపు తిప్పి క్రమంగా ఆనగరం చేరుకున్నాను. నేను అక్కడికి చేరి హోటల్‌లో నన్ను స్థాపించుకోవటం సఫలం కాగానే నేను జబ్బు పడటంలో సఫలుడినయాను.

నాలుగు గోడల మధ్య బందీనై, మానసికంగా అలిసిపోయి, శారీరకంగా జబ్బుపడి మొట్టమొదటి సారిగా నిరాశా వాది వైఖరి తొలిసారిగా నాలో తల ఎత్తింది. భారతదేశంలో చూసింది చాలనిపించింది. ఈ దేశంలో నేను వేలాది

మైళ్ళు ప్రయాణం చేశాను. అదీ కొన్నిసార్లు అతి దుర్భర పరిస్థితులలో వైన్ తాగటం, తినటం, డాన్స్ చేయటం, లేదా విస్కీ–సోడాల మధ్య బ్రిడ్జి ఆడటం – ఇదే అందమైన జీవితం అనే యూరోపియన్ ప్రదేశాలలో నేను అన్వేషించుతున్న భారతదేశం కనుపించదు. మంచి ఊళ్ళలో ప్రయాణం నా అన్వేషణలో తోడ్పడింది. కాని నా ఆరోగ్యాన్ని మెరుగుపరచలేదు. సరిపడని భోజనం అశుభ్రమైన నీటితో అంతర్దేశంలో గ్రామాలు, అడవుల్లో గ్రామాలు జీవితానికి స్థిమితం లేకుండా చేశాయి. దానికి తోడు ఈ ఉష్ణమండలంలో నిద్రలేకపోవటం ప్రమాద కారి అయి కూర్చున్నది. ప్రస్తుతం నా దేహం బాధ అనే పడకమీద డస్సిపోయిన భారం.

పూర్తిగా అడ్డం పడకుండా ఇంకా ఎన్నాళ్ళు నిలువగలనో అని నా ఆశ్చర్యం. నిద్రలేక నా కళ్ళు బరువెక్కి పోయాయి. ఈ నిద్రలేమి ఈ దేశం అంతటా నన్ను వెంటాడింది. నెలల తరబడి ఈ నిద్రలేమి పిశాచాన్ని పారదోలలేక పోయినాను. నేను సంపర్కం చేసిన విచిత్ర వ్యక్తుల నడుమ అతిజాగ్రత్తగా మెలగవలసిన అవసరం నానరాలను పీల్చి పిప్పి చేసింది. లోపల నింపాదిగా ఉండవలసిన అగత్యం, విమర్శించుతునే ఎదుటి వారు చెప్పేది వినవలసిన అవసరం – ఇవి దేశపు అంర్భాగంలో అపరిచిత బృందాలను భేదించుతున్నపుడు అత్యవసరం – నన్ను తీవ్రమయిన శ్రమకు గురిచేశాయి. అసలైన యోగులు, తమ అహంకారమయ ఊహాగానాలను దివ్యజ్ఞానంగా తలపోసే మూర్ఖుల మధ్య నిజమైన మతభక్తి పరాయణులు, కేవలం అద్భుతాలు వెతికేవారి మధ్య, గారడి చేసే కపట వేషధారులకు, అసలైన యోగ సాధకులకు మధ్య సరిఅయిన వారిని గుర్తించటానికి నేను ఎంతో నేర్చుకొనవలసి వచ్చింది. ఈ శోధన అంతా వీలయినంత తక్కువ సమయంలోకి కుదించి శక్తులన్నీ కేంద్రీకరించవలసి వచ్చింది. ఒకే శోధన మీద సంవత్సరాల కొద్దీ జీవితం వెచ్చించలేం గదా!

నా శారీరక, మానసిక స్థితి బాగాలేకపోయినా, నా ఆధ్యాత్మిక స్థితి కొంచెం మెరుగుగా ఉన్నది. విఫలమయాననే భావంతో నేను ఒక విధంగా భగ్నహృదయుడినయినాను. ఎన్నో అద్భుతాలు సాధించిన, పరమ పురుషులను కొందరిని కలసిన మాట నిజమే. అద్భుతాలు చేయగల వ్యక్తులను కలిసిన మాటా నిజమే. అయితే, నేను అన్వేషించుతున్న తర్కబద్ధమైన నా వైఖరికి నచ్చే గురువు, ఆధ్యాత్మిక మహాత్ములు ఇక్కడ ఉన్నారని ఆనందంగా వారికి నేను దాసోహమన వచ్చునని నా మనసులో ఇంతవరకు ఏ విధమైన అనుభూతి కలుగలేదు. ఉత్సాహవంతులైన శిష్యులు కొందరు నన్ను తమ గురువు ఉచ్చులలోకి లాగాలని ప్రయత్నించారు. యువతరం తన కౌమారదశలోని తొలి సాహసకార్యాన్ని తమ ప్రేమకు కొలమానం అని తలుస్తారు. కనుక ఈ సహృదయులంతా తమ తొలి అనుభవంతో

పరవశించిపోయి, ఆ తర్వాత అన్వేషించి తెలిసికొనే ఆలోచనే మర్చిపోయారు. అంతేకాక నేను మరొకరి సిద్ధాంతాల భాండాగారాన్ని కాదలచుకోలేదు. సజీవమైన నా వ్యక్తిగత అనుభవం కోసం నేను అన్వేషించుతున్నాను. నా స్వంత ఆధ్యాత్మిక జ్ఞానం కోసం వెతుకుతున్నాను. ఇతరుల జ్ఞానం కోసరం కాదు.

తన కోరికలను కాలదన్ని తూర్పున పర్యటించుతున్న బాధ్యతారహితుడైన వినమ్ర విలేకరిని నేను. అటువంటి సమావేశం నేను ఎలా ఆశించగలను? కనుక నా గుండె నిరాశతో భారమైంది.

కొంచెం కోలుకొని కాలు కదిపే ఓపిక వచ్చిన తర్వాత నేను హోటల్ టేబుల్ దగ్గర ఒక ఆర్మీ కెప్టెన్ పక్కన కూర్చున్నాను. ఆయన అనారోగ్యవతి అయిన తన భార్య ఆమె కోలుకోవటంలో జాగు, తన శలవు కాన్సెల్ అవటం అన్ని ఒక కాశీ మజిలీ కథ తెరిచాడు. ఉన్న అనారోగ్యాన్ని ఆయన రెట్టింపు చేసేట్లు ఉన్నాడు. మేము తినటం ముగించి వరండాలోకి వచ్చిన తర్వాత ఆయన పొడుగాటి చుట్ట నోట్లో బిగించి, గొణిగాడు వినపడీ వినపడకుండా:

''జీవితం – ఒక ఆటకదా?''

''అవును. కొంతవరకు.'' నేను క్లుప్తంగా ఒప్పుకున్నాను.

ఒక అరగంట తర్వాత నేను హార్న్ బి రోడ్ మీద టాక్సీలో పరుగుతీస్తున్నాను. పెద్ద మార్కెట్‌లో కనిపించే ఒక షిప్పింగ్ కంపెనీ ఎత్తయిన ఆఫీసు ముందర ఆగాము. భారతదేశం నుంచి నిష్క్రమించటం ఒక్కటే మార్గం అని హఠాన్నిర్ణయం చేసి టికెట్ కొన్నాను.

మురికి వాడలు, దుమ్ముకొట్టుకొని ఉన్న దుకాణాలు, అందమైన రాజ భవనాలు, సామర్థ్యం ప్రకటించే ఆఫీసు భవనాలు – ఇదే బొంబే – అన్నీ అసహ్యించుకుంటూ నా హోటల్ రూంకు తిరిగి వచ్చాను. విచారమయమైన నా ఆలోచనలు నెమరు వేయటానికి.

సాయంత్రం వెయిటర్ రుచికరమైన భోజనం టేబుల్ పైన పెట్టాడు. భోజనం అంటే డోకు వస్తున్నది. ఐస్ వేసిన రెండు డ్రింక్స్ తాగి టాక్సీలో ఊరిమీద పడ్డాను. ఒక చోట దిగి రోడ్డు వెంట తాపీగా నడుస్తున్నాను. పశ్చిమ ప్రపంచం భారతదేశానికి ఇచ్చిన కానుక. ఒక పెద్ద అట్టహాసమైన సినిమా హాల్ – ముందుకు వచ్చాను. జిగేల్‌మనేట్లు వెలుగులు చిమ్ముతున్న గేట్ దగ్గర ఆగి మెరుస్తున్న రంగు రంగు పోస్టర్లు గమనించుతున్నాను.

నాకు సినిమాలంటే ఇష్టం. ఈ రోజు సినిమా బాగుంటుందనిపించుతున్నది. ప్రపంచంలో ఎక్కడైనా సరే సినిమాలో హాయిగా కూర్చొనటానికి సుఖమైన మెత్తని సీటు దొరికినంతకాలం నాకు విచారం తగ్గుతుంది.

అమెరికన్ జీవితం కథగామలిచి, తెరమీదికి విసిరిన భాగాలు తప్పనిసరిగా చూస్తున్నాను. ఒక మూర్ఖురాలైన భార్య, నమ్మకంలేని భర్త రాజభవనాల వంటి అపార్ట్‌మెంట్స్ నేపథ్యంలో కదులుతూ దర్శనం ఇచ్చారు. నా ధ్యాస సినిమా వైపు మళ్ళించాలని గట్టిగా ప్రయత్నించాను. కాని రాను రాను బోరు కొట్టేస్తున్నది. ఇది వరకు సినిమా అంటే నాలో ఉన్న ఉత్సాహం ఉన్నట్టుండి మాయమయిందని గ్రహించాను. మనిషి జీవితంలో పాశం, విషాదం, హాస్యం, కథలు నన్ను కదిలించే శక్తి వింతగా కోల్పోయామని తెలుసుకున్న నాకు ఆశ్చర్యం వేసింది.

ప్రదర్శన సగంలోకి వచ్చేసరికి తెరమీది బొమ్మలు పూర్తిగా అవాస్తవంగా తోచసాగాయి. నా ధ్యాస పూర్తిగా మరలింది. నా ఆలోచనలు మళ్ళీ నా అన్వేషణవైపు మళ్ళాయి. నేను దేవుడు లేని యాత్రికుడినని అనుకోకుండా గ్రహించాను. మనసుకు విశ్రాంతి కోసం నగరం నుంచి నగరానికి, గ్రామం నుంచి గ్రామానికి తిరుగుతున్నాను. కాని ఎక్కడా విశ్రాంతి దొరకలేదు. నా దేశ కాల ప్రజలకంటె ఆలోచనా ఒడంబాన్ని లోతుగా దింపిన ఆధ్యాత్మిక ఉన్నతాత్మకోసం వెతుకుతూ, చాలమంది ముఖాలలో తేరిపార జూశాను. నన్ను తృప్తిపరిచే నిగూఢమైన జవాబు ప్రతిఫలించే జతకోసం వెతుకులాటలో ఇతరుల మెరిసే నల్ల కళ్ళలోకి ఎలా చూశాను?

అప్పుడు నా మెదడులోఒక విచిత్రమైన టెన్షన్ కలిగింది. నా చుట్టూ ఉన్న వాతావరణం విద్యుత్ ప్రకంపనలమయం అయినట్లు తోచింది. నాలో సంచలనాత్మకమైన మానసిక పరివర్తన కలుగుతున్నదని నాకు తెలుస్తున్నది. అకస్మాత్తుగా ఒక మానసిక స్వరం ముందుకు తోసుకువచ్చి దిగ్భ్రమ చెందిన నన్ను బలవంతంగా వినిపించుతుంది.

''జీవితమే ఒక సినిమా. అక్కడ పుటకల నుంచి పుడకల వరకూ కథలు దొర్లుతూ ఉంటాయి. గతించిన గాథలు ఎక్కడున్నాయి? వాటిని పట్టి ఉంచగలవా? జరుగవలసినవి ఎక్కడ ఉన్నాయి? వాటిని ఊహించగలవా? అసలైనది, కలకాలం నిలిచేది, శాశ్వతమైనది కనుగొనే బదులు సామాన్య జీవితం కంటె భ్రాంతి కలిగించేది, పూర్తిగా కల్పితగాథను, భ్రమలో భ్రమను చూడటానికి ఇక్కడికి వచ్చి కాలం వృధా చేస్తున్నావు.''

దానితో నాకు ఆ ప్రేమ, వివాదాలమయమైన ఆ సినిమాలో ఆసక్తి చచ్చిపోయింది. ఇక అక్కడ కూర్చోవటం శుద్ధ దండగ. నేను లేచి బయటికి నడిచాను.

పండు వెన్నెలలో నేను రోడ్డు మీద నిదానంగా గమ్యం లేకుండా తిరిగాను. తూర్పున చంద్రుడు మనిషి జీవితానికి దగ్గరగా ఉన్నట్లు తోచుతుంది. ఒక వీధి మూలన ఒక బిచ్చగాడు నన్ను సమీపించాడు. అతను నాకు అర్థంగాని శబ్దం ఏదో

చేస్తుంటే, నేను అతని ముఖంలోకి తదేకంగా చూశాను. భయభ్రాంతుడినై, నేను వెనక్కు తగ్గాను. అతని రూపం ఏదో దారుణమైన వ్యాధితో వికృతం అయిపోయింది. అతని చర్మం అక్కడక్కడ ఎముకలను అంటుకుపోయి ఉన్నది. ఈ దౌర్భాగ్య జీవితం పట్ల నా జాలి నా ఏవగింపును, అసహ్యాన్ని పక్కకు నెట్టింది. నా జేబులో చిల్లర అంతా తీసి చాచిన అతని చేతిలో పోశాను.

నేను సాగర తీరానికి నడిచాను. బాక్ బే దగ్గర రకరకాల మనుషులు కాలక్షేపానికి కూడూతూ ఉంటారు. నేను అందరికీ దూరంగా ఎవరూ లేని ఏకాంత ప్రదేశంలో స్థిరపడ్డాను. ఆకాశంలో నగరానికి అందమైన పైకప్పుగా కనిపించుతున్న తారలను చూస్తున్నాను. నేను ఆశించని ఒక అతిక్లిష్ట పరిస్థితిలో ఇరుక్కున్నానని గ్రహించాను.

★

కొద్దిరోజులలో నేను ఎక్కిన ఓడ యూరప్‌కు బయలుదేరి అరేబియా సముద్రం ఆకుపచ్చ నీలి నీటిలో దూసుకుపోతూంటుంది. ఓడ ఎక్కిన తర్వాత నేను నా వేదాంతానికి వీడ్కోలు చెప్పి, నా పూర్వ దేశ అన్వేషణ మరుపు నీటిలోకి విసురుతాను. ఆ తర్వాత నా సమయము, ఆలోచన, శక్తి సామర్థ్యాలు, డబ్బు ఈ డూప్లికేట్ గురువుల అన్వేషణలో ఖర్చు చేయను.

కాని నేను తప్పించుకోలేని ఆ అంతర్వాణి వదలకుండా నన్ను వేధించుతుంది.

'ఫూల్!' కోపంగా నా మీద ఎగురుతుంది. 'ఇన్ని సంవత్సరాల నీ పరిశోధనకు, ఆశయాలకు ఫలితం ఖాళీ జోలె అన్నమాట! నువ్వు నేర్చుకున్నదంతా మర్చిపోయి, నీ ఉదాత్త అనుభూతులను అహంకారానికి, శృంగారానికి అప్పచెప్పి, అందరిలాగే రహదారి ఎక్కుతావన్నమాట. కాని జాగ్రత్త! జీవితంలో నీ శిక్షణ భయంకరులైన గురువులతో జరిగింది. అంతులేని ఆలోచన జీవితం మీది మెరుపు పొదలను లాగివేసింది. నిరంతర కృషి నిన్ను కొరడాలతో కొట్టింది. ఆధ్యాత్మికంగా ఒంటరితనం నీ ఆత్మను వేరు చేసింది. ఈ ఒప్పందాల ఫలితాల నుంచి తప్పించుకోగలననుకుంటున్నావా? కుదరదు. అది నీ కాళ్ళకు కనుపించని సంకెళ్ళు వేసింది.'

ఆకాశంలో నక్షత్రాల రాసులు రెప్పవేయకుండా చూస్తూ, నేను ఒక మూడ్‌లో నుంచి మరొకదానికి క్రిందా మీదా అవుతున్నాను. పరాజయం ఎదుట నా నిస్సహాయతను చూసి అంతర్వాణి నిర్దయ నుంచి నన్ను నేను కాపాడు కొనే ప్రయత్నం చేశాను.

అంతర్వాణి

''ఇక్కడ భారతదేశంలో నువ్వు కలిసిన వారెవరూ మీ గురువు కావటానికి యోగ్యులు కారా?''

నా మనోఫలకంలో పలురకరకాల ముఖాల ప్రదర్శన జరిగింది. త్వరగా ఎగిసిపడే ఉత్తరాది ముఖాలు, స్తబ్ధమైన దక్షిణాది ముఖాలు, భయావేశాలు వెలిబుచ్చే తూర్పువాసులు, దృఢ మౌనంతో మరాటీ వదనాలు: స్నేహమయమైన ముఖాలు, మూర్ఖముఖాలు, తెలివైన ముఖాలు, ప్రమాదం తలపించే ముఖాలు, దుర్మార్గపు ముఖాలు, అర్థంకాని ముఖాలు.

ఆ ఊరేగింపులో నుంచి ఒక ముఖం విడిపోయి నా ఎదుట పట్టుదలతో నిలబడుతుంది. ఆ కన్నులు నా కళ్ళలోకి తదేకంగా చూస్తాయి. అది ప్రశాంతమైన, అవగాహనా తీతమైన నిశ్చలమైన మహర్షి వదనం. దక్షిణాదిన పరంజ్యోతి కొండమీద తన జీవితం గడిపిన మహర్షి ముఖం. ఆయనను నేనెన్నడూ మర్చిపోలేదు. వాస్తవానికి ఆయన అప్పుడు నాకు గుర్తు వస్తుండేవారు. నా అనుభవాల ఆకస్మిక స్వభావం, గిరగిర తిరిగే ముఖాల, సంఘటనల కోలాహలం, నా అన్వేషణలో జరిగిన ఆకస్మికమైన మార్పులు – అన్నీ కలిసి ఆయనతో గడిపిన చిరుసమయంలోని జ్ఞాపకాలను కప్పివేశాయి.

కాని చీకటిలో వెలుగునిస్తూ పయనించే ఏకైక తారలా ఆయన నా జీవితంలో ప్రవేశించి నిష్క్రమించారు. నా అంతర్వాణి ప్రశ్నకు జవాబుగా తూర్పు, పడమరలలో నేను కలిసిన వారందరిలోను నన్ను అందరిని మించి ఎక్కువగా నన్ను ఆకట్టుకున్న ఒకే వ్యక్తి ఆయనేనని నేను ఒప్పుకోవాలి. కాని ఆయన ఎంతో ఏకాకిగా, యూరోపియన్ మనస్తత్వానికి ఎంతో దూరంగా, నేను ఆయన శిష్యుడిని అయినా కాకపోయినా లెక్క చేయనంత నిర్లక్ష్యంగా కనిపించారు.

ఆ నిశ్శబ్ద స్వరం తీవ్రత ఇప్పుడు నన్ను పట్టుకున్నది.

''ఆయన లక్ష్యపెట్టలేదని ఎలా చెప్పగలవు. నువ్వు అక్కడ ఎక్కువకాలం ఉండలేదు. తొందరగా వెళ్ళిపోయావు.''

'అవును' నేను సవినయంగా ఒప్పుకున్నాను. 'నేను నిర్ణయించుకున్న కార్యక్రమం నెరవేర్చాలికదా! నేనేం చేయగలను?'

'ఇప్పుడు చేయగలిగింది ఒక్కటి ఉన్నది. తిరిగి ఆయన వద్దకు వెళ్ళు.'

'బలవంతంగా అక్కడ ఎలా దూరగలను?'

'ఈ అన్వేషణలో నీ అనుభూతులకంటే సాఫల్యం ముఖ్యం. మహర్షి వద్దకు వెళ్ళు'.

'ఆయన దేశానికి మరోమూలన ఉన్నారు. నా తిరుగుళ్ళు మొదలు పెట్టటానికి నా ఒంట్లో అసలు బాగాలేదు.'

'అయితే ఏమిటి? గురువు కావాలి అంటే అందుకు తగిన వెల చెల్లించాలి.'

''నాకు ఇప్పుడు ఒక గురువు అవసరమా అని నా సందేహం. ప్రస్తుతం నేను విపరీతంగా డస్సిపోయి ఉన్నాను. అదీకాక నేను స్టీమర్ టికెట్ బుక్ చేశాను. మూడు రోజులలో బయలుదేరాలి. ఇప్పుడేమో మార్చటానికి వీలులేదు. చాలా ఆలస్యం అయిపోయింది.''

అంతర్వాణి పరిహాసంగా వెక్కిరింతగా అన్నది.

'చాలా ఆలస్యం అయిందా? నీ విలువల మాటేమిటి? నువ్వు కలిసిన వారిలో మహర్షి అత్యద్భుత వ్యక్తి అని ఒప్పుకుంటున్నావు కదా! కాని ఆయనను గురించి ఏమీ తెలిసికోక మునుపే అక్కడినించి పలాయనం చిత్తగించుతున్నావు. ఆయన వద్దకు తిరిగి వెళ్ళు.'

నేను తిక్కరేగి మొండిగా కూర్చున్నాను. బుద్ధి 'అవును' అంటుంది, మనసు 'కాదు' అంటుంది.

అంతర్వాణి మరొకసారి తొందర చేసింది.

'నీ ప్లాను మళ్ళీ మార్చు. నువ్వు మహర్షి దగ్గరికి తిరిగి వెళ్ళి తీరాలి.'

నాలోని అంతరాంతరాల నుంచి మరేదో శక్తి పైకి తోసుకొని వచ్చి అంతర్వాణి ఆదేశాన్ని వెంటనే అంగీకరించుమని ఆజ్ఞ ఇచ్చినంత పనిచేసింది. అది నన్ను ఆవహించింది. అదినా తర్కబద్ధమైన అభ్యంతరాలను, నా బలహీన శరీరం తిరుగుబాట్లను బలవంతాన కంట్రోలు చేసి నన్ను తన చేతుల్లో పాపగా మార్చింది. నన్ను తక్షణం మహర్షి వద్దకు తిరిగి వెళ్ళుమని జరుగుతున్న ఆ అత్యవసర స్థితిలో నన్ను రమ్మని పిలుస్తున్న ఎదిరించరాని ఆయన కన్నులు నా ఎదుట స్పష్టంగా కన్పించుతున్నాయి.

నా అంతర్వాణితో తర్వాతి వాదన పూర్తిగా ఆపివేశాను. కారణం ప్రస్తుతం నేను తన చేతులలో నిస్సహాయుడిని. వెంటనే నేను మహర్షి దగ్గరికి ప్రయాణం కట్టాను. ఆయన నన్ను అంగీకరించితే ఆయన శిష్యుడిగా చేరిపోతాను. వెలిగే ఆయన తారకు నా బండి తగిలించుతాను. కానున్నది నిర్ణయం అయిపోయింది. ఏదో నన్ను జయించింది. అదేదో నాకు తెలియటం లేదు.

నేను హోటల్‌కు తిరిగి వచ్చాను. ముఖానికి పట్టిన చెమట తుడుచుకొని ఒక కప్ గోరువెచ్చని టీ చప్పరించాను. తాగుతుండగా నేను మారిన మనిషినని గ్రహించాను.

నాలోని దౌర్భాగ్యతనము, అనుమానం నా బుజాల నించి పడిపోతున్నాయని నాకు తెలుస్తున్నది.

మర్నాడు ఉదయం బ్రేక్‌ఫాస్ట్‌కు వస్తున్నపుడు, బాంబేకు తిరిగి వచ్చినప్పటినిండి ఇప్పుడు తొలిసారిగా నవ్వుతున్నానని నాకు మెలకువ కలిగింది. ఎత్తయిన సిఖ్‌నౌకరు గడ్డంతో, తెల్ల జాకెట్ బంగారు రంగు నడుం పట్కా, తెల్లని ట్రౌజర్స్‌లో మెరిసిపోతున్నాడు. చేతులు కట్టుకొని నా కుర్చీ వెనుక నుంచొని అతను చిరునవ్వుతో స్వాగతం పలికాడు. అప్పుడు అన్నాడు.

'మీకొక ఉత్తరం సార్!'

ఆకవర్ చూశాను. దాని మీద అడ్రసు రెండు సార్లు మారి ఉన్నది. అది నా వెనుకనే వచ్చింది. నేను కూర్చొని కవరు తెరిచాను.

నాలో ఆనందం, ఆశ్చర్యం! ఆ కవరు దివ్యజ్యోతి పర్వతం దిగువన ఉన్న ఆశ్రమం నుంచి వచ్చింది! అది వ్రాసిన వ్యక్తి ప్రముఖ వ్యక్తి, మద్రాసు లెజెస్లేటివ్ కౌన్సిల్‌లో సభ్యులు. ఆయనకు విషాదకరమైన వియోగం కలిగిన తర్వాత ప్రాపంచిక విషయాల నుంచి విడుదల అయి మహర్షి శిష్యులయినారు. అప్పుడప్పుడు మహర్షిని సందర్శించుతుంటారు. నేను ఆయనను కలిశాను. మేము సాదా ఉత్తర ప్రత్యుత్తరాలలో పరస్పరం పలకరించుకుంటాము.

ఈ ఉత్తరం ప్రోత్సాహకరంగా ఉన్నది. నేను ఎప్పుడైనా ఆశ్రమం దర్శించతలచితే 'స్వాగతం' అన్నది. నేను చదవటం పూర్తి చేశాక అంతటిలోనూ ఒక వాక్యం మదిలో దివ్వెలా వెలుగుతుంది.

'మీరే అసలైన గురువును కలిసిన అదృష్టవంతులు.'

మహర్షి వద్దకు తిరిగి వెళ్ళాలని నాలో జనించిన కొత్తనిర్ణయానికి ఈ ఉత్తరం శుభసూచకంగా తోచింది. బ్రేక్ ఫాస్ట్ తర్వాత షిప్పింగ్ ఆఫీసుకు వెళ్ళి నేను ప్రయాణం చేయబోవటం లేదని చెప్పాను.

మరి ఆలస్యం లేకుండా నేను బాంబేకు వీడ్కోలు చెప్పి నా కొత్త ప్లాను అమలు పరచాను. వందల మైళ్ళు దక్కను పీఠభూమి రంగు రమ్యతలేని చదునైన భూమి – అక్కడక్కడ ఒంటరి వెదురు చెట్లు తలెత్తి మార్పు కలిగించటానికి ప్రయత్నించుతున్నాయి. ఈ మైదానంలో గడ్డి పలచన, చెట్లు అంతంతమాత్రం రైలు నేనాశించినంత వేగంగా కదలటం లేదు. ఆ పట్టాల మీద కుదుపుతూ రైలు కదులుతూంటే నేను ఒక మహత్తరమైన క్షణానికి, ఆధ్యాత్మిక జ్ఞానోదయం, మహోన్నత వ్యక్తిత్వం దిశగా పరుగులు తీస్తున్న అనుభూతి. కంపార్ట్‌మెంట్ కిటికిలో నుంచి చూస్తుండగా ఒక ఋషిని, ఒక ఆధ్యాత్మిక మహాత్ముడిని కలుసుకోవటానికి నిద్రించుతున్న నా ఆశలు మేలుకున్నాయి మరొక సారి.

వెయ్యి మైళ్ళు ప్రయాణం చేసి రెండవరోజు మేం దక్షిణ ప్రాంతం – మధ్య రెడ్ హిల్స్‌తో ప్రవేశించాం. నాకు సంతోషంగా ఉన్నది వింతగా. ఎండతో మండి పోయే పీఠభూమి వదిలి, ఆ చెమటతో చల్లగా ఉండే మద్రాసు ప్రవేశించటం పెద్ద రిలీఫ్. అదీకాక నా ప్రయణాంలో పెద్దభాగం ముగిసిందన్నమాట.

సౌత్ మరాఠా కంపెనీ టెర్మినస్ వదిలిన తర్వాత సౌత్ఇండియన్ రైల్వేకు మారాలి అంటే నేను ఊరు దాటాలి. తర్వాతి రైలు బయలు దేరటానికి మరికొన్ని గంటల వ్యవధి ఉండటాన,నేను కొన్ని వస్తువులు కొని, తర్వాత దక్షిణభారత ఆధ్యాత్మిక అధిపతికి నన్ను పరిచయం చేసిన రచయితతో కొంచెం హడావిడి పిచ్చాపాటీ చేశాను.

ఆయన నన్ను మనసారా పలకరించారు. నేను మహర్షి వద్దకు వెళ్తున్నానని చెబితే ఆ రచయిత ఒక చిన్న కేక పెట్టాడు.

‘అందులో ఆశ్చర్యం ఏమున్నది? నేననుకున్నదే.’

ఇప్పుడు ఆశ్చర్యపోవటం నా వంతు ఆయనను అడిగాను.

‘ఎలా అనుకున్నారు?’

ఆయన నవ్వాడు.

‘మిత్రమా, చెంగల్‌పట్‌లో స్వామి సమక్షం నుంచి మనం ఎలా విడిపోయామో గుర్తులేదా? మనం బయలుదేరే ముందు పక్క రూంలో ఆయన నా చెవిలో రహస్యం చెప్పటం మీరు గమనించలేదా?’

‘ఆ ... అవును. మీరు చెబుతుంటే ఇప్పుడు గుర్తుకు వస్తున్నది.’

ఆ రచయిత పలుచని, సున్నితమైన ముఖం ఇంకా నవ్వుతూనే ఉన్నది.

‘ఆయన నాకు చెప్పింది ఇది. నీ స్నేహితుడు భారతదేశం అంతా పర్యటించుతాడు. ఆయన చాలమంది యోగులను కలుస్తాడు. చాలమంది గురువుల బోధనలు వింటాడు. చివరకు ఆయన మహర్షి దగ్గరికే వస్తాడు. మహర్షి మాత్రమే ఆయనకు తగిన గురువు.’

తిరుగు ప్రయాణంలో ఉన్న నాకు, ఈ మాటలు గాఢంగా మనసును తాకాయి. వాటిలో శ్రీ శంకరుల కాలజ్ఞాన శక్తి ప్రస్ఫుటంగా తెలుస్తున్నది. దానికి తోడు నేను సరయిన మార్గాన నడుస్తున్నాని అవి రూఢి పరుస్తున్నాయి.

నా తారాబలం, నాకు రాసి పెట్టిన ప్రయాణాలు ఎంత వింతలు!

★★★

అధ్యాయం 16

అరణ్య కుటీరం

మన క్యాలెండర్‌లో తమకు తామే సువర్ణాక్షరాలతో వ్రాసుకునే మరుపురాని క్షణాలు ఉంటాయి. మహర్షి ఉన్నహాల్‌లోకి నడుస్తున్న నాకు ఆక్షణం ఎదురయింది.

ఆయన ఎప్పటిలాగనే దివాను మధ్య పరచి ఉన్న బ్రహ్మాండమైన పులితోలు మీద కూర్చుని ఉన్నారు. ఆయన దగ్గరలోని టేబుల్ మీద ఆగరువత్తులు నిదానంగా కాలుతున్నాయ్. ఆ సువాసన హాలు అంతా వ్యాపించుతున్నది. నేను తొలిసారి ఆయనను దర్శించినప్పటిలా ఏదో ఆధ్యాత్మిక సమాధిలో మునిగి మనుష్యులకు దూరాన లేరు. ఈ రోజు తెరచిన ఆయన కన్నులు ఈ ప్రపంచాన్ని చూస్తున్నవి. నేను వంగినపుడు నన్ను గుర్తించినట్లు నన్ను చూశాయి. ఆయన నోరు స్వాగతం పలుకుతూ కరుణామయ దరహాసంతో విచ్చుకున్నది.

తమ గురువుకు ఆదర పూర్వకమైన దూరంలో కొద్దిమంది శిష్యులు కూర్చుని ఉన్నారు. మిగిలిన హాలు అంతా నిర్జనంగా ఉన్నది. వారిలో ఒకరు పంకాలాగుతున్నారు. భారమైన ఆగాలిలో పంకా బద్ధకంగా ఊగుతున్నది.

నేను ఇక్కడ శిష్యుడిగా చేరటానికి వచ్చానని నాగుండెల్లో నాకు తెలుసు. మహర్షి నిర్ణయం వినేదాకా నా మనసుకు శాంతి ఉండదు. నన్ను ఆయన అంగీకరించుతారు అనే పెద్ద ఆశతో బతుకుతున్నాను. ఉల్లంఘించరాని ఒక ఆజ్ఞమూలకంగా నేను బాంబే నుండి వచ్చిన అధికార పూర్వక నిర్ణయం. కొద్దిమాటలలో నా పరిచయం ఉపోద్ఘాతం ముగించి, నా అభ్యర్ధన క్లుప్తంగా, సూటిగా మహర్షి ఎదుట ఉంచాను.

ప్రశ్న మరొకసారి, కొంతగట్టిగా వేశాను.

మరొక పొడిగించిన విరామం. చివరికి దుబాసీలనెవరినీ పిలువకుండా నేరుగా ఆయనే స్వయంగా ఇంగ్లీషులో సమాధానం ఇచ్చారు.

"గురువులు, శిష్యులు వీరిని గురించి ఇంతగోష్ఠి ఏమిటి? ఈ తేడాలన్నీ శిష్యుడి మనసులో ఉన్నాయి. తన అసలు స్వరూపం తెలుసుకున్న వారికి గురువు లేదు శిష్యుడు లేదు. అటువంటి వ్యక్తి అందరినీ ఒకే దృష్టితో చూస్తాడు."

నాకు తొలి తిరస్కారం సూక్ష్మంగా తెలుస్తున్నది. నేను నా అభ్యర్థనను ఇంకోవిధంగా, మరోవిధంగా, రకరకాలుగా ఒత్తిడి చేయటానికి ప్రయత్నించాను. కాని మహర్షి తనపట్టు వదలటానికి నిరాకరించారు. చివరిగా ఆయన అన్నారు.

"నీలోని నీ ఆధ్యాత్మిక అంతరంగం లోని గురువును నీవు వెతికి పట్టుకోవాలి. తన శరీరాన్ని ఆయన ఎలా పరిగణించుతారో, మీరు అలాగే పరిగణించాలి. ఆయన శరీరం ఆయన అసలు స్వరూపం కాదు."

నాకు సూటిగా సరేననే సమాధానం ఇచ్చేవరకు మహర్షిని సాగదీయవద్దని నాలోని ఆలోచన ధ్వనించుతుంది. ఆయన సూచించుతున్నట్లు, నేను వెతుకుతున్న సమాధానం మరో మార్గంలో సూక్ష్మంగా, అగోచరమైన పద్ధతిలో తెలిసికోవాలి. కనుక నేను ఆ విషయం అంతటితో వదిలేస్తాను. ఆ తర్వాత మా సంభాషణ నా పర్యటన, రాకను గురించిన లౌకిక విషయాల మీదికి మళ్ళుతుంది.

అక్కడ కొంతకాలం ఉండటానికి అవసరమైన ఏర్పాట్లలో మధ్యాహ్నం గడచిపోతుంది.

తర్వాతి వారాలు నన్ను అలవాటులేని వింతయిన జీవితంలో ముంచివేశాయి. పగళ్ళు నేను మహర్షి హాల్‌లో గడుపుతాను. అక్కడ నేను ఆయన వివేచనా శకలాలను నిదానంగా అర్థం చేసుకుంటాను. నేను వెతుకుతున్న సమాధానానికి లీలగా ఆధారాలు కనబడుతున్నాయి. రాత్రిళ్ళు మునుపటిలాగా నిద్రపోనీయకుండా చిత్రవధ చేస్తున్నాయి. హడావిడిగా కట్టిన కుటీరంలో మట్టినేల మీద దుప్పటి, ఆ దుప్పటిమీద చాచిన నా శరీరం.

ఈ నివాసం ఆశ్రమానికి సుమారు మూడువందల అడుగుల దూరంలో వినయంగా నుంచొని ఉంటుంది. మందంగా ఉండే గోడలకు మట్టి అతికించి ఉన్నది చుట్టూనేలంతా పొదలు, తుప్పలు. అడవికి పక్కనే ఉన్న కారణంగా దట్టంగా, అతిగా పెరిగాయి. ఇక్కడి నించి పడమట అంతా అడవే. మిట్టపల్లాలతో కరుకైన ఆ ప్రదేశం సాగుబడని ప్రకృతి వైభవం ప్రదర్శించుచున్నది. బ్రహ్మజెముడు నాలుగు దిక్కులు ఎక్కడంటే అక్కడ దడికట్టింది. ఈ ముళ్ళపొదల మట్టలు లావుపాటి సూదులలా కనబడుతున్నాయి. వాటి వెనుక పొదలు, తుప్పలు, పొట్టిచెట్ల తెర. తెరవెనుక అడవి. ఉత్తరాన బక్కపలుచని పర్వతం. లోహంలా మెరిసేరాళ్ళు, ఎరుపు, నలుపు కానిమట్టి. దక్షిణాన ఒక సరస్సు. అక్కడి నిశ్చలమైన నీరు నన్ను ఆకర్షించింది. గట్టుచుట్టూ చెట్ల తోపులు, చెట్లమీద గోధుమరంగు బూడిదరంగు కోతుల కుటుంబాలు.

ప్రతిరోజూ క్రితం రోజుకు నకలు. నేను వేకువనే లేచి అడవి ఉషోదయం బూడిద రంగునించి ఆకుపచ్చకు, ఆకుపచ్చనించి బంగారు రంగుకు మారటం తిలకించుతాను. ఆ తర్వాత నీటిలోకి దూకి సరస్సు ఆచివరికి మళ్లీ వెనక్కు ఈత. ఈత కొట్టేటపుడు పాములను బెరదకొట్టటానికి చేతనయినంత శబ్దం చేస్తాను. ఆ తర్వాత షేవింగ్, బట్టలు కట్టుకోవటం అప్పుడు వస్తుంది అన్నింటిని మించిన సుఖం. రుచికరమైన సేదదీర్చే మూడు కప్పుల టీ.

''అయ్యా, టీనీళ్ళు రెడీ!'' నా జీతగాడు రాజు. మొదట్లో అతనికి ఇంగ్లీషు అంటేనే తెలియదు. నేను అప్పుడప్పుడు ట్యూషన్ చెప్పిన తర్వాత స్థాయికి ఎదిగాడు. అతను రత్నంలాటి నౌకరు. అతని పాశ్చాత్య యజమాని అడిగే వింత వస్తువులు, విచిత్రమైన ఆహార పదార్థాలు సంపాదించటానికి అచిన్న ఊర్లో క్రింది నుంచి మీద దాకా దృఢమైన ఆశాభావంతో గాలించుతాడు. నేనేమైనా అడిగినపుడు/చెప్పినపుడు మహర్షి హాల్ వద్దకు వస్తే నిశ్శబ్దంగా బయట కాచుకొని కూర్చుంటాడు. కాని వంటపని లౌకిక పాశ్చాత్య రుచి పట్టుకోలేక పోతున్నాడు. అతనికి అదేదో వింతగా వక్రించిన విషయంగా తోస్తున్నది. కొన్ని ప్రయోగాలు చేసిన తర్వాత ఆ బాధ భరించలేక ఏదైనా మంచి వంటకం చేయదలుచుకుంటే స్వయంగానేనే ఆ బాధ్యత తీసుకొనేవాడిని. దానికితోడు నా భోజనం రోజులో ఒకసారికే పరిమితంచేసి నా కాయకష్టం తగ్గించుకున్నాను. నా ఆనందానికీ, రోజంతా నాశక్తికీ మూలం నేను రోజుకు మూడుసార్లు తాగే టీ. రాజు ఎండలో నుంచొని పసుపు ఎరుపు రంగుల మధ్య మెరిసి పరవశం కలిగించే ఆ పానీయం పట్ల నా విపరీతమైన అభిరుచి చూసి ఆశ్చర్య పోతుంటాడు. ఆ మిల మిల మెరిసే పచ్చని వెలుగులో అతని శరీరం పాలిష్‌చేసిన నల్లచేవ మానులా మెరిసి పోతుంటుంది. అతను నల్ల ద్రావిడులకు వారసుడు. వారే భారతదేశంలో ఆదిమవాసులు.

బ్రేక్‌ఫాస్ట్ తర్వాత ఆశ్రమానికి తాపీగా నా నడక. ఆ ఆవరణలోని అందమైన గులాబీ పొదల సరసన రెండు నిమిషాలు. ఆవరణలోని తోట చుట్టూ వెదురు గోడల ఆలన లేకపోతే వంగి వేలాడుతున్న కొబ్బరి మట్టల నీడల విరామం. కొబ్బరి చెట్లన్నీ కాయలతో నిండి భారంగా ఉన్నాయి. సూర్యుడు పూర్తిగా పైకిరాకమునుపే ఆశ్రమం తోటలో విహరించి, రకరకాల పువ్వుల సువాసన ఆస్వాదించటం సుందరమైన అనుభవం.

అప్పుడు నేను హాల్‌లో ప్రవేశించి మహర్షికి ప్రణమిల్లి నేలమీద చతికిలబడి కూర్చుంటాను. నేను కొద్దిసేపు ఏదైనా చదవటమో, వ్రాయటమో చేయవచ్చు. లేదా పక్కనున్న ఒకరిద్దరితో ఏదైనా మాట్లాడవచ్చు. మహర్షితో ఏదైనా విషయం

చర్చించవచ్చు. లేదా మహర్షి సూచించిన పద్ధతిలో ఒకగంట ధ్యానంలో నిమగ్నం కావచ్చు. 'మామూలుగా మందిరంలో సాయంత్రాలు ధ్యానానికి కేటాయించబడ్డాయి. కాని నేను ఏమి చేస్తున్నాసరే ఆస్థలం అనిర్వచనీయమైన దివ్యవాతావరణం, నా మేధలోకి నిలకడగా క్రమంగా స్రవించే శ్రేయస్కర ప్రసారాలను గుర్తించకుండా ఎలా ఉండగలను? మహర్షి చెంత కొద్దిసేపు కూర్చుంటే కలిగే అనిర్వచనీయమైన ప్రశాంతతలో కలిగే ఆనందం ఎలా వర్ణించటం. జాగ్రత్తగా పరిశీలించి తరచు విశ్లేషించటంతో, మేమిద్దరం ఒకరి సమక్షంలో ఒకరం ఉన్నపుడు పరస్పర ప్రభావం తప్పక కలుగుతుందనే సమయంలో నేను అక్కడికి చేరుతాను. అది అత్యంత సూక్ష్మ ప్రభావ అనుభవం. కాని అది పొరపాటు పడరాని అనుభవం.

పదకొండుగంటలకు మధ్యాహ్న భోజనం, విశ్రాంతికి నా కుటీరానికి తిరిగి వస్తాను. ఆ తర్వాత మందిరానికి తిరిగివెళ్ళి ఉదయం కార్యక్రమం పునరావృతం చేస్తాను. కొన్నిసార్లు ఊరిబయట తిరగటానికి వెళ్ళి, ఆ పెద్ద ఆలయం మరికొంత పరిశీలించి శోధించటానికి ఊళ్ళోకి వెళ్ళి నా ధ్యానాలు, సంభాషణలు మార్చుతాను.

అప్పుడప్పుడు తన భోజనం ముగించిన తర్వాత మహర్షి అనుకోకుండా నాకుటీరానికి వస్తారు. ఆ అవకాశం పుచ్చుకొని నేను ఆయనను మరికొన్ని ప్రశ్నలతో వేధించుతాను. ఆయన చాల ఓర్పుగా చాటుశ్లోకరీతిలో సూత్రప్రాయంగా జవాబు ఇస్తారు. అవి చాలా క్లుప్తంగా ఉంటాయి. ఎంత క్లుప్తంగా ఉంటాయంటే వాక్యాలు అరుదుగా పూర్తిగా ఉంటాయి. ఒకసారి నేను ఒక కొత్త ప్రశ్న వేసినపుడు ఆయన సమాధానం చెప్పలేదు. దానికి బదులు ఆయన క్షితిజం వరకు వ్యాపించి అడివి చుట్టుకొన్న ఆ కొండలవైపు చూస్తూ నిశ్చలంగా ఉండిపోయారు. చాలా నిముషాలు గడిచాయి. ఆయన కన్నులు అలాగే నిశ్చలంగా చూస్తున్నాయి. ఆయన ఎక్కడో ఉన్నారు. ఆయన ధ్యాస ఎక్కడో దూరాన ఉన్న మానసిక జీవిమీద కేంద్రీకరించి ఉన్నదో లేక ఆయన అంతరంగంలో మరేదో వ్యాపకం మీద లగ్నం అయి ఉన్నదో గ్రహించటం నావల్లకాలేదు. అసలు నేను అన్నది ఆయన విన్నారా అని నా అనుమానం. ఆ నిశ్శబ్దం భంగం నావల్ల కాలేదు. నా మనసొప్పలేదు. కాని తార్కికమైన నా మనసును మించిన ఒకశక్తి నన్ను ఆశ్చర్యచకితుడిని చేయటంతో మొదలుపెట్టి నన్ను పూర్తిగా కమ్మివేసింది.

అన్ని ప్రశ్నలూ అంతంలేని ఆటలో ఎత్తులు, ఆలోచనల అంతులేని ఆట, నాలోనే ఎక్కడో నేను వెతికే సత్యాల జలాలు నిండిన బావి ఉన్నది. నేను నా ప్రశ్నలు ఆపి నా ఆధ్యాత్మిక ప్రకృతి అఖండ శక్తిసామర్థ్యాలు గ్రహించాలి. నా ఆశ్చర్యాన్ని ఛేదించి నాలో కలిగిన గ్రహణం.

దాదాపు ఒకగంటసేపు మహర్షి కన్నులు సూటిగా నిశ్చల దృష్టితో చూస్తునే ఉన్నాయి. ఆయన నన్ను నా ఉనికిని మర్చిపోయినట్లు అనిపించుతున్నది. కానీ ఇప్పుడు నాకు హఠాత్తుగా కలిగిన ఉదాత్తమైన మెలకువ, చెక్కుచెదరని ఆ మహనీయుడి నుండి వెలువడిన ఇంద్రియాతీత ప్రసారంలోని ఒక చిరుతరగ తప్ప మరేమీకాదని నాకు తెలుసు.

మరొకసారి వచ్చినపుడు ఆయననన్ను నిరాశామయ చిత్తవృత్తిలో ఉండటం గమనించి తను చెప్పిన మార్గం అనుసరించిన వారి కోసం కాచుకొని ఉన్న అత్యద్భుతమైన గమ్యాన్ని గురించి చెప్పారు.

"మహర్షీ ఈదారి అంతా కష్టభూయిష్టం. నా బలహీతలు నాకు బాగా తెలుసు." నా వేడుకోలు.

"అసమర్థులవటానికి" చలించకుండా ఆయన సమాధానం "విఫలురం అవుతామేమోనన్న బెంగ, వైఫల్యాలను గురించి ఆలోచన ఇదే రాజబాట."

"కాని అదే నిజమైతే – ?" నేను నా పట్టువదలలేదు.

"అది నిజంకాదు. స్వాభావికంగా తాను బలహీనుడినని, పాపినని తలపోయటమే మనిషిచేసే అతిపెద్ద పొరబాటు. ప్రతివ్యక్తీ స్వాభావికంగా బలవంతులు, దివ్యులు, బలహీనమైనవి, పాపమయమైనవి అతని అలవాట్లు, అతని కోరికలు, అతని ఆలోచనలు అతను కాదు."

ఆయన మాటలు బలవర్ధకమైన టానిక్‌లా వచ్చాయి. అవి నాకు సేదదీర్చి, ఉత్తేజాన్ని ఇచ్చాయి. అవేమాటలు మరొకరి నోటి నుంచి, ఒక అల్పజీవి, నీరసప్రాణి నుంచి వచ్చిఉంటే అవి తృణీకరించేవాడిని. ఎదరించేవాడిని. ఊహాసోపానాల మీద కూర్చున్న వేదాంతి బోధించే సిద్ధాంతాలు కాదనీ, మహర్షి ఘనమైన స్వీయ ఆధ్యాత్మిక అనుభవంతో చెబుతున్న పరమ సత్యాలని అంతరంగం భరోసా ఇచ్చింది.

మరొకసారి మేం పాశ్చాత్య ప్రపంచాన్ని గురించి చర్చించుతున్నపుడు నేనన్నాను

"ధ్యానం భగ్నం చేయటానికి, మనసు మళ్ళించటానికి ఏ అవకాశమూ లేని ఈ అడవిలో మీరు ఉన్నారు గనుక, ఆధ్యాత్మిక ప్రశాంతత సాధించి, నిలుపుకోవటం మీకు సులభం."

"గమ్యం చేరినపుడు, అన్నీ తెలిసిన వాడినని నీవు తెలిసికొన్నపుడు, మీకు లండన్ ఇంటికి ఈ అడివిలో ఏకాంతానికి తేడా ఏమీ ఉండదు." ప్రశాంతమయిన సమాధానం.

“నిజమే మాది వెనుకబడిన జాతి. కానీ మా కోర్కెలు పరిమితం. మా సమాజం వృద్ధి చెందవలసిన అవసరం ఉన్నది. కానీ మేము మీకంటే అతితక్కువ వస్తువులతో తృప్తి పడుతాం. కనుక వెనుకబడి ఉన్నామంటే మాకు ఆనందం లోటు అయిందని అర్థం కాదు.”

ఆ విచిత్ర శక్తిని, అంతకంటే విచిత్రమయిన దృక్పథాన్ని మహర్షి ఎలా సాధించారు? ఆయన అయిష్టమయిన నోటినుంచీ, ఆయన శిష్యులవద్ద నుంచి ఒక్కొక్కటిగా తునకలు సేకరించి ఆయన జీవిత చరిత్రను పేర్చి, కూర్చే ప్రయత్నం చేశాను.

ఆయన 1879 లో మధురైకి సుమారు ముప్పై మైళ్ళదూరాన ఉన్నగ్రామంలో జన్మించారు. మధురై దక్షిణ భారతదేశంలో పేరుపొందిన ఊరు. దేశంలో అతిపెద్ద దేవాలయాలలో ఒకటి ఇక్కడ ఉన్నది. ఆయన తండ్రి బ్రాహ్మణ కుటుంబంలో జన్మించారు. ఆయన న్యాయవాద వృత్తికి సంబంధించిన ఉద్యోగం ఏదో చేసేవారు. ఆయన ఎందరెందరో పేదలకు అన్నదానం వస్త్రదానం చేసిన అపార దానశీలిగా జీవించినట్లు తెలుస్తుంది. కుర్రవాడు చదువుకోసం మధురై చేరుకున్నాడు. స్కూలు నడుపుతున్న మిషనరీల దగ్గర ఇక్కడే ఆయన ప్రాథమిక ఇంగ్లీషు నేర్చుకున్నారు.

తొలి దశలో రమణకు ఆటపాటలలో అభిరుచి ఉండేది. అతను కుస్తీలు పట్టాడు, ముష్టి యుద్ధాలు చేశాడు, ప్రమాదకరమైన నదులలో ఈతలు కొట్టాడు. ఆ సమయంలో అతని జీవితంలో అసాధారణ విషయం ఏమిటంటే అతను నిద్రలో నడిచేవాడు, దానికి తోడు గాఢనిద్రలో పరిసరాలలో ఎంతగోల, శబ్దం జరుగుతున్నా అతనికి మెలకువ వచ్చేది కాదు. అతని సహవిద్యార్థులకు ఈ విషయం ఎలాగో తెలిసింది. అతన్ని ఆటలు పట్టించేవారు. పగటిపూట అతని దగ్గరికి వెళ్ళటానికి భయపడేవారు. రాత్రిపూట అతని రూంకు వచ్చి నిద్రలో ఉన్న అతనిని ఆటస్థలానికి తీసుకొని వెళ్ళి, అతని చెవులు పిండి, అతన్ని కొట్టి ఆ తర్వాత తిరిగి అతని పడకమీదికి చేర్చేవారు. ఈ అనుభవాలు ఏవీ అతనికి తెలిసేది కాదు. తెల్లవారిన తర్వాత జ్ఞాపకం ఉండేవి కాదు.

నిద్ర స్వభావం సరిగా అర్థం చేసికొన్న మానసిక శాస్త్రవేత్త, కుర్రవాడి అసాధారణ ధ్యాస గమనించితే అతనిలో ఉన్న నిగూఢ శక్తులకు సూచనలు సులువుగా గుర్తించేవారు.

ఒకరోజు ఒక బంధువు మధురై వచ్చారు. రమణ ప్రశ్నకు సమాధానంగా అరుణాచలంలోని ఆలయానికి యాత్రకు వెళ్ళి వస్తున్నట్లు చెప్పారు. ఆ పేరువినగానే ఆ కుర్రవాడి మనసులోని అగాధాలలో ఏదో చెప్పరాని చలనం కదిలింది. అతనికి

అర్థంకాని విచిత్రమైన ఆశలను అతనిలో రేకెత్తించింది. ఈ ఆలయం ఎక్కడ ఉన్నదో వివరాలు అడిగి తెలుసుకున్నాడు. అప్పటి నించి ఆ ఆలయం ఆలోచనలే అతనిని వెంటాడి వేధించసాగాయి. అతనికి ఆ ఆలయం అత్యంత ప్రాముఖ్యంగా తోచింది. డజన్లకొద్దీ ప్రఖ్యాతమైన ఆలయాలు దేశమంతా వ్యాపించి ఉండగా అరుణాచలం ఆలయమే ఎలా అతని మనసును ఆకట్టుకున్నదో అతనికే అర్థం కాలేదు.

అతను మిషన్ స్కూల్‌లో చదువు కొనసాగించాడు. చదువులో అతనికి తెలివితేటలు ఉన్నా అందులో ఏమీ శ్రద్ధాసక్తులు చూసేవాడు కాదు. అయితే అతనికి పదిహేడు సంవత్సరాల వయసు వచ్చిన తర్వాత అకస్మికంగా అతివేగంగా విధి అతని జీవితంలో కార్యోన్ముఖమై, సరళంగా నడుస్తున్న అతని జీవితంలో చెయి దూర్చింది.

అతను ఉన్నట్టుండి స్కూలువదిలేసి తన చదువుకు పూర్తిగా స్వస్తి చెప్పాడు. ఆ పని చేయక మునుపు తన ఉపాధ్యాయులకుగాని, బంధువులకు గానీ, మరెవరికి గాని మాట మాత్రం చెప్పలేదు. ఈ పనికిమాలిన మార్పుకు కారణం ఏమిటి? తర్వాత అతని బతుకు ఏం కావాలి?

ఈ పని చేయటానికి కారణం ఇతరులకు అర్థంకాక తికమకగా కనిపించినా, అతనికి మాత్రం సబబుగానే తోచింది. మనిషికి జీవితమే అసలయిన గురువు. స్కూలులో ఉపాధ్యాయులు ఒకటి చెబుతుంటే ఈ గురువు ఈ చిన్న విద్యార్థిని మరొక బాటన పెట్టింది. ఆ మార్పు అతను చదువుకు స్వస్తిచెప్పి మధురై నుంచి శాశ్వతంగా మాయమవటానికి ఆరువారాల ముందు విచిత్రంగా జరిగింది.

ఒకనాడు అతను తనగదిలో కూర్చొని ఉండగా హఠాత్తుగా అతనికి చెప్పరాని మరణ భయం కలిగింది. బయటకి అతను బాగానే కనిపించుతున్నా, అతనికి తను మరణించబోతున్నాడని విపరీతమైన అనుభూతి కలిగింది. ఇదంతా కేవలం మానసికంగా నడచిన అనుభూతి స్రవంతి. ఎందుకంటే అతను మరణించటానికి గల కారణం ఏదీలేదు. కాని ఆ భావన అతనిని ఆవేశించింది. జరుగబోయే సంఘటనకు అతని సంసిద్ధుడు కాసాగాడు.

శరీరం నేలమీద చాచి వేడుకున్నాడు! తన అవయవాలను శవంలాగా బిగబట్టాడు. కళ్లునోరు మూసుకున్నాడు. చివరికి ఊపిరి బిగపట్టాడు. ''బాగుంది.'' నాకు నేనే చెప్పుకున్నాను. ''ఈ శరీరం చనిపోయింది. కట్టెలా బిగుసుకుపోయిన ఈ శరీరాన్ని స్మశానానికి తీసికొని వెళ్ళితే అక్కడ బూడిద అవుతుంది. ఈ శరీరం చనిపోగానే 'నేనూ' చనిపోయానా? 'నేను' అంటే ఈ శరీరమేనా? ఈ శరీరం ఇప్పుడు కట్టెలా బిగిసి, నిశ్శబ్దంగా ఉన్నది. ఈ స్థితికి వేరుగా నా పూర్తి శక్తి నేను అనుభూతి చెందుతున్నాను.''

భయానకమైన తన వింత అనుభవాన్ని గురించి మహర్షి చెప్పిన మాటలు ఇవి. ఆ తర్వాత జరిగింది చెప్పటం, సులభం కానీ అర్థం చేసికొనటం కష్టం. సచేతనంగా ఉంటూనే అతను సమాధిలోకి వెళ్లేవాడు. అక్కడ మన ఉనికికి సారమైన ఆత్మమూలంతో ఆయన ఏకమయ్యేవాడు. ఈ శరీరం ఒకవేరు విషయమనీ 'నేను' అనేది మరణానికి అతీతం అనీ అతను స్పష్టంగా అర్థం చేసికొన్నాడు. ఆత్మ అసలయిన సత్యం. కాని అది మనిషి ప్రకృతులలో ఎంతో అగాధంలో ఉన్నకారణంగా ఇంత కాలము అతను దానిని పట్టించుకోలేదు.

సంభ్రమాశ్చర్యాలు కలిగించే అనుభవంతో రమణ పూర్తిగా మారిపోయాడు. అతనికి చదువు, ఆటలు, స్నేహితులు వగైరాలలో ఆసక్తి పూర్తిగా చచ్చిపోయింది. ఇప్పుడు అతని శ్రద్ధ, ఆసక్తి అంతా అతనికి అయాచితంగా దర్శనమిచ్చిన నిజ స్వరూపం పైననే, ఆ నిజస్వరూప చైతన్యం మీదనే. మరణభయం ఎంత రహస్యంగా వచ్చిందో, అంతే రహస్యంగా మాయం అయింది. ఆయన అంతరాంతరాలలో ప్రశాంతత, ఆధ్యాత్మిక శక్తి ఆనందించారు. ఆనాటినుంచి అవి ఆయనను వదిలిపోలేదు. ఇంతకు పూర్వం ఇతర క్లాస్‌మేట్స్, స్నేహితులు, అతనిని గేలిచేసినా, ఆటలు పట్టించినా, వెంటనే బదులు తీర్చే ప్రయత్నం చేసేవాడు. ఇప్పుడు అవన్నీ సాత్వికంగా భరించుతున్నాడు. తనపై జరిగే అన్యాయాలు అన్నీ నిర్లక్ష్యంగా భరించాడు. వీలయినంత వరకు వంటరిగా ఉండటానికి ప్రయత్నించేవాడు. అప్పుడు అతనికి ధ్యానంలో నిమగ్నం అయి నిరంతరం అతని ధ్యాసను ఆకర్షించే – దివ్య చైతన్యధారలో దాసోహమని మునిగి పోయేవాడు.

అతని స్వభావంలో ఈ విపరీతమయిన మార్పులు అందరూ గమనించారు. ఒకనాడు అతని అన్న అతని గదికి వచ్చాడు. అది అతను హోం వర్క్ చేస్తూ ఉండవలసిన సమయం. కాని కళ్ళు మూసుకుని ధ్యానంలో మునిగి ఉన్నాడు. స్కూలు పుస్తకాలు, కాగితాలు రూం అంతటా చిందరవందరగా పడి ఉన్నాయి. చదువుపట్ల తమ్ముడి నిర్లక్ష్యం గమనించిన అన్నగారు కోపంగా

"నీలాంటి వారికి ఇక్కడేం పని? యోగివి కాదలుచుకుంటే ఉద్యోగం కోసం ఈ చదువు ఎందుకు?'' అన్నాడు.

ఈ మాటలతో రమణకు బాగా చురక తగిలింది. ఆ మాటలలో నిజం గ్రహించాడు. తగుచర్య తీసికొనాలని వెంటనే మనసులో నిశ్చయించుకున్నాడు. అతని తండ్రి లేరు. తన పినతండ్రి, ఇతర సోదరులు తల్లిని చూచుకుంటారని అతనికి తెలుసు. ఇక్కడ తనకేమీ పని బాధ్యత లేవు. వెంటనే సంవత్సరం నించి తనను వెంటాడుతున్న పేరు మనసులో వెలిగింది. ఆ అక్షరాలే అతనిని సమ్మోహనపరిచాయి.

ఆలయం పేరు అరుణాచలం. తను ఆదిశగా వెళ్ళాలి. అక్కడికే ఎందుకు వెళ్ళాలి అంటే, అతని దగ్గర సమాధానం లేదు. కాని అతనిలో నుంచి ఒక అత్యవసరస్థితి ముందుకు తోస్తున్నది. దానితో బాటు తనే నిర్ణయం కూడా విధించింది. అది పూర్తిగా అనాలోచితం.

''నేను తన్మయుడినై ఇక్కడికి వచ్చాను.'' మహర్షి నాతో అన్నారు. ''బాంబే నించి ఇక్కడికి నిన్ను తీసికొని వచ్చిన శక్తే, మధురై నుంచి నన్ను ఇక్కడికి తీసికొని వచ్చింది.''

కనుక యువకుడు రమణ తన అంతరంగంలోని ఆకర్షణకులోనై, స్నేహితులు, కుటుంబం, స్కూలు, చదువు అన్నీ వదిలి రోడ్డెక్కి అరుణాచలం చేరుకున్నాడు. ఆ బాటే అతనిని ఇంకా ప్రగాఢమైన ఆధ్యాత్మిక సిద్ధికి చేర్చింది. ఆయన వీడ్కోలుగా ఒక ఉత్తరం వ్రాసిపెట్టి వెళ్ళాడు. తమిళంలో ఉన్న ఆ ఉత్తరం అర్థం.

''నా తండ్రి ఆజ్ఞానుసారం ఆయనను వెతుకుతూ ఇక్కడినించి బయలుదేరాను. ఇది ఒక సత్కార్యానికి ఆరంభం. ఈ విషయాన్ని గురించి ఎవరూ విచారించ నవసరం లేదు. ఇది తెలిసికొనటానికి డబ్బు ఏమీ ఖర్చుచేయనవసరం లేదు.''

జేబులో కేవలం మూడు రూపాయలతో, శూన్యమైన ప్రపంచజ్ఞానంతో అతను దక్షిణాది అంతర్భాగం వైపు సాగాడు. ఆ ప్రయాణంలో ఏదో అజ్ఞాతశక్తి అతనిని కాపాడి దారిచూపిందని జరిగిన అద్భుత సంఘటనలు నిస్సందేహంగా నిరూపించుతాయి. చివరకు అతను గమ్యం చేరినపుడు నీడలేని నిరాశ్రయుడు ముక్కు మొగం తెలియని అపరిచితుల మధ్య కాని సంపూర్ణ పరిత్యాగ అగ్ని అతనిలో భగభగ మంటున్నది. ప్రాపంచిక వస్తువులపట్ల అతని నిరసన ఎంతదూరం వెళ్ళిందంటే పైనవున్న ఒక్కగుడ్డా విసిరేసి ఆలయ ఆవరణలో దిగంబరంగా ధ్యానమగ్నుడై కూర్చున్నాడు. ఇది చూసిన ఒక పూజారి అతన్ని మందలించాడు. ఫలితం శూన్యం. ఇతర పూజార్లు అంతాచేరి బ్రహ్మం యత్నం మీద ఆయువకుడి దగ్గరి నుండి ఒక రాయితీ సాధించారు. అతను ఒక గోచీ ధరించటానికి ఒప్పుకున్నాడు. నాటి నుంచి నేటి వరకూ ఆయన అంతకు మించి ఏమీ ధరించలేదు.

ఆరు నెలలపాటు ఆలయం ఆవరణలోనే అనేకచోట్ల కూర్చున్నాడు. ఎన్నడూ వేరెక్కడికీ వెళ్ళలేదు. ఆ యువకుడి వయసుకు మించిన ప్రవర్తన చూసిన ఒకపూజారి ఆశ్చర్యచకితుడై, రోజు ఒకసారి కొంచెం అన్నం తెచ్చిపెట్టేవాడు. ఆదే అతని ఆహారం. రమణ రోజంతా మర్మమైన సమాధులు, ఆధ్యాత్మిక ఆనందాతిరేకంలో మునిగి ఉండేవాడు. ఆ తీవ్రతలో అతనికి బాహ్య ప్రపంచ స్మృతి ఉండేది కాదు. దుండగులయిన ముస్లిం యువకులు బురదజల్లి పారిపోతే, తర్వాత కొన్ని గంటల

వరకు అతనికి ఆ విషయమే తెలియలేదు. ఆయనకు వారిపైన ఎటువంటి నిరసన భావమూ కలుగలేదు.

ఆ ఆలయానికి నిరంతరం వచ్చేపోయే యాత్రికులతో అతనికి కావలసిన ఏకాంతం దొరకటం కష్టం అయిపోయింది. అతను ఆస్థలం వదిలి ఊరికి కొంచెం దూరాన పొలాలమధ్య ప్రశాంతంగా ఉన్న మరొక ఆలయానికి తరలాడు. ఇక్కడ అతను సుమారు ఏడాదిన్నర ఉన్నాడు. ఆ ఆలయానికి వచ్చిపోయేవారు తెచ్చి ఇచ్చిన ఆహారంతో తృప్తి చెందాడు.

ఇంతకాలము అతను ఎవరితోనూ మాట్లడలేదు. ఆ మాటకొస్తే ఆస్థలంలో అడుగుపెట్టిన తర్వాత మూడు సంవత్సరాల వరకు అతను పెదవి విప్పలేదు. ఇది అతని ఏదో మౌనవ్రతం పట్టినందువల్లకాదు. అతని శక్తులన్నింటినీ అతని ధ్యాసనంతటినీ అతని ఆధ్యాత్మిక జీవితం మీద కేంద్రీకరించుమని అతని అంతరాత్మ ప్రభోదించటమే కారణం. అతని గూఢమైన లక్ష్యం సిద్ధించిన తర్వాత ఈ నియమం అవసరం లేక పోయింది. కనుక ఆయన మాట్లాడటం మొదలు పెట్టారు. కానీ ఆయన సదా మితభాషిగా మిగిలారు.

ఆయన తన ఆనవాలు రహస్యంగా ఉంచారు. కాని కొన్ని సందర్భాల సమాహారం కారణంగా ఆయన అదృశ్యమయిన రెండు సంవత్సరాల తర్వాత అతని తల్లి అతని జాడ కనుక్కున్నది. పెద్దకొడుకును తీసికొనివెళ్ళి ఇంటికి తిరిగిరమ్మని కన్నీళ్ళతో బతిమాలింది. కొడుకు అక్కడినించి కదలటానికి నిరాకరించాడు. కన్నీళ్ళు అతన్ని కరిగించలేక పోయేసరికి అతని నిర్లక్ష్యానికి ఆమె అతనిని దూషించసాగింది. చివరికి అతను ఒక కాగితం మీద జవాబురాసి ఇచ్చాడు. దాని సారాంశం. మనుష్యుల విధి ఒక ఉన్నతశక్తి చేతిలో ఉన్నది. కనుక ఆమె ఏమిచేసినా తన విధి మారబోదు. ఆమెను తనస్థితి యధాతధంగా అంగీకరించి, దానిని గురించి చింతించటం, దు:ఖించటం మానుమనే సలహాతో ముగిసింది ఆసందేశం. అతని మొండి పట్టుదలకు ఆమె లొంగక తప్పలేదు. ఈ సంఘటన తర్వాత ఈ యువయోగిని దర్శించటానికి, తేరి చూడటానికి వచ్చే జనం ఆయన ఏకాంతతకు భంగం కలిగించసాగారు. దానితో ఆయన ఆ స్థలం విడిచి, పవిత్రజ్యోతి పర్వతం ఎక్కి ఒకపెద్ద గుహలో తనస్థావరం ఏర్పరుచుకుని అక్కడ చాలా సంవత్సరాలు నివసించారు. ఈకొండమీద ఇంకాచాల గుహలు ఉన్నాయి. ప్రతిదానిలోనూ ఒక పవిత్రసాధువు, యోగి ఉంటారు. కాని యువ రమణులకు ఆశ్రయమిచ్చిన గుహ ప్రత్యేకత ఏమిటంటే గతకాలం నాటి ప్రఖ్యాత యోగి సమాధి ఒకటి అక్కడ ఉన్నది.

మరణించిన వారి దేహాలను దహనం చేయటం హిందువుల ఆచారం. యోగి విషయంలో అది నిషిద్ధం. ఎందుకంటే యోగులు సిద్ధిపొందారని నమ్మకం.

అంతేకాక ముఖ్యప్రాణం లేదా ఆగోచరమయిన ప్రాణశక్తి ఆయోగి శరీరంలో వేలాది సంవత్సరాలు నిలిచి దేహాన్ని శిథిలం కాకుండా కాపాడుతుందనే నమ్మకం. అందుచేత యోగి శరీరం స్నానం చేయించి, నూనెతో అభిషేకించి ఒక సమాధిలో కూర్చున్న స్థితిలో కాళ్ళు మడిచి ఉంచి ఆయన ఇంకాధ్యానంలోనే ఉన్నట్లుగా –సమాధిని బరువైన రాళ్లతో మూస్తారు. సిమెంట్ చేస్తారు. మామూలుగా ఆ సమాధి స్థలం యాత్రాస్థలం అవుతుంది. యోగుల దేహాలు దహనం చేయకుండా ఖననం చేయటానికి మరొక కారణం కూడా ఉన్నది. వారి శరీరాలు వారి జీవితకాలంలోనే పవిత్రం అయి ఉన్నాయి గనుక వాటిని దహనం చేసి శుద్ధి చేయవలసిన అవసరం లేదనే మరొక నమ్మకం.

యోగులకు, సాధువులకు కొండ గుహలు అభిమాన నివాస స్థలాలు అనేది ఆసక్తికరమైన విషయం. ప్రాచీనులు ఈ గుహలను, దేవుళ్ళకు, దేవతలకు అర్పించేవారు. పార్సీ మతం స్థాపించిన జొరోస్టర్ ఒకగుహలోనే తనధ్యానం అభ్యాసం చేశారు. మహమ్మద్‌కు మత పరమయిన అనుభవాలు ఒకగుహలోనే కలిగాయి. గుహలు, భూమి అడుగున సొరంగ భవనాలు ఇష్టపడటానికి భారతయోగులకు తగిన కారణం ఉన్నది. ఇక్కడ వాతావరణంలోని మార్పులనించి రక్షణ దొరుకుతుంది. ఉష్ణోగ్రతలో మార్పుల నించి కూడా రక్షణ. ఉష్ణమండలాలలో రాత్రి, పగలు ఉష్ణోగ్రతలో తేడాలు బాగా ఉంటాయి. అదీకాక అక్కడ వెలుతురు, శబ్దం తక్కువ, కనుకవారికి ధ్యానంలో అడ్డంకులు, భంగాలు తక్కువ. పరిమితమైన గుహ వాతావరణంలో శ్వాసించటం వల్ల ఆకలి దప్పులు బాగా తగ్గిపోతాయి. దానితో శరీరానికి అవసరమయిన పోషణ, జాగ్రత్తలు బాగా తగ్గిపోయాయి.

రమణను పవిత్ర జ్యోతి పర్వతంమీద ఈ గుహ ప్రత్యేకించి ఆకర్షించటానికి మరొక కారణం అక్కడి నుండి దర్శనం ఇచ్చే దృశ్యం. గుహపక్కనే ఉన్న కొండరాతి మీదికి ఎక్కితే కిందనేల మీద విస్తరించి ఉన్న ఊరు మధ్యలో బ్రహ్మాండమైన ఆలయం కనిపించుతాయి. దూరాన కొండలబారు పులకింపచేసే ప్రకృతికి సరిహద్దులుగా.

ఏది ఏమైనా రమణ ఈ చీకటి గుహలలో చాలా సంవత్సరాలు నివసించారు. నిగూఢమైన ధ్యానాలు, గంభీరమైన సమాధి స్థితులు అనుభవించుతూ. సంప్రదాయానుసారం ఆయన యోగి కారు. కారణం ఏ యోగ పద్ధతినీ అధ్యయనం చేయలేదు. ఏ గురువు వద్దా శిక్షణ పొందలేదు. ఆయన అనుసరించిన అంతరంగ మార్గం కేవలం ఆత్మజ్ఞానానికి మార్గం. ఆ మార్గం తనలోని దివ్యగురువు చేతచూపబడిందని ఆయన అభిప్రాయం.

1905లో ఆ ప్రదేశంలో ప్లేగ్ సోకింది. ఆ భయంకర వ్యాధి అరుణాచల ఆలయం చూడటానికి వచ్చిన యాత్రికులు ఎవరో మోసుకు వచ్చి ఉంటారు. ఆ

విధ్వంసానికి భయపడి దాదాపు ఊరివారంతా భయంతో క్షేమకరమైన గ్రామాలకు తరలి వెళ్ళారు. ఎడారిలా తయారయిన ఆ ప్రదేశం నిశ్శబ్దానికి పులులు, చిరుతలు తమ నివాసాల నుంచి వెలికి వచ్చి ఊరివీధులలో నిరాఘాటంగా తిరగసాగాయి. అవి కొండ పక్కన అనేకమార్లు పచార్లు చేసిఉండాలి. ఎందుకంటే అడవికి ఊరికీ నడుమ వాటి దారిలో తగులుతుంది కొండ. మహర్షి నివసించుతున్న గుహముందుగా అవి ఎన్నిసార్లు తిరగాయో తెలియదు. ఆయన మాత్రం అక్కడి నుండి కదలటానికి నిరాకరించారు. ఎప్పటిలాగే ఆయన ప్రశాంతంగా నిశ్చలంగా ఉన్నారు.

ఈ సమయానికి యువసాధువు అప్రయత్నంగా ఒకశిష్యుడిని సంపాదించారు. ఆ శిష్యుడు ఆయనతో గాఢమైన బంధం ఏర్పరచుకున్నాడు. ఆయన పక్కనే ఉండి ఆయన అవసరాలు చూస్తానని పట్టుపట్టాడు. ఆయన స్వర్గస్థుడైననాడు. కాని ఇతర శిష్యులకు తెలిసిన కథ ఏమిటంటే ప్రతిరాత్రీ ఒకపెద్దపులి గుహకు వచ్చి రమణుల చేతులు నాకేదనీ, బదులుగా ఆయోగి ఆ పులిని వాత్సల్యంతో నిమిరి, తట్టేవారని. అది రాత్రంతా ఆయన ఎదురుగా కూర్చుని, తెల్లవారిన తర్వాతనే అక్కడినించి నిష్క్రమించిందని.

అడవులలో, కొండలమీద నివసించే యోగులు పులులు, సింహాలు, పాములు, ఇంకా ఇతర క్రూరమృగాల వల్ల ప్రమాదాలకు గురి అయి ఉండేవారు – తగినంత యోగశక్తి సాధించిన తర్వాత వాటివల్ల హానికలుగకుండా, అవి వారిజోలికి పోకుండా సంచరించుతాయని భారతదేశమంతటా ప్రతీతి. రమణులను గురించి ఇంకొకకథ. ఒక మధ్యాహ్నం ఆయన తన నివాసం ప్రవేశంవద్ద కూర్చొని ఉన్నారు. అప్పుడు ఒక పెద్దతాచుపాము ఆరాళ్లలో నుంచి బుసకొడుతూ వచ్చి ఆయన ఎదురుగా ఆగింది. అది తలఎత్తి పడగ విప్పింది. కాని యోగి అక్కడి నుంచి కదలటానికి ప్రయత్నం చేయలేదు. రెండుజీవులూ–మనిషి, జంతువు–కొన్ని నిమిషాలు ఒకరినొకరు తదేకంగా చూస్తు గడిపారు. చివర్లో ఆయన వేటు దూరంలోనే ఉన్నా, పాము ఆయననేమీ చేయకుండా అక్కడి నించి వెనక్కు మళ్ళింది.

ఆయన తమ అంతరాత్మలోని అగాధాలలో తనస్థిరమైన, శాశ్వత నివాసం స్థాపించుకున్న తర్వాత ఈ వింతయువకుడి నిరాడంబరమైన ఒంటరి జీవితంలో తొలిదశ ముగిసింది. ఏకాంతత ఇప్పుడు అనివార్యమయిన అవసరం కాదు. కాని ప్రసిద్ధ బ్రాహ్మణ పండితులు గణపతిశాస్త్రి వచ్చేవరకూ ఆయన ఆయన ఆ గుహలోనే నివాసం కొనసాగించారు. ఆయన రాక రమణుల జీవితంలో మరొక మలుపు. ఇప్పుడు ఆయన జీవితం సామాజిక దశలోకి అడుగుపెట్టబోతున్నది. ఆలయం సమీపంలో నివసించి అధ్యయనం, ధ్యానం కొనసాగించే ఉద్దేశ్యంతో పండితులు ఇటీవల

వచ్చారు. కొండమీద ఒక యువయోగి ఉన్నారని ఆయన వినటం తటస్థించింది. కుతూహలం కొద్దీ ఆయన ఆయోగిని వెతుకుతూ వెళ్ళారు. ఆయన రమణులను కనుగొన్నపుడు రమణులు దీక్షగా సూర్యుడిని చూస్తున్నారు. సూర్యుడిని గంటల తరబడి సూర్యాస్తమయం వరకూ చూస్తుండడం ఆయోగికి అసాధారణ విషయాలు ఏమీకాదు. భారతదేశంలో మధ్యాహ్న సూర్యకిరణాలు ప్రభావం ఏమిటో అది ఏనాడూ అనుభవంలో రుచిచూడని యూరోపియన్‌కు అర్థం కాదు. ఒకసారి నేను నిటారుగా ఉండే ఆకొండ సమయంకాని సమయంలో ఎక్కటానికి బయలుదేరాను మిట్టమధ్యాహ్నం. నెత్తిన నీడలేదు. సూర్యుడి ప్రతాపం వెలిగిపోతున్నది. నేను కొంతసేపు తాగినవాడిలా తడబడ్డాను, గింగిరాలు తిరిగాను. కనుక నిర్దాక్షిణ్యమైన సూర్యతాపం భరించుతూ ముఖం పైకెత్తి కన్నార్పకుండా చూడడం అంటే ఏమిటో కొంతవరకైనా అర్థమవుతుంది.

ఆ పండితులు హిందూ వివేచనలోని ముఖ్యమైన గ్రంథాలన్నీ పన్నెండు సంవత్సరాల కాలం అధ్యయనం చేశారు. ఆధ్యాత్మిక ప్రయోజనాలు సాధించటానికి ఆయన తీవ్రమయిన జపతపాలు అభ్యాసం చేశారు. అయినా సందేహాలు, సంభ్రమాలు, ఆయనను వదలలేదు. ఆయన రమణులను ఒక ప్రశ్నవేశారు. పదిహేను నిమిషాల తర్వాత ఆయనకు సమాధానం వచ్చింది. ఆ సమాధానంలోని వివేచనకు ఆయన నివ్వెర పోయారు. తన వేదాంత, ఆధ్యాత్మిక సమస్యలను గురించి మరికొన్ని ప్రశ్నలు వేశారు. ఆయనను సంవత్సరాల తరబడి వేధించిన అనుమానాలు తీరిపోవటంతో ఆయన నివ్వెరపాటు మరింత అయింది. ఫలితంగా ఆయన ఆయువర్షి ఎదుట సాష్టాంగపడి ఆయన శిష్యులైనారు. వెల్లూరులో శాస్త్రిగారికి తన స్వంత శిష్యగణం ఉండేది. ఆయన తిరిగి వెళ్ళి తనొక మహర్షిని కనుగొన్నానని వారందరికీ చెప్పారు. కారణం ఆయన (రమణులు) ఆధ్యాత్మిక సాధనలో అత్యున్నత శిఖరాలను చేరుకున్నారనటంలో సందేహంలేదు. ఆయన బోధనవంటి అపూర్వమైన మౌలిక బోధనలు తను చదివిన ఏ గ్రంథాలయంలోనూ లేవు. అప్పటి నుంచి సంస్కారం కలవారందరూ యువ రమణులను మహర్షి అనే బిరుదుతో సత్కరించేవారు. ఆయన ఉనికి, వ్యక్తిత్వము తెలిసిన తర్వాత సామాన్య ప్రజానీకం ఆయనను దివ్యపురుషుడిగా పూజించాలని ఉవ్విళ్లూరేవారు. కాని మహర్షి తన ఎదుట అలాంటి పూజలు వగైరా పూర్తిగా నిషేధించారు. వాళ్ళలో వారు సంభాషించేటపుడు, నాతో మాట్లాడేటపుడు ఆయన భక్తులు, స్థానిక ప్రజలు అందరూ ఆయనను పట్టుబట్టి దేవుడనే సంభోదించేవారు.

కాలక్రమేణ ఒకశిష్య బృందం మహర్షిని అంటిపెట్టుకొని ఉండేది. కొండ దిగువగా వారు ఆయనకు కొయ్య ఫ్రేంతో ఒక బంగళా నిర్మించారు. ఆయన తల్లి

అప్పుడప్పుడు ఆయనను చూసి పోతుండేది. ఆయన ధర్మాచరణతో ఆమె రాజీపడింది. పెద్దకొడుకు, ఇతర బంధువులు పరలోక వాసులై ఆమెను వదిలివేశాక, ఆమె మహర్షి వద్దకు వచ్చి తనను ఆయనతో ఉండనిమ్మని బ్రతిమాలుకున్నది. ఆయన సమ్మతించారు. ఆమె తన చివరి సంవత్సరాలు ఆయన చెంతనే గడిపింది. తన కొడుకుకే శిష్యురాలయి ఆమె కడతేరింది. తనకు ఆశ్రయం ఇచ్చిన ఆ ఆశ్రమంలో వంటమనిషిగా పనిచేసి తన ఋణం చెల్లించింది.

ఆ వృద్ధురాలు స్వర్గస్థురాలయినపుడు ఆమె చితాభస్మం కొండ దిగువన పాతిపెట్టారు. మహర్షి శిష్యులు కొందరు ఆ స్థలంలో చిన్న మందిరం నిర్మించారు. ప్రపంచానికి ఒక మహర్షిని ప్రసాదించిన ఆ మాతృమూర్తి స్మృతి చిహ్నంగా అక్కడ అఖండ జ్యోతులు వెలుగుతూ ఉంటాయి. మల్లెలు, బంతిపూలు ఆ పవిత్ర పీఠంపై చల్లుతారు.

కాలక్రమాన మహర్షి ప్రశస్తి ఆ ప్రాంతమంతా పాకింది. ఆలయానికి వచ్చిన యాత్రికులు ఇంటికి తిరుగుముఖం పట్టేముందు కొండమీదికి వెళ్ళి ఆయనను దర్శించటానికి ప్రేరితులయ్యేవారు. ఇటీవలనే ఎడతెగని అభ్యర్థనలకు సమ్మతించి, కొండ దిగువన ఆయనకు, శిష్యులకు నివాసంగా నిర్మించిన పెద్ద మందిరంలో నివసించటానికి అంగీకరించారు.

మహర్షి ఒక్క ఆహారం తప్ప ఎన్నడూ మరేమీ అడుగలేదు. డబ్బుతో కూడిన వ్యవహారాలు చేపట్టడానికి ఆయన సర్వదా నిరాకరించేవారు. ఆయనకు లభించిన మిగిలినవన్నీ ఇతరులచేత బలవంతాన ఆయనకు అంటగట్టినవే. తన ఆధ్యాత్మిక శక్తులకు పరిపూర్ణత సంపాదించుతున్న తొలిరోజులలో, తన చుట్టూ మౌనంతో నిర్భేద్యమైన ప్రాకారం నిర్మించుకొని, ఒంటరిగా జీవించుతున్న సమయంలో ఆకలివేసినపుడు ఆయన ఆకొండ దిగివచ్చి ఊరిలో భిక్షాటనం చేయటానికి వెనుకాడలేదు. వృద్ధురాలైన ఒకపూర్వసువాసిని ఆయనను కనికరించి నిత్యము ఆయనకు ఆహారం అందించేది. ఆ తర్వాత ఆమె స్వయంగా ఆయన నివాసమైన గుహకు, కొండ ఎక్కివెళ్ళి ఆహారం ఇచ్చేది. తన మధ్య తరగతి కుటుంబ సౌఖ్యాలను త్యజించి వచ్చిన అతని సాహసం సఫలమయింది. కనిపించని ఆశక్తులు ఏవో ఆయన అన్నపానాలకు, నిలువనీడకూ లోటు లేకుండా చేశాయి. ఆయనకు ఆ తర్వాత ఎన్నో కానుకలు అర్పించబడ్డాయి. కాని వాటినన్నిటినీ తిరస్కరించటం ఆయన నియమం.

కొంతకాలం క్రితం కొందరు దోపిడీదార్లు ఆ మందిరంలో రాత్రిపూట ప్రవేశించి డబ్బుకోసం గాలించారు. వంటసామాగ్రి కొనే వ్యక్తి దగ్గర కొన్ని రూపాయలు తప్ప వారికేమీ దొరుకలేదు. ఏమీ దొరకలేదన్న నిరాశ, ఆగ్రవేశాలలోవారు తమచేతి

దుడ్డు కర్రలతో మహర్షిని ఒళ్ళంతా గాయాలు, వాతలు పడేట్లు చితకకొట్టారు. ఆ మహర్షి వారి దెబ్బలన్నీ భరించటమేగాక, వెళ్ళేముందు వారిని భోజనంచేసి వెళ్లమని అభ్యర్థించారు! ఆయన నిజంగానే వారికి ఆహారం ఇవ్వజూపారు. ఆయన హృదయంలో వారిపట్ల ద్వేషంలేదు. వారి ఆధ్యాత్మిక అజ్ఞానానికి జాలి ఒక్కటే ఆయన మనసులో రేగిన ఉద్వేగం. వారు తప్పించుకొనటానికి ఆయన వదిలివేశారు. కాని ఒక సంవత్సరంలోగా మరొకచోట నేరంచేస్తూ వారు పట్టుబడ్డారు. అందరికీ కఠినశిక్ష విధించబడింది.

పాశ్చాత్య మనసులు మహర్షిది ఒక వ్యర్థమైన జీవితంగా తలపోస్తాయి. కాని నిరంతరం పరుగులు తీసే మన యీ ప్రపంచానికి దూరంగా కూర్చుని కొందరు మనకోసం. ఆ ప్రపంచాన్ని సర్వే చేయటం మన మేలుకేనేమో! ప్రేక్షకుడుగా అతను ఈ లీలను మెరుగుగా గమనించగలడు, నిజరూపం అర్థం చేసికోగలడు. ఆత్మను జయించి పాదాక్రాంతం చేసికొన్న ఆ అరణ్యఋషి, ప్రతి పరిస్థితికీ కొట్టుమిట్టాడే ప్రాపంచిక మూర్ఖుడికంటే అల్పుడుకాదు!

ఒకరోజు తర్వాత మరొకటి, ప్రతిరోజూ ఈ వ్యక్తి గొప్పతనానికి నిత్యనూతన నిదర్శనాలు తీసికొని వస్తుంటాయి. ఆశ్రమానికి అన్ని రకాల వ్యక్తులూ వచ్చిపోతుంటారు. ఒక మాల అతను ఆశ్రమంలో పొరబాటున అడుగుపెట్టి తనకష్టాలు, తనగోడు మహర్షి పాదాల దగ్గర వెళ్ళి బోసుకున్నాడు. మహర్షి సమాధానం ఏమీ చెప్పలేదు. మౌనం, ఉదాసీనత ఆయన స్వభావం. రోజులో ఆయన మాట్లాడే మాటలు లెక్కపెట్టవచ్చు. ఆయన ఆ బాధితుడిని తదేకంగా చూశారు. అతని దు:ఖం క్రమంగా ఉపశమించింది. సుమారు రెండుగంటల తర్వాత అతను ప్రశాంతంగా కొత్తశక్తి వచ్చినవాడిలా అక్కడి నించి నిష్క్రమించాడు.

ఇతరులకు సహాయపడటంలో మహర్షి, పద్ధతి ఇది అని నేను తెలుసుకుంటున్నాను. కష్టంలో ఉన్నవారికి ఏ పటాటోపము లేకుండా, మౌనంగా, స్థిరంగా ప్రకంపనలతో చక్కదిద్దటం. విజ్ఞానశాస్త్రం ఏదో ఒకనాడు ఈ లౌకికాతీత పద్ధతిని పరిశీలించి దాని వెనుక ఉన్న రహస్యం తెలిసికోవలసిన అవసరం వస్తుంది.

కాలేజ్ చదువు చదివిన సంస్కారవంతుడైన బ్రాహ్మణుడు తన ప్రశ్నలతో దిగాడు. ఋషి నోటితో సమాధానం చెప్తారా లేదా అనేది ఎవరూ చెప్పలేరు. కారణం తరచు పెదవి విప్పకుండానే ఆయన వక్తలా తనభావం వెలిబుచ్చగలరు. ఈరోజు ఆయన మాట్లాడే మూడ్‌లో ఉన్నారు. గంభీరమైన భావగర్భితమైన క్లుప్తపదాలు ఆగంతకుడి మేధకు కావలసినంత ఆహారాన్ని అందించాయి.

మందిరం అంతా చాలమంది ఆగంతకులతో, భక్తులతో నిండి ఉన్నది. ఎవరో ప్రవేశించి ఆ ఊరిలో నేరస్థుడుగా ప్రసిద్ధికెక్కిన వ్యక్తి మరణించాడని ప్రకటించారు. వెంటనే అతనిని గురించిన చర్చ మొదలయింది. ఎవరికి తెలిసిన రీతిలో వారు అతను చేసిన నేరాలను గురించి, అతని పిరికి తనాన్ని గురించీ చెప్పటం మొదలయింది. ఆ సందడి తగ్గి చర్చలు ముగిశాయని అనిపించాక మహర్షి తొలిసారిగా నోరువిప్పి.

''అవును, కాని అతను చాల శుభ్రంగా ఉండేవాడు. రోజుకు రెండు మూడుసార్లు స్నానం చేసేవాడు!'' అన్నారు.

ఒకరైతు, అతని కుటుంబం మహర్షికి ప్రణమిల్లటానికి వందమైళ్ళకు పైగా ప్రయాణం చేసి వచ్చారు. అతను పూర్తిగా నిరక్షరాస్యుడు. రోజూపని, తన మత ఆచారాలు పూర్వీకుల మూఢనమ్మకాలకు మించి అతనికి ఏమీ తెలీదు. పవిత్రజ్యోతి పర్వతం మొదట్లో భగవంతుడు మానవ రూపంలో నివసించుతున్నారని ఎవరో చెబితే విన్నాడు. మూడు సాష్టాంగ నమస్కారాలు చేసిన తర్వాత నిశ్శబ్దంగా నేలమీద కూర్చున్నాడు. ఈ ప్రయాణంలో తనకేదో ఆశీర్వాదమో, అదృష్టమో కలుగబోతున్నదని అతని దృఢనమ్మకం. అతని భార్య అందంగా కదిలివచ్చి ఆయన ప్రక్కన నేలమీద కూర్చున్నది. ఆమె తలనుంచి చీలమండల దాకా జాలువారే వంగపండురంగు దుస్తులు ధరించింది. అది నడుము దగ్గరి దోపి ఉన్నది. అందమైన ఆమె జుత్తు పరిమళమైన నూనెతో నిగనిగ మెరుస్తున్నది. ఆమె వెంటనే ఆమె కూతురు వచ్చింది. ఆమె అందమైన బిడ్డ. ఆమె హాల్లో నడుస్తుంటే ఆమె కడియాలు సవ్వడి చేస్తున్నాయి. ఆమె ఆచారరీత్యా చెవుల వెనుక తెల్లని పూలు ధరించింది.

ఆచిన్న కుటుంబం కొన్నిగంటలుకూర్చున్నారు. మౌనంగా కేవలం మహర్షిని చూస్తూ కూర్చున్నారు. కేవలం ఆయన సన్నిధి వారికి ఆత్మవిశ్వాసాన్ని, ఉద్వేగ సౌఖ్యాన్ని, అన్నిటినీ మించి వారి విశ్వాసానికి పునర్జన్మ కలిగించుతుందని స్పష్టంగా తెలుస్తున్నది. మహర్షికి అన్ని విశ్వాసాలు, మతాలూ ఒక్కటే. అన్నీ ఒక ఘన అనుభవానికి ప్రముఖమైన, విధేయమైన ప్రకటనలేనని ఆయన ఉద్దేశ్యం. ఆయనకు జీసస్, కృష్ణుడు అంతా ఒకటే.

నా ఎడమ ప్రక్కన ఒక డెబ్బై సంవత్సరాల వృద్ధులు కూర్చొని ఉన్నారు. ఆయన బుగ్గన తాంబూలం దట్టించి ఉన్నది. ఆయన చేతిలో ఒక సంస్కృత గ్రంథం. బరువైన రెప్పలతో ఆకళ్లు స్థూలమైన అచ్చు అక్షరాలను ధ్యాన దృష్టితో చూస్తున్నారు. ఆయన ఒక బ్రాహ్మణుడు. మద్రాసు దగ్గర స్టేషన్ మాస్టర్‌గా చాలా సంవత్సరాలు పనిచేశారు. ఆయన రైల్వేలో సర్వీస్ నుంచి అరవయ్యో ఏట రిటైర్ అయ్యారు. ఆ తర్వాత కొద్దిరోజులలో ఆయన భార్య చనిపోయింది. అంతకు క్రితం ఆయనలో

ఫలించని ఆశలను ఆశయాలను నిజం చేసి కొనటానికి ఆయన ఈ అవకాశాన్ని వినియోగించుకున్నారు. పధ్నాలుగు సంవత్సరాలు ఆయన దేశమంతా పర్యటించి, సాధువులను మునులను యోగులను కలుసుకున్నారు. వారిలో ఎవరి బోధనలు వ్యక్తిత్వం తనకు నచ్చుతాయో తెలుసుకునే ప్రయత్నం చేశారు. ఆయన మూడుసార్లు దేశమంతా తిరిగి వచ్చారు. కాని తనకు కావలసిన గురువు కనపడలేదు. ఆయన ప్రత్యేకించి వ్యక్తిగతమైన కొలమానం పెట్టుకున్నారని తెలుస్తునే ఉన్నది. మేము ఇద్దరము కలిసి ఒకరినొకరు తెలుసుకుంటున్నపుడు ఆయన తన వైఫల్యానికి వాపోయారు. అతని, మొరటయినా నిజాయితీ ప్రతిఫలించే ముఖం ముడతలతో నన్నాకర్షించింది. ఆయన మేధావి కాకపోవచ్చు కాని, సద్యఃస్ఫురణ గల సరళ స్వభావి. ఆయన కంటే వయసులో చిన్నవాడినైనా ఆ పెద్దాయనకు ఒకమంచి సలహా ఇవ్వటం నా బాధ్యతగా తోచింది. ఆత్యాశ్చర్యంగా నన్నేతన గురువు కమ్మని ఆయన అభ్యర్థన! “మీ గురువు ఎంతో దూరానలేరు” అని చెప్పి ఆయనను నేరుగా మహర్షి వద్దకు తీసికొనివెళ్ళాను. నా మాట ఒప్పుకొనటానికి ఆయనకు ఎక్కువకాలం పట్టలేదు. ఆయన మహర్షికి ఉత్సాహపరులైన భక్తుడయ్యారు.

మందిరంలో మరొక ఆయన కళ్లజోడు, సిల్క్ దుస్తులలో సంపన్నులుగా తోచుతున్నారు. ఆయన ఒకన్యాయమూర్తి. ఉద్యోగంలో దొరికిన శలవు అవకాశం తీసికొని మహర్షిని దర్శించటానికి వచ్చారు. ఆయన శ్రద్ధాసక్తులుగల శిష్యులు. మహర్షి పట్ల ఆయనకు చాలా ఆదరాభిమానాలు. సంవత్సరానికి ఒకసారయినా మహర్షి దర్శనానికి వస్తారు. సంస్కారవంతులు, నాగరికులు, విద్యావంతులు అయిన ఈ పెద్దమనిషి నడుముపైన బట్టలు లేకుండా నూనెతో వార్నిష్ చేసిన నల్లచేవలాంటి నిగనిగలాడే దేహాలతో ఉండే పేదల మధ్య వారితో సమానంగా నేలమీద కూర్చుంటారు. పురాతనకాలంలో రాజులు, రాజ కుమారులను దూరాన కానలలో ఉన్న ఋషులను సంప్రదించటానికి తీసుకువచ్చిన వ్యక్తి అసలైన వివేచన కావాలంటే పై పటాటోపాలను విసర్జించాలన్న గ్రహింపు ఆ శక్తే సహించరాని కులమత వ్యత్యాసాలను రూపుమాపి ఐకమత్యంతో అందరినీ ఒకచోటికి చేరదీసింది.

ఒకయువతి కంటికింపుగా డ్రెస్ చేసిన కూతురితో సహా ప్రవేశించి మహర్షి ముందు సాదరంగా సాష్టాంగపడింది. కొన్ని గంభీరమయిన జీవిత సమస్యలు చర్చలో ఉన్నాయి. ఆమె ఆ మేధామధనంలో పాల్గొనకుండా మౌనంగా కూర్చున్నది. హిందూ స్త్రీలకు విద్య ఆభరణంగా పరిగణించబడలేదు. వంట, ఇంటి పనులను మించి ఆమెకు తెలిసింది అత్యల్పం. కాదనరాని, తిరుగులేని మహనీయత సమక్షంలో ఉన్న విషయం ఆమెకు బాగా తెలుసు.

సంధ్యాసమయం మందిరంలో సామూహిక ప్రార్థనకు సమయం. సాధారణంగా మహర్షి భావాతీత ఏకాగ్రతలోకి ప్రవేశించి ప్రార్థనా సమయాన్ని సూచించుతారు. ఆ సమయంలో ఆయన తన ఇంద్రియాలను బాహ్య ప్రపంచం నుంచి బంధించుతారు. ఆయన ఆ భావాతీత స్థితిలోకి చాలాసున్నితంగా ప్రవేశించుతారు. అక్కడ సమావేశమై ఉన్నవారు అప్పుడప్పుడు ఆ విషయం గమనించ లేకపోతారు కూడా. ఆ ముని పరిసరంలో ప్రతిరోజూ జరిగే ఈ ధ్యానాలలో నా ఆలోచనలను నా అంతరంగాలోని అగాధాలలోకి ఇంకా ఇంకా లోతులలోకి తీసికొని వెళ్ళటం నేర్చుకున్నాను. ఆయన ఆధ్యాత్మిక మండలం నించి వెలువడిన తేజోకణం మనసును వెలిగించితే తప్ప, ఆ అంతరంగ జ్యోతి లేకుండా ఆయన సంపర్కం అసాధ్యం. ఈ ప్రశాంత విశ్రాంత సమయాలలో ఆయన నా మనసును తన వాతావరణంలోకి లాక్కుంటున్న అనుభూతి నాకు మళ్ళీ మళ్ళీ కలుగుతూ ఉంటుంది. అటువంటి మహత్తర క్షణాలలోనే ఆయన పలుకులకంటె ఆయన మౌనం ఎంత ప్రాముఖ్యమో అర్థం కావటం ఆరంభమవుతుంది. నిదానము, నిశ్శబ్దము అయిన ఆయన తొణకని మూర్తి వెనుక బలమైన నిధి దాగి ఉన్నది. ఏమాటా పలుకూ అవసరం లేకుండానే ఆసిద్ధి ఎవరినైనా ప్రభావితం చేయగలదు. ఒక్కొక్క సమయంలో ఆయన శక్తిని ఎంత ప్రబలంగా అనుభూతి చెందుతానంటే, ఆక్షణంలో ఏమి చెప్పినా శిరసావహించి ఆచరించటానికి సంసిద్ధుడుగా ఉన్నాననిపించుతుంది. కానీ మహర్షి, తన అనుచరులను ఎన్నడూ అటువంటి దాస్య శృంఖలాలలో బంధించరు ఆయన అందరినీ సర్వ స్వతంత్రులుగా వదిలివేస్తారు. ఈ విషయంలో నేను భారతదేశంలో కలిసిన అందరు గురువులు, యోగులతో పోల్చితే ఆయన పూర్తిగా భిన్నమయిన వ్యక్తి. ఆయనది సేదదీర్చే భిన్నత్వం.

నా ధ్యానాలు నాతొలి సందర్శనంలో ఆయన సూచించిన మార్గాన సాగుతాయి. అప్పుడు ఆయన తన సమాధానాలలోని అస్పష్టత నన్ను ఏమార్చేది. నేను నాలోపలికి చూడటం అరంభించాను.

'నేను' ఎవరు?

'నేను' అంటే మాంసం, రక్తం, ఎముకలతో కూడిన ఈ దేహమా'

'నేను' అంటే ఇతరుల నుంచి నన్ను వేరుచేసే ఆలోచనలా, అనుభూతుల మయమైన మనసా?

ఈ ప్రశ్నలకు ఇంతవరకు 'అవున'నే సమాధానం సహజంగా, మారు ప్రశ్న లేకుండా అంగీకరించబడ్డాయి. కాని వాటిని అంగీకరించవద్దని మహర్షి హెచ్చరించారు. ఒక వరవడిలో బోధించటానికి ఆయన నిరాకరించారు. ఆయన సందేశ సారాంశం:

“నేను” ఎవరు అనే విచారణను నిత్య నూతనంగా కొనసాగించండి. మీ వ్యక్తిత్వాన్ని పూర్తిగా విశ్లేషించండి. ‘నేను’ అనే ఆలోచన ఎక్కడి నించి మొదలవుతుందో కనుగొనటానికి ప్రయత్నించండి. మీ ధ్యానాలతో కొనసాగండి. మీ ధ్యాసను మీ అంతరంగంలోనే మెదలనీయండి. ఒకరోజు ఆలోచనా చక్రం నిదానించుతుంది. రహస్యంగా మీలో సద్యఃస్ఫురణ తలెత్తుతుంది. ఆ సద్యఃస్ఫురణను అనుసరించండి. మీ ఆలోచనలను ఆగనీయండి. అది మిమ్మల్ని గమ్యానికి చేర్చుతుంది.

నేను ప్రతిరోజూ నా ఆలోచనలతో సతమతమవుతూంటాను. నిదానంగా నా అంతరాంతరాలలోకి దారిచేసుకుంటాను. మహర్షి సమక్షం సాయంతో నా ధ్యానాలు స్వగతాలుతో అలసట తగ్గి ప్రభావం మెరుగవసాగింది. నా నిత్య ప్రయత్నాల వెనుక దృఢమైన ఆశ, దారిచూపే శక్తి ఉన్నదనే విశ్వాసం నన్ను ప్రేరేపించుతుంటాయి. ఈ సమయంలో మహర్షి అగోచరమైన శక్తి నా మనస్తత్వం మీద ప్రబలంగా ప్రభావం చూపుతున్నదనే జాగృతి నాలో స్పష్టంగా కలుగుతుంది. ఆ కారణంగా మనసును కప్పిఉన్న ముసుగులు ఛేదించి మరింత లోతులకు పయనించుతాను.

ప్రతి సాయంత్రం ఋషి, ఆయన శిష్యులు, సందర్శకులు రాత్రి భోజనానికి భోజనశాలకు వెళ్ళటంతో మందిరం నిర్జనం అవుతుంది. వారి భోజనం నాకు గిట్టదు. నా స్వంతగా వండుకుని శ్రమపడను. కనుక నేను ఒక్కడినే అక్కడ కూర్చొని వారి తిరుగురాక కోసం నిరీక్షించుతుంటాను. ఆశ్రమ భోజనంలో నాకు ఇష్టమైనది, రచించేది ఒక పదార్థం ఉన్నది. అది పెరుగు. అదంటే నాకు ఇష్టమని తెలుసుకున్న మహర్షి వంటమనిషి చేత ప్రతిరోజు నాకు ఒకకప్పు పెరుగు పంపుతారు.

వారు తిరిగి వచ్చిన తర్వాత అరగంటకు ఆశ్రమవాసులు, ఆశ్రమంలోనే ఉండిపోయిన సందర్శకులతోబాటు పలుచని నూలు దుప్పట్లు కప్పుకొని మందిరంలో నేలమీదనే నిద్రపోవటానికి ఉపక్రమించుతారు. మహర్షి తన దివాన్‌నే పడకగా ఉపయోగించుతారు. ఆయన తెల్లని దుప్పటి కప్పుకొనే ముందు ఆయన పరిచారకుడు ఆయన అవయవాలన్నిటినీ నూనెతో మర్దన చేస్తారు.

నేను ఒక పూతపూసిన ఇనుప లాంతరు తీసుకొని మందిరం విడిచి నా కుటీరానికి ఒంటరిగా నడక సాగించుతాను. ఆవరణలోని తోటచెట్లు, మొక్కలు, పూలమీద లెక్కకందని మిణుగురు పురుగులు తిరుగాడుతుంటాయి. నేను బయలుదేరటం రెండు మూడు గంటల ఆలస్యమై అర్థరాత్రి దగ్గరవుతూ ఉంటే ఈ వింతకీటకాలు తమ విచిత్ర దీపాలను ఆర్పివేస్తాయని గమనించాను. ఆ తర్వాత నేను దాటి వెళ్లవలసిన జెముడు, పొదల దగ్గర మళ్ళీ అంత దట్టంగాను ఉంటాయి. చీకట్లో తేళ్ళు, పాములు తొక్కకుండా జాగ్రత్తపడాలి. కొంత ధ్యాన తీవ్రతతో మునిగిఉండి,

అది ఆపటం నాకు ఇష్టమూ ఉండదు. సాధ్యమూకాదు. అప్పుడు నేను నడుస్తున్న బాటమీద నా ధ్యాస ఉండదు. నా సాదా కుటీరంచేరి, బరువైన తలుపు గట్టిగా మూసి, రాకూడని జంతువులకు అడ్డంగా, అద్దాలు లేని కిటీకీల తలుపులు మూస్తాను. నా కుటీరం ఒకవైపు ఖాళీస్థలం అవతల పొదలమాటున తాటిచెట్ల గుబురు నేను చివరిగా చూసే దృశ్యం చూస్తే ఒరుసుకుని ఉన్న తాటి ఆకుల చివర్లలో నుంచి వెన్నెల చారలు దిగుతున్నాయి.

★★★

అధ్యాయం 17

మరుగున పడిన సత్యం ఫలకాలు

ఒక అపరాహ్ణం కొత్త సందర్శకులు గంభీరంగా అడుగులు వేస్తూ మందిరంలో ప్రవేశించి మహర్షి పడకకు అతిచేరువగా కూర్చొనటం గమనించాను. ఆయన ముఖం చాలా నాగరికంగా ఉన్నది కానీ ఆయన మాట్లాడే ప్రయత్నం ఏమీ చేయలేదు! కానీ మహర్షి వెంటనే తన చిరునవ్వుతో ఆయనకు స్వాగతం పలికారు.

ఆ వచ్చిన వ్యక్తి నా మనసులో గట్టిముద్ర వేశారు. ఆయన బుద్ధుడి గంభీరమూర్తిలా తోచారు. అసామాన్యమైన ప్రశాంతత ఆయన ముఖంలో గాఢంగా నాటుకొని ఉన్నది. చివర్లో మాకన్నులు కలిసినపుడు ఆయన నన్ను తదేకంగా చాలాసేపు అసౌకర్యంగా నేను ముఖం తిప్పుకొనే వరకు, కన్నార్పకుండా చూశారు. అపరాహ్ణం అంతా ఆయన నోరుతెరచి ఒక్కమాట కూడా మాట్లాడలేదు.

ఆయనతో నా తర్వాతి సంపర్కం మర్నాడు అనుకోని విధంగా జరిగింది. మా నౌకరు రాజు సామాన్లు తీసుకొని రావటానికి ఊళ్ళోకి వెళ్ళాడు. కనుక నేను ప్రార్థనా మందిరం విడిచి నాకుటీరానికి టీ తయారుచేసి కోవటానికి, తిరిగి వచ్చాను. భారమైన ఆ తలుపు తాళం తీసి, నేను లోపలికి అడుగుపెట్టబోయినాను. అప్పుడే ఏదోనేలమీద అడ్డంగా కదిలి నా పాదాలకు కొద్ది అంగుళాల దూరంలో ఆగింది. దాని సరసరప్రాకే కదలిక, వినబడుతున్న సన్నని బుస, గదిలో ఒక పాము ఉన్నదని నేను చూడకమునుపే నన్ను హెచ్చరించాయి. కాలికింద మెదులుతున్న మరణం తప్పిందనే భయం నన్ను విచలితుడిని చేసింది. ఏం చేయాలో తెలియలేదు. ఆ జీవి సంభ్రమాశ్చర్యభరితమైన నాదృష్టిని కట్టివేసింది. అయినా అదినన్ను భయనిహ్వలుడిని చేస్తున్నది. నా నరాలు భయంతో బిగుసుకుపోయాయి. భయాతి రేకము, ద్వేషం నా గుండెలలోనుంచి పెల్లుబుకుతున్నాయి. కానీ నా కళ్ళు ఆజీవి అందమైన తలను తేరిచూస్తుండి పోయాయి. ఈ అనుకోని ఎదుర్కోలు నన్ను

అప్రతిభుడిని చేసింది. బలమైన మెడచుట్టూ పగడఎత్తి దాని దుర్మార్గపు కళ్ళు నామీదనే నిలిపి ప్రాణాపాయకరమైన ఆసరీసృపం క్రూరంగా నన్నే చూస్తున్నది.

చివరికి నా పంచేంద్రియాలు వంశంలోకి వచ్చి, నేను త్వరగా వెనుక అడుగువేశాను. దాని నడుం విరగగొట్టడానికి ఒక దుడ్డుకర్రకోసం నేను బయలుదేరబోతుండగా నిన్న కొత్తగా వచ్చిన సందర్శకుల ఆకారం అక్కడ బయట కనిపించింది. గంభీర ఆలోచనతో ఉన్న ఆయన ఉదాత్తమైన ముఖం కొద్దిగా నన్ను కుదుటపరిచింది. ఆయన నా కుటీరం సమీపించి, ఒక్కచూపుతో పరిస్థితిని ఆకళింపు చేసికొని, తొణకకుండ గదిలో ప్రవేశించబోతున్నారు. నేను ఆయనకు హెచ్చరికగా అరిచాను. కానీ ఆయన పట్టించుకోలేదు. మరొకసారి నేను కుంగిపోయాను. చేతిలో ఏమీ లేకుండా ఆయన రెండు చేతులూ పామువైపు చాపారు!

తెరచిన దాని నోటిలో నుంచి చీలిన నాలిక కదులుతుంది. కానీ అది ఆయనను కరవటానికి ప్రయత్నించలేదు. అప్పుడే సరస్సులో స్నానం చేస్తూ నా అరుపులు విన్న ఇద్దరు వ్యక్తులు పరుగెత్తుతూ నా కుటీరం దగ్గరికి వచ్చారు. వారు దగ్గరికి రాకమునుపే ఆవింత సందర్శకుడు పాముకు చాలా దగ్గరగా నుంచున్నారు. అది ఆయన ముందర తలవంచింది. ఆయన దాని తోకను మృదువుగా తట్టారు!

అందంగా కనిపించినా విషపూరితమైన తలలో దాని నాలుకలు కదలటం ఆపుతాయి. అప్పటికి ఆయిద్దరు వ్యక్తులూ అక్కడకి వచ్చి చేరారు. వెంటనే ఏదో జ్ఞాపకం వచ్చినట్లు ఆ పాము లాఘవమైన శరీరం త్వరగా వంపులు తిరిగి మా నలుగురి కళ్ల ఎదుట కుటీరం బయటకి వచ్చి భద్రమైన అడవిలోని పొదలలోకి జారుకున్నది.

''అది చిన్న తాచుపాము'' చివరకు అక్కడికి చేరిన ఇద్దరిలో ఒకరన్నారు. ఆయన ఆ ఊరిలో పెద్దవ్యాపారి, మహర్షికి తన ప్రణామాలు అర్పించటానికీ లేదా నాతో కబుర్లు చెప్పటానికీ ఆయన తరచూ వస్తుంటారు.

మా సందర్శకులు నిర్భయంగా పామును వెడలగొట్టినందుకు, నా ఆశ్చర్యం వెలిబుచ్చాను.

''ఆయన యోగి రామయ్య!'' నేను వివరం అడిగినపుడు ఆ వ్యాపారి సమాధానం చెప్పారు. ''మహర్షి అత్యంత అగ్రగామి శిష్యులలో ఒకరు. చెప్పుకోదగిన మనిషి.''

ఆ యోగితో సంభాషించటం అసాధ్యం. ఒకటి ఆయన కఠోర 'మౌనం అనే క్రమశిక్షణ తనకు తానే విధించుకున్నారు. రెండు ఆయన తెలుగు మాట్లాడే ప్రాంతం నుంచి వచ్చారు. నాకు తెలుగు ఎంత వచ్చునో ఆయనకు ఇంగ్లీషు అంతేవచ్చు.

అంటే పూర్వం, ఆయన అందరికీ దూరంగా ఉంటారనీ, అక్కడ ఉన్నవారెవరి తోనూ సాధారణంగా కలవరనీ తెలుసుకున్నాను. అది ఆయన నియమం. సరస్సుకు అవతలి గట్టున గండశిలల నడుమ నిర్మించుకున్న రాతి నివాసంలో ఆయన బస, ఆయన పది సంవత్సరాలుగా మహర్షికి శిష్యులు.

ఆ తర్వాత త్వరలోనే మా యిద్దరి మధ్య వారధి ఏర్పడింది. ఆయన సరస్సు వద్దకు ఇత్తడి బిందెతో నీటికోసం వచ్చినపుడు కలిశాను. రహస్యాలు దాగిన అతని నల్లని ముఖం, కాని కరుణామయమైన ముఖం నన్ను ఆకర్షించింది. అప్పుడు నా చేతిలో కెమెరా ఉన్నది. సైగలుచేసి ఆయనను ఫోటోకు ఫోజు ఈయమని అడిగాను. ఆయన అభ్యంతరం చెప్పలేదు. ఆ తర్వాత నా వెనుకనే నాకుటీరానికి వచ్చారు కూడా. అక్కడ మేం మాజీ స్టేషన్ మాస్టర్‌ను కలుసుకున్నాం. అక్కడ తలుపు దగ్గర కూర్చొని నారాకకోసం నిరీక్షించుతున్నారు.

ఏతావాతా నేను కనుక్కున్నదేమిటంటే ఆ పెద్దాయనకు ఇంగ్లీషు ఎంతబాగా తెలుసునో తెలుగు కూడా అంతబాగా వచ్చునని, మా ఇద్దరి మధ్యా దుబాసీగా వ్యవహరించటం ఆయనకు సమ్మతమేనని కనుకగొన్నాను. మాటలకు బదులు కాగితం మీద పెన్సిల్‌తో వ్రాసిన నోట్సు ఉపయోగించుతాం. యోగి ఎక్కువ మాట్లాడరు. ఇంటర్వ్యూలు ఇవ్వటం ఆయనకు గిట్టదని సమాచారం. కానీ ఎలాగో ఆయనను గురించి కొన్ని వివరాలు సంపాదించాను.

రామయ్యకు ఇంకా నలభై నిండలేదు – నెల్లూరు జిల్లాలో ఆయనకు పొలాలు స్థలాలు రూపంలో ఆస్తులు ఉన్నాయి. సంప్రదాయ రీత్యా ఆయన సన్యసించకపోయినా, తన ఎస్టేట్లు అన్నిటి యాజమాన్యం తనకుటుంబం చేతికి వదిలేశాడు. అందుచేత ఆయన తన యోగ అభ్యాసంలో ఎక్కువకాలం గడపగలుగుతారు. నెల్లూరులో ఆయనకు స్వంతశిష్య బృందం ఉన్నది. సంవత్సరానికి ఒకసారి వారందరినీ వదిలి మహర్షిని దర్శించటానికి వస్తారు. వచ్చినప్పుడు వరుసగా రెండు మూడు నెలలు ఇక్కడ ఉంటారు.

ఆయన చిన్నవయసులో యోగగురువును వెతుకుతూ దక్షిణభారతం అంతా విస్తృతంగా పర్యటించారు. ఆయన వేరువేరు గురువుల దగ్గర శిక్షణ పొందారు. కొన్ని అద్భుతవిద్యలు, శక్తులు సంపాదించారు. ప్రాణాయామం, ధ్యానం ఆయన సులువుగా చేయగలరు. ఆయన గురువును మించిన శిష్యుడు అయినట్లు తోస్తుంది. కారణం ఆయనకు కలిగిన కొన్ని అనుభవాలను వారు వివరించలేకపోయారు. ఆ కారణంగా ఆయన చివరికి మహర్షి దగ్గర చేరారు. ఆయన అన్నిటికీ సరిఅయిన వివరణ ఇచ్చి, రామయ్య ముందడుగు వేయటానికి తోడ్పడ్డారు.

తను ఇక్కడ రెండు నెలలు ఉండటానికి వచ్చానని రామయ్య చెప్పారు. తన నౌకరును ఆయన వెంట తెచ్చుకున్నారు. పూర్వదేశ ప్రాచీనవిద్యలో ఒక పాశ్చాత్యుడు ఆసక్తి చూపటం ఆయనకు సంతోషదాయకం అయింది. ఆయనకు నేను ఒక సచిత్ర ఇంగ్లీషు మ్యాగజీన్ చూపించాను. వాటిలో ఒక చిత్రం గురించి ఆయన విచిత్ర వ్యాఖ్య.

"పాశ్చాత్య ప్రపంచంలో మీ మేధావులు వారు అంతక్రితం తయారుచేసిన ఇంజన్ల కంటే వేగవంతమైన వాటిని తయారు చేయటం విడిచిపెట్టి, వారుతమలోనికి తమ దృష్టిసారించటం మొదలుపెడితే, మీ జాతి ఆనందాన్ని కనుక్కోవచ్చు. త్వరగా ప్రయాణంచేసే సాధానాన్ని కనుగొన్న ప్రతీసారీ వారి సంతృప్తి పెరిగిందా?"

ఆయన వెళ్ళబోయే ముందు ఆ తాచుపాముతో సంఘటనను గురించి ప్రశ్నించాను. ఆయన నవ్వుతూ సమాధానం వ్రాశారు.

"నేను దేన్నిచూసి భయపడాలి? ఏ ద్వేషము లేకుండా, నా హృదయంలో సకలజీవుల ఎడలా ప్రేమతో దాన్ని సమీపించాను."

ఆయన భావగర్భితమైన సమాధానం వెనుక ఎంతో దాగి ఉన్నదని నా అభిప్రాయం. మరి ప్రశ్నలు వేయకుండా సరసు అవతలి గట్టున ఉన్న ఆయన నివాసానికి ఆయనను తరలనిచ్చాను.

రామయ్యతో తొలి కలయిక తర్వాత వారాలలో ఆయనను మరికొంత అర్థం చేసుకున్నాను. నా కుటీరం చుట్టి ఉన్న ప్రదేశంలో, లేదా సరస్సు ప్రక్కన, లేకపోతే ఆయన నివాసం వెలుపల మేము తరుచు కలుసుకుంటాం. ఆయన దృక్పథం నా స్వభావానికి సరితూగింది. ఆయన విశాలమైన నల్లని కన్నులు ప్రశాంతతతో ప్రత్యేకంగా ఆకర్షించుతాయి. మాది విచిత్రమైన నిశ్శబ్ద స్నేహం. ఒకనాడు ఆయన నా శిరస్సు తట్టి అశీర్వదించి, నా చేతులు తన చేతులతో పట్టుకొనటంతో మాస్నేహం తారస్థాయినందుకున్నది. పెన్సిల్‌తో తెలుగులో వ్రాసిన కొద్దిమాటలు (ఆ పెద్దాయన వాటిని అనువాదం చేసిచెబుతారు) తప్ప మా సాంగత్యంలో మరే మాటలూ లేవు. కాని రామయ్యకు నాకు మధ్య ఏనాటికీ తెంచరాని బంధం ఏదో ఏర్పడుతున్నదని అనుభూతి. అప్పుడప్పుడు ఆయనతో కలిసి అడవిలో కాలి నడకకు వెళ్లాను. ఒకటి రెండుసార్లు గండశిలల మధ్యగా కఠినమైన కొండమీదికి శ్రమపడి ఎక్కుతాం. మేం ఎక్కడికి వెళ్ళినా ఆయన ప్రశాంతంగా ఉంటారు. ఆయన ఉదాత్త ప్రవర్తనను నేను మెచ్చుకోకుండా ఉండలేను.

ఆయన అసాధారణ శక్తిని గురించి అనతికాలంలోనే నాకు కనువిప్పు కలిగింది. అతి దుర్వార్త మోసుకొని వచ్చిన ఉత్తరం ఒకటి నన్ను చేరింది. దాని సారాంశం నా ఆర్థిక ఇంధనం అనుకోకుండా అధోగతికి చేరిందని, భారదేశంలో

నా నివాసం ముగించాలని, మహర్షి ఆశ్రమంలో ఆతిధ్యం లోటుకాదని, శిష్యులు అందుకు తోడ్పడుతారని నాకు తెలుసు. కానీ నా స్వభావానికి అది విరుద్ధం. నా భాద్యతలు కొన్ని నెరవేర్చితే ఆ సమస్య పరిష్కారం అవుతుంధి. పశ్చిమంలో నాకర్తవ్య బాధ్యతలు తిరిగి కొనసాగితేనే అదిసాధ్యం.

ఈవార్త ఇక్కడ నేను పొందుతున్న మానసిక ఆధ్యాత్మిక శిక్షణకు కఠిన పరిక్ష. ఈ పరీక్షలో నేను దారుణంగా విఫలుడినయ్యాను. నేను పూర్తిగా విచలితుడినయ్యాను. ప్రార్థనా మందిరంలో మహర్షితో నా మామూలు అంతరంగ సంపర్కం సాధించలేకుండా ఉన్నాను. కొంతసేపటి తర్వాత నేను హఠాత్తుగా అక్కడి నుంచి లేచి ఆయనను వదిలి వెళ్ళాను. ఒక్కవేటుతో మనిషి జీవితాన్ని తలకిందులు చేయగల విధిని నిశ్శబ్దంగా నిరసించుతూ మిగతా రోజంతా నేను దిగులుతో దిక్కులేని వాడిలా తిరిగాను.

నేను కుటీరంలోకి వెళ్ళి అలసిన నా దేహాన్ని సొలసిన మనసును దుప్పటి మీద పడవేశాను. ఏ పరధ్యానమో పగటికలో నన్ను కమ్మి ఉండాలి. ఎందుకంటే కొంతసేవటి తర్వాత తలుపు మీద సున్నితమైన తట్టటంతో నేను ఉలికిపడి లేచాను. ఆగంతకుడిని లోపలకి రమ్మన్నాను. తలుపు అతిమెల్లగా తెరచుకున్నది. నన్ను ఆశ్చర్యంలో ముంచివేస్తూ రామయ్య ఆకారం కుటీరంలో ప్రవేశించింది.

నేను తత్తరపాటుతో లేచాను. ఆయన చతికిలబడి కూర్చున్న తర్వాత నేను కూడా ఆయన ఎదురుగా చతికిలపడి కూర్చున్నాను. కళ్లలో ప్రశ్నార్థకంతో ఆయన నన్ను నిశితంగా చూశారు. నాభాష ఆయనకు, ఆయన భాష నాకూ తెలియని ఒక మనిషితో ఒంటరిగా ఉన్నాను. నాలో ఏదోవింత అనుభూతి ఆయనకు పూర్తిగా అగమ్యగోచరమైన భాషలో ఆయనను సంబోధించమని నన్ను ప్రేరేపించింది. ఆయనకు నా భాష అంతుపట్టక పోయినా నా భావం అర్థం చేసుకుంటారనే విపరీతమైన ఆశ! కనుక నోటివచ్చిన మాటలతో హఠాత్తుగా ఆకాశం నుంచి ఊడిపడిన నా కష్టాలను వెళ్ళబోసుకున్నాను. నాభాషకు నా పరాజయాన్ని, ఏవగింపు తెలిపే హావభావాలను జోడించాను.

రామయ్య మౌనంగా విన్నారు. నేను ముగించే సరికి ఆయన సానుభూతిగా గంభీరంగా తల ఆడించారు. కొద్దిసేపటి తర్వాత ఆయనలేచి, నన్ను తనవెంట రమ్మని సైగ చేసి బయటకి నడిచారు. మా బాట అంతా అడవి నీడన, ఆ తర్వాత త్వరలోనే దుమ్ము మయమైన విశాలమైన మైదానంలోకి అడుగుపెట్టింది. సుమారు అరగంట సేపు ఆయనను అనుసరించాను. అక్కడ ఒక మర్రిచెట్టు నీడన ఆగాను. ఆ వృక్షరాజం వేడెక్కిన నాదేహానికి నీడనిచ్చి సేదదీర్చింది. కొద్ది విశ్రాంతి తర్వాత

మేము మరొక అరగంట నడిచాం. మళ్ళీ ఒక చిట్టడవి దాటి ఒక సరస్సుకు చేరాం. ఈ దారులన్నీ రామయ్యకు పరిచితాలు వలె ఉన్నాయి. మేము నీటి దగ్గరకి నడుస్తూ ఉంటే మా పాదాలు ఆ మెత్తని ఇసుకలో దిగుతున్నాయి. అక్కడ సరస్సు అంతటా రంగురంగుల తామరలు!

యోగి బాగా క్రిందికి దిగి ఉన్న ఒక చెట్టు నీడ చూసుకొని దానిక్రింద కూర్చున్నారు. నేనూ ఇసుకలో అతని ప్రక్కన చతికిలపడ్డాను. ఒత్తుగా ఉన్న ఆ తాటిచెట్టు మట్టలు మాపైన గొడుగులా విచ్చుకున్నాయి. ప్రపంచంలో ఈమూల మేం పూర్తిగా ఒంటరిగా ఉన్నాం. రెండుమైళ్ల దూరం వరకు అంతా ఎడారి. అక్కడ ఎడారి వెళ్ళి అడవిలో కలుస్తుంది.

రామయ్య తన కాళ్ళు మడిచి పాదాలు క్రిందికి తన మామూలు ధ్యానభంగిమ చేర్చి కూర్చున్నారు. నన్ను మరికొంచెం తనకు దగ్గరగా రమ్మని వేలితో సైగచేశారు. అప్పుడు ఆయన నిశ్చలమైన ముఖం ముందుకు తిరిగింది. ఆయన కన్నులు నీటిమీద నిశ్చలంగా చూపు నిలుపుతాయి. వెంటనే ఆయన గాఢమయిన ధ్యానంలో మునిగిపోయారు.

నిమిషాలు నిదానంగా గడుస్తున్నాయి. రామయ్యలో చలనం లేదు. ఆయన ముఖం మా ఎదుట ఉన్న సరస్సులోని నీటిలాగా ప్రశాంతంగా ఉన్నది. ఆయన దేహం పరిసరాలలో ఏగాలికి చలించని మానులాగా ఉన్నది.. అరగంట గడిచింది. ఆయన ఆ తాటిచెట్టు క్రింద చాలా విచిత్రంగా, చాలా మౌనంగా అంతర్ముఖులై కూర్చుని ఉన్నారు. ఆయన ముఖంలోనికి ఇప్పుడు మామూలుకంటె నిండయిన ప్రశాంతత చేరినట్లు కనిపించుతున్నది. ఆయన నిశ్చలమైన కన్నులు దూరాన శూన్యంలోకి, కొండలను చూస్తున్నాయి. ఏదయినదీ నాకు తెలియదు.

త్వరలోనే నేను మా పరిసరాల నిశ్శబ్దానికి నా సహవాసి అక్కడి పరిచే ప్రశాంతతకు వశుడినయిపోతున్నాను. క్రమమైన పట్టుదలతో, మృదువుగా, శాంతి తరంగాలు నా ఆత్మ అనుభూతిలోకి ప్రవేశించుతున్నాయి. నా దు:ఖాన్ని దౌర్భాగ్య స్థితిని జయించిన అనుభూతి నాకు ఇప్పుడు సులభంగా కలిగింది. ఇంతక్రితం నేనెన్నడూ ఈ అనుభూతిని ఎరుగను. యోగి తన రహస్యమార్గంలో నాకు సహాయం చేస్తున్నారు. అందులోనాకు అనుమానం లేదు. ఆయన ధ్యానంలో ఎంత గాఢంగా మునిగి ఉన్నారంటే ఆయన శ్వాస తీసుకొంటున్నట్లు కూడా అనిపించటం లేదు. ఆ ఉదాత్తపరిస్థితి రహస్యం ఏమిటి? ఆయనలో నుండి వెలువడే శ్రేయస్కర ప్రసారానికి మూలం ఎక్కడ?

సాయంత్రం అవుతుండటంతో వేడిమి తగ్గుతున్నది. ఉడుకెత్తిన ఇసుక చల్లబడుతున్నది. పడమటి సూర్యుడి నుంచి బంగారు రేక యోగి ముఖం మీద పడి చలనంలేని ఆయన శరీరాన్ని కొన్నిక్షణాలు పరివేషితమైన విగ్రహంలా తోపింప జేసింది. నాలో ప్రవేశించి ప్రవహించుతున్న శాంతి తరంగాల అనుభవాన్ని ఆనందించే ప్రయత్నంలో నేను ఆయనను గురించిన ఆలోచనలకు స్వస్తి చెప్పాను. నేను నా దివ్య అగాధాలలో జీవించటం ఆరంభించే సరికి లౌకిక జీవితంలోని మార్పులు, అవకాశాలు వాటి యోగ్యమైన స్థాయిని చేరుకున్నాయి. మనిషి తన అంతరంగ దృక్పథం తెలిసికొంటే, తన కష్టాలను కన్నీళ్ళను ప్రశాంతగా గమనించగలడని నాకు అద్భుతమైన స్పష్టత కలిగింది. దివ్యమైన అభయం అతని అంగీకారానికి వేచి ఉండగా, ప్రాపంచిక ఆశల తాత్కాలిక సుఖాలను పట్టుకువేలాడడం మూర్ఖత్వం. అందుకే వివేచనాశీలి అయిన గెలీలియో రేపటిని గురించి చింతించవద్దనీ, దానిని గురించి మరో మహత్తరశక్తి యోచించుతుందని తన శిష్యులకు బోధించారు. మనిషి తనలోని దివ్యత్వాన్ని నమ్మవలెననే సూత్రాన్ని అంగీకరించినపుడు ఈలోకంలోని జీవితంలో ఒడుదుడుకులను నిర్భయంగా తప్పటడుగు వేయకుండా అధిగమించగలరని నా అవలోకనం. జీవితపు ప్రాధమిక విలువ మనచెంతనే ఎక్కడో ఉన్నదని, ఆ ప్రశాంత వాయువులో చీకు, చింత ఉండవని నా అనుభూతి. ఆధ్యాత్మిక వాతావరణంలోని ఈ మార్పుతో నా మనసులోని భారం మటుమాయం అవుతుంది.

ఈ అందమైన అనుభవంలో నాకు సమయాన్ని గురించి ఆలోచనేలేదు. అంతరంగంలోని దివ్యత్వం నశ్వరభావన నుండి విడివడి స్వతంత్రంగా ఎలా ఉండగలదోనన్న రహస్యాన్ని విప్పగలవారెవరైనా ఉన్నారేమో నాకు తెలియదు. సంధ్యాసమయం అయింది. ఈ ఉష్ణమండలంలో నిశాదేవి వేగంగా ప్రవేశిస్తుందని నా జ్ఞాపకాల పొరలలో గంట మోగుతున్నది. అయినా దానిని గూర్చిన చింత నా మనసులో లేదు. నా ప్రక్కనున్న ఈ అద్భుతమైన వ్యక్తి ఇక్కడ ఉంటేచాలు. ఆయన నన్ను శ్రేష్టమైన శ్రేయస్సుకూ, శాంతికీ నడిపించుతారు.

చివరికి లేవమని సంకేతంగా ఆయన చేయితట్టినపుడు పూర్తిగా చీకటి పడింది. చేతిలో చెయ్యివేసి మేం ఈ ఒంటరి ప్రదేశం చీకట్లో నడుస్తూన్నాం. ఒక బాట, ఒక దీపం ఏమీలేకుండా ఇంటిదారి పట్టాం. యోగి రామయ్య గారి ఆ ప్రదేశం భౌగోళిక జ్ఞానమే మాకు దారిచూపాలి. మరొకప్పుడైతే ఈ ప్రదేశం నాలో భయోత్పాతాలు రేకెత్తించేది ! రాత్రిపూట అడవిలో గత అనుభవాలు నా మనసులో భయంకరమైన జ్ఞాపకాలను ముద్రించాయి. ఏదో అదృశ్య జీవుల ప్రక్కనే ఉన్న భావన. జంతువులు అటు ఇటు తిరుగుతున్నాయి. ఒకక్షణం నా మనోనేత్రంలో జాకీ బొమ్మ మెదిలింది. ఊరిలో నావెంట ఉండి, కుటీరంలో భోజన సమయంలో నాతోడు ఉండే జాకీ. దాని

మెడచుట్టూ చిరుత పులి కొరికి నందువల్ల కలిగిన గాయాల గాట్లు. దాని సోదరుడు కూడా అదే చిరుతకు పట్టుబడ్డాడు. అ తర్వాత కనిపించలేదు. అదృష్టం బాగ లేకపోతే నేనూ ఆకలితో పొంచి ఉన్న చిరుత పచ్చల కళ్ళు చూడవచ్చు. లేకపోతే చీకట్లో నేలమీద చుట్టచుట్టుకు పడుకొని ఉన్న తాచుపాము మీద అడుగు వేయ్యవచ్చు. లేదా శాండల్స్ మాత్రమే వున్న నా పాదాలతో ఏమంద్రగబ్బనో, ప్రాణాంతకమైన తెల్లరాక్షసి, తాకవచ్చు. కాని నిర్భయమైన యోగి సమక్షంలో ఇటువంటి ఆలోచనలు వస్తున్నందుకు నాకే సిగ్గు వేస్తుంది. కవచంవంటి ఆయన వర్చస్సు నన్ను కమ్మివేస్తున్న అనుభూతి మరొకసారి ఆకవచానికి దాసోహమన్నాను.

★

నా కలం నా చుట్టూ ఉన్న సుందర దృశ్యాలనూ, ఇంకా మహర్షి తో నా సంభాషణలనూ నమోదు చేస్తూ పోతుంది. కాని ఈ కథ ముగించ వలసిన సమయం వచ్చింది.

ఆయనను నేను తీక్షణంగా అధ్యయనం చేశాను. ఒకనాడు ఆధ్యాత్మిక సత్యం కనుగొనటం అంటే బంగారు గని కనుగొన్నంత విలువ నిచ్చారు. ఆయన ఆకాలం నాటి బిడ్డ. దక్షిణ భారతం లోని ఈ నిశ్శబ్దమైన మారుమూల గ్రామంలో భారత దేశం యొక్క ఆధ్యాత్మిక మహాత్ముల వద్దకు విధి నన్ను తీసికొని వచ్చిందని నాకు జ్ఞానోదయం కలిగింది. ఈ మహర్షి ప్రశాంత రూపం ఈ దేశం ప్రాచీన ఋషులను నా చెంతకు తీసికొని వచ్చింది. ఈ మహాపురుషుడిలోని అత్యద్భుత భాగం దాగొని ఉన్నదని నా ఉద్దేశ్యం. అగాధమైన ఆయన అంతరాత్మ – సంపన్నమైన వివేచన తో నిండినదని చూడగానే ప్రతి ఒక్కరూ గుర్తించ గలరు. కాని అది ఎవరికీ అందదు. కొన్ని సార్లు ఆయన విచిత్రంగా ఏకాకిగా ఉంటారు. ఇతర సమయాలలో ఆయన అంతరంగంలోని కారుణ్యం నన్ను ఆయనకు ఉక్కు తీగెలతో కట్టివేస్తుంది. ఆయన వ్యక్తిత్వం లోని మర్మానికి తలవంచటం నేను నేర్చుకున్నాను. ఆయన ఎలా దర్శనం ఇస్తే అలా అంగీకరించటానికి సిద్ధం అయాను. బాహ్య సంపర్కాల నించి ఆయన దూరంగా ఉన్నారు. కాని ఆ పద్మవ్యూహం ఛేదించిన వారు ఆయన తో ఆధ్యాత్మిక సంపర్కానికి మార్గం తెలిసి కొంటారు. ఆయన అంటే నాకు చాలా ఇష్టం. ఆయన చుట్టూ ఘనతను కీర్తించే వాతావరణం లో ఆయన అత్యంత సరళంగా, అత్యంత సామాన్యంగా ఉంటారు. రహస్యాలను ఆరాధించే తన దేశీయుల ఎదుట ఆయన మాంత్రిక శక్తులను గాని, దివ్య జ్ఞానాన్ని గాని ప్రదర్శించరు. ఆయన కపట నాటకాలకు అతి దూరం. తనను ఆకాశానికి ఎత్తే ప్రయత్నాలను ఆయన తీవ్రంగా నిరసిస్తారు. అందుకే ఆయనంటే నాకు అంత ఇష్టం, అంతకు మించి గౌరవం.

మహర్షి వంటి మహనీయుల సన్నిధి అందరాని ప్రదేశాలలో పుట్టిన దివ్య సందేశాలను చరిత్రలో చెరిగి పోకుండా కాపాడి తరువాతి తరాలకు అందజేస్తుందని నా అభిప్రాయం. అంతేకాదు, అటువంటి మహనీయులు మనతో వాదించటానికి కాక, మనకు ఏదో తెలియ జెప్పటానికి వస్తారని మనం అంగీకరించాలని నా అభిప్రాయం. ఏది ఏమైనా ఆయన బోధనలు నన్ను విపరీతంగా ఆకర్షించాయి. సరిగా అర్థం చేసికొంటే, ఆయన వ్యక్తిగత స్వభావం, ఆచరణాత్మకమైన పద్ధతి, చాలా వైజ్ఞానికమైనవి. ఆయన ఏ మానవాతీత శక్తులనూ తీసికొని రారు, ఏ ఒక మతంలోను అంధ విశ్వాసం నిర్దేశించరు. మహర్షి ఉదాత్తమైన ఆధ్యాత్మిక తత్వం, తనను తానె ప్రశ్నించు కుండే ఆయన తత్వం, దగ్గరలోనే ఉన్న ఆలయంలో ప్రతిధ్వనించవు. 'దేవుడు' అనే పదం కూడా ఆయన పెదవుల మీద అరుదుగా పలుకుతుంది. మంత్ర శక్తులు ఇంద్రజాలాలకు – అందులో ఎన్నో పడవలు మునిగాయి, నశించాయి – ఆయన పూర్తిగా దూరం. ఆయన సరళంగా ఆత్మ విశ్లేషణ మనముందు పెట్టుతారు. ఎవరి నమ్మకాలు, సిద్ధాంతాలు పురాతనమైనా, ఆధునికమైనా ప్రతి ఒక్కరూ ఈ పద్ధతి అభ్యాసం చేయవచ్చు. ఇది చివరికి మనిషికి నిజమైన ఆత్మా వగాహన కలిగించే మార్గం.

పరిశుద్ధ, పరిపూర్ణ ఉనికిని చేరుకొనటానికి నేను నన్ను పక్కకు తొలగించుకొనే ఈ పద్ధతి అనుసరించుతాను.మా ఇద్దరి నడుమ మాటా పలుకూ లేకపోయినా, మహర్షి మనసు నామనసుకేదో అందజేస్తున్నదనే ఎరుక నాకు పున:పునః కలుగుతుంది. నాప్రయత్నాల మీద రాబోయే నా నిష్క్రమణ నీడ వేలాడుతూ ఉన్నది. అయినా అనారోగ్యం ఈ ఆటలో చేయిదూర్చి నా నిష్క్రమణ తొందర చేసేవరకూ నా బస పొడిగించాను. ఎంతో గాఢమైన అంతరంగ ఆవశ్యకత నన్ను ఇక్కడికి తీసికొని వచ్చింది. అందుచేత అలసిపోయి అనారోగ్యంతో ఉన్న దేహం, దస్సిపోయిన మనసు మొరలను పక్కకు నెట్టే మనోబలం కలిగి గాలి ఆడని ఈ వేడి ప్రదేశంలో నా నివాసం కొనసాగించాను. కాని ప్రకృతిని ఓడించటం అసాధ్యం. త్వరలోనే పూర్తిగా అడ్డంపడే సూచనలు వచ్చాయి. ఆధ్యాత్మికంగా నా జీవితం శిఖరాగ్రం చేరుతున్నది. కాని, అందుకు విపరీతంగా నా శారీరికంగా అది అందని లోతులకు దిగజారి పోతున్నది. వెళ్లబోయే ముందు మహర్షితో ఆఖరు సారి కలవబోతున్నాను. దానికి కొన్ని గంటల పూర్వం నేను విపరీతంగా వణికిపోతూ, అంతులేకుండా చెమటలు కార్చుతున్నాను. రాబోయే జ్వరానికి సూచనలు.

అప్పుడు నేను ఆ బృహదాలయం లో దాగి ఉన్న పవిత్ర స్థలాలను శోధించుతున్నాను. ఆ శోధనకు స్వస్తి చెప్పి, నేను త్వరగా ధ్యాన మందిరానికి తిరిగి వచ్చాను. సాయంకాల ధ్యాన సమయం సగం గడిచింది. నేను నిశ్శబ్దంగా నేలకు

జారి, నా ధ్యాన స్థితిలోకి వెళ్లాను. కొద్ది సెకండ్లలో నన్ను నేను స్థిమిత పరుచుకొని పరుగులు తీస్తున్న నా ఆలోచనలను అదుపులోకి తెచ్చాను. కళ్ళు మూయగానే గాఢమైన అంతరంగ చైతన్యం మేలుకున్నది.

నా కన్నులముందు ఆసీనులై ఉన్న మహర్షి రూపం తేలి వస్తున్నది. ఆయన తరుచు చెప్పే బోధనల ప్రకారం నేను ఆ మనోచిత్రం చేదించి రూపరహితమైన అసలు స్వరూపం, అంతరంగ ప్రకృతి, ఆయన ఆత్మ, దర్శించే ప్రయత్నం చేస్తాను. ఆశ్చర్య కరంగా నా ప్రయత్నం తక్షణం సఫలం అవుతుంది. చిత్రం మాయమయింది. ఆయన చెంతనే ఉన్నారన్న ప్రగాఢ అనుభూతి మినహా మరేమీ మిగల లేదు.

నా ధ్యానంలో పూర్వం ఉండే ప్రశ్నలు నిలిచి పోవటం మొదలైంది. నా శారీరిక, ఆవేశ, మానసిక సంచలనాలను గురించి నా చైతన్యాన్ని ప్రశ్నించే వాడిని. ఆ శోధనతో అసంతృప్తి చెంది అవన్నీ వదిలి వేశాను. చైతన్యం యొక్క మూలం కనుక్కోవాలనే కాంక్షతో నా చైతన్యం ధ్యాసను దాని కేంద్రానికే మళ్ళించాను. అప్పుడు వచ్చింది మహత్తర క్షణం! ఆ నిశ్చలత యొక్క ఏకాగ్రతలో మనసు తనలోకి వెళ్ళిపోయి, పరిచితమైన ప్రపంచం అస్పష్టత నీడలోకి క్రమంగా అంతరించుతుంది. మనసులో ఒకవిధమైన శూన్యం ప్రవేశించి పరిసరాలలో ఏమీలేనట్లు తోస్తుంది. ధ్యాస ఏకాగ్రం చేయటానికి చాలా తీవ్రమైన కృషి అవసరం. కాని బాహ్య ప్రపంచంతో సయ్యాటలు వదిలి మనసును సూదిమొన వంటి తీక్షణమైన ఏకాగ్రతకు చేర్చటం ఎంత దుస్సాధ్యమైన పని!!

ఈ రాత్రి నేను అతి శీఘ్రంగా ఆ స్థానం చేరుకున్నాను. మామూలుగా అయితే అక్కడికి చేరటానికి నా ఆలోచనలు వరుసగా ఒకదాని తర్వాత ఒకటి అడ్డుపడుతూ ఉంటాయి. నా అంతరంగ ప్రపంచంలో ఏదో ఒక కొత్త ప్రబలమైన శక్తి కార్యరంగం లోకి దిగి ఎదురులేని వేగంతో నన్ను లోపలి మోసుకు వెళ్ళింది. ఏమీ శ్రమ లేకుండా మొదటి పోరు ముగిసింది. ఆ టెన్షన్ దాటి ఆనందకరమైన, సంతోషకరమైన అనుభూతి.

తరువాతి స్థాయిలో నేను మనసు నించి వేరుగా నుంచుంటాను. అది ఆలోచించు తున్నదని నాకు తెలుసు. కాని అది కేవలం ఒక పనిముట్టు మాత్రమే నని నన్నేదో అంతర్వాణి హెచ్చరించు తున్నది. ఈ ఆలోచనలను నేను ఒక అపురూపమైన నిర్లిప్తతతో గమనించు తున్నాను. ఇంతకాలం ఒక గర్వకారణంగా ఉన్న ఆలోచనా శక్తి ఈనాడు తప్పించు కొని తిరుగవలసిన పదార్థం అయింది. నేను ఇంతకాలం అచేతనంగా దానికి బందీనయి ఉన్నా నని తలుచు కుంటే గుండె గుభేలు మంటున్నది. ఇప్పుడు ఆ మనసు బయట నించొని అలాగే ఉండాలని పించుతున్నది. ఆలోచన

కంటే అగాధమైన మరొక స్థలంలో దూకి మునగాలని పించు తున్నది. మనసుతో నిరంతర బంధం నించి విముక్తి చెందితే ఎలా ఉంటుందో తెలిసి కొనాలని ఉన్నది. పూర్తిగా చేతనంగా, చురుకుగా ఉన్న నాధ్యాసతో ఆ అనుభూతి చెందాలని నా ఆశ.

మెదడు పక్కన నిల్చొని అది ఎలా పని చేస్తుందో, (అదేదో మరొకరి మెదడు అయినట్లు) చూడటం, ఆలోచనలు ఎలా పుట్టి ఎలా అంతమవుతాయో గమనించటం ఒక వింత అనుభవం. మనిషి మనసు ముడతల వెనుక ఉన్న రహస్యాలను తెలిసికొన బోతున్నామని గ్రహించ గలగటం అన్నిటినీ మించిన వింత. తెలియని కొత్త భూభాగం మీద అడుగు పెట్ట బోతున్న కొలంబస్ లాగ అనుభూతి చెందుతాను నేను. పరిపూర్ణంగా నియంత్రితమైన, అదుపులో ఉన్న అపేక్ష నాలో జలదరిస్తు, పులకరింత కలిగించుతున్నది.

కానీ, ఆలోచనల యొక్క యుగాలనాటి నియంతృత్వాన్ని విడనాడటం ఎలా? ఆలోచనను ఆపటానికి ప్రయత్నించు మని మహర్షి ఎన్నడూ బోధించ లేదు. "ఆలోచనను దాని మూలం వరకూ అనుసరించు" ఇది ఆయన పదేపదే చెప్పిన సలహా. "అసలు స్వరూపం బయటపడే వరకూ గమనించు. అప్పుడు మీ ఆలోచనలు తమంతట తామే అంత మవుతాయి." నేను ఆలోచనల జన్మస్థానం కనుక్కున్నాననే అనుభూతితో, నన్ను ఈ స్థితికి చేర్చిన ప్రబలమైన సుముఖ స్వభావాన్ని త్యజించి, సంపూర్ణ స్తబ్ధతకు లొంగి పోయాను. అయినా, పాము తన ఆహారం కోసం పొంచి ఉన్నట్లు, తీక్షణమైన గమనికతో ఉన్నాను.

ఋషి వాక్కు సత్యం అని తెలిసికొన్న వరకూ ఈ అప్రమత్త స్థితి కొనసాగింది. ఆలోచనా తరంగాలు క్రమంగా తరిగి పోతున్నాయి. తర్కబద్ధమైన, విచక్షణా మయమైన ఇంద్రియవ్యాపారం శూన్య స్థితికి చేరింది. నేను అనుభూతి చెందిన అతివింత సంచలనం ఇంకా నన్ను పట్టుకొనే ఉన్నది. అతివేగంగా పెరుగుతున్న నా సద్యఃస్ఫూర్తి తెలియని క్షితిజాలు దాటుతుండగా కాలం తల తిరిగి పోయే వేగాన భ్రమించు తున్నది. నా కర్మేంద్రియాల అలికిడి వినము, అనుభూతి చెందము, స్మృతికి అందదు. ఏ క్షణాన అయినా నేను వస్తుప్రపంచం బయట, ఈ లోకం రహస్యపు అంచున నిల్చొని ఉంటానని నాకు తెలుసు...

చివరికి అది జరుగుతుంది. ఆలోచన, ఊదిన కొవ్వువత్తిలా, ఆగి పోయింది. మేధ తన స్వస్థానం చేరుకున్నది. ఇప్పుడు చైతన్యం ఆలోచనల అడ్డంకులు లేకుండా వ్యవహరించుతున్నది. కొంత కాలంగా నేను అనుమానించుతున్నది, మహర్షి విశ్వాసపూర్వకంగా దృఢ పరిచింది ఇప్పుడు ద్యోతక మవుతున్నది. మనసు తన

ఉద్ధానం ఒక భావాతీత మూలం నించి సంపాదించుతుంది. మెదడు పూర్తిగా, గాఢ నిద్రలో ఉన్నట్లు, నిర్వ్యాపారం అయింది. కాని, చైతన్యం అణుమాత్రమైనా తగ్గలేదు. నేను పరిపూర్ణ ప్రశాంతత లో ఉన్నాను. నేను ఎవరినో, ఏమి జరుగుతున్నదో పూర్తిగా తెలిసి ఉన్నాను. కాని నా ఎరుక అంతా వేరొక వ్యక్తిత్వం యొక్క సూక్ష్మ పరిమితులలోనించి వచ్చింది. అది అన్నిటినీ ఆవరించిన ఉదాత్త పదార్థం అయింది. అది ఇంకా ఉన్నది. అది మార్పుచెందిన ప్రకాశించే ఆత్మ. 'నేను' అనే అనామకమైన వ్యక్తిత్వం కంటే ఎంతో ఉత్తమమైన, ప్రగాఢమైన, దివ్యమైన జీవి చైతన్యంలోకి వచ్చి నేను అయింది. దానితో ఒక అద్భుతమైన సర్వ స్వతంత్ర భావం కలుగుతుంది. ఆలోచన మగ్గం షటిల్ లాగా ఎప్పుడూ ముందుకూ వెనక్కు కదులుతూ ఉంటుంది. దాని నియంతృత్వపు పట్టు నించి తప్పించుకొనటం అంటే జైలు లోనించి బయటపడి స్వచ్ఛమైన గాలి లోకి రావటమే.

నేను చైతన్య ప్రపంచం అంచు వెలుపల ఉన్నాను. నన్ను ఇంతకాలం పట్టి ఉంచిన గ్రహం మాయమైంది. నేను దేదీప్యమైన కాంతి లో వెలిగి పోతున్న సాగరం మధ్య ఉన్నాను. ఆ కాంతి ప్రపంచ సృష్టికి మూలపదార్థం, మొట్టమొదటి వస్తు పదార్థం, అని నా ఆలోచన కాదు, నా అనుభూతి. అది మాటలలో చెప్పనలవిగాని అనంత ఆకాశంలోకి, నమ్మలేనంత సజీవంగా, విస్తరించుతున్నది.

అనంతాకాశంలో నడుస్తున్న ఈ నిగూఢమైన జగన్నాటకం యొక్క భావం ఒక్క క్షణం తాకి, నా ఉనికిలో ప్రప్రథమ స్థానంలోకి తిరిగి వచ్చాను. 'నేను' ఈ కొత్త 'నేను' పరమానందం ఒడిలో విశ్రమించుతున్నాను. నేను ఉహాలోకం లోని లెథే కప్ లోనించి రసాస్వాదం చేశాను. దానితో విషమయమైన నిన్నటి జ్ఞాపకాలు, రేపటి ఆత్రుతా, ఆదుర్దాలు పూర్తిగా మాయం అయాయి. నాకు దివ్య స్వాతంత్ర్యం, వర్ణించ నలవిగాని ఆనందము లభించాయి. నా చేతులు సృష్టి నంతటిని అపారమైన జాలితో కౌగలించు కుంటాయి. అంతా తెలిసి కొనటమంటే అందరిని కేవలం క్షమించటం కాదని, అందరిని ప్రేమించట మనీ నాకు అర్థం అయింది. నా గుండె ఆనంద పారవశ్యంలో పునర్జన్మ ఎత్తింది.

తర్వాత నాకు కలిగిన అనుభవాలు ఎలా వర్ణించను?నా కలం స్పర్శకు అవి అత్యంత సుకుమారమైనవి. నేను నేర్చుకున్న తారల వంటి సత్యాలు ఈ భూమిమీది భాషలోకి అనువదించ వచ్చు. ఆ ప్రయత్నం వ్యర్థం కాకపోవచ్చు. మనిషి మనసు వెనుక కనుగొన బడక, త్రోవతీయక, దాగి ఉన్న అచ్చెరువు గొలిపే సనాతన ప్రపంచం నించి కొన్ని స్మృతులు – వివరంగా కాదు రమారమి – పొందుపరుస్తాను.

★

* మానవుడి సంబంధం మహత్తరమైనది. అతని తల్లి కంటే ఉన్నత ప్రాణి అతనికి స్తన్యం కుడిపింది. వివేచానామయ క్షణాలలో అతను ఈ విషయం గుర్తించవచ్చు.

* తన బహు ప్రాచీన గతం లో జీవి ఉత్కృష్టమైన స్వామి భక్తి మీద ప్రమాణం చేశాడు. కనుక బ్రహ్మాండమైన తలపాగాతో దేవతల సరసన నడిచాడు. ఈనాడు ఈ పనితో తలమునకలవుతున్న బిజీ ప్రపంచం రాచఠీవితో రమ్మని ఆజ్ఞాపించితే అతను తలవంచ వచ్చు. అతని ప్రతిజ్ఞ మరువని వారు ఉన్నారు. సకాలంలో అతనికి గుర్తు చేస్తారు.

* నిత్యమైన జాతికి చెందిన 'అది' జీవిలో ఉన్నది. అతను తన నిజస్వరూపాన్ని పూర్తిగా నిర్లక్ష్యం చేస్తాడు. అతని నిర్లక్ష్యం దాని ఘనతను ఎన్నటికీ మార్చలేదు, కించ పరచలేదు. అతను దానిని మర్చిపోయి ఇంద్రియాలలో నిద్రించ వచ్చు. కాని అది చేయి చాచి అతనిని తాకినపుడు అతను తానెవరో గుర్తుకు తెచ్చుకుంటాడు. తన ఆత్మను తిరిగి తెచ్చుకుంటాడు.

* జీవికి తన అసలు విలువ తెలియదు. కారణం అతను తన దివ్య జ్ఞానం కోల్పోయాడు. కనుక అతను మరొకరి అభిప్రాయం వెంటపడుతాడు. తన ఆధ్యాత్మిక అధికార పీఠం కేంద్రంలో తన పూర్తివిలువ అతను నూటికి నూరుపాళ్ళు నిశ్చయంగా తెలిసికొన గలడు. సింహిక (Sphinx) ఎదురుగా ఉన్న ప్రకృతిదృశ్యం తిలకించటం లేదు. రెప్పవేయని ఆమె చూపు సదా అంతరంగం లోకి చూస్తూ ఉంటుంది. ఆత్మజ్ఞానమే అతి నిగూఢమైన ఆమె నవ్వు వెనుక రహస్యం.

* తనలోకి అవలోకించి అసంతృప్తి, ఒడుదుడుకులు, చీకటి, భయం చూసినవారు గేలిచేసే సందేహంతో పెదవి విరువ నక్కర లేదు. ఏవో గుర్తులు, జ్ఞాపకాలు, శ్వాసవంటి సంకేతాలు (మనసు నిశ్చలంగా ఉన్నపుడు ఈ సంకేతాలు కనిపించుతాయి) కనిపించే వరకూ వారు మరింత సేపు మరింత గాఢంగా, మరికొంతసేపు మరింత గాఢంగా అవలోకించాలి. వాటిని అతను సరిగా లక్ష్యపెట్టాలి. ఎందుకంటే ఇవి ఊపిరి పీల్చి ప్రాణం పోసుకొని పెద్ద ఆలోచనలుగా మారి సంచారంచేసే దేవతల లాగా అతని మనసు గడప దాటుతాయి. ఇవి తర్వాత రాబోయే వాణికి ప్రాతగాములు. ఆ వాణి అతని అంతరంగంలో రహస్యంగా దాగొని ఉన్న, అర్థంకాని జీవి. అదే అతని సనాతన ఆత్మ.

* ప్రతి మానవ జీవితంలోను దివ్యత్వం నిత్యనూతనంగా తనకుతానే వెలువడుతూ ఉంటుంది. కాని . మానవుడు దానిని గుర్తించక నిర్లక్ష్యంగా

దాటిపోతే ఆ దివ్య వార్త రాతిమీద చల్లిన విత్తనం లాంటిది. ఈ దివ్య చైతన్యం నించి ఎవరూ బహిష్కరించ బడలేదు. మనిషి తనను తానే బహిష్కరించు కుంటాడు. జీవితం యొక్క రహస్యం పరమార్థాన్ని గురించి మనుష్యులు లాంఛనప్రాయంగా, డాంబికంగా విచారణ చేస్తూ ఉంటారు. చెట్టుకొమ్మ మీద కూర్చొని ఉన్న ప్రతి పక్షి, తల్లి చెయ్యి పట్టుకొని ఉండే ప్రతి బిడ్డ ఈ సమస్యను పరిష్కారం చేసింది. ఆ జవాబు వారి ముఖాల మీద స్పష్టంగా కనబడుతుంది. మానవా, నీకు జన్మనిచ్చిన ఆ ప్రాణం అత్యంత దూరాలోచన కంటే ఉదాత్తం, మహత్వపూర్ణం. మీ శ్రేయసుకోరే దాని సదుద్దేశ్యాలను నమ్మండి. మీ గుండెలో సద్యఃస్ఫూర్తిగా ధ్వనించే దాని సున్నితమైన ఆదేశాలను శిరసావహించండి.

* విచక్షణ లేని కోరికలతో ఇష్టానుసారం జీవించ వచ్చు ననుకొనే వ్యక్తి తన జీవితాన్ని పగటికలలకు అంకితం చేస్తున్నాడు. తోటివారి యెడ లేదా తన ఎడనే పాపం చేసినవారు తమ శిక్ష తామే విధించు కుంటారు. తన పాపాలను ఇతరుల దృష్టి నించి దాచి ఉంచవచ్చు. కాని సర్వమూ గమనించే దేవుడి కళ్ళు కప్పలేరు. న్యాయం రాతితో కట్టిన న్యాయస్థానాలలో లేకపోవచ్చు, దాని వ్యాపార వ్యవహారాలూ కంటికి కనపడక పోవచ్చు. అయినా న్యాయం తన నిర్దాక్షిణ్య పద్ధతిలో ప్రపంచాన్ని ఏలుతుంది. ఈ భూమి మీద జరిమానాలు తప్పించుకున్నా, దేవుడు విధించే న్యాయ జరిమానాలు ఎవరూ తప్పించు కోలేరు. కర్మఫలం – నిష్కర్షగా, అనివార్యంగా – అనుక్షణము మనిషిని వెంటాడుతూనే ఉంటుంది.

* దుఃఖ సముద్రంలో ఈదినవారూ, కష్టాల కన్నీటితో కాలం గడిపిన వారూ, జీవితం నిశ్శబ్దంగా నిరంతరం ధ్వనించే సత్యాలను వినటానికి సిద్ధంగా ఉండవచ్చు. వారు ఏమి చూసినా, చూడలేక పోయినా, సంపదల చిరుజల్లులు ఎంత అశాశ్వతమో చూడగలరు. మంచిరోజులు చూసి మోసపోనివారు చెడురోజులను చూసి అంత బాధపడరు. కష్ట సుఖాల పడుగు పేకలు లేని జీవిత వస్త్రమే లేదు. కనుక ఎవరూ అధికార గర్వంతో కళ్ళు మూసుకొని నడవలేరు. ఒకవేళ అలా చేస్తే వారు పులి నోట్లో చెయ్యి పెడుతున్నారన్న మాటే. కనపడని ఆ దేవుడి సమక్షంలో ధరించ తగినది అణకువ అనే అంగవస్త్రం మాత్రమే. ఎందుకంటే సంవత్సరాల తరబడి శ్రమించి సంపాదించింది క్షణకాలంలో మటుమాయం కావచ్చు. సకల జీవుల అదృష్టము బండి చక్రంలా తిరుగుతుంది. ఆలోచనా రహితులు మాత్రమే ఈ యదార్థాన్ని చూడలేరు. ఈ అనంత విశ్వంలో కూడా ప్రతి నీచ స్థితి వెనుకా ఒక ఉచ్ఛస్థితి వస్తుందని గమనించ వచ్చు. కనుక మనిషి జీవితంలో, అదృష్టంలో కూడా సంపదల

వరద వెనుకనే దారిద్ర్యం సుడిగుండం రావచ్చు, ఆరోగ్యం అనేది చంచలమైన అతిథి కావచ్చు, ప్రేమ అనేది పోవటానికే రావచ్చు. కాని వేదనామయమైన రాత్రి ముగియగానే నిత్యనూతన వివేచానామయమైన ఉషోదయం వెలుగులు వెదజల్లుతుంది. ఇందులో చివరి పాఠం మనిషిలో ఉన్న శాశ్వత ఆశ్రయం, పూర్వం వలెనే, అతనికి ఓదార్పు కావాలి. లేకపోతే నిరాశ, యాతన అప్పుడపుడు ఆ ఆశ్రయంలో జొరబడటానికి కుట్ర పన్నుతాయి. ఈ ఇద్దరు శిక్షకులనించి జీవన యానంలో తప్పించుకొనే అదృష్టం దేవుడు ఎవరికీ అనుమతించ లేదు.

* ఉదాత్తమైన రెక్కలమాటున ఉన్నపుడు మానవుడు భద్రంగా ఉన్నానని, కాపాడేవారున్నారని అభయం అనుభూతి చెందుతాడు. అతనిలో జ్ఞానజ్యోతి వెలుగనంత కాలం, అతని మహోత్తమమైన ఆవిష్కరణలన్నీ అతనికి అత్యంత దుర్భేద్యమైన అవరోధాలు అవుతాయి. అతనిని వస్తుప్రపంచంలోకి ఈడ్చే ప్రతి ఒక్క ఆకర్షణ మరొక చిక్కు ముడి అయి కూర్చుంటుంది. తర్వాత ఆ చిక్కుముడి అతనే విప్పాలి. తన సనాతన గతానికి అతనిది విడదీయరాని అనుబంధం. అతను నిరంతరం తన అంతరంగ దివ్యత్వం సమక్షంలో ఉంటాడు. దానిని వదిలించుకోలేడు. ఇది తెలియని అజ్ఞానంలో అతను ఉండకూడదు. తన లౌకిక బంధాలను, భౌతిక భారాలను అతను తన అంతరాత్మకు వదిలి వేయాలి. అప్పుడు అతనికి ఓటమి ఉండదు. పరమ శాంతిలో జీవించి, నిర్భయమైన రాజసంతో నిష్క్రమించాలి అంటే ఈ పని చేయాలి.

* తన అసలు స్వరూపం ఒకసారి చూసిన వ్యక్తి మరొకరిని ఎన్నటికీ ద్వేషించరు. ద్వేషాన్ని మించిన పాపం లేదు. రక్తం చిందిన దేశాల విషాదాన్ని మించిన దుఃఖం లేదు. అదిచేసిన వారిని తిప్పి కొడుతుందన్న సత్యాన్ని మించిన నికరమైన ఫలితం మరొకటి లేదు. ఆయన దృష్టి నించి ఎవరూ తప్పించు కొనలేకపోయినా, మనిషి చేసే ఆకృత్యాలను గమనించటానికి భగవంతుడు స్వయంగా నిల్చొని కాపలా కాస్తాడు. వారి చుట్టూ విషాదంలో మూలుగుతున్న ప్రపంచం పడిఉన్నది. అయినా ఉదాత్తమైన శాంతి వారి అందరికీ అందుబాటులో ఉన్నది. విషాదంలో నలిగిపోయి, సంశయాలతో ఛిద్రమై అలసిపోయిన మనుష్యులు జీవితంలోని చీకటి బాటలలో ఎదురుదెబ్బలు తింటూ, దారి దేవులాడుతూ ఉన్నారు. వారి ముందర పరిచిన రాళ్ళమీద ఉజ్వలమైన వెలుగు నడయాడుతుంది. మనిషి తన తోటి వ్యక్తుల ముఖాలను – కేవలం పగటి వెలుతురులో కాక, వారిలోని దివ్యశక్తుల వెలుగులో – చూడ

గలిగిన నాడు, మనుష్యులు దేవుడు అని పిలిచే ఆ శక్తి అందరి గుండెలలోను నెలకొని ఉన్నదని, ఆ గౌరవ మర్యాదలతో వారిని ఆదరించిన నాడు ఈ ప్రపంచంలో ద్వేషం నశించుతుంది.

* ప్రకృతిలో ఘనాఘనమైనదీ, కళలలో ఉత్తేజం కలిగించేటంత అందంగా ఉన్నదీ మనిషికి అతనిని గురించే చెబుతున్నది. ప్రజలకు నమ్మకం కలిగించటంలో పూజారి విఫలుడైన చోట, జ్ఞాని అయిన కళాకారుడు పూజారి మర్చిపోయిన సందేశాన్ని చేపట్టి, వారికి ఆత్మ జాడలు చూపుతాడు. సౌందర్యం మనలను శాశ్వతత్వాల నడుమ కూర్చోన బెట్టిన క్షణాలు ఉంటాయి. ఈ లోకంతో అలిసిపోయినపుడు ఆ జ్ఞాపకాలను మననం చేసి వాటి సాయంతో మనలోని పరమ ఆశ్రయాన్ని అన్వేషించాలి. కొంచెం శాంతి, మరికొంత బలం, ఒక వెలుగు రేక అక్కడే దొరుకుతాయి. తన అసలు స్వరూపాన్ని కనుగొన్న మరుక్షణం అతనికి అంతులేని తోడ్పాటు, పరిపూర్ణమైన పరిష్కారం లభించుతాయి. పండితులు, విద్వాంసులు విద్యామందిరాలలో గుట్టలుగా పడిఉన్న పుస్తకాలలో చుంచు ఎలుకల లాగ తలదూర్చి కూర్చోవచ్చు. కాని, మనిషి నిజస్వరూపం దివ్యమైనదనే పరమ సత్యంకంటే నిగూఢమైన రహస్యం, అంతకు మించిన సత్యం వారు నేర్చుకో బోవటం లేదు. కాల క్రమేణా మనిషికి అందని ఆశలు క్షీణించవచ్చు. కాని మరణంలేని జీవితం, పరిపూర్ణ ప్రేమ, శాశ్వతానందం వీటికి కొంత సాఫల్యత కలుగుతుంది. ఎందుకంటే, ఇవి విధి మనకు ప్రసాదించిన సహజ స్వభావాలు.

* సుందరం, సున్నితం అయిన ఆలోచనలను ప్రపంచం పురాతన ప్రవక్తలలో వెతుకుతుంది. ఉదాత్తమైన నీతి కోసం ఆ యుగాల ఎదుట ప్రణమిల్లుతుంది. కాని తన దివ్యస్వభావాన్ని గురించి తెలిసికొన్నపుడు మనిషి తెలియని గమ్యంలో మునిగి పోతాడు. ఆలోచనకు, అనుభూతికి యోగ్యమైనదంతా, అడగకుండానే, ఇప్పుడతని పాదాల చెంత ఉన్నది. సన్యాసాశ్రమం వంటి మనసులో ఇప్పుడు దర్శనాలు, పూర్వం హిబ్రూ, అరబ్ ద్రష్టలకు (తమ జాతిమూలం అంతా దివ్యం అని ప్రజలకు గుర్తు చేసిన వారు వారే) కలిగిన దర్శనాల వంటి దర్శనాలు కలుగుతాయి. ఆ దివ్యజ్యోతి లోనే బుద్ధుడు నిర్వాణ వార్తను అర్థం చేసికొని, ప్రజలకు చేర్చాడు. ఈ అవగాహనతో అవ్యాజమైన ప్రేమ కలుగుతుంది. కనుకనే మేరీ మాగ్దలిన్ తన మలిన జీవితాన్ని జీసస్ పాదాల చెంత కడిగివేసింది.

* ఈ సనాతన సత్యాలు మనజాతి పుట్టక ముందు నించి కాలగర్భంలో దాగి ఉన్నవి. ఈ మహోత్తమ సత్యాలు ఎన్నటికీ వాడనివి. ఈ జీవిత సత్యాలు

ఇప్పుడు మానవుడికి అందుబాటులో ఉన్నాయి. ఈ సత్యాలను అంగీకరించి స్వీకరించిన వారు వాటిని తమ ఆలోచనలలో తారలుగా వెలిగేదాకా మేధామధనం చేయటమేగాక, దివ్యాచరణకు ప్రేరేపించే వరకు హృదయ పూర్వకంగా ఆచరించాలి.

★

నేను ఎదిరించలేని శక్తి ఏదో నన్ను తిరిగి ఈ ఐహిక లోకంలోకి పడదోసింది. నిదానంగా స్థాయిల వారిగా నా పరిసరాలను ఎరిగి గుర్తించుతాను. నేను ఇంకా మహర్షి ధ్యాన మందిరంలోనే కూర్చొని ఉన్నానని తెలిసికొన్నాను. ఆప్రదేశం నిర్జనం అయి ఉన్నది. నా కళ్ళు మందిరం గడియారం చూశాయి.

ఆశ్రమవాసులంతా సాయంకాల భోజనానికి, భోజనాలయంలో ఉండి ఉంటారని గ్రహించాను. అప్పుడు నా ఎడమ పక్కన ఎవరో ఉన్న స్ఫురణ కలిగింది. ఆయన డెబ్బై ఐదు సంవత్సరాల వయస్కులు, స్టేషన్ మాస్టర్. ఆయన నా పక్కనే నేలమీద కూర్చొని ఉన్నారు. ఆయన నావైపు ఆప్యాయంగా చూస్తున్నారు.

"మీరు సుమారు రెండు గంటల కాలం ఆధ్యాత్మిక సమాధిలో ఉన్నారు." ఆయన నాకు చెబుతున్నారు. వయసుతో గీతలుపడి, పాతబాధ్యతలతో ముడుతలు పడిన ఆయన ముఖం నా ఆనంద పారవశ్యానికి ఆనందించుతూ నవ్వులు చిందించింది.

నేను జవాబు చెప్పటానికి ప్రయత్నించాను. నా మాట్లాడే శక్తి కోల్పోయినానని తెలిసి ఆశ్చర్య చకితుడి నయాను. దాదాపు పదిహేను నిమిషాల వరకూ మాట రాలేదు. ఈ లోగా ఆయన మరొక వార్త జోడించారు.

"అంతసేపూ మహర్షి మిమ్మల్ని నిశితంగా గమనించారు. ఆయన ఆలోచనలు మీకు దారి చూపాయని నా నమ్మకం."

మహర్షి మందిరానికి తిరిగి వచ్చిన తర్వాత, ఆయన వెంట వచ్చినవారు తమతమ స్థానాలలో కూర్చున్నారు. రాత్రికి విశ్రమించ బోయే ముందు చిన్న విరామం. ఆయన దివాన్ ఎక్కి కాళ్ళు మడుచు కుని కూర్చున్నారు. అప్పుడు కుడి తొడమీద మోచెయ్యి ఆన్చి అరచేతిలో గడ్డం పుచ్చుకున్నారు. రెండువేళ్ళు ఆయన చెక్కిట చేరాయి. మా మధ్యనున్న దూరం దాటి మా కళ్ళు కలుసుకున్నాయి. ఆయన నన్ను నిశితంగా చూస్తున్నారు.

రాత్రివేళ అలవాటు ప్రకారం నౌకరు మందిరం లోని దీపాల వత్తులు తగ్గించు తుండగా, మహర్షి ప్రశాంతమైన కళ్ళలోని మెరుపు చూసి మరొకసారి ఆశ్చర్య

పోయాను. మసక చీకటిలో అవి రెండు నక్షత్రాల లాగా వెలుగుతున్నాయి. భారతీయ ఋషుల వారసుడైన ఈయన కళ్ళవంటి అద్భుతమైన కళ్ళను నేను ఇంతవరకు ఎన్నడూ ఎక్కడా చూడలేదు. మనిషి కన్నులు దివ్యశక్తిని ప్రతిఫలించుతాయి అంటే, ఈ ఋషి కన్నులు ఆపని చేస్తాయన్నది యదార్థం.

రెప్పవాల్చని ఆ కన్నులను నేను గమనించుతూ ఉండగా, పరిమళ భరితమైన అగరువత్తుల పొగ మెలికలు తిరుగుతూ పైకి సాగుతున్నది. విచిత్రంగా గడిచిన నలభై నిమిషాలలో నేను ఆయనకు ఏమీ చేప్పలేదు, ఆయన నాతో ఏమీ అనలేదు. మాటలతో పని ఏమున్నది? మాటలు లేకుండానే ఇప్పుడు మేమిద్దరం ఒకరినొకరం అర్థం చేసికొంటాం. ఈ గంభీర నిశ్శబ్దంలో మా మనసులు ఒక అందమైన సామరస్యాన్ని అందుకున్నాయి. ఈ నేత్రావధానంలో నాకు స్పష్టమైన అందమైన సందేశం అందింది. జీవితాన్ని గురించి మహర్షి అద్భుతమైన, జ్ఞాపకం ఉంచుకోదగిన దృక్పథం తెలిసింది గనుక, నా అంతరంగ జీవితం ఆయన అంతరంగ జీవితంతో చేతులు కలిపింది.

ఆ తర్వాత రెండు రోజులు మీదికి వస్తున్న జ్వరాన్ని పోరాడి ఆపాను. ఆ పెద్దాయన అపరాహ్ణంలో నా కుటీరం వచ్చారు.

''మాతో మీ నివాసం ముగియ బోతున్నది సోదరా!'' ఆయన విచారం వెలిబుచ్చుతూ అన్నారు. ''కాని, ఏదో ఒకనాడు తిరిగి మాదగ్గరికి వస్తారు గదా?''

"తప్పకుండా!" నేను దృఢంగా ప్రతిధ్వనించాను. ఆయన నన్ను వదిలి వెళ్తున్నపుడు నేను తలుపు దగ్గర నిల్చున్నాను. తల ఎత్తి పవిత్ర జ్యోతి పర్వతం – అరుణాచల, అక్కడి పల్లెవాసులు దానిని పవిత్రమైన ఎర్ర కొండ అంటారు – చూశాను. నా ఉనికికే అది రంగుల నేపథ్యం అయింది. నేను ఏమి చేస్తున్నా సరే, తింటున్నా, నడుస్తున్నా, మాట్లాడుతునా, ధ్యానించుతున్నా నేను కళ్ళు ఎత్తి చూస్తే చాలు, బయలులో ఎదురుగాగాని, కిటికీ లోనించిగాని చదునైన శిఖర ఆకారం ఎదురౌతుంది. ఇక్కడ దానిని తప్పించుకోవటం కష్టం. అది నా మీద చూపే ప్రభావం తప్పించు కోవటం మరీ కష్టం. ఈ విచిత్రమైన ఏకాకి శిఖరం నన్ను సమ్మోహ పరిచిందా అని నా ఆశ్చర్యం. ఆ కొండ లోపల అంతా డొల్ల అనీ, ఆ లోపల మానవమాత్రులకు కనిపించని గొప్ప ఆధ్యాత్మిక జీవులు అనేకులు ఉన్నారని స్థానిక కథనం. కాని నా దృష్టిలో అది పసిపిల్లల కథ. నేను ఇంతకంటే ఆకర్షణీయమైన అనేక పర్వతాలు చూశాను కాని, ఈ ఏకాంత పర్వతం నాచేత దాసోహ మనిపించింది. ఇది మొరటు ప్రకృతి. దాని ఖండశిలలు ఎర్రగా అడ్డదిడ్డంగా పడి ఉండి, ఎండలో జ్వాలలా వెలుగుతూ ఉంటాయి. బలమైన వ్యక్తిత్వంతో అచ్చెరువు గొలిపే ప్రభావం చూపుతుంది.

చీకటి పడగానే ఒక్క మహర్షి వద్ద తప్ప మిగిలిన అందరి దగ్గరా నేను శలవు తీసికొన్నాను. ఆధ్యాత్మికత కోసం నా పోరాటంలో నేను గెలుపొందానన్న ఆనందం నాలో సంతృప్తి కలిగిం చింది. అదీ గుడ్డినమ్మకంతో నా హేతువాదాన్ని విడువ కుండా, సాధించిన విజయం. ఆ తర్వాత కొద్దిసేపటికి మహర్షి నాతో ప్రాంగణంలోకి వచ్చినపుడు నా సంతృప్తి హఠాత్తుగా మాయమైంది. ఈ వ్యక్తి నన్ను పూర్తిగా జయించారు. ఆయనను విడిచి వెళ్ళాలంటే చాలా కష్టంగా ఉన్నది. ఆయన ఉక్కుకంటె దృఢమైన అగోచరమైన లంకెలతో తన ఆత్మకు కట్టివేశారు. ఆయన నా మనిషి లోని మనిషికి జీవం పోశారు. నాకు దాస్యం బదులు స్వేచ్ఛ ప్రసాదించారు. నన్ను నా ఆధ్యాత్మిక స్వరూపం ఎదుట నిలబెట్టారు. బండరాముడి వంటి నాబోటి పాశ్చాత్యుడికి అర్థంలేని, అర్థం కాని ఆ పదాన్ని సజీవమైన పరమానంద అనుభవంగా ప్రయోగాత్మకంగా అనువదించారు.

మా ఎడబాటు చుట్టూ తచ్చాడుతున్నాను. నాలో కదలాడుతున్న గాఢమైన ఉద్వేగాలను వ్యక్తపరచలేని అశక్తత. నీలి ఆకాశం తారలతో నిండి ఉన్నది. మా తలల పైన వేలాదిగా తారా మండలాలు. ఉదయించుతున్న చంద్రవంక వెండి వెన్నెలలు వెదజల్లుతున్నది. మా ఎడమవైపున మిణుగురు పురుగులు ప్రాంగణంలోని తోపును వెలిగించు తున్నాయి. ఆ వెనుక ఎత్తైన తాటి చెట్లు నీలాకాశ నేపథ్యంలో నల్లగా నిల్చున్నాయి.

సంపూర్ణ స్వయం పరివర్తనలో నా సాహస యాత్ర ముగిసింది. కాని కాలచక్రం నన్ను ఒకనాడు మళ్ళీ ఇక్కడికి తీసికొని వస్తుంది. నాకు తెలుసు. నేను చేతులు జోడించి సంప్రదాయ పూర్వకంగా నమస్కరించి శలవు తీసికొన్నాను. ఆ ఋషి నావైపు నిలకడగా చూశారు. నోరు తెరిచి మాట్లాడ లేదు.

ఒక్క కడసారి చూపు మహర్షిని. లాంతరు మసక వెలుతురులో రాగి రంగులో ఎత్తైన విగ్రహం. మెరిసే కన్నులు. నానుంచి మరొక సారి వీడ్కోలు సంకేతం. జవాబుగా ఆయన కుడి చేయి ఊగింది. మేం విడిపోయాం.

కాచుకొని ఉన్న ఎద్దు బండిలోకి నేను ఎక్కాను. బండి తోలే అతను చెర్నాకోల ఝుళిపించాడు. విధేయులైన ఆ జంతువులు ప్రాంగణంలో నించి బయటి గరుకు బాట మీదికి నడిచాయి. మల్లెల సువాసనలు విరజిమ్మే చీకటి రాత్రి లోకి బిరబిర అంగలు వేశాయి.

★★★

www.ingramcontent.com/pod-product-compliance
Lightning Source LLC
Chambersburg PA
CBHW020456060525
26194CB00044B/423
* 9 7 8 9 3 8 8 2 4 1 0 5 2 *